AF761466

പോർക്കലി

porkkali

•

a p kalakkad

•

first chinta edition
january 2017

•

typesetting
dbh overbridge tvpm

•

published
chintha publishers, thiruvananthapuram

•

printed
akshara offset, thiruvananthapuram

•

cover
midas

•

price
rupees three hundred and sixty only

വിതരണം

ദേശാഭിമാനി ബുക്ക് ഹൗസ്

H O തിരുവനന്തപുരം–695 035
phone: 0471-2303026, 6063026
www.chinthapublishers.com
chinthapublishers@gmail.com

ബ്രാഞ്ചുകൾ

ഹെഡ്ഓഫീസ് ബ്രാഞ്ച് കുന്നുകുഴി • സ്റ്റാച്യു തിരുവനന്തപുരം • കെ എസ് ആർ ടി സി ബസ് സ്റ്റേഷൻ ആലപ്പുഴ • കെ എസ് ആർ ടി സി ബസ് സ്റ്റേഷൻ എറണാകുളം • മച്ചിങ്ങൽ ലെയിൻ തൃശൂർ • ഐ ജി റോഡ് കോഴിക്കോട് • മാവൂർ റോഡ് കോഴിക്കോട് • എൻ ജി ഒ യൂണിയൻ ബിൽഡിങ് കണ്ണൂർ • സെൻട്രൽ ബസ് ടെർമിനൽ കോംപ്ലക്സ് താവക്കര കണ്ണൂർ

CO - 2457 / 4059
ISBN - 978-93-86364-30-2

പോർക്കലി

(നോവൽ)

എ പി കളയ്ക്കാട്

ചിന്ത പബ്ലിഷേഴ്സ്
തിരുവനന്തപുരം-695 035
വില : ₹ 360

എ പി കളയ്ക്കാട്

കരുനാഗപ്പള്ളിക്കടുത്ത് ആദിനാട് ഗ്രാമത്തിൽ 1931 ജൂൺ 23 ന് ജനിച്ചു. പേര് അയ്യപ്പൻപിള്ള. അച്ഛൻ കളയ്ക്കാട്ടു വീട്ടിൽ കുഞ്ഞൻപിള്ള. അമ്മ കൊച്ചിട്ടിയമ്മ. മലയാളം ഹയറും എസ് എസ് എൽ സിയും ജയിച്ചു. കൊല്ലം എസ് എൻ കോളേജിലായിരുന്നു കോളേജ് വിദ്യാഭ്യാസം. വിദ്യാർത്ഥി സമരത്തിൽ പങ്കെടുത്തതിനാൽ കോളേജിൽ നിന്നു പുറത്താക്കി. തിരുവിതാംകൂറിൽ സർ സി പിയുടെ ഏകാധിപത്യ ഭരണത്തിനെതിരെയുള്ള പ്രക്ഷോഭണം, ട്രാൻസ്പോർട്ടു തൊഴിലാളികളുടെ സമരം, ശൂരനാട് സംഭവം ഇവയുമായി ബന്ധപ്പെട്ട് മൂന്നു തവണ അറസ്റ്റും മർദ്ദനവും ജയിൽവാസവും. തുടർന്ന് മുഴുവൻ സമയ കമ്യൂണിസ്റ്റ് പ്രവർത്തകനായി. ഭരണാധികാരികളിൽനിന്ന് ഒട്ടേറെ പീഡനങ്ങൾ ഏല്ക്കേണ്ടി വന്നു. 1955 ൽ പഞ്ചായത്ത് ഓഫീസറായി പി എസ് സി തെരഞ്ഞെടുത്തെങ്കിലും കമ്യൂണിസ്റ്റുകാരൻ എന്ന കാരണത്താൽ നിയമനം നിഷേധിച്ചു. 1955 ഡിസംബർ 8–ാം തീയതി രാധമ്മയെ വിവാഹം ചെയ്തു.

1957 ൽ വീണ്ടും ടെസ്റ്റെഴുതി. സ്റ്റോർ കീപ്പറായി നിയമനം ലഭിച്ചു. ആദ്യം ലഭിച്ച സർക്കാർ ജോലി നിഷേധിച്ചതിനെതിരെ പരാതി നല്കി. 1957 ൽ പഞ്ചായത്ത് ഓഫീസറായി നിയമനം. 1986 ൽ സ്പെഷ്യൽ ഗ്രേഡ് പഞ്ചായത്ത് ഓഫീസറായി പെൻഷൻ പറ്റി.

കൃതികൾ: *വെളിച്ചം കിട്ടി, സംക്രാന്തി, അഗ്നിഹോത്രം, ചാഞ്ചാട്ടം, മഴക്കാറുകൾ* (നോവൽ), *കന്നിക്കുളപ്പാല* (ചെറുകഥ), *സംക്രാന്തിക്ക്* ചെറുകാട് പുരസ്കാരം ലഭിച്ചു 1980 ൽ. പുരോഗമന സാഹിത്യപ്രസ്ഥാനത്തിന്റെ സജീവപ്രവർത്തകൻ. ദേശാഭിമാനി സ്റ്റഡി സർക്കിളിന്റെയും പുരോഗമന കലാ സാഹിത്യ സംഘത്തിന്റെയും പ്രമുഖനും ശക്തനുമായ നേതാവ്. കേരള സാഹിത്യ അക്കാദമി അംഗവും ഫൈനാൻസ് കമ്മിറ്റി ചെയർമാനും ആയിരുന്നു (1988–91) 1993 ഫെബ്രുവരി 8 ന് അന്തരിച്ചു.

മക്കൾ : പ്രീതി, ജ്യോതിൻ

മരുമക്കൾ : കെ രാജഗോപാൽ, മിനി

പ്രസാധകക്കുറിപ്പ്

പ്രകൃതി വിഭവങ്ങൾക്കായുള്ള പോരാട്ടം മാനവ സംസ്കാരത്തോളം പഴക്കമുള്ളതാണ്. സാമൂഹ്യമാറ്റത്തിനായി ത്രസിച്ചുനിന്ന കേരളത്തിൽ അരങ്ങേറിയ കർഷക മുന്നേറ്റങ്ങളുടെ ഭാഗമാണ് ശൂരനാട് സമരം. കഴിഞ്ഞ നൂറ്റാണ്ടിന്റെ നാലാം പാദത്തിന്റെ അവസാനം ജന്മിത്തത്തിൻകീഴിൽ ഞെരിഞ്ഞമർന്നിരുന്ന ശൂരനാട്ടെ കർഷകരും തൊഴിലാളികളും പൊട്ടിത്തെറിച്ചു. സാധാരണ മനുഷ്യർ മത്സ്യം പിടിച്ചു ഉപജീവനം നടത്തിപ്പോന്ന കുളവും നീർച്ചാലും ജന്മിമാർ ലേലം ചെയ്തുകൊടുത്തതോടെ പ്രതിഷേധവും രൂക്ഷമായി. ഏറ്റുമുട്ടലിനെത്തുടർന്ന് നാല് പൊലീസുകാർ കൊല്ലപ്പെട്ടു. തുടർന്ന് നടന്ന പൊലീസ് തേർവാഴ്ച ചരിത്രത്തിന്റെ ഭാഗമാണ്. ശൂരനാട് സമരകാലത്ത് എ പി കളയ്ക്കാട് വിദ്യാർത്ഥിയായിരുന്നു. തന്റെ കൺമുന്നിൽ ഇതൾ വിരിഞ്ഞ സംഭവ പരമ്പരകൾ അതിന്റെ തീവ്രത ഒട്ടും ചോർന്നുപോകാതെ അനേകം കഥാപാത്രങ്ങളിലൂടെ അവതരിപ്പിക്കുകയാണ് *പോർക്കലി*യിൽ. കേരളീയർ ഏറെ വായനയും പുനർ വായനയും നടത്തിയിട്ടുള്ള ഈ കൃതി ഏതു കാലത്തും പ്രസക്തമാകുന്നത് അതിന്റെ ഉൾക്കരുത്തുകൊണ്ടാണ്. പ്രണയവും ധീരതയും വിപ്ലവാവേശവും ചരിത്രവും ഇഴചേർക്കപ്പെട്ട ഈ ഉജ്ജ്വല കൃതി സാഭിമാനം ഞങ്ങൾ പ്രസിദ്ധീകരിക്കുന്നു.

ചിന്ത പബ്ലിഷേഴ്സ്

ഒന്ന്

പോർക്കലി ഭഗവതി സ്വന്തം തലവെട്ടി കുരുതി കഴിച്ചു. ഇടതു കൈയിൽ തൂക്കിപ്പിടിച്ച ശിരസ്സും, വലതുകൈയിൽ രക്തം പുരണ്ട വാളുമായി നില്ക്കുന്ന തലയില്ലാത്ത ദുർഗ്ഗയെക്കണ്ട് കുഞ്ഞനമ്മാവൻ കുരുതിക്കളത്തിലിരുന്നു തുള്ളി വിറയ്ക്കാൻ തുടങ്ങി.

നഗ്നയും കാമാസക്തയുമായ ദേവി. ഉച്ചമലരിയുടെ ശോഭയാർന്ന ശരീരം. മാറിൽ തടിച്ച മുലകൾ. കൊഴുത്തുരുണ്ട തുടകൾ. തലയറ്റ കഴുത്തിൽ കപാലമാലകൾ. ശിരസ്സിൽനിന്ന് നിണം വാർന്നുകൊണ്ടിരിക്കുന്നു.

വിറയാർന്ന സ്വരത്തിൽ കുഞ്ഞനമ്മാവൻ മന്ത്രങ്ങൾ ഉരുവിട്ടു.

"തസ്മിൻ മദ്ധ്യേത്രികോണേ–
ത്രിതയതനുധരാം,
*ഛിന്നമസ്താം പ്രശസ്താം
ത്വാം വന്ദേ ജ്ഞാനരൂപാം,
നിഖില ഭയ ഹരാം,
യോഗിനീയോഗമുദ്രാം."

ഏതോ കഠിനമായ ദുഃഖമനുഭവിക്കുന്നതുപോലെ അദ്ദേഹത്തിന്റെ മുഖം ചുളിയുന്നത് കണ്ടു. ശരീരം വിയർത്തൊഴുകി. ദുസ്സഹമായ വേദന കടിച്ചമർത്തിക്കൊണ്ട് വിലപിക്കുന്നതായി തോന്നി.

"ദിഗംബരീം മഹാഘോരാം
നാനാപുഷ്പ സമന്വിതാം
രതികാമോപ വിഷ്ടാം ച
സദാ ധ്യായന്തി മന്ത്രിണഃ
സദാ ഷോഢശ വർഷീയാം

---

* ഛിന്നമസ്താം – ശിരസ്സറ്റ ദുർഗ്ഗാരൂപം

പീനോന്നത പയോധരാം
വിപരീത രതാസക്തൗ
ധ്യായേദ്രതി മനോഭവൗ...."

അച്ചുതൻനായർ അന്നു കുട്ടിയായിരുന്നു. എന്നാലും എല്ലാം ഇന്നലെ നടന്നതുപോലെ ഓർമ്മയുണ്ട്. കൊറ്റാർകാവു ക്ഷേത്രത്തിലെ ശുദ്ധികലശം. കളമെഴുത്തും പാട്ടും...

ബലിക്കൽപ്പുരയുടെ വലതുവശത്തെ തളത്തിൽ അരിമാവും കരിയും മഞ്ഞൾപ്പൊടിയും എല്ലാംകൊണ്ട് ഭഗവതിയുടെ കോലം വരച്ചിരിക്കുന്നു. കരാളവദനയും നഗ്നയുമായ കാളി. അഴിച്ചിട്ടമുടിയും നീട്ടിയിട്ട നാക്കും. മാറിൽ കപാലമാല. നാലു ത്രിക്കൈകൾ. അഭയമുദ്രയും വരദമുദ്രയും....

കളമെഴുത്ത് കഴിഞ്ഞപ്പോൾ ഇടയ്ക്കയും തിമിലയും ഉടുക്കും മരവും കൊട്ടി പാട്ടു തുടങ്ങി.

മീനത്തു കോണിൽ നമസ്കാര മണ്ഡപത്തിൽ കുരുതിക്കളം ഒരുക്കി. കുരുത്തോലയും കമുകിൻ പൂക്കുലയും അരയാലിലയുംകൊണ്ട് കളത്തിനു ചുറ്റും തോരണം തൂക്കി. വടക്കരികിൽ ചൂരലും തെറ്റിയും പടർന്നു കയറിയ കുലവാഴ. കുലവാഴയ്ക്കരികിൽ ഭഗവതിക്കു പീഠം ഒരുക്കി. പീഠത്തിന് മുന്നിൽ വാഴപ്പോളകൊണ്ട് അറുപത്തിനാല് ഖണ്ഡങ്ങളുള്ള പോളപ്പതം. പോളപ്പതത്തിൽ കുരുത്തോലകൊണ്ടുള്ള കൂർച്ചങ്ങൾ.

പീഠത്തിൽ പട്ടുവിരിച്ച് അരിയും നെല്ലുംകൊണ്ട് അക്ഷതമർപ്പിച്ചു. നാളീകേരത്തിൽ മൂന്നുകാലുള്ള ദർഭക്കൂർച്ചം. പീഠത്തിന് മുന്നിൽ നിലവിളക്കു കൊളുത്തി. പോളപ്പതത്തിൽ ആൾപ്പന്തം കത്തിച്ചു നാട്ടി. പന്തങ്ങളും കോൽത്തിരികളും കത്തി. വലിയ ചെമ്പിൽ അരത്തവെള്ളം കലക്കി നിണമുണ്ടാക്കി.

രാത്രിയുടെ മൂന്നാം യാമത്തിൽ ശംഖും, കൈമണിയും തിമിലയും മദ്ദളവും വീക്കുചെണ്ടയും കോൽവിളക്കുമായി നാന്ദകമെഴുന്നള്ളിച്ച് ശ്രീകോവിലിനു വലത്തുവെച്ചു. വാദ്യോപകരണങ്ങളുടെ മുഴക്കങ്ങൾക്കിടയിൽ പള്ളിവാൾ കുരുതിക്കളത്തിലെ പീഠത്തിൽ പ്രതിഷ്ഠിച്ച് പൂജ തുടങ്ങി. മേഘശ്യാമയും അസ്ഥിമാലാവിഭൂഷിതയുമായ കാളിയെ ധ്യാനിച്ചുകൊണ്ട് കുഞ്ഞനമ്മാവൻ മന്ത്രങ്ങൾ ഉരുവിട്ടു.

പക്ഷേ, കൺമുന്നിൽ കണ്ടത് ശിരസ്സറ്റ ദുർഗ്ഗാരൂപം.

"ഛിന്നമസ്താം കരേവാമേ
ധാരയന്തീം സ്വമസ്തകം;
പിബന്തീം രൗധിരീം ധാരാം
നിജകണ്ഠ വിനർഗ്ഗതാം...."

കൈയിൽ തൂങ്ങിക്കിടക്കുന്ന ശിരസ്സിലെ നാവ്, സ്വന്തം കഴുത്തിൽ നിന്നും ചീറിപ്പായുന്ന രക്തം കുടിക്കുന്നു!

കുഞ്ഞനമ്മാവൻ തുള്ളിയുറഞ്ഞ് അപസ്മാരം പിടിപെട്ടതുപോലെ, കത്തി നിന്ന തീപ്പന്തങ്ങളുടെ മീതെ നെടുമ്പാടു വീണു. ചുറ്റും നിന്നവർ

പരിഭ്രാന്തരായി. പെട്ടെന്ന് താളവും മേളവും നിലച്ചു. പരികർമ്മികൾ ഓടിച്ചെന്ന് അദ്ദേഹത്തെ പൊക്കിയെടുത്ത് ഊട്ടുപുരയുടെ തിണ്ണയിൽ കൊണ്ട് കിടത്തി. മുഖത്തു വെള്ളം കുടഞ്ഞു. തോർത്തുകൊണ്ട് വീശി.

കണ്ണടച്ച്, ചലനമില്ലാതെ ഒരേ കിടപ്പു തന്നെ....

അന്നു പിന്നെ തർപ്പണം നടന്നില്ല. കലക്കിവെച്ചിരുന്ന നിണമെടുത്ത് വെളിയിൽ കമഴ്ത്തി. എല്ലാവരും കൂടി കുഞ്ഞനമ്മാവനെ താങ്ങിയെടുത്ത് വീട്ടിലെത്തിച്ചു. കുരുതി കാണാൻ വന്നവർ ആ ദുശ്ശകുനത്തെക്കുറിച്ചോർത്ത് ഭയപ്പാടോടെ ചൂട്ടും കത്തിച്ച് മടങ്ങിപ്പോയി. അമ്പലപ്പറമ്പിൽ ആളൊഴിഞ്ഞു. അമാവാസിയുടെ അന്ത്യയാമത്തിലെ കൂരിരുട്ടിൽ ഭൂതഗണങ്ങൾ ആർത്തിപെരുത്ത്, നിണം മണത്തു നടന്നു....

അച്ചുതൻനായരുടെ കുട്ടിക്കാലത്തു നടന്ന കാര്യങ്ങളാണ്. പിന്നെ വർഷങ്ങൾ എത്ര കഴിഞ്ഞു! ഇപ്പോൾ അയാളിൽനിന്ന് യുവത്വം വിടപറയാൻ തുടങ്ങിയിരിക്കുന്നു. എങ്കിലും പാതിരായ്ക്ക് ഏകാകിയായി വീട്ടിൽ നിന്നിറങ്ങി കൊറ്റാർകാവിനു മുന്നിലെത്തിയപ്പോൾ പണ്ടത്തെ ആ കുരുതിയെക്കുറിച്ചോർമ്മ വന്നു.

കുഞ്ഞനമ്മാവൻ ചെറുപ്പം മുതലേ സാത്വികമായി ഒരു ജീവിതം നയിച്ചയാളാണ്. രണ്ടുനേരവും കുളി. മുടങ്ങാതെയുള്ള ക്ഷേത്ര ദർശനം. ജപവും ധ്യാനവും. പകൽ കൊറ്റാർകാവു ക്ഷേത്രനടയിൽ ചെന്നു ഭജനമിരിക്കും. ആൽത്തറയിൽ ചെന്നു കിടന്നുറങ്ങും. ഒരിക്കൽ ഭക്തിമുഴുത്ത് തീർത്ഥാടനത്തിനെന്നു പറഞ്ഞ് വീടുവിട്ടിറങ്ങിപ്പോയി. പിന്നെ വളരെ കാലത്തിനുശേഷമാണ് മടങ്ങിവന്നത്. ഒരു സായംസന്ധ്യക്ക്, താടിയും മുടിയും വളർത്തി കാവിയും രുദ്രാക്ഷവും ധരിച്ച് നെറ്റിയിൽ സിന്ദൂരക്കുറിയും മുതുകിൽ ഭാണ്ഡക്കെട്ടുമായി ഒരാൾ വീട്ടിൽ വന്നു കയറി. ആരാണതെന്ന് അച്ചുതന് മനസ്സിലായില്ല. പക്ഷേ, ആ ചിരിയും നോട്ടവും കണ്ടപ്പോൾ അമ്മൂമ്മയ്ക്ക് പിടികിട്ടി. ദേശാന്തരം പോയ കുഞ്ഞൻ! സന്ന്യാസിയായി തിരിച്ചെത്തിയിരിക്കുന്നു.

വീട്ടുകാർക്ക് അത്ഭുതവും ആഹ്ലാദവും. അയൽക്കാർ ഓരോരുത്തരായി കാണാൻ വന്നു. വ്രതാനുഷ്ഠാനങ്ങൾ കൊണ്ട് ശോഷിച്ച ശരീരം. എങ്കിലും മുഖത്തിന് നല്ല കാന്തിയും തേജസ്സുമുണ്ട്. ദീപ്തങ്ങളായ കണ്ണുകൾ. വാത്സല്യം തുളുമ്പുന്ന നോട്ടം. സ്നേഹം നിറഞ്ഞ ചിരി.... അധികം സംസാരമില്ല.

പിറ്റേ ദിവസം രാവിലെ കുളി കഴിഞ്ഞ് കൊറ്റാർകാവിൽ ദർശനത്തിന് ചെന്നു. ആൽത്തറയും ചുറ്റുമതിലുമെല്ലാം പൊട്ടിപ്പൊളിഞ്ഞു കിടക്കുന്നത് കണ്ടു. സേവപ്പന്തലിൽ ചാവാലിപ്പട്ടികൾ വാലും ചുരുട്ടി കിടന്നുറങ്ങുന്നു. നരിച്ചീറുകളുടെ കാഷ്ഠത്തിന്റെ ഗന്ധം അവിടെ തങ്ങി നിന്നു. നാലമ്പലം പുല്ലുകുരുത്ത് കാടുപിടിച്ചിരുന്നു. ശ്രീകോവിലിന്റെ വാതിൽ ഇളകി വീണിരുന്നു.

കുഞ്ഞനമ്മാവൻ ശ്രീകോവിലിനുള്ളിലേക്കു നോക്കി. ദേവീ വിഗ്രഹം തലയുടഞ്ഞു കിടക്കുന്നു! അദ്ദേഹം ഞെട്ടിപ്പോയി. ഒന്നേ നോക്കിയുള്ളൂ.

തലയും കുനിച്ചിറങ്ങിപ്പോന്നു. കണ്ണുനീരടക്കാൻ കഴിഞ്ഞില്ല. ഭഗവതി തലയറ്റു കിടക്കുന്നു! അനാഥമായ ഒരു കബന്ധത്തെപോലെ! വീട്ടിൽച്ചെന്നു മുറിയടച്ചു കമഴ്ന്നുകിടന്നു ഭഗവതിയെ ഓർത്തു തേങ്ങിക്കരഞ്ഞു.

പിറ്റേന്നു കരപ്രമാണികളെ തിരക്കിയിറങ്ങി, കോയിക്കലും മഠത്തിലും പട്ടാറയും ചരോളിലുമെല്ലാം ചെന്നു ദേവിയുടെ ദുർഗ്ഗതിയെക്കുറിച്ചു പറഞ്ഞു. ക്ഷേത്രോദ്ധാരണത്തെക്കുറിച്ചു സംസാരിച്ചു. എല്ലാവരും മൂളിക്കേട്ടു. ആർക്കും വലിയ താല്പര്യമില്ല. മുന്നിട്ടിറങ്ങാൻ ആരുമില്ല.

കുഞ്ഞനമ്മാവൻ തിരികെ വന്ന് തന്ത്രാനുഷ്ഠാനങ്ങളും ഉപാസനയുമായി മുറിയിൽ തന്നെ കഴിഞ്ഞുകൂടി. എങ്ങോട്ടും ഇറങ്ങിയില്ല. ആരോടും ഇടപെട്ടില്ല.

അദ്ദേഹം എന്തോ സാധനകളനുഷ്ഠിക്കുകയാണെന്നും എന്തൊക്കെയോ സിദ്ധികൾ കൈവരുത്തിയിട്ടുണ്ടെന്നും അറിഞ്ഞപ്പോൾ ആളുകളുടെ ഭക്തിയും ബഹുമാനവും വർദ്ധിച്ചു. ചിലർ അനുഗ്രഹത്തിനുവേണ്ടി ചെന്നു കൈകൂപ്പിനിന്നു. തങ്ങളുടെ ജീവിതദുഃഖങ്ങളെക്കുറിച്ചു പറഞ്ഞു. നിത്യദാരിദ്ര്യം. തറവാടുകൾ തകർന്നു പോയി. എല്ലായിടത്തും ഐശ്വര്യം കെട്ടു. എഴുന്നേറ്റമുള്ള വീടുകളില്ല. മാറാരോഗങ്ങൾ. സന്തതിനാശം.

എല്ലാം കേട്ടശേഷം കുഞ്ഞനമ്മാവൻ വികാരഭരിതനായി ചോദിച്ചു–

“നിങ്ങൾ ഭഗവതിയെ മറന്നില്ലേ? അവർ ശ്രീകോവിലിനുള്ളിൽ തലയറ്റു കിടന്നിട്ട് നിങ്ങളറിഞ്ഞോ?”

ആർക്കും ഉത്തരമില്ല. കുറേക്കാലമായി ആ ജീർണ്ണക്ഷേത്രത്തിലേക്ക് ആരും തിരിഞ്ഞുനോക്കാറില്ല.

“ആദ്യം അവരുടെ ദുഃഖനിവൃത്തി വരുത്തൂ. അപ്പോൾ എല്ലാവർക്കും ഐശ്വര്യമുണ്ടാവും.”

ആളുകൾ തലകുനിച്ചു തിരികെ നടന്നു. ആ പറഞ്ഞതു സത്യമാണെന്ന് ബോദ്ധ്യമായി. നാടിനെ രക്ഷിക്കേണ്ട അധിദേവത അല്ലലിൽ മുഴുകി കഴിയുന്ന കാര്യം ആരും ഗൗനിച്ചില്ല.

ക്ഷേത്ര വസ്തുക്കളെച്ചൊല്ലി കോയിക്കൽ പിള്ളമാരും മേമനപ്പോറ്റിയും തമ്മിൽ കോടതിയിൽ വ്യവഹാരം നടക്കുന്നു. ക്ഷേത്രംവക നിലവും പുരയിടവുമെല്ലാം കോയിക്കലെ കൈവശമായി. ദേവസ്വത്തിലേക്കു ഒരുമണി നെല്ലുപോലും പാട്ടംകിട്ടാറില്ല. അമ്പലത്തിൽ ശാന്തിയും പൂജയുമില്ല. നിവേദ്യമില്ല. കുരുതിയില്ല. എന്തെങ്കിലും നടത്താനുള്ള നടവരവില്ല. വഴിപാടുകളോ ആരാധകരോ ഇല്ല.

അനുഗ്രഹം വാങ്ങാൻ വന്നവരെ കുഞ്ഞനമ്മാവൻ ഓർമ്മപ്പെടുത്തി– അമ്പലത്തിലെ ദോഷം തീർക്കാതെ നാടിനു മേൽഗതിയില്ല.

ഒന്നാന്ത്യക്കൂട്ടം കൂടിയപ്പോൾ കരക്കാർ കാര്യാലോചന നടത്തി. ദേവപ്രശ്നം നടത്തണം. ക്ഷേത്രോദ്ധാരണവും പുനഃപ്രതിഷ്ഠയും കഴി

ക്കണം. വലിയ പണച്ചെലവുള്ള കാര്യമാണ്. ദേവസ്വം കേസ് രാജിയാ യെങ്കിൽ എല്ലാറ്റിനും പോംവഴിയുണ്ടായേനെ. പക്ഷേ, ആരാണ് കോയി ക്കൽ പിള്ളമാരോടു ചെന്നു രാജിക്കാര്യം പറയുന്നത്?

പുന്തലമൂപ്പിലും തെണാൽ കുറുപ്പും കൂടി താഴമൺ തന്ത്രിയെ ചെന്നു കണ്ടു. അദ്ദേഹം ഉപദേശിച്ചു— തല്ക്കാലം കഴിവില്ലെങ്കിൽ പഞ്ച ഗവ്യ ശുദ്ധിവരുത്തി പൂജ തുടങ്ങട്ടെ. പുനഃപ്രതിഷ്ഠ പിന്നെ മതി. ബിംബ മില്ലെങ്കിലും സാരമില്ല. ഭാവാധിപൻ ബലവാനാണ്. ദേവിയുടെ സാന്നിദ്ധ്യം അപരിമേയമായി കാണുന്നു. കുറേനാൾ അങ്ങനെ നടക്ക ട്ടെ. പിന്നെ ഭഗവതി വഴിയുണ്ടാക്കും.

അവർ തിരികെ വന്ന് ഓരോരുത്തർക്കും വരിയിട്ടു. നാട്ടുകാർ തങ്ങ ളാലാവുന്നതൊക്കെ സംഭാവന ചെയ്തു. വേണ്ടവണ്ണമൊന്നുമായില്ലെ ങ്കിലും ഒരുവിധം ശുദ്ധികലശവും ഭഗവതിസേവയും കഴിച്ചു. കളമെ ഴുത്തും പാട്ടും നടത്തി. കുരുതിക്കളമൊരുക്കി. കുഞ്ഞനമ്മാവൻ പൂജ തുടങ്ങി. പക്ഷേ, തലയറ്റുകിടക്കുന്ന ഭഗവതിയുടെ രൂപം മറക്കാൻ കഴി ഞ്ഞില്ല. ദുഃഖം അടങ്ങുന്നില്ല. കൊടുങ്കാറ്റിളകിയ കായൽ പോലെ ഹൃദയം പ്രക്ഷുബ്ധമായി. മനസ്സിൽ ക്രോധത്തിന്റെ തീ കത്തിക്കാളി. അദ്ദേഹം കുരുതിക്കളത്തിൽ തലചുറ്റി വീണതുകൊണ്ട് തർപ്പണം നടന്നില്ല. നീലാ ഞ്ജനമുഴിഞ്ഞില്ല.

പിറ്റേന്നു തന്റെ ഭാണ്ഡക്കെട്ടുമായി കുഞ്ഞനമ്മാവൻ സ്ഥലംവിട്ടു. അതിനുശേഷം ഇതുവരെ മടങ്ങി വന്നിട്ടില്ല. വീടുവിട്ടിറങ്ങാൻ നേരം കൂടെയുണ്ടായിരുന്നവരോടു പറഞ്ഞിരുന്നു.

“ഭഗവതി സ്വന്തം തലവെട്ടി തന്നെത്താൻ കുരുതി നടത്തി. ഇനി വേറെ കുരുതി വേണ്ട.”

പറഞ്ഞതെന്താണെന്ന് ആർക്കും പിടികിട്ടിയില്ല. വിവരമായി ചോദി ച്ചറിയാൻ ആളിനെ പിന്നെ കണ്ടിട്ടുമില്ല.

പക്ഷേ, പിന്നെയും ശൂരനാട്ടു കുരുതി നടന്നു. സാക്ഷാൽ മനുഷ്യ ക്കുരുതി. നാടാകെ നടന്ന കൂട്ടക്കുരുതി. രക്തരക്ഷസ്സുകൾ നാട്ടിലിറങ്ങി താണ്ഡവമാടിയപ്പോൾ, നാട്ടുകാർ പൊറുതി മുട്ടിയപ്പോൾ പോർക്കലി ഭഗവതിയെപ്പോലെ നാടു സ്വയം കുരുതി കൊടുത്തു. അതിന്റെ മക്കളെ ബലികൊടുത്തു.

അവരിൽ ഒരാളാകാൻ അച്ചുതൻനായർക്കു ഭാഗ്യമുണ്ടായില്ല. ഈ ജീവിതം ആ വിധത്തിലെങ്കിലും അർത്ഥപൂർണ്ണമാക്കാൻ കഴിഞ്ഞില്ല. അയാൾ ആ ബലിപീഠത്തിൽ നിന്നിറങ്ങി വന്നു. തനിക്കുവേണ്ടാത്ത ഒരു ജീവിതം ജീവിക്കാൻ. ഇനിയും അത് വലിച്ചു നീട്ടാൻ.

ജയിലിൽ നിന്നുവന്ന് പൊയ്ക മൈതാനത്തെ സ്വീകരണയോഗവും കഴിഞ്ഞു വീട്ടിൽ ഇരിപ്പുറയ്ക്കാതെ അയാൾ കൊറ്റാർകാവിലെ ആൽത്ത റയിൽ ചെന്നിരുന്നു.

എന്തൊക്കെയോ ഗതകാലസ്മൃതികളുമായി, നിർമ്മമമായി നില്ക്കുന്ന ദേവീക്ഷേത്രം. വിശാലമായ അമ്പലപ്പറമ്പ്. ഒരു കാലത്ത്

ഇവിടം തന്റെയും കൂട്ടുകാരുടെയും താവളമായിരുന്നു. അമ്പലമുറ്റത്തെ ഈ പടുകൂറ്റൻ അരയാൽ തങ്ങളുടെ ബോധിവൃക്ഷമായിരുന്നു.

പിന്നെ നാളുകളെത്ര കഴിഞ്ഞു! ഒടുവിൽ കറങ്ങിത്തിരിഞ്ഞ് വീണ്ടും ബോധിവൃക്ഷത്തിന്റെ ചുവട്ടിൽ വന്നെത്തിയിരിക്കുന്നു.

അവിടെ കൂനിപ്പിടിച്ചിരിക്കുമ്പോൾ കഴിഞ്ഞുപോയ ഒരുകാലം മുഴുവൻ മനസ്സിലൂടെ കടന്നുപോയി. നിറപ്പകിട്ടാർന്നതും ഇനി ഒരിക്കലും ആവർത്തിക്കാത്തതുമായ ഒരു കാലഘട്ടം.......

രണ്ട്

കുരുതി മുടങ്ങിയതിൽപ്പിന്നെ ആളുകൾക്ക് അമ്പലപ്പറമ്പിലേക്കു കടക്കാൻ തന്നെ ഭയമായി. രാത്രികാലങ്ങളിൽ അവിടെ മണികിലുങ്ങുന്ന ശബ്ദം കേട്ടു. ചൊവ്വാഴ്ചയും വെള്ളിയാഴ്ചയും ആരുടെയോ ഉഗ്രമായ അലർച്ചകേട്ടു. വല്ലപ്പോഴും അടുത്തുള്ള പെണ്ണുങ്ങളാരെങ്കിലും ഒന്നു കുളിച്ചു തൊഴാൻ വന്നാലായി. അവർ ആറ്റിലിറങ്ങി കുളിച്ച് അകലെ നിന്ന് കൈകൂപ്പി തൊഴുതിട്ടുപോകും.

പക്ഷേ, അച്ചുതൻനായരുടെ അമ്മയ്ക്കു പേടിയൊന്നുമില്ല. സ്നേഹമുള്ളവരെ കൊറ്റാർകാവു തമ്പുരാട്ടി കൈവെടിയുകയില്ല. അവർ ദിവസവും ചെന്ന് അമ്പലമുറ്റം അടിച്ചുവാരി. നടയിൽ അന്തിത്തിരി കൊളുത്തി. അടഞ്ഞുകിടന്ന ശ്രീകോവിലിനു നേരെ തറ്റുടുത്തുനിന്നു കൈകൂപ്പി പ്രാർത്ഥിച്ചു.

"ഭഗവതീ, കുടുംബത്തേക്കൊരു ദോഷവും വരുത്തല്ലേ"

കൊറ്റാർകാവു ഭഗവതി നാട്ടുകാരുടെ കുലദൈവമാണ്. അമ്മൂമ്മ പറഞ്ഞു കേട്ടിട്ടുണ്ട്— ദേവിയുടെ മൂലസ്ഥാനം അങ്ങു കിഴക്ക് അയിരൂരിനടുത്താണു പോലും. അവിടെ അമ്പലവും കളരിയുമുണ്ടായിരുന്നു. കാവും കുളവും ഉണ്ടായിരുന്നു. അയിരൂരിൽ ചെന്നാൽ ഇന്നും ഇടിഞ്ഞു പൊളിഞ്ഞ ആ അമ്പലം കാണാം.

പണ്ടു പോർക്കലിയായ കൊറ്റവെയ്ക്ക് പൂജകഴിച്ചിട്ടേ കളരിയിൽ കച്ചകെട്ടു നടത്തൂ. കുരുതി കഴിച്ചിട്ടേ പുരുഷന്മാർ പടയ്ക്കുപോവൂ.

പാണ്ടിപ്പടയുടെ ആക്രമണകാലത്ത് തറവാട്ടിലെ ആണുങ്ങൾ പടയ്ക്കുപോയി മരിച്ചു. യുദ്ധത്തിൽ തോല്വി പിണഞ്ഞപ്പോൾ കുടുംബത്തിൽ ശേഷിച്ചവർ എല്ലാം ഇട്ടെറിഞ്ഞു സ്ത്രീകളും കുട്ടികളുമായി ഇങ്ങുപടിഞ്ഞാറുവന്നു താമസമാക്കി.

പിന്നെ, വളരെക്കാലം കഴിഞ്ഞ് ഒരു വലിയമ്മാവൻ വലിയപാടത്തുവയൽ വാണിഭത്തിനു പോയി, കാളയെയും വാങ്ങി കൂട്ടുകാരുമായി മടങ്ങുകയായിരുന്നു. അയിരൂർ ആറ്റുകടവു കടന്നപ്പോൾ സുന്ദരിയും തേജസ്വിനിയുമായ ഒരു യുവതി അവരെ പിന്തുടരുന്നതു കണ്ടു. കുറേദൂരം ചെന്നപ്പോൾ വലിയമ്മാവനു സംശയം. പുറകിൽ തങ്ങിയിട്ട് അവരോട് തിരക്കി–

"ഒറ്റയ്ക്ക് എങ്ങോട്ടാണ് യാത്ര?"

"എങ്ങോട്ടെന്നു നിശ്ചയിച്ചില്ല"

മറുപടി കേട്ടപ്പോൾ ആശ്ചര്യം വർദ്ധിച്ചു.

ഒരിക്കൽക്കൂടി അവരെ സൂക്ഷിച്ചുനോക്കി. അസാധാരണമായ ആ രൂപലാവണ്യത്തിൽ അദ്ദേഹം ഭ്രമിച്ചുവശനായി. തിരിഞ്ഞുനിന്ന് സ്വകാര്യമായി ഒരു കുസൃതിച്ചോദ്യം ചോദിച്ചു:

"എന്റെ കൂടെ വരുന്നോ?"

"നേരത്തേ എന്നെ വിളിച്ചില്ലല്ലോ. ഇനി വിളിച്ചാൽവരാം .

"എന്നാൽ എന്റെ കൂടെപ്പോരെ. നമുക്കു വീട്ടിലോട്ടു പോകാം."

അവർ ലജ്ജയോടെ മുഖം കുനിച്ചു പുറകെ നടന്നു.

കൂടെയുണ്ടായിരുന്നവർ അത്ഭുതപ്പെട്ടു. ഈ സ്ത്രീ ഏതാണ്? ഏതോ വലിയ തറവാട്ടിൽ പിറന്നതാവണം. എന്തെന്നില്ലാത്ത കാന്തിയും തേജസ്സും നാക്കെടുത്തൊന്നു വളച്ചതേയുള്ളു. ഒരു കൂസലും കൂടാതെ കാരണവരുടെ കൂടെ നടന്നുവരുന്നു!

അവരൊന്നിച്ച് വീട്ടിലെത്തി. തിണ്ണയിലേക്ക് കാലെടുത്ത് വെച്ചപ്പോൾ വല്യമ്മാവൻ ശ്രദ്ധിച്ചു— ചെമ്പരത്തിച്ചാറു പൂശിയതുപോലെ ശോഭയേറിയ ആ കാലടികൾ നിലംതൊട്ടിട്ടില്ല!

വല്യമ്മാവൻ വാപൊളിച്ച് കണ്ണുമിഴിച്ചുനിന്നു.

എല്ലാം മനസ്സിലായി. മനസ്സിൽ പാപചിന്തകളുദിച്ചതിൽ ഭയവും പശ്ചാത്താപവും തോന്നി. ഭക്തിപാരവശ്യം ഉള്ളിലൊതുക്കി സൗമ്യമായി പറഞ്ഞു:

"എന്നാൽ ഞാനങ്ങോട്ടൊന്നിറങ്ങിയിട്ട് വരട്ടെ."

"അതാണിഷ്ടമെങ്കിൽ അങ്ങനെയാവട്ടെ."

"വരുന്നതുവരെ ഇവിടിരുന്നോളുമല്ലോ."

"ഓഹോ."

മറ്റാരോടും ഒന്നും പറയാതെ അദ്ദേഹം പടിയിറങ്ങി നടന്നു. വഴിയിൽവെച്ച് ആരെയോ പറഞ്ഞേല്പിച്ചു.

"വീട്ടിൽ ഒരാളുവന്നിട്ടുണ്ട്. അവരെ വഴിയാംവണ്ണം അവിടിരുത്തിക്കൊള്ളാൻ പറയണം."

ആ പോക്കു നേരേ കാശിക്കായിരുന്നു. പിന്നെ മടങ്ങിവന്നിട്ടേ ഇല്ല.

കെട്ടിനകത്തേക്കു കയറിപ്പോൾ ആ യുവതിയെയും അതിനുശേഷം ആരും കണ്ടില്ല.

ഇളമുറയമ്മാവൻ പ്രശ്നാരിയെ വരുത്തി. പ്രശ്നാരിയാണു വെളിപ്പെടുത്തിയത് — വല്യമ്മാവന്റെ കൂടെ വന്നത് സാക്ഷാൽ പോർക്കലി ഭഗവതിയാണ്. പണ്ട് പടയോട്ടക്കാലത്ത് കുടുംബത്തിലുള്ളവർ അവരെ ഉപേക്ഷിച്ചു പോന്നു. ഇപ്പോൾ വലിയമ്മാവനെ കണ്ട് അദ്ദേഹത്തിന്റെ കൂടെ ഇറങ്ങിത്തിരിച്ചു. കുടുംബത്തിന്റെ പുണ്യം!

പിന്നെ താമസിച്ചില്ല. കരനാഥന്മാരെ വിവരമറിയിച്ചു. കർമ്മികളെ വരുത്തി ചാർത്തുവാങ്ങി. ദേവി അന്തർദ്ധാനം ചെയ്ത സ്ഥലത്ത് ശ്രീകോ

വിൽ പണിഞ്ഞു. തന്ത്രവിധികളോടെ പ്രതിഷ്ഠ നടത്തി. ശാന്തിക്കു മേമനപോറ്റിയെ വരുത്തി. ത്രികാലപൂജയ്ക്കും ശീവേലിക്കും ഏർപ്പാടുകളുണ്ടാക്കി.

അങ്ങനെ നാടിന്റെ തുണയ്ക്കു അധിദേവതയുണ്ടായി. ദേവതയ്ക്കു കുടിവാഴാൻ അമ്പലമുണ്ടായി. അമ്പലത്തിലെ നിത്യനിദാന ചെലവുകൾക്ക് കരക്കാർ നിലവും പുരയിടവും ദാനംചെയ്തു. ഉരിയ കുറച്ച് ആയിരപ്പറ നിലം കിഴകിടപ്പാടത്തും നെടിയപ്പാടത്തുമായി അതു നീണ്ടുനിവർന്നുകിടന്നു.

പക്ഷേ, ഭഗവതിക്കും കാലക്കേടു വന്നു. ഒരു കാലത്ത് കാരാണ്മമാത്രമായിരുന്ന പോറ്റി ഭജനം മൂത്ത് ഊരാണ്മയായി. ഊരാണ്മയെച്ചൊല്ലി കരക്കാരും പോറ്റിയും തമ്മിൽ തർക്കമുണ്ടായി. കരക്കാരെ വെന്നുനില്ക്കാൻ ഒറ്റക്കുടിക്കാരനായ പോറ്റിക്കു ശക്തിയില്ല. അന്നു പോറ്റിയെ തുണയ്ക്കാൻ കോയിക്കൽ കുടുംബക്കാർ മുന്നിട്ടിറങ്ങി. അവർ ദേവസ്വം വസ്തുക്കൾ പോറ്റിയിൽ നിന്നു മുക്ത്യാർ എഴുതിവാങ്ങി. അതിനുശേഷം പോറ്റിയും കോയിക്കൽപിള്ളമാരും തമ്മിലായി വ്യവഹാരം. നിരവധി വർഷങ്ങൾ കീഴ്ക്കോടതിയിലും ജില്ലാക്കോടതിയിലുമായി ഒരു നീക്കുപോക്കുമില്ലാതെ ഇരുകൂട്ടരും കേസു പറഞ്ഞു. വ്യവഹാരത്തിനിടയിൽ എല്ലാവരും ഭഗവതിയുടെ കാര്യം മറന്നു. ക്ഷേത്രകാര്യങ്ങൾ നോക്കാൻ ആളില്ലാതായി. ശാന്തിയും പൂജയും മുടങ്ങി. എങ്കിലും ആണ്ടോടാണ്ട് ഉത്സവം നടന്നു. കൊടിയേറ്റും ആനപ്പുറത്തെഴുന്നള്ളിപ്പും പകൽക്കാഴ്ചയും താലപ്പൊലിയുമെല്ലാം.

ഒരിക്കൽ ഉത്സവത്തിന് എഴുന്നള്ളിക്കാൻ എങ്ങുനിന്നോ ഒരു കൊമ്പനാനയെ കൊണ്ടുവന്നു അമ്പലപ്പറമ്പിൽ കെട്ടിയിരിക്കുന്നതറിഞ്ഞ് അച്ചുതൻ രാവിലെ അങ്ങോട്ടോടിച്ചെന്നു. കറുത്തുതടിച്ച് ഒത്തിരിപ്പൊക്കമുള്ള ആ അസാധാരണജീവിയെ അവൻ ആശ്ചര്യത്തോടെ നോക്കിനിന്നു. എല്ലായ്പ്പോഴും ചലിച്ചുക്കൊണ്ടിരിക്കുന്ന തുമ്പിക്കൈ, വാഴപ്പിണ്ടിപോലെ നീണ്ട കൊമ്പുകൾ, ആടിക്കൊണ്ടിരിക്കുന്ന പഴമുറംപോലെയുള്ള ചെവികൾ, ഇത്തിരിയോളമുള്ള കണ്ണുകൾ. ആനയെ കാണാൻ ധാരാളം കുട്ടികൾ കൂടിയിരുന്നു. അരയിൽ തോർത്തുചുറ്റി തറ്റുടുത്തവർ. കോണകം മാത്രമുടുത്തവർ. കളയ്ക്കാട്ടെ പരമേശ്വരനും പുന്തലയിലെ വാസുവും പുറകിലൂടെച്ചെന്ന് ആനയുടെ വാലിൽ തൊട്ടിട്ട് ഓടി. പക്ഷേ, അടുത്ത് ചെല്ലാൻപോലും അച്ചുതനു പേടിയായി. പരമേശ്വരന്റെയും വാസുവിന്റെയും ധൈര്യം കണ്ട് മറ്റുള്ളവർ അതിശയം ഭാവിക്കുകയും ആർത്തുവിളിക്കുകയും ചെയ്തു.

ആനയെ നീരാട്ടുവള്ളി ചാലിലേക്കു കൊണ്ടുപോയപ്പോൾ കുട്ടികളും പുറകേപോയി. കൊയ്തൊഴിഞ്ഞ പാടത്തിന്റെ നടുക്ക്, ചാലിലെ ജലപ്പരപ്പ് വെയിലേറ്റു വെട്ടിത്തിളങ്ങി. ആനയും ആളുകളും അടുത്തു ചെന്നപ്പോൾ ചാലിന്റെ കരയിൽ ഉറക്കം തൂങ്ങിക്കൊണ്ടിരുന്ന വെള്ളക്കൊക്കുകൾ ഞെട്ടിയുണർന്ന് ചിറകടിച്ച് പറന്നുപോയി. ആന വെള്ള

ത്തിലിറങ്ങി മുങ്ങുകയും മറിയുകയും ചെയ്തു. ആനക്കാർ അതിനെ ഇടത്തും വലത്തും പറഞ്ഞ് അനുസരിപ്പിക്കുന്നതും, ഇരുത്തിയും കിട ത്തിയും കുളിപ്പിക്കുന്നതുമെല്ലാം കുട്ടികൾ ഉത്സാഹത്തോടെ നോക്കി നിന്നു.

മടങ്ങിപ്പോകുമ്പോൾ ആനക്കാർ അയൽവീടുകളിൽനിന്ന് പച്ചോല വെട്ടിക്കൂട്ടി. ആന അത് തുമ്പിക്കൈകൊണ്ട് താങ്ങിപ്പിടിച്ച് കുലുങ്ങിക്കു ലുങ്ങി നടന്നു. ആനക്കാരുടെ സേവ പിടിക്കാനോ മറ്റുള്ളവരുടെ മുമ്പിൽ ആളാവാനോ എന്തോ, കുറേ പച്ചോലയും തോളിലേറ്റി പരമേശ്വരനും അതിന്റെ പുറകേകൂടി.

തിരികെ വീട്ടിലെത്തിയപ്പോൾ അച്ഛൻ അച്ചുതനെ പിടിച്ചു നിർത്തി.

“എവിടെപ്പോയിരുന്നു ഇതുവരെ?”

“അമ്പലത്തിൽ കൊണ്ടുവന്ന ആനയുടെകൂടെ....”

“അതിനു നീയാണോ ആനയെ തീറ്റാൻ? ഏക്കും ചെല്ലുമില്ലാതെ ഒരു ഊരുചുറ്റൽ”

ഉത്സവമായതുകൊണ്ടാവണം, അന്നുപിന്നെ വേറൊന്നും പറഞ്ഞില്ല.

കുളിച്ചൊരുങ്ങി അമ്മയോട് ചോറുവാങ്ങിച്ചുണ്ടു. കുതിരമൂട്ടിൽ പകൽക്കാഴ്ച വന്നെത്താൻ നേരമായി. അച്ഛൻ കാണാതെ വീട്ടിൽ നിന്നി റങ്ങി നടന്നു. പോകുന്നവഴി കാവംപുറത്തെ കുട്ടിയപ്പച്ചി അവരുടെ വീട്ടിൽ നിന്നു വിളിച്ചു പറയുന്നതുകേട്ടു.

“ഇതിലേ വാ മോനേ”

ചെന്നപ്പോൾ അവർ ഒരുപാത്രം പായസം കൊടുത്തു. നിന്ന നില യിൽ അത് മോന്തിക്കുടിച്ചു.

കുട്ടിയപ്പച്ചിയുമായി എന്തോ അകന്ന ബന്ധമേയുള്ളൂ. എങ്കിലും ഒരു മകനെപ്പോലെയാണ് അച്ചുതനോടുള്ള പെരുമാറ്റം. അവർക്ക് ആൺമ ക്കളില്ല. ഉള്ളതു മൂന്നും പെൺകുട്ടികളാണ്.

ഏതോ മന്ത്രവാദിയുടെ പരികർമ്മിയായിരുന്നു അപ്പച്ചിയപ്പൻ. എവി ടെയെങ്കിലും ഹോമവും മന്ത്രവാദവും കഴിഞ്ഞുവരുമ്പോൾ വറയും മലർപ്പൊടിയും ഉണ്ണിയപ്പവുമെല്ലാം കൊണ്ടുവരും. അച്ചുതൻ അതിലെ യെങ്ങാനും പോകുന്നതു കണ്ടാൽ കുട്ടിയപ്പച്ചി അവനെവിളിച്ച് അതി ലൊരുപങ്കു നല്കാതെ വിടില്ല.

ഉത്സവം പ്രമാണിച്ച് കുഞ്ഞുലക്ഷ്മിയും കൊച്ചുപാറോതിയും നാണി ക്കുട്ടിയും പുതിയ ജമ്പറും പാവാടയും ധരിച്ചിരിക്കുന്നത് കണ്ടു. അവർ കിഴകിടപ്പാടത്തുപോയി വയലിക്കാഴ്ച കാണാൻ ഒരുങ്ങി നില്ക്കുക യാണ്. കുതിരമൂട്ടിൽ കൊട്ടുകേട്ടപ്പോൾ അച്ചുതൻ പറഞ്ഞു.

“കുതിരയെ പിടിക്കാറായി. ഞാൻ പോകട്ടപ്പച്ചി.”

“നീ ഒറ്റയ്ക്കുപോകണ്ട. നമുക്കൊന്നിച്ചു കടമ്പാട്ടു കിഴക്കുവശത്തു ചെന്നു നിന്നുകാണാം.”

തന്റെ പൗരുഷത്തിനും സ്വാതന്ത്ര്യത്തിനും അതു പറ്റുന്നതല്ലെന്ന് അച്ചുതനു തോന്നി. പെണ്ണുങ്ങളുടെ പുടവത്തുമ്പിൽ തൂങ്ങി നടക്കാൻ

അവൻ അത്ര കൊച്ചുകുട്ടിയൊന്നുമല്ല.

"അതു വേണ്ട. ഞാൻ തനിച്ചു പൊയ്ക്കൊളാം. നിങ്ങളെല്ലാംകൂടെ പിന്നെവാ."

നേരെ കുതിരമൂട്ടിലേക്കോടി. കെട്ടുകാളയും വണ്ടിക്കുതിരയും വന്നു നിരന്നു കഴിഞ്ഞു. മേളം തകർക്കുന്നു. ആളുകളുടെകൂടെ ചെന്നു "തന്നന്നാ" പാടിയും ആർപ്പുവിളിച്ചും, പൊങ്ങിപ്പടരുന്ന പൊടിപടലത്തിൽക്കൂടി അവൻ തുള്ളിച്ചാടി നടന്നു.

രാത്രിയിൽ കൂട്ടുകാരെ കണ്ടപ്പോഴാണ് അറിയുന്നത്— തെണാലെ കുട്ടപ്പനും കോയിക്കലെ കൊച്ചുങ്ങളും തമ്മിൽ അടിപിടികൂടി. ഭഗവതിയെ എഴുന്നള്ളിച്ച് പൊയ്ക മൈതാനത്തെ പള്ളിസ്രാമ്പിൽ കൊണ്ട് ചെന്നിരുത്തുകയും, തീണ്ടൽ ജാതിക്കാരുടെ കാണിക്ക സ്വീകരിക്കുകയും ചെയ്യുന്ന സമയം— അവിടെവച്ച് മഹേശ്വരൻപിള്ള കുട്ടപ്പനെ കളിയാക്കി ചോദിച്ചു-

"എന്തുവാടാ കൊച്ചുമരംകൊത്തി."

മരകൊത്തിയെന്നത് ആളുകൾ കുട്ടപ്പന്റെ അച്ഛൻ പരമുക്കുറുപ്പിനെ വിളിക്കുന്ന ഇരട്ടപ്പേരാണ്. ചെറിയ മുഖവും വഴക്കമില്ലാത്ത മുടിയും, നീണ്ടുകൂർത്ത മൂക്കും അയാളിൽ ഒരു മരംകൊത്തിയുടെ മുഖച്ഛായയുളവാക്കിയിരുന്നു.

ഇരട്ടപ്പേരുകേട്ട് ഓമനക്കുട്ടൻ പൊട്ടിച്ചിരിച്ചു.

കുട്ടപ്പൻ രോഷത്തോടെ പറഞ്ഞു.

"മരംകൊത്തി നിന്റെ വീട്ടിലിരിക്കുന്നു."

"എന്തു പറഞ്ഞെടാ........മോനെ."

മഹേശ്വരൻപിള്ള തെറിയും വിളിച്ചുകൊണ്ട് ചാടിച്ചെന്ന് കുട്ടപ്പന്റെ കഴുത്തിന് കുത്തിപ്പിടിച്ചു. പിടിയും വലിയും നടന്നു. കുട്ടപ്പനെ തൊഴിച്ച് നിലത്തിട്ടിട്ട് കോയിക്കലെ കൊച്ചുങ്ങൾ ഓടിക്കളഞ്ഞു.

ആൾപ്പിണ്ടിയും താലപ്പൊലിയും നടക്കുമ്പോൾ പരമേശ്വരനും തങ്കപ്പനും വാസുവുംകൂടി മഹേശ്വരൻപിള്ളയെ തിരക്കിനടക്കുകയായിരുന്നു— കുട്ടപ്പനെ ഉപദ്രവിച്ചതിനു പകരം ചോദിക്കാൻ. അച്യുതനും അവരോടൊപ്പം ചുറ്റി നടന്നു. അതിനിടയിൽ, കുട്ടിയപ്പച്ചിയെയും കുഞ്ഞുലക്ഷ്മിയെയുമെല്ലാം കണ്ടിട്ടും അങ്ങോട്ട് ഗൗനിച്ചില്ല.

അമ്പലപ്പറമ്പാകെ തിരക്കിനടന്നിട്ടും മഹേശ്വരൻപിള്ളയുടെ പൊടിപോലും കാണാനില്ല. കറങ്ങിത്തിരിഞ്ഞ് ഊട്ടുപുരയുടെ പുറകിലെത്തിയപ്പോൾ അവിടെ കഥകളിക്കാരുടെ ചുട്ടികുത്ത് നടക്കുന്നു. അച്യുതൻ അണിയറയിലേക്ക് എത്തിനോക്കിക്കൊണ്ടുനിന്നു. ദേവന്മാരും രാക്ഷസന്മാരും നിലത്ത് മലർന്നുകിടന്ന് മനയോലതേച്ച മുഖത്ത് അരിമാവുകൊണ്ട് ചുട്ടിവെച്ചു പിടിപ്പിക്കുന്നു. മുറി നിറയെ മിന്നിത്തിളങ്ങുന്ന കിരീടങ്ങൾ. ആടയാഭരണങ്ങൾ. കറുത്ത് നീണ്ട തലമുടി. നിറപ്പകിട്ടാർന്ന ഉടുത്തു കെട്ടുകൾ.

അതെല്ലാം കണ്ടുനിന്നു നേരം പോയതറിഞ്ഞില്ല. വീണ്ടും കൂട്ടു

കാരെ തിരക്കിനടന്നപ്പോൾ ശിവരാമൻ പറഞ്ഞു.

"യക്ഷിയമ്പലത്തിന് പുറകിലിട്ട് മഹേശ്വരൻപിള്ളയെ അടിച്ചു. അതിനുശേഷം എല്ലാവരും എങ്ങോട്ടുപോയെന്നു കണ്ടില്ല."

പിന്നെ ഒറ്റയ്ക്കു ചുറ്റിക്കറങ്ങാൻ പേടിതോന്നി. കഥകളി കണ്ടുകൊണ്ടിരുന്ന കുട്ടിയപ്പച്ചിയുടെ അടുത്തുപോയി കുത്തിയിരുന്നു.

ആട്ടവിളക്കിനു മുന്നിൽ ഓരോ വേഷങ്ങൾവന്ന് കൈക്രിയ കാണിക്കുകയും ചാടിത്തുള്ളുകയും ചെയ്തിട്ട് തിരികെ പോകുന്നത് കണ്ടു. ഒടുവിൽ ഉറക്കംതൂങ്ങി കുട്ടിയപ്പച്ചിയുടെ അരികിൽ ചുരുണ്ടുകൂടിക്കിടന്നുറങ്ങി. കുഞ്ഞുലക്ഷ്മി വിളിച്ചുണർത്തിയപ്പോൾ അമിട്ടിന്റെ ചെവിതുളയ്ക്കുന്ന ശബ്ദം. കുടച്ചക്രങ്ങൾ, വാണങ്ങൾ, ആകാശത്ത് വിവിധനിറത്തിലുള്ള നൂറായിരം നക്ഷത്രങ്ങൾ!

എന്തുകൊണ്ടോ എന്തോ പിന്നെ വളരെ കാലത്തേക്ക് കൊറ്റാർകാവിൽ ഉത്സവമേ ഉണ്ടായിരുന്നില്ല.

കാവുംപുറത്തെ അപ്പച്ചിയപ്പൻ മരിച്ചു. കുട്ടിയപ്പച്ചിയുടെ വീട് ദാരിദ്ര്യത്തിലായി. അവിടെച്ചെന്നാൽ പണ്ടത്തെപ്പോലെ ഉണ്ണിയപ്പവും മലർപ്പൊടിയും കിട്ടാനില്ല.

എങ്കിലും പള്ളിക്കൂടത്തിൽനിന്നു മടങ്ങിവരുമ്പോൾ അച്ചുതൻ കുട്ടപ്പനെയുംകൂട്ടി കാവുംപുറത്തു ചെല്ലും. നെല്ലിക്ക എറിഞ്ഞിട്ടു ചവച്ചുകൊണ്ട് വയറുനിറയെ പച്ചവെള്ളം കോരിക്കുടിക്കും.

പള്ളിക്കൂടമില്ലാത്ത ദിവസങ്ങളിൽ അമ്പലത്തിനടുത്തുള്ള പുൽത്തകിടിയിൽ അവർ പശുക്കളെയും തെളിച്ചുനടക്കുമ്പോൾ കുഞ്ഞുലക്ഷ്മിയും കൊച്ചുപാറോതിയുംകൂടി ആറ്റിറമ്പത്തെ കുറ്റിക്കാടുകളിൽ ആടിനെ തീറ്റിക്കൊണ്ട് നില്ക്കുന്നുണ്ടാവും. കുട്ടിയപ്പച്ചിയെപ്പോലെ ആ കുട്ടികളും വെളുത്തുതുടുത്ത നിറമുള്ളവരാണ്. പക്ഷേ, കുഞ്ഞുലക്ഷ്മി അനിയത്തിയെപ്പോലെ സുന്ദരിയല്ല. പ്രായത്തിനൊത്ത ശരീര വളർച്ചയില്ല. ബുദ്ധിവികാസമില്ല. പതിഞ്ഞ മൂക്കും വരിതെറ്റിയ പല്ലുകളും അവളെ വിരൂപയാക്കി. പാവപ്പെട്ട പെണ്ണ്. കണ്ടാൽ സാധുത്വം തോന്നും. അവൾക്കു കൂട്ടുകാരാരും ഇല്ല. ഒരു ദിവസം അച്ചുതനെ കണ്ടപ്പോൾ വികൃതമായ പല്ലുകാട്ടിച്ചിരിച്ചുകൊണ്ട് അടുത്തുചെന്നു ചോദിച്ചു.

"പള്ളിക്കൂടത്തിൽ പോകണ്ടായോ?"

"വേണ്ട. ഇന്നു പഠിത്തമില്ല."

"നാളെയോ?"

"നാളെ പോണം"

"അപ്പോൾ നാളെ പശുവിനെ തീറ്റാൻ വരുത്തില്ല്യോ?"

"നാളെ വരുത്തില്ല."

ഒരു നിമിഷം കഴിഞ്ഞ്, മടിയിൽനിന്ന് ഒരുപിടി തെറ്റിപ്പഴം വാരിയെടുത്തുകൊണ്ട് അവൾ ചോദിച്ചു:-

"അച്ചുതൻകുട്ടിക്കു തെറ്റിപ്പഴം വേണോ?"

അവൾ കുറ്റിക്കാടുകളിൽ നിന്നു പറിച്ചെടുത്ത ചുവന്നു തുടുത്ത

തെറ്റിപ്പഴം. അവൻ അതുവാങ്ങി വായിലിട്ടു ചവച്ചിറക്കി. കുറേ കൊച്ചു പാറോതിക്കും കൊടുത്തു.

അകലെനിന്ന പന്നച്ചിമാവിൽനിന്നു മാമ്പൂവിന്റെ ഗന്ധം പ്രസരിച്ചു. മാവിനു ചുറ്റും തേനീച്ച മുരളുന്നതിന്റെ ഇരമ്പൽ കേട്ടു. പറങ്കിമാവു നിറയെ പൂങ്ങാണ്ടി തൂങ്ങിക്കിടന്നു.

"പറങ്കിമാങ്ങ പഴുക്കുമ്പോൾ ഞാൻ കുഞ്ഞുലക്ഷ്മിക്ക് ഇഷ്ടം പോലെ കേറി പറിച്ചുതരാം."

അവൾ അതുകേട്ടു പുഞ്ചിരിതൂകി.

അപ്പോൾ ആടുകളുടെ കൂട്ടത്തോടെയുള്ള കരച്ചിൽ കേട്ട് കുഞ്ഞു ലക്ഷ്മി തലപൊക്കി നോക്കി.

"അതാ ആട്ടിൻ കെടയെ കൊണ്ടുവരുന്നു."

പള്ളാടും കോലാടും കൂടി പത്തുമുന്നൂറു ആടുകളുണ്ട്. വന്നപാടെ അവ കുറ്റിക്കാടുകളിൽ കടന്നുകയറി പച്ചില കടിച്ചുതിന്നു. കൂടെക്കൂടെ ഒച്ചവെച്ചു കരഞ്ഞുവിളിച്ചു.

നാറത്തുണിയുടുത്ത, കറുത്തുമെലിഞ്ഞ കാരിക്കുട്ടിയാണ് ആട്ടിൻപറ്റത്തിന്റെ ഇടയൻ. കൂടെ കാരിക്കുട്ടിയുടെ മകനും പുന്തലയിലെ വാസുവുമുണ്ട്.

അച്ചുതനെ കണ്ടപ്പോൾ വാസു തിരക്കി.

"ഏ, അച്ചുതാ. നീയിവിടെ എന്തെടുക്കുവാ?"

"ഞാൻ പശുവിനെ തീറ്റിക്കൊണ്ടു നില്ക്കുവാ."

"നീ വരുന്നോ? വന്നാൽ ആട്ടുംപാല് കുടിക്കാം."

അച്ചുതനു പോകണമെന്നുണ്ടായിരുന്നു. പക്ഷേ, വീട്ടിലറിഞ്ഞാൽ നല്ല പെരുക്കു കിട്ടും. വാസുവിനാണെങ്കിൽ അച്ഛനും അമ്മയും ഇല്ല. അച്ഛൻ ഒരിക്കൽ കാളച്ചന്തയിൽനിന്നു മടങ്ങിവരുമ്പോൾ ആനയടിപ്പാല ത്തിൽ വെച്ച് ആരോ കൊലപ്പെടുത്തി. അമ്മ അപസ്മാരം ബാധിച്ച് കിണ റ്റിൽ വീണു ചത്തു. വീട്ടിൽ അമ്മൂമ്മ മാത്രമേയുള്ളൂ. അവൻ എന്തെല്ലാം ചെയ്താലും തല്ലുകിട്ടുകയില്ല. അച്ചുതൻ നിരാശയോടെ പറഞ്ഞു.

"ഞാൻ ഇനിയൊരിക്കൽ വരാം."

"എന്നാൽ നിന്റെ ഇഷ്ടം. ഞാൻ പോകുവാ."

കാരിക്കുട്ടിയെ സഹായിച്ചുകൊണ്ട് വാസു പകൽ മുഴുവൻ ആട്ടിൻ കിടയുടെ കൂടെ നടക്കും. ഇടയന്മാർ കോലാടിന്റെ പാൽ പിഴിഞ്ഞ് പാൽക്കഞ്ഞി വെച്ചു കുടിക്കുമ്പോൾ അവനും ഒരു പങ്കുവാങ്ങി കുടിക്കും. രാത്രികാലങ്ങളിൽ അവൻ ആട്ടിൻ കിടയുടെകൂടെ കിടന്നുറങ്ങുകപോലും ചെയ്തു. പ്രസവിച്ച കോലാടിന്റെ മുലയെടുത്ത് വായിൽ വെച്ച് അമ്മ യിൽ നിന്നെന്നപോലെ അവൻ വയറു നിറയെ ആട്ടിൻ പാലു കുടിച്ചിട്ടു ണ്ടത്രെ.

കാരിക്കുട്ടിയുടെയും മകന്റെയും കൂടെ വാസു ആട്ടിൻപറ്റത്തെ തെളിച്ചുകൊണ്ടുപോകുന്നതു കണ്ടപ്പോൾ അവനനുഭവിക്കുന്ന സൗഭാ ഗ്യമോർത്തു അച്ചുതൻ നെടുവീർപ്പിട്ടു.

ഒരു ദിവസം കൊച്ചുപാറോതി തനിച്ച് ആറ്റുതീരത്ത് ആടിനെ തീറ്റിക്കൊണ്ടു നില്ക്കുമ്പോൾ അവൻ അവളോട് തിരക്കി.

“നീ തനിയേ ഉള്ളോ? കുഞ്ഞുലക്ഷ്മിയെവിടെ?”

“ചേച്ചി നില്ക്കാൻ പോയി.”

“നില്ക്കാൻ പോയോ? എവിടെ?”

“അങ്ങു ദൂരെ കോയിക്കലെ ഒരു വീട്ടിൽ അടുക്കളയ്ക്ക് നില്ക്കാൻ കൊണ്ടുപോയി.”

“ഇനി എന്നു വരും?”

“ആ. അറിഞ്ഞുകൂടാ.”

അവൾ നാട്ടിൽ നിന്നു പോയെന്നറിഞ്ഞപ്പോൾ നിരാശതോന്നി. ഒരു കൂട്ടുകാരിയെ നഷ്ടമായതുപോലെ.

ചേച്ചിയെ കൂട്ടുപിരിഞ്ഞതിന്റെ ദുഃഖം കൊച്ചുപാറോതിയുടെ മുഖത്തു കണ്ടു.

അവൾ ആടിനെ പിടിച്ചുവലിച്ചുകൊണ്ടു വീട്ടിലേക്കു പോയി.

പറങ്കിമാങ്ങ പഴുത്തപ്പോൾ കുഞ്ഞുലക്ഷ്മി നാട്ടിലുണ്ടായിരുന്നില്ല. അച്ചുതൻ അണ്ടിയും പഴവും പറിച്ചു കൊച്ചുപാറോതിക്കു നല്കി. തുടുത്ത പഴം തെരഞ്ഞെടുത്തു ചപ്പിത്തിന്നു, കവിളിലൂടെ നീരൊലിപ്പിച്ചു കൊണ്ട് അവൾ അവന്റെ പുറകേ നടന്നു. മടിക്കുത്തുനിറയെ പറങ്കിയണ്ടിയുമായി വീട്ടിലേക്കു മടങ്ങി.

ഒരു ദിവസം പശുവിനു പുല്ലുപറിക്കാൻ വല്ലവുമായി കാവുംപുറത്തുകൂടികേറിപ്പോകുമ്പോൾ കൊച്ചുപാറോതി തൊട്ടികെട്ടി നെല്ലിക്ക പറിക്കുന്നതു കണ്ടു.

“ഒരു നെല്ലിക്കയിങ്ങുതാ.”

“നല്ലതുമോളിലുണ്ട്. വേണോങ്കി അങ്ങോട്ടു കേറിപ്പറിക്ക്.”

അപ്പോൾ കുട്ടിയപ്പച്ചി വീട്ടിനകത്തു നിന്ന് വിളിച്ചു ചോദിച്ചു:

“ആരാടീ, അവിടൊരു വർത്തമാനം കേട്ടെ?”

“നടേ വടക്കേലെ അച്ചുതൻ ചേട്ടനാ അമ്മേ.”

കുട്ടിയപ്പച്ചി വെളിയിലിറങ്ങി വന്നു.

“എന്തുവാ മോനെ? നീയെങ്ങോട്ടു പോന്ന്?”

“പുല്ലു പറിക്കാൻ പോകുന്നപ്പച്ചീ.”

“നെല്ലിക്ക വിളഞ്ഞതുണ്ടെങ്കിൽ കേറിപ്പറിച്ചോണ്ടുപോ.”

“ഇപ്പോൾ നേരം പോയി. ഇനി ഒരുദിവസം വരാം.”

വല്ലവുമായി നടക്കുമ്പോൾ പുറകിൽ കൊച്ചുപാറോതിയുടെ ശബ്ദം.

“ഇന്നാ നെല്ലിക്ക.” അവൾ ഒരു നെല്ലിക്ക എടുത്തുനീട്ടി. അതു വാങ്ങി അണയിൽ ഒതുക്കിയിട്ടുകൊണ്ട് നടന്നു.

ഒരൊഴിവു ദിവസം പശുക്കളെ കയറൂരി വിട്ടിട്ട് പന്നച്ചിമാവിന്റെ ചുവട്ടിൽ ഇരിക്കുമ്പോൾ പിന്നിൽ കാലൊച്ച കേട്ടു തിരിഞ്ഞു നോക്കി. കൊച്ചുപാറോതി പാവാടയുടെ മടിക്കുത്തിൽനിന്ന് ഒരുപിടി നെല്ലിക്ക എടുത്തു നീട്ടി.

"നല്ലതാ. അങ്ങു മോളീന്നു തല്ലിയിട്ടതാ."

അതുവാങ്ങി ഒരെണ്ണം വായിലിട്ടു ചവച്ചു.

"കൊള്ളാം. നല്ല വിളഞ്ഞ നെല്ലിക്ക. ആരാ ഇതു തല്ലിയിട്ടത്?"

അവൾ അഭിമാനത്തോടെ പറഞ്ഞു.

"ഞാൻ."

അത് ചവച്ചിറക്കിക്കൊണ്ട് അവളുടെ മുഖത്തേക്കു നോക്കിയിരുന്നു. എണ്ണമയമില്ലാത്ത തലമുടി– തുടുത്ത കവിളിൽ പാറിക്കിടക്കുന്നു. മാറിടം കുമ്പി നില്ക്കുന്നു. പാവാടയുടെ അടിയിലെ വെളുമ്പുകീറി തൂങ്ങിക്കിടക്കുന്നു.

"നിന്റെ പാവാട കീറിപ്പോയല്ലോ."

സങ്കോചം കലർന്ന ചിരിയോടെ അവൾ പാവാടയുടെ കീറിയ വെളുമ്പു നിവർത്തിപ്പിടിച്ചു.

"ഇതു തയ്ക്കാൻ ഞാൻ കടച്ചനാരെടുത്ത് വെച്ചേക്കുന്നു."

അവളെ കണ്ടാലറിയാം, ആ വീടു പട്ടിണിയാണ്. ഒരു പുതിയ പാവാട വാങ്ങിക്കൊടുക്കാൻ കുട്ടിയപ്പച്ചിക്കു കഴിവില്ല.

ആളുകൾ അവരെക്കുറിച്ചുപറയുന്ന കഥകൾ ഓർത്തു. അപ്പച്ചിയപ്പന്റെ മരണശേഷം പരപുരുഷന്മാർ ആ വീട്ടിൽ പോക്കുവരവുണ്ട്. ആ സ്ത്രീ ദുഷിച്ചുപോയിരിക്കുന്നു. അയൽക്കാരാരും അങ്ങോട്ട് സഹകരണമില്ല.

അച്ചുതൻ ഒരു നെല്ലിക്കയെടുത്ത് അവൾക്കു നീട്ടി.

"ഒരെണ്ണം നീ തിന്ന്."

"എനിക്കു വേണ്ട. അച്ചുതൻചേട്ടനു തരാൻ തല്ലിയിട്ടുകൊണ്ടുവന്നതാ."

അതും പറഞ്ഞ് അവൾ കൊടുംകൈയുംകുത്തി നിലത്തിരുന്നു.

"ഇന്നാ, ഒരെണ്ണം വായിലിട്ടോ."

നിർബ്ബന്ധിച്ചപ്പോൾ അതു വാങ്ങി കവിളിലൊതുക്കി. വീർത്തകവിളു ചലിപ്പിച്ചുകൊണ്ടു ചോദിച്ചു.

"നമ്മടമ്പലത്തിൽ ഇനി എന്നാ അച്ചുതൻചേട്ടാ ഉത്സവം?"

അച്ചുതനു പറയാൻ കഴിഞ്ഞില്ല. കഴിഞ്ഞ കൊല്ലം ഉത്സവം ഉണ്ടായിരുന്നില്ല. ഈ കൊല്ലം ഉണ്ടാകുമോ എന്തോ.

"നീയെന്താ ചോദിച്ചത്?"

"അമ്മ പറഞ്ഞു ഉത്സവത്തിന് ചേച്ചി വരുമെന്ന്?"

"വരുമോ?" കുഞ്ഞുലക്ഷ്മി ഉത്സവത്തിനുവരുമോ?"

"ചേച്ചി വരുമ്പോൾ എനിക്കു പുതിയ പാവാട മേടിച്ചോണ്ടുവരും."

"കൊള്ളാം. അപ്പോൾ പുതിയ പാവാടയുമുടുത്ത് നീയൊരു സുന്ദരിയായിട്ടങ്ങനെ നടക്കും. അന്നു നിന്നെ കാണാൻ നല്ല ചന്തമായിരിക്കും."

അവൾ നാണിച്ചു ചിരിച്ചു. ചിരിക്കുമ്പോൾ അവളുടെ കൺപോളകൾ താനേ കൂമ്പുന്നതുകണ്ടു.

എന്നാൽ, കൊറ്റാർകാവു ക്ഷേത്രത്തിൽ ആ കൊല്ലവും ഉത്സവം

നടന്നില്ല. കൊച്ചുപാറോതിക്കു പാവാടയുമായി കുഞ്ഞുലക്ഷ്മി വന്നതുമില്ല.

കുഞ്ഞനമ്മാവൻ നാട്ടിൽ വന്ന് പൂജയും ഉപാസനയുമായി വീട്ടിൽ തങ്ങിയ കാലത്ത് അദ്ദേഹത്തിനുവേണ്ടതെല്ലാം ഒരുക്കിക്കൊടുക്കേണ്ട ജോലി അച്ചുതന്റേതായിരുന്നു. അന്നൊന്നും എങ്ങോട്ടും ഇറങ്ങാൻ കഴിഞ്ഞില്ല.

പിന്നെ കുരുതിയുടെ പിറ്റേന്നു കുഞ്ഞനമ്മാവൻ നാടുവിട്ടുപോയി. പള്ളിക്കൂടം അടപ്പിന്റെ കാലമായി.

ഒരു നട്ടുച്ചയ്ക്കു അച്ചുതൻ ആറ്റുകടവിൽ പശുവിനെ കുളിപ്പിച്ചുകൊണ്ടുനില്ക്കുമ്പോൾ അടുത്ത് ഒരാടിന്റെ കരച്ചിൽ കേട്ടു. തല പൊക്കിനോക്കിയപ്പോൾ ആടിന്റെയരുകിൽ കൊച്ചുപാറോതി പുള്ളിപ്പാവാടയും ബ്ലൗസുമണിഞ്ഞു നില്ക്കുന്നു. അവളെ കണ്ട് ആശ്ചര്യം തോന്നി. സാക്ഷാൽ ശ്രീപാർവ്വതിയെപ്പോലെ പൂവൻപഴത്തിന്റെ നിറം. ചെമ്പരത്തിപ്പൂ പോലെ ചുവന്ന ചുണ്ടുകൾ. ബ്ലൗസിനുള്ളിൽ വികസിച്ച മാറിടം.

ആറ്റിറമ്പിൽ പശുവിനെ പിടിച്ചുകെട്ടിയിട്ട് അവൻ അവളുടെ അടുത്തേക്കു ചെന്നു. ആടിന്റെ കയറിൽ പിടിച്ചു വലിച്ചുകൊണ്ട് അവൾ നടന്നകലാൻ തുടങ്ങി.

"അല്ല, നീ പോകുവാണോ? ഇങ്ങോട്ടുവന്നേ. ചോദിക്കട്ടെ. ഒരു കാര്യം ചോദിക്കട്ടെ."

തിരിഞ്ഞുനിന്നു .

"എന്തുവാ, ചോദീര്."

"കുഞ്ഞുലക്ഷ്മി വന്നോ?"

"ഇല്ല."

"ഈ പാവാട കണ്ടപ്പോൾ കുഞ്ഞുലക്ഷ്മി കൊണ്ടു വന്നതാണെന്നു കരുതി."

"അമ്മ മേടിച്ചുതന്നതാ."

അച്ചുതൻ ഒരു കള്ളച്ചിരിയോടെ അവളുടെ മാറിലേക്കും കണ്ണുകളിലേക്കും മാറിമാറി നോക്കി. അവൾ നാണിച്ചു മുഖം കുനിച്ചു തിരിഞ്ഞു നിന്നു. അവൻ പതുക്കെ പറഞ്ഞു.

"ഇന്നു നിന്നെ കാണാൻ നല്ല ചന്തം."

"മ്. ഒരു വിശേഷം പറച്ചിൽ"

അവൻ അടുത്തുചെന്ന് തോളിൽ കൈവെച്ചു. അവൾ കുതറി മാറി.

"ഇതിനാണോ ഏതാണ്ടു ചോദിക്കാനെന്നും പറഞ്ഞ്...."

കൈയിൽ പിടിമുറുക്കിയപ്പോൾ ചെറുത്തു.

"വിട്. എന്നെ വിട്."

പിടി വിട്ടില്ല. അവളെ ബലമായി കെട്ടിപ്പുണർന്നുനിന്നു. ഭയചകിതമായ കണ്ണുകൾ ചുഴറ്റി അവൾ നാലുപാടും നോക്കി. നിസ്സഹായയായി നിന്നു വിറയ്ക്കുകയും കിതയ്ക്കുകയും ചെയ്തു.

"എന്നെ വിടാൻ."

"ഇപ്പോൾ വിടുന്നില്ല."

അവൻ അവളുടെ നെറ്റിയിലും കവിളിലും ഉമ്മ വെച്ചു.

"ഞാൻ വീട്ടിൽ ചെന്നു പറയും."

"എന്നാൽ തീരെ വിടുന്നില്ല."

ഒടുവിൽ നുണ പറഞ്ഞു.

"അതാ ആരാണ്ടുവരുന്നു. വിട്."

പിടിവിട്ടു. അവൾ ഓടിപ്പോകാതെ പരിഭവത്തോടെ അവന്റെ മുഖത്തു നോക്കി കിതച്ചുകൊണ്ടുനിന്നു.

"കൊള്ളാം. നല്ല മിടുക്കൻ ."

അകലെ നിന്നു കാളമണിയുടെ കിലുകില ശബ്ദം കേട്ടപ്പോൾ പരസ്പരം അകന്നുമാറി. ആരോ കാളയെ കുളിപ്പിക്കാൻ ആറ്റുകടവിലേക്കു വരുന്നുണ്ടായിരുന്നു. ആടിനെ തെളിച്ചു തിരികെ നടക്കുമ്പോൾ അവൾ പറഞ്ഞു.

"നോക്കിക്കോ ഞാൻ വീട്ടിൽ ചെന്നു പറയുന്നുണ്ട്."

"ഓഹോ ചെന്നു പറഞ്ഞോ?"

നാക്കും നീട്ടി കൊഞ്ഞണം കാട്ടിക്കൊണ്ട് അവൾ മടങ്ങിപ്പോയി. അവൻ പശുവിനെയും അഴിച്ചുകൊണ്ട് വീട്ടിലേക്ക് നടന്നു.

പിറ്റേന്ന് ആറ്റരികിലുള്ള കുറ്റിക്കാട്ടിൽനിന്നു അവൾ ആടിനു തൂപ്പൊടിക്കുന്നതു കണ്ടുകൊണ്ട് അവൻ അടുത്തു ചെന്നു. അവൾ തെല്ലൊരു പരിഭവത്തോടെ ചോദിച്ചു.

"മ്. എന്താ ഇങ്ങോട്ടു വന്നത്.?"

"നിന്നെ കാണാൻ."

"എന്താ നേരത്തേ കണ്ടിട്ടില്ല്യോ?"

അവൻ മാറിലേക്കു തുറിച്ചു നോക്കുന്നതു കണ്ട് പച്ചിലത്തൂപ്പു മാറത്തടുക്കി, ചൊടിച്ചുകൊണ്ട് ചോദിച്ചു.

"എന്തുവാ ഇത്ര വലിയ നോട്ടം. വേറെങ്ങും നോക്കാനില്ലാത്തതു പോലെ."

"ഒന്നു നോക്കിപ്പോയെന്നുവെച്ചെന്താ? കണ്ണുപറ്റുമോ?"

"വേണ്ടാ, വേണ്ടാ. അങ്ങനിപ്പം നോക്കണ്ട."

എന്നിട്ടു തിരിഞ്ഞുനിന്ന് മുഖംവീർപ്പിച്ചുകൊണ്ടു പറഞ്ഞു.

"എന്നാലും നാണമില്ലാതെ"

"എന്താ? നാണിക്കാൻ തക്കവണ്ണം എന്തുണ്ടായി?"

"ആരെയെങ്കിലും കാണുമ്പോൾ കേറിയൊരു പിടുത്തം. പിടിച്ചങ്ങു ഞെരിക്കുവല്ലിയോ?"

"അങ്ങനെ കാണുന്നോരെയെല്ലാം കേറിപ്പിടിക്കാൻ നടക്കുവാണെന്നാരു പറഞ്ഞു?"

"ഇന്നലെപ്പിന്നെ കാണിച്ചതെന്തുവാ?"

"നിന്നെ കണ്ടപ്പോൾ അങ്ങനെയങ്ങു തോന്നി."

അവൻ അടുത്തുചെന്നപ്പോൾ അവൾ അകന്നു മാറി.

''വേണ്ട, വേണ്ട. അതൊക്കെയങ്ങു മനസ്സിലിരിക്കട്ടെ.'' അടുക്കിപ്പിടിച്ച തൂപ്പുമായി അവൾ ആറ്റുവക്കത്തുകൂടി ഓടിപ്പോയി.

പിന്നെ പള്ളിക്കൂടത്തിൽ പോകാത്ത ദിവസങ്ങളിൽ ആടിന്റെ കരച്ചിൽ കേൾക്കാൻ ചെവിയോർത്തുകൊണ്ടു ആറ്റുതീരത്തുകൂടി ചുറ്റിനടന്നു. ഒരു ദിവസം അവൾ ആറ്റുകടവിൽനിന്ന് കുളിച്ചുകേറി പോകുന്നതുകണ്ട് അടുത്തുചെന്നു തിരക്കി.

"ഇപ്പോഴെന്താ നീ ആടിനെ തീറ്റാൻ വരാത്തെ?"

"ഞങ്ങടാടിനെയങ്ങു വിറ്റു."

"അതു, കഷ്ടമായിപ്പോയല്ലോ."

"എന്താ?"

"ഇനി ഇങ്ങോട്ട് എന്തോ പറഞ്ഞുവരും?"

"എന്തിനാ വരുന്നത്?"

അവൾ ചിരിച്ചുകൊണ്ടു തിരിഞ്ഞുനടന്നു. അവൻ പതുക്കെ പുറകെ ചെന്നു. മുളങ്കാടിനടുത്തെത്തിയപ്പോൾ വിളിച്ചു.

"കൊച്ചുപാറോതി"

അവൾ തിരിഞ്ഞുനിന്നു. തെല്ലുനേരം കണ്ണും കണ്ണും നോക്കി നിന്നു. അവൻ അവളുടെ തോളിൽ കൈവെച്ചു. അതു തട്ടിമാറ്റിയില്ല. മുഖം പിടിച്ചുയർത്തി ഒരുമ്മവെച്ചു. പണ്ടത്തെപോലെ ആ ശരീരം വേപഥുപൂണ്ടില്ല. കുതറിമാറിയില്ല. അവൾ കണ്ണടച്ചുനിന്നു. പിടിവിട്ടപ്പോൾ യാതൊന്നും സംഭവിക്കാത്തതുപോലെ വീട്ടിലേക്കു നടന്നു.

നീണ്ടുനിന്ന വേനലിനുശേഷം പുതുമഴ പെയ്തു. പിന്നെ വയലിലും പറമ്പിലുമെല്ലാം തിരക്കിട്ട പണികളായിരുന്നു. അതിനിടയിൽ കൊച്ചുപാറോതി ഒരു ദിവസം നടേവടക്കതിൽ ചെന്നുവെന്നറിഞ്ഞു. അപ്പോൾ അച്ചുതനുണ്ടായിരുന്നില്ല. ഒന്നു കാണാനുള്ള കൊതിയോടെ കാവുംപുറത്തു തിരക്കിച്ചെന്നപ്പോഴാണറിയുന്നത്—കുട്ടിയപ്പച്ചി അവളെയും അടുക്കളയ്ക്കു നില്ക്കാൻ പറഞ്ഞയച്ചു അങ്ങു ദൂരെ ഏതോ ഒരു വീട്ടിൽ.

അച്ചുതൻ കുട്ടിയപ്പച്ചിയുടെ മുഖത്തേക്കു നിരാശയോടെ നോക്കിനിന്നു. ജീവിതത്തിൽ ഏറ്റവും വിലപ്പെട്ടതെന്തോ നഷ്ടമായതുപോലെ.

ഏകനായി ആറ്റുതീരത്തും പുൽത്തകിടിയിലും കുന്നിൻ പുറങ്ങളിലും അലഞ്ഞുനടന്നു.

കൊച്ചുപാറോതിയെ ആരോ തട്ടിക്കൊണ്ടുപോയി. തനിക്കു ചെന്നെത്താൻ കഴിയാത്ത ഏതോ ദൂരദേശത്തേക്ക്. ഇനി എന്നെങ്കിലും അവൾ തിരിച്ചുവരുമോ? വന്നാലും അവൾ പഴയ കൊച്ചുപാറോതിയായിരിക്കുമോ?

ഇന്നത്തെപ്പോലെ അന്നും ഈ ആൽത്തറയിൽവന്നു നിശ്ശബ്ദനായി കുത്തിയിരുന്നു. മനസ്സ് ജഡത്വം പൂണ്ടുനിന്നു. ഏതോ അതീതഭൂതകാലത്തെയോർത്ത് മൂകമായിനില്ക്കുന്ന ഈ ജീർണ്ണക്ഷേത്രംപോലെ.

മൂന്ന്

പടയാളികളോടൊപ്പം പോർക്കളത്തിൽ കലിതുള്ളിനിന്നിരുന്ന കൊറ്റവെയ് കൊറ്റാർകാവിൽ ശിരസ്സറ്റുകിടന്നു. വാളും പരിചയുമായി എതിരാളികളോട് ഏറ്റുമുട്ടുന്ന യോദ്ധാക്കൾക്ക് വീര്യംപകർന്ന പോർക്കലി ചൈതന്യമറ്റ് ഉടഞ്ഞ ഒരു കല്ലായി കിടന്നു.

അന്നപൂർണ്ണയും മംഗളകാരിണിയുമായ ദേവി!

മുടിഞ്ഞുകിടക്കുന്ന അമ്പലം കണ്ട് നാട്ടുകാർക്ക് വേദന തോന്നി. അവരുടെ ദുഃഖങ്ങൾ ഇനി ആരോടു പറയാൻ?

ദീനവും ദണ്ണവുമൊഴിഞ്ഞ വീടുകളില്ല. ആയുസ്സറാതെ ആളുകൾ ചത്തൊടുങ്ങി. ഈതിബാധകൾമൂലം കൃഷി നശിച്ചു. പാട്ടക്കുടിശ്ശിക വരുത്തിയവരിൽനിന്ന് കോയിക്കലുള്ളവർ ദേവസ്വം നിലങ്ങൾ ഒപ്പിച്ചെടുത്തു. കൃഷിക്കാർ തകർന്നടിഞ്ഞു. ഈ കെടുതികൾ ആരെ അറിയിക്കാൻ? ദുഃഖനിവാരണത്തിന് ആരെ പ്രാർത്ഥിക്കാൻ?

മുമ്പു കോയിക്കൽനിന്നു വിളിച്ചു പറഞ്ഞപ്പോൾ ഒരാൾ മാത്രമേ നിലം ഒഴിയാതിരുന്നുള്ളു. പുന്തലയിലെ വാസുവിന്റെ അച്ഛൻ. അയാൾ കോയിക്കലുള്ളവരെ ഒരിക്കലും വകവെച്ചിരുന്നില്ല. നിലമൊഴിയാൻ ആവശ്യപ്പെട്ടപ്പോൾ നേരെ കോടതിയിൽപോയി. ഒഴിപ്പിക്കലിനെതിരായി നിരോധനയുത്തരവു വാങ്ങി.

പക്ഷേ, ആ പൂവൊഴിയിൽ കൃഷിയിറക്കാൻ അയാൾ ജീവിച്ചിരുന്നില്ല. പറയങ്കുളത്തുപോയി കാളയെ വാങ്ങിക്കൊണ്ടു വരുന്നവഴി രാത്രിയിൽ ആനയടിപ്പാലത്തിൽവെച്ച് അക്രമികളാരോ കഴുത്തിൽ കുരുക്കിട്ടു വലിച്ചു. കൂടെ വന്നവർ ഓടിക്കളഞ്ഞു. രാവിലെ ഉടമസ്ഥനില്ലാത്ത രണ്ടു കാളകൾ റോഡിൽ അലഞ്ഞുതിരിഞ്ഞുനടന്നു. ഉടമസ്ഥൻ ആനയടിത്തോട്ടിൽ ചത്തുപൊന്തിക്കിടന്നു.

അതിനുശേഷം ആരും എതിരുപറയാൻ പോയില്ല. കോയിക്കൽനിന്നു വിളിച്ചുപറഞ്ഞപ്പോൾ നിലം വിട്ടുകൊടുത്തിട്ട് അവിടത്തെ മുറ്റത്ത് വായുംപൊത്തി നിന്നു. അമ്പീലേത്തുകൊമ്പനെന്ന കിട്ടുപിള്ള, പാവുമ്പാക്കാരൻ നീലാണ്ടൻനായർ, ഐക്കര കുട്ടൻപിള്ള.... അനുസരണയും കൂറും കാണിച്ചതുകൊണ്ട് അവർക്കെല്ലാം ഏതെങ്കിലും തരത്തിൽ കോയിക്കലെ വീടുകൊണ്ടു കഴിഞ്ഞുകൂടാൻ പറ്റി— അവിടുത്തെ കൃഷിപ്പണികളുടെ കാര്യസ്ഥന്മാരായി, നിലം ഉഴാനുള്ള കാളക്കാരായി, വീട്ടുകാര്യങ്ങൾ നോക്കുന്ന ആശ്രിതരായി.

തെണാലും കളയ്ക്കാട്ടും മൂത്തേരിലുംപോലെ ഏതാനും വീട്ടുകാർ മാത്രം ഒന്നിനും പോയില്ല. അവർക്കു കൃഷിചെയ്യാൻ സ്വന്തമായി ഒട്ടൊക്കെ വസ്തുവും വകയും ഉണ്ടായിരുന്നു.

കൊറ്റാർകാവിനടുത്ത് കിഴകിടപ്പാടത്തും നെടിയപാടത്തും കോയിക്കലെ കൈവശമിരിക്കുന്ന നിലങ്ങളാണ്. നോക്കെത്താത്ത വയലുകൾ. അതിൽ ഏതാണു ഭഗവതിയുടേത്. ഏതാണു കോയിക്കലേത് എന്നാർക്ക

റിയാം? നേരോ കള്ളമോ— ഭഗവതിയുടേത് ഉരിയ കുറച്ച് ആയിരപ്പറ; കോയിക്കലേക്ക് ഉരിയ കുറയാതെതന്നെ ആയിരപ്പറ!

ഇത്രയും നിലവും പുരയിടവും ആരു സമ്പാദിച്ചു കൂട്ടിയോ എന്തോ? അമ്മൂമ്മ പറഞ്ഞ് അച്ചുതൻ കേട്ടിട്ടുണ്ട്— പണ്ട് പടയോട്ടക്കാലത്ത്, സ്വന്തം രാജാവിനെ ശത്രുസൈന്യങ്ങൾക്ക് ഒറ്റുകൊടുത്തതിന് തുല്യം ചാർത്തിക്കിട്ടിയതാണ്. ഭൂമിമാത്രമല്ല. കൊല്ലും കൊലയുംകൂടി അന്നനുവദിച്ചിരുന്നു. ശത്രുക്കളെ കഴുവിലേറ്റാൻ കൊറ്റിനാമുകളിൽ നാട്ടിയിരുന്ന കഴുമരം അമ്മൂമ്മ നേരിൽ കണ്ടിട്ടുണ്ട്.

ഇന്ന് ആ തരം അവകാശങ്ങളൊന്നുമില്ല. തറവാടു ഭാഗംവെച്ചുപിരിഞ്ഞു. അതിനുശേഷം ആളോഹരിവന്നു. വസ്തുക്കൾ വീതിക്കേണ്ടിവന്നു. ഇപ്പോൾ ദേവസ്വം വസ്തുക്കൾ കൈയടക്കിവെച്ചിരിക്കുന്നതുകൊണ്ട് കോയിക്കൽക്കാർക്ക് പണ്ടത്തെ പ്രതാപം വെച്ചുപുലർത്താൻ കഴിയുന്നു.

ഈ വയലായ വയലിലെല്ലാം കാലാകാലങ്ങളിൽ കൃഷിയിറക്കുന്നതു നിസ്സാരകാര്യമല്ല. ദൂരെയൊക്കെയുള്ളത് പാട്ടത്തിനു വിട്ടുകൊടുത്തിട്ടുണ്ട്. കുറെ നടേവടക്കേലേക്കും കൃഷിയുണ്ട്. എങ്കിലും നേരിട്ടു കൃഷിയിറക്കാൻ വേറെയെത്രയോ കിടക്കുന്നു! സ്വന്തമായി ധാരാളം പുലക്കുടികളും കുറവക്കുടികളും ഉള്ളതുകൊണ്ട് മുടക്കം കൂടാതെ കൃഷി നടക്കുന്നു.

പുലയരും കുറവരും കോയിക്കലെ പറമ്പുകളിൽ കുടിലുകെട്ടി കഴിയുന്നു. തലമുറകളായി പെറ്റുപെരുകുകയും ആ പറമ്പുകളിൽത്തന്നെ ചത്തടിയുകയും ചെയ്യുന്നു.

നായന്മാരും ഈഴവരും പുലയരും കുറവരുമെല്ലാം കോയിക്കലെ ഇഷ്ടാനിഷ്ടങ്ങൾ നോക്കി ജീവിക്കുന്നു. കാലാകാലങ്ങളിൽ പാടശേഖരങ്ങളുഴുതുമറിക്കുന്നു, നിലമൊരുക്കി കൃഷിയിറക്കുന്നു. അവിടുത്തെ കന്നുകാലികളെയും ആട്ടിൻകിടകളെയും കൊണ്ടുനടന്നു മേയിക്കുന്നു. അവിടുന്ന് കിട്ടുന്നത് വാങ്ങി കത്തലടക്കിക്കഴിയുന്നു.

എല്ലാം വേണ്ടതുപോലെ ഒരു മുടക്കവും കൂടാതെ നടന്നു. എങ്ങും ഒരു താളപ്പിഴയും ഉണ്ടാവാതിരിക്കാൻ എല്ലാവരും മനസ്സുവെച്ചു.

ഇന്നു കൊല്ലും കൊലയും ഇല്ലെങ്കിലും കോയിക്കൽപിള്ളമാരോട് അനുസരണക്കേടു കാണിക്കുന്നവരെ കൊന്നാലും ആരും ചോദിക്കാനില്ല.

കിഴകിടപ്പാടത്തിലെ പൂട്ടിയടിയുടെ ദിവസം വെളുപ്പിനു തൊഴുത്തിൽനിന്ന കാളയെ അഴിച്ചിറക്കി നുകവും കുറുമരവുമായി അച്ഛൻ വയലിലേക്കു പോകുമ്പോൾ അച്ചുതനെ വിളിച്ചുപറഞ്ഞു—

"കലപ്പയുമെടുത്തുകൊണ്ട് നീ നിലത്തിലോട്ടു പോരെ."

കലപ്പയുമായി അവൻ പുറകെചെന്നു. വയലിന്റെ കരയിലെത്തിയപ്പോൾ കോയിക്കലെ ഇളയപിള്ള തോട്ടുവരമ്പിലിട്ടു മദിരാണിയെ പുറം വഴി അടിക്കുന്നു. പച്ചത്തുഞ്ചാണിയുടെ മടലുകൊണ്ട് ആഞ്ഞാഞ്ഞ് അടിക്കുന്നു. ആളുകൾ അതു പരിഭ്രമത്തോടെ നോക്കിനിന്നു. വെള്ളം വറ്റിയ

നിലത്തിൽ മീൻ പിടിക്കാനിറങ്ങിയ കുട്ടികൾ പേടിച്ചു വരമ്പിൽക്കേറി നില്ക്കുന്നു.

അന്നു പൂട്ടിയടിയായിട്ട് കറുത്തകുഞ്ഞും മദിരാണിയും പണിക്കു ചെന്നില്ല. അവർ തലേന്നു രാത്രി പാവുമ്പായിൽ ഒരു കല്യാണത്തിനു പോയി. കല്യാണം രാത്രിയാക്കുന്നത് പകൽ ജോലിയും വേലയും മിന ക്കെടാതിരിക്കാനാണ്. പക്ഷേ, കല്യാണം ഘോഷിച്ചിട്ട് രണ്ടുപേരും മാട ത്തിൽ വന്നുകിടന്ന് കൂർക്കം വലിച്ചുറങ്ങി. അവർ വെള്ളംചവിട്ടാൻ എത്തിയിട്ടില്ലെന്നറിഞ്ഞ് ഇളയപിള്ള നേരിട്ടു പാടത്തുചെന്നു.

നിലത്തിന്റെ വരമ്പിൽ കാളകൾ പണി മിനക്കെട്ടുനിന്നിരുന്നു. ഇളയ പിള്ള ക്രുദ്ധനായി അമ്പീലേത്തുക്കൊമ്പനെ പറഞ്ഞയച്ച് രണ്ടുപേരെയും വിളിച്ചുണർത്തിക്കൊണ്ടു വരുവിച്ചു.

"എവിടെപ്പോയി കിടന്നെടാ പട്ടികളെ രണ്ടും! മ്. കുനിഞ്ഞ് നില്ല്."

ഓലത്തുഞ്ചാണികൊണ്ട് രണ്ടുപേരുടെയും പുറംവഴി അടിച്ചു. എന്നിട്ടും കലിയടങ്ങാതെ പറഞ്ഞു:

"ഇന്നു കാളയ്ക്കുപകരം ഇവന്മാരെ വെച്ചുകെട്ടി പൂട്ട്."

കൊമ്പൻ നുകവുമെടുത്തുകൊണ്ട് ചെന്നപ്പോൾ രണ്ടുപേരും തലകു നിച്ചു കഴുത്തുകാണിച്ചു കൊടുത്തു. കഴുത്തിൽ നുകംവെച്ചു കെട്ടി നുക ത്തിൽ കലപ്പതൊടുത്തു. കറുത്തകുഞ്ഞും മദിരാണിയും കൂടി കലപ്പ വലിച്ചു നടന്നു.

കോപമടങ്ങാതെ ഇളയപിള്ള വിളിച്ചു പറഞ്ഞു:

"അവന്മാരുടെ ഒരു നടത്ത കണ്ടില്ലേ്യാ? കൊടുക്കു നട്ടപ്പുറത്ത്"

കൊമ്പൻ ചാട്ടവീശി പ്രഹരിച്ചു. അവർ കലപ്പയും വലിച്ചുകൊണ്ട് ഓട്ടം തുടങ്ങി.

ആളുകൾ തോട്ടുവരമ്പിൽ അസ്വസ്ഥതയോടെ ആ കാഴ്ച കണ്ടു നിന്നു.

ചിറപ്പാട്ടെ ചാത്തൻകുട്ടി തൂമ്പയുമൂന്നിപ്പിടിച്ച് സ്തംഭിച്ചതു പോലെ നില്ക്കുന്നതു കണ്ടു. മദിരാണി അവന്റെ അമ്മാവനാണ്. കറുത്തകുഞ്ഞ് കൊച്ചച്ഛനും. അവൻ മുഖം വീർപ്പിച്ചു കണ്ണുതള്ളിച്ച് അമ്മാവന്റെയും കൊച്ചച്ഛന്റെയും നേരെ നോക്കിനിന്നു. കരച്ചിലടക്കാൻ ചിറി കൂട്ടിപ്പിടി ച്ചിരുന്നു.

അവർ മൂച്ച് പിടിച്ച് ആവുന്നത്ര വേഗത്തിൽ കലപ്പയും വലിച്ചുനട ന്നു. പുറത്തെ മാംസപേശികൾ കുഴക്കട്ടപോലെ മുഴച്ചുവന്നു. ശരീരം വിയർത്തൊഴുകി.

അച്ചുതൻ വരമ്പിൽനിന്നു നേരിൽ കണ്ടതാണ്.

മദിരാണിയുടെ വായിൽ നിന്നു കാളയുടേതുപോലെ ഈളായും പതയും വാർന്നുകൊണ്ടിരുന്നു. അവൻ കാളയെപ്പോലെ അണയ്ക്കു കയും അണയാട്ടുകയും ചെയ്തു. പൊടുന്നനെ ഉഴുതുമറിച്ച ചേറിൽ മുഖം പൊത്തി വീണു.

ചാത്തൻകുട്ടി ഈയ്യക്കാവോ എന്നു കരഞ്ഞു.

ആരോ അച്ചുതന്റെ തോളിൽ കൈവെച്ചു. തിരിഞ്ഞുനോക്കിയപ്പോൾ കളയ്ക്കാട്ടെ പരമേശ്വരൻ. അവന്റെയും മുഖം ചുവന്നുതുടുത്ത് കണ്ണ് കലങ്ങിയിരുന്നു.

കൊമ്പൻ മദിരാണിയുടെ കഴുത്തിൽനിന്ന് നുകം അഴിച്ചുമാറ്റി. അവനെ തോട്ടുവരമ്പിലേക്കു വലിച്ചിട്ടു. ആ തക്കംനോക്കി കറുത്തകുഞ്ഞ് എങ്ങോട്ടോ ഓടിപ്പോയി.

മദിരാണി തോട്ടു വരമ്പിൽ ചത്തതുപോലെ കമഴ്ന്നടിച്ച് കിടക്കുമ്പോൾ നിലത്തിൽ മരമടിയും ഉഴുതുമറിക്കലും മുറയ്ക്കു നടന്നു. കുറേ നേരം കഴിഞ്ഞ് അവൻ എഴുന്നേറ്റു വേച്ചു വേച്ചു പോകുന്നത് കണ്ടു.

പാടത്തുനിന്നു തിരികെപോകുമ്പോൾ പരമേശ്വരനു മിണ്ടുരിയാട്ടമില്ല. അച്ചുതൻ ചോദിച്ചു:

"ഇയ്യാക്കെന്താ ഒരു വിഷമംപോല."

"പാവം ആ മദിരാണി കെല്പില്ലാതെ ചേറ്റിൽ മുഖമടിച്ചുവീണു."

"ശരിയാ"

പരമേശ്വരന്റെ ഇളംമനസ്സിനെ അതു കുത്തിനോവിച്ചതായി തോന്നി.

"ആ ചാത്തൻകുട്ടി നിന്നു വാവിട്ടു കരഞ്ഞതു കണ്ടോ?"

"കണ്ടു."

സംഭവം നാടുമുഴുവനറിഞ്ഞു. പുലക്കുടികളിൽനിന്ന് ആളുകൾ തിരക്കിച്ചെന്നു. ശൂരനാട്ടു മാത്രമല്ല, വള്ളികുന്നം, പാവുമ്പാ, മണപ്പള്ളി, ചക്കോളി തുടങ്ങിയ സ്ഥലങ്ങളിലെല്ലാം അതു സംസാരവിഷയമായി.

നാണംകൊണ്ടു മദിരാണിയും കറുത്തകുഞ്ഞും നാടുവിട്ടുപോയി. മദിരാണിയെ പിന്നെ കണ്ടിട്ടില്ല. കറുത്തകുഞ്ഞ് വള്ളികുന്നത്തെവിടെയൊ ഉണ്ടെന്നറിഞ്ഞു.

ശൂരനാടെന്നു കേൾക്കുമ്പോൾ പുലയർക്കും കുറവർക്കും പേടിയാണ്. അറിയാവുന്നവരാരും ശൂരനാട്ടെ പുലക്കിടാത്തന്മാർക്ക് പെണ്ണുകൊടുക്കുകയില്ല. വെളിയിൽ നിന്നാരും പെണ്ണു തിരക്കി ശൂരനാട്ടു ചെന്നതുമില്ല.

അതിനടുത്ത വർഷം ചാത്തൻകുട്ടിയുടെ ചേട്ടൻ കറുത്തകുട്ടി ചത്തിയറച്ചെന്ന് ഒരു പെണ്ണു കണ്ടു. പെണ്ണുവീട്ടുകാർക്ക് ചെറുക്കനെ ബോധിച്ചു. തമ്പുരാൻ പണം വെച്ച് കല്യാണവും നടന്നു.

കല്യാണത്തിന്റെ പിറ്റേന്ന് നെടിയപാടത്തെ നടിച്ചിലാണ്. കാറ്റും മഴയുമുള്ള ദിവസം. കറുത്തകുട്ടി വെള്ളം ചവിട്ടാൻ പോകാതെ, വെളുപ്പാൻ കാലത്തെ കുളിരത്തും മഴയത്തും പുത്തൻപെണ്ണിനെയും കെട്ടിപ്പിടിച്ച് മാടത്തിൽ കിടന്നുറങ്ങി.

ഇളയപിള്ള തന്നെ ചെന്ന് അവനെ വിളിച്ചുണർത്തി. പുത്തൻ പെണ്ണിന്റെ മുമ്പിലിട്ട് ഏച്ചും പേച്ചുമില്ലാതെ തല്ലി. അവൻ തല്ലുകൊണ്ട് വീണു. ഉരുണ്ടു പിരണ്ടെഴുന്നേറ്റു വാണം വിട്ടതുപോല നെടിയപാടത്തേക്കോടി. അവിടെ നാട്ടുകാലിൽ കേറിയിരുന്ന് ചക്രം ചവിട്ടു തുടങ്ങിയതിൽ പിന്നെയാണ് ശ്വാസം നേരേ വിട്ടത്.

വെള്ളം ചവിട്ടു കഴിഞ്ഞു മടങ്ങിച്ചെന്നപ്പോൾ മാടത്തിൽ പുതിയ പെണ്ണില്ല. അവൾ പേടിച്ചുവിറച്ചു ചത്തിയറക്കോടിപ്പോയി.

കറുത്തകുട്ടി വിളിക്കാൻ ചെന്നിട്ടും ചത്തിയറക്കാർ പെണ്ണിനെ അയച്ചില്ല. അവർക്ക് അബദ്ധം പറ്റിയതുകൊണ്ട് നടന്ന കല്യാണമാണ്. ശൂരനാട്ടുകാരെക്കുറിച്ച് നേരത്തെ അറിഞ്ഞുകൂടായിരുന്നു.

തല്ലാനും കൊല്ലാനും കോയിക്കലേക്കുള്ള അവകാശത്തെ ആരും ചോദ്യം ചെയ്തില്ല. ആർക്കും പ്രതിഷേധമില്ല. തങ്ങളുടെ തടി തമ്പുരാന്റെ ചോറാണ്. തല്ലു മാത്രമല്ല, തമ്പുരാന് കനിവു തോന്നിയാൽ തല്ലു കൊണ്ടവന് രണ്ടു തുടം എണ്ണയും രണ്ടിടങ്ങഴി നെല്ലും കൊടുക്കുമായിരുന്നു.

സ്ഥലം വിട്ടുപോയതിന്റെ പിറ്റേക്കൊല്ലം കറുത്തകുഞ്ഞ് തിരിച്ചെത്തി. കൂടെ കാക്കത്തമ്പുരാട്ടി പോലെ നല്ല പ്രസരിപ്പുള്ള ഒരു കിടാത്തിയുമുണ്ടായിരുന്നു.

കളപറിക്കാരികളുടെ കൂട്ടത്തിൽ ഇളയപിള്ളയ്ക്ക് അവളോടെന്തെന്നില്ലാത്ത ഒരു മമത തോന്നി. വടിവൊത്ത് കറുത്ത് കൊഴുത്ത ശരീരം. ചുരുണ്ട തലമുടി. ചിരിച്ച മുഖം. അദ്ദേഹം കറുത്ത കുഞ്ഞിനോട് തന്നെ പറഞ്ഞു:

"നിന്റെ കിടാത്തി തരക്കേടില്ല. നല്ല വേലക്കാരിയാണ്. കാണാനും കൊള്ളാം."

അതുകേട്ടു കറുത്തകുഞ്ഞിനും അഭിമാനം തോന്നി.

നിലത്തിൽ വളം ചേറുംമുമ്പ് വരമ്പുവെട്ടിത്തടുക്കാൻ കറുത്തകുഞ്ഞിനെ പറഞ്ഞയച്ചിട്ട് ഇളയപിള്ള അവന്റെ മാളത്തിലേക്കു ചെന്നു. ആ പെണ്ണുമായി പിടിയും വലിയും നടന്നു.......

അതിനടുത്ത ദിവസം തന്റെ പെണ്ണിനെയും കൂട്ടി കറുത്തകുഞ്ഞു വീണ്ടും സ്ഥലംവിട്ടു കളഞ്ഞു........

കുറെ നാളായി കോയിക്കൽ പിള്ളമാർക്ക് അച്ചുതന്റെ വീട്ടുകാരോടും ഇഷ്ടമല്ല. ദേവസ്വം കേസിൽ അച്ചുതന്റെ അച്ഛൻ വേലുനായർ മേമനപ്പോറ്റിയുടെ പക്ഷം പിടിക്കുന്നോ എന്നു സംശയം.

മേമനപ്പോറ്റിയുടെ മകൻ നാരായണൻ പോറ്റി അച്ചുതന്റെ പ്രായക്കാരനാണ്. കൊച്ചുന്നാളിൽ കൊറ്റാർകാവിൽ വരുമ്പോൾ അവർ കൂട്ടുകൂടി നടന്നിരുന്നു. അച്ചുതൻ അയാളെ കൂടെക്കൊണ്ടു നടന്ന് അഴയകാവ് അമ്പലവും കൊറ്റിനാമുകളിലെ കുന്നും പാതിരിക്കലെ അണയുമെല്ലാം കാണിച്ചുകൊടുക്കുമായിരുന്നു.

പഠിത്തമൊക്കെ കഴിഞ്ഞശേഷം നാരായണൻ പോറ്റിയാണ് ഇല്ലത്തെ കാര്യങ്ങളന്വേഷിക്കുന്നത്. കൂടെക്കൂടെ ശൂരനാട്ടു വരും. അമ്പലത്തിൽ തന്നെത്താൻ വെച്ചുണ്ടു താമസിക്കും. ക്ഷേത്രവും പരിസരവും അടിച്ചുവാരുകയും സന്ധ്യക്കു വിളക്കുകൊളുത്തുകയും ചെയ്യുന്ന ചുമതല അച്ചുതന്റെ അമ്മയെ ഏല്പിച്ചു. അതിനുശേഷം ആരെങ്കിലുമൊക്കെ കുളിച്ചുതൊഴാനും വിളക്ക് കൊളുത്താനുമായി അമ്പലത്തിൽ വന്നുകൊ

ണ്ടിരുന്നു. അതൊന്നും കോയിക്കലുള്ളവർക്കു പിടിച്ചില്ലെന്നു തോന്നി.

മീനമാസത്തിൽ പാടത്ത് എള്ളിന്റെ പൂവടങ്ങി. കത്തിക്ക വിളയാറായി. ഒരു ദിവസം നീലാണ്ടൻ നായർ നടേവടക്കതിൽ വന്നു പറഞ്ഞു.

"കോയിക്കലെ മൂത്തപിള്ളയദ്ദേഹം വേലുനായരെ അന്വേഷിക്കുന്നു."

എന്താണു കാര്യമെന്നറിയാൻ വേലുനായർ കോയിക്കൽ മുറ്റത്തു ചെന്നു, രണ്ടാം മുണ്ടെടുത്തു. കൈത്തണ്ടയിലിട്ട് കൈയും കെട്ടി നിന്നു.

കുളിയും ജപവും കഴിഞ്ഞ് മണിമാലയുമണിഞ്ഞ് മൂത്തപിള്ള പൂമുഖത്തേക്ക് വന്ന് ചാരുകസേരയിലിരുന്നു.

"വേലുനായരെ വിളിപ്പിച്ചത്, എള്ളുപിഴുതിട്ട് ആ നിലമൊഴിഞ്ഞു തരണമെന്നു പറയാനാണ്. ഈ തവണ ഇവിടെനിന്നു വിത്തിട്ടോളാം."

അതുകേട്ടു വേലുനായർ കണ്ണുമിഴിച്ചു.

നീലാണ്ടൻനായർ നൂറുതേച്ചു തെറുത്തുകൊടുത്ത വെറ്റിലയും പാക്കും വായിലിട്ടു ചവച്ചുകൊണ്ട് മൂത്തപിള്ള ചോദിച്ചു.

"മ്. എന്താ വേലുനായർക്കൊരു മൗനം?"

"ഒന്നുമില്ലേ."

അയാൾക്കൊന്നും പറയാനില്ല. തിരുവായ്ക്ക് എതിർവായില്ല.

"എന്നാൽ പറഞ്ഞപോലെ ചെയ്തേക്ക്."

വേലുനായർ മുഖവും കുനിച്ചിട്ടു വീട്ടിലേക്കു നടന്നു.

അച്ചുതൻ തഴവായിൽ ഏതോ കോൺഗ്രസ് യോഗം കേൾക്കാൻ പോയിട്ട് സന്ധ്യക്കു മടങ്ങിവരുമ്പോൾ അമ്മയും അച്ഛനും കൂടിയിരുന്ന് കാര്യം പറയുന്നു. അമ്മയ്ക്കു വലിയ വിഷമമുണ്ട്. ലക്ഷ്മി വിളയാട്ടമുള്ള രണ്ടുതെടി നിലമായിരുന്നു. ചിങ്ങത്തിലും മകരത്തിലും വീട്ടുമുറ്റത്ത് കതിർക്കറ്റ കൂടിക്കിടക്കുന്നതു കാണാൻ തന്നെ ഒരൈശ്വര്യമാണ്. അതുപോയാൽ ഇനി നെറ്റിക്കുപൊറാൻ ഒരു മണി നെല്ലു കാണണ്ട. വേലുനായർ നെടുവീർപ്പിട്ടു.

"ഇനി അതൊന്നും പറഞ്ഞിട്ടു കാര്യമില്ല. നമ്മളെ വിളിച്ചു പറഞ്ഞാൽ നിലം ഒഴിഞ്ഞുകൊടുക്കാതൊക്കുമോ?"

അച്ചുതൻ ഒന്നും മിണ്ടിയില്ല. കോയിക്കൽ കുടുംബക്കാരുടെ മുമ്പിൽ തങ്ങൾ എത്ര നിസ്സഹായരാണെന്ന വസ്തുത അവൻ വേദനയോടെ മനസ്സിലാക്കി. അടുത്ത ചന്തദിവസം വേലുനായർ കാളയെ അഴിച്ച് വയ്യാങ്കര കൊണ്ടുപോയി വില പറഞ്ഞു കയറുമാറി. കത്തിക്കാ വിളഞ്ഞപ്പോൾ എള്ളുപിഴുത് നിലം ഒഴിഞ്ഞുകൊടുത്തു.

അച്ചുതൻ ഒഴിവുള്ളപ്പോൾ കൊറ്റാർകാവിലെ ഊട്ടുപുരയിൽ ചെന്നു നാരായണൻ പോറ്റിയുമായി സംസാരിച്ചിരിക്കും. പോറ്റിക്ക് ഭഗവതിയിൽ വലിയ വിശ്വാസമൊന്നുമില്ല. പക്ഷേ, ക്ഷേത്രം നശിച്ചു കിടക്കുന്നതിൽ കുണ്ഠിതം തോന്നി. മുഷ്കുപയോഗിച്ചു ക്ഷേത്രംവക വസ്തുവകകൾ കൈയടക്കിവച്ചിരിക്കുന്ന കോയിക്കൽക്കാരോട് അമർഷം തോന്നി. ആ വസ്തുക്കൾ മേമനഇല്ലത്തുകാർ കൈകാര്യം ചെയ്യേണ്ടവയാണ്.

ക്ഷേത്രകാര്യങ്ങൾ മുറപോലെ നടന്നു കാണണമെന്ന് അയാൾക്കാഗ്രഹമുണ്ടായിരുന്നു. എന്നെങ്കിലുമൊരിക്കൽ ക്ഷേത്രം പുതുക്കിപണിയുന്നതിനെക്കുറിച്ചും അയാൾ സ്വപ്നം കണ്ടു.

നൂറനാട്ടു നിന്ന് ഓരോ അടുക്കു പുസ്തകങ്ങളുമായിട്ടാണ് പോറ്റി കൊറ്റാർകാവിൽ വരുന്നത്. വായിക്കുന്ന പുസ്തകങ്ങളിലെ കാര്യങ്ങളെക്കുറിച്ച് അയാൾ അച്ചുതനുമായി സംസാരിച്ചു. ഗാന്ധിസം, സോഷ്യലിസം, കമ്യൂണിസം. എല്ലാം ആദ്യം കേൾക്കുകയാണ്.

ചിലപ്പോൾ കളയ്ക്കാട്ടെ പരമേശ്വരനും അവരോടൊപ്പം കൂടും. പോറ്റിക്കും അച്ചുതനും പരമേശ്വരനെ വലിയ ബഹുമാനമാണ്. ചക്കുവള്ളിയിൽ നടന്ന ഒരു കോൺഗ്രസ് യോഗത്തിന് തണ്ടാശ്ശേരി രാഘവന്റെ കൂടെ അയാളും നിയമംലംഘിച്ചു ജയിലിൽ പോയി. ഇപ്പോൾ ശിക്ഷ കഴിഞ്ഞുവന്ന വരവാണ്. നിയമനിഷേധത്തെക്കുറിച്ചും ജയിൽ വാസത്തെക്കുറിച്ചുമെല്ലാം അവർക്കു അയാളിൽനിന്നു പലതും അറിയാനുണ്ട്. മൂവരുംകൂടി മിക്കപ്പോഴും ഊട്ടുപുരയിൽ വായിച്ചും പറഞ്ഞും ഇരുന്ന് സമയം കഴിച്ചു....

ഒരു ദിവസം അച്ചുതൻ വീട്ടിൽ ചെന്നു കയറിയപ്പോൾ അച്ഛനും കടമ്പനാട്ടെ അപ്പച്ചിയപ്പനും കൂടി നാലും കൂട്ടി മുറുക്കി വർത്തമാനം പറഞ്ഞുകൊണ്ടിരിക്കുന്നു. സംസാരത്തിൽ നിന്നുമനസ്സിലായി–തന്റെ കല്യാണക്കാര്യമാണു വിഷയം.

അപ്പച്ചിയപ്പന് ഒരു മോളുണ്ട്. അവന്റെ പ്രായം വരും. പണ്ടു വിരുന്നു വരുമ്പോഴും പോകുമ്പോഴുമെല്ലാം കണ്ടിട്ടുണ്ട് ഒരു നാണം കുണുങ്ങി പെണ്ണ്. അവനുവേണ്ടി പറഞ്ഞുനിർത്തിയിരിക്കയാണെന്ന് ഒരിക്കൽ അമ്മ പറഞ്ഞു. അന്ന് അതുകേട്ട് ലജ്ജതോന്നി.

പ്രായമായതിൽപ്പിന്നെ അവർ തമ്മിൽ കണ്ടിട്ടില്ല. ഇപ്പോൾ അവൾ എങ്ങനെയിരിക്കുമെന്നുപോലും അറിഞ്ഞുകൂടാ.

അപ്പച്ചിയപ്പൻ പൊയ്ക്കഴിഞ്ഞപ്പോൾ അമ്മ അവനോടു പറഞ്ഞു.

"കടമ്പനാട്ടെ ചേട്ടൻ നിങ്ങടച്ഛനെ വിളിക്കാനാ വന്നത്. അവിടവരെയൊന്നു ചെല്ലണമെന്ന്."

ഒന്നും അറിയാത്തതുപോലെ ചോദിച്ചു:

"എന്താ വിശേഷം?"

"വിശേഷം. എല്ലാരും കൂടാലോചിച്ച് ഒരു തീയതി ഉറപ്പിക്കാനാ. അന്നു നീ ചെന്ന് കമലാക്ഷിയെ ഇങ്ങു വിളിച്ചോണ്ടുപോരണം."

"അതിനു ധൃതിയായോ?"

"പിന്നല്ലാതെ? ഇനി എന്നെക്കൊണ്ടു വയ്യാ, ഇങ്ങനെ അടുക്കളയിൽ കിടന്നു മടയ്ക്കാൻ."

"എന്നിട്ട് എന്തോ തീരുമാനിച്ചു പിരിഞ്ഞു?"

"ഇനി തീരുമാനിക്കാനൊന്നുമില്ല. മൂത്തേരീന്നു വിക്കാൻ പോകുന്ന നിലം പെണ്ണിന്റെ പേരിലെഴുതിച്ചുതരണമെന്ന് അച്ഛൻ പറഞ്ഞു. കടമ്പനാട്ടെ ചേട്ടൻ അതു സമ്മതിക്കുകയും ചെയ്തു."

"അതല്ല."

"പിന്നെ."

"ഉടനെയിതു നടത്തണോ?"

"എന്താ, നീ വേറെ വല്ല പെണ്ണിനേം കണ്ടുവെച്ചിരിക്കുന്നോ?"

"ഏയ്. അതൊന്നുമില്ല."

ആ കല്യാണത്തിന് അയാൾക്ക് എതിരൊന്നുമില്ല. അങ്ങനെയാണെങ്കിൽ അങ്ങനെ. എങ്കിലും അമ്മ സംശയത്തോടെ ചോദിച്ചു.

"പിന്നെന്തുവാ ഉടനെ നടത്തണോന്ന് ചോദിച്ചത്?"

"സത്യത്തിൽ അവൾ എങ്ങനെയിരിക്കുമെന്നുപോലും എനിക്കറിഞ്ഞുകൂടാ. കുഞ്ഞുന്നാളിലെങ്ങോ ഒന്ന് കണ്ടതാണ്.

"അതിനെന്താ, നീ പോയൊന്ന് കാണ്. അല്ലേലും ഈ കാലത്ത് അതൊക്കെയല്യോ പതിവ്. നാളത്തന്നെ അങ്ങോട്ടൊന്നു പൊയ്ക്കള."

"എന്തായാലും നാളെ പറ്റുകയില്ല."

"പിന്നെന്നാ?"

"ഞാനൊരു ദിവസം പോകാം."

അങ്ങനെ പറയുമ്പോൾ മറ്റു യാതൊന്നും മനസ്സിലുണ്ടായിരുന്നില്ല. പക്ഷേ, ആണയിട്ടു പറഞ്ഞാലും അച്ഛനും അമ്മയും അതൊന്നും വിശ്വസിക്കാൻ പോകുന്നില്ല. താൻ ജാനകിക്കുട്ടിയുമായി നേരത്തെ ഇഷ്ടമായതുകൊണ്ടാണ് അന്നങ്ങനെയൊക്കെ പറഞ്ഞതെന്നാണ് അവരുടെ ധാരണ.

വാസ്തവത്തിൽ അതുവരെ അയാൾ ജാനകിക്കുട്ടിയെ കണ്ടിട്ടുപോലുമില്ല.

ഒരുദിവസം വൈകിട്ട് ഒരു പുസ്തകം വായിച്ചുകൊണ്ട് ഊട്ടുപുരയുടെ തിണ്ണയിൽ ഇരിക്കുമ്പോൾ ഒരു പ്രായമായ പെണ്ണ് ഒരു കൊച്ചുപെൺകുട്ടിയെയും കൂട്ടി ക്ഷേത്രത്തിനു പ്രദിക്ഷണം വെച്ചു തൊഴുന്നതു കണ്ടു. പത്തുപതിനേഴു വയസ്സ് പ്രായം കാണും. വെളുത്തുനീണ്ടു മെലിഞ്ഞ ഒരു സുന്ദരി. പുസ്തകവും നിവർത്തിപ്പിടിച്ച് അവളുടെ നേരേ നോക്കിക്കൊണ്ടിരുന്നു. ഒരു നിമിഷം കണ്ണുകൾ തമ്മിലിടഞ്ഞു. പരിചയമുള്ളതുപോലെ അവളെ നോക്കിച്ചിരിച്ചു. അവളുടെ ചുണ്ടിലും ഒരു പുഞ്ചിരി പരന്നു. അവൾ പെട്ടെന്ന് മുഖംതിരിച്ച് ക്ഷേത്രത്തിനു വലംവെച്ചു തൊഴുതു.

കുട്ടിയുടെ കൈയുംപിടിച്ച് തിരികെ മടങ്ങുമ്പോൾ അവൾ ഒരിക്കൽക്കൂടി തിരിഞ്ഞുനോക്കുന്നതുകണ്ടു.

ആ രൂപം കണ്ണിൽനിന്നു മറഞ്ഞിട്ടും മനസ്സിൽനിന്നു മാഞ്ഞില്ല. സ്നേഹം തുളുമ്പുന്ന നോട്ടം. പ്രകാശം വിതറുന്ന ചിരി.

ആ നോട്ടത്തിൽ അതുവരെ അനുഭവപ്പെടാത്ത അഗാധവും വികാരതരളവുമായ എന്തോ ഒന്ന്.... വീണ്ടും വീണ്ടും ഓർത്തിരിക്കാൻ തോന്നി.

പിന്നെ പല ദിവസവും ഊട്ടുപുരയുടെ തിണ്ണയിൽ കാത്തിരുന്നു. അവൾ വന്നില്ല. അയാൾക്കു സംശയമായി. താൻ കിനാവുകാണുകയാ

യിരുന്നോ?

അവൾ പോയവഴിയേ അങ്ങോട്ടുമിങ്ങോട്ടും പല തവണ നടന്നു– ചെമ്മണ്ണു നിറഞ്ഞ കുന്നുകൾക്കിടയിലൂടെ കുന്നുകളുടെ അടിവാരങ്ങളിലുള്ള വയലിലൂടെ. ഇടവും വലവും തിരിഞ്ഞും നോക്കിയും നടന്നു. ഒരു ദിവസം കണ്ടു—വയൽകടന്നു ചെല്ലുന്ന വഴിയുടെ പടിഞ്ഞാറരികിൽ ചെങ്കല്ലുചെത്തിക്കെട്ടിയ ഒരു വീട്ടിലേക്ക് വെള്ളവും കോരിക്കൊണ്ടുപോകുന്നു. ഇടത്തെ അരക്കെട്ടിലിരുന്ന കുടവും ഇടതു കൈകൊണ്ടു താങ്ങി വലത്തോട്ടു ചരിഞ്ഞു നടന്നുപോകുന്നു.

പതുക്കെ ഒരു ചൂളംവിളിച്ചു. അവൾ തിരിഞ്ഞുനോക്കി. അധരത്തിൽ വശ്യതകലർന്ന ആ ചിരി. ചിരിച്ചുകൊണ്ടു വീട്ടിനകത്തേക്കു കയറിപ്പോയി.

തിരികെ നടക്കുമ്പോൾ മനസ്സുനിറയെ ആ ചിരിയായിരുന്നു. മുല്ല മൊട്ടുപോലെ ചിരിപൊട്ടിവിടരുന്നു. ഹൃദയം നിറയെ അതിന്റെ ഗന്ധം പ്രസരിക്കുന്നു. അന്നു വൈകിട്ടു വീട്ടിൽ ചെന്നപ്പോൾ അമ്മ തിരക്കി.

“നീ കടമ്പനാട്ടു പോകാമെന്നു പറഞ്ഞിട്ടെന്തായി.?”

“ഓ. ഞാനങ്ങു മറന്നുപോയി.”

“കൊള്ളാം. പിന്നെന്തുവാ നീ ഓർത്തോണ്ടു നടക്കുന്നേ?”

അയാൾ ഒരു വിഡ്ഢിച്ചിരിചിരിച്ചു. അമ്മ വീണ്ടും ചോദിച്ചു.

“ഇനി എന്നാ അങ്ങോട്ടു പോകുന്നത്.?”

“അമ്മ ധൃതി പിടിക്കാതെ. ഞാൻ പൊയ്ക്കോളാം.”

അപ്പോൾ അമ്പലത്തിൽ തൊഴാൻ വന്ന പെൺകുട്ടിയുടെ ചിരിക്കുന്ന മുഖമായിരുന്നു മനസ്സിൽ.

നാല്

ആ ചെങ്കല്ലുകെട്ടിയ വീടിനുമുന്നിലൂടെയായി അച്ചുതൻ നായരുടെ പോക്കും വരവും. വീട്ടിനടുത്തെത്തുമ്പോൾ ഉദ്വേഗംകൊണ്ട് ഹൃദയം തുടികൊട്ടുതുടങ്ങും. വീടിനും അതിനെ ചൂഴ്ന്നു നില്ക്കുന്ന മരക്കാലുകൾക്കും അസാധാരണമായ ഒരു ഭംഗിതോന്നി. ശാഖോപശാഖകൾ നിറഞ്ഞ മാവും പ്ലാവും. അവയിൽ പടർന്നുകിടക്കുന്ന കുരുമുളകുവള്ളികൾ. പറമ്പിൽ വളർന്നുകിടക്കുന്ന ചീനിയും ചേനയും കാച്ചിലും....

മുറ്റത്തെ തൈമാവിൽ പടർന്നുകയറിയ അരിമുല്ല പൂത്തുലഞ്ഞു കിടക്കുന്നു. അതിലേ വഴിനടക്കുന്നതിനിടയിൽ ഒരുനിമിഷം പരസ്പരം നോക്കിച്ചിരിക്കും. ഒരു നിമിഷംമാത്രം.

ഒരു ദിവസം ഒറ്റയ്ക്കു വഴിയരികിൽ കണ്ടപ്പോൾ അവളോടു ചോദിച്ചു:

“എന്താ പേര്?”

“ജാനകിക്കുട്ടി.”

“ഇപ്പോൾ അമ്പലത്തിൽ തൊഴാൻ വരാത്തതെന്താ?”

“എന്താ ചോദിച്ചത്?”

"വെറുതെ കാണാൻ."

പിറ്റേന്നു വൈകിട്ടു തനിയെ ആൽത്തറയിലിരിക്കുമ്പോൾ അവൾ വന്നു. അനുജത്തിയുമായി എന്തൊക്കെയോ സംസാരിച്ചുകൊണ്ട് അവിടവിടെയും നോക്കി പതുക്കെ നടന്നു വന്നു.

അമ്പലത്തിനുമുന്നിൽ എത്തിയപ്പോൾ ചുറ്റുപാടുമൊന്നു കണ്ണോടിച്ചു. പിന്നെ അയാളെ നോക്കിച്ചിരിച്ചു. ആ കണ്ണുകൾ മന്ത്രിക്കുന്നതു പോലെ തോന്നി—ഞാനിതാ വന്നിരിക്കുന്നു!

ക്ഷേത്രത്തിനു പ്രദിക്ഷണംവെച്ചു തൊഴുതപ്പോൾ അയാൾ അടുത്തു ചെന്നു ചോദിച്ചു:

"ഭഗവതിയോട് എന്തോന്നാ പ്രാർത്ഥിക്കുന്നത്?"

അവൾ മറുപടി പറയാതെ ചിരിച്ചുകൊണ്ടുനിന്നു.

"കാര്യം പറഞ്ഞാൽ ഞാനും പ്രാർത്ഥിക്കാം."

വീണ്ടും ചിരിമാത്രം. അയാൾ ശ്രീകോവിലിനുനേരെ തിരിഞ്ഞു കൈകൂപ്പിക്കൊണ്ടു പറഞ്ഞു:

"ഭഗവതീ, ഈ കുട്ടിക്കു മനസ്സിനിണങ്ങിയ ഒരു ചെറുക്കൻ വരാൻ അനുഗ്രഹിക്കണേ."

അവൾ പൊട്ടിച്ചിരിച്ചു. ചിരിയുടെ നാദവും മുടിയിൽ ചൂടിയിരുന്ന മുല്ലപ്പൂവിന്റെ പരിമളവും അമ്പലനടയെ പ്രസാദമധുരമാക്കി.

തൊഴുതു കഴിഞ്ഞപ്പോൾ ചോദിച്ചു:

"പോകട്ടെ?"

"നാളെ വരുമോ?"

"വരാം."

അടുത്ത ദിവസം വന്നപ്പോൾ അയാളുടെ കൂടെ പരമേശ്വരൻ നായരുണ്ടായിരുന്നതുകൊണ്ട് ഒന്നും പറയാനൊത്തില്ല. തമ്മിൽ കണ്ടുവെന്നു മാത്രം.

പിറ്റേന്ന് അതുവഴി നടന്നുപോകുമ്പോൾ അവൾ മുറ്റത്തുനിന്നു ചിക്കുപായിൽ കുരുമുളകു നിരത്തുന്നു. വെളിയിൽ വേറെയാരെയും കണ്ടില്ല. നേരെ അങ്ങോട്ടു കയറിച്ചെന്നു. അവൾ തെല്ലൊരമ്പരപ്പോടും, ആഹ്ലാദത്തോടും നോക്കിനിന്നു.

അയാൾ ചോദിച്ചു:

"എല്ലാവരും എവിടെപ്പോയി.?"

"അച്ഛനും അമ്മയും കൊടിത്തറയിലുണ്ട്. അവിടെ നിന്നു വെറ്റ പിച്ചുന്നു."

"ഇന്നലെ കണ്ടിട്ട് ഒന്നും പറയാൻ പറ്റിയില്ല."

"എന്തുവാ പറയാൻ?"

"ഞാനിവിടെ വരുന്നതിഷ്ടമാണോ?"

മറുപടിയൊന്നും പറഞ്ഞില്ല.

"കുടിക്കാൻ ഒരുപാത്രം വെള്ളംതരുമോ?"

"പച്ചവെള്ളം മതിയോ?"

"മതി."

അകത്തുപോയി ഒരു ലോട്ടായിൽ വെള്ളവുമായി വന്നു.

"ജാനകിക്കുട്ടി ഇന്ന് അമ്പലത്തിൽ വരുമോ?"

"വരാം."

പാത്രം നീട്ടിയപ്പോൾ കണ്ണുകളിൽ നോക്കിച്ചിരിച്ചുകൊണ്ട് കൈയ്ക്കു കടന്നുപിടിച്ചു. കൈവെള്ളയിൽ ഒരുമ്മവെച്ചു. മുഖമുയർത്തിയപ്പോൾ തൊട്ടുമുന്നിൽ അവളുടെ അച്ഛൻ, ഒരടുക്കുവെറ്റിലയുമായി തീപാറുന്ന കണ്ണുകളോടെ, നോക്കിനില്ക്കുന്നു.

അച്ചുതൻനായർനിന്നു ദഹിച്ചുപോയി. ലോട്ടയിലെ വെള്ളം മുഴുവൻ ഒറ്റവലിക്കു കുടിച്ചുതീർത്തു.

പപ്പുപിള്ളനിന്നു വിറയ്ക്കുകയാണ്. വിറച്ചുകൊണ്ടു ചോദിച്ചു:

"എന്താ, ഇയ്യാളീ വഴിയൊക്കെ?"

"വെറുതെ. അല്പം വെള്ളം കുടിക്കാൻ."

"രാവിലെ എന്താ ഇത്രദാഹം?"

മറുപടിയില്ല. എന്താണു പറയേണ്ടതെന്ന് അറിഞ്ഞുകൂടാ.

"മ്. എന്താ ഒന്നും മിണ്ടാത്തത്? ഈയിടെ ഇതിലെ ഇങ്ങനെ കാണാറുണ്ടല്ലോ."

"തെക്കേക്കര പോകുന്ന വഴിയാ."

"ങ്. ഇനി തെക്കേക്കരയ്ക്ക് അങ്ങു നേരേനോക്കി നടന്നാമതി. അങ്ങോട്ടുമിങ്ങോട്ടും പിടലിതിരിച്ച് കണ്ണും കവിളുമൊന്നും കാണിക്കണ്ട. പിടലി ഉളുക്കും. മനസ്സിലായോ?"

എത്രയും വേഗം അവിടെനിന്നു രക്ഷപ്പെട്ടാൽ മതിയെന്നു തോന്നി. തിരികെ നടക്കുമ്പോൾ ആ മനുഷ്യൻ മകളുടെ നേരേ അലറുന്നതു കേട്ടു.

"ഇവിടെ വാടീ, എന്തോന്നാ നിന്റെ തോന്നിവാസം?"

അടിയുടെ ശബ്ദംകേട്ടു തിരിഞ്ഞുനോക്കി. ഒരു ലക്കുമില്ലാതെ അവളെയിട്ടു തല്ലുകയാണ്.

"അഹങ്കാരീ, വഴിയേ പോകുന്നവനെല്ലാം...."

അമ്മ ഇടയ്ക്കുകയറി തടസ്സം പിടിച്ചു.

"വെറുതെ പെണ്ണിനെയിട്ടു തല്ലിക്കൊല്ലാതെ."

അതു വകവയ്ക്കാതെ വീണ്ടും തല്ലുതന്നെ. അച്ചുതൻനായർ ഓടിച്ചെന്നു പറഞ്ഞു:

"അമ്മാവാ, ആ കുട്ടിയെ വെറുതെ ഉപദ്രവിക്കരുത്. അവൾ യാതൊരു തെറ്റും ചെയ്തിട്ടില്ല."

പപ്പുപിള്ള അച്ചുതൻനായരുടെ നേരേ രോഷത്തോടെ നോക്കി.

"ഇയ്യാള് വീണ്ടും കേറിവന്നിരിക്കുവാണോ വഴക്കിന്?"

"ഞാൻ വഴക്കിനു വന്നതല്ല."

ചടച്ചുമെലിഞ്ഞ ആ ചെറുപ്പക്കാരന് ചിരിച്ചുകൊണ്ടല്ലാതെ ആരോടും സംസാരിക്കാൻ വശമില്ല. ആ മട്ടുകണ്ടു പപ്പുപിള്ള ജ്വലിച്ചു.

"പിന്നെ? പ്രായമായ പെൺപിള്ളാരുള്ള വീട്ടിൽ ആവശ്യമില്ലാതെ

വരാൻ പാടില്ലെന്നറിഞ്ഞൂടായോ? മാനവും മര്യാദയുമായി ജീവിക്കാൻ സമ്മതിക്കത്തില്യോ?"

ജാനകിക്കുട്ടി വീട്ടിനകത്തേക്കു കയറിപ്പോയി.

അച്ചുതൻനായർ സൗമ്യമായി പറഞ്ഞു നോക്കി:

"ആരുടെയും അഭിമാനം കെടുത്താൻ വന്നതല്ല."

"പിന്നെ.?"

"അമ്മാവനിഷ്ടമാണെങ്കിൽ അവളെ കല്യാണം കഴിക്കാൻ ഞാൻ തയ്യാറാണെന്നു പറയാൻ വന്നേത്."

മൂപ്പിലാൻ തെല്ലുനേരം വാപൊളിച്ചു നിന്നു. എന്നിട്ടു വീണ്ടും സ്വര മുയർത്തിപ്പറഞ്ഞു.

"ഇങ്ങനാണോ കല്യാണം ആലോചിക്കുന്നത്? ഇതാണോ നാട്ടു മര്യാദ?"

സംസാരം കേട്ട് അയൽക്കാർകൂടി. അവർ മൂപ്പിലാനെ സമാധാനപ്പെ ടുത്തിനോക്കി—

"വെറുതെ ബഹളമുണ്ടാക്കാതെ പപ്പുപിള്ളെ. ആ കൊച്ചൻ കാര്യ മല്യോ പറയുന്നത്?"

"കാര്യമോ? എന്തോന്നുകാര്യം? ആങ്ഹാ, നിങ്ങളും ഇങ്ങനാണോ പറയുന്നത്?"

"ഞങ്ങളു പിന്നെന്തോ പറയണം? അയാളെന്തോ തെറ്റുകാണിച്ചു? അതുപറ?"

"അതൊന്നും എന്നെക്കൊണ്ടു പറയിക്കണ്ട. ഇങ്ങനാണോ നിങ്ങടെ വീട്ടിൽ ആരെങ്കിലും സംബന്ധാലോചനയ്ക്കു വരുന്നത്? ഇതെവിടു ത്തെമുറയാ, അയാടെ വീട്ടീന്ന് ആരെങ്കിലും ചുമതലയുള്ളോരുവന്ന് മര്യാ ദയ്ക്കു ചോദിക്കട്ടെ. അതിനുപകരം വീടുകയറി ലഹളയ്ക്കു വന്നാലോ?"

"അതുമൊരു ശരിയാ. ഇയാളു വീട്ടിപ്പോയി വേലുനായരു ചേട്ടനെ പറഞ്ഞയ— അതല്യോ നാട്ടുനടപ്പ്."

അച്ചുതൻനായർ തഞ്ചത്തോടെ തലയുയർത്തിനിന്നു പറഞ്ഞു.

"ശരി. അമ്മാവൻ പറയുന്നതനുസരിച്ച് വീട്ടിൽ നിന്നാളുവരും."

"വരട്ടെ. അപ്പോൾ അവരോടു കാര്യം പറയാം."

ജാനകിക്കുട്ടിയുടെ തള്ളയ്ക്കു ശ്വാസം നേരേ വീണു.

"പിന്നേ, അതല്യോ കൊച്ചനേ അതിന്റെ മുറ. ഇയാളു വീട്ടിച്ചെന്ന് ആരെയെങ്കിലും പറഞ്ഞയയ്ക്ക്."

"ശരി. അങ്ങനെയാവട്ടെ."

തിരികെ നടക്കുമ്പോഴാണ് കാര്യത്തിന്റെ ഗൗരവമോർക്കുന്നത്. അപ്പോഴത്തെ ഒരു വാശിക്ക് അങ്ങനെയങ്ങു പറഞ്ഞു. പക്ഷേ, ആരെ പറഞ്ഞയയ്ക്കും കടമ്പനാട്ടുപോയി കല്യാണമുറപ്പിക്കാനിരുന്ന അച്ഛൻ വിവരമറിഞ്ഞാൽ കോലാഹലമെന്തായിരിക്കും?

ഒന്നു രണ്ടു ദിവസം ആരോടും ഒന്നും പറയാതെ നടന്നു. ഒടുവിൽ പരമേശ്വരൻ നായരെ കണ്ട് നടന്നതെല്ലാം അറിയിച്ചു. അയാൾ അതു

കേട്ട് പൊട്ടിച്ചിരിച്ചു.

"എടാ മണ്ടാ, തന്നോടാരു പറഞ്ഞു അവിടെ പട്ടാപ്പകൽ കേറിച്ചെന്ന് ആ പെണ്ണിന്റെ കൈയ്ക്കു പിടിക്കാൻ?"

"അങ്ങനെയുദ്ദേശിച്ചു കേറിയതല്ല."

"എങ്ങനെയുദ്ദേശിച്ചായാലും അതു ശരിയായില്ല. ഇനി അതൊക്കെപ്പോകട്ടെ. അവളെത്തന്നെ കല്യാണം കഴിക്കണമെന്ന് തനിക്കത്ര നിർബ്ബന്ധമെന്താ?"

"അവളെ വിവാഹം കഴിക്കാമെന്നു ഞാൻ വാക്കുകൊടുത്തു. ഇനി അതിൽനിന്നു മാറ്റമില്ല."

"ഒരുപക്ഷേ, അതു നടക്കുന്നില്ലെങ്കിലോ?"

"ഇനി മറ്റൊരു പെണ്ണിനെ ഞാനെന്റെ ആയുസ്സിൽ വിവാഹം കഴിക്കുകയില്ല."

പരമേശ്വരൻനായർ ഉറക്കെച്ചിരിച്ചു.

"അങ്ങനെയാ വേണ്ടത്. കല്യാണം കഴിച്ചു ഞാൻ വലയുന്ന വലച്ചിലുകണ്ടില്ലേ? എന്നെപ്പോലെ താനും ഒറ്റത്തടിയായിട്ടു നടന്നാമതി. നമുക്കു യാതൊരു ബാദ്ധ്യതയും വേണ്ട."

അച്ചുതൻനായർ വിഷാദം കലർന്ന മട്ടിൽ ചിരിച്ചുകൊണ്ടു പറഞ്ഞു:

"തന്നെപ്പോലുള്ള മനക്കട്ടിയൊന്നും എനിക്കില്ല. ഈ വിവാഹം നടക്കുന്നില്ലെങ്കിൽ എന്നെ ഈ നാട്ടിൽ കാണുകയില്ല."

"അത്ര നിർബ്ബന്ധമൊന്നും പിടിക്കാതെ."

"അങ്ങനെയല്ല. ഞാനിതു കാര്യമായി പറയുകയാണ്."

"എന്തോന്നു കാര്യം? വേറെ ഇതുപോലെ എത്ര കണ്ടിരിക്കുന്നു.?"

"അതൊക്കെ നേരായിരിക്കും. പക്ഷേ, ഈ ബന്ധം നടക്കുന്നില്ലെങ്കിൽ...."

അച്ചുതൻനായർ വികാരപാരവശ്യത്തോടെ മുഖംകുനിച്ചിരുന്നു. അയാളുടെ വിഷമം കണ്ടു പരമേശ്വരൻനായർ പറഞ്ഞു:

"എന്തായാലും സമാധാനപ്പെട്. നമുക്ക് ചെറുതിട്ട രാമൻനായരെ കൊണ്ട് മൂപ്പിലാനോടൊന്നു പറയിക്കാം. രാമൻനായരാകുമ്പോൾ മൂപ്പിലാന്റെ തായത്തിനൊത്തു പറഞ്ഞു കാര്യം സമ്മതിപ്പിക്കാൻ നോക്കും."

എന്നിട്ടും അച്ചുതൻനായരുടെ മുഖത്തെ വാട്ടം മാറിയില്ല.

"താൻ വിഷമിക്കാതെ. എങ്ങനെയും നമുക്കു കാര്യം നടത്താം. മുട്ടിയപക്ഷം അവിടെച്ചെന്നു ബലാലെങ്കിലും അവളെ വിളിച്ചിറക്കിത്തരാം. അതു പോരായോ?"

അയാൾ അതു നടത്താൻ തന്നെ പറയുന്നതാണ്. ആ കഴിവിലും തന്റേടത്തിലും അച്ചുതൻനായർക്കു വിശ്വാസമുണ്ട്. പക്ഷേ, അങ്ങനെയുള്ള കുഴപ്പമൊന്നും കൂടാതെ കാര്യം നടക്കണമെന്നാണ് ആഗ്രഹം....

രാമൻനായർ ചെന്നു സംസാരിച്ചു തുടങ്ങിയപ്പോൾത്തന്നെ വേലുനായരുടെ മട്ടുമാറി.

"അവനോടാരു പറഞ്ഞു അവിടെച്ചെന്നു ബഹളമുണ്ടാക്കാൻ?

നാണം കെട്ട പട്ടി........"

"അതൊക്കെ ആളുകൾ വെറുതെ പറയുന്നതാ ചേട്ടാ. അങ്ങനെയൊന്നും ഉണ്ടായിട്ടില്ല."

"ഇല്ലെങ്കിൽ എന്തിനാ അവനവിടെ പോയത്? അവർ അവനെ ആട്ടി വിട്ടില്ലേ? അവനു നാറുന്നതും മണക്കുന്നതും അറിയാമോ? ഇതു നമുക്കു ചേരുന്ന ബന്ധമാണോ രാമൻനായരെ? കടമ്പനാട്ടെ അളിയൻ അവനു വേണ്ടിയെന്നു പറഞ്ഞാ ആ പെണ്ണിനെ നിർത്തിയേക്കുന്നത്. ഞങ്ങൾ തമ്മിൽ അതിന്റെ കാര്യമെല്ലാം പറഞ്ഞു വെച്ചതാണ്. അതിനിടയ്ക്ക് അവൻ പോയിരിക്കുന്നു! അവനു സംബന്ധം വേണോങ്കി ആ കടമ്പ നാട്ടെ പെണ്ണിനെ വിളിച്ചോണ്ടു വന്നു താമസിപ്പിച്ചോട്ടെ. അല്ലാതെ ഈ ആലോചന ഞാൻ സമ്മതിക്കുകയില്ല."

"പക്ഷേ, അയാൾക്കു പപ്പുള്ളയുടെ മോളേത്തന്നെ മതിയെന്നാ. അല്ലെങ്കിൽ എവിടെങ്കിലും പുറപ്പെട്ടുപോകാനുള്ള മട്ടാണ്."

"ഫൂ, പോകാൻപറ പട്ടി. എവിടെങ്കിലും പോയി തുലയട്ടെ."

"ഇപ്പോഴത്തെ പൈതങ്ങളല്ല്യോ? പോയി എന്തെങ്കിലും അബദ്ധം പ്രവർത്തിച്ചാലോ?"

"ഓ, അങ്ങനൊന്നും പേടിപ്പിക്കണ്ടാന്നു പറ. ഇല്ലെങ്കി ഇല്ലെന്നേ യൊള്ള്."

കുറേനേരം ആലോചിച്ചിരുന്നിട്ട് വേലുനായർ വീണ്ടും പറഞ്ഞു—

"രാമൻനായരൊന്ന് ആലോചിച്ചുനോക്ക്. എന്തോ കണ്ടോണ്ടാ അവൻ അവളുടെ പുറകെ നടക്കുന്നത്? ഞാൻ ആ മൂത്തേരിക്കാരുടെ നിലത്തിന്റെ കാര്യമെല്ലാം പറഞ്ഞൊരുക്കിവെച്ചിരിക്കുമ്പോഴാ അവന്റെ ഈ തരവഴികേട്."

"പപ്പുപിള്ളച്ചേട്ടന്റെ പക്കലും അങ്ങനെ തീരെ ഒന്നുമില്ലാതില്ല. ഏതാണ്ടൊക്കെ...."

"ഓ, അവന്റെ ഒരേതോണ്ട്.... എനിക്കു കേക്കണ്ട. ഞാൻ ജീവിച്ചിരി ക്കുമ്പോൾ അതിനു സമ്മതിക്കുകയില്ല."

രാമൻനായർ അന്നു വിഷണ്ണനായി മടങ്ങി.

അച്ചുതൻനായർ വീട്ടിൽ കേറാതെനടന്നപ്പോൾ അമ്മയ്ക്ക് ആധിയായി.

"ഇങ്ങനെ വാശിപിടിച്ച് അവനെവിടെങ്കിലുമങ്ങു പോയാലോ? അവനെ വിളിച്ചു നമ്മളുതന്നൊന്നുപറ."

വേലുനായർ വഴങ്ങിയില്ല.

"ഞാൻ വിളിക്കാനും പറയാനുമൊന്നും നടക്കുന്നില്ല. എവിടെയെ ങ്കിലും പോകുന്നെങ്കിൽ പോയി തുലയട്ടെ."

"ഇങ്ങനെ പറഞ്ഞാമതിയോ? ഇങ്ങനെയാണോ ഓരോ തന്തമാര്."

"പോടീ അപ്പുറത്ത്— എനിക്കെന്റെ വാചൊറിഞ്ഞുവരുന്നു— പറ ഞ്ഞേക്കാം."

അടുപ്പിൽ തീപോലും പൂട്ടാതെ അമ്മ കണ്ണീർ വാർത്തുകഴിഞ്ഞു. വീട്ടിൽ ആർക്കുമാർക്കും മിണ്ടുരിയാട്ടമില്ല. വീട്ടിലെ അന്തരീക്ഷം കല

ങ്ങിമറിഞ്ഞു. ആധിമൂലം അമ്മ കട്ടിലിൽ നിന്നെഴുന്നേറ്റില്ല. കൂടെക്കൂടെ അച്ഛനെ വിളിച്ചു പറഞ്ഞു:

"അച്ചുതനെ ഒന്നു വിളിപ്പിക്ക്.... അവനെങ്ങോട്ടുപോയി? എന്താ മിണ്ടാത്തത്? എന്റെ കണ്ണടയ്ക്കുന്നതിനുമുമ്പ്.... എന്നെയൊന്നു കാണിക്കത്തില്യോ?"

തള്ളയുടെ കിടപ്പുകണ്ട് മൂപ്പിലാനും വിഷമിച്ചു. ഒടുവിൽ മൂപ്പിലാൻ തന്നെ രാമൻനായരെ തിരക്കിച്ചെന്നു.

"അച്ചുതനെ ഇവിടെങ്ങാനും കണ്ടോ?"

"ഈയിടെ കാണാറില്ല. എന്താ വിശേഷം?"

"കാണുമ്പോൾ പറഞ്ഞേക്ക്. അവന്റെ ഇഷ്ടത്തിനു ഞാൻ എതിരുനില്ക്കുന്നില്ല. പക്ഷേ, കടമ്പനാട്ടുകാരോടു വാക്കുപറഞ്ഞു പോയതുകൊണ്ട് ഞാൻ കല്യാണത്തിനു വരത്തില്ല."

"അതൊന്നും സാരമില്ല. ഇക്കാര്യത്തിൽ അത്രയൊന്നും വിചാരിക്കാനില്ല വേലുനായരുചേട്ടാ."

പക്ഷേ, വേലുനായരുടെ അപ്പുറമായിരുന്നു പപ്പുപിള്ള.

രാമൻനായരും പരമേശ്വരൻനായരുംകൂടി പെണ്ണാലോചനയ്ക്കു ചെന്നപ്പോൾ അയാൾ പറഞ്ഞു:

"ഞാൻ ഉള്ളതങ്ങു തുറന്നുപറയും. എന്തിനാ ഒളിച്ചുവയ്ക്കുന്നത്? ഉടനെ അവളെ കല്യാണം കഴിപ്പിച്ചയയ്ക്കാൻ എനിക്കു പാങ്ങില്ല. പിന്നെ നിങ്ങളെല്ലാവരുംകൂടി ഇടപെട്ട കാര്യമായതുകൊണ്ട് അവന്റെകൂടെ പെണ്ണിനെ പറഞ്ഞയച്ചേക്കാം. അല്ലാതെ പൊന്നും പണവും ഒന്നും കൊടുക്കാൻ എന്റെ കൈയിലില്ല. അതുപോലെ സദ്യയും സർവ്വാണിയുമൊരുക്കാനും എനിക്കു പാങ്ങില്ല."

ഈ സൂത്രംപറച്ചിലു കേട്ടപ്പോൾ പരമേശ്വരൻനായരുടെ ക്ഷമ കെട്ടു. എന്തോ പറയാൻ ഭാവിച്ചപ്പോൾ അയാളെ തടഞ്ഞുകൊണ്ട് രാമൻനായർ അനുനയത്തിൽ പറഞ്ഞു:

"അതൊക്കെപ്പിന്നെ പപ്പുപിള്ളച്ചേട്ടൻ അന്തസ്സുപോലെ ചെയ്താൽ മതി. ഞങ്ങളതിൽ പ്രത്യേകിച്ചൊന്നും പറയുന്നില്ല."

കാറും കോളുംമാറി. അന്തരീക്ഷം തെളിഞ്ഞു. നീറ്റിലഞ്ഞിയും പുല്ലാഞ്ഞിയും പൂത്ത കുറ്റിക്കാടുകളിൽ ആട്ടിൻകിടകൾ മേഞ്ഞു നടന്നു. പാലയും വയനയും പൂത്ത് കൊറ്റാർകാവിനുചുറ്റും സുഗന്ധംപരത്തി. രാത്രിയിൽ അകലെയുള്ള വെട്ടുവഴിയിൽക്കൂടി ഉരുണ്ടും കുലുങ്ങിയും കടന്നുപോകുന്ന കാളവണ്ടികളുടെ കടകട ശബ്ദം കേട്ടുകൊണ്ട് അച്ചുതൻനായർ ഉറക്കംവരാതെ കിടന്നു. ഈ ലോകം പതിവിലേറെ ഭംഗിയുള്ളതായി അയാൾക്കുതോന്നി.

ഒരു ദിവസം വൈകിട്ട് ദിവാസ്വപ്നങ്ങളും കണ്ട് ഊട്ടുപുരയുടെ തിണ്ണയിലിരിക്കുമ്പോൾ രണ്ടു പെണ്ണുങ്ങൾ അമ്പലത്തിലേക്കു നടന്നുവരുന്നതു കണ്ടു. അടുത്തെത്തിയപ്പോഴാണു മനസ്സിലായത്— കുട്ടിയപ്പച്ചിയും കൊച്ചുപാറോതിയും.

പെട്ടെന്നു കുഞ്ഞുലക്ഷ്മിയെയാണ് ഓർമ്മവന്നത്. ഈ ലോകം എന്തെന്നറിഞ്ഞിട്ടില്ലാത്ത പെണ്ണ്. വല്ലവരുടെയും അടുക്കളയിൽ നിന്നു പൊട്ടിയെപ്പോലെ പണിചെയ്തു. വിരൂപയും മന്ദബുദ്ധിയും ആയിരുന്നെങ്കിലും അടുക്കളയ്ക്കുനിന്ന വീട്ടിൽവെച്ച് അവൾ ഗർഭിണിയായി. ഒരു ദിവസം കാറിൽ അവളുടെ ശവം കാവുമ്പുറത്തു കൊണ്ടുവന്നു. കൂടെ കോയിക്കലെ ഇളയപിള്ളയും ഉണ്ടായിരുന്നു. കുട്ടിയപ്പച്ചിയും ഇളയമകളും കിടന്നു കരഞ്ഞു വിളിച്ചപ്പോൾ ഇളയപിള്ള പറഞ്ഞു:

"നിങ്ങൾ വെറുതെ ബഹളംകൂട്ടാതെ തള്ളേ. സന്നിവന്നു കിണറ്റിൽ വീണു ചത്തതാണ്. കുറേ ബഹളം വെച്ചാൽ അവൾ മടങ്ങിവരുമോ?"

അതിനുശേഷം കുട്ടിയപ്പച്ചി കാവുംപുറത്തുനിന്ന് എല്ലാം വിറ്റുപെറുക്കി ആനയടിയിൽപോയി താമസമായി. പിന്നീട് ആദ്യമായി കാണുകയാണ്. ഇതിനിടയിൽ അവരുടെ ഒരു വിശേഷവും അറിയാറില്ല.

കൊച്ചുപാറോതിയെ അടുത്തു കണ്ടപ്പോൾ ആശ്ചര്യം തോന്നി. അവളാകെ മാറിപ്പോയിരിക്കുന്നു. മൽമലും നേര്യതും ധരിച്ച്, കണ്ണെഴുതി പൊട്ടുതൊട്ട്, തലയിൽ മുല്ലപ്പൂവുംചൂടി കിനാവു കാണുന്ന കണ്ണുകളുമായി മറ്റേതോ ലോകത്തിൽനിന്നു വന്നപോലെ.

ആ തുടുത്ത കവിളിൽ താരുണ്യം തുടിച്ചുനിന്നു. പണ്ട് പാവാടയുമുടുത്ത് കതിരുപോലെ നടന്ന ആ പെണ്ണാണെന്നു പറയുകയില്ല. ഏഴു തിരിയിട്ടു കത്തിച്ച നിലവിളക്കുപോലെ അവൾ കത്തിപ്പടർന്നു നില്ക്കുന്നു.

അവളുടെ കൈയിൽ എണ്ണപ്പാത്രവും വിളക്കിത്തിരിശീലയുമുണ്ട്. അമ്പലത്തിൽ വിളക്കുകൊളുത്തി തൊഴാൻവന്നതാണ്.

അച്ചുതൻനായർ എഴുന്നേറ്റു ചെല്ലുന്നതുകണ്ട് കുട്ട്യപ്പച്ചി ആഹ്ലാദത്തോടെ പറഞ്ഞു:

"അല്ല, ഇതാരാ? എത്രനാളായി ഞാനൊന്നു കാണാൻ കൊതിക്കുന്നു!"

"അപ്പച്ചിയങ്ങു താമസംമാറിപ്പോയില്ലെ? പിന്നെങ്ങനെ കാണാനാണ്?"

"താമസം മാറിയെന്നുംവെച്ച് അങ്ങു പാണ്ടീലെങ്ങാനുമാണോ? ഒരു വെള്ളിയാഴ്ച അമ്പലത്തിൽ വന്ന് ഒരു വിളക്കുകൊളുത്തി തൊഴണമെന്ന് എന്നേ വിചാരിക്കുന്നു. ഇന്നാ ഒത്തുവന്നത്. പിന്നെ, വീട്ടിൽ എല്ലാവർക്കും സുഖമാണോ?"

"ആർക്കും അസുഖമൊന്നുമില്ല."

"കൊച്ചാടത്തി വീട്ടിലുണ്ടോ? എല്ലാരേം ഒന്നു കണ്ടിട്ട് ഒരുപാടുനാളായി."

"എല്ലാവരും അവിടുണ്ട്."

കൊച്ചുപാറോതി അയാളെനോക്കി പുഞ്ചിരി പൊഴിക്കുന്നതു കണ്ടു. തന്റെ കരവലയങ്ങളിലമർന്ന് വിറപൂണ്ടുനിന്ന പെണ്ണ്. അവൾ ചിരിച്ചു

കൊണ്ടു ചോദിച്ചു:

"നീയിവിടുന്നൊക്കെയങ്ങു പോയിട്ട് ഇങ്ങുതിരികെ വന്നോ?"

അവൾ പുരികംചുളിച്ച് കൺപീലിവിടർത്തി പരിഭവം ഭാവിച്ചു.

"എന്താ ഇനി തിരിച്ചുവരത്തില്ലെന്നു വിചാരിച്ചോ?"

"സത്യത്തിൽ അങ്ങനെയാ വിചാരിച്ചത്. ഞങ്ങളെയൊക്കെയങ്ങു മറന്നു പോയെന്നുകരുതി."

കുട്ടിയപ്പച്ചി പറഞ്ഞു.

"ഇങ്ങോട്ടല്ലാതെ അവളു പിന്നെയെങ്ങോട്ടുപോകാനാ?"

കൊച്ചുപാറോതി പരാതിപ്പെട്ടു.

"എന്നാലും ഈ പറയുന്നയാൾ ഇതുവരെ ഒന്നു തിരക്കിയിട്ടുണ്ടോ? ഇങ്ങനെയൊരുത്തിയുണ്ടോ ചത്തോ? എവിടെയെങ്കിലും പോയെങ്കിൽ അങ്ങു പോകട്ടെന്നു കരുതി."

"ഞാൻ തിരക്കിയില്ലെന്നാരുപറഞ്ഞു? നീ സുഖമായി കഴിയുന്നു വെന്നറിഞ്ഞു. പക്ഷേ, ഇത്രയുമങ്ങു കേറി വളർന്നെന്നു ഞാനറിഞ്ഞില്ല." അവൾ ലജ്ജിച്ചു തലതാഴ്ത്തി. കുട്ടിയപ്പച്ചി പറഞ്ഞു:

"നേരാ മോനേ. പെണ്ണങ്ങു വളർന്നുപോയി."

"ഏയ്, ഞാൻ വെറുതെ കളിപറഞ്ഞതാണപ്പച്ചീ."

"കളി പറഞ്ഞതാണേലും അതു കാര്യവുമാ. ഓരാൾത്തരംവന്ന് ഇവളെ പറഞ്ഞയയ്ക്കാതെ എനിക്കു മനസ്സമാധാനമില്ല."

"അത്ര ധൃതിപ്പെടാനൊന്നുമില്ല. അതൊക്കെ നടക്കേണ്ടപ്പോഴങ്ങു നടക്കും."

അവൾ കരിമഷിയെഴുതിയ കണ്ണുകളുയർത്തി അയാളെ ഒന്നൊളി ഞ്ഞുനോക്കി. കണ്ണുകളുടെ അഗാധതയിൽ ഒരു വികാര പ്രപഞ്ചം നിഴ ലിച്ചുനില്ക്കുന്നതായി തോന്നി.

തളർന്ന ശബ്ദത്തിൽ കുട്ടിയപ്പച്ചി പറഞ്ഞു.

"ഞങ്ങളും താമസം മാറിയിട്ടു മോനിതുവരെ അങ്ങോട്ടൊന്നും വന്നി ല്ലല്ലൊ. ഒരു ദിവസം വാ."

"സൗകര്യംപോലെ ഒരുദിവസം വരാം."

അച്ചുതൻനായർ കുട്ടിയപ്പച്ചിയെ ശ്രദ്ധിച്ചു. അവരുടെ പല്ലുകൊഴി യുകയും മുഖം ചുളിയുകയും ചെയ്തിരിക്കുന്നു. വളരെപ്പെട്ടെന്നു പ്രായ മേറിയതുപോലെ.

അവർ കൊച്ചുപാറോതിയെ വിളിച്ചു:

"എന്നാ വാമോളെ, വിളക്കു കത്തിക്കാറാകുമ്പോഴത്തേക്കും കൊച്ചാടത്തിയെ ഒന്നു കണ്ടേച്ചു വരാം. ഒന്നു കണ്ടു വർത്തമാനം പറ ഞ്ഞിട്ട് ഒരുപാടുനാളായി."

"അമ്മ അവിടുണ്ട്. വടക്കേത്തിരുന്നു ചീനി അരിയുവാന്നു തോന്നു ന്നു."

കുട്ട്യപ്പച്ചി വീട്ടിലേക്കു നടന്നപ്പോൾ കൊച്ചുപാറോതി പുറകിൽ തിരി ഞ്ഞുനിന്നു. അവൾ പുഞ്ചിരിതൂകിക്കൊണ്ട് ചോദിച്ചു:

"അച്ചുതൻചേട്ടൻ വരുമോ?"

"വരാം."

"എന്നാൽ പോകട്ടെ."

കടക്കണ്ണുകൊണ്ടു യാത്രപറഞ്ഞിട്ട് അവൾ അമ്മയുടെ പുറകെ ഓടിപ്പോയി.

അപ്പോൾ അയാളുടെ മനസ്സു പറഞ്ഞു— 'ഇല്ല കൊച്ചുപാറോതി, ഞാൻ വരില്ല. വരാൻ പാടില്ല.'

രാമൻനായരും പരമേശ്വരൻനായരുംകൂടി പറങ്കോട്ടുചന്തയിലെ പാപ്പിവൈദ്യനെക്കണ്ട് കല്യാണത്തിനു മുഹൂർത്തം കുറിപ്പിച്ചു. രാമൻ നായരുടെ നിർബ്ബന്ധത്തിനു വഴങ്ങി പെണ്ണുവീടുവരെ ഒന്നുചെല്ലാമെന്ന് വേലുനായർ സമ്മതിച്ചു.

ഒരു ദിവസം സന്ധ്യക്ക് അവർ ആറേഴാളുകൾ പപ്പുപിള്ളയുടെ വീട്ടി ലെത്തി. കടമ്പനാട്ടെ അളിയനു നല്കിയ വാഗ്ദാനമോർത്ത് വേലുനായർ മുറ്റത്തു നിന്നതേയുള്ളൂ. ജാനകിക്കുട്ടിയുടെ അമ്മ തിണ്ണയിൽ ഒരു നില വിളക്കു കൊളുത്തിവെച്ചു. വിളക്കിനുമുന്നിൽ നിറനാഴിയൊരുക്കി.

ജാനകിക്കുട്ടി പുരമുറിക്കകത്തുനിന്ന് തലകുമ്പിട്ടു തൊഴുകൈ യോടെ ഇറങ്ങി വന്നു. അച്ചുതൻനായർ എടുത്തുകൊടുത്ത പുടവ രണ്ടു കൈയുംനീട്ടി വാങ്ങി. കൂപ്പുകൈകളോടെ പുരമുറിക്കകത്തേക്കു കയറി പ്പോയി.

വിവാഹത്തിന്റെ ചടങ്ങു കഴിഞ്ഞു. എല്ലാവരും അങ്ങോട്ടുമിങ്ങോട്ടും പിരിഞ്ഞു. പെണ്ണിനെ വരഗേഹത്തിലേക്കു കൂട്ടിക്കൊണ്ടുപോയില്ല. അച്ചു തൻനായർ സംബന്ധവീട്ടിൽ വന്നും പോയും നിന്നു.

കുറെദിവസം കഴിഞ്ഞപ്പോൾ അമ്മ അച്ഛനെ പ്രേരിപ്പിച്ചു തുടങ്ങി:

"എന്തായാലും ഇത്രയുമൊക്കെ ആയില്ല്യോ? നമുക്കുചെന്നു അവ ളെയിങ്ങുവിളിച്ചോണ്ടു പോന്നൂടായോ?"

കുറെനേരത്തേക്ക് വേലുനായർ ഒന്നും മിണ്ടിയില്ല. ഒടുവിൽ സമ്മതം മൂളി—

"ഞാൻ വരുന്നില്ല. നീ ചെന്നിങ്ങു വിളിച്ചോണ്ടു പോരെ."

അന്നുവൈകിട്ട് മകൻ വീട്ടിൽനിന്നു വെളിയിലേക്കിറങ്ങുമ്പോൾ അമ്മ പറഞ്ഞു:

"നീ അവിടൊന്നു പറഞ്ഞേരെ. ഞാൻ നാളെ അങ്ങോട്ടുവരും. അവളെ ഇങ്ങോട്ടു വിളിച്ചോണ്ടു പോരാനാ."

അയാൾ അല്പം പ്രിയം നടിച്ചു.

"എന്തിനാ? അവളു പാവമാണ്. ഇവിടെ നിർത്തിയേക്കാൻ പറ്റുന്ന പെണ്ണല്ല."

അമ്മ കയർത്തു.

"ദാ. വിളച്ചിലു പറഞ്ഞാലുണ്ടല്ലോ...."

"ഞാൻ നേരുപറഞ്ഞെന്നേയുള്ളൂ."

"അതൊക്കെയിരിക്കട്ടെ. നാളെ ഞാനങ്ങോട്ടു ചെല്ലുമെന്ന് നീയവി

ടൊന്നു പറഞ്ഞേച്ചാമതി.”

അമ്മ വിളിക്കാൻ ചെല്ലുന്ന കാര്യം പറഞ്ഞപ്പോൾ ജാനകിക്കുട്ടി യുടെ മുഖം പ്രസന്നമായി. എങ്കിലും ഉള്ളിൽ അങ്കലാപ്പുണ്ടായിരുന്നു. ഭർത്താവിന്റെ വീട്ടുകാർക്കു തന്നെ ഇഷ്ടമാകുമോ? ഒരു കല്ലുകമ്മലും താലിമാലയുമല്ലാതെ കാതിലും കഴുത്തിലും ഒന്നുമില്ല....

അമ്മയോടൊപ്പം അറച്ചറച്ചാണ് അവൾ നടേവടക്കതിൽ ചെന്നു കേറിയത്. ഭഗവതിയെ മനസ്സിൽ വിചാരിച്ച് വലതുകാൽ വെച്ചു. ആരും അലോഹ്യമൊന്നും ഭാവിച്ചില്ല. അവളോട് ആ വീട്ടിലെ അംഗത്തെപ്പോലെ പെരുമാറി. പൊന്നു കുറഞ്ഞതിൽ കുറ്റപ്പെടുത്തിയില്ല.

ജാനകിക്കുട്ടി വീട്ടിൽ വേണ്ടുന്നതെല്ലാം നോക്കിക്കണ്ടു ചെയ്തു. തറവെളുക്കുന്നതിനുമുമ്പ് മുറ്റം അടിച്ചുവാരി. അടുപ്പിലെ ചാരംവാരി. പാത്രം തേച്ചുമെഴുക്കി. അടുക്കളപ്പണികൾക്കുശേഷം പശുക്കളെ അഴി ച്ചിറക്കി തൊഴുത്തു വൃത്തിയാക്കി. പറമ്പിൽനിന്നും പുല്ലുപറിച്ച് പശു വിനു കൊടുത്തു. വൈകിട്ടു തിണ്ണയും പൂമുഖവും തൂത്തിറക്കി ചാണ കവും വെള്ളവും കുടഞ്ഞു. പിന്നെ ആറ്റിൽപോയി മുങ്ങിക്കുളിച്ചുവന്ന് പൂമുഖത്തു നിലവിളക്കു കത്തിച്ചുവെച്ചു.

അമ്മയ്ക്കു മരുമകളെ ഇഷ്ടമായി. ഐശ്വര്യമുള്ള പെണ്ണ്. നല്ല അട ക്കവും ഒതുക്കവും. ഒരിക്കലും വെറുതെയിരുന്നു കണ്ടില്ല. അമ്മ അയ ലത്തെ സ്ത്രീകളോട് അഭിമാനപൂർവ്വം പറഞ്ഞു.

“ഭഗവതി തോന്നിച്ചു. ഞാനവളെ ഇങ്ങു വിളിച്ചോണ്ടുപോന്നു. അതു കൊണ്ടു ദോഷമൊന്നും പറ്റിയില്ല. അവളുവന്നു കേറിയതിപ്പിന്നെ വീടിന് എഴുന്നേറ്റമേയുള്ളൂ.”

ഒരു ദിവസം വയ്യാതിരുന്നപ്പോൾ മരുമകളെ വിളിച്ചേല്പിച്ചു–

“മോള് അമ്പലനടയിലെ ആ വിളക്കുകൂടി ഒന്നു കത്തിച്ചുവെച്ചേ ക്ക്.”

പിന്നെ സമയവും സൗകര്യവും ഒത്തുവന്നപ്പോൾ പറഞ്ഞു–

കൊറ്റാർകാവു ഭഗവതി വിളിച്ചാൽ വിളികേൾക്കുന്ന സ്വരൂപമാണ്. വെറുതെ പറയുന്നതല്ല. പണ്ടൊരിക്കൽ കുടുംബത്തിലെ ഒരു കാരണ വർ തന്റെ പെൺപിറന്നവർക്ക് അണിയാൻ വേണ്ടി, തട്ടാനെവരുത്തി ഒരു കാശുമാല പണികഴിപ്പിച്ചു. നൂറ്റൊന്നു സ്വർണ്ണരാശികളുരുക്കിയു ണ്ടാക്കിയ മാല പണിക്കുറ്റം തീർന്നു കൈയിൽ കിട്ടിയപ്പോൾ കാരണ വർ ഭാര്യയെ വിളിച്ചു–

“കാളിയേ!”

അവർ പൂമുഖത്തേക്കുള്ള വളച്ചുവാതിലിൽ വന്ന് വെളിയിലേക്കു മുഖം കാണിച്ചുനിന്നു. കാരണവർ തന്നെ മാല കഴുത്തിലണിയിച്ചുകൊ ടുത്തു. നാണം നടിച്ച് സന്തോഷം ഉള്ളിലൊതുക്കി കാളി മുഖം കുനിച്ചു തിരികെപ്പോയി.

പിന്നെ, ആളും പേരും ഒഴിഞ്ഞപ്പോൾ ഭാര്യയെ കാശുമാല ഇട്ടു കാണാൻ വേണ്ടി കാരണവർ പൂമുഖത്തേക്കു വിളിച്ചു. വെറും കഴു

ത്തോടെ കണ്ടപ്പോൾ തിരക്കി–

"എന്താ കഴുത്തിലിടാതെ മാലയൂരി വെച്ചത്?"

"ഏതു മാല?"

"ഞാൻ മുമ്പേ കഴുത്തിലിട്ടുതന്ന കാശുമാല."

ആ സ്ത്രീ നിന്നു മിഴിക്കുകയാണ്. അങ്ങനെയൊരു സംഭവം അവർക്കറിഞ്ഞുകൂടാ. കാരണവർ സംഭ്രാന്തനായി. അന്വേഷണവും കോലാഹലവുമായി. താൻ വിളിച്ചപ്പോൾ ആരാണു വാതിലിൽ വന്നു നിന്നത്? ആരുടെ കഴുത്തിലാണ് മാലയിട്ടത്?

ഒടുവിൽ പ്രശ്നാരിയാണു പറഞ്ഞത് — കാശുമാല ദേവീ വിഗ്രഹത്തിൽ ചാർത്തിയിട്ടുണ്ട്!

ആളുകൾ ക്ഷേത്രത്തിലേക്കോടി. ശരി തന്നെ. അതേ കാശുമാല! കാരണവർക്കു കാര്യം പിടികിട്ടി. തന്റെ വിളികേട്ടു സാക്ഷാൽ ഭഗവതി തന്നെ പൂമുഖത്തേക്ക് എഴുന്നള്ളി വരികയായിരുന്നു!

കാരണവർ ദേവിയുടെ മുന്നിൽ സാഷ്ടാംഗ പ്രണാമം ചെയ്തുകൊണ്ടു വിളിച്ചു പറഞ്ഞു.

"ഭഗവതീ, മഹാമായേ, ക്ഷമിക്കണേ."

ജാനകിക്കുട്ടി ദേവീമാഹാത്മ്യം വിസ്മയത്തോടെ കേട്ടിരുന്നു.

അതിനുശേഷം അവൾ തന്നെ മൂവന്തിയിൽ അമ്പലനടയിൽ ചെന്ന് ദീപം കൊളുത്തി കൈകൂപ്പി നിന്നു. ആ കാഴ്ച കണ്ട് അമ്മ ആഹ്ലാദം കൊണ്ടു.

അഞ്ച്

ക്ഷേത്ര മൈതാനത്തുകൂടി വലത്തോട്ടു തിരിഞ്ഞ് വെട്ടുവഴിയിലൂടെ അല്പം നടന്നാൽ ചന്തയായി. തീരെച്ചെറിയ ഒരു നാട്ടുചന്ത. പലചരക്കും ബീഡി മുറുക്കാനും കാപ്പിക്കടയുമൊക്കെയായി ആറേഴു കടകൾ.

സന്ധ്യ കഴിഞ്ഞാൽ മണ്ണെണ്ണ വിളക്കുകൾ കെട്ട് ഇരുട്ടിന്റെ കരിമ്പടത്തിനുള്ളിൽ ചന്ത ശ്വാസം നിലച്ചു ചത്തതുപോലെ കിടക്കും. വെളുപ്പാവുമ്പോൾ വീണ്ടും ജീവൻ വയ്ക്കും. കാപ്പിക്കടകളിൽ തീ കത്തിക്കാളാൻ തുടങ്ങും. അപ്പോൾ ഒരു കരുപ്പട്ടിക്കാപ്പി കുടിക്കാൻ വേണ്ടി ആളുകൾ കടയിൽ വന്നു കാത്തിരിക്കും. പിന്നെ ആളും പേരുമൊഴിഞ്ഞ നേരമില്ല.

കുറെക്കാലം മുമ്പാണു ചന്തയുടെ തുടക്കം. ഒരു ദിവസം കോയിക്കൽ പിള്ളമാർ വിളിച്ചു പറഞ്ഞപ്പോൾ കട്ടയും തൂമ്പായും മൺവെട്ടിയുമായി ആളുകൾ ആവേശത്തോടെ അടുത്തുകൂടി. വഴിയോടു ചേർന്ന നിലം മണ്ണിട്ടുയർത്തി. കോയിക്കൽ നിന്നു കടകൾ പണിയിച്ചു വാടകയ്ക്കു നല്കി. കച്ചവടക്കാരെത്തി. പലചരക്ക്, ജൗളി, സ്റ്റേഷനറി, കാപ്പിക്കടകളും മുറുക്കാൻ കടകളും.

ചന്തയുടെ പിറവി നാടിന്റെ ജീവിതത്തിൽ ഒരു വലിയ സംഭവമായിരുന്നു. മുമ്പ് അനേകം നാഴികയകലെ, താമരക്കുളത്തേക്കോ ശാസ്താംകോട്ടയിലേക്കോ നാട്ടുകാർ തലച്ചുമടുമായി നടന്നുപോകണമായിരുന്നു. ഇപ്പോൾ സാധനങ്ങളുമായി തിങ്കളും വ്യാഴവും ദിവസങ്ങളിൽ ചന്തയിലേക്കു ചെന്നാൽ മതി. പുലർച്ചയാവുമ്പോഴേക്കും അവിടെ കോളുകാർ വന്നു നിരന്നിരിക്കും.

നാട്ടിലെ ഉല്പന്നങ്ങൾ ചന്തയിൽ കുന്നുകൂടി. നെല്ലും മരച്ചീനിയും ചേനയും കാച്ചിലും വാഴക്കുലയും പച്ചക്കറികളുമെല്ലാം. കച്ചവടക്കാർ അതു കോളു ചെയ്തു കാളവണ്ടിയിൽ കയറ്റിക്കൊണ്ടുപോയി.

ചന്തയിൽ ചെറുപ്പക്കാർ കൂട്ടം കൂടി. കളിയും ചിരിയും സംസാരവും. വാഗ്വാദങ്ങൾ. അവർ എല്ലാറ്റിനെക്കുറിച്ചും അഭിപ്രായങ്ങൾ പറഞ്ഞു. സ്റ്റേറ്റ് കാൺഗ്രസിനെക്കുറിച്ച്, പാപ്പിവൈദ്യന്റെ ചികിത്സയെക്കുറിച്ച്, ചില വീടുകളിലുള്ള അയാളുടെ സഹകരണത്തെക്കുറിച്ച്.

ഒരുകാലത്ത് കുടിയിടയിലെ നടന്നു ചികിത്സക്കാരനായിരുന്നു പാപ്പി വൈദ്യൻ. ദൂരെയെങ്ങോ ഉള്ള ആളാണ്. ചന്തയുണ്ടായപ്പോൾ അവിടെയൊരു ബോർഡു തൂക്കി "ജീവരക്ഷാമണി" "വൈദ്യശാല" തുറന്നു. ആർക്കെങ്കിലും ദീനമോ ദണ്ണമോ വന്നാൽ നേരേ വൈദ്യശാലയിലെത്തിയാൽ മതി. അരിഷ്ടവും ഗുളികയും കഷായത്തിനുവേണ്ട കുറിപ്പടിയും കിട്ടും. ദൈവാധീനം നോക്കാനോ, മുഹൂർത്തം നിശ്ചയിക്കാനോ ആണെങ്കിലും ദൂരെയെങ്ങും പോകണ്ടാ. അയാൾ പഞ്ചാംഗം നോക്കി കുറിച്ചുകൊടുക്കും.

വൈദ്യന്റെ ആഹാരവും കിടപ്പുമെല്ലാം കോയിക്കലാണ്. പുലർച്ചെ എഴുന്നേറ്റ് അവശ്യം വേണ്ട വീടുകളിൽ പോയി രോഗികളെ നോക്കിയിട്ടാണ് വൈദ്യശാലയിൽ വരുന്നത്. മടക്കയാത്രയിൽ സരസ്വതിയമ്മയുടെ വീട്ടിൽ പോകും. ഏറെനേരം അവിടെ വർത്തമാനം പറഞ്ഞിരിക്കും.

കോയിക്കലെ ഇളയപിള്ളയും സരസ്വതിയമ്മയുടെ ഭർത്താവും സുഹൃത്തുക്കളായിരുന്നു. ഇളയപിള്ള കൂടെക്കൂടെ കൂട്ടുകാരന്റെ വീട്ടിൽ ചെന്നു.

ഒരു ദിവസം ഏതോ അരുതാത്തതുകണ്ട് കൂട്ടുകാർ തമ്മിൽ വഴക്കുകൂടി. പിറ്റേദിവസം രാവിലെ സരസ്വതിയമ്മയുടെ ഭർത്താവു വീട്ടുമുറ്റത്തെ കപ്പമാവിൽ കെട്ടിത്തൂങ്ങി നില്ക്കുന്നതുകണ്ടു.

അതിനെക്കുറിച്ചു പ്രായം ചെന്ന പെണ്ണുങ്ങൾ പറഞ്ഞു:

"ഒരു നല്ല മനുഷ്യനാരുന്നു. ആ തേവിടിച്ചി അയാളെ കൊല്ലിച്ചു."

അതിനുശേഷം സരസ്വതിയമ്മയും രണ്ടു കുട്ടികളും ആ വീട്ടിൽ തനിച്ചു താമസിച്ചു. ആ സ്ത്രീ ചെറുപ്പമായിരുന്നു. നല്ല ആരോഗ്യവും മുഖശ്രീയും ഉണ്ട്. അവർ ഭർത്താവില്ലാതെ ഗർഭിണിയായപ്പോൾ ഇളയപിള്ളയാണ് പാപ്പി വൈദ്യനെ അവിടെ കൂട്ടിക്കൊണ്ടു ചെന്നത്. വൈദ്യർ അവരുടെ അഭിമാനം രക്ഷിച്ചു. അന്നുമുതൽ മുടങ്ങാതെ ചികിത്സയും തുടങ്ങി.

ചന്തയിൽ കൂടിയ ചെറുപ്പക്കാർ വൈദ്യനെ നോക്കി അർത്ഥം വെച്ചു സംസാരിക്കുകയും ഉച്ചത്തിൽ പറഞ്ഞു ചിരിക്കുകയും ചെയ്തു. പക്ഷേ, വൈദ്യൻ അതൊന്നും വകവെച്ചില്ല.

ശിവരാമൻനായരുടെ കാപ്പിക്കടയിൽ ഇരിക്കുമ്പോൾ തങ്കപ്പൻപിള്ള പറഞ്ഞു:

"ആ സ്ത്രീയുടെ ദീനം മാറണമെങ്കിൽ വൈദ്യനെ വേണം ചികിത്സിക്കാൻ. നല്ല പ്രഹരാദി കഷായം കൊടുത്ത്....."

തങ്കപ്പൻപിള്ളയ്ക്കു കാപ്പിയൊഴിച്ചു നീട്ടിക്കൊണ്ട് ശിവരാമൻ പറഞ്ഞു:

"അയാൾ അവിടെ പോകുന്നതിൽ അവരുടെ വേണ്ടപ്പെട്ടവർക്കാർക്കും എതിർപ്പില്ല. പിന്നെന്തിനാ മറ്റുള്ളവർ വഴക്കിനു നടക്കുന്നത്?"

ആളുകൾ അകലെനിന്ന പാച്ചുപിള്ളയുടെ മുഖത്തേക്കു നോക്കി. സരസ്വതിയമ്മ പാച്ചുപിള്ളയുടെ ഭാര്യാസഹോദരിയാണ്.

കടമ്പാട്ടെ ശ്രീധരൻനായർ അതിനോടു യോജിച്ചില്ല.

"എന്നു കരുതി എങ്ങാണ്ടുകിടന്ന ഒരുത്തൻ ഈ നാട്ടിൽ വന്നു വിത്തുകാളയെപ്പോലെ കയറിയിറങ്ങി നടന്നോട്ടെന്നോ?"

അച്ചുതൻനായർ ആ സംസാരം ശ്രദ്ധിച്ചു. ശ്രീധരൻനായരും തങ്കപ്പൻപിള്ളയും കൂടി പറഞ്ഞൊത്താൽ അതിന്റെ പുറകെ എന്തെങ്കിലും പുക്കാറും കാണും. അയാൾ അതൊഴിവാക്കാനുള്ള വഴി പറഞ്ഞു:

"ആദ്യം നമുക്കൊന്നു പറഞ്ഞുനോക്കാം. എന്നിട്ടു കേൾക്കുന്നില്ലെങ്കിൽ മതി ബാക്കിയെല്ലാം."

ഒരു ദിവസം രാത്രി അവർ നാലഞ്ചാളുകൾ സരസ്വതിയമ്മയുടെ വീടിനു മുൻവശം വഴിയിൽ കാത്തുനിന്നു. വൈദ്യൻ ഇറങ്ങി വന്നപ്പോൾ തങ്കപ്പൻപിള്ള അയാളുടെ മടിക്കുത്തിനു പിടിച്ചു നിറുത്തി. ശ്രീധരൻനായർ അടിക്കാൻ കൈപൊക്കിയപ്പോൾ അച്ചുതൻനായർ കേറിപ്പിടിച്ചു.

"ഇപ്പോൾ അടിക്കരുത്."

തങ്കപ്പൻപിള്ള വൈദ്യന്റെ കുത്തിനുപിടിച്ച് മുന്നോട്ടും പിന്നോട്ടും ഉലച്ചു.

"എന്തുവാ തനിക്കെന്നുംകുന്നും രാത്രി ഇവിടെയൊരു ചികിത്സ?"

വൈദ്യൻ ഒന്നും മിണ്ടിയില്ല. പരമേശ്വരൻനായർക്കു കോപം വന്നു.

"തന്നോടാ ചോദിച്ചത്. കേട്ടില്ലേ? എന്താ തന്റെ നാക്കു താണുപോയോ?"

ഒരു കുട്ടിത്തേവാങ്കിനെപ്പോലെ വൈദ്യൻ നിന്നു പരുങ്ങി.

"നിങ്ങളേതാണ്ടു തെറ്റിദ്ധരിച്ചിരിക്കുവാ."

"തെറ്റിദ്ധാരണയൊന്നുമില്ല. തന്നെ മേലാൽ ഈ വഴിക്കു കണ്ടു പോകരുത്."

"നിങ്ങൾക്കിഷ്ടമില്ലെങ്കിൽ ഞാൻ വരുന്നില്ല."

"ഞങ്ങൾക്കിഷ്ടമില്ല."

"എന്നാൽ വരികയില്ല"

അച്ചുതൻനായർ തങ്കപ്പൻപിള്ളയോടു പറഞ്ഞു:

"ശരി. ഇനി അയാളെ വിട്ടേക്ക്."

അന്ന് ഒന്നും ചെയ്യാതെ പറഞ്ഞുവിട്ടു.

അതിനുശേഷം അവരെ കാണുമ്പോൾ വൈദ്യന്റെ മുഖം വീർത്തുകെട്ടും. പക്ഷേ, വിരോധം ഭാവിച്ചു നടക്കാനല്ലാതെ നേരിടാനുള്ള ധൈര്യമില്ല. നല്ല തടിമിടുക്കുള്ള ചെറുപ്പക്കാർ. അവർ ഒന്നിച്ചുകൂടി നടക്കുമ്പോൾ വൈദ്യനെന്നല്ല, ആരും അതിനു തയ്യാറാവുകയില്ല.

പരമേശ്വരൻ നായരുടെ വീട്ടുകാർക്ക് സ്വത്തു കുറവാണെങ്കിലും ആൾബലമുണ്ട്. ഇടപ്പനയത്തും പാതിരിക്കലും അവരുടെ വീട്ടുകാരാണു കൂടുതൽ. അതുകൊണ്ട് അങ്ങനെയാരും അയാളോടെതിരിടാൻ ചെല്ലുകയില്ല.

ചെറുപ്പംമുതലേ അന്യായം കാണുന്നിടത്ത് മുമ്പിൽ നോക്കാതെ ചാടിവീഴും. ശരിയെന്നു തോന്നുന്നതിനുവേണ്ടി കേറി തോളുകൊടുക്കും.

പണ്ടൊരിക്കൽ അമ്പലമൈതാനത്തു വാശിയിലുള്ള കിളികളി. പനം കതിരുപോലെ ദീർഘമായ കൈകൾ വീശി കളിത്തട്ടിന്റെ നടുവരയിൽ പരമേശ്വരൻനായർ കിളിയായി പറന്നു നടന്നു. കിളിയെക്കണ്ട് ഉപ്പും ചപ്പയും അകന്നുമാറി. കിളിയുടെ അടികിട്ടാതെ തങ്കപ്പൻപിള്ള തട്ടിനു വെളിയിലേക്കു ചാടി ഉപ്പു വയ്ക്കാൻ ആഞ്ഞാഞ്ഞുനിന്നു. കാണികൾ ആകാംക്ഷയോടെ കളിത്തട്ടിനു ചുറ്റും തിക്കിക്കൂടി നിന്നു. മുന്നോട്ടു കഴുത്തും നീട്ടിനിന്ന ചാത്തൻകുട്ടിയെയും തേവനെയും കണ്ട് കോയിക്കലെ മഹേശ്വരൻപിള്ള ചാടിച്ചെന്നു.

"ദൂരെ മാറിനെടാ."

അയാൾ അവരുടെ കൊങ്ങായ്ക്കു പിടിച്ചുതള്ളി. അവരൊഴിഞ്ഞു മാറിപ്പോയി.

"കൊത്തിക്കൊത്തി മുറത്തിൽകേറി കൊത്തുന്നോ? പൊയ്ക്കോ ദൂരെ. ഇവിടെങ്ങും കണ്ടു പോകരുത്"

പരമേശ്വരൻനായർ കളിത്തട്ടിൽ നിന്നു വിളിച്ചു പറഞ്ഞു:

"എടേ പോകരുത്."

തേവരും ചാത്തൻ കുട്ടിയും തിരിഞ്ഞു നോക്കി.

"നിങ്ങളെവിടെ പോകുന്നു.? പോകണ്ട. ഇവിടെ വന്നു നില്ക്ക്."

ചാത്തൻകുട്ടി മടങ്ങിവന്നു. തേവൻ തിരിഞ്ഞുനോക്കാതെ നടന്നു. അതോടെ കളിത്തട്ടിൽ അഭിപ്രായ വ്യത്യാസമുണ്ടായി. കളി മുടങ്ങി. പിറ്റേന്നും അതിന്റെ പിറ്റേന്നും കളിനടന്നില്ല.

പരമേശ്വരൻനായർ കൂട്ടുകാരെയുംകൂട്ടി പുലക്കുടികളിൽ ചുറ്റി നടന്ന് അവിടത്തെ ചെറുപ്പക്കാരെ കളിക്കാൻ ക്ഷണിച്ചു. അവരെ ചേർത്തു വീണ്ടും കളിതുടങ്ങി. കിളികളി മാത്രമല്ല, കുട്ടിയും കുറിഞ്ഞിയും, തലപ്പന്തുകളി.... കുടുകുടുകളി......

മഹേശ്വരൻപിള്ളയും ഓമനക്കുട്ടക്കുറുപ്പും ആരും പിന്നെ കളിസ്ഥലത്തു വന്നിട്ടില്ല.

പരമേശ്വരൻനായർ ചന്തയിൽ ചെന്നാൽ അയാൾക്കുചുറ്റും ചെറുപ്പക്കാർ കൂട്ടംകൂടും. പിന്നെ പരസ്പരം കളിയാക്കലും തമാശ പറയലുമാണ്. ഒരുദിവസം സ്റ്റേറ്റുകാൺഗ്രസിനെക്കുറിച്ച് എന്തോ ഒച്ചവെച്ചു സംസാരിച്ചപ്പോൾ ഇളയപിള്ള ചെന്നു ക്ഷുഭിതനായി പറഞ്ഞു.

''ആരാടാ കിടന്നു ബഹളം വയ്ക്കുന്നത്? നിന്റെയൊന്നും കോൺഗ്രസ് ഈ ചന്തയിലെടുക്കണ്ടാ. പറഞ്ഞേക്കാം.

പരമേശ്വരൻനായരുടെ മുഖം ചുവന്നു.

അയാൾ ഗൗരവത്തിൽത്തന്നെ മറുപടി പറഞ്ഞു:

"എടാ, പോടാ എന്നൊന്നും സംബോധന ചെയ്യരുത്."

ഇളയപിള്ള ഒന്നറച്ചു നിന്നിട്ടു ചോദിച്ചു:

"സംബോധന ചെയ്താൽ നീയെന്തോ ചെയ്യും?"

"അതുപോലെ തിരിച്ചും വിളിക്കും."

"വിളിക്കും. അല്ലേ?"

"ഓ. വിളിക്കും."

ഒന്നു നീട്ടിമൂളിയിട്ട് ഇളയപിള്ള ഒഴിഞ്ഞുമാറിപ്പോയി.

സംസാരം കേട്ടുനിന്നവർക്ക് പരമേശ്വരൻനായരെക്കുറിച്ചു മതിപ്പു തോന്നി. പലചരക്കു കടക്കാരൻ കടമ്പാട്ടു കൃഷ്ണൻനായർ ഉൾപ്പെടെ പലർക്കും. കൃഷ്ണൻനായർ കോൺഗ്രസുകാരനാണ്. ആദർശവാദിയും ഖദർധാരിയുമാണ്. പക്ഷേ, അയാൾ വാതുറന്ന് ഒന്നും പറഞ്ഞില്ല.

ഇളയപിള്ള എവിടെനിന്നെങ്കിലും ഒരു പത്രവുമെടുത്തുകൊണ്ടു ചന്തയിൽവന്ന് ഉറക്കെ കോൺഗ്രസിനെതിരായ വാർത്തകൾ വായിക്കും. കോൺഗ്രസുകാരെ അധിക്ഷേപിക്കും. കോയിക്കലെ ആശ്രിതരും സിൽബന്ധികളും അതുകേട്ട് ആർത്തുചിരിക്കും.

അതോടെ പരമേശ്വരൻനായർക്കും വാശിയായി. അച്യുതൻനായരെ കായംകുളത്തു പറഞ്ഞയച്ച് ഒരു ത്രിവർണ്ണപതാക വാങ്ങി. കൂട്ടുകാരെ വിളിച്ചുചേർത്ത് കളയ്ക്കാട്ടുനിന്ന് ഒരടയ്ക്കാമരം മൂടോടെ വെട്ടിപ്പിഴുതു. എല്ലാവരുംകൂടി അതു തോളിലേറ്റി ചന്തയിൽ കൊണ്ടുവന്നു. അതിൽ കൊടിവെച്ചുകെട്ടി. റോഡരികിൽ കുഴിച്ചിട്ടു. ആകാശത്തു പാറിപ്പറക്കുന്ന പതാകയെ നോക്കി അവർ ഉച്ചത്തിൽവിളിച്ചു–

"ഭാരത മാതാ കീ ജയ്."

"മഹാത്മാഗാന്ധി കീ ജയ്."

അതു കേട്ട് ഇളയപിള്ളയുടെ അടുത്തുനിന്നിരുന്ന അമ്പിയിൽ കൊമ്പനം ഐക്കര പാച്ചൻപിള്ളയും ഉറക്കെ കൂവിവിളിച്ചു.

കൊച്ചുകോയിക്കലെ രാമൻപിള്ള കൊടിപൊക്കുന്നിടത്തുചെന്നു. മുമ്പുമുതലേ അയാളും ഗാന്ധിഭക്തനും ഖദർ വസ്ത്രധാരിയുമാണ്. ഗാന്ധി രാമൻപിള്ളയെന്നാണു പേരുപോലും. മലർന്നുനിന്ന് ത്രിവർണ്ണപതാകയെ നോക്കിയിട്ട് അയാൾ ചെറുപ്പക്കാരെ അഭിനന്ദിച്ചു—

"നന്നായി, നിങ്ങളുടെ ഈ പ്രവൃത്തി വളരെ നന്നായി."

അയാൾ പലചരക്കുകടയുടെ മുന്നിൽചെന്ന് കടമ്പാട്ടു കൃഷ്ണൻ

നായരെക്കൊണ്ട് തന്റെ സന്തോഷമറിയിച്ചു.

"നല്ല ചുണയന്മാരായ കുട്ടികൾ. ഇങ്ങനെതന്നെ വേണം."

അഭിപ്രായമൊന്നും പറയാതെ കൃഷ്ണൻനായർ ഒന്നു മന്ദഹസിക്കുകമാത്രം ചെയ്തു. ഖദർ ധരിക്കുമെന്നല്ലാതെ വാഗ്വാദങ്ങൾക്കോ ഏടാകൂടങ്ങൾക്കോ ഒന്നും കൃഷ്ണൻനായരില്ല. രാവിലെ കുളിച്ച് കൊറ്റാർകാവിൽപോയി തൊഴുതിട്ട് കടയിൽ വരും. കടയിൽ ആളൊഴിയുന്ന നേരത്ത് പത്രമോ പുരാണഗ്രന്ഥങ്ങളോ വായിച്ചുകൊണ്ടിരിക്കും. രാത്രിയിൽ വീട്ടിൽ മടങ്ങിയെത്തിയാൽ മുടങ്ങാതെ ജപവും ധ്യാനവും— അങ്ങനെ ആദ്ധ്യാത്മികവും ഭൗതികവും കൂടി സമന്വയിപ്പിച്ചുകൊണ്ടുള്ള ഒരു ജീവിതമാണ് കൃഷ്ണൻനായരുടേത്. നേരേമറിച്ചാണ് പരമേശ്വരൻനായരും അച്ചുതൻനായരും.

തഴവായോ വള്ളികുന്നത്തോ എവിടെ കോൺഗ്രസിന്റെ ഒരു യോഗമുണ്ടെന്നു കേട്ടാലും അവർ രണ്ടുപേരും അവിടെയെത്തും. പക്ഷേ, തങ്കപ്പൻപിള്ളയ്ക്കും ശ്രീധരൻനായർക്കും അതിലെങ്ങും താല്പര്യമില്ല. ആരെങ്കിലും വിളിച്ചാലും ചെല്ലുകയില്ല. പരമേശ്വരൻനായർ നിയമം ലംഘിച്ച് അറസ്റ്റുവരിച്ചെന്നു കേട്ടപ്പോൾ കൂട്ടുകാർക്ക് ആശ്ചര്യംതോന്നി. ഗാന്ധിരാമൻപിള്ളയ്ക്കുപോലും അത്ഭുതമായിരുന്നു. ഗാന്ധിജിയുടെ സൃഷ്ടിപരപ്രവർത്തനങ്ങളോടു ബഹുമാനമുണ്ടെന്നല്ലാതെ ബഹുജനപ്രക്ഷോഭണങ്ങളിലൊന്നും അയാൾക്കുപങ്കില്ല.

പരമേശ്വരൻനായർ ഒരമ്മയ്ക്കു ഒരു മകനാണ്. നിയമം ലംഘിച്ചതിനു മകനെ പൊലീസ് പിടിച്ചുകൊണ്ടുപോയെന്നറിഞ്ഞപ്പോൾ അമ്മ വീട്ടിൽ കരഞ്ഞു വിളിച്ചുകഴിഞ്ഞു. അന്നു ഗാന്ധിരാമൻപിള്ള ചെന്ന് അവരെ ആശ്വസിപ്പിച്ചു.

"കേട്ടോ, കളയ്ക്കാട്ടുകാരേ, നിങ്ങൾ ദുഃഖിക്കരുത്. നിങ്ങളുടെ മകനെച്ചൊല്ലി അഭിമാനിക്കുകയാണു വേണ്ടത്."

ശിക്ഷ കഴിഞ്ഞു വന്നപ്പോൾ മകൻ ഇനിയൊരു പെണ്ണുകൊണ്ടുവന്നു കാണാൻ അച്ഛനും അമ്മയും ആഗ്രഹിച്ചു. അച്ഛൻ തന്നെ കുളനടയിൽപോയി പെണ്ണുകണ്ടിട്ടു വന്നു. നല്ല വീട്ടുകാരാണ്. ധനശേഷിയുണ്ട്. ആ ബന്ധം അദ്ദേഹത്തിനിഷ്ടപ്പെട്ടു.

ഓർക്കാപ്പുറത്തുവന്ന ഒരു കാര്യമാണ്. പരമേശ്വരൻനായർ അച്ചുതൻനായരോടു വിവരം പറഞ്ഞു. രണ്ടുപേരും കയറൂരിവിട്ട കാളയെപ്പോലെ നടക്കുന്ന കാലം. അതുവരെ വിവാഹമെന്ന ഒരേടാകൂടത്തെക്കുറിച്ച് രണ്ടുപേരും ആലോചിച്ചിട്ടുപോലുമില്ല. അച്ഛന്റെ നിർബ്ബന്ധം കൊണ്ട് കൂട്ടുകാരനെയും വിളിച്ചുകൊണ്ട് പരമേശ്വരൻനായർ പെണ്ണുകാണാൻപോയി. തിരികെവന്നപ്പോൾ അച്ചുതൻനായർ തിരക്കി—

"എന്താ പെണ്ണിനെ ഇഷ്ടപ്പെട്ടോ?"

"അവൾക്കിഷ്ടപ്പെട്ടെങ്കിൽ എനിക്കും ഇഷ്ടംതന്നെ."

കല്യാണം കഴിഞ്ഞു. തൊട്ടു പിന്നാലെ വീട്ടുകാർ തമ്മിൽ സ്വരച്ചേർച്ചയില്ലാതായി. പൊന്നിന്റെ കാര്യത്തിൽ പെണ്ണുവീട്ടുകാർ വാക്കു

പാലിച്ചില്ല. തല്ക്കാലസമയത്തു പറഞ്ഞു പറ്റിച്ചു.

പക്ഷേ, പൊതുപ്രവർത്തനങ്ങൾക്കിടയിൽ ഈവക കാര്യങ്ങളൊന്നും പരമേശ്വരൻനായർ ഗൗനിച്ചില്ല. കുളനടക്കാർക്കും പരാതിയുണ്ടായിരുന്നു. വരുന്നവരോടും പോകുന്നവരോടുമെല്ലാം അതുമിതുംപറഞ്ഞ് ശൂരനാട്ടുകാർ തങ്ങളെ കൊച്ചാക്കി. തങ്ങളുടെ വീട്ടിലെ സംബന്ധക്കാരാരും അങ്ങനെ കണക്കു പറഞ്ഞിട്ടില്ല. ഇങ്ങനെയുള്ള ആളുകളാണെന്നറിഞ്ഞിരുന്നെങ്കിൽ അവർ പെണ്ണിനെ അയയ്ക്കുമായിരുന്നില്ല.

കുളനടക്കാർ പെണ്ണിന് എഴുതിക്കൊടുക്കാമെന്നു പറഞ്ഞ വസ്തുക്കൾപോലും ഇനി കൊടുക്കാൻ ഭാവമില്ല. അവളെ അങ്ങു വീട്ടിൽ കൊണ്ടുചെന്നു വിട്ടേച്ചാൽ മതി.

അതറിഞ്ഞു കളയ്ക്കാട്ടെ മൂപ്പിലാനു വാശിയേറി. എന്നാൽ അതു തന്നെ നടക്കട്ടെ. തന്റെ മകനു പൊന്നും പണവുമുള്ള വീട്ടിൽ നിന്നു വേറെ ബന്ധം കിട്ടുമോ എന്നു നോക്കട്ടെ.

പെണ്ണാണെങ്കിൽ കരഞ്ഞും വിളിച്ചും കഴിഞ്ഞു. അവൾക്കങ്ങു വീട്ടിൽപ്പോയാൽമതി. ഇങ്ങനെ ആട്ടും തുപ്പുമേറ്റു ജീവിക്കാൻവയ്യ.

പരമേശ്വൻനായർക്ക് വീട്ടിൽ സ്വൈരതയില്ലാതായി. അയാൾ വീട്ടിൽ കേറാതെ നടന്നു. കൊറ്റാർകാവിലെ ഊട്ടുപുരയിൽച്ചെന്ന് പോറ്റിയുമായി വർത്തമാനം പറഞ്ഞുകഴിഞ്ഞു. ഒരു ദിവസം കുളനടയിൽനിന്നു പെണ്ണിന്റെ തന്തവന്നു. അയാളോട് ആരും ഒന്നും ഉരിയാടിയില്ല. വീട്ടുകാരോടു പറയാതെ അയാൾ മകളെയും വിളിച്ചുകൊണ്ടു നേരെ കുളനടയ്ക്കുപോയി.

വിവരമറിഞ്ഞപ്പോൾ പരമേശ്വരൻനായർക്കു ക്ഷോഭവും സങ്കടവും തോന്നി. എല്ലാവരോടും വിദ്വേഷം. അച്ഛന്റെയും അമ്മയുടെയും പെരുമാറ്റത്തിൽ പ്രതിഷേധിച്ച് വീട്ടിൽ പട്ടിണി കിടന്നു. ചോദിക്കാതെയും പറയാതെയും പെണ്ണിനെ വിളിച്ചുകൊണ്ടുപോയ അമ്മാവിയപ്പനെ മനസ്സുകൊണ്ടു കുറ്റപ്പെടുത്തി. അങ്ങനെ പോകാൻ തയ്യാറായ പെണ്ണിന്റെ നേരെ രോഷം തോന്നി. പൊയ്ക്കൊള്ളട്ടെ. ഇനി അവളെ കാണാൻ വേണ്ടി അങ്ങോട്ടു കാലെടുത്തു കുത്തുകയില്ല.

മകനെക്കൊണ്ടു മറ്റൊരു വിവാഹം കഴിപ്പിക്കാനായി മൂപ്പിലാന്റെ ശ്രമം. അങ്ങനെ തന്റെ മാനം കാക്കണം. കുളനടക്കാരോടു പകരം ചെയ്യണം. അതിനുവേണ്ടി അവിടെയും ഇവിടെയും ആലോചന തുടങ്ങി.

പക്ഷേ, പരമേശ്വരൻനായർ അതിനു സമ്മതം മൂളിയില്ല. ചോദിക്കാതെയും പറയാതെയും പോയതുകൊണ്ടു മാത്രം അവളെ അങ്ങോട്ടു ചെന്നു വിളിച്ചോണ്ടു പോരാൻ വയ്യ. എങ്കിലും എന്നെങ്കിലും ഒരിക്കൽ അവൾ മടങ്ങിവരാതിരിക്കില്ല.

മൂപ്പിലാൻ ഒരു പുതിയ കല്യാണാലോചന കൊണ്ടുവന്നപ്പോൾ പരമേശ്വരൻനായർ തീർത്തു പറഞ്ഞു:

"ഇനി മറ്റൊരു പെണ്ണിന്റെ കഴുത്തിൽ ഞാൻ താലികെട്ടുകയില്ല."

വീട്ടിൽ സൈ്വരക്കേടു വർദ്ധിച്ചു. അച്ഛനും മകനും തമ്മിൽ മിണ്ടുരിയാട്ടമില്ല. മുഖത്തോടു മുഖം നോക്കുകയില്ല.

പെണ്ണുവീട്ടുകാരും വാശിയിലാണ്. വിവാഹം ഒഴിഞ്ഞില്ലെങ്കിൽ അവർ കോടതിയിൽ പോകുമെന്നായി. ആ വിവരമറിഞ്ഞപ്പോൾ പരമേശ്വരൻനായർ തളർന്നു. എങ്ങും ഒരു നിലയില്ലാതെ, ഒരു പിടികിട്ടാതെ അയാൾ പിടയുകയായിരുന്നു.

തന്റെ മനഃപ്രയാസങ്ങളെക്കുറിച്ച് അച്ചുതൻനായരോടു പറഞ്ഞു. ഒരു പരിഹാരം കണ്ടെത്താൻ വേണ്ടി രണ്ടുപേരും വളരെയൊക്കെ ആലോചിച്ചു. ആരെയോ ഇടപെടുത്തി നോക്കി. ആ ബന്ധം ഒഴിയുകയല്ലാതെ വേറെ വഴിയില്ലെന്നു തോന്നി.

രണ്ടുപേരും കുളനടയിൽ ചെന്നു. മദ്ധ്യസ്ഥന്മാരുടെ സാന്നിദ്ധ്യത്തിൽ കാര്യങ്ങൾ സംസാരിച്ചു. ബന്ധം വേർപെടുത്താൻ തീരുമാനിച്ചു.

രജിസ്റ്റർ കച്ചേരിയിൽച്ചെന്നു വിവാഹമൊഴിഞ്ഞിട്ട് അവളോട് യാത്ര ചോദിക്കുമ്പോൾ അവളുടെ കവിളിലൂടെ കണ്ണീരൊഴുകി. അയാളുടെ കണ്ണും നിറഞ്ഞുതുളുമ്പി. തിരികെ പോരുമ്പോൾ അച്ചുതൻനായരോടു പറഞ്ഞു:

“ഞാൻ വീണ്ടും വന്ന് അവളെ വിളിച്ചോണ്ടു പോകും.”

അച്ചുതൻനായർക്കു ചിരി വന്നു.

“ബന്ധം പിരിഞ്ഞ പെണ്ണിനെയോ?”

“മനസ്സിൽ ബന്ധം പിരിഞ്ഞിട്ടില്ല. അവളെ മനസ്സിൽനിന്ന് ഒഴിച്ചുവിടാൻ കഴിയുന്നില്ല.”

“ഇപ്പോഴും മനസ്സിൽ അവളെയും കൊണ്ടാണു നടക്കുന്നതെങ്കിൽ ഇവിടെ വെച്ചുതന്നെ അങ്ങു പറഞ്ഞുവിട്ടേയ്ക്ക്. അവൾ പോയി അവളുടെ പാടു നോക്കട്ടെ.”

“മറ്റുള്ളവർക്കു പറയാനെളുപ്പമാണ്.”

ഒരു നെടുവീർപ്പോടെ പരമേശ്വരൻനായർ പറഞ്ഞു.

“പക്ഷേ, എന്നെക്കൊണ്ടതു സാദ്ധ്യമല്ലളിയാ.”

അയാൾ അവളെയും ധ്യാനിച്ചുകൊണ്ടാണു നടക്കുന്നതെന്ന് അച്ചുതൻനായർക്കു തോന്നി.

സ്റ്റേറ്റു കോൺഗ്രസ് അധികാരത്തിൽ വന്നകാലം. കോയിക്കൽ വെച്ചു കോൺഗ്രസിന്റെ യോഗം കൂടി. തണ്ടാശ്ശേരി രാഘവനോ പരമേശ്വരൻനായരോ, വിവരമറിഞ്ഞില്ല. കോയിക്കൽപിള്ളമാർ ആളയച്ച് വേണ്ടപ്പെട്ടവരെയെല്ലാം വിളിച്ചു വരുത്തി. നേതാക്കന്മാരെല്ലാം വന്നെത്തിയിരുന്നു. കോയിക്കൽപിള്ളമാരുടെ മക്കളെയും മരുമക്കളെയും കൊണ്ട് ഒരു കമ്മിറ്റി ഉണ്ടാക്കി. മൂത്തപിള്ളയുടെ മകനും കോളേജ് വിദ്യാർത്ഥിയുമായ സുന്ദരേശൻ പിള്ളയെ പ്രസിഡന്റാക്കി. യോഗം കഴിഞ്ഞു കോയിക്കൽ മുറ്റത്തുനിന്ന് മുദ്രാവാക്യം മുഴങ്ങി.

“മഹാത്മാഗാന്ധി കീ ജയ്!”

“ഇന്ത്യൻ നാഷണൽ കോൺഗ്രസ് കീ ജയ്!”

ആ സമ്മേളനത്തെക്കുറിച്ചറിഞ്ഞപ്പോൾ ചന്തയിൽ കൂടിയ ചെറുപ്പക്കാർക്കു തോന്നി— ആ പ്രസ്ഥാനം ഇനി തങ്ങളുടേതല്ല.

പരമേശ്വരൻനായർ എല്ലാറ്റിനോടും ഉദാസീനനായി കഴിഞ്ഞു.

ആയിടയ്ക്കു രഹസ്യമായി കുടി തുടങ്ങി. അച്ചുതൻനായർ വിലക്കിയിട്ടും നിർത്തിയില്ല. കുടിച്ചുകഴിയുമ്പോൾ കുളനടയിലെ പെണ്ണിനെക്കുറിച്ചു പറയും. രാത്രിയിൽ അവളെ സ്വപ്നം കണ്ടു. രജിസ്റ്റർ കച്ചേരിയിൽ നിന്നു വിവാഹമൊഴിഞ്ഞിട്ടു നേരെ അവളുടെ വീട്ടിൽ ചെന്നതായും, അവൾ അയാൾക്കു കാപ്പി കൊണ്ടുചെന്നു കൊടുത്തതായും ഉള്ള സ്വപ്നം. വീണ്ടും കുളനടയിൽ ചെന്ന് അവളെ കാണണം. അതിന് അച്ചുതൻനായരെ കൂട്ടിനു വിളിച്ചു. അതിന്റെ അനൗചിത്യത്തെക്കുറിച്ച് അയാൾ പലതവണ സംസാരിച്ചു. എന്നിട്ടും തലയിൽ കേറിയില്ല.

ഒടുവിൽ അവളുടെ മുറച്ചെറുക്കനുമായി പുനർവിവാഹം നടന്നുവെന്നറിഞ്ഞപ്പോൾ ആൾ തറപറ്റി. എങ്ങോട്ടും ഇറങ്ങാതെ വീട്ടിൽ ചടഞ്ഞുകൂടി.

അച്ചുതൻനായർ വളരെ നിർബ്ബന്ധിച്ചാണ് എങ്ങോട്ടെങ്കിലും പിടിച്ചിറക്കി കൊണ്ടുപോകുന്നത്. ചിലപ്പോൾ കൊറ്റാർകാവിലെ ഊട്ടുപുരയിൽച്ചെന്ന് താവളമടിക്കും. അച്ചുതൻനായരും നാരായണൻപോറ്റിയും തമ്മിൽ സംസാരിക്കുന്നതു കേട്ടുകൊണ്ടിരിക്കും.

അച്ചുതൻനായരുടെ വിവാഹത്തിനുശേഷം ഒരു ദിവസം അവർ വെറുതെ ചന്തയിൽ ചുറ്റി നടക്കുകയായിരുന്നു. കൃഷിക്കാർ അവരവരുടെ ഉല്പന്നങ്ങൾ കൊണ്ടുവന്ന് ചന്തയിൽ നിരത്തിവെച്ച് ആവശ്യക്കാരെ കാത്തിരിക്കുന്നു. ഒരുപിടി അച്ചങ്ങാ, നാഴിപയറ്, രണ്ടോ നാലോ വഴുതനങ്ങ, ഒരുകുല പഴുത്ത പാക്ക്, ഒരടുക്കു വെറ്റില, കുറേ കാന്താരി മുളക്. ആരും അങ്ങോട്ടു തിരിഞ്ഞുനോക്കിയില്ലെങ്കിലും അവയുടെ ഉടമസ്ഥരായ സ്ത്രീകൾ ക്ഷമാമൂർത്തികളെപ്പോലെ ആ സാധനങ്ങളുടെയടുക്കൽ കുത്തിയിരുന്നു. അവ വാങ്ങിക്കൊണ്ടുപോകാൻ എപ്പോഴെങ്കിലും ആരെങ്കിലും വരുമെന്നറിയാം. ആളുകൾ ചില്ലറയായി കൊണ്ടുവന്ന തേങ്ങയും കുരുമുളകും ചേമ്പനുമെല്ലാം കോളുകാർ വാങ്ങിക്കൂട്ടി.

എന്തോ മീനുണ്ടായ ദിവസമാണ്. മീൻ ചന്തയിൽ നല്ല തിരക്ക്. ഒരു കച്ചവടക്കാരൻ കുനിഞ്ഞുനിന്നു കുട്ടയിൽനിന്ന് താടയും പരവായും വാരി വിറ്റുകൊണ്ടിരുന്നു. ചന്തപ്പിരിവുകാരൻ ചെന്നുപിരിവുചോദിച്ചത് കച്ചവടക്കാരൻ ഗൗനിച്ചില്ല. തിരക്കിനിടയിൽ അതുകേട്ടില്ല. ഇളയപിള്ള ക്ഷോഭാകുലനായിവന്ന്, അടിവസ്ത്രം ധരിക്കാതിരുന്നതുമൂലം മിക്കവാറും നഗ്നമായിരുന്ന കച്ചവടക്കാരന്റെ പൃഷ്ഠത്തിൽ കാലുമടക്കി ഒരടി.

"എന്റമ്മേ!" കച്ചവടക്കാരൻ ശ്വാസമില്ലാതെ കണ്ണുതെള്ളിച്ച് ഒരു നില. പരമേശ്വരൻനായർ ഓടിച്ചെന്ന് ആളിനെ താങ്ങുകയും തടവുകയും ചെയ്തു. സ്ഥാനം തെറ്റിയ വൃഷണങ്ങൾ താഴെയിറങ്ങിയശേഷമാണ് ശ്വാസം വീണത്.

ആ തമാശ കണ്ട് ഇളയപിള്ള ഊറിച്ചിരിച്ചു.

പരമേശ്വരൻനായർ ക്രുദ്ധനായി വിറച്ചുകൊണ്ട് ഇളയപിള്ളയെ നോക്കി ചോദിച്ചു:

"മര്യാദകേടാണോ കാണിക്കുന്നത്? ഇങ്ങനാണോ ചന്തയിലെ പിരിവു നടത്തുന്നത്?"

അതു കണ്ടു നിന്നവരും ക്ഷോഭത്തോടെ വിളിച്ചു പറഞ്ഞു:

"ഇതെന്തൊരക്രമമാ! പാവത്തിന്റെ ശ്വാസം നിലച്ചുപോയിരുന്നെങ്കിലോ?"

"ഇങ്ങനെയാണെങ്കിൽ ഇനിയിവിടുത്തെ കച്ചവടം നമുക്കുവേണ്ട."

പിന്നെയും പരമേശ്വരൻനായർ എന്തോ പറയാൻ ഭാവിച്ചപ്പോൾ അച്ചുതൻനായർ അവിടെനിന്നും പിടിച്ചുവലിച്ചുകൊണ്ടുപോയി. അന്നും അയാൾ കുടിച്ചിട്ടുണ്ടായിരുന്നു.

ഒരു ദിവസം കുടിച്ചിട്ടുചെന്ന് അച്ചുതൻനായരുടെ നേരെ തട്ടിക്കേറി. പാപ്പി വൈദ്യൻ ഇപ്പോഴും സരസ്വതിയമ്മയുടെ വീട്ടിൽ പോകുന്നു. പാത്തും പതുങ്ങിയും ആണെന്നു മാത്രം. അന്നുപിടിച്ചുനിർത്തിയ ദിവസം നല്ല രണ്ടു ചാർത്തു കൊടുത്തിരുന്നെങ്കിൽ അതോടെ കാര്യം അവസാനിച്ചേനെ. ശ്രീധരൻ അന്നു കൈപൊക്കിയതായിരുന്നു. അതു സമ്മതിക്കാതിരുന്നത് അച്ചുതൻനായർ ഒരുത്തനാണ്. പരമേശ്വരൻനായരുടെ മട്ടും പടുതിയും കണ്ട് അച്ചുതൻനായർ സമാധാനപ്പെടുത്തി–

"സാരമില്ല. അതു നമുക്ക് ഇനിയും ആകാവുന്നതേയുള്ളു."

പക്ഷേ, അതിനുശേഷം പാപ്പി വൈദ്യനെ കാണാൻ അവർക്കു സരസ്വതിയമ്മയുടെ വീട്ടു പടിക്കൽ കാവൽ നില്ക്കേണ്ടി വന്നില്ല. ഒരു ദിവസം രാവിലെ ആ സ്ത്രീ അവരുടെ വീട്ടിൽ ചത്തു കിടന്നു. ഗർഭമലസിക്കാനുള്ള ശ്രമത്തിൽ ആ ശരീരത്തിലെ രക്തം മുഴുവൻ വാർന്നുപോയി. പഠിച്ച മരുന്നുകളെല്ലാം പ്രയോഗിച്ചിട്ടും വൈദ്യന് അവരെ രക്ഷിക്കാൻ കഴിഞ്ഞില്ല. ഒടുവിൽ രണ്ടു കുട്ടികളെ തനിച്ചാക്കിയിട്ട് ജീവിതതൃഷ്ണയടങ്ങാതെ അവർ ഈ ലോകം വിട്ടുപോയി.

വൈദ്യനും പാച്ചുപിള്ളയും പറഞ്ഞത് ഒതളങ്ങാതിന്നു ചത്തതാണെന്നാണ്. ശവത്തിനടുത്തേക്ക് ആരെയും അടുപ്പിച്ചില്ല. രാവിലെ തന്നെ പറമ്പിൽ ചിതകൂട്ടി, ചിരട്ടയടുക്കി, മണ്ണെണ്ണയൊഴിച്ചു ശവം ദഹിപ്പിച്ചു.

എട്ടുപത്തു ദിവസം കഴിഞ്ഞപ്പോൾ മഫ്ത്തി വേഷത്തിൽ ഒരു പൊലീസുകാരൻ ചന്തയിൽ വന്നു പാപ്പി വൈദ്യനെ തിരക്കി. അയാളുടെ പക്കൽ പരാതിയെഴുതിയ ഒരു കടലാസുണ്ടായിരുന്നു. സരസ്വതിയമ്മ മരിച്ചത് പാപ്പി വൈദ്യൻ ഗർഭമലസിപ്പിക്കാൻ മരുന്നു കൊടുത്തതുകൊണ്ടാണെന്ന് പരാതിയിലുണ്ട്. പരാതിക്കാരന്റെ പേരും ഒപ്പും ഇല്ല.

വൈദ്യനും പൊലീസുകാരനും കൂടി വൈദ്യശാലയിലിരുന്ന് പരാതിയെക്കുറിച്ചു സംസാരിച്ചു. അവർ ചായവരുത്തി കുടിച്ചു. മരിച്ച സ്ത്രീയുടെ ബന്ധുവെന്ന നിലയിൽ പാച്ചുപിള്ളയെ വിളിച്ചു വരുത്തി വിവരം ചോദിച്ചു. അവരൊന്നിച്ച് കോയിക്കൽ പോയി ഊണു കഴിച്ചു.

ആറ്

അമ്പലമുറ്റത്തെ ആ പടുകൂറ്റൻ അരയാൽ ഇതിനകം എന്തെല്ലാം കാണുകയും കേൾക്കുകയും ചെയ്തു! പണ്ട് ഉത്സവകാലങ്ങളിൽ കൂത്തും കൂടിയാട്ടവും ഓട്ടൻതുള്ളലും കഥകളിയും. അന്നൊക്കെ അതിന്റെ ചുവട്ടിൽ എന്തൊരാൾത്തിരക്കായിരുന്നു!

മഞ്ഞുകാലത്തിന്റെ ആരംഭത്തിൽ ഇല കൊഴിഞ്ഞ് അതു കൊള്ളിയും കോലുമായി നിന്നു. ഒരുദിവസം പൊടുന്നനെ പുതുജീവൻ പൊടിക്കുന്നതുപോലെ, കൊമ്പുകളിൽ പുത്തൻ മുളകൾ പൊട്ടിക്കിളിർത്തു. ചെമ്പിന്റെ തിളക്കമുള്ള തളിരിലകൾ വിരിഞ്ഞു. പടിഞ്ഞാറു കൊറ്റാർകാവു പാടത്തുനിന്നു വീശുന്ന ഇളം കാറ്റിൽ തളിരുകൾ മർമ്മരം പൊഴിച്ചു തുള്ളിക്കളിച്ചു.

വേനല്ക്കാലത്തു ശാസ്താംകോട്ടയിലോ താമരക്കുളത്തോ പോയി വരുന്ന കൃഷിക്കാർ തണൽ തേടി അതിന്റെ ചുവട്ടിൽ ചെന്നിരുന്നു വിശ്രമിച്ചു. പടർന്നു പന്തലിച്ച ശാഖകൾ വിടർത്തി അതു വഴിയാത്രക്കാർക്കു വിശ്രാന്തി നല്കി.

എല്ലാം പാവപ്പെട്ട കൃഷിക്കാർ. കുന്താലിയെടുത്ത് ചെമ്മണ്ണിൽ ആഞ്ഞുവെട്ടുകയും ആ മണ്ണിനെക്കൊണ്ടു നിർബ്ബന്ധിച്ചു ഫലമൂലങ്ങൾ പെറീക്കുകയും ചെയ്യാൻ മാത്രം അറിയാവുന്നവർ. ലോകപരിചയമില്ല, വിദ്യാഭ്യാസമില്ല, ദേശസഞ്ചാരം നടത്തിയവരല്ല. ശുരനാട്ടും വള്ളികുന്നത്തും തഴവയുമായി അവരുടെ ലോകം ഒതുങ്ങിക്കൂടി.

ചേനയും വാഴക്കുലയും വിറ്റഴിക്കാൻ മുൻകാലത്ത് താമരക്കുളത്തും ശാസ്താംകോട്ടയിലും പോയിരുന്നു. അതിനപ്പുറമുള്ള പ്രദേശം അവർക്കജ്ഞാതം.

അവരുടെ കൂട്ടത്തിൽനിന്ന് ഏതാനും ചെറുപ്പക്കാർ ആൽത്തറയിൽ ഒന്നിച്ചുകൂടി. ആശയങ്ങൾ കൈമാറി. സംവാദങ്ങൾ നടത്തി.

അവർ പുന്നപ്ര വയലാറെന്നു കേട്ടിട്ടുണ്ട്. കമ്യൂണിസ്റ്റുകാർ പുന്നപ്രയിലും വയലാറിലും കൈയിൽക്കിട്ടിയ ആയുധങ്ങളുമായി പട്ടാളക്കാരോടേറ്റുമുട്ടി. ആയിരക്കണക്കാളുകൾ അവിടെ പിടഞ്ഞു വീണു മരിച്ചു.

ഒന്നും വിശദമായിട്ടറിഞ്ഞുകൂടാ. വൈക്കത്തും കൂത്താട്ടുകുളത്തുമൊക്കെ കമ്യൂണിസ്റ്റുകാരുടെ ഏതോ ബഹളങ്ങൾ നടന്നതായി പത്രത്തിൽ കണ്ടു. നാരായണൻപോറ്റിയാണ് അവയെക്കുറിച്ചു പറഞ്ഞത്.

തൊഴിലാളിപ്രസ്ഥാനം പടുത്തുയർത്താൻ വേണ്ടിയുള്ള പരിശ്രമങ്ങൾക്കിടയിൽ കഴുമരമേറിയവർ. ജയിലിൽ കിടന്നു നരകിക്കുന്നവർ. അങ്ങുവടക്ക്, കോറോമിലും തില്ലങ്കേരിയിലും അവരെ വെടിവെച്ചു കൊന്നു. അതുപോലെ ഒഞ്ചിയത്ത്, പാടിക്കുന്നിൽ....

മൊയാരത്തു ശങ്കരനെയും, ഭരദ്വാജിനെയും പോലുള്ളവരെ പിടിച്ചു ജയിലിലിട്ട് ഇടിച്ചുകൊന്നു. എന്നിട്ടും അവിടെയുമിവിടെയും ഒളിച്ചുനടന്ന് അവർ തൊഴിലാളികളുടെയും കൃഷിക്കാരുടെയും സംഘടനക

ളുണ്ടാക്കുന്നു. അവരുടെ സമരങ്ങൾ സംഘടിപ്പിക്കുന്നു.

തെലുങ്കാനയിൽ സായുധസമരത്തിലൂടെ അവർ രണ്ടായിരത്തഞ്ഞൂറോളം ഗ്രാമങ്ങൾ മോചിപ്പിച്ചിരിക്കുന്നു.

നാരായണൻപോറ്റിക്ക് ഉറച്ച വിശ്വാസമുണ്ടായിരുന്നു — ഇന്നലെ റഷ്യയിൽ നടന്നത്, ഇന്നു ചൈനയിൽ നടന്നുകൊണ്ടിരിക്കുന്നത്, നാളെ ഇന്ത്യയിലും നടക്കും. അതുകേട്ടപ്പോൾ ആ ചെറുപ്പക്കാരുടെ കണ്ണുകൾ ആത്മവിശ്വാസം കൊണ്ടു തിളങ്ങി.

ഒരുദിവസം നാരായണൻപോറ്റി അച്ചുതൻനായരോടു രഹസ്യം പറഞ്ഞു:

“ഒരാൾ നാളെ സ്ഥലത്തുവരും. നിങ്ങളെയും കളയ്ക്കാട്ടെ പരമേശ്വരൻനായരെയും ഒന്നു കാണണമെന്നു പറഞ്ഞിട്ടുണ്ട്.”

“ആരാ അത്? ഞങ്ങളെ അറിയുന്ന ആളാണോ?”

“അതൊന്നും ചോദിക്കണ്ട. നാളെ വരുമ്പോൾ നിങ്ങൾക്കു നേരിൽ കാണാം.”

അച്ചുതൻനായർ ആശ്ചര്യത്തോടെ പോറ്റിയുടെ മുഖത്തേക്കു നോക്കിയിരുന്നു.

പോറ്റി ഓർമ്മപ്പെടുത്തി–

“മറ്റാരും അറിയണ്ട. പരമേശ്വരൻനായരോടു മാത്രം പറഞ്ഞാൽ മതി.”

വിവരമറിഞ്ഞപ്പോൾ ആകാംക്ഷയോടെ പരമേശ്വരൻനായരും തിരക്കി.

“ആൾ ആരാണെന്നു പിടിയുണ്ടോ?”

“ഇല്ല.”

“ആരെങ്കിലുമാകട്ടെ.” താൻ കാണാൻ കൊതിച്ചയാൾ കാത്തുകാത്തിരുന്ന് ഒടുവിൽ ഇങ്ങോട്ടു തിരക്കിവരുമ്പോലെ.

ഒന്നു കാണാൻ അടക്കാനാവാത്ത ആവേശം.

“എപ്പോൾ വരും? എവിടെയാ വരുന്നത്?”

“നമ്മൾ അത്താഴമൂണും കഴിഞ്ഞ് കൊറ്റാർകാവിൽ ചെന്നാൽ മതി.”

ഇടയ്ക്കെന്തോ ഓർത്തിട്ടെന്നപോലെ അച്ചുതൻനായർ പുഞ്ചിരി തൂകിക്കൊണ്ടു പറഞ്ഞു:

“പക്ഷേ, ഒരു കാര്യം. കുടിച്ചോണ്ടു വരരുത്. കുടിക്കുമെന്നറിഞ്ഞാൽ അവർ അങ്ങോട്ട് അടുപ്പിക്കുകപോലുമില്ല. പിന്നെ അവരുടെ മുന്നിൽ ഞാനും വഷളാകും.”

പരമേശ്വരൻനായരും ചിരിച്ചു. നെറ്റിയിൽ ചിതറിവീണ തലമുടി പിന്നിലേക്കു മാടിവെച്ചുകൊണ്ടു ചോദിച്ചു.

“ഞാൻ കുടിക്കുമെന്ന കാര്യം അവർക്കെങ്ങനെ അറിയാം?”

“അതൊക്കെ അവർ തിരക്കിയറിയും.”

ഒരുനിമിഷം മിണ്ടാതിരുന്നിട്ട് പരമേശ്വരൻനായർ ചിരിച്ചുകൊണ്ടു

പറഞ്ഞു.

"ഇതാ ഇന്നു നിർത്തി. മേലാൽ ഞാൻ കുടിക്കില്ല. അതുപോരെ?"

"ശരി ഈ വാക്ക് എന്നും ഓർമ്മവേണം."

അന്നു രാത്രി അവർ അമ്പലമുറ്റത്തു ചെന്നപ്പോൾ ആൽത്തറയിൽ രണ്ടുപേർ അടുത്തടുത്തിരുന്ന് വർത്തമാനം പറയുന്നു. ഒന്നു പോറ്റിയാണ്. മറ്റേത് മെല്ലിച്ചു ദീർഘകായനായ ഒരു മനുഷ്യൻ. അദ്ദേഹം പതിഞ്ഞ സ്വരത്തിൽ പറഞ്ഞു.

"രണ്ടുപേരും വരണം. വന്ന് അടുത്തിരിക്ക്."

അടുത്തുചെന്ന് ആൽത്തറയിലിരുന്നു.

അദ്ദേഹം വീണ്ടും പറഞ്ഞു.

"പരിചയമില്ല അല്ലേ? പക്ഷേ, രണ്ടുപേരെയും എനിക്കറിയാം. എന്റെ പേര് പുതുപ്പള്ളി രാഘവൻ."

ഇരുട്ടിൽ ആ ആളിന്റെ മുഖത്തേക്കു അവർ ആശ്ചര്യത്തോടെ തുറിച്ചുനോക്കി.

തങ്ങളെ സംബന്ധിച്ചുള്ള വിവരങ്ങളെല്ലാം ആ മനുഷ്യൻ ഇങ്ങോട്ടു പറയാൻ തുടങ്ങി. വീട്ടിലുള്ളവരെപ്പറ്റി, വീടിന്റെ ചുറ്റുപാടുകളെപ്പറ്റി. പോറ്റിയോടു ചോദിച്ചു മനസ്സിലാക്കിയതാവണം. എങ്കിലും അതെല്ലാം തിരക്കിയറിഞ്ഞിരിക്കുന്നല്ലോ!

അദ്ദേഹം പല കാര്യങ്ങളെക്കുറിച്ചും സംസാരിച്ചു. പാരീസ് കമ്യൂണിനെക്കുറിച്ച്, റഷ്യൻ വിപ്ലവത്തെക്കുറിച്ച്, തിരുവിതാംകൂറിലെ മലയാളി മെമ്മോറിയൽ, യൂത്തുലീഗിന്റെ രൂപീകരണം തുടങ്ങി പട്ടം മന്ത്രിസഭ താഴെ വീണതുവരെയുള്ള സംഭവങ്ങൾ അടുക്കടുക്കായി പറഞ്ഞു. യൂത്ത് ലീഗ് രൂപീകരിച്ചവരിൽ ഒരാൾ അതു നേരിട്ടു വിവരിക്കുകയാണ്.

ആ മനുഷ്യനെക്കുറിച്ചു വല്ലാത്ത മതിപ്പുതോന്നി. ഇതുവരെ എവിടെയായിരുന്നോ എന്തോ? നാട്ടിലും വീട്ടിലുമൊന്നും പോകാറില്ല. ഒളിവിൽ നടന്നു പാർട്ടി പ്രവർത്തനം നടത്തുന്നു.

വെളുപ്പാൻ കാലമായപ്പോൾ സംസാരം നിർത്തി. അവരോടു യാത്ര പറഞ്ഞിട്ട് പോറ്റിയോടൊപ്പം അവിടെ നിന്നുപോയി.

തിരികെ നടക്കുമ്പോൾ താൻ ഒരു പുതിയ ആളായിരിക്കുന്നുവെന്ന് അച്ചുതൻനായർക്കു തോന്നി. ആ സംസാരം വീണ്ടും വീണ്ടും കാതുകളിൽ മുഴങ്ങി. അത് ഒരു പുതിയ ഉൾക്കാഴ്ച നല്കിയിരിക്കുന്നു.

പിറ്റേദിവസം മരച്ചീനിക്ക് ഇടകിളയ്ക്കുമ്പോഴും, കിഴങ്ങിന് ഏറ്റം കെട്ടുമ്പോഴുമെല്ലാം ആ പറഞ്ഞു കേട്ട കാര്യങ്ങളായിരുന്നു മനസ്സിൽ.

വള്ളികുന്നത്ത് ഒരു വലിയ രാഷ്ട്രീയ, സമ്മേളനം നടക്കാൻ പോകുന്നതായി ഒരു ദിവസം പോറ്റി പറഞ്ഞു. ജനാധിപത്യ യുവജന സംഘത്തിന്റെ ആഭിമുഖ്യത്തിൽ. വലിയ നേതാക്കന്മാർ ആരൊക്കെയോ പ്രസംഗിക്കുന്നുണ്ട്.

പരമേശ്വരൻനായർ പറഞ്ഞു:

"നമുക്കു യോഗം കേൾക്കാൻ പോകണം."

"ശരി. പൊയ്ക്കളയാം."

തങ്കപ്പൻപിള്ളയെയും ശ്രീധരൻനായരെയും വിവരമറിയിച്ചപ്പോൾ അവരും ചെല്ലാമെന്നു സമ്മതിച്ചു. പക്ഷേ, യോഗദിവസം കൊറ്റാർകാവിൽനിന്നു പുറപ്പെടാൻ സമയമായിട്ടും അവരെ കണ്ടില്ല. പള്ളിക്കലാറ്റിലെ അണയുടെ അടുത്ത് ചീട്ടുകളിച്ചുകൊണ്ടിരിക്കുകയാണെന്നറിഞ്ഞ് പരമേശ്വരൻനായർ ഒരാളെ പറഞ്ഞയച്ചു. എന്നിട്ടും വന്നില്ല. മുറുക്കാൻ കടയടച്ചിട്ട് തെണാലെ കുട്ടപ്പക്കുറുപ്പ് നേരത്തെ തന്നെ ആൽത്തറയിലെത്തി. അവർ അമ്പലത്തിൽ നിന്നിറങ്ങി പടിഞ്ഞാട്ടു നടന്നു. ഒരു തീർത്ഥസ്ഥലത്തേക്കെന്നപോലെയായിരുന്നു ആ യാത്ര. കീരിക്കുഴി മുതൽ തൊടിയൂർ വട്ടക്കായൽ വരെ നീണ്ടുകിടക്കുന്ന കരോട്ടുവയലിലൂടെ നടക്കുമ്പോൾ ആളുകൾ വയലിൽനിന്നു നിലം ഉഴുകയും കട്ട ഉടയ്ക്കുകയും ചെയ്യുന്നതു കണ്ടു. അവരുടെ നോട്ടം കണ്ടപ്പോൾ തങ്ങൾ വള്ളികുന്നത്തിനുപോകുന്നവരാണെന്ന് അവർ മനസ്സിലാക്കിയതുപോലെ കുട്ടപ്പക്കുറുപ്പിനു തോന്നി. പനമൂട്ടിൽ കടവിൽ പള്ളിക്കലാറു കടത്തിറങ്ങി. കാളിയൻ ചന്തയിൽ കണ്ടവരുടെ നേരെ അയാൾ തന്റെ നീണ്ടുകൂർത്ത മൂക്കുയർത്തി തുറിച്ചുനോക്കി. മനസ്സിലായില്ലേ, തങ്ങൾ വള്ളികുന്നത്തെ മീറ്റിങ്ങിനു പോകുന്നവരാണെന്നമട്ടിൽ. അവസാനം മണക്കാട്ടു മൈതാനത്തെത്തിയപ്പോൾ കുറുപ്പിന് ആകെയൊരു പുതിയിളക്കം. അവിടം ചെങ്കൊടിയും തോരണങ്ങളും കൊണ്ടലങ്കരിച്ചിരുന്നു. മീറ്റിങ്ങു കേൾക്കാൻ ഉത്സാഹഭരിതരായ ഒരു വമ്പിച്ച ജനക്കൂട്ടം കൂടിയിട്ടുണ്ട്. മൈക്കിലൂടെ വിപ്ലവഗാനങ്ങൾ മുഴങ്ങി. ആരൊക്കെയോ ദീർഘമായി പ്രസംഗിച്ചു. ജനങ്ങളുടെ ജീവിത വൈഷമ്യങ്ങൾ, അവയ്ക്കുള്ള പരിഹാര മാർഗ്ഗങ്ങൾ. അതുവരെ ഒരു യോഗത്തിലും കേൾക്കാത്ത കുറേ കാര്യങ്ങൾ.

യോഗസ്ഥലത്തുനിന്നു മടങ്ങുമ്പോൾ പരമേശ്വരൻനായരാണ് അഭിപ്രായപ്പെട്ടത്:

"നമുക്കും യുവജനസംഘത്തിന്റെ ഒരു ശാഖ രൂപീകരിക്കണം."

അച്ചുതൻനായർ സംശയം പറഞ്ഞു:

"നമുക്ക് അതിനുള്ള ആളുണ്ടോ? വള്ളികുന്നത്താണെങ്കിൽ രാഷ്ട്രീയ പാരമ്പര്യമുള്ള നേതാക്കന്മാരുണ്ട്. ധാരാളം പ്രവർത്തകരുണ്ട്. പക്ഷേ, ശൂരനാട്ടോ?"

പോറ്റി പറഞ്ഞു:

"അതൊന്നും സാരമില്ല. സംഘടന രൂപീകരിക്കുമ്പോൾ കൂടെ ആളും കാണും."

പരമേശ്വരൻനായർ മനോരാജ്യം കണ്ടു തുടങ്ങി–

"എന്നിട്ട് നമുക്കും ഇതുപോലൊരു മീറ്റിങ്ങു നടത്തണം. ഇന്നു പ്രസംഗിച്ചവരെയെല്ലാം വരുത്തി, ഗംഭീരമായ ഒരു മീറ്റിങ്."

"അതൊന്നും സാരമില്ല. പ്രസംഗകരെയൊക്കെ നമുക്കുകൊണ്ടുവരാം."

പിറ്റേന്നു വൈകിട്ട് അവർ ചന്തയിൽവെച്ച് പുന്തലവാസുനായരെ

കണ്ടു. കുറെക്കാലം അയാൾ പട്ടാളത്തിലായിരുന്നു. എന്തോ കാരണവ ശാൽ കാലാവധി തീരുംമുമ്പ് പിരിഞ്ഞുപോന്നിരിക്കുകയാണ്. ബലി ഷ്ടവും രോമാവൃതവുമായ ശരീരം. ആരെയും കൂസാത്ത പ്രകൃതം. പണ്ടു കാരിക്കുട്ടിയോടൊപ്പം ആട്ടിൻകിടയുടെ പുറകെ അലഞ്ഞുനടന്ന ആ പയ്യനാണിതെന്ന് ആരു പറയും?

വാസുനായർ അവരോടു വള്ളികുന്നത്തെ വിശേഷങ്ങൾ തിരക്കി. പരമേശ്വരൻനായർ മീറ്റിങ്ങിനെക്കുറിച്ചു വിവരിച്ചു. സന്ധ്യമയങ്ങിയപ്പോൾ അച്ചുതൻനായർ പറഞ്ഞു:

"എന്നാൽ നിങ്ങൾ നിന്നു സംസാരിക്ക്. ഞാൻ വീട്ടിലോട്ടൊന്നു ചെല്ലട്ടെ."

വാസുനായർ പറഞ്ഞു:

"ഏയ്, താനിങ്ങനെ ധൃതി പിടിച്ചാലോ?"

പരമേശ്വരൻ കളിയാക്കി.

"കുറെ നാളായി അയാളിങ്ങനെയാണ്. എന്തെല്ലാം കാര്യമുണ്ടെ ങ്കിലും സന്ധ്യമയങ്ങുമ്പോൾ പെണ്ണുമ്പിള്ളയുടെ അടുത്തെത്തണം."

"അടുത്തിരുന്നു ഇതുവരെ കൊതിതീർന്നില്ല്യോ?"

"അതുകൊണ്ടല്ല" അച്ചുതൻനായർ ലജ്ജയോടെ എന്തോ പറയാൻ ഭാവിച്ചു.

"ഒന്നും പറയണ്ട." പരമേശ്വരൻനായർ സമ്മതിച്ചു.

"താൻചെല്ല്. ഇനി ഇവിടെ നിന്നു വെറുതെ നേരം കളയണ്ട. ഇപ്പോൾ വീട്ടുകാരി കാത്തിരുന്നു പൊറുതിമുട്ടിയിരിക്കും."

കേട്ടു നിന്നവർ ഉറക്കെച്ചിരിച്ചു.

കുറെനാൾ കഴിഞ്ഞു ഒരു ദിവസം അതിരാവിലെ പരമേശ്വരൻനായർ നടേവടക്കതിൽ ചെന്നു അച്ചുതൻനായരെ വിളിച്ചു രഹസ്യം പറഞ്ഞു.

"എടോ, വീട്ടിൽ ഒരു വലിയ പ്രശ്നം. അതു പറയാനാ ഞാൻ വന്നത്."

"എന്താ, എന്തു സംഭവിച്ചു?"

"എനിക്കവിടെ കഴിഞ്ഞുകൂടാൻ പ്രയാസമായിരിക്കുന്നു."

"കാര്യമെന്താണെന്നു പറ."

"അങ്ങനെയൊരു ചുറ്റുപാടാണ് അമ്മ ഒപ്പിച്ചുവെച്ചിരിക്കുന്നത്. ഒരു കാര്യവുമില്ലാതെ അവിടൊരു പെണ്ണിനെ വിളിച്ചു നിറുത്തിയിരിക്കുന്നു."

അതുകേട്ട് അച്ചുതൻനായർ ചിരിച്ചുപോയി.

"അതേ ഉള്ളോ? തന്റെ പറച്ചിൽ കേട്ടു പേടിച്ചുപോയല്ലൊ."

"പറയുന്നതാണോ കുറ്റം? അവളെ അങ്ങനെ നിർത്തിക്കൊണ്ടു എനിക്കവിടെ കഴിഞ്ഞുകൂടാൻ പറ്റുകയില്ല."

"എന്താ, അവിടെ വേണ്ടത്ര സ്ഥലസൗകര്യമില്ലാഞ്ഞിട്ടാണോ?"

"താൻ കളിയെടുക്കരുത്. ഇതു വളരെ ഗൗരവമുള്ള ഒരുകാര്യമാണ്."

"അതൊക്കെയിരിക്കട്ടെ. ഏതാ പെണ്ണ്?"

"കുന്നത്തൂരുള്ളതാ."

"കുന്നത്തൂരെവിടെ?"

"ആറ്റുകടവിനടുത്ത്. കുന്നത്തൂരെ കുഞ്ഞമ്മാവന്റെ മോളാ."

അച്ചുതൻനായർക്കു വീണ്ടും ചിരിവന്നു.

പരമേശരൻനായരുടെ മുഖം വിവർണ്ണമായി. അയാൾ രൂക്ഷമായ സ്വരത്തിൽ പറഞ്ഞു—

"തനിക്കു പിന്നെയും കളിയാണ്. ഇതുകൊണ്ടു വരാവുന്ന കുഴപ്പങ്ങളെക്കുറിച്ചാലോചിച്ചു നോക്ക്."

"ഒരു കുഴപ്പവമുണ്ടാകാനില്ല. താനാണിതു തമാശയായി കരുതുന്നത്. അമ്മാവന്റെ മകൾ വീട്ടിൽ വന്നു നിന്നാൽ സാധാരണ ചെറുപ്പക്കാരാണെങ്കിൽ വീട്ടിൽ നിന്നെങ്ങോട്ടും ഇറങ്ങുകയില്ല. ആരെങ്കിലും പോകണമെന്നു പറഞ്ഞാലും പോവുകയില്ല."

"എടോ, തനിക്ക് അമ്മയുടെ ഉദ്ദേശം മനസ്സിലായില്ല."

"എനിക്കു മനസ്സിലായി. തന്നെയിനി വീട്ടിൽ നിന്നെങ്ങും വിടാതിരിക്കാനുള്ള പണിയാണ് അമ്മ ഒപ്പിച്ചുവെച്ചിരിക്കുന്നത്."

"പക്ഷേ, അവരുടെ ആ പരിപാടി നടക്കാൻ പോകുന്നില്ല. അവളെ പറഞ്ഞയക്കാതെ അമ്മ നിർബ്ബന്ധം പിടിക്കുകയാണെങ്കിൽ ഞാൻ സ്ഥലം വിട്ടുപോകും."

ജാനകിക്കുട്ടി പശുവിനെ കറന്ന് പാൽ പിച്ചളമൊന്തയിൽ ഒഴിച്ചുകൊണ്ടുവന്നു വെച്ചു. പരമേശ്വരൻനായർ സ്വരം താഴ്ത്തി.

"നമുക്കിവിടെ നിന്നിറങ്ങിയിട്ടു പറയാം."

മൊന്തയും പാലുമായി അവർ വീട്ടിൽ നിന്നിറങ്ങി.

വഴിയിൽ വെച്ച് അച്ചുതൻനായർ പറഞ്ഞുനോക്കി.

"താൻ സാവകാശമായിട്ടൊന്നാലോചിച്ചു നോക്ക്. തനിക്കിഷ്ടമില്ലെങ്കിൽ നമുക്കു പെണ്ണിനെയങ്ങു പറഞ്ഞുവിടീക്കാം. അതുകൊണ്ടല്ല. താനെന്നെ കളിയാക്കാറുണ്ടല്ലോ — വീട്ടിൽ ജാനകിക്കുട്ടി എന്നെയും കാത്തിരിക്കുകയാണെന്ന്. അതുപോലെ തന്നെയും കാത്തിരിക്കാൻ ഒരാളു വേണ്ടേ?"

"എനിക്കിനി ഒരാളും വേണ്ടാ."

"കുറേക്കൂടി ആലോചിക്ക്. അപ്പോൾ തോന്നും ഒരാളുള്ളതാണു നല്ലതെന്ന്."

"ആലോചിച്ചു തന്നെ പറയുന്നത്. ഇനി ഞാനത് ആഗ്രഹിക്കുന്നില്ല. താൻ അമ്മയോടു പറഞ്ഞ് എത്രയും വേഗം അവളെ അവിടെനിന്നു പറഞ്ഞയയ്ക്കണം."

"വലിയ പിടിവാശിയാണല്ലോ."

"പിടിവാശിയല്ല. അതാ അതിന്റെ ശരി."

തെല്ലുനേരത്തെ മൗനത്തിനുശേഷം അച്ചുതൻനായർ സമ്മതിച്ചു–

"വരട്ടെ. ഞാൻ നാളെ കളയ്ക്കാട്ടെ അമ്മയോടൊന്നു സംസാരിക്കട്ടെ."

കടയിൽ ചെന്നു രണ്ടുപേരും ചായ വാങ്ങി കുടിച്ചു.

പിറ്റേന്ന് അച്ചുതൻനായർ കളയ്ക്കാട്ട് ചെന്ന് ആ പെൺകുട്ടിയെ കണ്ടു. അമ്മയുടെ തെരഞ്ഞെടുപ്പ് തരക്കേടില്ലെന്നു തോന്നി. നല്ല ആരോഗ്യവും സൗന്ദര്യവുമുള്ള ഒരു പെണ്ണ്. പരമേശ്വരൻനായർക്കു നന്നായി ചേരും. ഒരു ചെറുപ്പക്കാരനും അവളുടെ നേരെ കണ്ണടയ്ക്കാൻ തോന്നുകയില്ല.

അച്ചുതൻനായർ അമ്മയോടു തിരക്കി.

"ആളെങ്ങോട്ടു പോയി?"

"ഇവിടെ കണ്ടില്ല. അച്ചുതനെവിടുന്നു വരുന്നു? വാ. ഇങ്ങുകേറിയിരിക്ക്."

അമ്മ അയാളെ വിളിച്ചിരുത്തി പാടും ദുരിതവും പറഞ്ഞു. ശരീരം കൊണ്ടു തീരെ വയ്യ. വീട്ടുജോലി ചെയ്യാൻ ആവതില്ല. പ്രായം കുറെ ആയില്ലേ? രോഹിണിക്കുട്ടി നല്ല സ്വഭാവഗുണമുള്ള ഒരു പെണ്ണാണ്. അവളെങ്ങുന്നും ഒഴുകി വന്നതല്ല. തങ്ങളുടെ ബന്ധത്തിൽപ്പെട്ടതാണ്. വസ്തുവും വകയും ഇല്ലെന്നേയുള്ളൂ.

"മോൻ പരമേശ്വരനോടൊന്നു പറയണം. അവൾക്കൊരു മുണ്ടു വാങ്ങിക്കൊടുത്ത് അവളെക്കൂടെ ഇവിടെ നിർത്തിയേക്കാൻ. അവനെ അവളു പൊന്നുപോലെ നോക്കിക്കൊള്ളും."

അതു കേൾക്കാത്തമട്ടിൽ കാടിക്കലവുമായി രോഹിണിക്കുട്ടി കാളത്തിണ്ണയിലേക്കു പോകുന്നതുകണ്ടു. അയാൾ അവളുടെ മുഖം ശ്രദ്ധിച്ചു. അമ്മ പറഞ്ഞുവന്ന കാര്യത്തിന് താൻ തയ്യാറാണെന്ന മട്ടായിരുന്നു മുഖത്തിന്.

അയാൾ അവളെ ഗൗനിക്കുന്നതു കണ്ടപ്പോൾ അവൾ ഒന്നും അറിയാത്തപോലെ പശുവിനു കാടിയിളക്കിക്കൊടുത്തുകൊണ്ടുനിന്നു. കാളത്തിണ്ണയിൽ കിടന്ന കച്ചികുടഞ്ഞു തിണ്ണയിലേക്കു നീക്കിയിട്ടു കൊടുത്തു.

വൈകുന്നേരം തമ്മിൽ കണ്ടപ്പോൾ പരമേശ്വരൻനായർ ചോദിച്ചു:

"താൻ അമ്മയോടു സംസാരിച്ചോ?"

"സംസാരിച്ചു."

"എന്നിട്ട് എന്തോ പറഞ്ഞു?"

"തനിക്കിഷ്ടമില്ലെങ്കിൽ അവളെയങ്ങു പറഞ്ഞയച്ചേക്കാമെന്നു പറഞ്ഞു."

"അതുശരി. അങ്ങു പറഞ്ഞയച്ചോട്ടെ. എനിക്ക് അശേഷം ഇഷ്ടമില്ല."

അയാൾ മറ്റൊരു കാര്യം എടുത്തിട്ടു.

"യുവജനസംഘടനയുടെ നേതാക്കന്മാരെ ആരെയോ അറസ്റ്റു ചെയ്തെന്നു കേട്ടല്ലൊ."

"ഓഹോ. ഞാനൊന്നുമറിഞ്ഞില്ല. ആരെയാണറസ്റ്റ് ചെയ്തത്?"

"അതിനി തിരക്കിയാലേ അറിയൂ. വള്ളികുന്നത്തുനിന്നു പോറ്റിസാറിനെ അറസ്റ്റുചെയ്തെന്നറിഞ്ഞു."

അവരവിടെ നിന്ന് കാളിയൻ ചന്തയിലേക്കു നടന്നു. ചന്തയിൽവെച്ച്

വള്ളികുന്നത്തിനടുത്തുള്ള പരിചയക്കാരോടു വിവരം ചോദിച്ചു. അവർക്കും വിശദമായിട്ടൊന്നും അറിഞ്ഞുകൂടാ. പൊലീസുവന്ന് ആരെയോ ഒക്കെ പിടിച്ചോണ്ടുപോയി. ആരൊക്കെയോ പിടികൊടുക്കാതെ ഓടിപ്പോയി.

രണ്ടുദിവസം കഴിഞ്ഞപ്പോൾ പാലവിളയിൽ കുഞ്ഞുപിള്ള അച്ചുതൻനായരെ തിരക്കിച്ചെന്നു പറഞ്ഞു— തണ്ടാശ്ശേരി രാഘവൻ തിരക്കുന്നു. സന്ധ്യകഴിഞ്ഞ് അവിടെവരെയൊന്നു ചെല്ലണം.

എന്താണു കാര്യമെന്നു ഇതുവരെ പിടികിട്ടിയില്ല. രാഘവൻ അന്നും അറിയപ്പെടുന്ന കോൺഗ്രസുകാരനാണ്. നാട്ടുകാർക്ക് അയാളോടു മതിപ്പും ബഹുമാനവുമുണ്ട്.

നേരമിരുട്ടായപ്പോൾ അച്ചുതൻനായർ തണ്ടാശ്ശേരിയിൽ ചെന്നു. അകത്തെ മുറിതുറന്നിട്ട് രാഘവൻ പറഞ്ഞു. "വാ ഇങ്ങോട്ടു കേറിപ്പോരെ"

അവിടെ ഇരുട്ടുവാക്കിനു രണ്ടാളുകൾ തമ്മിൽ കുശുകുശുക്കുന്നതുകണ്ടു. ഒന്നു പുതുപ്പള്ളിയാണ്. മറ്റേത് തോപ്പിൽ ഭാസിയും. പുതുപ്പള്ളി ചോദിച്ചു:

"പിന്നെന്തൊക്കെയുണ്ട് വിശേഷങ്ങൾ? ഈ ഇരിക്കുന്ന ആളെ അറിയാമോ?"

"അറിയും."

"നിങ്ങളെ ഒന്നു കാണണമെന്നു പറഞ്ഞു. അതുകൊണ്ടു വിളിപ്പിച്ചെന്നേയുള്ളൂ."

തോപ്പിൽഭാസി ശൂരനാട്ടെ സ്ഥിതിഗതികളെക്കുറിച്ചു ചോദിച്ചു. പുരോഗമനാഭിപ്രായങ്ങളുള്ള ചെറുപ്പക്കാരെ ഒന്നു വിളിച്ചുകൂട്ടാൻ അച്ചുതൻനായരെ ചുമതലപ്പെടുത്തി. കുറേനേരം ഇരുന്നു സംസാരിച്ചശേഷം അച്ചുതൻനായർ മടങ്ങിപ്പോയി.

ഒളിവിലുള്ളവരുടെ താവളങ്ങളിലൊന്നു തണ്ടാശ്ശേരിലായിരുന്നു. ഒരു ഷെൽട്ടറെന്നനിലയിൽ അതു കൂടുതൽ സുരക്ഷിതമാണ്. ആരും സംശയിക്കുകയില്ല. ആഹാരത്തിനു ബുദ്ധിമുട്ടില്ല. പൊതുപ്രവർത്തകർക്കു ചോറു കൊടുത്തു ശീലമുള്ള വീടാണ്.

പണ്ടു മുതലേ ഒരു പ്രത്യേക പ്രകൃതമാണ് രാഘവന്റേത്. രാഷ്ട്രീയത്തിലെന്നപോലെ കായികാഭ്യാസത്തിലും താല്പര്യമുണ്ട്. ചെറുപ്പത്തിൽ ഗുസ്തി പഠിച്ചിട്ടുണ്ട്. ശരീരത്ത് എണ്ണയിട്ട് ദിവസവും കസർത്തു ചെയ്യും. ദൃഢമായ ശരീരപേശികൾ കണ്ടാൽ പൂച്ചക്കുട്ടി മുഴയ്ക്കുംപോലെ തോന്നും. ആ മനുഷ്യൻ ഈ ലോകത്ത് ഏറ്റവും കാര്യമായി കരുതുന്നത് ആ ശരീരമാണെന്നുതോന്നി. അസാധാരണമാംവണ്ണം അതു ദൃഢതയുള്ളതും സുന്ദരവും ആണ്. ആ ശരീരത്തിൽ കുടിക്കൊണ്ടിരുന്ന മനസ്സും അതുപോലെ തന്നെ ഉറച്ചതായിരുന്നു.

ഒളിവിൽ കഴിയുന്നവരാരെങ്കിലും വീട്ടിലുള്ളപ്പോൾ അയാൾ ആ പറമ്പിൽനിന്നെങ്ങും പോയില്ല. നാലുപാടും കണ്ണോടിച്ചുകൊണ്ട് അവിടെ

കൊത്തിയും കിളച്ചും നിന്നു.

അമ്പീലേത്തുകൊമ്പന്റെ മകൻ ഗംഗാധരൻ കിഴകിടപ്പാടത്തിന്റെ തെക്കേകരയിൽ ഒരു വലിയ കൊടിത്തറയുണ്ടാക്കിയിരുന്നു.

അതിൽ പത്തുപന്ത്രണ്ടുപാത്തി വെറ്റയിട്ടു വെള്ളം കോരി. അച്ഛൻ കോയിക്കലെ ആശ്രിതനായിരുന്നുവെങ്കിലും ഗംഗാധരൻ അവരുടെ മുമ്പിൽ തലകുനിച്ചിട്ടില്ല. അയാൾക്കു അച്യുതൻനായരോടും പരമേശ്വരൻനായരോടും സ്നേഹമായിരുന്നു. തോപ്പിൽഭാസിയും പേരൂർമാധവൻപിള്ളയും പനത്താഴ രാഘവനുമെല്ലാം ഇടയ്ക്കിടെ ഒളിച്ചുവന്നു ഗംഗാധരന്റെ കൊടിത്തറയിൽ തങ്ങി. ചെറുപ്പക്കാർ ആവേശത്തോടെ അവരെ കാണാൻ വന്നു. വള്ളികുന്നത്തു കലാപത്തിന്റെ കൊടുങ്കാറ്റഴിച്ചുവിട്ടിരിക്കുന്ന നേതാക്കന്മാർ. അവരെക്കുറിച്ചു നേരത്തെ കേട്ടിട്ടേയുള്ളൂ. ഇപ്പോൾ വെറും സാധാരണ മനുഷ്യരെപ്പോലെ തങ്ങളുടെ നടുവിൽ അവർ വർത്തമാനം പറഞ്ഞിരിക്കുന്നു.

വേനല്ക്കാലത്തെ തീ തിളയ്ക്കുന്ന ചൂടിലും വെറ്റക്കൊടിയിൽ സുഖകരമായ കുളിർമ്മയായിരുന്നു. ഉച്ചയാകുമ്പോൾ വടക്കു പടിഞ്ഞാറെ വയലിൽനിന്നു നീരാട്ടുവള്ളിചാലും കടന്ന് ഇളംകാറ്റു വീശിക്കൊണ്ടിരിക്കും. അവിടെ നേരം പോകുന്നതറിയില്ല. വിശപ്പും ദാഹവും അറിയുകയില്ല.

ഏറ്റത്തിൽ പടർന്നുകയറി പൊട്ടിത്തളിർത്ത് ഞാറുവാലികൾ നീട്ടിനില്ക്കുന്ന വെറ്റില വള്ളികൾ. കൊടിത്തറയിൽ മുറ്റിത്തഴച്ചുനില്ക്കുന്ന ചീര, പാവൽ, പടവലം, വഴുതന, കാന്താരിമുളക്. തൊട്ടരികിൽ ഒളിവിൽ നടക്കുന്ന വിപ്ലവകാരികൾ. അവരോടു പലതിനെക്കുറിച്ചും ചർച്ചചെയ്തും സംശയങ്ങൾ ചോദിച്ചും കഴിഞ്ഞു. അവിടം വിട്ടുപോകാൻ ആർക്കും തോന്നിയില്ല. അതുവരെ നാട്ടിൽ ആരും അല്ലാതിരുന്ന ആ ചെറുപ്പക്കാർക്ക് ഇപ്പോൾ ഒരു പുതിയ ആത്മവിശ്വാസം. ആ നാടിനെ മാറ്റിമറിക്കാനുള്ള കരുത്ത് തങ്ങളിൽ കുടികൊള്ളുന്നു എന്ന ബോധം.

ഒരു ദിവസം വെറ്റക്കൊടിക്കു വെള്ളംകോരിയിട്ട് നീരാട്ടുവള്ളിചാലിലെ മീൻ പിടിക്കയാണെന്നു പറഞ്ഞ് ഗംഗാധരൻ ചാലിലേക്കു ചാടി.

ദീപാളിക്കുശേഷം നാട്ടിൽ മഴ പെയ്തിരുന്നില്ല. കാറൊഴിഞ്ഞ ആകാശത്തു സൂര്യൻ കത്തിയെരിഞ്ഞു. മകരം പിറന്നപ്പോഴേക്ക് ചാലിലെ വെള്ളം വറ്റിത്തുടങ്ങിയിരുന്നു. ചാലിന്റെ തീരങ്ങളിൽ കുളക്കൊക്കുകൾ മീനിനു വേണ്ടി കാവലിരുന്നു. മുകളിൽ ചിറകടിച്ചു പറന്നുനിന്ന പൊന്മാനുകൾ ശരംപോലെ നെട്ടനെ താണ് മീനും കൊത്തിപ്പറന്നു. കന്നിനെ മേച്ചുനടന്ന കുട്ടികൾ ചാലിന്റെ അരികിലും മൂലയിലും ഇറങ്ങി കുറുവായേയും കരട്ടിയെയും തപ്പിപ്പിടിച്ചു.

ഉച്ചാരനാളിൽ ചാലിന്റെ കരയിലെ കല്ലുവിളക്കുകളിൽ തിരികൊളുത്തി. നയ്മ്പുരകളിൽ മാടനും അറുകൊലയ്ക്കുമെല്ലാം പൂജ നടന്നു. പിറ്റേന്നു മുതൽ മീൻപിടി തുടങ്ങി. നാട്ടുകാർ ചാലിലിറങ്ങി അവരവരുടെ ആവശ്യത്തിനു മീൻ പിടിച്ചുകൊണ്ടുപോയി.

ഗംഗാധരനും ചാത്തൻകുട്ടിയും കൂടി നല്ല മുഴുത്ത കുറെ മുശി

യെയും വരാലിനെയും പിടിച്ചെടുത്തു. ഗംഗാധരൻ പറമ്പിൽ നിന്ന് എലിവാലൻകാച്ചിലും വെട്ടുചേമ്പും കിളച്ചുപെറുക്കി. അതുവെട്ടിക്കണ്ടിച്ചിട്ടു പുഴുങ്ങി. വരാൽ മുഴുവൻ വറുക്കുകയും മുശികറിവയ്ക്കുകയും ചെയ്തു. എല്ലാംകൂടി ഒരു വലിയ വെള്ളക്കുട്ടയിലാക്കിക്കൊണ്ട് അവർ കൊടിത്തറയിൽ ചെന്നു. എല്ലാവരും കൂടി വട്ടമിട്ടിരുന്നു തിന്നുമ്പോൾ ഭാസി പറഞ്ഞു–

"നമ്മൾ അധികാരത്തിൽ വരുമ്പോൾ ഗംഗാധരനെ അടുക്കളയുടെ കമ്മിസ്സറാക്കും."

ഒരു വെട്ടുചേമ്പിന്റെ തടയെടുത്തു കടിച്ചുകൊണ്ട് ഗംഗാധരൻ തല കുലുക്കി.

"അങ്ങനെ ചെയ്താൽ ആരെയും പട്ടിണിക്കിടാതെ വെച്ചുവിളമ്പുന്ന കാര്യം ഞാനേറ്റു."

പിറ്റേന്നു സന്ധ്യക്ക് തോപ്പിൽഭാസിയെയുംകൂട്ടി പരമേശ്വരനായരും കൂട്ടുകാരും കളയ്ക്കാട്ടു ചെന്നു. ചെന്നുകയറിയപ്പോൾത്തന്നെ വാസു നായർ നീട്ടിവിളിച്ചു.

"അമ്മേ, ഇവുടെങ്ങാണ്ടുനിന്ന് പഴത്തിന്റെ മണംവരുന്നല്ലോ."

അമ്മ ചിരിച്ചുകൊണ്ടു പറഞ്ഞു.

"നേരത്തെ തിന്നതിന്റെ ഓർമ്മയായിരിക്കും."

"അതല്ല. പഴമല്ലെങ്കിൽ വേറെ എന്തിന്റെയോ. ഏതാണ്ടു പഴുത്ത മണമാണ്."

"വാസുവിനു മണം പിടിക്കാൻ നല്ല വിരുതുതന്നെ. എന്നാ ഇനി അവിടിരിക്കാൻ."

"അപ്പോൾ ഞാൻ പറഞ്ഞതു കള്ളമല്ലേ? എനിക്ക് മുറ്റത്തു വന്നപ്പോഴേ തോന്നി– അമ്മ ഏതാണ്ടു പഴുക്കവെച്ചിട്ടുണ്ടെന്ന്."

അമ്മ തിരിച്ചേട്ടു തുറന്ന്, പഴുക്കെവെച്ചിരുന്ന ഞാലിപ്പൂവൻകുല വെളിയിലെടുത്തു. അതിന്റെ പടലയറുത്ത് എല്ലാവർക്കും കൂടി പങ്കുവെച്ചു കൊടുത്തു.

പരമേശ്വരൻനായരുടെ കൂടെ വിശേഷിച്ച് ആരൊക്കെയോ ഉണ്ടെന്നറിഞ്ഞപ്പോൾ അവർക്ക് ആഹാരം തയ്യാറാക്കുന്ന തിടുക്കത്തിലായിരുന്നു രോഹിണിക്കുട്ടി. പറഞ്ഞതിനിടയിൽ ചോറു വെന്തു കഴിഞ്ഞു. പറമ്പിൽ ചുറ്റി നടന്ന് കൂട്ടാൻ വയ്ക്കാനുള്ളത് ശേഖരിച്ചു. അച്ചങ്ങായും പയറും ഉള്ളിയും കൂടിട്ട് ഒരു തീയൽ. പടറ്റിവാഴയ്ക്കകൊണ്ട് ഒരു മെഴുക്കു പുരട്ടി. ഒഴിക്കാൻ പുളിശ്ശേരിയും മോരും.

കൂട്ടുകാർ തിണ്ണയിൽ നിരന്നിരുന്നപ്പോൾ അവൾ തന്നെ അവർക്കു ചോറു വിളമ്പിക്കൊടുത്തു. എല്ലാവരും അവളെ ശ്രദ്ധിക്കുന്നുണ്ടായിരുന്നു. പരമേശ്വരൻനായരൊഴികെ.

അയാൾ ഇതിനിടയിൽ അവളോട് എന്തെങ്കിലും ഉരിയാടുകയോ മുഖത്തുനോക്കുകയോ ഉണ്ടായിട്ടില്ല. അവളെ അവിടെനിന്നു പറഞ്ഞയക്കുന്നതു കാത്തു കഴിയുകയാണ്.

അവൾ രാവിലെ അയാൾക്കു പല്ലുതേയ്ക്കാൻ ഉമിക്കരിയും വെള്ളവും കൊണ്ടുവയ്ക്കും. ചായ തിളപ്പിച്ച് അടച്ചുവയ്ക്കും. കുളിക്കാൻ വെള്ളം കോരിയിടും. ഇതെല്ലാം ആരു ചെയ്യുന്നു എന്നുപോലും അയാൾ ശ്രദ്ധിച്ചിട്ടില്ല. അച്ഛനും അമ്മയും കൂടാതെ മറ്റൊരു മനുഷ്യജീവി കൂടി ആ വീട്ടിൽ ഉണ്ടെന്ന് അയാൾ ഭാവിച്ചില്ല.

ഒടുവിലൊടുവിൽ ആ പെൺകുട്ടിയെക്കണ്ട് അച്ചുതൻനായർക്കു സഹതാപം തോന്നി. സാക്ഷാൽ പരമശിവനായിരുന്നെങ്കിൽ പോലും ഇതിനകം പ്രസാദിച്ചു വരദാനം നല്കുമായിരുന്നു.

കുറെനാൾ കഴിഞ്ഞപ്പോൾ പരമേശ്വരൻനായരുടെ അമ്മയ്ക്കും വിഷമമായി. കുന്നത്തൂർനിന്ന് അവരുടെ കുഞ്ഞാങ്ങള മകളെ തിരക്കി വരും. അയാളോടു സമാധാനം പറയാനില്ലാതെ അമ്മ കുഴങ്ങി. നെല്ലോ പണമോ ഉതകുന്നതു കൊടുത്ത് ആങ്ങളയെ തൃപ്തിപ്പെടുത്തിയയച്ചു. പക്ഷേ, അങ്ങനെ എത്രനാൾ കഴിയും?

ഒരു ദിവസം അച്ചുതൻനായരെ വിളിച്ച് അമ്മ ദുഃഖത്തോടെ പറഞ്ഞു:

“അവനത്ര വാശിയാണേൽ ഞാനവളെയങ്ങു പറഞ്ഞയച്ചേക്കാം. ഇവിടിങ്ങനെ നിർത്തിയിരുന്നാൽ വെറുതെയവളുടെ ഭാവി നശിക്കുമെന്നല്ലാതെ, അവൻ അവളുടെ മുഖത്തു നോക്കുകയുമില്ല. മറ്റാരും അവളെയൊട്ട് കല്യാണം കഴിച്ചോണ്ട് പോകുകയുമില്ല.”

പെട്ടെന്ന് ഒരു മറുപടി പറയാൻ അച്ചുതൻനായർക്കു കഴിഞ്ഞില്ല.

“എന്നാലും അവനെപ്പോലെ ഇങ്ങനൊരു മനുഷ്യനൊണ്ടോ? അവന്റെ മനസ്സ് ഏതാണ്ട് കല്ലോ മരമോ കൊണ്ടുണ്ടാക്കിയതാ.”

“എന്തായാലും പറഞ്ഞുവിടാൻ വരട്ടെ. ഞങ്ങളൊരു തവണ കൂടി പറഞ്ഞുനോക്കട്ടെ.”

അവരുടെ തീരുമാനം അറിയാൻ അമ്മ ആകാംക്ഷയോടെ കാത്തിരുന്നു.

ഏഴ്

അച്ചുതൻനായർ നൂറനാട്ടുപോയി നാരായണൻപോറ്റിയെ കണ്ടിട്ടുവരുമ്പോൾ നേരം കുറെ ഇരുട്ടി. അമ്പലപ്പറമ്പിലെത്തിയപ്പോൾ വീടിന്റെ ഇറയത്ത് മുനിഞ്ഞുകത്തുന്ന മണ്ണെണ്ണവിളക്കിനു മുന്നിൽ ജാനകിക്കുട്ടി കിടന്നുറങ്ങുന്നതുകണ്ടു. പാവം കാത്തുകാത്തിരുന്ന് ഒടുവിൽ ഉറങ്ങിപ്പോയതാണ്.

വിളികേട്ട് അവൾ ഞെട്ടിപ്പിടഞ്ഞെഴുന്നേറ്റു. അടുക്കളയിൽച്ചെന്ന് അത്താഴം വിളമ്പിക്കൊടുത്തിട്ട് അയാളുടെ അടുത്തുചെന്നിരുന്നു. അവളുടെ മുഖഭാവം കണ്ടപ്പോൾ എന്തോ സ്വകാര്യം പറയാനുള്ളതുപോലെ തോന്നി.

അയാൾ ചോറുവാരിയുണ്ണുന്നതിനിടയിൽ അവൾ പുഞ്ചിരി പൊഴിച്ചുകൊണ്ടു ശബ്ദമടക്കിപ്പറഞ്ഞു.

"ഒരു കാര്യമറിഞ്ഞോ? ആ ശിവരാമൻനായർ കാവുമ്പുറത്തെ കൊച്ചുപാറോതിയെ മോട്ടിച്ചോണ്ടുവന്നുവെച്ചിരിക്കുന്നു."

അയാൾ സംഭ്രാന്തിയോടെ ചോദിച്ചു.

"മോട്ടിച്ചോണ്ടുവെച്ചിരിക്കുന്നോ? കൊച്ചുപാറോതിയെയോ?"

"അതേന്ന്. കുട്ടിയമ്മേടെ മോൾ കൊച്ചുപാറോതിയെ."

ഓർക്കാപ്പുറത്ത് ഒരടിയേറ്റതുപോലെ തോന്നി.

"എന്നിട്ടു കൊണ്ടുവന്നെന്തു ചെയ്തു?"

ജാനകിക്കുട്ടി ചിരിച്ചു.

"അതു ചോദിച്ചാൽ വിഷമിച്ചുപോകും. കൊണ്ടുവന്നിട്ടെന്താ എല്ലാവരും ചെയ്യുന്നത്?"

അയാളും ചിരിച്ചു.

"അതല്ല ചോദിച്ചത്..... അവളെ എവിടാ കൊണ്ടുവന്നു നിർത്തിയിരിക്കുന്നത്?"

അവൾ കരുതലോടെ സ്വരംതാഴ്ത്തിപ്പറഞ്ഞു:

"പതുക്കെപ്പറ. അപ്പുറത്തുകേൾക്കും. അയാളുടെ വല്യമ്മേച്ചിയുടെ വീട്ടിലാ. തുണ്ടിപ്പടീറ്റതിൽ."

അച്ചുതൻനായർ ആലോചിക്കുകയായിരുന്നു. കൊച്ചുപാറോതി ഇപ്പോൾ തന്റെ ആരുമല്ല. ശിവരാമൻ അവളെ മോഷ്ടിച്ചുകൊണ്ടുവന്നെന്നറിഞ്ഞ് താനെന്തിനു പരിഭ്രാന്തനാകണം?

ജാനകിക്കുട്ടി ആശ്ചര്യം ഭാവിച്ചു.

"എന്നിട്ടു നമ്മളിതുവരെ അറിഞ്ഞില്ലേ്യ? ഈ നാട്ടിൽ ഇതിനി അറിയാനാരുമില്ല."

"ആരു പറഞ്ഞറിയാനാ? ഞാൻ വെളുപ്പിനെ എഴുന്നേറ്റുപോയതല്ലേ?"

"ഇവിടങ്ങളിൽ എല്ലാവരും അവരെ കാണാൻപോയി."

"നീയും പോയോ?"

"ഞാൻ പോയില്ല."

അയാളുടെ ചിന്തകൾ കഴിഞ്ഞുപോയ കാലങ്ങളിൽ, ആറ്റുതീരത്തെ കുറ്റിക്കാടുകളിൽ, കാലികൾ മേയുന്ന പുൽത്തകിടികളിൽ അലയുകയായിരുന്നു.

അതറിയാതെ ജാനകിക്കുട്ടി പറഞ്ഞു:

"എല്ലാവരും അവളെയാ കുറ്റംപറയുന്നത്. ഭാര്യയും മക്കളുമുള്ള ഒരുത്തന്റെകൂടെ ഇങ്ങനെ ഇറങ്ങിപ്പോന്നതിന്."

"മ്."

ഊണുമതിയാക്കി അയാൾ കൈകഴുകി. ഒരു ബീഡിയെടുത്തു കത്തിച്ചുകൊണ്ട് പറഞ്ഞു:

"അപ്പോണ്ടു ശിവരാമൻ ആളുകണ്ടതുപോലൊന്നുമല്ലല്ലോ. അവ

നൊരു മിടുക്കൻ തന്നെ."

"കൊള്ളാം. ഇതാ നല്ല മിടുക്ക്."

ജാനകിക്കുട്ടി പായ് തട്ടിക്കുടഞ്ഞു വിരിച്ചു ഉറങ്ങാൻ കിടന്നപ്പോഴും കൊച്ചുപാറോതിയെക്കുറിച്ചായിരുന്നു അച്ചുതൻനായരുടെ ആലോചന. സ്വയം സമാധാനപ്പെടാൻ നോക്കിയിട്ടും ഏതോ ഒരു നഷ്ടബോധം അയാളെ കുത്തിനോവിച്ചു.

അമ്പലപ്പറമ്പിൽവെച്ച് അവസാനമായി കണ്ടദിവസം അവൾ വീട്ടിലേക്കു ക്ഷണിച്ചപ്പോഴുള്ള ആ ചിരിക്കുന്ന മുഖമോർത്തു. ഇപ്പോൾ ശിവരാമന്റെകൂടെ തലയുയർത്തിനിന്ന് അവൾ തന്നെനോക്കി പരിഹസിക്കുന്നതായി തോന്നി.......

നേരംപുലർന്നപ്പോൾ ജാനകിക്കുട്ടി വിളിച്ചുണർത്തി.

"പിന്നേ, ഒന്നെഴുന്നേറ്റെ. പശുവിനെ കറന്നുവെച്ചിരിക്കുന്നു."

തിടുക്കത്തിലെഴുന്നേറ്റ് പാലുമായി ചന്തയിലേക്കു ചെന്നപ്പോൾ അവിടെ ശിവരാമനെക്കുറിച്ചും കൊച്ചുപാറോതിയെക്കുറിച്ചുമുള്ള സംസാരം നടക്കുകയാണ്.

"കുട്ടിയമ്മേടെ മോളല്ല്യോ? അതിൽ അത്ഭുതപ്പെടാനൊന്നുമില്ല. കൈതമേലുണ്ടാകുന്ന കായ്ക്കും മുള്ളുണ്ടാകും."

"അവളാരുടെയെങ്കിലുംകൂടെ പോയി ജീവിക്കട്ടെ. ഈ വന്ന കാലം ഇങ്ങനെയൊക്കെയാ."

"എന്നാലും ആ ശിവരാമനിതു കാണിക്കാൻ കൊള്ളാമോ? മുണ്ടു കൊടുത്തു വിളിച്ചോണ്ടുവന്ന ഭാര്യയെയും അതിലുണ്ടായ മക്കളെയും അങ്ങു കൊണ്ടുചെന്നുവിട്ടിട്ട്.......

ഭാര്യയുമായി പിണങ്ങിയതിൽപ്പിന്നെ ശിവരാമൻ തള്ളയുടെ കൂടെ ആനയടിയിലായിരുന്നു താമസം. അതിന്റെ തെക്കേതിലാണ് കുട്ടിയമ്മയും മക്കളുംകൂടിചെന്നു പൊറുതിയായത്. ശിവരാമന്റെ തള്ള വീട്ടുജോലികളിൽ സഹായിക്കാൻ കൊച്ചുപാറോതിയെ വിളിച്ചു. രാവിലെ മുറ്റമടിക്കാനും പാത്രം തേച്ചുമിഴക്കാനും വെള്ളം കോരാനും നെല്ലു കുത്താനും .

രാവിലത്തെ ചായക്കച്ചവടവും കഴിഞ്ഞു ശിവരാമൻ ഉച്ചയോടെ ആനയടിയിലെത്തും. അപ്പോൾ കൊച്ചുപാറോതി എന്തെങ്കിലും മിനങ്ങിക്കൊണ്ടു വീട്ടിലുണ്ടാവും. അങ്ങനെയുണ്ടായ അടുപ്പമാണ്. ഒടുവിൽ വീട്ടുകാരറിയാതെ അവളെ വിളിച്ചിറക്കി ഇങ്ങ് ഇടപ്പനയത്ത് വല്യമ്മച്ചിയുടെ വീട്ടിൽ കൊണ്ടു വന്നിരിക്കുന്നു.

"അവനെയെന്തിനാ പറയുന്നത്? അവളാ തെറ്റുകാരി. അവളുമൂലം ആ പാവുമ്പാക്കാരിപ്പെണ്ണിന്റെ ജീവിതം തകർന്നു."

അതുകേട്ട് ഐക്കര കുട്ടൻപിള്ള അഭിപ്രായപ്പെട്ടു.

"ഈമാതിരി വേലയ്ക്ക് രണ്ടിന്റെയും പുറമടിച്ചു പൊട്ടിക്കണം. അതാ വേണ്ടത്."

അമ്പീലേത്തു കൊമ്പൻ അതിനൊത്തു പറഞ്ഞു:

"അതു ചെയ്യാൻ ഇവിടാണുങ്ങളുണ്ടോ? ഇവിടങ്ങളിൽ കുറെ അവമ്മാരുണ്ട്. ഏതു തോന്നിവാസത്തിനും കൂട്ടുനില്ക്കാൻ. അല്ലെങ്കിൽ ഈ തന്തയില്ലായ്മ ഒന്നും കാണിക്കാൻ ഒരുത്തനും ധൈര്യപ്പെടത്തില്ല."

അവിടെയുണ്ടായിരുന്ന ആരെയൊ ഊന്നിക്കൊണ്ടാണ് ആ വർത്തമാനമെന്നു തോന്നി.

അതുവരെ മിണ്ടാതിരുന്ന പാലവിളയിൽ കുഞ്ഞുപിള്ള കണ്ണുതുറിച്ചു കടിച്ചു പിടിച്ചു ചോദിച്ചു.

"കിട്ടുപിള്ളയാദ്യം തുറന്നങ്ങു പറഞ്ഞാട്ടെ. ഇവിടാരാ ഇതിനൊക്കെ കൂട്ടുനില്ക്കുന്നത്?"

"അതിനി എന്നെക്കൊണ്ടു പറയിക്കണോ? ഇവിടങ്ങളിലാരാ ഇതിനൊക്കെ വേണ്ട ഒത്താശ ചെയ്തോണ്ടിരിക്കുന്നത്?"

ആളുകൾ തങ്കപ്പൻപിള്ളയുടെയും ശ്രീധരൻനായരുടെയും നേരെ നോക്കി. കൊമ്പൻ പറഞ്ഞത് അവരെ ഉദ്ദേശിച്ചാണോ?

ചന്തയുടെ തെക്കുവശത്തു റോഡരികിൽ തങ്കപ്പൻപിള്ളയുടെ സ്ഥലത്താണ് ശിവരാമന്റെ ചായക്കട. തങ്കപ്പൻപിള്ളയുടെയും കൂട്ടുകാരുടെയും താവളം ആ കടയിലാണ്. ചിലപ്പോൾ അവിടെ കൂട്ടുകൂടി കളിയും കുടിയും എല്ലാം നടക്കും.

ആളുകളുടെ ചിരികണ്ടപ്പോൾ തങ്കപ്പൻപിള്ള ചൊടിച്ചു. അയാൾ മുന്നോട്ടു നീങ്ങി കൊമ്പന്റെ നേരെ വിരൽ ചൂണ്ടിപ്പറഞ്ഞു:

"താൻ ആവശ്യമില്ലാത്തതൊന്നും ഇവിടെനിന്നു വിളിച്ചു പറയണ്ട. മര്യാദയ്ക്കു തന്റെ പാട്ടിനു പോ."

കൊമ്പൻ വിട്ടുകൊടുത്തില്ല.

"ഇതു പറഞ്ഞേന് ഇയാക്കെന്താ ഇത്ര ക്ഷോഭം? ആരായാലും വേണ്ടാത്തതിനു കൂട്ടുപിടിച്ചാ അവരും അതിന്റെ ഫലമനുഭവിക്കും."

"ഇയ്യാളു പേടിപ്പെടുത്തുവാണോ?"

വഴക്കു മുറുകുന്നെന്നു കണ്ടപ്പോൾ അച്ചുതൻനായർ ഇടപെട്ടു.

"നിങ്ങളെന്തിനാ ഇതിനെക്കുറിച്ചു സംസാരിച്ചു മുഷിയുന്നത്? കേട്ടോ അമ്പീലേത്തമ്മാവാ...."

ശ്രീധരൻനായർ പൊട്ടിത്തെറിക്കുന്നതുപോലെ ഇടയ്ക്കു കയറി ഉറക്കെ ചോദിച്ചു:

"അമ്മാവനോ? അയാളുടെ അമ്മാവനാ? അയാളീ രോഷം കൊള്ളുന്നതിന്റെ കാര്യം വേറെയാ. എടോ, കൊമ്പാ, അതിവിടെവെച്ച് എന്നെക്കൊണ്ടു പറയിക്കണോ തനിക്ക്."

"ഓ, ഇയ്യാളങ്ങു പറഞ്ഞാട്ടെ."

കുഞ്ഞുപിള്ള പറഞ്ഞു.

"അതെന്തുവാ? അങ്ങനെ വല്ലതുമുണ്ടെങ്കി അതു ഞങ്ങക്കൂടറിയണം."

ശ്രീധരൻനായർ കൈചൂണ്ടിക്കൊണ്ട് കൊമ്പന്റെ നേരെചെന്നു.

"ഇയ്യാളെന്തിനാ മഹേശ്വരൻപിള്ളയെയും വിളിച്ചോണ്ട് രാത്രി ആ

വീട്ടിച്ചെന്നത്? എന്നിട്ടിവിടെ വന്നുനിന്നു വലിയ ഗുണദോഷം പ്രസംഗിച്ചു!"

ആളുകൾ ഉറക്കെച്ചിരിച്ചു. കുഞ്ഞുപിള്ളയ്ക്കു രസംകയറി.

"ആങ്ഹാ, അങ്ങനെയൊക്കെ നടന്നോ?"

രണ്ടുമൂന്നുദിവസം മുമ്പ് കൊമ്പനും മഹേശ്വരൻപിള്ളയുംകൂടി മദ്യപിച്ചുകൊണ്ട് രാത്രി കുട്ടിയമ്മയുടെ വീട്ടിൽ കേറിച്ചെന്നു. കോയിക്കലെ കൊച്ചങ്ങുന്നിനെ കണ്ടപ്പോൾ ആ സ്ത്രീ അമ്പരന്നുപോയി. പുരമുറിക്കകത്തു കയറി വെളിയിലേക്ക് എത്തിനോക്കിക്കൊണ്ടുനിന്നു. കൊമ്പൻ പറഞ്ഞു:

"കേട്ടോ, കുട്ട്യമ്മേ. ഞങ്ങളൊരു കാര്യം പറയാൻ വന്നേത്. നിങ്ങടെ നടുവത്തെ മോടെകാര്യം"

സംഗതി പിടികിട്ടാതെ കുട്ടിയമ്മ നിന്നുമിഴിച്ചു, കൊമ്പൻ വലിയ കാര്യത്തോ പറഞ്ഞു:

"അവളൊരു ദൈവാധീനമുള്ള കുട്ടിയാ. അക്കാര്യം പറയാനാ എന്നെയും വിളിച്ചോണ്ടു കൊച്ചങ്ങുന്നിങ്ങോട്ടുവന്നത്. അവൾക്ക് ഒരു കല്യാണാലോചന."

കുട്ടിയമ്മ മഹേശ്വരൻപിള്ളയുടെ നേരെനോക്കി. അയാളുടെ കണ്ണുകൾ കുടിച്ചുകിറുങ്ങിയിരുന്നു. നിവർന്നുനില്ക്കാൻ കഴിയാതെ നിന്ന നിലയിൽ അങ്ങോട്ടുമിങ്ങോട്ടും ആടുന്നു.

അകത്തേക്കുനോക്കി മകളെ കണ്ണുകാണിച്ചിട്ട് കുട്ടിയമ്മ തിണ്ണയിലേക്കിറങ്ങിനിന്നു. കൊമ്പൻ വീണ്ടും പറഞ്ഞു:

"നിങ്ങടെ മോളെ ഒന്നുവിളി ആദ്യം ഒന്നുകാണട്ടെ."

"കിട്ടുപിള്ള ഇപ്പോൾ പോ. കൊച്ചങ്ങുന്നിനെയും വിളിച്ചോണ്ടുപോ. നേരംവെളുത്തിട്ടുവാ."

മഹേശ്വരൻപിള്ള പാടുപെട്ടു കൺപോളകൾ ഉയർത്തി കുട്ടിയമ്മയെ നോക്കിച്ചിരിച്ചു.

"എന്താ തള്ളേ, നിങ്ങടെ മോളെ എനിക്കൊന്നു കണ്ടൂടയോ?"

"അതുകൊണ്ടല്ലേ."

"പിന്നെന്താ, രാത്രീ ഞാനങ്ങു പോണമെന്ന്."

കുറ്റപ്പെടുത്തുന്ന സ്വരത്തിൽ കൊമ്പൻ പറഞ്ഞു.

"അദ്യത്തിനൊരു പായും തലയണയും എടുത്തുകൊടുക്കാൻ അവളോടു പറ കുട്ട്യമ്മേ."

"അതിനു അവളിവിടില്ല കിട്ടുപിള്ളേ."

"എവിടെപ്പോയി?"

"പള്ളിക്കൽ അവടെ കുഞ്ഞമ്മയുടെ വീട്ടിൽ പോയിരിക്കുവാ. നാളെയേ വരൂ."

മഹേശ്വരൻപിള്ള സംശയത്തോടെ ചോദിച്ചു.

"കുട്ടിയമ്മ ഞങ്ങളെ പറ്റിക്കാൻ പറയുവല്ലിയോ?"

"എന്തിനാന്നാ പറ്റിക്കുന്നത്? ഞാൻ നേരു പറഞ്ഞേത്."

കിട്ടുപിള്ള വാതിൽക്കൽ ചെന്ന് മുറിക്കകമൊക്കെ നോക്കി. ഇളയ പെൺകുട്ടി മാത്രമേയുള്ളൂ.

കുട്ടിയമ്മ കണ്ണുകാണിച്ചപ്പോൾ കൊച്ചുപാറോതി എങ്ങോട്ടോ കടന്നുകളഞ്ഞിരുന്നു.

മഹേശ്വരൻപിള്ള ആടിയാടിപ്പറഞ്ഞു:

"ഞങ്ങടെ പയ്യന്റെ കൂടെ നിങ്ങടെ മോളെ പറഞ്ഞയയ്ക്കുന്നതിനെക്കുറിച്ചു പറ തള്ളേ."

കൊമ്പൻ വിവരം പറഞ്ഞു മനസ്സിലാക്കി. കോയിക്കലെ നിലം പൂട്ടാൻ കൊച്ചൻ നല്ല ദേഹണ്ണി, നല്ല സ്വഭാവം.

കുട്ടിയമ്മ ഒന്നും മിണ്ടിയില്ല. അവർക്കൊന്നും മനസ്സിലായില്ല. മറുപടി പറയാതെ വാപൊളിച്ചു നിന്നു.

"നിങ്ങളെന്തുവാ ആലോചിച്ചോണ്ടു നില്ക്കുന്നേ?"

"കിട്ടുപിള്ള നാളെയിങ്ങോട്ടുവാ."

മഹേശ്വരൻപിള്ള പരിഭവപ്പെട്ടു.

"അപ്പോൾ ഇന്നു ഞാനങ്ങു പോകണമെന്നാണോ?"

"അതുകൊണ്ടല്ലേ."

"പിന്നെ? അവളിവിടില്ലേൽ അവടനിയത്തി അതിനകത്തില്യോ?"

കുട്ടിയമ്മ നിസ്സഹായയായി കേണുപറഞ്ഞു:

"അയ്യോ, അവളെട്ടും പൊട്ടും തിരിയാത്ത കൊച്ചുകുഞ്ഞാണേ." അതു നേരാണെന്നു കൊമ്പനും തോന്നി.

"ഇനിയെന്നാ വന്നാട്ടെ. നമുക്കവളുവന്നിട്ടു വരാം."

അയാൾ അനുനയം പറഞ്ഞ് മഹേശ്വരൻപിള്ളയെ അവിടെനിന്നും കൂട്ടിക്കൊണ്ടുപോയി.

പിറ്റേദിവസം ഉച്ചയോടെ വീണ്ടും കിട്ടുപിള്ള കുട്ടിയമ്മയെ കാണാൻ ചെന്നു. പയ്യന്റെ കാര്യം പറഞ്ഞപ്പോൾ അവരുടെ മുഖം ചുളിഞ്ഞു. പുരുഷപ്രാപ്തിയില്ലാത്ത ഒരു നരുന്തു ചെറുക്കൻ.

അവരുടെ മുഖഭാവം ശ്രദ്ധിച്ചിട്ട് കൊമ്പൻ പറഞ്ഞു:

"നിങ്ങടെ വിചാരം എനിക്കു മനസ്സിലായി. പക്ഷേ, നിങ്ങടെ മനസ്സിലിരുന്നാമതി. നിങ്ങടെ മോക്കു വേണ്ടുന്നതെല്ലാം കൊച്ചങ്ങുന്നു നോക്കിക്കൊള്ളും. അവടെ പേരിൽ കുറെ ഭൂമിയും എഴുതി വെപ്പിക്കാം. അദ്യത്തിന് അവളെ അത്ര കാര്യമാ."

കുട്ടിയമ്മ മുഖമുയർത്തി മിഴിച്ചുനിന്നു. അവർക്ക് എന്തൊക്കെയോ തോന്നി. ആശകളും ആശങ്കകളും. ഒന്നും വ്യക്തമല്ല. എടുത്തു ചോദിക്കാൻ പറ്റുന്നതല്ല. ഈ ഭൂമി എഴുതിവയ്ക്കാമെന്നു പറയുന്നതൊക്കെ നടക്കാനാണോ? ഒരു മേൽഗതിയുമില്ല. ഇനിയൊരു പെണ്ണു വളർന്നു വരുന്നു.

കൊമ്പൻ ചോദിച്ചു:

"നിങ്ങളെന്താ ഒന്നും പറയാതെ നില്ക്കുന്നെ? വന്നു കയറിയ മഹാലക്ഷ്മിയാ. നിങ്ങടെ മൂത്തമോക്കു പറ്റിയപോലെ പറ്റരുതെന്നു കരുതിയാ

ഞാൻ പറയുന്നത്. പിന്നെ നിങ്ങടെ പാട്.

കുട്ടിയമ്മ വിഹ്വലതയോടെ പറഞ്ഞു:

"എനിക്കൊന്നും തോന്നുന്നില്ല എന്റെ കിട്ടുപിള്ളേ. ഞങ്ങൾ ആണും തുണേം ഇല്ലാത്തോരാ."

"അതുകൊണ്ടാ ഞാൻ പറഞ്ഞത്. നിങ്ങടെ പുള്ളാരു രക്ഷപ്പെടും. അവടെ പേരിക്കുറേ വസ്തും വകേം കിട്ടിയാ ഈ കാലത്ത് അതു മോശമാണോ?"

കുട്ടിയമ്മ ഒടുവിൽ നിശ്ചയിച്ചുറച്ചു.

"കിട്ടുപിള്ള പറയുന്നതുപോലെ. ഞാനെല്ലാം അങ്ങോട്ടേല്പിക്കുവാ."

"എന്നാ ഇന്നുരാത്രി കൊച്ചങ്ങുന്നു വരും. വന്നു കഴിഞ്ഞാപ്പിന്നെല്ലാം നിങ്ങടെ മിടുക്ക്."

ആ ആലോചന നടന്ന ദിവസം സന്ധ്യക്കാണ് കൊച്ചുപാറോതി ശിവരാമന്റെ കൂടെ കടന്നുകളഞ്ഞത്.

ശ്രീധരൻനായർ ചന്തയിൽനിന്ന് എല്ലാ വിവരങ്ങളും ഉറക്കെ വിളിച്ചു പറഞ്ഞു. ആളുകൾ കൊമ്പനെ കളിയാക്കിച്ചിരിച്ചു.

ഐക്കര കുട്ടൻപിള്ള തടഞ്ഞിട്ടും കൊമ്പൻ നിന്നുപിഴയ്ക്കാൻ വേണ്ടിപ്പപറഞ്ഞു:

"ഞാനവളെ മോട്ടിച്ചോണ്ടു പോകുന്നതിനെ കൂട്ടുനില്ക്കാൻ പോയതല്ല. അന്തസ്സായി ഒരു ചെറുക്കനെക്കൊണ്ടു കല്യാണം ആലോചിക്കാനാ."

തങ്കപ്പൻപിള്ള പറഞ്ഞു:

"തന്റെ അന്തസ്സൊക്ക ഞങ്ങൾക്കറിയാം. കോയിക്ക വടക്കേത്തുന്നു വല്ലതും കിട്ടുമെങ്കി അതുവാങ്ങി നക്കിക്കോ. ഞങ്ങളെയാരേം ഗുണദോഷിക്കാൻ വരണ്ട."

"ഞാൻ ഗുണദോഷിക്കാൻ വന്നില്ല."

"പിന്നെന്തോന്നാ താനീ പ്രസംഗിച്ചത്? എടോ, കാവിന്റെ കിഴക്കേലെ കുട്ട്യമ്മേടെ മോളെ മാത്രമല്ല, ആൺപിള്ളാരു വിളിച്ചാ വരുമെങ്കിൽ കോയിക്കലെ കൊച്ചമ്മയായാലും വിളിച്ചിറക്കിക്കൊണ്ടുപോവും. മനസ്സിലായോ?"

അച്ചുതൻനായർ കർശനമായ ശബ്ദത്തിൽ തങ്കപ്പൻപിള്ളയോടു പറഞ്ഞു.

"മതി. ഇനിയൊന്നവസാനിപ്പിക്ക്. എന്തിനാ വെറുതെ വല്ല വീട്ടിലിരിക്കുന്നോരെ പറയുന്നത്?"

"അല്ലാ, പിന്നെ പറയിപ്പിച്ചേ അടങ്ങുകയുള്ളെങ്കിൽ...."

അച്ചുതൻനായർ ഉറക്കെ ശാസിച്ചു.

"ഒന്നു നിർത്താനാ പറഞ്ഞത്."

അതിനുശേഷം ആരും ഒന്നും മിണ്ടിയില്ല.

പാപ്പിവൈദ്യൻ വൈദ്യശാലയുടെ തിണ്ണയിൽ നില്ക്കുന്നതുകണ്ട്

കൊമ്പനും കുട്ടൻപിള്ളയും അങ്ങോട്ടു ചെന്നു.

അച്ചുതൻനായർ ചന്തയിൽനിന്നു തിരികെ വീട്ടിലെത്തിയപ്പോൾ ജാനകിക്കുട്ടി പശുവിനു പുല്ലുകുടഞ്ഞിട്ടു കൊടുക്കുന്നു. അവൾ ചോദിച്ചു.

"പശുവിനു പിണ്ണാക്കു മേടിച്ചില്ല്യോ?"

"ഇല്ല. മറന്നുപോയി."

"കൊള്ളാം. അതു നല്ല മറവിയാ."

ചന്തയിലെ സംസാരത്തിനിടയിൽ അയാൾ വീട്ടുകാര്യമെല്ലാം മറന്നു കഴിഞ്ഞിരുന്നു.

എട്ട്

അന്നു വൈകിട്ട് നീലാണ്ടൻനായർ ശിവരാമന്റെ അച്ഛനെ തിരക്കി ച്ചെന്നപ്പോൾ അയാൾ വീട്ടിലില്ല. നീലാണ്ടൻനായർ വീട്ടിൽ വിവരം പറഞ്ഞു.

"വരുമ്പോൾ കോയിക്കലോട്ടുവരാൻ പറയണം. വല്യങ്ങുന്നു തിരക്കുന്നു."

കോയിക്കൽനിന്നു ആളയച്ചിരിക്കുന്നു എന്നു പറഞ്ഞപ്പോഴേ കൊച്ചുകുഞ്ഞുനായർക്ക് വേവലാതിയായി. ശിവരാമന്റെ കാര്യം പറയാനായിരിക്കും. അവൻ തന്റെ വരുതി ശാസനയിലല്ലാതായിട്ട് കാലം കുറെയായി. അയാൾ ഭാര്യയും മകനുമായി പിണങ്ങിപ്പിരിഞ്ഞു കഴിയാൻ തുടങ്ങിയിട്ടുതന്നെ വർഷം എട്ടൊൻപതു കഴിഞ്ഞു. ഈ കാലയളവിൽ അവൻ തന്നോടൊരുവാക്കു ചോദിച്ചിട്ടില്ല. പക്ഷേ, അതു പറഞ്ഞാൽ മൂത്തപിള്ള വിശ്വസിക്കുമോ? പെണ്ണിനെ കൊണ്ടു ചെന്നു നിർത്തിയിരിക്കുന്നതും വേണ്ടപ്പെട്ട വീട്ടിൽ.

കോയിക്കലേക്കു പോകുന്നതിനുമുമ്പ് അയാൾ ശിവരാമന്റെ വലിയമ്മച്ചി താമസിക്കുന്നിടത്തു ചെന്നു. ആ സ്ത്രീയുടെ നേർക്കു തട്ടിക്കേറിക്കൊണ്ടു ചോദിച്ചു.

"അവനുണ്ടോ ഇവിടെ?"

"ആരാ?"

"ആ തന്തയ്ക്കുമുമ്പേ ഉണ്ടായ കഴിവേറിടമോൻ."

വല്യമ്മച്ചി ഭയപ്പാടോടെ പറഞ്ഞു.

"ഇവിടില്ല."

"നിങ്ങളാരോടു ചോദിച്ചോണ്ടാ അവനെയും അവളെയും ഇവിടെ വിളിച്ചു താമസിപ്പിച്ചേക്കുന്നേ?"

അവർ മറുപടിയൊന്നും പറഞ്ഞില്ല. അനുജത്തിയുടെ മകനായതുകൊണ്ട് അവൻ ഒരു പെണ്ണുമായി വന്നു കയറിയപ്പോൾ ഇറങ്ങിപ്പോകാൻ പറഞ്ഞില്ല.

കൊച്ചുകുഞ്ഞുനായർ തന്റെ സർവ്വ കഴിവുമെടുത്തു പറഞ്ഞു:

"ആ തേവിടിച്ചിയെ ഉടനെ പറഞ്ഞയച്ചോണം. അതു പറയാനാ ഞാൻ വന്നത്.. എനിക്കു നാട്ടുകാരുടെ മുഖത്തു നോക്കണം."

ആ സ്ത്രീ എന്തു വേണമെന്നറിയാതെ കുഴങ്ങി.

മൂപ്പിലാന്റെ സംസാരംകേട്ട് കൊച്ചുപാറോതി അടുക്കളയുടെ മൂലയിൽ ഒതുങ്ങി മാറിനിന്നു.

കൊച്ചുകുഞ്ഞുനായർ ഒച്ചവെച്ചു ചോദിച്ചു.

"എന്താ ഒന്നും മിണ്ടാത്തത്? ഉടനെ പറഞ്ഞയയ്ക്കുന്നുണ്ടോ അവളെ? അല്ലെങ്കിൽ ഞാനീ പുരയ്ക്കു തീയിടും."

വല്യമ്മച്ചി ഭയന്നുപോയി. അയാളുടെ കലിയടക്കാൻ വേണ്ടി അവർ സമ്മതിച്ചു.

"ഞാൻ അവളെയങ്ങു പറഞ്ഞയച്ചേക്കാം."

"എന്നാൽ പറഞ്ഞയച്ചേക്ക്. എന്ത്യേ അവള്? ഉടനെ ഇറങ്ങിപ്പോകാൻ പറ."

വഴക്കു കേട്ട് അയല്ക്കാർ അടുത്തുകൂടി. ആരും ഒന്നും മിണ്ടിയില്ല. വല്യമ്മച്ചി അനുനയം പറഞ്ഞുനോക്കി.

"കൊച്ചുകുഞ്ഞുനായർ ഒന്നു സമാധാനപ്പെട്. ശിവരാമനിങ്ങോട്ടൊന്നു വന്നോട്ടെ. വന്നിട്ട് രണ്ടുപേരേം കൂടങ്ങു പറഞ്ഞു വിട്ടേക്കാം."

"എന്തിനാ അവൻ വരുന്നത്? അവ ഇവളുടെ പാട്ടിനുപോട്ടെ."

അയാൾ മുറിക്കകത്തേക്കു നോക്കി ഉറക്കെ വിളിച്ചു:

"ഇറങ്ങിവാടീ ഇവിടെ."

കൊച്ചുപാറോതി തലയുയർത്തിപ്പിടിച്ച് ഇറങ്ങിവന്നു.

"ഇറങ്ങിപ്പോ ഇവിടുന്ന്. മ് ഇറങ്ങിപ്പോകാൻ."

അവൾ മൂപ്പിലാന്റെ നേരെ തുറിച്ചുനോക്കിക്കൊണ്ടു പറഞ്ഞു:

"ഞാനിവിടെ തന്നത്താൻ വലിഞ്ഞുകേറി വന്നതല്ല."

"പിന്നെ? നിന്നെയിവിടെ സംബന്ധംകഴിച്ചോണ്ടു വന്നതാണോ?"

"എന്നെയിങ്ങോട്ടു വിളിച്ചോണ്ടുവന്നയാളുണ്ട്. ആ മനുഷ്യൻ വന്നു പറയുമ്പം ഇറങ്ങിപ്പോകും."

"എങ്, എന്തു പറഞ്ഞടീ." കൊച്ചുകുഞ്ഞുനായർ അവളുടെ നേരെ ചാടിച്ചെന്നു. അവൾ ഒരു കൂസലുംകൂടാതെ നിന്നനിലയിൽത്തന്നെ നിന്നതേയുള്ളൂ. അപ്പോൾ നോക്കിനിന്നവർ ഇടപെട്ടു.

"നിങ്ങളവളെ ഒന്നും ചെയ്യരുത്. അതു തെറ്റാണ്."

വലിയമ്മച്ചി ഓടിച്ചെന്നു തടസ്സം പിടിച്ചു.

"ഇതെന്തൊരു ബഹളമാ ഈ കാണിക്കുന്നെ? അവളെയങ്ങു പറഞ്ഞയച്ചേക്കാമെന്നു പറഞ്ഞില്ല്യോ?"

"പിന്നെന്താ താമസം?"

"ഇത്തിരിനേരംകൂടി ഒന്നു ക്ഷമിക്ക് കൊച്ചുകുഞ്ഞുനായരേ. ഒരുത്തൻ കൊണ്ടുവന്നു നിർത്തിയേക്കുന്ന പെണ്ണിനെ ഞാനായിട്ടു പറഞ്ഞയച്ചേച്ച് പിന്നെന്തെങ്കിലും സംഭവിച്ചാ ഞാൻ വേണ്ടായോ സമാധാനം പറയാൻ."

"എന്തായാലും നിങ്ങളിതിനു സമാധാനം പറയേണ്ടിവരും."

"അതെന്തിനാ? ഞാനല്ല്യോ പറഞ്ഞത്? അവനിങ്ങോട്ടൊന്നുവന്നോട്ടെ."

കേട്ടുനിന്നവർക്കും അതു ശരിയാണെന്നു തോന്നി.

"ആ പറഞ്ഞതു നേരല്ല്യോ? കേട്ടോ തുണ്ടിപ്പടീറ്റേക്കാരേ, ശിവരാമൻനായരു വന്നിട്ട് അവളെ പറഞ്ഞയച്ചാമതി."

കൊച്ചുകുഞ്ഞുനായർ കുറേ അടങ്ങി.

"ഞാൻ രാവിലെ വരും. അതിനകം അവളെ പറഞ്ഞയച്ചിട്ടില്ലെങ്കിൽ ബാക്കികാര്യം അപ്പോഴറിയാം."

ഭീഷണി പുറപ്പെടുവിച്ചുകൊണ്ട് ഒഴിഞ്ഞുപോകുന്ന ഒരു കൊടുങ്കാറ്റുപോലെ അയാൾ തിരികെപ്പോയി....

കോയിക്കലെ മൂത്തപിള്ള അച്ഛന് ആളുപറഞ്ഞയച്ചതും അച്ഛൻ ചാടിത്തുള്ളിക്കൊണ്ടു വല്യമ്മച്ചിയുടെ വീട്ടിലേക്കു പോയതുമെല്ലാം ചന്തയിൽവെച്ചു ശിവരാമൻനായരറിഞ്ഞു. അയാൾ ആകെ ആശയക്കുഴപ്പത്തിലായി. എന്തു ചെയ്യണമെന്നറിയാതെ കടതുറന്ന് അതിനകത്തു കയറിയിരുന്നു.

അച്ഛന്റെ കാര്യം സാരമില്ല പക്ഷേ, കോയിക്കൽക്കാരോടു പിണങ്ങാൻ താൻ ആളാണോ? ആലോചിച്ചപ്പോൾ ഭയം തോന്നി. ഭയംകൊണ്ട് വയറ്റിൽ തീയെരിഞ്ഞു. അവളെ അങ്ങു തിരിച്ചുകൊണ്ടുചെന്നു വിട്ടാലോ? പെണ്ണും പെടയുമൊന്നും വേണ്ടാ. എങ്ങനെയെങ്കിലും സ്വൈരമായി കഴിഞ്ഞാൽ മതി.

അച്ഛൻ മടങ്ങിപ്പോയെന്നറിഞ്ഞപ്പോൾ കടയുമടച്ച് വല്യമ്മച്ചിയുടെ വീട്ടിൽച്ചെന്നു. അയാളെ കണ്ടപ്പോൾ വല്യമ്മച്ചി വിറച്ചുതുള്ളാൻ തുടങ്ങി.

"ആങ്ഹാ, നീയെന്റെ മുഖത്തു കരിവാരിതേയ്ക്കാനാണോ ഇവളെ ഇങ്ങോട്ടു കെട്ടിവലിച്ചോണ്ടുവന്നെ? ഇവിടുന്നു വിളിച്ചോണ്ടു പോ. ഇനിയൊരു നിമിഷം ഇവിടെ നിർത്തിയേക്കാനൊക്കത്തില്ല."

"വല്യമ്മച്ചിയൊന്നു തഞ്ചപ്പെട്."

"തഞ്ചപ്പെടാനോ? എന്റെ വീടിനു തീവെപ്പിച്ചേ നീ അടങ്ങത്തൊള്ളോ?"

അപ്പോൾ തങ്കപ്പൻപിള്ളയും ശ്രീധരൻനായരുംകൂടി അങ്ങോട്ടു ചെന്നു. ശ്രീധരൻനായർ ചിരിച്ചുകൊണ്ടു ചോദിച്ചു.

"ഇവിടേതാണ്ടു സംസാരം നടന്നെന്നു കേട്ടല്ലോ. എന്താ കാര്യം?"

വല്യമ്മച്ചി കരയാനും പറയാനും തുടങ്ങി.

"എന്റെ പൊന്നുകുഞ്ഞുങ്ങളേ, എനിക്കിവിടെ കെടന്നു പൊറുക്കണേ. അവന്റെ തന്തവന്ന് ഇല്ലാത്ത പൊല്ലാപ്പെല്ലാമുണ്ടാക്കി. ഈ വീടിനു തീവയ്ക്കുമെന്നു പറഞ്ഞുപോയിരിക്കുവാ."

തങ്കപ്പൻപിള്ള തിരക്കി–

"വീടിനു തീവയ്ക്കുമെന്നോ? എന്താ കാര്യം ശിവരാമൻ വിളിച്ചോണ്ടുവന്ന പെണ്ണിനെച്ചൊല്ലിയാണോ?"

"അല്ലേപ്പിന്നെ അങ്ങേരിവിടെ വഴക്കിനുവരുന്നതെന്തിനാ? അല്ല, അവനവളേം വിളിച്ചോണ്ട് ഇങ്ങോട്ടുവരണ്ട കാര്യമൊണ്ടാരുന്നൊ? അതുകൊണ്ടല്ല്യോ അയാളു തിണ്ണമിടുക്കും പറഞ്ഞോണ്ടുവന്നേ?"

ആ വർത്തമാനം കേട്ടു ശിവരാമന് വെറുപ്പുതോന്നി–

"നിങ്ങളിങ്ങനെ കിടന്നു ചിലമ്പാതെ തള്ളെ. ഞാൻ അവളേം വിളിച്ചോണ്ടങ്ങു പൊയ്ക്കോളാം."

ആ സ്ത്രീ തങ്കപ്പൻപിള്ളയോടു പാഴാങ്കം പറഞ്ഞു:

"എനിക്ക് ആണും തുണേം ഉണ്ടോ മക്കളേ? ഈ കൂരയ്ക്കു തീവെച്ചാ ഞാൻ പിന്നെങ്ങോട്ടുപോകും."

ശ്രീധരൻനായർ അവരെ സമാധാനപ്പെടുത്താൻ നോക്കി.

"എന്തായാലും നിങ്ങൾ തഞ്ചപ്പെട്. ഇങ്ങനെ കിടന്നു ബഹളംവെച്ചാലോ?"

"എനിക്കൊരു തഞ്ചവും തോന്നുന്നില്ല. അവളിവിടുന്ന് ഇറങ്ങിപ്പോയാലേ തഞ്ചംവരൂ."

കൊച്ചുപാറോതിക്കു വല്ലാത്ത അപമാനംതോന്നി. അവൾ വിളറിയ മുഖത്തോടെ ശിവരാമനോടു പറഞ്ഞു:

"നിങ്ങളെന്തിനാ ഇങ്ങനെ മറ്റുള്ളവരെ വിഷമിപ്പിക്കുന്നത്? നമുക്കിവിടുന്നിറങ്ങിക്കൊടുക്കാം."

വല്യമ്മച്ചിയുടെ ശ്വാസം നേരെവീണു. അവർ കൊച്ചുപാറോതിയുടെ നേരെ കണ്ണിമയ്ക്കാതെ നോക്കിക്കൊണ്ടു നിന്നു.

ശിവരാമൻ ഒന്നുംമിണ്ടാതെ നില്ക്കുന്നതുകണ്ട് കൊച്ചുപാറോതി അയാളുടെ സമീപത്തേക്കുചെന്നു.

"നമ്മളെന്തവാ ഇങ്ങനെ ആലോചിച്ചോണ്ടുനില്ക്കുന്നെ?"

അയാൾ ശബ്ദമടക്കി ചെവിയിൽ ചോദിച്ചു:

"ഇവിടുന്നെറങ്ങിയാ നമ്മളെങ്ങോട്ടു പോകും?"

"എവിടേലും അങ്ങുകഴിയും. ഏതെങ്കിലും മരത്തിന്റെ ചുവട്ടിൽക്കിടന്നാലും ശരി, ഇനി ഇവിടെ നില്ക്കണ്ടാ."

അവരുടെ കുശുകുശുക്കൽ കണ്ടു വല്യമ്മച്ചിക്കു പിന്നെയും ദുസ്സംശയം. അവർ ശ്രീധരൻനായരോടും തങ്കപ്പൻപിള്ളയോടും ഇരുന്നു പറഞ്ഞു:

"എന്റെ പൊന്നുകുഞ്ഞുങ്ങളേ, നിങ്ങളിങ്ങനെ കല്ലുപോലെ നില്ക്കാതെ അവളെ ഇവിടുന്നൊന്നു പറഞ്ഞയച്ചുതാ."

കൊച്ചുപാറോതി അകത്തുകയറി അവളുടെ കടലാസു പൊതിയെടുത്തുകൊണ്ടു മുറ്റത്തിറങ്ങി. അവൾ ശിവരാമനോടു ചോദിച്ചു.

"ഇനിയെന്തിനാ ഇവിടെ നില്ക്കുന്നത്? നിങ്ങളിങ്ങോട്ടുവാ."

അയാൾ ഇറങ്ങിച്ചെന്നു. കൊച്ചുപാറോതി മുമ്പേനടന്നു. അവളുടെ പുറകെ എങ്ങോട്ടെന്നറിയാതെ ശിവരാമനും.

തങ്കപ്പൻപിള്ള തെല്ലൊരു വെറുപ്പോടെ വല്യമ്മച്ചിയോടു പറഞ്ഞു:

"എന്നാലും നിങ്ങളവരെ ഇരുത്തിപ്പൊറുപ്പിച്ചില്ലല്ലോ തള്ളേ!"

"എന്റെ പൊന്നുകുഞ്ഞേ, ഇപ്പോഴാ എന്റെ പ്രാണൻ നേരെ വീണത്. അവളെവിടേലും പോയി തുലയട്ടെ. ഇവിടെ വേണ്ടാ."

"എന്നാലും ഒരു സമാധാനമൊക്കെ വേണ്ടായോ?"

"വേണ്ടാ. വേണ്ടാ. ഒരു സമാധാനവും വേണ്ടാ."

ശ്രീധരൻനായർ പറഞ്ഞു:

"ശരി. ഇനി നമുക്കും ഇറങ്ങാം."

കൊച്ചുപാറോതിയും ശിവരാമനും പോയവഴിയേ അവരും ഇറങ്ങി നടന്നു.

വഴിയിൽവെച്ചു ശിവരാമൻ കൊച്ചുപാറോതിയുടെ കാതിൽ മന്ത്രിച്ചു.

"ഞാനൊരു കാര്യം പറയട്ടെ."

"എന്തുവാ?"

"നീ കുറെദിവസം അങ്ങു നിങ്ങടെ വീട്ടിൽപ്പോയി നില്ല്. നമുക്കെവിടെങ്കിലും ഒരു സൗകര്യമുണ്ടാകുന്നതുവരെ."

അതുകേട്ട് അവളുടെ ചങ്കു തുള്ളിവിറച്ചു.

"അതുമാത്രം ആലോചിക്കണ്ടാ. കെട്ടിഞാന്നു ചത്താലും ഇനി ഞാൻ അങ്ങോട്ടില്ല."

ശിവരാമൻ ഇളിഭ്യനായി പുറകിൽ തങ്ങി. കൊച്ചുപാറോതി തിരിഞ്ഞു നിന്നു.

"എന്താ, നിങ്ങക്കു പേടിയാവുന്നോ?"

"അതുകൊണ്ടല്ല."

"എന്നാ ഇങ്ങോട്ടു ധൈര്യത്തോടെ വാ?"

എന്തോ ഓർത്തിട്ടെന്നപോലെ അവൾ എടുത്തുചോദിച്ചു:

"നമ്മുടെ കടേടെ താക്കോൽ കൈയിലില്യോ?"

"ഒണ്ട്."

"എന്നാ വാ. നമുക്കു കടേലോട്ടു പോകാം."

കടയുടെ മുന്നിലെത്തിയപ്പോൾ നേരം സന്ധ്യമയങ്ങിയിരുന്നു. ശിവരാമൻ താക്കോൽ തിരിച്ചു നിരപ്പലകയെടുത്തുമാറ്റി. കൊച്ചുപാറോതി പറഞ്ഞു:

"അങ്ങോട്ടുകേറി വിളക്കു കത്തിക്ക്."

ശിവരാമൻനായർ അകത്തുകയറി. തീപ്പെട്ടിക്കൊള്ളിയുരച്ച് മണ്ണെണ്ണവിളക്കു കത്തിച്ചു. അവൾ കടയ്ക്കകത്തേക്ക് നൂഴ്ന്നുകയറി. കടയ്ക്കകമാകെ ഒന്നു കണ്ണോടിച്ചു.

"ഇതിനകത്തു ചാക്ക് കിടപ്പുണ്ടോ?"

"ഉണ്ട്. എന്തിനാ?"

"നാളെ രണ്ടു ചാക്കെടുത്ത് ആ മൂലയൊന്നു മറയ്ക്കണം."

"മറയ്ക്കാം."

അവൾ എന്തോ ചിന്തിച്ചുകൊണ്ട് ഒരു നിമിഷം ബഞ്ചിൽ ഇരുന്നു. അവിടെനിന്നെഴുന്നേറ്റ് അടുക്കിവെച്ചിരിക്കുന്ന പാത്രങ്ങളും അടുപ്പുമെല്ലാം നോക്കിയിട്ട് ശിവരാമനോടു പറഞ്ഞു:

"അരിയിരിപ്പുണ്ടോ? ഞാൻ കഞ്ഞിവയ്ക്കാം."

"ഇവിടിരിപ്പില്ല."

"വിശപ്പില്ല്യോ? ഒന്നും കഴിക്കണ്ടായോ?"

"ഓ, ഒരു ദിവസം ഒന്നും കഴിച്ചില്ലെന്നുവെച്ച്...."

"എന്തിനാ വിശന്നു കിടക്കുന്നത്?"

അവൾ പുഞ്ചിരിപൊഴിച്ചുകൊണ്ടു പറഞ്ഞു:

"ഇവിടെവെച്ചുതരാൻ ആളുള്ളപ്പോൾ.... വാ, നമുക്ക് അരിയും ഉപ്പും മുളകും മേടിച്ചോണ്ടുവരാം. എന്റെ കൈയിൽ രൂപയുണ്ട്."

"അതുകൊണ്ടല്ല."

നിരപ്പലകയെടുത്തു ചാരിയിട്ട് രണ്ടുപേരും കൂടി പലചരക്കു കടയിലേക്കു പോയി. ചന്തയിലുള്ളവർ അവരുടെനേരെ ആശ്ചര്യത്തോടെ നോക്കി നിന്നു. ഒന്നും ഉരിയാടാതെ അവർക്കുവേണ്ടി വഴിമാറിക്കൊടുത്തു.

അരിയും സാധനങ്ങളും വാങ്ങി തിരികെ ചായക്കടയിലെത്തിയപ്പോൾ തങ്കപ്പൻപിള്ളയും ശ്രീധരൻനായരും വഴിയിൽ കാത്തുനില്ക്കുന്നതുകണ്ടു.

തങ്കപ്പൻപിള്ള ചോദിച്ചു:

"നിങ്ങൾ അവിടെങ്ങോട്ടു പോയി?"

"പലചരക്കു കടവരെ."

"ഓഹോ, അത്താഴം വയ്ക്കാനുള്ള ഒരുക്കമായിരിക്കും."

"അതെ, വാ. നമുക്കകത്തു കയറിയിരിക്കാം."

ആണുങ്ങൾ വർത്തമാനം പറഞ്ഞിരിക്കുമ്പോൾ കൊച്ചുപാറോതി കലത്തിൽ വെള്ളംവെച്ച് അടുപ്പിൽ തീകത്തിച്ചു.

ശിവരാമൻ തങ്കപ്പൻപിള്ളയോടും ശ്രീധരൻനായരോടുമായി പറഞ്ഞു.

"കോയിക്കലെ മൂത്തപിള്ള അച്ഛന് ആളയച്ചു. അതിന്റെ പേരിലാ അച്ഛനവിടെവന്നു വഴക്കുണ്ടാക്കിയത്."

ശ്രീധരൻനായർ ചിരിച്ചു.

"കോയിക്കലുള്ളവർക്കു മനഃപ്രയാസം കാണും."

"അതിനു വെറുതെയിരിക്കുന്ന മൂപ്പിലാനെ വിളിപ്പിച്ചിട്ട് എന്തോ ചെയ്യാനാ?"

തങ്കപ്പൻപിള്ള നിസ്സാരഭാവത്തിൽ പറഞ്ഞു:

"അതിലൊന്നും കാര്യമില്ല. നീ അതൊന്നും വകവയ്ക്കാൻ പോകണ്ടാ."

ശ്രീധരൻനായരും അതിനൊത്തു പറഞ്ഞു:

"ആ വല്യമ്മേടെ വീടായിട്ടല്ല്യോ മൂപ്പിലാൻ ചെന്നു തീയിടുമെന്നു പറഞ്ഞത്. അങ്ങനെയാണെങ്കിൽ ഇവിടെനിന്ന് ഒന്നിറങ്ങിപ്പോകാൻ പറയട്ടെ."

ശിവരാമനു ധൈര്യം വന്നു.

"ശരിയാ. ഞങ്ങളിവിടെ നിന്നിറങ്ങിപ്പോകണമെങ്കി തങ്കപ്പൻപിള്ള ച്ചേട്ടൻ പറയണം."

തങ്കപ്പൻപിള്ള ഉറപ്പു നല്കി.

"ആ ഒരുകാര്യം കൊണ്ടു വിഷമിക്കണ്ട. എത്രകാലം വേണമെങ്കിലും നിങ്ങളിവിടെ താമസിച്ചോ."

ചുറ്റുപാടുമൊന്നു നോക്കിയിട്ട് ശ്രീധരൻനായർ അഭിപ്രായപ്പെട്ടു.

"പക്ഷേ, ഇതിനകത്ത് എങ്ങനെ കഴിഞ്ഞുകൂടും? കച്ചവടത്തിനും താമസത്തിനുംകൂടി ഒട്ടും ഇടമില്ല. "

തങ്കപ്പൻപിള്ള പറഞ്ഞു:

"പുറകിൽ ഒന്നു ചരിച്ചുകെട്ടിയാൽ മതി. ആവശ്യമുള്ള സ്ഥല സൗകര്യം കിട്ടും. വെപ്പും കുടിയുമെല്ലാം അവിടെയാക്കാം. വേണ്ടിവ ന്നാൽ കിടപ്പും അതിനകത്താക്കാം."

"അതുശരി. അങ്ങനെയൊരു ചരിപ്പുകൂടി ഇറക്കുകയാണെങ്കിൽ സൗകര്യമായി."

തങ്കപ്പൻപിള്ള ബെഞ്ചിൽ നിന്നെഴുന്നേറ്റു.

"നിങ്ങളിനി വല്ലതും കഴിച്ചിട്ട് കിടന്നുറങ്ങ്. ഞങ്ങളൊന്നിറങ്ങട്ടെ."

ശിവരാമൻ അവരെ ആഹാരത്തിനു ക്ഷണിച്ചു.

"എന്തായാലും ഇത്രനേരം ഇരുന്നില്ല്യോ? ഇനി ഞങ്ങളുടെ ശാപ്പാ ടിൽകൂടി പങ്കുപറ്റിയിട്ടു പോയാൽമതി."

"അതുവേണ്ട. പുത്തൻ പെണ്ണിനെ വിഷമിപ്പിക്കണ്ട. യാതൊരു സൗകര്യവുമില്ലാതെ ഇത്രയും പേർക്ക്...."

കൊച്ചുപാറോതി അടുപ്പിനടുത്തുനിന്നു പറഞ്ഞു.

"എനിക്കു വിഷമമൊന്നുമില്ല. കുറെ അരിയുംകൂടി ഇടുന്നതിനു വിഷമമെന്തുവാ? കൂട്ടാന്റെ കാര്യമാ...."

"ഇപ്പോൾ ഒന്നും വേണ്ട. സൽക്കാരമൊക്കെ ഇനിയൊരിക്കൽ."

"എന്നാൽ ഇതാ, കാപ്പി തിളച്ചു. കുടിച്ചോണ്ടു പോകാം."

കരുപ്പട്ടിയും കാപ്പിപ്പൊടിയും ഇട്ടു തിളപ്പിച്ച് അവൾ ഗ്ലാസിൽ പകർന്നു കൊണ്ടുകൊടുത്തു. കാപ്പികുടിച്ചിട്ട് തങ്കപ്പൻപിള്ളയും ശ്രീധരൻനായരും പോയി. കഞ്ഞിവെന്തപ്പോൾ അതൊരു പ്ലേറ്റിൽ വിള മ്പിവെച്ചു. മുളകും പുളിയും ചുവന്നുള്ളിയും കൂട്ടി ഉപ്പുനീരിൽ ഞെവിടി അതും ഒരു പാത്രത്തിലാക്കി അയാളുടെ മുമ്പിൽ കൊണ്ടുചെന്നുവെച്ചു. അയാൾ കോരിക്കുടിച്ചതിന്റെ ബാക്കി അവളും മോന്തി.

ബെഞ്ചുപിടിച്ചു നിരത്തിയിട്ടു കിടന്നു. ഉറങ്ങുന്നതു വരെ രണ്ടാളും കൂടി ഭാവിജീവിതത്തെക്കുറിച്ചുള്ള സങ്കല്പങ്ങൾ നെയ്തുകൊണ്ടിരുന്നു.

അടുത്തദിവസം കട തുറന്നില്ല. കച്ചവടം ഉണ്ടായിരുന്നില്ല. പൊറു തിക്കുവേണ്ട ഒരുക്കങ്ങൾ ചെയ്യണമായിരുന്നു. കടയുടെ പുറകുവശത്ത് ചരിപ്പിറക്കണം. അതിനുവേണ്ട തടിയും തണ്ടും ശേഖരിക്കണം. പിന്നെ ഒരു താമസത്തിനാവശ്യമായ ചട്ടിയും കലവും ചിരവയും ഒപ്പിക്കണം.

ഒരു പുതിയ ജീവിതത്തിനുവേണ്ടി പലതും ചെയ്തു തീർക്കാനുണ്ട്.

ഒൻപത്

അച്ചുതൻനായരും പരമേശ്വരൻനായരും കൂടി ഉച്ചയോടെ ചായക്കടയിൽ തിരക്കിച്ചെന്നപ്പോൾ അവിടെ ശിവരാമൻ ഉണ്ടായിരുന്നില്ല. എങ്ങോട്ടു പോയെന്നറിഞ്ഞുകൂടാ. അതിനുശേഷം തങ്കപ്പൻപിള്ളയെയും ശ്രീധരൻനായരെയുമന്വേഷിച്ച് പാതിരിക്കൽ അണക്കെട്ടിന്റെ അടുത്തേക്കു ചെന്നു. ചന്തയിലില്ലെങ്കിൽ പിന്നെ അവർ അണയുടെ സമീപത്തേ ഉണ്ടാവൂ. ആരുടെയും ശല്യമില്ലാതിരുന്നു ചീട്ടുകളിക്കാൻ പറ്റിയ സ്ഥലം. ആറ്റിനക്കരയും ഇക്കരയും വെള്ളമണൽ നിറഞ്ഞ വെളിസ്ഥലം. അതിനു ചുറ്റും ഇരുണ്ടു വളർന്ന കുറ്റിക്കാട്.

അച്ചുതൻനായരെയും പരമേശ്വരൻനായരെയും കണ്ട് തങ്കപ്പൻപിള്ളയും ശ്രീധരൻനായരും ചീട്ടുകളി മതിയാക്കി എഴുന്നേറ്റു.

അപ്പോൾ ബാക്കിയുള്ളവർ പിരിഞ്ഞുപോയി. നാലുപേരുംകൂടി വടക്കേക്കര നിന്നിരുന്ന ചെറുപുന്നയുടെ തണലിൽ ചെന്നിരുന്നു.

പരമേശ്വരൻനായരാണ് തുടക്കമിട്ടത്:

"നിങ്ങളെല്ലാം കൂടി ആവശ്യമില്ലാത്ത പ്രശ്നങ്ങളുണ്ടാക്കി വെച്ചിരിക്കുകയാണല്ലോ."

പോക്കറ്റിൽനിന്ന് ഒരു ബീഡിയെടുത്തു കത്തിച്ചുകൊണ്ട് തങ്കപ്പൻപിള്ള ചോദിച്ചു:

"ഞങ്ങളെന്തോ പ്രശ്നമുണ്ടാക്കി?"

"നാട്ടിലെ സംസാരമൊന്നും അറിഞ്ഞില്യോ? ശിവരാമന്റെ കൂടെ നിങ്ങൾ രണ്ടുപേരും കൂടിച്ചേർന്നാണ് പെണ്ണിനെ മോട്ടിച്ചോണ്ടുവന്നതെന്നാ ആളുകൾ പറയുന്നത്."

ശ്രീധരൻനായർ പരിഹാസത്തോടെ പറഞ്ഞു:

"മോട്ടിച്ചോണ്ടുവരാൻ അവൾ വല്ല ചേനയോ കാച്ചിലോ മറ്റോ ആണോ?"

"എങ്കിൽപ്പിന്നെന്തിനാണ് രാത്രിയിൽ ആരുമറിയാത...."

തങ്കപ്പൻപിള്ള കൈയിലിരുന്ന ബീഡിക്കുറ്റി വലിച്ചെറിഞ്ഞു. അതു ചെന്നു വീണിടത്തേക്കു നോക്കിക്കൊണ്ട് അയാൾ പറഞ്ഞു:

"ഞങ്ങൾക്കതിലൊന്നും ഉത്തരവാദിത്വമില്ല. ഞങ്ങൾ പറഞ്ഞിട്ടല്ല ശിവരാമൻ അവളെയും വിളിച്ചോണ്ടുവന്നത്."

"അതു ശരിയായിരിക്കാം. പക്ഷേ, ആളുകൾ വേറെ വിധത്തിലാണ് പറയുന്നത്."

തങ്കപ്പൻപിള്ള ഉദാസീനമായി മുഖം കുനിച്ചിരുന്ന് നിലത്ത് വീണുകിടന്ന പുന്നപ്പൂക്കൾ പെറുക്കി നുള്ളിക്കീറി.

"ഓ, ആളുകളങ്ങനെ പലതും പറയും. നമുക്കിപ്പോൾ അവരുടെ വാമൂടിക്കെട്ടാനൊക്കുമോ?"

"നിങ്ങളുടെ പിൻബലമില്ലെങ്കിൽ ശിവരാമൻ ഇതിനു ധൈര്യപ്പെടുകയില്ലായിരുന്നു."

തങ്കപ്പൻപിള്ള പരമേശ്വരൻനായരുടെ മുഖത്തുനോക്കി ചിറികോട്ടി ചിരിച്ചുകൊണ്ടു ചോദിച്ചു:

"കൊച്ചുകുഞ്ഞുങ്ങളാണോ അവരെ ഞങ്ങൾ ഉപദേശിക്കാൻ? അവരും പ്രായപൂർത്തിയായവരാ. അവർ തമ്മിൽ ഇഷ്ടപ്പെട്ട് ഇറങ്ങിപ്പോയാൽ ആർക്കെന്തു ചെയ്യാൻ കഴിയും?"

പരമേശ്വരൻനായർ ചൊടിച്ചുകൊണ്ട് ശബ്ദമുയർത്തി പറഞ്ഞു:

"അങ്ങനെ നിയമം പറയുകയാണെങ്കിൽ, ഒരു ബന്ധം നിലവിലിരിക്കുമ്പോൾ അവനു മറ്റൊരു പെണ്ണിനെ വിളിച്ചിറക്കിക്കൊണ്ടുവന്നു താമസിപ്പിക്കാൻ അവകാശമുണ്ടോ?"

"അതിനെക്കുറിച്ചു ഞങ്ങൾക്കറിഞ്ഞുകൂടാ. അവനു രണ്ടുഭാര്യമാരെ സംരക്ഷിക്കാനുള്ള കഴിവുണ്ടായിരിക്കാം."

അച്ചുതൻനായരുടെയും ക്ഷമകെട്ടു:

"കഴിവുണ്ടായാലും ഇല്ലെങ്കിലും തോന്നുന്നവരെയെല്ലാം ഭാര്യമാരായി വെച്ചുകൊണ്ടിരിക്കുന്ന നടപടിയൊന്നും നാട്ടുകാർ ഇഷ്ടപ്പെടുകയില്ല. ഇതൊന്നും അത്ര ശരിയല്ല."

"അതിനിപ്പോൾ ഞങ്ങളെന്തുവേണം?"

"നിങ്ങൾ ശിവരാമനോടു പറയണം."

"പറഞ്ഞാൽ...."

"അതുകേൾക്കാനുള്ള ബാദ്ധ്യത അയാൾക്കുണ്ട്. അല്ലെങ്കിൽപ്പിന്നെ നമ്മളിങ്ങനെ ഒന്നിച്ചുകൂടി നടന്നിട്ടെന്താ ഒരു പ്രയോജനം?"

"ഞങ്ങളെന്തു പറയണമെന്നാ?"

"അവളെ അങ്ങുതിരിയെ കൊണ്ടുവിടണം. അല്ലെങ്കിൽ ആദ്യത്തെ ബന്ധം ഒഴിഞ്ഞിട്ട് ഈ പെണ്ണിനെ വിവാഹം ചെയ്യണം."

പരമേശ്വരൻനായർ കൂട്ടിച്ചേർത്തു.

"ഇതു രണ്ടും ചെയ്യുന്നില്ലെങ്കിൽ ഞങ്ങൾ അവന്റെ കന്നം അടിച്ചു പൊട്ടിക്കും."

തങ്കപ്പൻപിള്ള ചിരിച്ചു. എന്തോ ആലോചിച്ചുകൊണ്ടിരുന്നിട്ട് അയാൾ സമ്മതിച്ചു.

"ഞങ്ങൾ അയാളോടു പറയാം."

"അങ്ങനെ വെറുതെ പറഞ്ഞാൽപ്പോരാ. ഈ മര്യാദകേടിനൊന്നും നമ്മൾ കൂട്ടില്ലെന്നു കൂടി ബോദ്ധ്യപ്പെടുത്തണം."

തങ്കപ്പൻപ്പിള്ളയും ശ്രീധരൻനായരും പറഞ്ഞാൽ ശിവരാമൻ അനുസരിക്കുമെന്നാണ് പൊതുവെയുള്ള വിശ്വാസം. അങ്ങനെ പ്രശ്നത്തിനൊരു പരിഹാരമുണ്ടാവുമെന്ന ധാരണയിലാണ് അവർ അണയുടെ അടുത്തുനിന്നു പിരിയുന്നത്.

അന്നുച്ചതിരിഞ്ഞപ്പോൾ പതിവില്ലാതെ ചന്തയിൽ ഒരു കാറു വന്നു നിന്നു. യൂണിഫോറം ധരിച്ച ഒരു ഹെഡ്കോൺസ്റ്റബിളും രണ്ടു പൊലീസുകാരും കാറിൽ നിന്നിറങ്ങി. കാക്കിയുടുപ്പും തൊപ്പിയും കണ്ട് ആളുകൾക്കു ഭയവും സംഭ്രമവും തോന്നി. കലമ്പലും കൂട്ടിവരുന്ന മഴവനെ

പ്പോലെ നാട്ടുകാർക്കു കഷ്ടകാലം അടുക്കുമ്പോഴാണ് അവിടെ കാറും പൊലീസും വരുന്നത്.

ഹെഡ്കോൺസ്റ്റബിൾ ചന്തയിൽ നിന്നവരോടു ചോദിച്ചു:

"ഇവിടെ കോട്ടൂർ ശിവരാമൻനായരുടെ ചായക്കടയേതാണ്?"

പാപ്പിവൈദ്യനാണു ചൂണ്ടിക്കാണിച്ചത്.

"അതാ തെക്കോട്ടു ചെല്ലുന്നതിന്റെ കിഴക്കേ അരികിൽ കാണുന്നതാ."

ചായക്കടയുടെ മുന്നിൽ ചെന്നു ഹേഡു വിളിച്ചുപറഞ്ഞു:

"എടോ, ചായക്കടക്കാരൻ, ഇങ്ങോട്ടിറങ്ങിവരണം."

ആരാണു വിളിക്കുന്നതെന്നറിയാതെ കൊച്ചുപാറോതി പറഞ്ഞു:

"ആൾ ഇവിടില്ല."

"എവിടെപ്പോയിരിക്കുന്നു?"

"രാവിലെ എങ്ങാണ്ടോട്ടിറങ്ങിയതാ."

വിശ്വാസം വരാതെ ഹേഡ് തന്നെ അകത്തേക്കു തലയിട്ടു എല്ലായിടത്തേക്കുമൊന്നു കണ്ണോടിച്ചു. പിന്നെ കണ്ണട അല്പം ഉയർത്തിപ്പിടിച്ച് അവളെ അടിമുടി ഒന്നുനോക്കി.

"നീയാണോ കൊച്ചുപാറോതി?"

"അതെ."

"നീയെങ്ങനെയാ ഇവിടെ വന്നത്?"

ഒരു കൂസലും കൂടാതെ അയാളുടെ മുഖത്തേക്കു തറപ്പിച്ചു നോക്കിക്കൊണ്ട് അവൾ ഉത്തരം പറഞ്ഞു.

"ഇതെന്റെ ഭർത്താവിന്റെ കടയാണ്."

"ഓഹോ, നിന്റെ ഭർത്താവിന്റെ കട!"

"അതെ."

ചന്തയിലുണ്ടായിരുന്നവർ അടുത്തുകൂടി. പൊലീസുകാർ അവരെ ആട്ടിയകറ്റി.

"പോയിനെടാ എല്ലാവനും, ഇവിടെന്തുവാ? അപ്പവും പഴവും പങ്കുവയ്ക്കുന്നോ?"

ഹേഡ് വീണ്ടും ചോദിച്ചു:

"നീ വീട്ടിൽ നിന്നു പോന്നപ്പോൾ എന്തെല്ലാം എടുത്തോണ്ടു പോന്നു?"

"ഒന്നും കൊണ്ടു പോന്നില്ല. എന്റെ പഴയ മുണ്ടും ജമ്പറുമല്ലാതെ."

ഹേഡ് കണ്ണുരുട്ടിക്കാണിച്ചു.

"നേരു പറയുന്നതാണു നല്ലത്. അല്ലെങ്കിൽ ഒന്നിനെയും വെറുതെ വിടുകയില്ല."

"നേരാ പറഞ്ഞത്."

"ചായക്കടക്കാരൻ നിന്നെ പിടിച്ചിറക്കിക്കൊണ്ടു വരുമ്പോൾ വേറെ ആരെല്ലാം ഉണ്ടായിരുന്നു?"

"പിടിച്ചിറക്കിയതല്ല. ഞാൻ ഭർത്താവിന്റെ കൂടെ ഇറങ്ങിപ്പോന്നതാണ്."

“ഓഹോ, അങ്ങനെയാണോ? എന്നാൽ നാളെ രാവിലെ നീ സ്റ്റേഷ നിൽ വരണം. വന്ന് ഏമാനോടു സത്യമെല്ലാം പറയണം. പറഞ്ഞതു മനസ്സിലായോ?”

“മനസ്സിലായി.”

“നിന്റെ ഭർത്താവെന്നു പറയുന്നവനും വരാൻ പറയണം.”

“പറയാം.”

ഹേഡും പൊലീസുകാരും ചന്തയിൽ ആൾക്കൂട്ടത്തിനടുത്ത് ചെന്നു ചോദിച്ചു.

“മൂത്തേരി തങ്കപ്പൻപിള്ളയോ കടമ്പാടു ശ്രീധരൻനായരോ ആരെ ങ്കിലും ഇവിടെയെങ്ങാനും ഉണ്ടോ?”

ആരും ഒന്നും മിണ്ടിയില്ല. ഒടുവിൽ പാച്ചുപിള്ള ചൂണ്ടിക്കാണിച്ചു.

“അതാ നില്ക്കുന്നു രണ്ടുപേരും.”

“ആങ്ഹാ, രണ്ടുപേരുമുണ്ടല്ലോ. ഇങ്ങടുത്തു വരിൻ.”

തങ്കപ്പൻപിള്ളയും ശ്രീധരൻനായരും ഹേഡിന്റെയടുത്തേക്കുചെന്നു.

“നിങ്ങൾ പൊലീസ് സ്റ്റേഷൻ വരെ വരണം. ഏമാന്ന് നിങ്ങളോ ടെന്തോ വിവരം ചോദിക്കാനുണ്ട്.”

തങ്കപ്പൻപിള്ള തിരക്കി:

“എന്തിനേക്കുറിച്ചുള്ള വിവരമാ?”

“ആ കടയിൽ നില്ക്കുന്ന സ്ത്രീയെക്കുറിച്ചാണ്.”

“അതിനു ഞങ്ങളോടെന്തുവാ ചോദിക്കാൻ?”

ശ്രീധരൻനായർ തെല്ലൊരു പരിഹാസ സ്വരത്തിൽ പറഞ്ഞു:

“അവരോടു ചോദിച്ചപ്പോൾ പറഞ്ഞില്ല്യോ? ഇനിയെന്തുവാ പ്രത്യേ കിച്ചറിയാൻ.”

“അതുപോരാ. ആ സ്ത്രീ പറയുന്നതു നേരോ കള്ളമോ എന്ന് ഏമാ ന്നറിയണ്ടായോ? അതിനാ നിങ്ങളെ കണ്ടു ചോദിക്കുന്നത്.”

ശ്രീധരൻനായർ ഒരു കൗശലം പറഞ്ഞുനോക്കി:

“നാളെ രാവിലെ അങ്ങുവന്നേക്കാം. ഇന്ന് ഇവിടെ നിന്നിട്ട് എനിക്ക് ഒരത്യാവശ്യ കാര്യമുണ്ട്.”

“എന്തിനാ നാളെയാക്കുന്നത്? ഏമാൻ കാത്തിരിക്കുവാ. വന്നു വിവരം പറഞ്ഞിട്ടു നിങ്ങളിങ്ങുപോരെ. ഇങ്ങോട്ട് കേറ്. ഈ കാറിലങ്ങു പോകാം .”

തങ്കപ്പൻപിള്ള സമ്മതിച്ചു.

“ശരി നമുക്കിന്നു തന്നെ പോയി ആ ജോലിയങ്ങു തീർത്തിട്ടു പോരാം.”

എല്ലാവരും കാറിൽ കയറി.

റോഡിൽ പൊടിപടലം ഉയർത്തിക്കൊണ്ട് കാറു പാഞ്ഞുപോയി.

സ്റ്റേഷനിലെത്തിയപ്പോൾ ഹേഡ് ഓഫീസ് മുറിയുടെ മൂലയിലേക്കു ചൂണ്ടിക്കാണിച്ചു.

“അവിടെ മാറിയിരിക്കണം.”

"ഇൻസ്പെക്ടറദ്ദേഹം എവിടെ? കാര്യം പറഞ്ഞിട്ടു ഞങ്ങൾ പോകട്ടെ"

"ഏമാൻ ഇവിടെയില്ല."

"എപ്പോൾ വരും?"

കാക്കിയുടുപ്പു വലിച്ചൂരിക്കൊണ്ട് ഹേഡ് ഉദാസീനമായി പറഞ്ഞു.

"അത് അദ്ദേഹത്തിന് തോന്നുമ്പം."

ഹെഡ്കാൺസ്റ്റബിളും കോൺസ്റ്റബിൾമാരും മുറിയിൽ നിന്നുപോയി. തങ്ങൾ കെണിയിൽപെട്ടുവെന്ന് തങ്കപ്പൻപിള്ളയ്ക്കും ശ്രീധരൻ നായർക്കും മനസ്സിലായി. എന്തായാലും വന്നതുവന്നു. ഇനി വരുന്നിടത്തുവെച്ചുകാണാം. ശ്രീധരൻനായർ ഭിത്തിയും ചാരിയിരുന്ന് ഉറക്കംതൂങ്ങി. തങ്കപ്പൻപിള്ള തനിക്കു നേരിട്ട മണ്ടത്തരത്തെക്കുറിച്ചാലോചിച്ച് തലയും കുനിച്ചിരുന്നു.

സന്ധ്യയായപ്പോൾ പാറാവുകാരൻ വന്നു അവരെ ലോക്കപ്പു ചെയ്തു. രാവിലെ വീണ്ടും സ്റ്റേഷൻറൂമിൽ ഇറക്കിയിരുത്തി.

ഉച്ചയ്ക്കു രണ്ടുപേരും ഭിത്തിയും ചാരിയിരുന്നു മയങ്ങുമ്പോൾ ഒരു പൊലീസുകാരൻ വന്നു വിളിച്ചു.

"തങ്കപ്പൻപിള്ള വരണം. ഏമാൻ വിളിക്കുന്നു."

ഏമാന്റെ മുറിയുടെ ഒരു മൂലയിൽ കൊച്ചുപാറോതി പേടിച്ചു ചുളുങ്ങി നില്ക്കുന്നു.

കാക്കിവേഷം ധരിച്ച കടുവയെപ്പോലെ ഇൻസ്പെക്ടർ കണ്ണു ചുഴറ്റി തങ്കപ്പൻപിള്ളയെ തുറിച്ചുനോക്കി.

"നീയാണോ തങ്കപ്പൻപിള്ള?"

"അതെ."

"നിന്റെ കൂട്ടുകാരൻ ശിവരാമൻനായരെവിടെ?"

"അറിഞ്ഞുകൂടാ."

"നീയെന്തിനാ ഇവളെ വീട്ടീന്നു മോട്ടിച്ചോണ്ടു പോയത്."

"ഞാൻ മോട്ടിച്ചോണ്ടു പോയില്ല."

കന്നത്തൊരടി.

"റാസ്കൽ, നുണ പറയുന്നോ? നീയെല്ലാം കൂടി അവിടെന്തുവാ നടന്നുകാണിക്കുന്നതെന്നു ഞാൻ അറിയുന്നുണ്ട്. പെൺപിള്ളാരെ തട്ടിക്കൊണ്ടു പോയി ചന്തയിൽ വ്യഭിചാരശാല നടത്തുന്നോ........മോനെ."

തങ്കപ്പൻപിള്ള അമ്പരന്നു മിഴിച്ചുനിന്നു.

ചോദിക്കാതെ തന്നെ കൊച്ചുപാറോതി കേറിപ്പറഞ്ഞു.

"ഇതെല്ലാം ആരാണ്ട് വെറുതെ ഉണ്ടാക്കി പറയുന്നതാ ഏമാന്നേ."

"നിറുത്തെടീ, നിന്നോടു ചോദിക്കുമ്പോൾ പറഞ്ഞാമതി."

അയാൾ പൊലീസുകാരന്റെ നേരെ തിരിഞ്ഞു.

"മറ്റോനെക്കൂടി ഇങ്ങുക്കൊണ്ടുവാ."

ശ്രീധരൻനായരെ അടിമുടി ഒന്നുനോക്കിയിട്ടു ചോദിച്ചു.

"നീ രണ്ടും കൂടാണു കമ്പനി അല്ലേ?"

കൊച്ചുപാറോതി വിലക്കു വകവയ്ക്കാതെ പറഞ്ഞു:

"ഞാനെന്റെ ഭർത്താവിന്റെ കൂടെ ഇറങ്ങിപ്പോന്നതാ ഏമാന്നേ."

"ഇതീലാരാ നിന്റെ ഭർത്താവ്?"

"ഇതിലാരുമല്ല. ശിവരാമൻനായരെന്നു പറയുന്ന ആളാ."

"അവൻ നിന്റെ ഭർത്താവോ? അവനു വേറെ ഭാര്യയും മക്കളും ഇല്ലേടീ?"

അവൾ സങ്കോചത്തോടെ പറഞ്ഞു.

"അവരു തമ്മി പിണക്കമാ."

"നീ കൗശലമൊന്നും പറയണ്ട. നേരു പറഞ്ഞില്ലെങ്കിൽ നിന്റെ അസ്ഥി ഞാനൂരും. നിന്നെ കൂട്ടിക്കൊടുക്കാൻ വേണ്ടിയല്ലേടീ ഇവരു വിളിച്ചോണ്ടു പോയത്?"

"ഇപ്പറേന്നതു വേറെ വല്ലോരടേം കാര്യമായിരിക്കും. ശിവരാമൻ നായരുടെ കൂടല്ലാതെ ഞാൻ വേറെ ആരടേം കൂടെ പോയിട്ടില്ല."

"ഛീ, അഹങ്കാരം പറയുന്നോ കൂത്തിച്ചി മോളെ."

അവളുടെ ചെള്ളയ്ക്കു കൊടുത്തു ഒരടി. അവൾ കൈയെടുത്തു മുഖം തൂത്തു. മുഖം ചുവന്നു വീങ്ങി.

"നിന്റെ കാര്യംകൊണ്ട് സ്ഥലവാസികൾക്കു സ്വൈരമായിക്കഴിയേണ്ടാല്ലോ പൊലയാടീ!"

കൊച്ചുപാറോതി വീണ്ടും നിർത്തില്ലാതെ പറഞ്ഞു തുടങ്ങി.

"ആരാണ്ട് ഏമാനെ തെറ്റിദ്ധരിപ്പിച്ചതാ. ഇവരാരും എന്നോട് ഒരക്ഷരം പോലും ഉരിയാടിയിട്ടില്ല....."

"എടീ, നീയിനിയും പെരുക്കുമേടിക്കും."

അയാൾ ആണുങ്ങളുടെ നേരെ തിരിഞ്ഞു.

"നിങ്ങൾ ഇവളുടെ വീട്ടിൽനിന്നു മോഷ്ടിച്ച മാലയെവിടെ?"

"ഞങ്ങൾ അവളുടെ വീട്ടിൽ പോയിട്ടുമില്ല. ഒന്നും മോട്ടിച്ചിട്ടുമില്ല."

കൊച്ചുപാറോതി ആശ്ചര്യം ഭാവിച്ചു.

"മാലയോ? അതിനു ഞങ്ങടെ വീട്ടിൽ മാലയെവിടുന്നാ?"

ഇൻസ്പെക്ടർ തങ്കപ്പൻപിള്ളയുടെ മുഖത്തേക്കു തുറിച്ചുനോക്കിക്കൊണ്ട് സാവധാനം അടുത്തേക്കു നടന്നു. പെട്ടെന്നു കൈവലിച്ചിട്ട് കന്നത്തൊരടി. പിന്നെയും ഒന്നുകൂടി. എന്നിട്ട് ഹേഡിനെ വിളിച്ചു.

"യോഹന്നാൻ, അവിടുള്ളവരെക്കൂടിയിങ്ങു വിളിക്ക്. ഇവന്മാരോടിനി മുറയനുസരിച്ചു ചോദിക്ക്."

"ഉത്തരവ്."

യോഹന്നാൻ അരപ്പട്ടയുംമുറുക്കി പൊലീസുകാരുമായി കടന്നു വന്നു. തങ്കപ്പൻപിള്ളയെ കാലുമടക്കി ഒരു തൊഴിയും ഒരിടിയും. അയാൾ താഴെ മലർന്നു വീണു. കമഴ്ത്തിയിട്ട് കാലിന്റെ ഉപ്പൂറ്റികൊണ്ട് ആഞ്ഞിടിക്കാൻ തുടങ്ങി.

കൊച്ചുപാറോതി കണ്ണു പൊത്തിക്കളഞ്ഞു.

"നീയിനി പെണ്ണുകച്ചവടത്തിനു നടക്കുമോടാ..... മോനെ."

ശ്രീധരൻനായരെ മലർത്തിയിട്ടു നാഭിക്കു തൊഴിച്ചു. അയാളറിയാതെ മൂത്രം പോയി. ഉടുമുണ്ടു നനഞ്ഞു. ഇടികൊണ്ടു രണ്ടാളും ഞരങ്ങുകയും മൂളുകയും ചെയ്തു. രണ്ടാളും അനക്കമില്ലാതെ കിടന്നപ്പോൾ ഇൻസ്പെക്ടർ പറഞ്ഞു.

"മതി ഇനി ഇവിടെ നിന്നു കൊണ്ടുപോ."

രണ്ടുപേരെയും ഉന്തി നടത്തി സ്റ്റേഷൻ മുറിയിൽ കൊണ്ടു ചെന്നിരുത്തി.

അവർ തളർന്നു കിടക്കുന്നതുകണ്ട് പാറാവുകാരൻ സഹതാപത്തോടെ പറഞ്ഞു.

"ഐജിയദ്ദേഹം വിളിച്ചുപറഞ്ഞതിന്റെ പേരിലാ ഇത്രയും കർശനം."

ആളയക്കുമ്പോൾ വീണ്ടും സ്റ്റേഷനിൽ ഹാജരാകണമെന്ന വ്യവസ്ഥയിൽ കൊച്ചുപാറോതിയെ പറഞ്ഞുവിട്ടു. യോഹന്നാൻ അവളെ വിളിച്ചു സ്വകാര്യമായി പറഞ്ഞു.

"നിന്നെ കണ്ടിട്ട് ഏതോ നല്ല കുടുംബത്തിൽ പിറന്നതാണെന്നു തോന്നുന്നല്ലോ. പിന്നെന്തിനാ ഇവന്മാരുടെകൂടെ ഇറങ്ങിപ്പോയത്?"

അവൾ മറുപടിയൊന്നും പറഞ്ഞില്ല:

"ഇനിയെങ്കിലും വീട്ടിൽച്ചെന്ന് അടങ്ങിയൊതുങ്ങി കഴിയണം. നിന്നോടുള്ള സ്നേഹം കൊണ്ടാ പറയുന്നത്. നേരം വൈകിയല്ലോ. ഇന്നിവിടെ താമസിച്ചിട്ട് ഇനി നാളെ രാവിലെയങ്ങ് എഴുന്നേറ്റുപോ. വാ. എന്റെ മുറിയിൽ എന്റെ മുറിയിൽ സൗകര്യങ്ങളുമുണ്ട്."

മറുപടി പറയാൻ നില്ക്കാതെ അവൾ റോഡിലിറങ്ങി നടന്നു. നേരം വൈകിപ്പോയതുകൊണ്ട് ബസുകയറി. പഴകുളത്തു വകയിലൊരു ചിറ്റപ്പന്റെ വീട്ടിൽച്ചെന്നു. അന്നവിടെ കഴിഞ്ഞിട്ടു പിറ്റേന്നു ശൂരനാട്ടെത്തി.

ചന്തയിലുള്ളവരോടു ശിവരാമൻനായരെ തിരക്കി. അയാളെ കണ്ടവരാരുമില്ല.

തലേന്ന് അടൂർ പോകാൻനേരം അവൾ അടച്ചിട്ടിരുന്ന നിരപ്പലകകൾ അതുപോലെ അടഞ്ഞുകിടക്കുന്നു. അതു തുറന്ന് അകത്തു കേറിയിരുന്നു.

ആ പകൽ മുഴുവൻ ശിവരാമനെ കാത്തു കഴിഞ്ഞു.

പൊലീസുകാർ തങ്കപ്പൻപിള്ളയെയും ശ്രീധരൻനായരെയും പിടിച്ചുകൊണ്ടുപോയി മർദ്ദിച്ചതിൽ അമർഷമുള്ളവരുണ്ടായിരുന്നു. അതിനെക്കുറിച്ച് ചന്തയിൽവെച്ചു സംസാരം നടന്നപ്പോൾ വാസുനായർ രോഷത്തോടെ പറഞ്ഞു:

"കോയിക്കൽക്കാർക്കു വിരോധമുള്ളവരെയെല്ലാം ഇങ്ങനെ വകവരുത്താൻ തുടങ്ങിയാൽ ഇനിയാർക്കും ഈ നാട്ടിൽ ജീവിക്കാൻ കഴിയാതെ വരുമല്ലോ."

ബീഡി തെറുത്തുകൊണ്ടിരുന്ന ഗോപാലൻ പരിഹാസമായിപ്പറഞ്ഞു:

"അവരോടു പിണങ്ങിയാലിങ്ങനെയാ."

പാലവിളയിൽ കുഞ്ഞുപിള്ള ഒത്തുപറഞ്ഞു:

“പാവങ്ങൾക്കു ജീവിക്കണമെന്നുണ്ടെങ്കിൽ അതു മനസ്സിലാക്കി കഴിഞ്ഞോളണം.”

“അങ്ങനിപ്പോ പേണിപ്പിടിച്ച് എത്രകാലം കഴിയും?”

വൈകിട്ട് ശിവരാമന്റെ കടയുടെ മുന്നിൽച്ചെന്ന് ആരോ വിളിച്ചു ചോദിച്ചു.

“ശിവരാമനുണ്ടോ ഇവിടെ?”

“ഇല്ല.”

കൊച്ചുപാറോതി വാതില്ക്കൽ വന്നു നോക്കിയപ്പോൾ തങ്കപ്പൻപിള്ളയും ശ്രീധരൻനായരും. തങ്കപ്പൻപിള്ള ആകെ തകർന്നു വശംകെട്ടതുപോലെ.

“ശിവരാമനിങ്ങു വന്നില്യോ?”

“വന്നില്ല.”

“അവനെവിടെപ്പോയി കിടക്കുന്നു?”

ശ്രീധരൻനായർ സംശയിച്ചു.

“ഇനി പൊലീസിനെ പേടിച്ചു കടന്നു കളഞ്ഞോതോ?”

കൊച്ചുപാറോതി ഒന്നും പറഞ്ഞില്ല. കുറേനേരത്തേക്ക് ആരും ഉരിയാടിയില്ല. ശ്രീധരൻനായർ ആരെയോ പ്രതീക്ഷിച്ചിട്ടെന്നപോലെ തലയുയർത്തി നെഞ്ചുവിരിച്ചു റോഡിൽത്തന്നെനിന്നു. യാത്രക്കാർ ഒഴിഞ്ഞുമാറിപ്പോയി. അയാളുടെ നേരെചെല്ലാൻ ആളുകൾക്കു പേടിയായിരുന്നു.

കുറേക്കഴിഞ്ഞു തങ്കപ്പൻപിള്ള കൊച്ചുപാറോതിയോടു ചോദിച്ചു.

“ഇനിയിന്ന് അയാൾ വന്നില്ലെങ്കിലോ? ഇതിനകത്തു നീ തനിച്ചെങ്ങനെ കഴിയും?”

മറുപടിയൊന്നും പറഞ്ഞില്ല.

“എന്തായാലും ഒറ്റയ്ക്കിവിടെ കഴിയണ്ട. ആ കുഞ്ഞുമ്മിണിപ്പണിക്കത്തിയുടെ വീട്ടിലെങ്ങാനും ചെന്നിരിക്ക്.”

എന്തോ ആലോചിച്ചിട്ടു തിരുത്തിപ്പറഞ്ഞു:

“അല്ലെങ്കിൽ വേണ്ട. ഞാനവരെ ഇങ്ങോട്ടു പറഞ്ഞയയ്ക്കാം.”

തങ്കപ്പൻപിള്ള ശ്രീധരൻനായരെയും വിളിച്ചുകൊണ്ടുപോയി

നേരം സന്ധ്യയായി. അവൾ മണ്ണെണ്ണവിളക്കും കത്തിച്ചുവെച്ച് കടയിൽ ഒറ്റയ്ക്കു കുത്തിയിരിക്കുമ്പോൾ അയാൾ വീണ്ടുംവന്നു. വെളിയിൽനിന്നു വിളിച്ചു പറഞ്ഞു:

“കേട്ടോ കൊച്ചുപാറോതി. ഇതാ കൂട്ടിനു കുഞ്ഞുമ്മിണിപ്പണിക്കത്തി. ഇനി പേടിക്കണ്ട.”

കൊച്ചുപാറോതി വെളിയിലേക്കു തല നീട്ടിയപ്പോൾ തങ്കപ്പൻപിള്ളയുടെ നിഴൽ നടന്നകലുന്നതു കണ്ടു.

കുഞ്ഞുമ്മിണിപ്പണിക്കത്തി കടയ്ക്കകത്തു കയറി. കൊച്ചുപാറോതിയോടു വർത്തമാനം പറഞ്ഞുകൊണ്ടിരുന്നു. അപ്പോഴെല്ലാം അവളുടെ കണ്ണും കാതും വെളിയിലേക്കായിരുന്നു. രാത്രിയിൽ അവൾ കാതോർത്തു.

ശിവരാമൻ കടന്നുവരുമ്പോഴത്തെ കാല്പ്പെരുമാറ്റം കേൾക്കാൻ. വന്നു വിളിക്കുമ്പോൾ എഴുന്നേറ്റു കട തുറക്കാൻ.

പക്ഷേ, നേരം വെളുത്തിട്ടും ശിവരാമൻ മടങ്ങിവന്നില്ല.

പത്ത്

ശിവരാമൻ എവിടെപ്പോയിരിക്കുന്നുവെന്നറിഞ്ഞുകൂടാ. അയാളെക്കുറിച്ചു യാതൊരു വിവരവുമില്ല.

കൊച്ചുപാറോതി ഒറ്റയ്ക്കു ചായക്കടയ്ക്കകത്തു കഴിഞ്ഞു. കുഞ്ഞുമ്മിണിപ്പണിക്കത്തി രാത്രിയിൽ ചെന്നു കൂട്ടുകിടന്നു. എന്നാലും അങ്ങനെ എത്ര ദിവസം കഴിയാൻ പറ്റും? നാണവും മാനവും കെട്ടു. ഇനി തിരികെ എങ്ങനെ വീട്ടിലേക്കു ചെല്ലും?

ശിവരാമൻ മടങ്ങി വന്നോയെന്നറിയാൻ തങ്കപ്പൻപിള്ള വീണ്ടും കടയിൽച്ചെന്നു. അയാളെക്കണ്ട് കൊച്ചുപാറോതി കണ്ണീരൊഴുക്കി. ശിവരാമൻ അവളെ പറഞ്ഞു ചതിച്ചു. അവളെ തനിച്ചാക്കിയിട്ട് എങ്ങോ കടന്നുകളഞ്ഞു.

തങ്കപ്പൻപിള്ളയും ശിവരാമനെ കുറ്റപ്പെടുത്തി.

"പൗരുഷം കെട്ടവൻ. വേണ്ടാത്ത വൃത്തികേടൊക്കെക്കാണിച്ചിട്ട് എവിടെയോ മാളത്തിലൊളിച്ചിരിക്കുകയാണ്. നാണംകെട്ട ഇരപ്പാളി."

നെടുവീർപ്പിട്ടുകൊണ്ട് അവൾ തന്നെത്താൻ പറഞ്ഞു:

"ഞാൻ നശിച്ചു. ആ കാലൻ എന്നെ നശിപ്പിച്ചു."

"നീ അങ്ങനെയൊന്നും പറയാതെ. അവൻ വരുമോന്നറിയട്ടെ."

ദിവസങ്ങൾ കഴിഞ്ഞിട്ടും ശിവരാമൻ വന്നില്ല. അവൻ ഇനി വരുന്ന ലക്ഷണമില്ല.

ഒരു നീക്കും നിലയും കാണാതെ കൊച്ചുപാറോതി കുഴങ്ങി. തങ്കപ്പൻപിള്ളയെ കണ്ടപ്പോൾ അവൾ തേങ്ങിക്കരഞ്ഞു.

"ഞാനെങ്ങോട്ടുപോകും? ഇറങ്ങിച്ചെല്ലാൻ എനിക്കൊരിടമില്ല."

തങ്കപ്പൻപിള്ള അവളെ ധൈര്യപ്പെടുത്തി.

"എന്തിനാ നീ ഇറങ്ങിപ്പോകുന്നത്? ഇതെന്റെ സ്ഥലമാണ്. ഇവിടെ താമസിച്ചാൽ ഒറ്റയൊരുത്തൻ എന്താന്നു ചോദിക്കുകയില്ല."

അവൾ അയാളുടെ നേരെ മൗനമായി നോക്കിനിന്നു. അയാൾ വീണ്ടും പറഞ്ഞു:

"നിനക്കു മനസ്സാണെങ്കിൽ ഞാൻ വന്നു കൂട്ടു കിടക്കാം. നീ ഇവിടെത്തന്നെ താമസിക്ക്. ഒരു പട്ടിയെയും പേടിക്കേണ്ട കാര്യമില്ല."

നനഞ്ഞ കൺപീലികൾ വിടർത്തി അവൾ അത്ഭുതാതിരേകങ്ങളോടെ ദീർഘകായനായ ആ മനുഷ്യന്റെ പൗരുഷം മുറ്റിനിന്ന മുഖത്തേക്കു നോക്കി.

"എന്താ, നിനക്കു മനസ്സാണോ?"

അവൾ മുഖം കുനിച്ചു നിലത്തുനോക്കി നിശ്ശബ്ദയായി നിന്നു.

"എന്താ ഒന്നും പറയാത്തത്? മനസ്സാണെങ്കിൽ അതു പറ."

ഒടുവിൽ പതിഞ്ഞ ശബ്ദത്തിൽ പറഞ്ഞു:

"മനസ്സാ."

"ശരി."

തങ്കപ്പൻപിള്ളയുടെ മുഖത്തു ഗൗരവം കലർന്ന ഒരു പുഞ്ചിരി വിരിഞ്ഞു.

"എന്നാലിനി സന്തോഷമായിരിക്ക്. നിനക്കെന്തു വന്നാലും ഞാനുണ്ട്."

പൊലീസ് സ്റ്റേഷനിൽ കൊണ്ടുപോയി ഉപദ്രവിച്ചതിൽപ്പിന്നെ ഏതോ ഉറച്ച തീരുമാനത്തോടെ അയാൾ നെഞ്ചുവിരിച്ചു ചന്തയിലൂടെ നടന്നു. അയാൾ ആരെയോ വെല്ലുവിളിക്കുകയായിരുന്നു. അതിനുശേഷം പാപ്പി വൈദ്യൻ തങ്കപ്പൻപിള്ളയുടെ ഏഴയലത്തുകൂടി പോയിട്ടില്ല. കോയിക്കലെ സിൽബന്തികളോ, മഹേശ്വരൻപിള്ളയോ, ഇളയപിള്ള പോലുമോ അയാളുടെ മുഖത്തു നോക്കാൻ ധൈര്യപ്പെട്ടില്ല.

പക്ഷേ, ഭവാനിയമ്മ ബഹളമുണ്ടാക്കി. ഭർത്താവിന്റെ പുതിയ വേഴ്ചയെക്കുറിച്ചറിഞ്ഞ് അവർ മുടിയഴിച്ചിട്ടുതുള്ളി. കടയുടെ മുന്നിൽ ചെന്നു നിന്ന് കൊച്ചുപാറോതിയെ പുലഭ്യം പറഞ്ഞു.

"ആണുങ്ങളെ വശീകരിച്ചെടുക്കാൻ നടക്കുന്ന തേവിടിച്ചിപ്പൊലയാടീ! ഇവിടെന്തുവാ നിനക്കു കാര്യം? ഇറങ്ങിപ്പോ ഇവിടുന്ന്. അല്ലെങ്കി ഞാനിതിനു തീയിട്ട് നിന്നെയും ചുടും ഞാനും ചാവും."

ആരെയും കൂട്ടാക്കാത്ത കൊച്ചുപാറോതി ഭവാനിയമ്മയെ പേടിച്ചു കടയുടെ മൂലയിലൊതുങ്ങി.

തങ്കപ്പൻപിള്ള കടയിൽ നിന്നിറങ്ങിച്ചെന്ന് ഭാര്യയുടെ തലമുടിക്ക് കുത്തിപ്പിടിച്ച് ഇടിക്കുകയും തൊഴിക്കുകയും ചെയ്തു.

അവൾ ഉറക്കെ വാവെച്ചു.

"കൊല്ല്. എന്നേം പുള്ളാരേം കൊന്നേച്ച് അവടെ കൂടെവന്നു പൊറുത്തോ."

ബഹളം കേട്ട് ചന്തയിൽനിന്ന് ആളുകളോടിക്കൂടി.

"അയ്യോ, അതിനെ ഒന്നും ചെയ്യല്ലേ?"

കുഞ്ഞുപിള്ള തങ്കപ്പൻപിള്ളയെ പിടിച്ചുമാറ്റി. ചെറുതിട്ട രാമൻനായർ ഭവാനിയമ്മയെ പിടിച്ചുവലിച്ചു മൂത്തേരിൽ കൊണ്ടു ചെന്നാക്കി.

അവർ ഒറ്റയ്ക്കിരുന്നു തന്നെത്താനിടിക്കുകയും കണ്ണീർവാർക്കുകയും ചെയ്തു. അവരുടെ സർവ്വസ്വമായിരുന്ന ആ ആൺപ്പിറന്നവനെ മറ്റൊരുവൾ വല വീശിപ്പിടിച്ചു. അവൾ മനുഷ്യസ്ത്രീയല്ല. യക്ഷിയാണ്. ആണുങ്ങളുടെ രക്തം ചീന്തിക്കുടിക്കുന്ന യക്ഷി. അവൾ മുറ്റത്തിറങ്ങി കൊറ്റാർകാവിനു നേരെ തിരിഞ്ഞു കൈകൂപ്പി നിന്നു വഴിപാടുകൾ നേർന്നു.

"എന്റെ കൊറ്റാർകാവിലമ്മേ, കൊച്ചുങ്ങടച്ഛനു നല്ല മനസ്സു തോന്നിക്കണേ. അവളുടെ പിടിയിൽനിന്നു അങ്ങേരെ വിട്ടു തരിക്കണേ.

ഞങ്ങൾക്കു വേറെയാരും ഒരാശ്രയമില്ലേ. എല്ലാ വെള്ളിയാഴ്ചയും ഞാന വിടെ കുളിച്ചുതൊഴുതു വിളക്കു കത്തിച്ചേക്കാമേ."

ഭർത്താവു മടങ്ങിവരുന്നതും കാത്തു ഭവാനിയമ്മ വീട്ടിൽ കാത്തിരുന്നു. പക്ഷേ, ആ മനുഷ്യൻ അങ്ങോട്ടു കാലെടുത്തു കുത്തിയില്ല. ഇനി മടങ്ങിച്ചെല്ലുമെന്നു പ്രതീക്ഷപോലുമില്ല.

കുട്ടികളുടെ തന്ത അവരെ ഉപേക്ഷിച്ചുപോയി. ഈ ജീവിത ഭാരം മുഴുവൻ തനിക്കൊറ്റയ്ക്ക് എങ്ങനെ ചുമക്കാൻ കഴിയും? ഇനി ചത്താൽ മതി. എങ്ങനെയെങ്കിലും ജീവിതം ഒടുക്കണം.

അടുപ്പിൽ തീ പൂട്ടിയില്ല. കുഞ്ഞുങ്ങൾ വിശന്നു കരയാൻ തുടങ്ങി.

"വയറു പൈയ്ക്കുന്നു. ഞങ്ങൾക്കു വല്ലോം താ...."

അമ്മയുടെ ദുഃഖം മുഴുവൻ രോഷമായി മാറി. അവൾ കുട്ടികളെ പിടിച്ചുതല്ലി.

"പോയി ചാവ് നാശങ്ങൾ. ഇതിനൊന്നും കാലനില്ലല്ലോ ഭഗവതീ. ഇതൊന്നും കാണാതെ എന്റെ തലയങ്ങെടുക്കണേ...."

കുട്ടികൾ വാവെച്ചു കരഞ്ഞു.

അവരുടെ വാടിത്തളർന്ന മുഖം കണ്ടപ്പോൾ അമ്മയും കരഞ്ഞു.

ഭവാനിയമ്മ തോറ്റു. ആ പിഴച്ച പെണ്ണിന്റെ മുന്നിൽ ദയനീയമായി തോറ്റു.

അവൾ കണ്ണീർ തുടച്ച് കുടമെടുത്തുകൊണ്ടു പോയി വെള്ളം കൊണ്ടുവന്നു. അടുപ്പിൽ കലവും വെള്ളവും വെച്ചു തീ പറ്റിച്ചു.

അതിനുശേഷവും തങ്കപ്പൻപിള്ള അങ്ങോട്ടു ചെന്നില്ല. ആ കുട്ടികളെപ്പോലും ഒന്നു തിരിഞ്ഞുനോക്കിയില്ല.

കുട്ടികളുമായി ആതനാട്ടു സ്വന്തം വീട്ടിലേക്കു പൊയ്ക്കളഞ്ഞാലോ എന്നാലോചിച്ചു. പക്ഷേ, അങ്ങനെ ചെല്ലുന്നതു വീട്ടുകാർക്കും ഇഷ്ടപ്പെടുകയില്ല. തങ്ങളുടെ ഭാരം കൂടി താങ്ങാൻ ആ വീടിനു കഴിവില്ല.

വളരെയൊക്കെ ആലോചിച്ചശേഷം അവൾ ഒരു ദിവസം അച്ചുതൻനായരെ തിരക്കി വീട്ടിൽ ചെന്നു. തങ്കപ്പൻപിള്ളയെ വിളിച്ച് ഒന്നുപദേശിക്കണമെന്നു പറഞ്ഞു. എങ്ങനെയെങ്കിലും കുഴപ്പങ്ങൾക്ക് ഒരു പരിഹാരമുണ്ടാക്കണം. ഇല്ലെങ്കിൽ അവരും കുട്ടികളും കൂടി വല്ല കിണറ്റിലും ചാടി ചാവുകയേ ഗതിയുള്ളു.

അവരുടെ കോലം കണ്ടപ്പോൾ കഷ്ടം തോന്നി. എങ്ങനിരുന്ന ഒരു സ്ത്രീയായിരുന്നു! അകാലത്തിൽ വാർദ്ധക്യം ബാധിച്ചതുപോലെ അവരുടെ ശരീരം ചുക്കിച്ചുളിഞ്ഞു. മുഖം കറുത്തു കരിവാളിച്ചു. നെഞ്ചിനു മുകളിൽ തോളെല്ലുകൾ ഉന്തിനിന്നു. അച്ചുതൻനായർ പറഞ്ഞു സമാധാനപ്പെടുത്തി:

"നിങ്ങൾ വിഷമിക്കാതെ. നമുക്ക് അയാളോടു സംസാരിച്ച് കാര്യങ്ങൾ നേരെയാക്കാം."

പിറ്റേന്ന് അച്ചുതൻനായർ തങ്കപ്പൻപിള്ളയെ വിളിച്ചുകൊണ്ട്

കൊറ്റാർകാവിലെ ആൽത്തറയിലെത്തി. അവിടെ പരമേശ്വരൻനായർ അവരെ കാത്തിരിക്കുകയായിരുന്നു.

കുറേനേരം മൂവരും കൂടി തമാശ പറഞ്ഞിരുന്നു. പരമേശ്വരൻനായർ തങ്കപ്പൻപിള്ളയോടു ചോദിച്ചു:

"ഈയിടെയായി താൻ വീട്ടിൽ പോകുന്നില്ലെന്നു കേട്ടല്ലോ."

തങ്കപ്പൻപിള്ള നാണം കലർന്ന ഒരു ചിരി ചിരിച്ചു.

"ശരിയാ. കുറേ നാളായി അങ്ങോട്ടു പോകാറില്ല."

"എന്താ കാര്യം?"

"കാര്യം നിങ്ങളറിഞ്ഞുകാണുമല്ലൊ. അവളു തന്നാ ആവശ്യമില്ലാത്ത ബഹളമൊക്കെയൊണ്ടാക്കിയത്."

അച്ചുതൻനായർ ഇടയ്ക്കുകയറിപ്പറഞ്ഞു:

"അതൊക്കെ ഞങ്ങളറിഞ്ഞു. അതുകൊണ്ടു വീട്ടിൽ പോകാതിരുന്നാലോ? അവരുടെ കാര്യം പിന്നാരുനോക്കും?"

ഒരു ചെറിയ കൽക്കഷണമെടുത്ത് നിലത്ത് കുത്തിവരച്ചുകൊണ്ട് തങ്കപ്പൻപിള്ള മിണ്ടാതിരുന്നു.

പരമേശ്വരൻനായർ ചോദിച്ചു:

"എന്താ മറുപടിയൊന്നും പറയാത്തത്? തന്റെ ഭാര്യയെയും കുട്ടികളെയും ആരെ ഏല്പിച്ചിട്ടാണ് അവിടെ കേറാതിരിക്കുന്നത്?"

"എന്റെ സഹായമൊന്നും ഇനി അവർക്കാവശ്യമില്ല."

"പിന്നാരാ അവരെ സഹായിക്കാൻ?"

പെട്ടെന്ന് ഉത്തേജിതനായതുപോലെ നിവർന്നിരുന്നുകൊണ്ട് തങ്കപ്പൻപിള്ള പരമേശ്വരൻനായരുടെ മുഖത്തു നോക്കിച്ചോദിച്ചു.

"അവൾ കമ്പോളത്തിൽ വന്നു കിടന്ന് എന്തെല്ലാം ബഹളമുണ്ടാക്കി. അതിന്റെ വല്ലോം കാര്യമുണ്ടായിരുന്നോ? നാട്ടിൽ അതിനി അറിയാനാരെങ്കിലുമുണ്ടോ?"

അച്ചുതൻനായർ പറഞ്ഞു:

"അതിന് അവരെ കുറ്റം പറയണ്ട. ഒരു സ്ത്രീയും ഇതൊന്നും സഹിക്കുകയില്ല."

"എന്തോന്നാ സഹിക്കാൻ? കാര്യമറിയാതല്ലേ ഈ കോലാഹലമെല്ലാം ഉണ്ടാക്കിയത്? വാസ്തവത്തിൽ ഞാനും കൊച്ചുപാറോതിയും തമ്മിൽ അങ്ങനെ യാതൊന്നും ഉണ്ടായിരുന്നില്ല. ഒരു കാര്യവുമില്ലാതെ അവളെന്നെ വഷളാക്കി. ഇനി അങ്ങനയായിക്കൊള്ളട്ടെയെന്നു ഞാനും കരുതി."

പരമേശ്വരൻനായർ സൗമ്യമായി പറഞ്ഞു.

"എന്തായാലും വന്നതെല്ലാം വന്നു. ഇനി അതൊക്കയങ്ങുകള. ആ പെണ്ണുമായുള്ള ബന്ധം ഇനിയങ്ങു വേണ്ടെന്നു വയ്ക്ക്. അതു നമുക്കു പറ്റിയതല്ല."

തങ്കപ്പൻപിള്ള മുട്ടുവിറപ്പിച്ചുക്കൊണ്ട് നിലത്തുനോക്കിയിരുന്നു. ഒടുവിൽ സ്പഷ്ടമായിത്തന്നെ പറഞ്ഞു:

"പക്ഷേ, ഇത്രയുമൊക്കെ ആയ സ്ഥിതിക്ക് ഇനി ഞാൻ അവളെ ഉപേക്ഷിക്കുന്ന പ്രശ്നമില്ല."

പരമേശ്വരൻനായർക്ക് വല്ലാത്ത ക്ഷോഭം തോന്നി. മറ്റൊരാളായിരുന്നെങ്കിൽ അപ്പോൾ കന്നത്തൊന്നു കൊടുക്കുമായിരുന്നു പക്ഷേ, തങ്കപ്പൻപിള്ളയുടെ നേരെ അതു വയ്യ. പതിവില്ലാത്തവിധം സ്വയം നിയന്ത്രിച്ചുകൊണ്ടു പറഞ്ഞു:

"ഈ ദുർവ്വാശിമൂലം തന്റെ വീട്ടുകാരിയും കുട്ടികളും നശിക്കും. അവർ റോഡുനീളെ അലയും. ആളുകൾ ആക്ഷേപിക്കും."

"ഓ ഇനിയെന്തായാൽ എനിക്കെന്താ?"

"നിങ്ങൾക്കൊന്നുമില്ലെങ്കിലും ഞങ്ങൾക്കുണ്ട്. അതുകൊണ്ടു പറയുവാ. താൻ വീട്ടിൽ പോണം. കുട്ടിയമ്മയുടെ മകളുമായുള്ള ചാർച്ച മതിയാക്കി നിങ്ങൾ ഇന്നുതന്നെ വീട്ടിൽ പോകണം."

"നിങ്ങൾ പറയുന്നതു കാര്യമാണ്. ഞാൻ സമ്മതിച്ചു. പക്ഷേ.... ഒരുത്തൻ അവളെ വീട്ടിൽ നിന്നു വിളിച്ചിറക്കിക്കൊണ്ടു വന്ന്, കേസും വഴക്കും ആയപ്പോൾ ഒളിച്ചു കടന്നു. ഇപ്പോൾ എന്നെക്കുറിച്ചാണു ബഹളം. ഇത്രയുമൊക്കെ ആയ സ്ഥിതിക്ക് അവളുമായുള്ള ചാർച്ച മതിയാക്കാൻ എന്റെ മനസ്സാക്ഷി അനുവദിക്കുന്നില്ല. ഞാനതു ചെയ്യുകയില്ല."

"അപ്പോൾ സ്വന്തം വീടു നശിച്ചോട്ടെന്നാണ്!"

"ഒട്ടും നശിക്കണ്ട. വീട്ടിൽ കഴിഞ്ഞുകൂടാനുള്ള വകയുണ്ട്. അവരതുകൊണ്ടുകഴിയട്ടെ. പക്ഷേ, കുട്ടിയമ്മയുടെ മകൾക്ക് ഇന്നു ഞാനല്ലാതെ വേറെയാരുമില്ല."

"അതൊക്കെ നിങ്ങടെ തോന്നലാണ്."

"ആയിരിക്കും. എന്തായാലും അവൾക്കൊരാളുവേണ്ടായോ? എന്നേപ്പൊറുതി പേരുദോഷം ഉണ്ടായസ്ഥിതിക്ക് ഇനി അതു ഞാൻ തന്നെ ആയിക്കളയാം."

അപ്പോൾ കൂടുതൽ സംസാരിക്കുന്നതുകൊണ്ടു പ്രയോജനമൊന്നുമില്ലെന്നുതോന്നി അച്ചുതൻനായർ പറഞ്ഞു:

"എന്തായാലും ഒന്നുകൂടി ഒന്നാലോചിക്ക്."

"ഇനി ഇതിനേക്കുറിച്ച് ആലോചിക്കാനൊന്നുമില്ല."

ഉള്ളിൽ പുകഞ്ഞുനിന്ന ക്രോധം നിയന്ത്രിച്ചുകൊണ്ട് പരമേശ്വരൻനായർ പറഞ്ഞു:

"ഞങ്ങളീവന്നു നിർബ്ബന്ധിക്കുന്നതിനു കാര്യമുണ്ട്. തന്റെ നിലപാട് മാറ്റാത്തപക്ഷം ഇനിമേലിൽ നമ്മൾ തമ്മിൽ സഹകരണമില്ല."

തങ്കപ്പൻപിള്ള ചിരിച്ചു.

"നിങ്ങൾക്കു വിഷമമാണെങ്കിൽ എന്നോടു സഹകരിക്കണമെന്നു ഞാൻ പറയുകയില്ല."

പെട്ടെന്ന് അയാളുടെ മുഖം ചുവന്നു തുടുത്തു. നെറ്റിയിലെ ഞരമ്പെഴുന്നു നിന്നു. ആൽത്തറയിൽ നിന്നെഴുന്നേറ്റു.

"ശരി. നമുക്കു പോകാം."

അങ്ങനെ സംസാരം നിർത്തി. അവിടെനിന്നു ചന്തയിലെത്തുവോളം യാതൊന്നും ഉരിയാടിയില്ല.

ചന്തയിൽ വെച്ചു കറുത്തകുഞ്ഞിനെ കണ്ടു പരമേശ്വരൻനായർ കൈകൊട്ടി വിളിച്ചു.

"ഏയ്, കറുത്തകുഞ്ഞേ, തന്നെക്കണ്ടിട്ടു കുറെക്കാലമായല്ലോ. എന്തൊക്കെയുണ്ടു വള്ളികുന്നത്തു വിശേഷങ്ങൾ?"

തന്റെ പെണ്ണിനെയും കൊണ്ടു രക്ഷപ്പെട്ടു പോയതിൽപ്പിന്നെ അടുത്തകാലത്താണു കറുത്തകുഞ്ഞു ശൂരനാട്ടു വന്നു തുടങ്ങിയത്. അയാൾ ചിരിച്ചുകൊണ്ട് അടുത്തുചെന്ന് അവരോടു സ്വകാര്യമായി പറഞ്ഞു:

"ചില ചെറിയ വിശേഷങ്ങളൊക്കെയുണ്ടായി. നിങ്ങളാരും ഒന്നും അറിഞ്ഞില്യോ?"

"ഇല്ലല്ലോ. എന്തൊക്കെയാ?"

കറുത്തകുഞ്ഞ് വിവരങ്ങൾ പറഞ്ഞു:

കച്ചിയുണക്കാൻ ചെന്നില്ലെന്നും പറഞ്ഞ് തട്ടാമ്പള്ളി രാമകൃഷ്ണ പിള്ളയെന്നയാൾ തെക്കേത്തറ തേവന്റെ മാടത്തിൽ ചെന്ന് അവനെ പിടിച്ചിറക്കി തല്ലി. പുലയിയുടെയും പിള്ളാരുടെയും മുന്നിലിട്ട് കണ്ടമാനം തല്ലി. വിവരമറിഞ്ഞ് യൂണിയൻകാരെല്ലാവരും കൂടി വട്ടക്കാട്ടമ്പലത്തിന്റെ കിഴക്കേമുക്കിൽ ചെന്ന് ഇങ്ക്വിലാബു വിളിച്ചു. അതുകേട്ടപാടെ യൂണിയനിൽ പെട്ടവരെല്ലാം മുക്കിൽ ഓടിക്കൂടി.

അന്നു മംഗലത്തെ തുറുവിടീലായിരുന്നു. തുറുവിട്ടു പകുതിയായപ്പോഴാണ് ഇങ്ക്വിലാബിന്റെ ശബ്ദം. ഇങ്ക്വിലാബ് വിളികേട്ടാൽ എല്ലാവരും ഉടൻ സ്ഥലത്തെത്തണമെന്നാണ് വ്യവസ്ഥ. തുറുവാട്ടിക്കൊണ്ടിരുന്നവർ ചെവി വട്ടംപിടിച്ചു. തുറുവിന്റെ മുകളിൽനിന്നും നിലത്തുചാടി. കച്ചികെട്ടിയവരും കച്ചിപൊക്കിക്കൊടുത്തവരും എല്ലാം കൂടി വിളി കേട്ടിടത്തേക്കോടിച്ചെന്നു. അവരെല്ലാംകൂടി തട്ടാമ്പള്ളി കിഴക്കേ വഴിയിൽക്കൂടി പ്രതിഷേധജാഥ നടത്തി.

അന്നു തന്നെ ഗ്രഹപ്പിഴയ്ക്കു മഴയും പെയ്തു. മംഗലത്തെ തുറുവും കച്ചിയും നനഞ്ഞു. മംഗലത്തെ ശേഖരപിള്ള പ്രതാപശാലിയാണ്. തുറുവാട്ടിയിടത്തു നിന്നോടിപ്പോയ നാണുവിനെയും പപ്പുവിനെയും പിടിച്ചു നിർത്തി ശേഖരൻപിള്ള കന്നത്തടിച്ചു. അതോടെ നാടു ചൂടുപിടിച്ചു.

പാർട്ടി പ്രസ്താവനയിറക്കി. വീണ്ടും പ്രതിഷേധ ജാഥ നടത്തി. ജാഥയിൽ അരിവാളും ഉയർത്തിപ്പിടിച്ച് പത്തുനൂറു പെണ്ണാളുകൾ. അവരുടെ മുന്നിൽ പാലക്കോട്ടു കൊച്ചുകൃഷ്ണന്റെ ഭാര്യ കുഞ്ഞിക്കുട്ടി. കൊച്ചുകൃഷ്ണൻ മുഷ്ടി ചുരുട്ടി മുദ്രാവാക്യം വിളിച്ചുകൊണ്ട് മുമ്പേ നടന്നു.

"ഞങ്ങളെ തല്ലിയാൽ ഞങ്ങളും തല്ലും."

മംഗലത്തുകാരും തട്ടാമ്പള്ളിക്കാരും ചെവി വട്ടം പിടിച്ചു. അതുവരെ തിരുവായ്ക്ക് എതിർവാ പറഞ്ഞിട്ടില്ലാത്തവർ സംഘം ചേർന്നു വിളിച്ചു പറയുന്നു. അവരെ തല്ലിയാൽ അവരും തല്ലുമെന്ന്!

ജാഥ പൈങ്ങാലിക്കുറ്റി മൈതാനത്തെത്തി യോഗം കൂടി. പ്രസംഗിച്ചവർ വാതുറന്നു പറഞ്ഞു:

"ഇനി തൊഴിലാളികളെ മർദ്ദിച്ചാൽ അവർ അടങ്ങിയിരിക്കുകയില്ല. അടിച്ചവരെ തിരിച്ചടിക്കുക തന്നെ ചെയ്യും."

കേട്ടിരുന്നവർ കൈയടിച്ചു.

യോഗസ്ഥലത്തുനിന്നു കൊച്ചുകൃഷ്ണനും കൂട്ടരും പിരിഞ്ഞുപോയപ്പോൾ ശേഖരപിള്ളയും സിൽബന്തികളും മണക്കാട്ടു ചന്തയിൽവെച്ചു അവരെ കളിയാക്കി. കൊച്ചുകൃഷ്ണനെ നോക്കി വിരലുകൊണ്ട് കൊമ്പു കുത്തികാണിച്ചുകൊണ്ടു ശേഖരപിള്ള പറഞ്ഞു:

"ഞങ്ങളെ തല്ലിയാൽ ഞങ്ങളുവലിക്കും. പക്ഷേ, വാകൊണ്ടുള്ള വലിയേ ഉള്ളു."

അതുകേട്ട സിൽബന്തികൾ ചിരിച്ചു.

കൊച്ചുകൃഷ്ണൻ അരിശം ഉള്ളിലൊതുക്കി ഒന്നും അറിയാത്തമട്ടിൽ നടന്നുപോയി.

ശേഖരപിള്ള പട്ടാളത്തിൽ ക്യാപ്റ്റനായിരുന്നു. പിരിഞ്ഞു വന്നിട്ട് അധികനാളായില്ല. നല്ല തടിമിടുക്ക്. അയാളെ അങ്ങനെയാർക്കും ഒന്നും ചെയ്യാൻ കഴിയുകയില്ല. പക്ഷേ, പിറ്റേന്നു വൈകിട്ട് മണക്കാട്ടു ചന്തയിൽ നിന്നു മടങ്ങിവരുന്നവഴി കൊച്ചുകൃഷ്ണനും കൂട്ടുകാരും കൂടി തടഞ്ഞുനിറുത്തി രണ്ടു കന്നത്തും ഓരോന്നും കൊടുത്തു. അടിച്ചു കണ്ടത്തിലിട്ടു. അവിടിട്ടു വീണ്ടും അടിച്ചു. സിൽബന്തികൾ ഓടിക്കളഞ്ഞു.

കലിയടങ്ങിയപ്പോൾ കൊച്ചുകൃഷ്ണൻ ചോദിച്ചു.

"എന്താ, ഇപ്പൊ മനസ്സിലായോ? വാകൊണ്ടുമാത്രം വലിക്കാൻ നടക്കുകയില്ലെന്ന്. ഇനി എഴുന്നേറ്റു പൊയ്ക്കോ."

പിറ്റേന്നു പൊലീസു വന്നു. മണക്കാട്ടു ചന്തയിൽനിന്നു തെക്കോട്ട്, കണ്ണിൽ കണ്ടവരെയെല്ലാം ഓടിച്ചിട്ടു തല്ലി. കൈയിൽ കിട്ടിയവരെ പിടിച്ചു പൊലീസ് സ്റ്റേഷനിൽ കൊണ്ടുപോയി മർദ്ദിച്ചു. ഇങ്ങനെ വള്ളികുന്നമാകെ കലങ്ങിമറിഞ്ഞു കിടക്കുകയാണ്.

കറുത്തകുഞ്ഞു പരമേശ്വരൻനായരെ നോക്കിച്ചിരിച്ചുക്കൊണ്ട് അഭിമാനത്തോടെ പറഞ്ഞു:

"എന്തായാലും പ്രമാണികൾ ഇനി പണ്ടത്തെപ്പോലെ ഞങ്ങളെ നേരിട്ടു തല്ലാൻ വരത്തില്ല. ഇപ്പോൾ കൂട്ടിനു പൊലീസിനെയും കൊണ്ടു നടക്കുകയാണ്. നടക്കട്ടെ. പൊലീസുകാർ എത്ര നാൾകൂടി കാണുമെന്ന് ഞങ്ങൾക്കുമൊന്നറിയണം."

അവരുടെ ധീരതയിലും തന്റേടത്തിലും പരമേശ്വരൻനായർക്കു മതിപ്പു തോന്നി. അയാൾ ശൂരനാട്ടെ കാര്യം പറഞ്ഞു.

"അവിടെ ഞങ്ങളും ഒരു സംഘടനയൊക്കെ രൂപീകരിക്കാൻ ആലോചനയുണ്ട്."

"അതൊക്കെയങ്ങു വള്ളികുന്നത്തുചെന്നു കണ്ടുപഠിക്കണം. എന്തിരു പ്രവർത്തനമാ അവിടെ നടക്കുന്നത്! ഈ പൊലീസൊക്കെ

വന്നിട്ട് അവിടെയാർക്കും ഒരു കൂസലുമില്ല. അത്ര വാശിയാ. "

"ആങ്. ഞങ്ങളും നോക്കട്ടെ."

അതിന്റെ പിറ്റേന്നു ശിവരാമൻ ചന്തയിൽ വന്നു. കൊച്ചുപാറോതിയെ കൊണ്ടു വന്ന് കടയിൽ പാർപ്പിച്ചിട്ട് എങ്ങോ കടന്നു കളഞ്ഞതിനുശേഷം ആദ്യമായി പ്രത്യക്ഷപ്പെടുകയാണ്. അയാളെ കണ്ട് ആളുകൾ പുച്ഛരസത്തിൽ ചിരിച്ചു.

"അല്ലാ, ഇതുവരെ എവിടെയായിരുന്നു?"

"ഞാൻ അങ്ങു വെള്ളച്ചിറയിൽ —ഞങ്ങടെ പെങ്ങടെ വീട്ടിൽ."

പാച്ചുപിള്ള ചോദിച്ചു.

"അപ്പോൾ ആ പെണ്ണിനെ മോട്ടിച്ചോണ്ട് വന്നിട്ട് അവളെ ഒന്നനുഭവിക്കാൻപോലും നിനക്കു യോഗമുണ്ടായില്ലല്ലോടാ. അതോ നിന്റെ കമ്പനിക്കാർക്കു കൂട്ടിക്കൊടുക്കാൻവേണ്ടി വിളിച്ചോണ്ടു പോന്നേതോ?"

അതുകേട്ടു പാപ്പിവൈദ്യനും കൂട്ടരും ചിരിച്ചു.

ശിവരാമൻ ലജ്ജിച്ചു തലതാഴ്ത്തി.

"എന്താ നീയൊന്നും മിണ്ടാത്തത്? എന്തുവാ ഇതിന്റെ നേരെന്ന് ഞങ്ങളൊന്നറിയട്ടെ."

ശിവരാമൻ അറച്ചറച്ചു പറഞ്ഞു.

"സത്യത്തിൽ അവളിത്ര മോശമാണെന്ന് ഞാനറിഞ്ഞിരുന്നില്ല പാച്ചുപിള്ളച്ചേട്ടാ. കാര്യം വഷളാണെന്നു കണ്ടപ്പോൾ ഞാനെന്റെ ജീവനും കൊണ്ടോടിപ്പോയി. ഞാനെന്തിനാ പങ്കുപിടിക്കുന്നെ? അവരെല്ലാംകൂടെ വെച്ചോണ്ടിരുന്നോട്ടെ."

"ഓഹോ, അപ്പോൾ നിന്നെ മുന്നിൽ നിർത്തിക്കൊണ്ട് ശ്രീധരൻനായരും തങ്കപ്പൻപിള്ളയുംകൂടി അവളെ തട്ടിയെടുത്തത് അല്ലേ? അതെന്തായാലും യോഗ്യതയായില്ല."

പാപ്പിവൈദ്യൻ പാച്ചുപിള്ളയോടു ചോദിച്ചു.

"ആ കൊച്ചൻ പറഞ്ഞതു മനസ്സിലായില്യോ? അയാൾ ഔശമ്യം ഉള്ളവനാ. ആരുടെയും കടകത്തടിയായി കിടന്നുകൊടുക്കാൻ മനസ്സില്ലാത്തതുകൊണ്ട് അയാളങ്ങു പോയതെന്ന്."

"അങ്ങനെയാണോടാ?"

"അതെ."

എല്ലാം കേട്ടുകൊണ്ടു വാസുനായർ തൊട്ടടുത്തു നില്ക്കുന്നുണ്ടായിരുന്നു. ഇടതുകൈ പുറകിൽ പിണച്ച് വലതുകൈകൊണ്ടു കൂടെക്കൂടെ ബീഡിവലിച്ച് പുകവിട്ടുകൊണ്ടു, രോമനിബിഡമായ നെഞ്ചുവിരിച്ചു നില്ക്കുന്നുണ്ടായിരുന്നു. അയാൾ ശിവരാമനെ അടുത്തുവിളിച്ചു.

"ഇങ്ങടുത്തു വാടാ."

വാസുനായരെ കണ്ടു ശിവരാമന്റെ മുഖം വിളറി. അയാൾ അമ്പരപ്പോടെ അടുത്തുചെന്നു.

"ആരാടാ നിന്നെ കടകത്തടിയാക്കിയത്?"

"ഞാനങ്ങനെ പറഞ്ഞില്ല."

"പിന്നെന്താ നീയവളെ ഉപേക്ഷിച്ചിട്ടു പോയത്?"

ശിവരാമനു മറുപടിയില്ല.

"നീ പോകുന്നതിനുമുമ്പ് അവളെ ആരാ വെച്ചോണ്ടിരുന്നത്? നീയെന്താ മിണ്ടാത്തത്? ഇതിന്റെ നേര് ഞങ്ങൾക്കൊന്നറിയണം."

"ഞാനങ്ങനൊന്നും പറഞ്ഞില്ല."

വാസുനായർ കൈ തളർത്തിയിട്ട് ശിവരാമന്റെ കന്നത്തൊന്നു കൊടുത്തു.

"പൗരുഷം കെട്ട നായെ! നീ പറഞ്ഞതെല്ലാം ഞാൻ കേട്ടു."

വീണ്ടും ഒരടികൂടി. ശിവരാമൻ കന്നംപൊത്തി.

"ഇനി മേലിൽ തെമ്മാടിത്തരം പറഞ്ഞു നടന്നാൽ നിന്റെ കച്ചോടം തീർക്കും. ആണും പെണ്ണും കെട്ട പട്ടി. ഓടെടാ......."

വേറെ ആരും ഒന്നും പറഞ്ഞില്ല.

ശിവരാമൻ കന്നം തുടച്ചുകൊണ്ടു ഒഴിഞ്ഞുമാറിപ്പോയി.

അടുത്തൊരു ദിവസം ആൽത്തറയിൽവെച്ചു യുവജനസംഘടനയുടെ യോഗംകൂടി അച്ചുതൻനായരെ സെക്രട്ടറിയായി തെരഞ്ഞെടുത്തു. പ്രസിഡന്റു നാരായണൻപോറ്റി. ശ്രീധരൻനായരെയും തങ്കപ്പൻപിള്ളയെയും കമ്മിറ്റിയിൽ ഉൾപ്പെടുത്തുന്ന കാര്യത്തിൽ തർക്കമുണ്ടായി. കൂർത്ത മൂക്കു വിറപ്പിച്ചുകൊണ്ട് കുട്ടപ്പക്കുറുപ്പ് അഭിപ്രായപ്പെട്ടു.

"അവരെക്കുറിച്ച് നാട്ടിൽ അഭിപ്രായവ്യത്യാസമുണ്ട്. അവരെ കമ്മിറ്റിയിലെടുത്താൽ അതുകൊണ്ടു ദോഷമേ ഉണ്ടാകു."

"അതിലൊന്നും കാര്യമില്ല." വാസുനായർ വാശിയോടെ വാദിച്ചു.

"വകയ്ക്കു കൊള്ളാവുന്ന രണ്ടാളുകളാണ്. അവരെക്കൊണ്ടു നമുക്കു പ്രയോജനമുണ്ട്. കമ്മിറ്റിയിൽ അവരും വേണം."

"എന്തോന്നാ പ്രയോജനം? അത്രയും അവമതിപ്പുണ്ടാകുമെന്നു മാത്രം. ഭാര്യയും രണ്ടുകുട്ടികളുമുള്ള ഒരാളാണ് ഇപ്പോൾ മറ്റൊരു സ്ത്രീയുടെ കൂടെച്ചെന്നു താമസമാക്കിയിരിക്കുന്നത്...."

"അതൊക്കെ അവരവരുടെ സ്വന്തം കാര്യം. അതിലെങ്ങും നമ്മളു തലയിടണ്ട."

"ആരു പറഞ്ഞു സ്വന്തം കാര്യമാണെന്ന്? സംഘടനയുടെ പേരു പറഞ്ഞ് നാട്ടിലിറങ്ങുമ്പോൾ ആളുകൾ ചോദിക്കും. നമ്മളെന്തോ സമാധാനം പറയും?"

"കുട്ടപ്പക്കുറുപ്പു പറയുന്നതിലും കാര്യമുണ്ട്."

പരമേശ്വരൻനായർ പറഞ്ഞു.

"നമ്മുടെ പ്രവർത്തകരെക്കുറിച്ചു നാട്ടിൽ അവമതിപ്പുണ്ടാകാൻ പാടില്ല."

ഒടുവിൽ അച്ചുതൻനായർ അഭിപ്രായപ്പെട്ടു.

"എന്തായാലും അവരുടെ കാര്യം നമുക്കു പിന്നീടു തീരുമാനിക്കാം. മറ്റുകാര്യങ്ങൾ ആലോചിച്ചിട്ടു പോട്ടെ."

അച്ചുതൻനായരും പരമേശ്വരൻനായരുംകൂടി കായംകുളത്തുപോയി

രസീതുബുക്കുകൾ അച്ചടിച്ചുകൊണ്ടുവന്നു. ചന്തയിൽ കൂടിയ ചെറുപ്പക്കാരെ സംഘടനയിൽ അംഗങ്ങളായി ചേർത്തു. നാരായണൻ പോറ്റിയും ലഘുലേഖകളും വാരികകളും വരുത്തി സംഘം പ്രവർത്തകരെ ഏല്പിച്ചു. അവർ അതു നാട്ടിടയിൽ കൊണ്ടു നടന്നു വില്പന നടത്തി.

പോസ്റ്റിൽ വന്നുകൊണ്ടിരുന്ന റിപ്പബ്ളിക്പത്രം പോറ്റി കുട്ടപ്പക്കുറുപ്പിന്റെ മാടക്കടയിൽ കൊണ്ടിട്ടു. അതു കിട്ടിയാലുടൻ കുറുപ്പ് ഉറക്കെ വായന തുടങ്ങും. അത് കേൾക്കാൻ വേണ്ടി ആളുകൾ അവിടെ നേരത്തെ വന്ന് കാത്തിരിക്കുന്നുണ്ടാവും. ഏതെങ്കിലും ദിവസം പത്രം വരാതിരുന്നാൽ ആളുകൾ നിരാശയോടെയാണു മടങ്ങിപ്പോകുന്നത്.

ഒരുദിവസം പൊയ്ക മൈതാനത്തുവെച്ച് ജനാധിപത്യ യുവജന സംഘത്തിന്റെ ഒരു പ്രചരണയോഗം കൂടാൻ തീരുമാനിച്ചു.

നേതാക്കന്മാരെ തിരക്കിനടന്നിട്ട് ആരെയും കിട്ടിയില്ല. അച്ഛന്റെ അസുഖം പ്രമാണിച്ച് നാരായണൻപോറ്റി നൂറനാട്ടേക്കുപോയി. വെട്ടിക്കവല താമസിച്ചിരുന്ന ഗോവിന്ദൻപിള്ള സ്ഥലത്തുണ്ടായിരുന്നു. അയാൾ കൊട്ടാരക്കരയിലെ യുവജനസംഘത്തിന്റെ പ്രവർത്തകനാണ്. ഗോവിന്ദൻപിള്ള പ്രസംഗിക്കാമെന്നേറ്റു. പോരാത്തതിന് രണ്ടു വാക്ക് സംസാരിക്കാമെന്ന് അച്ചുതൻനായരും കരുതി.

വിശദമായ പരിപാടി തയ്യാറാക്കി. പോസ്റ്ററുകളെഴുതി അങ്ങുമിങ്ങും ഒട്ടിച്ചു. സംഘടനയിലെ അംഗങ്ങളെയെല്ലാം നടന്നു വിളിച്ചു. എല്ലാവരും വരാമെന്ന് സമ്മതിച്ചു. ജാഥയിൽ പിടിക്കാൻ ഒരു ചുവന്ന കൊടി തയ്പ്പിച്ചു. അങ്ങനെ യോഗത്തിനും പ്രകടനത്തിനുമുള്ള ഒരുക്കങ്ങളെല്ലാം പൂർത്തിയായി.

യോഗദിവസം വൈകിട്ട് എല്ലാവരും ചെറുതിട്ട രാമൻനായരുടെ വീട്ടിൽ കൂടണമെന്നും അവിടെനിന്നു പുതുവാക്കൽ മുക്കിൽച്ചെന്നു ജാഥയായി പൊയ്കമൈതാനത്തേക്കു പോകാമെന്നുമായിരുന്നു നിശ്ചയം.

ഉച്ചതിരിഞ്ഞപ്പോൾ അച്ചുതൻനായരും പരമേശ്വരൻനായരും ചെറുതിട്ടച്ചെന്നു. രാമൻനായർ പശുക്കളെ അഴിച്ച് എരുത്തിലിൽ കെട്ടി, കാടിയും വെള്ളവും നല്കി. കാളത്തിണ്ണയ്ക്കു കച്ചിയും പുല്ലും കുടഞ്ഞിട്ടു കൊടുത്തു. അതിനുശേഷം പോയി കുളിച്ചൊരുങ്ങി വസ്ത്രംമാറി. ഒരു മുറുക്കും മുറുക്കി ജാഥയിൽ പങ്കെടുക്കാൻ തയ്യാറായി നിന്നു. കുട്ടപ്പക്കുറുപ്പു മാത്രം സമയത്തെത്തി. അവസാനം മഠത്തിൽ ഭാസ്കരൻനായരും കാഞ്ഞിരവിളയിൽ പുരുഷോത്തമക്കുറുപ്പും വന്നു. എല്ലാംകൂടി അഞ്ചാറാളുകൾ.

പിന്നെ കാത്തിരുന്നിട്ട് ആരെയും കണ്ടില്ല. ജാഥയെക്കുറിച്ച് അച്ചുതൻനായരുടെ മനസ്സിലുണ്ടായിരുന്ന വർണ്ണശബളങ്ങളായ സങ്കല്പങ്ങൾ മാഞ്ഞു. ആളുകൾ വരാത്തതിൽ രാമൻനായർ കുണ്ഠിതപ്പെട്ടു.

"ഓ, ഈ നാട്ടിൽ ഇതൊന്നും നടക്കുകയില്ല."

പരമേശ്വരൻനായർ ചോദിച്ചു:

"എന്താ, ഈ നാട്ടിനു മാത്രം ഒരു പ്രത്യേകത?"

"വിവരവും ബോധവും ഉള്ളവരില്ല. അല്ലാതെന്താ?"

കുട്ടപ്പക്കുറുപ്പ് അച്ചുതൻനായരെയാണു കുറ്റപ്പെടുത്തിയത്.

"വെറുതെ ഒരു കടലാസെഴുതി ഒട്ടിച്ചാൽ എല്ലാവരും ഇങ്ങുവന്നോളുമെന്നു കരുതി. ജാഥയും മീറ്റിങ്ങുമൊക്കെ നടത്തണമെങ്കി അതിനു മുഷിഞ്ഞു പ്രവർത്തിക്കണം."

"അങ്ങനെ വെറുതെ കടലാസെഴുതി ഒട്ടിച്ചിട്ട് കൈയും കെട്ടി ഇരുന്നതല്ല. എല്ലാവരെയും നേരിട്ടു കണ്ടു വിളിച്ചതാണ്."

"എങ്കിൽ ആളു കണ്ടേനെയല്ലോ?"

മറ്റുള്ളവരുടെ മനച്ചടവുമാറ്റാൻവേണ്ടി പരമേശ്വരൻനായർ പറഞ്ഞു:

"ആദ്യമൊക്കെ എല്ലായിടത്തും ഇങ്ങനെയാണെടോ. ഇനി കണ്ടും കേട്ടും കാര്യം മനസ്സിലാക്കുമ്പോഴേ ആളുകൾ സഹകരിക്കൂ."

രാമൻനായർ വീണ്ടും മുറുക്കിത്തുപ്പിക്കൊണ്ടു പറഞ്ഞു.

"ഞാനൊരു കാര്യം പറയാം. നമുക്കു പരിപാടി ഇനി ഒരു ദിവസത്തേക്കു മാറ്റി വെക്കാം. ഒന്നാമത്, ഈ നാട്ടിൽ നമ്മൾ ആദ്യം നടത്തുന്ന ഒരു കാര്യം. ഒരു പത്തിരുപതാളെങ്കിലും ഇല്ലെങ്കിൽ അതു മോശമാണ്."

അച്ചുതൻനായരും ആലോചിക്കുകയായിരുന്നു. എന്തുവേണം? ആളു തീരെ കുറവാണ്.

"ജാഥ വേണ്ടെന്നുവെക്കാം. പക്ഷേ, പൊയ്കയിൽ ആളുകൾ വന്നു കാത്തിരിക്കും. അവിടെച്ചെന്നു യോഗമങ്ങു നടത്താം."

"എന്നാ അതുമതി. ജാതയും കീതയുമൊന്നും വേണ്ട."

കൊടിയും പിടിച്ച് ജാഥയുടെ മുന്നിൽ കേറിനിന്ന് മുദ്രാവാക്യം വിളിച്ചുനടക്കാനും, അതു മാലോകരെല്ലാം കാണാനും വേണ്ടിയാണ് കുട്ടപ്പക്കുറുപ്പ് കടയുമടച്ചു നേരത്തേ വന്നത്. അതു നടക്കില്ലെന്നു കണ്ടപ്പോൾ അയാൾ നിരാശനായി. എങ്കിലും വാദിച്ചു നോക്കി.

"നമ്മൾ പരിപാടി ഇട്ടുപോയതാണ്. ആളു കുറവായാലും ആ പരിപാടി നടത്തിയില്ലെങ്കിൽ അതാണു നാണക്കേട്."

ആ അഭിപ്രായക്കാരനാണു പരമേശ്വരൻനായരും.

"ആളുകൾ കുറഞ്ഞുപോയി എന്നുവെച്ച് കുഴപ്പമൊന്നുമില്ല. നമുക്കുള്ളവർക്കെല്ലാംകൂടി ജാഥയായിട്ടങ്ങു പോകാം."

രാമൻനായർ മുഖംചുളിച്ചു മിണ്ടാതിരുന്നു.

പുലിക്കുളത്തുനിന്ന് ചന്ദ്രശേഖരനും വേറെ രണ്ടാളുംകൂടി വരുന്നതു കണ്ടപ്പോൾ കുട്ടപ്പക്കുറുപ്പിന്റെ ഉത്സാഹം വർദ്ധിച്ചു.

"ഓഹോ, ഇപ്പോൾ ഒരു ജാഥയ്ക്കുവേണ്ട ആളായി."

എല്ലാവരുംകൂടി പുതുവാക്കൽ മുക്കിലേക്കു നടന്നു.

രാമൻനായർ ഒഴിഞ്ഞുമാറി നില്ക്കുന്നത് കണ്ട് അച്ചുതൻനായർ ചോദിച്ചു.

"എന്താ പുറകിൽ തങ്ങിക്കളഞ്ഞത്?"

"നിങ്ങളങ്ങോട്ടു നടന്നോ. ഞാനങ്ങു വന്നേക്കാം."

കുട്ടപ്പക്കുറുപ്പുതന്നെ കൊടിയും പിടിച്ചു മുമ്പേ നടന്നു. തൊട്ടുപുറകിൽ ചന്ദ്രശേഖരൻ. മുക്കിലെത്തിയപ്പോൾ അയാൾ ഉറക്കെ മുദ്രാവാക്യം വിളിച്ചുകൊടുത്തു. മറ്റുള്ളവർ ഏറ്റുവിളിച്ചു.

ആളുകൾ ശബ്ദംകേട്ടു മുറ്റത്തിറങ്ങിനോക്കി. ഒരു ചുവന്നകൊടിയും ആറേഴാളുകളും. അവർ വെട്ടുവഴിയിൽനിന്നിറങ്ങി പാടത്തിന്റെ വരമ്പത്തുകൂടി കിഴക്കോട്ടു നടക്കുന്നു.

ചന്തമുക്കിൽ ആളുകൾ കൂടി നില്ക്കുന്നത് കണ്ടപ്പോൾ എല്ലാവരുടെയും ഉത്സാഹം വർദ്ധിച്ചു. കൂടുതൽ ഉച്ചത്തിൽ വിളിമുഴങ്ങി. കുട്ടപ്പക്കുറുപ്പു കൂടെക്കൂടെ തലയുയർത്തി തലയ്ക്കുമുകളിൽ പാറിപ്പറക്കുന്ന കൊടിയിലേക്ക് അഭിമാനപൂർവ്വം നോക്കിക്കൊണ്ടു നടന്നു.

അടുത്തെത്തിയപ്പോഴാണ് മനസ്സിലായത്. ആ കൂടിനില്ക്കുന്നത് മഹേശ്വരൻപിള്ളയും ആൾക്കാരുമാണ്. അമ്പിയിൽ കൊമ്പൻ ഐക്കര കുട്ടൻപിള്ള, പാച്ചുപിള്ള, കോയിക്കലെ ജോലിക്കാരെല്ലാം- അവരുടെ കൈയിൽ കുറുവടികൾ!

മഹേശ്വരൻപിള്ള മുന്നോട്ടുചെന്ന് കുട്ടപ്പക്കുറുപ്പിന്റെ കഴുത്തിന് കുത്തിപ്പിടിച്ച്, കൊടി പിടിച്ചുപറിച്ചു.

“എന്തോന്നാടാ......... മക്കളേ? നിന്റെമ്മേടെ മറ്റേടത്തു കൊണ്ടുപോയി കുത്തെടാ ചെങ്കൊടി.”

കുറുപ്പിന്റെ നാവിക്കൊരു തൊഴികൊടുത്തു. കുറുപ്പ് മലർന്നടിച്ചു വീണു. പരമേശ്വരൻനായർ ചാടിച്ചെന്ന് മഹേശ്വരൻപിള്ളയുടെ കൈയിലിരുന്ന കൊടിക്കുപിടിച്ചു. പിടിയും വലിയും നടന്നു.

കൊമ്പനും കൂട്ടുകാരും പാഞ്ഞുകയറി അടിതുടങ്ങി. പരമേശ്വരൻനായരെ അടിച്ചു നിലത്തിട്ടു. അവിടിട്ടു വീണ്ടും തല്ലി.

ആരോ തിരിച്ചടിച്ചു. ആരോക്കെയോ ഓട്ടം പിടിച്ചു.

ആളുകൾ ചന്തയിൽ നോക്കി നിന്നു. ആരും ഒരക്ഷരം ഉരിയാടിയില്ല.

മഹേശ്വരൻപിള്ള ചുരുട്ടിപ്പിടിച്ച കൊടിയുമായി ചന്തയിലേക്കുചെന്നു. ഇളയപിള്ള ചെന്ന് ആ തുണിക്കഷണം വാങ്ങി തീപ്പെട്ടിക്കൊള്ളിയുരച്ചു തീപിടിപ്പിച്ചു. അതു കത്തിക്കാളുമ്പോൾ അയാൾ പുഴുത്ത തെറിവിളിച്ചു പറഞ്ഞു:

അച്ചുതൻനായരും കൂട്ടുകാരുംചെന്നു പരമേശ്വരൻനായരെ പിടിച്ചെഴുന്നേല്പിച്ച് കുഞ്ഞുപിള്ളയുടെ വീട്ടിലേക്ക് കൊണ്ടുപോയി. കണ്ടും കേട്ടും ആളുകൾ കൂടി. പൊയ്കയിൽ യോഗത്തിന് കൂടിയവർ കുഞ്ഞുപിള്ളയുടെ വീട്ടിലെത്തി. തണ്ടാശ്ശേരി രാഘവൻ മുക്കൂട്ടുക്കൊണ്ടുവന്ന് പരമേശ്വരൻനായരുടെ ദേഹത്തു പുരട്ടി തടവി. കൈയും കാലും തിരുമ്മിനൂത്തു. നൊമ്പരമുണ്ടായിരുന്നെങ്കിലും പരമേശ്വരൻനായർ അതു ഭാവിച്ചില്ല. അയാൾ ആളുകളെ നോക്കി ചിരിക്കാൻ ശ്രമിച്ചു.

രാമൻനായർ വന്ന് കുട്ടപ്പക്കുറുപ്പിന്റെ നേരെ തട്ടിക്കേറി.

“എന്താടാ മരംകൊത്തി? നിനക്കു തൃപ്തിയായോ?”

കുറുപ്പിനു മറുപടിയില്ല. ഇങ്ങനെ വരുമെന്ന് അയാൾ കരുതിയില്ല.

ആളുകളുടെ മുഖത്ത് ദുഃഖവും രോഷവും നിഴലിച്ചു. അവർ മുറ്റത്ത് വട്ടമിട്ടിരുന്ന് ആലോചിച്ചു. കുഞ്ഞുപിള്ള ക്രോധം പ്രകടിപ്പിച്ചു.

“നേരെ ചന്തയിലോട്ടു പോണം. ഇതുപോലെ അവന്മാരെയും അടിച്ചു തളർത്തിയിടണം.”

തെക്കേടത്തു ഗോപാലൻ പറഞ്ഞു:

‘‘ആ വെട്ടോത്തിയിങ്ങെടുക്ക്. കുറെ കുറുവടിയും വെട്ടിക്കൊണ്ടുവേണം പോകാൻ.”

തണ്ടാശ്ശേരി രാഘവൻ തടഞ്ഞു.

“നിങ്ങൾ അവിവേകമൊന്നും കാണിക്കരുത്.”

“ഒരവിവേകവുമില്ല. ഇതിനുപകരം ചോദിച്ചില്ലേ ഇനി നാട്ടിലിറങ്ങി നടക്കാനൊക്കുകയില്ല.”

“പകരം ചോദിക്കണം. പക്ഷേ, മണ്ടത്തരമൊന്നും കാണിക്കരുത്.”

അച്ചുതൻനായരും ഓർമ്മപ്പെടുത്തി.

“തണ്ടാശ്ശേരി പറഞ്ഞതു ശരിയാണ്. എന്താ വേണ്ടതെന്നു നമുക്കാലോചിച്ചു ചെയ്യാം.”

“പിന്നത്തേക്കാക്കിയാൽ, ആറിയ കഞ്ഞി പഴങ്കഞ്ഞിയാ.”

“ഇതങ്ങനെ ആറിപ്പോകുമെന്നൊന്നും ആരും കരുതണ്ടാ. ഇതങ്ങനെയുള്ള കാര്യമല്ല.”

ജാഥയ്ക്കു ചെല്ലാത്തവർ കുറ്റബോധംകൊണ്ടു മൗനംപാലിച്ചു. വേണ്ടത്ര ആളുണ്ടായിരുന്നെങ്കിൽ ഇങ്ങനെ സംഭവിക്കുമായിരുന്നില്ല.

അവരുടെ ജാള്യത മാറ്റാൻവേണ്ടി അച്ചുതൻനായർ പറഞ്ഞു:

“നമ്മുടെയാളുകളുമായി ആലോചിച്ച് നമുക്കൊരു തീരുമാനം ചെയ്യാം. എന്നിട്ട് എല്ലാവരെയും വിവരം അറിയിക്കും. തയ്യാറായി ഇരുന്നുകൊള്ളണം.”

പരമേശ്വരൻനായരെ പതുക്കെ നടത്തി കളയ്ക്കാട്ടേയ്ക്കുകൊണ്ടുപോയി.

ശരീരത്തെ പാടു മറച്ചുപിടിക്കാൻ അയാൾ പാടുപെട്ടു. പ്രത്യേകിച്ചു യാതൊന്നും സംഭവിക്കാത്തമട്ടിൽ അയാൾ വീട്ടിൽ പെരുമാറി.

പക്ഷേ, പിറ്റേന്നു രാവിലെ കട്ടിലിന്നെഴുന്നേല്ക്കാൻ കഴിയാത്തവണ്ണം സന്ധിബന്ധങ്ങളിൽ അസഹ്യമായ വേദന. എഴുന്നേല്ക്കുകയോ പല്ലുതേക്കുകയോ ഒന്നും ചെയ്യാതെ ഒരേ കിടപ്പുകിടക്കുന്നതു കണ്ട് രോഹിണിക്കുട്ടി അറച്ചറച്ച് വാതിലിൽ ചെന്ന് എത്തിനോക്കി. നെറ്റിയിൽ ചോരയുണങ്ങിയ പാടുകൾ. കവിളിൽ നീർക്കോളുണ്ട്.

അവളുടെ മുഖത്ത് പരിഭ്രമം നിഴലിച്ചു. കണ്ണുനിറഞ്ഞു തുളുമ്പി. എന്തുപറ്റിയെന്നു ചോദിക്കാൻ നാവുപൊന്തുന്നില്ല. അവൾ ഭിത്തിയും ചാരിനിന്ന് വിതുമ്പിക്കരയുന്നതു കണ്ട് അയാൾ പെട്ടെന്ന് മുഖം തിരിച്ചുകളഞ്ഞു.

അവൾ ഓടിച്ചെന്നു അമ്മയോടു വിവരം പറഞ്ഞു. മകന്റെ കിടപ്പു കണ്ട് അമ്മ നിലവിളിക്കാനും കണ്ണീരൊഴുക്കാനും തുടങ്ങി.

പരമേശ്വരൻനായർ പറഞ്ഞു:

"എനിക്കൊന്നുമില്ലമ്മേ. ഒന്നു തട്ടിവീണു നെറ്റിപൊട്ടിയതാ."

അപ്പോഴേക്കും തലേദിവസം നടന്ന അടിയെക്കുറിച്ചു നാട്ടിലെല്ലാം അറിഞ്ഞു കഴിഞ്ഞു. രാവിലെ അച്ചുതൻനായരും വാസുനായരും കളയ്ക്കാട്ടുവന്നപ്പോൾ അമ്മ തേങ്ങിക്കരയാൻ തുടങ്ങി.

തണ്ടാശ്ശേരി വന്നു പറഞ്ഞു:

"സാരമില്ല അല്പം ധന്വന്തരം മുക്കൂട്ടുവാങ്ങി പുരട്ടി ചെറുതായിട്ടൊന്നു ചൂടുകൊടുത്താട്ടെ. നീരൊക്കെ ഉടനെ അങ്ങുവലിയും."

അമ്മ ചന്തയിൽ ആളയച്ചു മുക്കൂട്ടുവാങ്ങി ദേഹത്തു പുരട്ടി.

രോഹിണിക്കുട്ടി വെള്ളം തിളപ്പിച്ചു പഴംതുണിയുമായിച്ചെന്നു. തുണി വെള്ളത്തിൽമുക്കി ആവിപിടിക്കാൻനേരം പരമേശ്വരൻനായർ ചുരുണ്ടുകൂടി ഇട്ടുമൂടി പുതച്ചുകിടന്നു. അവൾ നിസ്സഹായയായി നില്ക്കുമ്പോൾ അമ്മചെന്ന് ആ തുണിവാങ്ങി നീരുവന്നു വീങ്ങിയ ഭാഗങ്ങളിൽ ചൂടുകൊടുത്തു.

പതിനൊന്ന്

അച്ചുതൻനായർ അന്നുതന്നെ വള്ളികുന്നത്തുപോയി. പാർട്ടിക്കാരെ തിരക്കി മണക്കാട്ടും ചൂനാട്ടുമെല്ലാം ചുറ്റിനടന്നു. ആരെയും കാണാൻ കഴിയാതെ വൈകുന്നേരം നിരാശനായി മടങ്ങിപ്പോന്നു.

രാത്രി ഉറക്കംവരാതെ കിടന്നപ്പോൾ ആലോചിച്ചു. ഇനിയെന്തുചെയ്യണം? തങ്ങൾക്കു നേരിട്ട അപമാനത്തിന് എങ്ങനെ പ്രതിവിധി തേടണം?

രാത്രിയിൽ ആരോ വന്നു വിളിക്കുന്നതു കേട്ട് കതകുതുറന്നിറങ്ങിച്ചെന്നു. ശബ്ദം കേട്ടപ്പോൾ മനസ്സിലായി— ഒന്നു കറുത്തകുഞ്ഞാണ്. കൂടെയുള്ളയാളെ കറുത്തകുഞ്ഞ് പരിചയപ്പെടുത്തി.

"കൊച്ചുകൃഷ്ണൻ സഖാവ്."

അച്ചുതൻനായർ ആഹ്ലാദത്തോടെ പറഞ്ഞു:

"ഞാൻ കേട്ടിട്ടുണ്ട്."

കൊച്ചുകൃഷ്ണൻ ചോദിച്ചു:

"ഇന്നു മണക്കാട്ടെങ്ങാനും വന്നിരുന്നോ?"

"വന്നിരുന്നു. നിങ്ങളെയാരെയെങ്കിലും ഒന്നു കാണാൻ എല്ലായിടവും തിരക്കിനടന്നു. എന്നിട്ട് ഒരു പിടിയും കിട്ടിയില്ല."

"തിരക്കിവന്ന വിവരം അറിഞ്ഞു. പരമേശ്വരൻനായർക്ക് എങ്ങനെയുണ്ട്?"

"കുഴപ്പമൊന്നുമില്ല. അടി കുറേപിടിച്ചു. വാ, നമുക്ക് എറായത്തോട്ടിരിക്കാം."

അച്ചുതൻനായർ എറായത്തുകേറി പനംതടുക്കെടുത്തിട്ടു. മൂവരും കൂടി അവിടെയിരുന്ന് തലേദിവസത്തെ വിശേഷങ്ങളെക്കുറിച്ചു സംസാരിച്ചു. അച്ചുതൻനായർ പറഞ്ഞു:

"ഇതിനെന്തെങ്കിലും പകരം ചെയ്യുന്നില്ലെങ്കിൽ നമുക്കിനിയിവിടെ നിന്നുപിഴയ്ക്കാനൊക്കുകയില്ല."

"അതു ശരിയാണ്. അതിനെക്കുറിച്ചു നമുക്കാലോചിക്കാം. അതിനു മുമ്പ് കളയ്ക്കാട്ടുവരെയൊന്ന് പോകാം."

അവർ ചെന്നു പരമേശ്വരൻനായരെ വിളിച്ചുണർത്തി. ശരീരത്തെ പരിക്കുകളും പാടും നോക്കി. അയാൾ കട്ടിലിൽ മുഖംകുനിച്ചിരുന്ന് ജാള്യതയോടെ പറഞ്ഞു:

"അടിയൊന്നും സാരമില്ല. പക്ഷേ, അവന്മാർ ആ കൊടി കൊണ്ടു പോയി തീയിട്ടതിലാണ്...."

"അതുകൊണ്ടു സഖാവ് കുണ്ഠിതപ്പെടേണ്ട."

കൊച്ചുകൃഷ്ണൻ ഒരു പുഞ്ചിരിയോടെ പറഞ്ഞു.

"നമുക്കിതിനു കണക്കുതീർത്തു തിരിച്ചുകൊടുക്കാം. അതൊരു പ്രയാസമുള്ള കാര്യമല്ല."

പരമേശ്വരൻനായർ തലയുയർത്തി കൊച്ചുകൃഷ്ണന്റെ നേരെ നോക്കി. ഏതോ ആലോചനകൊണ്ട് അയാളുടെ മുഖം ഗൗരവം പൂണ്ടിരുന്നു.

കുറെക്കഴിഞ്ഞ് കൊച്ചുകൃഷ്ണൻ യാത്ര ചോദിച്ചു.

"എന്നാൽ ഇനി സുഖമായി കിടന്നുറങ്ങ്. ഞങ്ങളൊന്നിറങ്ങട്ടെ. നമുക്ക് പിന്നെ കാണാം."

വള്ളികുന്നത്തു നിന്ന് കൊച്ചുകൃഷ്ണൻ വന്നിട്ടുണ്ടെന്നറിഞ്ഞ് യുവജന സംഘടനയുടെ പ്രവർത്തകർ പിറ്റേന്നു വൈകിട്ട് പാതിരിക്കൽ അണയുടെ വടക്കുവശത്തെ ചെറുപുന്നയുടെ ചുവട്ടിൽ ഒന്നിച്ചുകൂടി. അവർ അയാളെക്കുറിച്ചു കേട്ടിട്ടേയുള്ളൂ. ഇപ്പോൾ നേരിട്ടു കാണാൻ പോകുന്നു.

കറുത്തകുഞ്ഞ് ആളിനെക്കുറിച്ചു ചിലതൊക്കെ പറഞ്ഞിട്ടുണ്ടായിരുന്നു.

മംഗലത്തുശേഖരപിള്ളയ്ക്ക് അടികൊണ്ടതിന്റെ പിറ്റേന്നുരാവിലെ കൊച്ചുകൃഷ്ണന്റെ ഭാര്യ കുട്ടികൾക്കു പഴംകഞ്ഞി വിളമ്പിക്കൊടുത്തുക്കൊണ്ട് നില്ക്കുമ്പോൾ ഒരു ഹേഡും മൂന്നുനാലു പൊലീസുകാരും കൂടി അങ്ങോട്ടു കേറിച്ചെന്നു. കൊച്ചുകൃഷ്ണൻ അവരറിയാതെ പുറകിലെ വാതിലിലൂടെ നൂഴ്ന്ന് പുരയിടത്തിന്റെ അതിരുചാടിക്കടന്നു കളഞ്ഞു. ഹേഡ് അകത്തേക്കു തലയിട്ട് മുറിക്കകമാകെ ഒന്നു കണ്ണോടിച്ചു. കുട്ടികൾ പഴംകഞ്ഞിയിൽ നിന്ന് ശ്രദ്ധതിരിച്ച് അയാളുടെ ആ വിചിത്രമായ വേഷം നോക്കിക്കൊണ്ടിരുന്നു. അയാൾ കുഞ്ഞിക്കുട്ടിയോടു തിരക്കി.

"എവിടെപ്പോയെടീ അവൻ?"

"രാവിലെ എങ്ങാണ്ടോട്ടോ പോയതാണേ."

"ശരി, വന്നാലുടൻ സ്റ്റേഷനിൽ വരാൻ പറയണം."

"പറയാവേ..."

ചട്ടിയിൽ വിളമ്പിവെച്ചിരിക്കുന്ന പഴംകഞ്ഞിയും കൂട്ടാനും കണ്ട് പൊലീസുകാരോടൊപ്പമുണ്ടായിരുന്ന തട്ടാമ്പള്ളി രാമകൃഷ്ണപിള്ള പരി

ഹാസത്തോടെ പറഞ്ഞു:

"രാവിലെ അവനെ പറഞ്ഞയച്ചേച്ച് കൊഞ്ചുതീയലുംകൂട്ടി അവൾ അമൃതേത്തിനിരിക്കുവാ... പുലയാടി."

അയാൾ കാലുകൊണ്ട് മൺചട്ടി തട്ടിത്തെറിപ്പിച്ചു. പഴംകഞ്ഞിയും കൊഞ്ചുതീയലും നിലത്തു ചിതറിവീണു. എന്തുചെയ്യണമെന്നറിയാതെ കുട്ടികൾ അമ്പരന്നു. അവർക്കു വിതുമ്പിക്കരയാൻ തോന്നി.

വിവരമറിഞ്ഞപ്പോൾ കൊച്ചുകൃഷ്ണൻ യാതൊന്നും പറഞ്ഞില്ല. പക്ഷേ, ചെറുപ്പക്കാർ കാത്തുനടന്ന് മൂന്നാംപക്കം രാമകൃഷ്ണപിള്ളയെ മതിയാവോളം ചാർത്തിവിട്ടു.

ഒളിവിലുള്ള പാർട്ടി കേന്ദ്രത്തിൽ നിന്ന് അവർക്ക് അറിയിപ്പുകിട്ടി. വീണ്ടും പൊലീസ് വരുന്നുണ്ട്. കരുതിയിരിക്കുക. അർദ്ധരാത്രിക്കുശേഷം വീടുവളഞ്ഞ് സഖാക്കളെ പിടികൂടാനാണ് ഉദ്ദേശം.

പൊലീസെന്നു കേട്ടാൽ പണ്ടേ ആളുകൾക്കു പേടിയാണ്. തങ്ങളും പേടിച്ചുപിന്മാറിയാൽ പിന്നെ നാട്ടുകാർക്കിടയിൽ പ്രവർത്തിക്കാൻ കഴിയാതെ വരും. അതുകൊണ്ടു സ്വന്തം ബലവും പൊലീസിന്റെ ബലഹീനതയും നാട്ടുകാർക്കിടയിൽ ഒന്നു ബോദ്ധ്യപ്പെടുത്തിക്കൊടുക്കണമെന്ന് പാർട്ടിപ്രവർത്തകർ തീരുമാനിച്ചു.

ചൂനാട്ടും മണക്കാട്ടും എന്തിനും തയ്യാറുള്ള കുറെ ചെറുപ്പക്കാരുണ്ട്. അവരിൽനിന്ന് ഇരുപത്തഞ്ചുപേരെ പ്രത്യേകം തെരഞ്ഞെടുത്തു. അവർ സന്ധ്യകഴിഞ്ഞ് പാലക്കോട്ടു കൂടി. അവരവർക്കുവേണ്ട വടിയും വെട്ടുകത്തിയുമെല്ലാം കരുതിയിരുന്നു. പൊലീസുകാർ വീട് കേറി സ്ത്രീകളെ അപമാനിക്കാതിരിക്കാൻ അയൽപക്കത്തുള്ള പെണ്ണുങ്ങളെയും കുട്ടികളെയും വിളിച്ചുവരുത്തി വീടിനകത്തിരുത്തി. യുവാക്കൾ വീടിനു പുറത്തു കാവൽ നിന്നു.

ഒരു വലിയ കുട്ടകത്തിൽ ചീനിയും കാച്ചിലും വെട്ടി കണ്ടിച്ചിട്ടു പുഴുങ്ങി. അതുപോലെ പാത്രങ്ങളിലായി കുടഞ്ഞിട്ടു വട്ടമിട്ടിരുന്നു തിന്നു. അതിനുശേഷം കരുതലോടെ പൊലീസിനെ കാത്തിരുന്നു.

ആരും ഒച്ചവെച്ചു സംസാരിച്ചില്ല. മഞ്ഞുതുള്ളികൾ ഇറ്റുവീഴുന്നതിന്റെ ശബ്ദമല്ലാതെ യാതൊന്നും കേൾക്കാനില്ല. കൈകൊണ്ടു പൊത്തിപ്പിടിച്ചു എരിതീമറച്ചാണ് ബീഡിവലിച്ചത്. ഉറങ്ങാതെ കണ്ണും തുറന്ന്, തലയിൽ വട്ടകെട്ടും കെട്ടി, ചെവി വട്ടം പിടിച്ചു കാത്തിരുന്നു. ചിലർ അകലെനിന്നുള്ള കാൽപ്പെരുമാറ്റം അറിയാൻ, ചെവി നിലത്തോടുചേർത്ത് മണ്ണിൽ വശംചരിഞ്ഞു കാത്തുകിടന്നു.

പക്ഷേ, വെളുപ്പാൻകാലം കഴിഞ്ഞിട്ടും പൊലീസ്പാർട്ടി വന്നില്ല. വന്നിരുന്നെങ്കിൽ പൊലീസുകാർ അടികൊണ്ട് ഓട്ടം പിടിക്കുമായിരുന്നു.

കിഴക്കു വെള്ളവീണു. കാക്കയും കിളിയും ചിലച്ചു. മങ്ങിയ വെളിച്ചത്തിൽ ഇടവഴിയിലൂടെ ആളുകൾ വർത്തമാനം പറഞ്ഞുനടക്കുന്ന ശബ്ദംകേട്ടു. അന്നത്തെ കാത്തിരിപ്പു വൃഥാവിലായെന്നുതോന്നി. ഇനിയിന്നു പൊലീസു വരുന്നമട്ടില്ല.

എല്ലാവരേയും അങ്ങോട്ടുമിങ്ങോട്ടും പറഞ്ഞയച്ചു. വടിയും വെട്ടുകത്തിയുമെല്ലാം കൊണ്ടുപോയി മറവുചെയ്തു. വെളുപ്പാൻകാലത്തെ കുളിരിൽ ആരൊക്കെയോ തിണ്ണയിൽ മൂടിപ്പുതച്ചു കിടന്നുറങ്ങി. കൊച്ചുകൃഷ്ണനും, കുഞ്ഞച്ചനും, കറുത്തകുഞ്ഞും വേറെ രണ്ടുമൂന്നാളുകളും കൂടി തെങ്ങിന്റെ ചുവട്ടിൽ കരിയില കൂട്ടിയിട്ടുകത്തിച്ചു തീ കാഞ്ഞുകൊണ്ടിരുന്നു.

പെടുന്നനെയാണു പൊലീസു വന്ന് വളഞ്ഞത്. തീ കാഞ്ഞുകൊണ്ടിരുന്നവരുടെ ചുറ്റും രണ്ടണിയായി പൊലീസുകാർ കൈകോർത്തു നിന്നു. എന്നിട്ടും ചാലിത്തറ കുഞ്ഞച്ചനും തുരപ്പൻ ശങ്കരനും നൂഴ്ന്നു ചാടി പൊയ്ക്കളഞ്ഞു. ഉറങ്ങിക്കിടന്നവർ ഞെട്ടിയുണർന്നു. പൊലീസിനെ കണ്ട് എങ്ങോട്ടോ ഓടിപ്പോയി.

പൊലീസുകാർ കൊച്ചുകൃഷ്ണനെയും കറുത്തകുഞ്ഞിനെയും തെക്കേത്തറ തേവനേയും പിടികൂടി. അവരുടെ തലയിൽ കെട്ടിയിരുന്ന മുണ്ടഴിച്ച് കൈകൂട്ടിക്കെട്ടി. നാലഞ്ചുപേർ അവരെ വളഞ്ഞു വെച്ചുകൊണ്ടുനിന്നു. മറ്റുള്ളവർ ഓടിപ്പോയവരുടെ പിന്നാലെ ഓടി.

മുണ്ടിട്ടു പിണച്ചുകെട്ടിയ കൈകളുമായി നില്ക്കുമ്പോൾ കൊച്ചുകൃഷ്ണൻ കരുതി— പിടികൂടിക്കഴിഞ്ഞു. ഇനി രക്ഷയില്ല. എന്നാലും അവസാനത്തെ ഒരു പരിശ്രമം നടത്താമെന്നു കരുതി. അയാൾ കറുത്തകുഞ്ഞിനെയും തേവനെയും കണ്ണുകാണിച്ചു. പിണച്ചുകെട്ടിയ കൈരണ്ടും ചേർത്ത് അടുത്തുനിന്ന പൊലീസുകാരന്റെ മൂക്കടങ്കം ആഞ്ഞടിച്ചു. അതുപോലെ കറുത്തകുഞ്ഞും തേവനും അടിതുടങ്ങി. കൊച്ചുകൃഷ്ണന്റെ തല്ലുകൊണ്ട പൊലീസുകാരൻ പിന്നിലേയ്ക്കൊഴിഞ്ഞൊഴിഞ്ഞ് പുറകിലെ കുളത്തിൽ മറിഞ്ഞുവീണു. കാക്കി ഉടുപ്പുമായി അയാൾ വെള്ളത്തിൽക്കിടന്നു നീന്തിത്തുടിച്ചു. തൊപ്പി വെള്ളത്തിൽ പൊങ്ങിക്കിടന്നു.

കെട്ടിയ കൈയുമായി മൂവരും ഓടി. തേവൻ കാലുതട്ടി നിലത്തു മറിഞ്ഞുവീണു. പൊലീസ് അയാളെ പിടികൂടി.

വഴിയിൽക്കണ്ട ആരെയോകൊണ്ട് കൈയിലെ കെട്ടഴിപ്പിച്ചിട്ട് കറുത്തകുഞ്ഞും കൊച്ചുകൃഷ്ണനും ഓടി രക്ഷപ്പെട്ടു....

അങ്ങനെയുള്ള ആ കൊച്ചുകൃഷ്ണനെ നേരിട്ടൊന്നു കാണാൻ ശൂരനാട്ടെ ചെറുപ്പക്കാർ ചെറുപുന്നയുടെ ചുവട്ടിൽ ആകാംക്ഷയോടെ കാത്തിരിക്കയാണ്.

കിഴക്കു ചലിക്കുന്ന ഒരു നിഴൽ കണ്ടു.

അച്ചുതൻനായർ കിഴക്കോട്ടു നോക്കിപ്പറഞ്ഞു:

"അതാ ആളുവരുന്നുണ്ട്."

കുട്ടപ്പക്കുറുപ്പും പരമേശ്വരൻനായരും കഴുത്തു നീട്ടി നോക്കി.

ഉയരം കുറഞ്ഞ് ദൃഢകായനായ മനുഷ്യൻ. പതുക്കെ നടന്നുവരുന്നു. മുപ്പത്തഞ്ചുവയസ്സ് പ്രായംവരും. അടുത്തുവന്നിരുന്നു സംസാരിച്ചപ്പോൾ, അവർ സംസാരത്തേക്കാളേറെ ശ്രദ്ധിച്ചത് ആ മുഖഭാവമാണ്. ഒന്നിലും

ഒരു ചാഞ്ചല്യവുമില്ലാത്ത മട്ട്.

എല്ലാവർക്കും പറയാനുണ്ടായിരുന്നത് ഒരേ കാര്യമാണ്. ജാഥയെ കടന്നാക്രമിച്ചതിനും കൊടി തീയിട്ടതിനും പകരം ചെയ്യണം. അത് ഉടനെ വേണംതാനും .

കൊച്ചുകൃഷ്ണൻ സൗമ്യമായി പറഞ്ഞു:

“നമുക്കു പകരം അടിക്കുന്നതിന് ഒരുപാടുമില്ല. വേണമെങ്കിൽ നാളെ ത്തന്നെ ആ കാര്യമങ്ങു സാധിക്കാം. പക്ഷേ, അതിനുമുമ്പ് അതിനേ ക്കാൾ പ്രധാനപ്പെട്ട ചില കാര്യങ്ങൾ ചെയ്യാനുണ്ട്.”

എല്ലാവരും ചെവിയോർത്തിരുന്നു.

“ഇവിടെ വിജയകരമായ ഒരു പ്രകടനവും യോഗവും സംഘടിപ്പി ക്കണം.”

ശരിയാണ്. കൊച്ചുകൃഷ്ണനാണു പറയുന്നത്. ആർക്കും എതിർക്കാൻ തോന്നിയില്ല.

കുഞ്ഞുപിള്ള ക്ഷമ കേടോടെ പറഞ്ഞു.

“ഏതവനെങ്കിലും അന്ന് ആക്രമണത്തിനുവന്നാൽ അവനെ ശരി യാക്കുകേം വേണം.”

“അതൊന്നും വേണ്ടിവരുകയില്ല. അന്ന് ഒരുത്തനും ഒരുനുള്ളു മണ്ണു പോലും നുള്ളിയിടുകയില്ല.”

അച്ചുതൻനായർ ചോദിച്ചു.

അപ്പോൾ യോഗത്തിന്റെ തീയതി എന്നാണ്?

കൊച്ചുകൃഷ്ണൻ പറഞ്ഞു.

“പുന്നപ്രവയലാർ ദിനമല്ലേ വരുന്നത്. തുലാം ഏഴ്. അന്നാവട്ടെ.”

“ശരി. അന്നു പുന്നപ്രവയലാർ ദിനമായിട്ട് ആചരിക്കുകയും ചെയ്യാം.”

ആലോചനകൾക്കുശേഷം എല്ലാവരും അങ്ങോട്ടുമിങ്ങോട്ടും പിരിഞ്ഞു.

പിറ്റേന്നു മുതൽ യോഗവും പ്രകടനവും വിജയിപ്പിക്കാനുള്ള പ്രവർത്തനങ്ങളുമായി അവർ നാട്ടിൽ ചുറ്റിക്കറങ്ങി.

അച്ചുതൻനായരും പരമേശ്വരൻനായരും കൂടി വാസുനായരെ തിരക്കി പുന്തലയിൽ ചെന്നു. അപ്പോൾ വാസുനായരില്ല.

തിരക്കിച്ചെന്നവരോട് അമ്മൂമ്മ പറഞ്ഞു.

“അവനെങ്ങോട്ടുപോയെന്നു കണ്ടില്ല. നേരത്തെ ഇവിടൊണ്ടായി രുന്നു.”

കുറേനേരം കാത്തിരുന്നിട്ട് അച്ചുതൻനായർ പറഞ്ഞു.

“ആളുവരുമ്പോൾ ഞങ്ങൾ തിരക്കിവന്നെന്നു പറഞ്ഞേര്.”

“ആരു വന്നെന്നു പറയണം? ആളു മനസ്സിലായില്ല.”

“അല്ലേ, അമ്മൂമ്മക്കു മനസ്സിലായില്ല്യോ? ഒന്ന് കളയ്ക്കാട്ടെ പരമേ ശ്വരൻനായർ. ഞാൻ നടേവടക്കേലെ അച്ചുതൻ.......”

“ഓ, ഓ, ഓ. ഇപ്പം മനസ്സിലായി. നിങ്ങളുവന്നു തിരക്കീട്ടു

പോയെന്നു പറഞ്ഞേക്കാം."

വടക്കോട്ടിറങ്ങി പള്ളിക്കലാറിന്റെ തീരത്തുകൂടി പടിഞ്ഞാട്ടു നടക്കുമ്പോൾ ആറ്റുകടവിൽ രാമന്റെ വീട്ടിൽ അയാളുടെ മകളുമായി വാസുനായർ വർത്തമാനം പറഞ്ഞിരിക്കുന്നതുകണ്ടു. പരമേശ്വരൻനായർ ഉറക്കെ കൈകൊട്ടി വിളിച്ചപ്പോൾ തലയുയർത്തിനോക്കി. രാമന്റെ മകൾ നാണിച്ച് അകത്തുകയറിപ്പോയി.

വാസുനായർ അടുത്തുചെന്നപ്പോൾ പരമേശ്വരൻനായർ തെല്ലൊരു പരിഭവത്തോടെ പറഞ്ഞു.

"എടോ, ഞങ്ങളെത്രനേരംകൊണ്ട് വീട്ടിൽ ഇയാളെ കാത്തിരിക്കുന്നു!"

"ഞാനറിഞ്ഞില്ല, എന്താ കാര്യം?"

"ഇങ്ങനെയായാൽ ഇയാളൊന്നും അറിയത്തില്ല."

"ഞാനിവിടെ ഒരുകാര്യം സംസാരിച്ചു കൊണ്ടിരിക്കുകയായിരുന്നു."

അച്ചുതൻനായർ പുഞ്ചിരിപൊഴിച്ചു.

"അപ്പോഴാണ് ഞങ്ങളുടെ വരവ്. സ്വർഗ്ഗത്തിലെ കട്ടുറുമ്പിനെപ്പോലെ. അല്ലേ"

"ഏയ്, അങ്ങനെയൊന്നുമില്ല പിന്നെന്തോന്നാ പ്രത്യേകിച്ച്...."

"നമ്മളൊരു യോഗവും പ്രകടനവും നടത്താൻ നിശ്ചയിച്ചിരിക്കുന്നു. ഈ ഏഴാം തീയതി ഈ നടന്നതിന്റെയെല്ലാം കേടുവാട്ടം അതോടെ പരിഹരിക്കണം."

"അതാവശ്യമാണ്. അതിന് എന്നേക്കൊണ്ടെന്തോ വേണം?"

"എന്തോ വേണമെന്നോ? ഇയാളിങ്ങനെ ഏതെങ്കിലും മാളത്തിൽ കേറി പതുങ്ങിയിരുന്ന് പെൺപിള്ളാരുമായി കിന്നാരോം പറഞ്ഞോണ്ടിരുന്നാൽ എല്ലാം നടക്കും!"

"ഓഹോ, ഇപ്പോൾ അതായോ കുഴപ്പം? ഞാനെന്തിനും തയ്യാർ. ഇനി തല്ലാൻവരുന്നവനെ അടിച്ചുതളർത്തിയിടുന്ന കാര്യമേറ്റു. എന്താ പോരായോ?"

"ഇയാളും കൂടെവാ. നമുക്കൊന്നിച്ചൊന്നു കറങ്ങിയിട്ടു വരാം."

"ഇപ്പോൾ നിങ്ങൾ കറങ്ങ്. ഞാൻ വൈകിട്ട് ചന്തയിൽ വരാം. നമുക്കവിടെവെച്ചുകാണാം."

"ഇപ്പോൾ പിന്നെങ്ങോട്ടു പോകുന്നു?"

"മറ്റൊരത്യാവശ്യ കാര്യമുണ്ട്."

അച്ചുതൻനായർ നീട്ടി മൂളി.

"മ്. നടക്കട്ടെ. പക്ഷേ, ഞങ്ങളാരും ഒന്നും അറിയുന്നില്ലെന്നു കരുതരുത്."

"ഓ, ഇതിലെന്തുവാ ഇപ്പോൾ പുതിയതായിട്ടറിയാൻ?"

"പണ്ടുമുതലേ വെച്ചുനടന്ന് വരുന്നതാണ്. അല്ലേ?"

അതുകേട്ടു വാസുനായർ ചിരിച്ചു. അയാളെക്കുറിച്ചു പരസ്പരം പറഞ്ഞു ചിരിച്ചുകൊണ്ട് അച്ചുതൻനായരും പരമേശ്വരൻനായരും

ഇടപ്പനയത്തേക്കു നടന്നു.

വാസുനായർ ജനാധിപത്യ യുവജനസംഘടനയിലെ അംഗമാണ്, പക്ഷേ, അങ്ങനെയെങ്ങും ഒതുങ്ങികൂടി നില്ക്കുന്ന ആളല്ല. ആർക്കും എങ്ങും കെട്ടിവരിഞ്ഞു നിർത്താൻ പറ്റുകയില്ല. എങ്കിലും ഒരു കാര്യത്തിനു മുന്നിട്ടിറങ്ങിയാൽ അവസാനംവരെ അതിന്റെകൂടെ കാണും. അയാളുകൂടി ഉണ്ടെങ്കിൽ എല്ലാവർക്കും ഒരു ധൈര്യമാണ്.

ആറ്റുകടവിലെ ശാരദയുടെ വിവാഹം നടക്കുന്നതിനു മുമ്പുമുതലേ അയാൾ അവളുമായി ഇഷ്ടമായിരുന്നു. കല്യാണം കഴിച്ചുകൊണ്ടുപോയ വീട്ടിൽനിന്നും അവൾ പിണങ്ങിപ്പോയതിൽപ്പിന്നെ വീണ്ടും അടുപ്പത്തിലായി. അതൊന്നും വേറെയാർക്കും അറിഞ്ഞുകൂടെന്നായിരുന്നു വാസുനായരുടെ വിശ്വാസം. പക്ഷേ, അച്ചുതൻനായർക്ക് എല്ലാവിവരങ്ങളും അറിയാം. അതു തുറന്നുപറയാൻ ധൈര്യപ്പെട്ടില്ലെന്നുമാത്രം.

അച്ചുതൻനായരും പരമേശ്വരൻനായരും നാട്ടിൽ ചുറ്റിനടന്ന് എല്ലാവരെയും ജാഥയ്ക്കും മീറ്റിങ്ങിനും ക്ഷണിച്ചു. തങ്കപ്പൻപിള്ളയോടും ശ്രീധരൻനായരോടുംമാത്രം ഒന്നും പറഞ്ഞില്ല.

ചന്തയിൽ വെച്ചു അടുത്തു കണ്ടിട്ടുപോലും ഒന്നും ഉരിയാടിയില്ല. അവരങ്ങോട്ടു ചോദിക്കാനും പോയില്ല. ആ സമയംകൊണ്ട് ചായക്കടയുടെ പുറകിൽപോയിരുന്ന് അവർ ചീട്ടുകളിച്ചു. തുറുപ്പിലും ഗുലാനിലും ശ്രദ്ധ കേന്ദ്രീകരിച്ചു.

യോഗത്തിന് പ്രസംഗകരെ തിരക്കിനടന്നിട്ട് ആരെയും കിട്ടിയില്ല. നേതാക്കന്മാരെല്ലാം ഒളിവിലാണ്. ഒടുവിൽ കരുനാഗപ്പള്ളിയിലെ വിദ്യാർത്ഥി ഫെഡറേഷൻ സെക്രട്ടറിയെ വിളിപ്പിച്ചു. അയാൾ ഒരു കൂട്ടുകാരനുമായി രാവിലെ കൊറ്റാർകാവിലെത്തി. ഏതോ നിഗൂഢതകൾ ചൂഴ്ന്നു നില്ക്കുന്ന ആ ക്ഷേത്രത്തിന്റെ പരിസരഭംഗികൾകണ്ട് സമയം കഴിച്ചു.

ഉച്ചതിരിഞ്ഞ് ആദ്യം കൊറ്റാർകാവിൽവന്നത് തങ്കപ്പൻപിള്ളയും ശ്രീധരൻനായരുമായിരുന്നു. അവർ കുളിച്ചൊരുങ്ങി ഒരേതരത്തിലെ ഉടുപ്പും മുണ്ടും ധരിച്ചിരുന്നു. ഒരേരീതിയിൽ തലമുടി ചീകിവെച്ചിരുന്നു. ഒരേതരത്തിലുള്ള മീശവെച്ചിരുന്നു.

വിചിത്രമായ ആ സാജാത്യം വിദ്യാർത്ഥിഫെഡറേഷൻ സെക്രട്ടറിക്ക് രസകരമായി തോന്നി. അയാൾ അവരുമായി പരിചയപ്പെട്ടു.

ആ മുഖങ്ങളിൽ ഒരുതരം ഔദ്ധത്യം നിഴലിച്ചിരിക്കുന്നതുകണ്ടു.

ആരും പറഞ്ഞില്ലെങ്കിലും ഏതുതരം ആക്രമണങ്ങളിൽനിന്നും ജാഥയെ സംരക്ഷിക്കേണ്ടുന്ന ചുമതല തങ്ങൾ ഏറ്റെടുത്തിരിക്കുന്നു എന്ന ഒരു ഭാവം.

ജാഥയിൽ പങ്കെടുക്കാൻവേണ്ടി ആളുകൾ ഒറ്റയ്ക്കും തെറ്റയ്ക്കും കൊറ്റാർകാവിലേക്കു വന്നുകൊണ്ടിരുന്നു. തമ്മിൽ കണ്ടപ്പോൾ എല്ലാവർക്കും ആഹ്ലാദം. പരമേശ്വരൻനായരും അച്ചുതൻനായരും ചെന്ന് തങ്കപ്പൻപിള്ളയോടും ശ്രീധരൻനായരോടും തമാശ പറഞ്ഞു ചിരിച്ചു. വാസു

നായർ ശിവരാമന് ഒരു ബീഡിയെടുത്തുനീട്ടി. തന്റെ കന്നത്തടിച്ച പരിഭവം മറന്ന് അയാൾ ബീഡി വാങ്ങി വലിച്ചു. ഒന്നു കത്തിച്ചു വാസു നായരും വലിച്ചു.

ക്ഷേത്രപരിസരത്തു തിങ്ങിനിറഞ്ഞ ആളുകളെ കണ്ടപ്പോൾ ചെറുതിട്ട രാമൻനായർക്കു തൃപ്തിയായി. ഇങ്ങനെവേണം പ്രകടനം നടത്താൻ. ഒരു പാത്രം കള്ളുകൂടി മോന്തിക്കൊണ്ടുവന്നിരുന്നെങ്കിൽ രസമായേനെയെന്നുതോന്നി. പക്ഷേ, മറ്റുള്ളവരറിഞ്ഞാൽ കുഴപ്പമാകുമെന്നുള്ളതുകൊണ്ട് വേണ്ടെന്നുവെച്ചു. വായ് നിറയെ മുറുക്കാനിട്ടു ചവച്ചുതുപ്പിക്കൊണ്ട് അയാൾ എല്ലാവരോടും കുശലം പറഞ്ഞു നടന്നു.

പേരൂർ മാധവൻപിള്ളയുടെ നേതൃത്വത്തിൽ വള്ളികുന്നത്തുനിന്നെത്തിയ ചെറുപ്പക്കാരെ കണ്ടപ്പോൾ ശൂരനാട്ടുകാരുടെ വീറും വാശിയും വർദ്ധിച്ചു. ഇനി ആർക്കും തങ്ങളെ തടയാനാവില്ലെന്ന് ഉറപ്പായി. വള്ളികുന്നത്തുനിന്ന് വന്നവർക്കുമുണ്ടായിരുന്നു നടത്തയിലും ഭാവത്തിലുമെല്ലാം ഒരു ധാർഷ്ട്യം. തങ്ങൾ അങ്ങു വള്ളികുന്നത്തുകാരാണെന്ന ഒരഹന്ത. സ്വന്തം പ്രദേശത്തെ നാട്ടുപ്രമാണിമാരെ അടിച്ചൊതുക്കിയാവരാണ്. ഇനി ശൂരനാട്ടു വന്നും അരക്കൈ നോക്കിക്കളയാമെന്ന ഒരുമട്ട്.

സമയമായപ്പോൾ ഒരു കൂറ്റൻ ചെങ്കൊടിയും പിടിച്ച് പരമേശ്വരൻ നായർ മുമ്പേ നടന്നു.

ആ കൊടിയുടെ തണലിൽ നിന്ന് വിദ്യാർത്ഥി ഫെഡറേഷൻ സെക്രട്ടറി മുഷ്ടി ചുരുട്ടി ഉറക്കെ വിളിച്ചു കൊടുത്തു.

"ഇങ്കിലാബ്... സിന്ദാബാദ്..."

എല്ലാവരും ഒത്തൊരുമിച്ച് ഏറ്റുവിളിച്ചു.

അങ്ങനെയൊരു ശബ്ദം കൊറ്റാർകാവിന്റെ പരിസരത്ത് ആദ്യം മുഴങ്ങുകയാണ്.

ജാഥ അമ്പലമൈതാനത്തുനിന്ന് വടക്കോട്ട് കാളിയൻ ചന്തയിലേക്കു തിരിച്ചു.

ആളുകൾ വഴിവക്കിൽ ചെന്നുനിന്ന് ആ കാഴ്ച കണ്ടു. മുന്നിൽ ചുവന്ന കൊടിയുമായി വാലെ വാലെ കുറെയേറെ ആളുകൾ. കാണികൾക്ക് ആശ്ചര്യവും ജിജ്ഞാസയും.

വഴിയരികിലെ പറമ്പുകളിൽ കുന്താലി കിളയ്ക്കുന്നവരുടെയും, വിളകളിൽ കല്ലുവെട്ടുന്നവരുടെയും ചെവികളിൽ ആ മുദ്രാവാക്യം ചെന്നലച്ചു.

പറമ്പുകളിൽ കൊത്തിയും കിളച്ചും നിന്ന കൃഷിക്കാർ ആ ശബ്ദം ചെവിയോർത്തു കേട്ടു...

ഒട്ടിയ വയറും ഉണങ്ങിക്കരിഞ്ഞ തലമുടിയും കീറിപ്പറിഞ്ഞ വസ്ത്രങ്ങളുമായി വഴിയരികിൽ വന്നുനിന്നവർ ഉത്സാഹത്തോടെ കേട്ടുനിന്നു.

അതിശയം പൂണ്ട കണ്ണുതുറിച്ച് ആ പുതുമകണ്ടു നില്ക്കുമ്പോൾ അവരുടെ ഹൃദയത്തിന്റെ അഗാധതലങ്ങളിൽ തട്ടി ആ ശബ്ദം പ്രതിദ്ധ്വനിച്ചു.

ആശ്ചര്യത്തോടെ അവർ മുഖത്തോടു മുഖം നോക്കി. അങ്ങനെയൊന്നു ജീവിതത്തിൽ ആദ്യമായി കേൾക്കുകയാണ്.

ഉച്ചത്തിലുച്ചത്തിൽ ആ ശബ്ദം മുഴങ്ങി.

ജാഥ കാളിയൻ ചന്തയിൽനിന്ന് കോയിക്കൽ കിഴക്കുവശത്ത് കൂടി തിരികെ പൊയ്കമൈതാനത്തേക്കു തിരിച്ചു. കോയിക്കൽ പിള്ളമാർ ചെവിയോർത്തു കേട്ടു.

"ജന്മിത്തം അവസാനിപ്പിക്കും."

വീട്ടുപടിക്കൽകൂടി ധാർഷ്ട്യത്തോടെ കൈയും കുലുക്കി നടന്ന് തോന്ന്യവാസങ്ങൾ വിളിച്ചു പറയുന്ന ആ നിഷേധികളെ കണ്ട് മൂത്തപിള്ളയുടെ മുഖം ചുവന്നു. ഞരമ്പുകളിൽ ചോര തിളച്ചു.

തിരികെ പാറങ്കോട്ടു ചന്തയിലെത്തിയപ്പോൾ പ്രകടനത്തിന്റെ വീറും വാശിയും വർദ്ധിച്ചു. ജാഥയും നീളം വെച്ചു. കൂടുതൽ ഉച്ചത്തിൽ വിളി മുഴങ്ങി.

"ചെങ്കൊടിയെ അപമാനിച്ചതിനു പകരം വീട്ടും."

ജാഥ കടന്നു പോയപ്പോൾ കൊച്ചുകോയിക്കലെ ഗാന്ധിരാമൻപിള്ള കടമ്പാട്ടു കൃഷ്ണൻനായരോടു പറഞ്ഞു:

"ഞാൻ പറഞ്ഞില്ലേ കൃഷ്ണൻനായരേ, കോയിക്കലുള്ളവർ അന്നു ചെയ്തത് ശുദ്ധമേ അബദ്ധം. കമ്മ്യൂണിസ്റ്റുകാർ എത്ര പെട്ടെന്നാണ് ആളുകളെ വശീകരിച്ചെടുത്തതെന്നു നോക്കൂ."

പ്രകടനം ആർത്തലച്ചു പൊയ്ക മൈതാനത്തെത്തി. അവിടെ ചെങ്കൊടി നാട്ടി അതിന്റെ തണലിൽ പ്രസംഗം തുടങ്ങി.

ചെമ്മണ്ണു പുരണ്ട ഒറ്റത്തോർത്തുമുടുത്ത് അർദ്ധനഗ്നരായ ആളുകൾ ആ മൈതാനത്തു കൂട്ടംകൂടി അവിടെ പറയുന്നതു കേട്ടുകൊണ്ടിരുന്നു. വിളറി മെലിഞ്ഞു നഗ്നരായ കുട്ടികൾ അവിടെ നടക്കുന്നതെല്ലാം കുതൂഹലത്തോടെ നോക്കിനിന്നു.

പന്ത്രണ്ട്

പൊയ്കയിലെ യോഗം കഴിഞ്ഞപ്പോൾ പരമേശ്വരൻനായരും കൂട്ടുകാരും നാട്ടിൽ തല ഉയർത്തി നടന്നു. അവിടെ തങ്ങളുടെ സംഘടന ഒരു ശക്തിയാണെന്നു തെളിഞ്ഞു കഴിഞ്ഞു. ആർക്കും അവഗണിക്കാൻ കഴിയാത്ത ഒന്ന്.

യോഗം നടന്നതിന്റെ പിറ്റേ ആഴ്ച ഒരു ദിവസം ഉച്ചയ്ക്കു പാറങ്കോട്ടു ചന്തയിൽ ഒരു ഹേഡും കുറെ പൊലീസുകാരും കൂടിവന്നു. അവർ വൈദ്യശാലയിലിരുന്ന് പാപ്പിവൈദ്യൻ അയച്ച ഹർജിയെക്കുറിച്ചു സംസാരിച്ചു. ശൂരനാട്ടു കമ്മ്യൂണിസ്റ്റുകാരുടെ പ്രവർത്തനം ശക്തിപ്പെട്ടുക്കൊണ്ടിരിക്കുന്നു. അധികാരികൾ തക്കതായ നടപടികൾ കൈക്കൊള്ളുന്നില്ലെങ്കിൽ നാട്ടുകാർക്കു പല കഷ്ടനഷ്ടങ്ങളും ഉണ്ടാകാൻ ഇടയുണ്ട്.

പാപ്പിവൈദ്യന്റെ ഹർജികളുടെ പിന്നിൽ കോയിക്കൽകാരും, കോയിക്കൽകാരുടെ പിന്നിൽ അവിടത്തെ സംബന്ധക്കാരനായ ഐ ജിയുമാണുള്ളതെന്ന് പൊലീസുകാർക്കറിയാം. അതുകൊണ്ട് ഹർജിയെക്കുറിച്ച് എന്തെങ്കിലും നടപടി എടുക്കാതെ വയ്യ.

സ്ഥലത്തെ കമ്യൂണിസ്റ്റുകാരുടെ വിവരങ്ങൾ പാപ്പിവൈദ്യൻ പറഞ്ഞു കൊടുത്തു. കളയ്ക്കാട്ടു പരമേശ്വരൻനായർ, നടേവടക്കതിൽ അച്ചുതൻനായർ, തെണാൽ കുട്ടപ്പക്കുറുപ്പ്, മൂത്തേരി തങ്കപ്പൻപിള്ള, കടമ്പാട്ടു ശ്രീധരൻനായർ....

ചന്തയിൽ പൊലീസുകാരു വന്ന വിവരമറിഞ്ഞപ്പോൾ ചെറുപ്പക്കാരെല്ലാം ഒളിച്ചുകളഞ്ഞു. മുമ്പ് തങ്കപ്പൻപിള്ളയ്ക്കും ശ്രീധരൻനായർക്കും പറ്റിയ അബദ്ധം അവർക്കോർമ്മയുണ്ട്.

പൊലീസുകാർ കോയിക്കൽച്ചെന്നു മൂത്തപിള്ളയുമായി ആലോചന നടത്തി. നടേവടക്കതിലും കളയ്ക്കാട്ടുമെല്ലാം കക്ഷികളെ തിരക്കിച്ചെന്നു. അന്ന് ആരെയും കാണാൻ കഴിയാതെ മടങ്ങിപ്പോയി.

അതിനുശേഷം മിക്കദിവസങ്ങളിലും പൊലീസുകാര്, ശൂരനാട്ടു കറങ്ങി നടന്നു.

അച്ചുതൻനായർക്കു തെല്ലൊരു ഭയവും ഒട്ടൊരു മനഃപ്രയാസവും തോന്നി. ജാനകിക്കുട്ടി പ്രസവിച്ചെഴുന്നേറ്റു വീട്ടിൽ വന്നു നില്ക്കുന്നു. കുഞ്ഞിനെ മടിയിലെടുത്ത് വെച്ച് ഓമനിച്ചു കൊതിപോലും തീർന്നില്ല. പൊലീസിന്റെ അന്വേഷണംമൂലം വീട്ടിൽ തങ്ങാൻ കഴിയുന്നില്ല. അമ്മായിയപ്പൻ ജാനകിക്കുട്ടിക്കു നല്കാമെന്നു പറഞ്ഞിരുന്ന തുണ്ടുപറമ്പിൽ അവർക്കു പ്രത്യേകം താമസിക്കാൻ വേണ്ടി ഒരു കൂരയുണ്ടാക്കണമെന്നുണ്ടായിരുന്നു. പൊയ്കയിലെ യോഗത്തിനുശേഷം അതിനുള്ള ഏർപ്പാടുകൾ ഒപ്പിക്കണമെന്നു കരുതിയിരുന്നു. അപ്പോഴാണ് പൊലീസിന്റെ വരവ്. ഇനിയിപ്പോൾ ഉടനെയൊന്നും നടക്കുന്ന ലക്ഷണമില്ല.

കുട്ടപ്പക്കുറുപ്പു കടയടച്ചിട്ട് വീട്ടിൽനിന്നും ഒഴിഞ്ഞുമാറി നടന്നു. വീട്ടിലാണെങ്കിൽ ഭാര്യയല്ലാതെ മറ്റാരുമില്ല.

അങ്ങനെ എല്ലാവർക്കും പ്രയാസങ്ങളുണ്ട്. പക്ഷേ, ഒന്നിച്ചുകൂടി നടന്നപ്പോൾ അതെല്ലാം മറന്നു. സ്വന്തം കാര്യങ്ങളെക്കുറിച്ച് ആർക്കും ചിന്തയില്ല. പൊതുവായ വിഷയങ്ങളേ പറയാനുള്ളു. ഇനി എങ്ങനെ നീങ്ങണമെന്ന കാര്യം ആർക്കും വലിയ പിടിയില്ല. വള്ളികുന്നത്തു ചെന്ന് ആരെയെങ്കിലും കാണാമെന്നു വെച്ചാൽ അതു കൂടുതൽ അപകടവുമാണ്.

വള്ളികുന്നത്തു പോയിട്ടു വന്നവർ പലതും പറഞ്ഞു. അവിടെ വീണ്ടും എന്തൊക്കെയോ നടക്കുന്നു. മണക്കാട്ടും ചൂനാട്ടും പൊലീസ് ക്യാമ്പുകൾ തുറന്നിരിക്കുന്നു. പൊലീസും സന്നദ്ധസേനയും കൂടി നടന്ന് ആളുകളെ പിടിച്ചുകൊണ്ടുപോയി ക്യാമ്പിലിട്ടു മർദ്ദിക്കുന്നു.

ശേഖരപിള്ളയാണു സന്നദ്ധസേനയുടെ ക്യാപ്റ്റൻ. അയാൾ പട്ടാളത്തിലും ക്യാപ്റ്റനായിരുന്നല്ലോ. ഒരു കാക്കി ട്രൗസറും സിംഗപ്പൂർ ബനി

യനും ധരിച്ച്, തലയിൽ ഹാറ്റും ട്രൗസറിന്റെ പോക്കറ്റിൽ റിവാൾവറുമായി ശേഖരപിള്ള മുമ്പേ നടക്കും. കൂടെ തട്ടാമ്പള്ളി രാമകൃഷ്ണപിള്ള. റിസർവ്വ് പൊലീസും മറ്റ സന്നദ്ധസേനാംഗങ്ങളും. ക്യാപ്റ്റൻ ചൂണ്ടിക്കൊടുക്കുന്ന വീടുകളിൽ പൊലീസ് കയറി സർച്ചു നടത്തുന്നു. ആളുകളെ ഓടിച്ചിട്ടുപിടിക്കുന്നു.

ഒരു ദിവസം രാത്രി ആളുകൾ കൂട്ടം കൂടി രാമകൃഷ്ണപിള്ളയുടെ വീട്ടിൽ ചെന്നു. അയാളെ പിടിച്ചിറക്കി അടിച്ചു. മംഗലത്തു ശേഖരപിള്ളയുടെ വീട്ടിൽ ചെന്നപ്പോൾ അവിടെ ആരുമില്ല. ആ വീടിനു തീയിട്ടു.

ചൂനാട്ടെ പൊലീസ് ക്യാമ്പിനു നേരെ ആരോ പടക്കവും കൈബോംബും എറിഞ്ഞു. ചില പൊലീസുകാർക്ക് പരിക്കേറ്റു. ഓടിപ്പോയ ഒരു പൊലീസ് വാനിനു നേരെ കല്ലേറു നടന്നു.....

അങ്ങനെ വള്ളികുന്നം തിളച്ചു മറിയുകയാണ്. ഇപ്പോൾ അങ്ങോട്ടു കാലെടുത്തു കുത്താൻ വയ്യ.

ആതനാട്ടും മഹാദേവികാട്ടും എണ്ണയ്ക്കാട്ടുമെല്ലാം എന്തൊക്കെയോ കലാപങ്ങൾ നടക്കുന്നു. പൊലീസ് മർദ്ദനങ്ങൾ. പൊലീസുമായി ഏറ്റുമുട്ടലുകൾ.... അങ്ങു കോട്ടാത്തലയിൽ സുരേന്ദ്രനെന്നൊരു സഖാവിനെ പിടിച്ചു കൊണ്ടുപോയി ലോക്കപ്പിലിട്ടു തല്ലിക്കൊന്നു. പൊലീസ് കാവലോടെ ആ ശവം കൊണ്ടുചെന്നു കൊല്ലത്തെ ചുടുകാട്ടിലിട്ട് രഹസ്യമായി മണ്ണെണ്ണയൊഴിച്ചു ചുട്ടു.

ഈ സാഹചര്യത്തിൽ എന്തു ചെയ്യണമെന്ന് ശൂരനാട്ടുള്ളവർക്കു പിടിയില്ല. വെളിയിൽ നിന്ന് ആരെയും അങ്ങോട്ടു കണ്ടതുമില്ല. പക്ഷേ, ആരെങ്കിലും അവരെ കാണാൻ വരുമെന്ന വിശ്വാസത്തിൽ എല്ലാവരും പാത്തും പതുങ്ങിയും നടന്നു.

തങ്കപ്പൻപിള്ള യോഗത്തിനും പ്രകടനത്തിനുമെല്ലാം പങ്കെടുത്തെങ്കിലും ആളുകൾക്ക് അയാളോടുള്ള അവമതിപ്പു കുറഞ്ഞില്ല. സ്വന്തം ഭാര്യയുടെയും കുട്ടികളുടെയും നേരെ കാണിച്ചുവന്ന അവഗണന അതിക്രൂരമായിരുന്നു.

മേലാദായമുള്ള വസ്തുക്കളെല്ലാം കള്ളുകുടിച്ചും ചീട്ടുകളിച്ചും നടന്ന് അയാൾ നേരത്തെ തന്നെ കടപ്പെടുത്തി.

താമസിക്കുന്ന വസ്തുവിൽ എഴിച്ചമെടുക്കാൻ ഒന്നുമില്ല. ആ പെണ്ണാപ്പിറന്നവൾ തന്നെ പുരയിടം വെട്ടിക്കിളച്ചു ചീനിയും ചേനയും നട്ടു. കുലീനയും ഭർത്തൃമതിയുമായ ഒരു സ്ത്രീ തന്നെത്താൻ കുന്താലിയെടുത്ത് ആഞ്ഞുവെട്ടുന്നത് കണ്ട് ആളുകൾക്കു സഹതാപം തോന്നി. വീട്ടിൽ നിന്നിരുന്ന പുള്ളിപ്പശുവിനു മാസം തികഞ്ഞപ്പോൾ അമ്മയുടെയും മക്കളുടെയും മനസ്സിൽ പ്രത്യാശയുടെ തളിരുകൾ വിരിഞ്ഞു. അവർ നേരാംവണ്ണം പശുവിനെ നോക്കി. വിളകളിലും വയലുകളിലും നടന്ന് പല്ലുപറിച്ചു കൊടുത്തു. അഴിച്ചുകെട്ടി കുളിപ്പിച്ച് കാടിയും വെള്ളവും കൊടുത്തു. അതു പ്രസവിച്ചു കിട്ടിയാൽ വീട്ടില ദാരിദ്ര്യം ഒഴിയും. കഴിഞ്ഞ പ്രസവത്തിന് മൂന്നിടങ്ങഴി പാൽ കിട്ടിയ പശുവാണ്.

ഒടുവിൽ നോക്കി നോക്കിയിരിക്കെ പശുവിന് മടിയിറങ്ങി. അതു പ്രസവിച്ചു. ഒരു കിടാക്കുട്ടി. തള്ളയുടെ അകിട്ടിൽമുട്ടി മുലകുടിച്ചിട്ട് അതു മുറ്റത്തു കൂത്താടി നടന്നു. അതിനോടൊപ്പം കുട്ടികളും തുള്ളിച്ചാടി. ഭവാനിയമ്മ പശുവിനെ അഴിച്ചുകെട്ടി മുലതൊടാൻ ചെന്നപ്പോൾ പശു എറിയുകയും തൊഴിക്കുകയും ചെയ്തു. ആ പശുവും അവരോട് പിണക്കമാണെന്നപോലെ. മുമ്പു തങ്കപ്പൻപിള്ളയുടെ മുന്നിൽ സൗമ്യമായി കറവയ്ക്കു നിന്നു കൊടുത്തതാണ്. ഒടുവിൽ ഒരു കറവക്കാരനെ വിളിച്ച് അണകെട്ടി കുറെയൊക്കെ കറന്നെടുത്ത് മൂത്തമകന്റെ കൈയിൽ ചായക്കടയിൽ കൊടുത്തയച്ചു. അവൻ വൈകിട്ട് കടയിൽ ചെന്നു പാലിന്റെ വില വാങ്ങി വീട്ടിലേക്കു വേണ്ട അരിയും ഉപ്പും മുളകും വാങ്ങിക്കൊണ്ടു വന്നു.

അവൻ പാലുമായി കടയിൽ പോകുന്നതും വരുന്നതുമെല്ലാം കൊച്ചുപാറോതി കാണാറുണ്ട്. അതു തങ്കപ്പൻപിള്ളയുടെ മകനാണെന്നറിഞ്ഞപ്പോൾ എന്തൊക്കെയോ കെട്ടുപിണഞ്ഞ വികാരങ്ങൾ അവളെ മഥിക്കാൻ തുടങ്ങി. ഏതോ കുറ്റബോധം മനസ്സിനെ അലട്ടി. അവനോടു പ്രത്യേകമായ ഒരു മമതയും വാത്സല്യവും തോന്നി. ഓമനത്തം തുളുമ്പുന്ന ആ മുഖം കണ്ടു നില്ക്കുമ്പോൾ എന്തെന്നില്ലാത്ത ഒരാനന്ദം. അവനെ അരികിൽ വിളിച്ച് എന്തെങ്കിലും ചോദിക്കാനും പറയാനും ആഗ്രഹിച്ചു. പക്ഷേ, അടുത്തെത്തുമ്പോൾ അവൻ മുന്നോട്ടുനോക്കി വലിയ ഗൗരവത്തിൽ ഒറ്റനടത്തയാണ്. ഒരിക്കൽ പേരുചൊല്ലി വിളിച്ചിട്ടും തിരിഞ്ഞുനോക്കിയില്ല. ഒരുപക്ഷേ, അമ്മയിൽനിന്നു സ്വന്തം അച്ഛനെ തട്ടിയെടുത്തത് ഈ സ്ത്രീയാണെന്ന് അവൻ മനസ്സിലാക്കിയിരിക്കാം. അവന് അവളെ ഭയവും വെറുപ്പുമായിരിക്കാം.

എങ്കിലും ഒരു ദിവസം അവനെ കാണാതിരുന്നപ്പോൾ കൊച്ചുപാറോതിക്കു വേവലാതിയായി. എന്തുപറ്റി? അവൻ എന്തെങ്കിലും സുഖക്കേടു പിടിച്ചു വയ്യാതെ കിടക്കുകയാണോ? പക്ഷേ, ആരോടു ചോദിക്കാൻ! ആരെപ്പറഞ്ഞയയ്ക്കാൻ?

ഒടുവിൽ കുഞ്ഞുമ്മിണിപ്പണിക്കത്തി അവളോടു പറഞ്ഞു. ആ പശു ചത്തുപോയി. ഒരു ദിവസം തീറ്റിയെടുക്കാതെയും അണയാട്ടാതെയും അതു കൂനിപ്പിടിച്ചുനിന്നു. ദേഹത്തു കുളിരുപൊങ്ങി രോമങ്ങളെഴുന്നു. ഭവാനിയമ്മ തന്നെത്താൻ പോയി മാട്ടുചികിത്സക്കാരനെ വിളിച്ചുകൊണ്ടുവന്നു. മരുന്നുകൊടുത്തു. അടുത്ത ദിവസം രാവിലെ നാലുകാലും നീട്ടി ആ വീടിന്റെ ഭാഗധേയം തൊഴുത്തിൽ ചലനമറ്റുകിടന്നു.

കൊച്ചുപാറോതിക്ക് ദുഃഖം തോന്നി. ഭവാനിയമ്മ വന്നുനിന്ന് അവളെ വേണ്ടിയില്ലാത്ത ആക്ഷേപങ്ങൾ വിളിച്ചു പറഞ്ഞു എന്നത് നേരാണ്. പക്ഷേ, അവർക്കു കഷ്ടപ്പാടുകൾ വന്നു കാണാൻ അവൾ ആഗ്രഹിച്ചില്ല. ആ വീടിന്റെ ദുരന്തങ്ങൾക്കുള്ള മുഖ്യകാരണം താനാണെന്ന ചിന്ത അവളുടെ മനസ്സിനെ വേട്ടയാടിക്കൊണ്ടിരുന്നു.

ഒരു ദിവസം കുഞ്ഞുമ്മിണിപ്പണിക്കത്തിയെയും കൂട്ടി അഴയകാവു

ക്ഷേത്രത്തിൽ കുളിച്ചുതൊഴാൻ പോകുമ്പോൾ കൊച്ചുപാറോതി ഭവാനിയമ്മയെ നേരിൽ കണ്ടു. കൈയിൽ കുപ്പിയും മരുന്നും ഉണ്ട്. വൈദ്യശാലയിൽ പോയിട്ടു വരികയാണെന്നു മനസ്സിലായി. ആ ശരീരം ചോരമയമില്ലാതെ വിളറി മെലിഞ്ഞിരുന്നു. മുഖത്തു നീർഛായതോന്നി.

കൊച്ചുപാറോതിയെക്കണ്ട് അവർ മുഖം തിരിഞ്ഞു നടന്നു. കുഞ്ഞുമ്മിണിപ്പണിക്കത്തി തടുത്തു നിർത്തി എന്തോ ചോദിക്കാനൊരുങ്ങിയിട്ടും മുഖം കൊടുത്തില്ല.

കുഞ്ഞുമ്മിണിപ്പണിക്കത്തിയുടെ കൂടെ കൊച്ചുപാറോതി മുഖം കുനിച്ചാണു നടന്നത്. ഒരക്ഷരം ഉരിയാടിയില്ല.

പ്രദക്ഷിണം വെക്കുംമുമ്പ് ക്ഷേത്രക്കുളത്തിലിറങ്ങി കൈയും കാലും മുഖവും കഴുകി. കടവിൽ കുളിച്ചുകൊണ്ടുനിന്ന സ്ത്രീകളുടെ മുഖത്തു നോക്കാൻ വൈമനസ്യം തോന്നി. ഭഗവതിയെ തൊഴുതു നില്ക്കുമ്പോഴും വിളറി വീർത്തു നീർഛായ വീണു ദുഃഖിതമായ ആ മുഖമായിരുന്നു കൺമുന്നിൽ.

അതിന്റെ മൂന്നാമത്തെ ദിവസം വൈകിട്ട് കൊച്ചുപാറോതിയുടെ താമസസ്ഥലത്തു ചെന്ന് അച്ചുതൻനായർ വിളിച്ചുചോദിച്ചു.

"തങ്കപ്പൻപിള്ള ഉണ്ടോ?"

"ഇല്ല. ആരാ അത്?"

"ഞാനാണ്."

അയാളെ കണ്ടപ്പോൾ അവൾ തലകുനിച്ചു നിശ്ശബ്ദയായി നിരപ്പലകയും ചാരി നിന്നു. എന്താണു പറയേണ്ടതെന്നു പിടിയില്ലാത്തമട്ടിൽ അയാൾ മൗനമായി നിന്നു. കഴിഞ്ഞുപോയ കാലത്തെക്കുറിച്ചുള്ള ഓർമ്മകൾ അയാളുടെ മനസ്സിലൂടെ കടന്നുപോവുകയായിരിക്കാം. ഒരുപക്ഷേ, അവളും അതിനെക്കുറിച്ചെല്ലാം ഓർക്കുന്നുണ്ടാവാം.

പടിഞ്ഞാറ് നേരം എരിഞ്ഞടങ്ങാൻ തുടങ്ങുന്നു. ജീവിതത്തിന്റെ ഒരു ദിവസത്തെ ബദ്ധപ്പാടുകൂടി അവസാനിക്കുന്നു. ആളുകൾ ചന്തയിൽ നിന്നു കച്ചവടവും വാങ്ങി ഉറക്കെ വർത്തമാനം പറഞ്ഞുകൊണ്ട് സന്തുഷ്ടരായി തങ്ങളുടെ വീടുകളിലേക്ക് മടങ്ങിപ്പോകുന്നു. അച്ചുതൻനായരും കൊച്ചുപാറോതിയും ഇതൊന്നും അറിയുന്നില്ലെന്നു തോന്നി.

സമയം കടന്നുപോയപ്പോൾ അയാൾ പതുക്കെപ്പറഞ്ഞു:

"ഞാൻ നിന്നെയൊന്നു കാണാനാണ് വന്നത്."

അവൾ മുഖമുയർത്തി അയാളുടെ നേരെ നോക്കി.

"നിന്നോടൊരു കാര്യം പറയാനുണ്ട്. ആ സ്ത്രീക്കു തീരെ സുഖമില്ല."

അവൾ മുഖമുയർത്തി നിന്നുകേട്ടു.

"ഭവാനിയമ്മയുടെ കാര്യമാ ഞാൻ പറയുന്നത്. അവർക്ക് അസുഖം കൂടുതലാണ്. നീ തങ്കപ്പൻപിള്ളയെപ്പറഞ്ഞ് ആ വീട്ടിലേക്കൊന്നയയ്ക്കണം."

അവൾ ഒരു പ്രതിമപോലെ നിശ്ചലയായി നിന്നു. മറുപടിയൊന്നും പറഞ്ഞില്ല.

"ഇതു പറയാനാണ് വന്നത്. എന്നാൽ പോകട്ടെ"

എന്നിട്ടും ഒന്നും മിണ്ടിയില്ല. എന്തെങ്കിലും പറയാൻ നാവു പൊന്തിയില്ല. എന്തെങ്കിലും പറയാനുണ്ടായിരുന്നോ എന്തോ?

ഗാഢമായ ചിന്തയിൽ മുഴുകിയിരുന്നതിനാൽ സന്ധ്യയ്ക്ക് വിളക്കു പോലും കത്തിച്ചില്ല. തങ്കപ്പൻപിള്ള ചീട്ടുകളിയും കഴിഞ്ഞ് മടങ്ങിവന്നതുപോലുമറിഞ്ഞില്ല. അയാളുടെ വിളികേട്ടു ഞെട്ടിപ്പിടഞ്ഞെഴുന്നേറ്റു. അയാൾക്കു കുളിക്കാൻ വെള്ളം കോരിയിട്ടു. കുളി കഴിഞ്ഞു വന്നപ്പോൾ മൗനമായി ഊണു വിളമ്പിക്കൊടുത്തു. ചോറു വാരിയുണ്ടു കൈകഴുകി ഒരു ബീഡിയും വലിച്ചുകൊണ്ട് അയാൾ ഡസ്കിന്റെ പുറത്ത് ഉറങ്ങാൻ കിടന്നു. നിലത്ത് പായ് വിരിച്ച് അവളും വിളക്കണച്ചുകിടന്നു.

കുറേക്കഴിഞ്ഞ് കിടക്കയിൽ എഴുന്നേറ്റു കുത്തിയിരുന്നു. അതിനു ശേഷം ഇരുട്ടത്തു ചെന്നു തങ്കപ്പൻപിള്ളയെ വിളിച്ചു.

"പിന്നേ, ഒന്നെഴുന്നേറ്റെ. ഞാനൊരു കാര്യം പറയട്ടെ."

തങ്കപ്പൻപിള്ള ഉറക്കം പിടിച്ചിരുന്നില്ല. അയാൾ എഴുന്നേറ്റിരുന്നിട്ടു ചോദിച്ചു.

"എന്തോന്നാ?"

"ഞാനൊരു കാര്യം പറഞ്ഞാൽ അതുപോലെ കേൾക്കുമോ?"

"കാര്യം എന്താണെന്നു പറ."

"പറഞ്ഞാൽ അതുപോലെ കേൾക്കുമോന്നറിയണം. നമുക്കു ദോഷം വരുന്നതൊന്നുമല്ല."

"ഓ, ശരി. പറയുന്നതുപോലെ കേൾക്കാം."

"കൈയടിച്ചു സത്യം ചെയ്യ്."

"അതു വേണോ?"

"വേണം."

അയാൾ അവളുടെ കൈവെള്ള കവർന്നു പിടിച്ചു.

"സത്യം."

"പിന്നെ, നമ്മുടെ വീട്ടുകാരിക്കു വയ്യാതിരിക്കുന്ന കാര്യം അറിഞ്ഞോ?"

"ഓഹോ, ഞാനറിഞ്ഞില്ല."

"നമ്മൾ അവിടെവരെയൊന്നു പോണം."

"എന്തിനാ."

"ആരെയെങ്കിലും വൈദ്യന്മാരെ വിളിച്ച് അവരെ ഒന്നു കാണിക്കാൻ."

"ഓ, ഞാൻ പോകേണ്ട കാര്യമൊന്നുമില്ല. അതൊക്കെ അവരു നോക്കികൊള്ളും."

"അതുപോരാ. അങ്ങോട്ടുപോയേ ഒക്കൂ. എന്റെ കൈയടിച്ചു സത്യം ചെയ്തതാ."

തങ്കപ്പൻപിള്ള ഇരുട്ടിൽ അവളുടെ മുഖത്തു നോക്കി കണ്ണുമിഴിച്ചു.

"എന്താ, ഞാൻ പറഞ്ഞതു മനസ്സിലായില്യോ?"

"ഇല്ല."

"നമ്മളിന്നു തന്നെ അങ്ങോട്ടു പോകണം. ഇനി ഇങ്ങോട്ടുവരികേം വേണ്ട."

തങ്കപ്പൻപിള്ള പകച്ചിരുന്നു.

"എന്തോന്നാ നീയിപ്പറയുന്നത്? എനിക്കു മനസ്സിലാകുന്നില്ല."

"എന്താ മനസ്സിലാകാത്തെ? അങ്ങോട്ടു പോയി അവരുടെ കാര്യം നോക്കിക്കഴിയണമെന്ന്."

"അപ്പോൾ എന്നെ ഒഴിച്ചുവിടാൻ തക്കവണ്ണം നീയെന്നെ വെറുത്തു കഴിഞ്ഞോ?"

"അതു ദൈവത്തിനും എനിക്കും അറിയാം."

കുറേനേരം മൗനമായിരുന്നിട്ട് അവൾ കണ്ണീരു തുടച്ചു. ഒരു നെടുവീർപ്പിട്ടു.

"എനിക്കൊരു വെറുപ്പുമില്ല. വെറുപ്പുകൊണ്ടല്ല ഞാനിങ്ങനെ പറയുന്നത്. ഇനി നിങ്ങളൊന്നിച്ചു സന്തോഷമായി കഴിയുന്നതു കണ്ടാമതി എനിക്ക്."

ഏറെ നേരത്തേക്കു രണ്ടാളും ഒന്നും പറഞ്ഞില്ല.

ഒടുവിൽ അയാൾ ഒരു കുത്തുവാക്കു പറഞ്ഞു.

"എന്നെ പറഞ്ഞയച്ചിട്ട് വേറെയാരെയെങ്കിലും നീ കണ്ടുവെച്ചിട്ടുണ്ടോ കൂടെ പോകാൻ?"

അവൾ ചൊടിച്ചു.

"അങ്ങനെ ഉണ്ടെങ്കിലെന്താ തെറ്റ്? ആരുടെയെങ്കിലും കൂടെ പോകുന്നേ അതെന്റെ മനസ്സാ. പക്ഷേ, എനിക്കതിനു വിധിയില്ല"

കുറേനേരം കഴിഞ്ഞ് അവൾ വീണ്ടും പറഞ്ഞു:

"ഞാനെന്തായാലും ഇനി ഈ നാട്ടിൽ നില്ക്കുന്നില്ല."

"പിന്നെങ്ങോട്ടു പോകാൻ പോകുന്നു? എങ്ങോട്ടായാലും നിന്നെ ഞാൻ വിടുകയില്ല."

"ഞാൻമൂലം ആർക്കും ഒരു ഗുണവും ഉണ്ടാകുകയില്ല. ദോഷമേ ഉണ്ടാകൂ. ഞാൻ പോയാൽ നിങ്ങൾ ഒരുമയോടെ കഴിയും. ഇനി അതു കണ്ടാ മതി."

"അതിനു നീ പോകണമെന്നില്ലല്ലോ."

"അങ്ങനെയല്ല. ഞാനിവിടെ താമസിച്ചാ എനിക്കു നമ്മളെ കാണാതിരിക്കാനൊക്കത്തില്ല. നമ്മളു കേറിവന്നാ എനിക്കു വരണ്ടാ എന്നു പറയാനും ഒക്കത്തില്ല."

തങ്കപ്പൻപിള്ള ഗദ്ഗദത്തോടെ പറഞ്ഞു:

"നീയെന്തൊക്കെയാണീപ്പറയുന്നത്? നീ എങ്ങോട്ടു പോകും? നിനക്കു വേറെയാരുണ്ട്?"

"അതോർത്തു വിഷമിക്കണ്ടാ. അതൊക്കെ ഞാൻ വഴി കണ്ടിട്ടൊണ്ട്. ഞാൻ പള്ളിക്കൽപോയി കുഞ്ഞമ്മയുടെകൂടെ കഴിഞ്ഞോളാം. ഞാൻ ചെന്നാൽ കുഞ്ഞമ്മ പോകാൻ പറയത്തില്ല. നമ്മളെ ഇവിടുന്നു യാത്രയാക്കിയിട്ടേ ഞാൻ പോകൂ. നാളെ നേരം വെളുക്കും മുമ്പേ ഞാൻ പോകും."

അവൾ അയാളുടെ കൈയിൽ പിടിച്ചു വലിച്ചു.

"എഴുന്നേറ്റുവാ. ഞാൻ കൂടെ നമ്മുടെ വീടിന്റെ വഴിവരെ വരാം"

തങ്കപ്പൻപിള്ള ജീവശ്ശവത്തെപ്പോലെ നിശ്ചേഷ്ടനായിരുന്നു. അവൾ അയാളുടെ കൈയിൽപൊക്കി എഴുന്നേല്പിച്ചു. വെളിയിലിറങ്ങി കടയടച്ചു.

വീടുകളിലെങ്ങും വിളക്കും വെട്ടവുമില്ല. നാട് ഉറങ്ങിക്കഴിഞ്ഞിരുന്നു. വഴിയിൽ കുറ്റിരുട്ട്.

കൊച്ചുപാറോതി മുമ്പേനടന്നു. അവളുടെ നിഴൽപോലെ തങ്കപ്പൻപിള്ള. മൂത്തേരിൽ തെക്കുവശമുള്ള വഴിയിലെത്തിയപ്പോൾ അവൾ അവിടെനിന്നു.

"എന്നാൽ പോ. ഞാൻ നില്ക്കട്ടെ."

മറുപടിയൊന്നും പറയാതെ അയാൾ തളർന്നു നിലത്തുകുത്തിയിരുന്നു. ഒരിക്കലും ഒന്നിലും അധീരനാകാത്ത ആ മനുഷ്യൻ അവിടെയിരുന്നു വിതുമ്പാൻ തുടങ്ങി.

കൊച്ചുപാറോതി പറഞ്ഞു–

"ഒന്നെഴുന്നേല്ക്ക്. എന്നെ സന്തോഷത്തോടെ യാത്രയാക്ക്."

അവൾ വീണ്ടും അയാളുടെ കൈയിൽ പിടിച്ചുപൊക്കി. അപ്പോൾ ആർക്കും ഉരിയാടാൻ കഴിഞ്ഞില്ല. ഇനി എന്നു കാണുമെന്നു തിരക്കിയില്ല. മനസ്സിൽ വിതുമ്പിനിന്നിരുന്ന വേദന വെളിവാക്കാതെ അവൾ അവസാനമായി അയാളെ യാത്രയാക്കി.

"ഭവാനിച്ചേച്ചിയും കുഞ്ഞുങ്ങളും ഉറക്കമാകുന്നതിനുമുമ്പ് ചെല്ല്."

അയാൾ അനുസരിച്ചു. ഇരുട്ടിൽ തപ്പിത്തടഞ്ഞ് വീട്ടിലേക്ക് കയറിപ്പോയി.

പരിസരമാകെ ഇരുൾമൂടിക്കിടക്കുകയായിരുന്നു.

അല്പസമയത്തിനകം ആ വീട്ടിൽ വിളക്കിന്റെ പ്രകാശം കണ്ടു. തെല്ലുനേരം അങ്ങോട്ടു നോക്കിനിന്നിട്ട് അവൾ കരച്ചിലടക്കാൻ ചിറി കൂട്ടിപ്പിടിച്ചു. തേങ്ങിക്കരഞ്ഞുകൊണ്ടു തിരിഞ്ഞുനടന്നു.

പതിമൂന്ന്

കൂട്ടുകാർ കൊറ്റാർകാവിന്റെയും ചന്തയുടെയും പരിസരത്തു നിന്ന കന്ന് പാതിരിക്കൽ അണയുടെ അടുത്തു താവളമാക്കി. അടുത്തെങ്ങും പൊറുതികളില്ല. ചുറ്റുപാടും കുറ്റിക്കാടുകളാണ്. പൊലീസിനു പെട്ടെന്നു കടന്നു ചെല്ലാനുള്ള വഴിയില്ല.

പള്ളിക്കലാറിന്റെ തീരം. കൊതിപ്പുല്ലും ആറ്റുദർഭയും കല്ലൻ മുളകളും വളർന്നു ഇരുളടഞ്ഞു കിടന്നു. അണയുടെ മുകളിൽ കെട്ടിനിർത്തിയിരുന്ന വെള്ളം ഉഗ്രമായ ഇരമ്പലോടെ താഴേക്കു ചീറിപ്പാഞ്ഞു. നുരയും പതയുമായി ആർത്തലച്ച് ഒഴുകി നീങ്ങി.

അണയ്ക്കു താഴെയുള്ള വയലിൽ നിന്ന് എപ്പോഴും കാറ്റു വീശിക്കൊണ്ടിരുന്നു.

ഒരു ദിവസം വൈകിട്ട് പരമേശ്വരൻ നായരും അച്ചുതൻനായരും കൂടി ആറ്റുതീരത്തുകൂടി നടന്നുവരുമ്പോൾ ആരോ ഒരാൾ തലയിൽ വട്ടകെട്ടും കെട്ടി അണയുടെ മുകളിൽ ഏതോ പുസ്തകവും വായിച്ചുകൊണ്ടിരിക്കുന്നു. അടുത്തു ചെന്നപ്പോൾ മനസ്സിലായി, കൊച്ചുകൃഷ്ണനാണ്. പരമേശ്വരൻനായർ അയാളെ നോക്കിച്ചിരിച്ചു.

"അതിശയിച്ചുപോയല്ലോ. ആരാ ഇവിടെ വന്ന് ഇങ്ങനെ പുസ്തകവും വായിച്ചുകൊണ്ടിരിക്കുന്നതെന്ന്."

കൊച്ചുകൃഷ്ണനും ചിരിച്ചു.

"സ്വസ്ഥതയുള്ള ഒരു സ്ഥലം കണ്ടപ്പോൾ കുറേ നേരം വായിക്കാമെന്നു തോന്നി."

അയാൾ അണയുടെ മുകളിൽ നിന്നിറങ്ങിച്ചെന്നു. പരമേശ്വരൻ നായർ ആ പുസ്തകം വാങ്ങി പുറം പേജ് നോക്കി.

"ഭരണകൂടവും വിപ്ലവവും- ലെനിൻ എഴുതിയതാണ്."

അച്ചുതൻനായർ പറഞ്ഞു:

"എന്തായാലും സഖാവിനെ കണ്ടുകിട്ടിയതു ഭാഗ്യം. ആരെയും കാണാതെ ഞങ്ങൾ വിഷമിച്ചു നടക്കുകയായിരുന്നു."

"രണ്ടുദിവസം കൊണ്ട് ഞാനും നിങ്ങളെ തിരക്കി നടക്കുന്നു. വീടുകളിൽ ആളയച്ചിട്ട് ആരെക്കുറിച്ചും ഒരു വിവരവുമില്ല. ഇവിടെ കാത്തിരുന്നാൽ നിങ്ങളാരെങ്കിലും വന്നുചാടുമെന്നറിയാമായിരുന്നു."

"പൊലീസുകാരുടെ ശല്യംകൊണ്ട് ഞങ്ങളാരും അങ്ങനെ വീട്ടിലോട്ടു പോകാറില്ല."

"അതു മനസ്സിലായി. അതറിഞ്ഞുകൊണ്ടാണ് ഞാനിങ്ങോട്ടു വന്നത്."

അവർ ചെറുപുന്നയുടെ ചുവട്ടിൽ ചെന്നിരുന്നു. വിവരങ്ങൾ സംസാരിച്ചു. അച്ചുതൻനായർ ഒന്നു പതറിയിട്ടുണ്ടെന്നു മനസ്സിലായി. അവരിൽ ആത്മവിശ്വാസം നിലനിർത്താൻ വേണ്ടി കൊച്ചു കൃഷ്ണൻ പറഞ്ഞു.

"പൊലീസ് തിരക്കിവന്നെന്നു കരുതി വീട്ടിൽ കേറാതെ നടക്കേണ്ട കാര്യമൊന്നുമില്ല. നമുക്കൊരു ശ്രദ്ധ വേണമെന്നേയുള്ളൂ. ഇനി കുറേ ദിവസത്തേക്ക് ഞാൻ ഇവിടെത്തന്നെകാണും. എന്താ വേണ്ടതെന്നുവെച്ചാൽ നമുക്കാലോചിച്ചു ചെയ്യാം."

പരമേശ്വരൻനായർ പറഞ്ഞു:

"ശരി. എന്നാൽ എഴുന്നേല്ക്ക്. നമുക്കു വീട്ടിലോട്ടു പോകാം. അവിടുന്നെന്തെങ്കിലും കഴിക്കാം."

അവർ കളയ്ക്കാട്ടു ചെന്നു കേറിയപ്പോൾ അമ്മയ്ക്കും രോഹിണിക്കുട്ടിക്കും ആശ്വാസമായി. പരമേശ്വരൻനായർ സമയത്തും കാലത്തും ചെന്ന് എന്തെങ്കിലും ആഹാരം കഴിച്ചിട്ടു ദിവസങ്ങളായി.

രോഹിണിക്കുട്ടി പെട്ടെന്ന് ഊണു തയ്യാറാക്കി. ഒഴിക്കാനും തൊട്ടുകൂട്ടാനും ഉണ്ടാക്കി. ഇരിക്കാൻ തടുക്കെടുത്തിട്ട് അമ്മ മൂന്നുപേർക്കും ചോറു വിളമ്പി.

ഊണു കഴിച്ചുകൊണ്ടിരിക്കുമ്പോൾ മൂപ്പിലാൻ വന്നു. വിശേഷാൽ ഒരാൾ ഇരിക്കുന്നതു കണ്ട് അടുത്തുചെന്നു ചോദിച്ചു–

"ആരാ, ഞാനറിയുന്നില്ലല്ലോ."

പരമേശ്വരൻനായർ പറഞ്ഞു:

"എന്റെ കൂട്ടുകാരനാണച്ഛാ. ഓച്ചിറയാ വീട്. എന്നെ കാണാൻ വന്നേത്."

മൂപ്പിലാൻ തിരക്കി.

"ഓച്ചിറ എവിടെയാ?"

കൊച്ചുകൃഷ്ണൻ പറഞ്ഞു.

"കുറേ തെക്കുമാറി ചങ്ങൻകുളങ്ങരയ്ക്കടുത്ത്."

"വാര്യരു വൈദ്യന്റെ വീടിന്റെയെവിടെയാ?"

"അതിനടുത്താണ്."

മൂപ്പിലാനു വിശ്വാസമായില്ല. ഒരു മുൻകരുതലെന്നവണ്ണം അദ്ദേഹം പറഞ്ഞു:

"എല്ലാവരും സൂക്ഷിച്ചുകണ്ടൊക്കെ നടക്കണം. നാലുപുറവും നമ്മുടെ ശത്രുക്കളാ."

"അതിനുനമ്മളാരുടെ നേരെയും ഒന്നിനും ചെല്ലുന്നില്ലല്ലോ."

"നമ്മളൊന്നിനും ചെല്ലണ്ട. എന്നാലും ഒരു സൂക്ഷം വേണം."

ഊണു കഴിഞ്ഞ് ആലുവിളിയിൽ കളരിയുടെ മുറ്റത്തു ചെന്ന് വർത്തമാനം പറഞ്ഞിരിക്കുന്ന കൂട്ടത്തിൽ കൊച്ചുകൃഷ്ണൻ അതിപ്രധാനമായ ഒരു വിശേഷത്തെക്കുറിച്ചു പറഞ്ഞു. ചൈനീസ് വിപ്ലവം വിജയിച്ചു. അവിടെ ജനകീയ റിപ്പബ്ലിക് സ്ഥാപിച്ചു കഴിഞ്ഞിരിക്കുന്നു.

ആവേശകരമായ വാർത്ത ലോകമെമ്പാടുമുള്ള കമ്യൂണിസ്റ്റുകാരിൽ അത് ആഹ്ലാദം പകരുന്നു.

ചൈനീസ് വിപ്ലവം മുതൽ വള്ളികുന്നത്തെ പൊലീസ് ക്യാമ്പിനെതിരെ നടത്തിയ ആക്രമണംവരെയുള്ള കാര്യങ്ങളെക്കുറിച്ച് കൊച്ചുകൃഷ്ണൻ സംസാരിച്ചു. നാട്ടിൽ വന്നുകൊണ്ടിരിക്കുന്ന മാറ്റങ്ങളെക്കുറിച്ചു വിവരിച്ചു.

പണ്ടത്തെ ജാതീയമായ ഉച്ചനീചത്വങ്ങളൊന്നും ഇന്നത്തെ ചെറുപ്പക്കാർക്ക് അനുഭവപ്പെട്ടിട്ടില്ല. അവർക്കതു സങ്കല്പിക്കാനും കഴിയുകയില്ല. ഇന്നുകേട്ടാൽ അതിശയം തോന്നും.

മംഗലത്തു ശേഖരപിള്ളയും കൊച്ചുകൃഷ്ണനും പ്രൈമറി ക്ലാസിൽ

ഒന്നിച്ചു പഠിച്ചവരാണ്. അന്നും കാലുപുറപ്പുകാണിക്കാൻ മിടുക്കനാണ് ശേഖരപിള്ള.

അയാൾ ഒരു ദിവസം ഒരു കാര്യവും കൂടാതെ കൊച്ചുകൃഷ്ണന്റെ നട്ടപ്പുറത്തൊരിടി കൊടുത്തിട്ട് ഒറ്റയോട്ടം. കൊച്ചുകൃഷ്ണൻ കൈയും ചുരുട്ടി പുറകെ ഓടി. ശേഖരപിള്ള വട്ടയ്ക്കാട്ടമ്പലത്തിൽ ഓടിക്കയറി രക്ഷപ്പെട്ടപ്പോൾ എന്തുചെയ്യണമെന്നറിയാതെ കൊച്ചുകൃഷ്ണൻ മിഴിച്ചു നിന്നു പോയി. അമ്മൂമ്മ പറഞ്ഞു പഠിപ്പിച്ചിട്ടുണ്ട്— അമ്പലപ്പറമ്പു തീണ്ടിയാൽ ഭഗവതി കോപിക്കും. കണ്ണും ചെവിയും പൊട്ടും. അയാൾ വിഷണ്ണനായി നില്ക്കുന്നത് കണ്ട് ശേഖരപിള്ളയും കൂട്ടുകാരും കൈകൊട്ടിച്ചിരിച്ചു. വെറുതെ ഇടിയും കൊണ്ട്, തലയും കുനിച്ചു കൊച്ചുകൃഷ്ണൻ വീട്ടിലേക്കു നടന്നു.

പുറത്തുകൊണ്ട ആ ഇടി ഒരു കുരുന്നുഹൃദയത്തിലെ വിശ്വാസങ്ങൾക്കേറ്റ പ്രഹരമായിരുന്നു. വട്ടയ്ക്കാട്ടമ്പലത്തിലെ ഭഗവതിയോട് അയാൾക്കു വെറുപ്പുതോന്നി. വല്ലവരേയും അടിച്ചിട്ടോടിക്കയറിച്ചെല്ലുന്ന ഭീരുക്കൾക്ക് അഭയം കൊടുക്കുന്ന തമ്പുരാട്ടി. ഒരു ഭഗവതി ഇങ്ങനെയാകാൻ പാടുണ്ടോ? ഇതവർക്കു യോജിച്ചതാണോ?

തന്റെ സംശയങ്ങളെക്കുറിച്ച് തുരപ്പൻ ശങ്കരനോടു പറഞ്ഞപ്പോൾ അവൻ വിലക്കി–

"അയ്യോ, ഉമ്പോറ്റിയെക്കുറിച്ച് അങ്ങനൊന്നും വിചാരിക്കല്ലേ. നമുക്ക് ഉവ്വുവരും."

കുറേ ദിവസങ്ങൾക്കുശേഷം അവൻ തന്നെയാണുപറഞ്ഞത്. കാമ്പിശ്ശേരി ചാന്നാരുടെ വീട്ടിൽ മഞ്ഞമുണ്ടു പുതച്ച് ഒരു സ്വാമി വന്നിരുന്നു. അവിടെ വെച്ച് അദ്ദേഹം പറഞ്ഞത് ഹീനജാതിക്കെല്ലാം ക്ഷേത്രപ്രവേശനം കിട്ടണമെന്നാണ്.

കൊച്ചുകൃഷ്ണനു സംശയമായി. ക്ഷേത്രത്തിൽ പ്രവേശിച്ചാൽ ഹീനജാതിക്കാരുടെ കണ്ണും ചെവിയും പൊട്ടിയാലോ? പക്ഷേ, അങ്ങനെയാണെങ്കിൽ അറിവുള്ള ആ സ്വാമി അങ്ങനെ വന്നു പറയുമായിരുന്നോ?

ഇപ്പോൾ ശങ്കരനോടു ചോദിക്കുന്നതുകൊണ്ടു പ്രയോജനമില്ല. ചോദിച്ചാൽ ആരും പറഞ്ഞുതരുകയില്ല. തന്നെത്താൻ പരീക്ഷിക്കണം. കണ്ണും കാതും പൊട്ടുമെങ്കിൽ പൊട്ടട്ടെ. അതെന്തുകൊണ്ടു പൊട്ടിയെന്ന് ആരോടും പറയണ്ട.

ഒരു ദിവസം സന്ധ്യയ്ക്കു ദീപാരാധന കഴിഞ്ഞ് നടയടച്ച് എല്ലാവരും പിരിഞ്ഞുപോയപ്പോൾ കൊച്ചുകൃഷ്ണൻ പതുക്കെ ആരുമറിയാതെ ശ്വാസം പിടിച്ചു അമ്പലത്തിന്റെ പുറകിലെ മുറ്റത്തു ചെന്നു. ഒരൊറ്റ വീപ്പിന് ഭിത്തിയിൽ ചെന്നു തൊട്ടിട്ട് തിരിഞ്ഞ് ഒരൊറ്റയോട്ടമോടി. ഓടിയപ്പോൾ കിതച്ചുപോയി. തലയിൽ ചോരയൂറിക്കൂടി. ശ്വാസം മുട്ടൽ തോന്നി.

കുറേ കഴിഞ്ഞപ്പോൾ കിതപ്പുമാറി. എല്ലാം സാധാരണപോലെ. കണ്ണു തുറിച്ചു നോക്കി. കാഴ്ചയ്ക്കു കുഴപ്പമൊന്നുമില്ല.

അത്താഴം കഴിഞ്ഞ് കിടക്കപ്പായിൽ കണ്ണും തുറന്നുകിടന്നു. ഇടയ്ക്കിടെ കണ്ണടയ്ക്കുകയും തുറക്കുകയും ചെയ്തു. ചെവി പൊത്തിപ്പിടിച്ചു നോക്കി. കണ്ണിനും കാതിനും എന്തെങ്കിലും സംഭവിക്കുന്നുണ്ടോ? അങ്ങനെ ആലോചിച്ചാലോചിച്ചു കിടന്നുറങ്ങിപ്പോയി.

രാവിലെ ഉറക്കമുണർന്നപ്പോൾ അത്ഭുതംതോന്നി. പ്രത്യേകിച്ച് ഒന്നും സംഭവിച്ചിട്ടില്ല. ആ സ്വാമി പറഞ്ഞതിൽ ഒരു തെറ്റുമില്ല. എങ്കിലും പിന്നെയും സംശയം. അമ്പലത്തിന്റെ പുറകിൽ ചെന്നു തൊട്ടിട്ടാണോ? രണ്ടുദിവസം കഴിഞ്ഞ് അമ്പലത്തിന്റെ മുന്നിൽ ചെന്നു. അടഞ്ഞുകിടന്ന വാതിലിൽ തന്നെ തൊട്ടുകൊണ്ടു നിന്നു. ചങ്കിടിപ്പു കൂടിയെന്നല്ലാതെ ഒന്നും സംഭവിക്കുന്നില്ലെന്നു കണ്ടപ്പോൾ തിരികെ നടന്നു.

എല്ലാ സംശയവും മാറി. സത്യം കണ്ടെത്തിയതുപോലെ തന്നെ ത്താൻ വിളിച്ചു പറഞ്ഞു—

"ഒരു കുഴപ്പവുമില്ല. ഒന്നു തൊട്ടുവെന്നു വെച്ചിട്ട് കണ്ണും ചെവിയും പൊട്ടിപ്പോവുകയൊന്നുമില്ല."

മനസ്സിനെ അലട്ടിക്കൊണ്ടിരുന്ന സംശയങ്ങൾക്കു മറുപടി കിട്ടിയപ്പോൾ എന്തെന്നില്ലാത്ത ഒരാവേശം തോന്നി. വട്ടയ്ക്കാട്ട് ഭഗവതിയെക്കുറിച്ചു പറയുന്നതൊന്നും സത്യമല്ല. ആ വിവരം അറിയിക്കാൻ വേണ്ടി ശങ്കരന്റെയടുത്തേക്കോടി. ആദ്യം ശങ്കരനു വിശ്വാസമായില്ല.

ഇനി ശേഖരപിള്ളയോ അതുപോലാരെങ്കിലുമോ തന്നെ ഉപദ്രവിച്ചിട്ട് അമ്പലത്തിൽ ചാടിക്കേറിയാൽ അയാളെ അവിടെച്ചെന്നു വലിച്ചിട്ടിടിക്കണമെന്നു നിശ്ചയിച്ചു. പക്ഷേ, അതിനുശേഷം ആരും ഇടിക്കാൻ ചെന്നിട്ടില്ല.

ആ കാലമെല്ലാം പോയി. അന്നത്തെ ആചാരങ്ങളും വിശ്വാസങ്ങളും മാറി. പക്ഷേ, ഫ്യൂഡലിസം പത്തി മടക്കിയിട്ടില്ല. ആ ശേഖരപിള്ളയാണ് ഇന്നു വള്ളികുന്നത്തെ സന്നദ്ധസേനയുടെ തലവനെന്ന നിലയിൽ, പൊലീസുകാരോടൊപ്പം കാക്കിനിക്കറും ധരിച്ച്, റിവോൾവറും ചൂണ്ടി ആളുകളെ ചൂണ്ടിക്കൊടുക്കാൻ നടക്കുന്നത്. ആ ശക്തികൾ തന്നെയാണു ശൂരനാട്ടും പത്തിവിരിച്ചാടുന്നത്. അതിനെ എന്നേക്കുമായി അടിച്ചുതളർത്താതെ പാവപ്പെട്ടവനു മനുഷ്യനായി കഴിയാൻ സാദ്ധ്യമല്ല.

സംസാരം നിറുത്തി അണയുടെ അടുത്തുനിന്നു പിരിയാൻ നേരമാണറിയുന്നത്— കുഞ്ഞിക്കുട്ടിയെയും ഇളയകൈക്കുഞ്ഞിനെയും കൂട്ടിക്കൊണ്ടാണ് കൊച്ചുകൃഷ്ണൻ ശൂരനാട്ടു വന്നിരിക്കുന്നത്. കുഞ്ഞിക്കുട്ടിയുടെ പേരിലും വാറണ്ടുണ്ട്. അവരെ അവിടെയടുത്ത് ഏതോ വീട്ടിൽ ഒളിവിൽ പാർപ്പിച്ചിരിക്കുന്നു. അവിടം ഏതാണെന്നാരും ചോദിച്ചില്ല.

മൂത്തകുട്ടികൾ വള്ളികുന്നത്ത്, വീട്ടിൽ തനിയെ കഴിയുന്നു. കുട്ടികൾക്കു പ്രയാസമായിരിക്കും. പക്ഷേ, അവിടം ഒന്നുശാന്തമാകാതെ അങ്ങോട്ടു ചെല്ലാൻ വയ്യ.

അച്ചുതൻനായർ കൊച്ചുകൃഷ്ണന്റെ മുഖത്തേയ്ക്ക് അത്ഭുതത്തോടെ തുറിച്ചു നോക്കിയിരുന്നു. വിപ്ലവത്തിനുവേണ്ടി സ്വന്തം കുടുംബത്തെയാകെ ഉഴിഞ്ഞുവെച്ചു നടക്കുന്ന ഒരു മനുഷ്യൻ!

അവരൊന്നിച്ചു വഴിയിലിറങ്ങി. പിറ്റേദിവസം കാണാമെന്നു പറഞ്ഞു കൊച്ചുകൃഷ്ണൻ കിഴക്കോട്ടു നടന്നുപോയി.

ഉയരമേറിയ കയ്യാലകൾക്കിടയിലൂടെ വയൽക്കരെയിറങ്ങി ചിറക്കാലിലൂടെ നടന്നുപോകുമ്പോൾ, വയലിനക്കരെ, അപരിചിതമായ ഒരു വീട്ടിൽ തന്നെയും കാത്തിരിക്കുന്ന ഭാര്യയെയും കുഞ്ഞിനെയും കുറിച്ചായിരുന്നു കൊച്ചുകൃഷ്ണന്റെ ആലോചന.

പണ്ട് താളിരാടിയിൽചെന്ന് അവളെ താലികെട്ടിക്കൊണ്ടു വരുമ്പോൾ എന്നെങ്കിലുമൊരിക്കൽ ഇങ്ങനെയൊരു ജീവിതം നയിക്കേണ്ടിവരുമെന്ന് കരുതിയിരുന്നില്ല. നേരത്തെ അപ്പൂപ്പൻപോയി പെണ്ണുകണ്ടിട്ടുവന്നു. തന്നെ സംബന്ധിച്ച എല്ലാ ചുമതലകളും അപ്പൂപ്പനായിരുന്നു. അച്ഛനും അമ്മയും ചെറുപ്പത്തിലേ മരിച്ചു. അപ്പൂപ്പനും അമ്മൂമ്മയുംകൂടിയാണു വളർത്തിയത്. പഠിത്തം നിർത്തി അപ്പൂപ്പന്റെകൂടെ വയലിലെ പണിക്കുപോയി. നിലമുഴാനും കിളയ്ക്കാനുമെല്ലാം വശമാക്കിയപ്പോഴാണു കല്യാണാലോചന.

തന്റെ മുമ്പിൽവെച്ച്, അപ്പൂപ്പൻ പെണ്ണിനെക്കുറിച്ച് അമ്മൂമ്മയോടു പറയുന്നതു കേട്ടപ്പോൾ ലേശം നാണമുണ്ടായെങ്കിലും ഉള്ളിൽ അതുവരെ അനുഭവപ്പെടാതിരുന്ന ഒരാനന്ദം. അവളെയൊന്നു കാണാൻ അടക്കാനാവാത്ത ആഗ്രഹം. മനസ്സിൽ ആലോചനകളായിരുന്നു. കണ്ടാൽ എങ്ങനെയിരിക്കും? തടിച്ചതോ മെലിഞ്ഞതോ?

നേരിട്ടു കണ്ടില്ലെങ്കിലും എങ്ങനെയോ മനസ്സിൽ ഒരു സങ്കല്പം രൂപംകൊണ്ടു. ആ രൂപവും ധ്യാനിച്ചു നടന്നു.

ഒരു ദിവസം വീട്ടുകാരെയും നാട്ടുകാരെയുമെല്ലാം വിളിച്ചുചേർത്തു, തന്നെയും കൂട്ടിക്കൊണ്ട് അപ്പൂപ്പൻ കല്യാണത്തിനുപോയി. ഒരു പെണ്ണിന്റെ കഴുത്തിൽ താലികെട്ടിച്ചു. അവൾക്കു മുണ്ടുകൊടുപ്പിച്ചു. അപ്പോഴെല്ലാം അവൾ കൺമുന്നിൽ ഉണ്ടായിരുന്നെങ്കിലും കണ്ടെന്നു പറയാൻ വയ്യ.

ഇങ്ങു വീട്ടിൽവന്ന് ആളും പേരും ഒഴിഞ്ഞപ്പോൾ അടുത്തു പിടിച്ചു നിർത്തി കണ്ടു. തമ്മിൽ നോക്കിച്ചിരിച്ചു. രണ്ടുപേർക്കും ഇഷ്ടമായി.

അമ്മൂമ്മയ്ക്കും അവളെ കാര്യമായി. നല്ല ആരോഗ്യവും പ്രസരിപ്പും ഉള്ള പെണ്ണ്. വയലിലെ പണിയെല്ലാം അറിയാം. വീട്ടുജോലികൾക്കും മിടുക്കിയാണ്.

ഒരു ദിവസം പാടത്തു പണിചെയ്തുകൊണ്ടിരുന്നവർക്ക് ഉച്ചക്കഞ്ഞികൊണ്ടുകൊടുത്തിട്ട് തിരിച്ചുവരുമ്പോൾ ശേഖരപിള്ള വഴിയിൽ നില്ക്കുന്നതുകണ്ടു. അവൾ തലകുനിച്ച് ഒഴിഞ്ഞുമാറിനടന്നപ്പോൾ അയാൾ ചിരിച്ചുകൊണ്ടു ചോദിച്ചു:

"എങ്ങോട്ടുപോയി? അവിടൊന്നുനില്ല്. നിന്നെ അടുത്തൊന്നുകണ്ടോട്ടെ."

തലയുയർത്തി അയാളെ ഒന്നു നോക്കിയിട്ട് അവൾ മറുപടിയൊന്നും പറയാതെ നടന്നു.

"എന്താ മിണ്ടാതെ പോകുന്നത്? ഒരു കാര്യം പറയട്ടെ."

അവൾ തിരിഞ്ഞുനിന്നു.

"നീയിങ്ങനെ അയലത്തുവന്ന് താമസിച്ചിട്ട് ഇതുവരെയൊന്നു കാണാൻപോലും ഒത്തിട്ടില്ലല്ലോ."

അവൾ ചൊടിച്ചുകൊണ്ടു ചോദിച്ചു:

"ഇപ്പോൾ അടുത്തു കണ്ടല്ലോ. ഇനിയെന്തോവേണം?"

ശേഖരപിള്ള വീണ്ടും ചിരിച്ചു.

"ഇങ്ങനെ കാണുന്നതല്ല. സന്ധ്യകഴിഞ്ഞ് ഞാനാ കാവിന്റെ പുറകിൽവരാം. നിനക്കിഷ്ടമാണോ?"

"ഓ, ഇഷ്ടമാ." അവൾ മുഖംവെട്ടിച്ചു നടന്നുപോയി.

പിന്നെ ശേഖരപിള്ള അവളെ കാത്തു നടപ്പായി. ഒരുദിവസം വീണ്ടും വഴിയിൽവെച്ചു കണ്ടപ്പോൾ പറഞ്ഞു.

"നീയെന്നെ പറഞ്ഞുപറ്റിച്ചോടീ കുഴിയട്ടീ? ഇനി ഞാൻ വഴിയിലിട്ടു പട്ടാപ്പകൽ കാര്യം സാധിക്കും. അതു വേണ്ടാങ്കി, ഇന്നു കാവിന്റെ പുറകിലോട്ടുവരണം. ഞാൻ കാത്തു നില്ക്കും."

അവൾ തിരിഞ്ഞു നിന്നു പറഞ്ഞു:

"കാര്യം സാധിക്കാനങ്ങുവന്നേരേ. അന്നേരം ഞാനറത്തിടും അവിടെ."

"ങേഹേ, നീയെന്താ പറഞ്ഞത്? അത്രയ്ക്കായോ?"

അന്നു രാത്രി അവൾ കൊച്ചുകൃഷ്ണനോടു വിവരം പറഞ്ഞു. ശേഖരപിള്ള അവളെ കുഴിയട്ടിയെന്നു വിളിച്ചത്രേ.

ശേഖരപിള്ളയെ കണ്ടപ്പോൾ കൊച്ചുകൃഷ്ണൻ അല്പം ഗൗരവത്തിൽത്തന്നെ പറഞ്ഞു:

"കേട്ടോ. ശേഖരൻകുഞ്ഞേ, ഇനിമേലാൽ എന്റെ പെണ്ണിനെ കുഴിയട്ടിയെന്നു വിളിക്കരുത്. മനസ്സിലായോ? അവൾക്കു പേരുണ്ട്. ആ പേരു വിളിക്കണം."

ശേഖരപിള്ള മറുപടിയൊന്നും പറയാതെ ഒഴിഞ്ഞുമാറിപ്പോയി.

കുറേ ദിവസം കഴിഞ്ഞ് ശേഖരപിള്ളയും കൂട്ടുകാരും പോകുമ്പോൾ കുഞ്ഞിക്കുട്ടി എതിരേ വരുന്നതുകണ്ടു ചോദിച്ചു:

"എന്തുവാടീ. നിന്നെ കുഴിയട്ടിയെന്നു വിളിച്ചത് ക്ഷീണമായിപ്പോയോ? ഇനിമുതൽ തമ്പുരാട്ടിയെന്നു വിളിക്കാം എന്താ?"

അതു കേൾക്കാത്തതുപോലെ നടന്നുപോയപ്പോൾ അയാൾ ഉറക്കെ വിളിച്ചു പറഞ്ഞു—

"കേട്ടോ ചോക്കുഴിയട്ടീ, അതൊക്കെയങ്ങു നിന്റെ മറ്റേടത്ത്. ഈ നാട്ടിൽവന്ന് അധികം വിളച്ചിലെടുക്കരുത്. പറഞ്ഞേക്കാം."

പിറ്റേ ദിവസം കൊച്ചുകൃഷ്ണൻ നേരെ മംഗലത്തോട്ടുചെന്നു. മുറ്റത്തു നിന്നിരുന്ന ശേഖരപിള്ള പൂമുഖത്തുകയറി കസേരയിലിരുന്നു. കൊച്ചുകൃഷ്ണൻ വിറച്ചുകൊണ്ടു രൂക്ഷമായ സ്വരത്തിൽ ചോദിച്ചു.

"ഇയാളു വീണ്ടും എന്റെ ഭാര്യയെ ചോക്കുഴിയട്ടിയെന്നു വിളിച്ചോ?"

ശേഖരപിള്ളയൊന്നും മിണ്ടിയില്ല.

"അങ്ങനെ വിളിക്കരുതെന്നു ഞാൻ പറഞ്ഞിട്ടില്ല്യോ?"

പിന്നെയും മിണ്ടുരിയാട്ടമില്ല.

"തനിക്കാകുമെങ്കിൽ പെണ്ണുങ്ങളോടു ചെല്ലാതെ എന്റെനേരെ വാ. ഇനിയങ്ങനെ വിളിക്കുകയാണെങ്കിൽ അന്നു ഞാൻ തന്റെ കന്നമടിച്ചു പൊട്ടിക്കും. ഇതു കൊച്ചുകൃഷ്ണനാ പറയുന്നതെന്നോർത്തോ."

കൈത്തരിപ്പോടെ അവിടെ നിന്നിറങ്ങി നടന്നു.

കൊച്ചുകൃഷ്ണന്റെ ചോദ്യവും പറച്ചിലും നാട്ടിൽ സംസാരവിഷയമായി. പാലക്കോട്ടെ കൊച്ചുകൃഷ്ണൻ മംഗലത്തെ ശേഖരപിള്ളയുടെ വീട്ടിൽ ചെന്നു വഴക്കുണ്ടാക്കി. പ്രമാണിമാരും ബന്ധുക്കളുമെല്ലാം അന്ന് മംഗലത്തു തിരക്കിച്ചെന്നു. കൂടിയാലോചനകളും ചർച്ചകളും നടന്നു. ആ നിഷേധിയോടു പകരം ചോദിക്കണം. അവനെ ഈ നാട്ടിൽവെച്ചോണ്ടിരിക്കരുത്. ഇവിടെനിന്ന് അടിച്ചുചാടിക്കണം.

ആലോചനകൾ കൊച്ചുകൃഷ്ണനറിഞ്ഞു. അതൊന്നു കാണാൻ തന്നെ അയാൾ ഒരുങ്ങിനടന്നു.

അഭിപ്രായ പ്രകടനങ്ങളല്ലാതെ അതു നടപ്പാക്കാൻ ആരും ഒരുങ്ങിയില്ല. കുറേദിവസം കഴിഞ്ഞ് ശേഖരപിള്ള പട്ടാളത്തിൽ ചേർന്നു സ്ഥലം വിട്ടു.

അപ്പൂപ്പൻ മരിച്ചപ്പോൾ നിലമുടമസ്ഥൻ പാട്ടനിലങ്ങളെല്ലാം ഒന്നൊന്നായി ഒഴിപ്പിച്ചെടുത്തു. ഒരെതിർപ്പും പറയാൻ പോയില്ല. എതിർത്താലും വിശേഷമില്ല. അതിനുശേഷം പാട്ടത്തിനു കൃഷി ചെയ്യാൻ ഒരുതടി നിലം പോലും ആരും നല്കിയതുമില്ല.

അപ്പൂപ്പന്റെ കാലത്ത് മുപ്പതുപറ പാട്ടനിലം കൃഷിക്കുണ്ടായിരുന്ന വീടായിരുന്നു. അതിനുവേണ്ട കാളയും കലപ്പയുമെല്ലാം. അവസാനം ഒരു സെന്റില്ലാതായി.

അന്നു നാട്ടിൽ കൃഷിപ്പണിയല്ലാതെ വേറെ തൊഴിലൊന്നുമില്ല. ആർക്കെങ്കിലുമൊക്ക പൂട്ടാനും കിളയ്ക്കാനും നടന്നു. കുഞ്ഞിക്കുട്ടി നടാനും കളപറിക്കാനും പോയി. കുടിച്ചും കുടിക്കാതെയുമൊക്കെ അങ്ങു ജീവിച്ചു.

ഇല്ലായ്മയിലും വല്ലായ്മയിലും ഒന്നും കുഞ്ഞിക്കുട്ടിയുടെ മുഖം കറുത്തിട്ടില്ല. തന്റെ അഭിപ്രായങ്ങൾക്ക് എതിരു പറഞ്ഞിട്ടില്ല.

ഒരിക്കൽ പുതുപ്പള്ളി രാഘവൻ വന്ന് പാർട്ടിഗ്രൂപ്പ് രൂപീകരിക്കുന്നതിനേക്കുറിച്ചാലോചിച്ചു. ഒരു ദിവസം സന്ധ്യയ്ക്ക് പാർട്ടിയോടനുഭാവമുള്ള കുറേ ചെറുപ്പക്കാർ വീട്ടിൽ ഒന്നിച്ചുകൂടി. തോപ്പിൽഭാസി, പനത്താഴ രാഘവൻ, ചാലിത്തറ കുഞ്ഞച്ചൻ, തുരപ്പൻ ശങ്കരൻ, ഭാസ്കരപ്പണിക്കർ, തെക്കേത്തറത്തേവൻ.......

മൂത്തമകൾ ഭാർഗ്ഗവി ഒരു മണ്ണെണ്ണവിളക്കു കത്തിച്ച് തിണ്ണയിൽ കൊണ്ടുവെച്ചു. ആ വിളക്കുവെട്ടത്തിരുന്നു ചർച്ചകൾ നടത്തി. കൊച്ചുകൃഷ്ണൻ സെക്രട്ടറിയായി ഗ്രൂപ്പുസംഘടിപ്പിച്ചു.

പാർട്ടിപ്രവർത്തനത്തിനു നടക്കുമ്പോൾ കുഞ്ഞിക്കുട്ടി എതിർപ്പൊന്നും പറഞ്ഞില്ല. ബഹളവും സംഘട്ടനവുമെല്ലാം നടക്കുമ്പോൾ പോലും അവൾ പതറിയില്ല. അവൾ തന്നെക്കൊണ്ടാകുന്നതുപോലെ പാർട്ടിക്കുവേണ്ടി പ്രവർത്തിക്കുകയും, സന്തോഷത്തോടെ പാർട്ടിയിൽ അംഗമാകുകയും ചെയ്തു.

അവസാനം വീടുവിട്ടിറങ്ങിയപ്പോൾ തളർന്നുപോയി. വീട്ടിലിട്ടിട്ടുപോന്ന കുട്ടികളെയോർത്ത് വിമ്മുകയും വിതുമ്പുകയും ചെയ്തു.

തലേന്ന്, ഇളയകുട്ടിയെയും മടിയിൽവെച്ച് മിണ്ടുരിയാട്ടമില്ലാതിരിക്കുമ്പോൾ കൊച്ചുകൃഷ്ണൻ ചോദിച്ചു—

"എന്തോന്നാ, നിനക്കെപ്പോഴും ഒരാലോചന?"

പോട്ടെന്നു വിങ്ങിപ്പൊട്ടിക്കരഞ്ഞുകൊണ്ടു പറഞ്ഞു—

"എനിക്കെന്റെ കുഞ്ഞുങ്ങളെ ഓർക്കുമ്പോൾ ഇരിക്കപ്പൊറുതി തോന്നുന്നില്ല."

കൊച്ചുകൃഷ്ണൻ ചിരിയഭിനയിച്ചുകൊണ്ട് അവളെ സാന്ത്വനപ്പെടുത്തി.

"അവരെയോർത്തു വിഷമിക്കണ്ട കാര്യമില്ല. അവിടെ നാട്ടുകാരാരെങ്കിലുമുണ്ടെങ്കിൽ അവർ നമ്മുടെ മക്കളെ നോക്കിക്കൊള്ളും."

പക്ഷേ, അങ്ങനെ പറഞ്ഞതുകൊണ്ടായോ? ആ വിധമുള്ള ഒരവബോധം നാട്ടുകാർക്കു കൈവന്നിട്ടുണ്ടോ?

പതിനാല്

അടുത്തു സംസാരിക്കാൻ തുടങ്ങിയപ്പോൾ കൊച്ചുകൃഷ്ണനെക്കുറിച്ച് തങ്കപ്പൻപിള്ളയ്ക്കും വളരെ മതിപ്പുതോന്നി. തനിക്ക് കൂടിനടക്കാൻ പറ്റിയ ആളാണ്. എന്തിനുംപോന്ന ഉറപ്പുള്ള ഒരു മനുഷ്യൻ.

ഭർത്താവിന്റെകൂടെ കൊച്ചുകൃഷ്ണനും കൂട്ടുകാരും വീട്ടിൽ വരുന്നതു ഭവാനിയമ്മയ്ക്കു സന്തോഷമാണ്. കൊറ്റാർകാവു ഭഗവതിയുടെ കാരുണ്യംകൊണ്ട് ഭർത്താവിനെ മടക്കിക്കിട്ടിയപ്പോൾത്തന്നെ അവർക്കാശ്വാസമായി. ഇപ്പോൾ പഴയ സ്വഭാവമൊന്നുമില്ല. പൊലീസുകാർ എന്തിനോ അന്വേഷിക്കുന്നുണ്ടെന്നത് നേരാണ്. പക്ഷേ, മോശപ്പെട്ട കാര്യങ്ങൾക്കൊന്നുമല്ല. ഇപ്പോൾ കണ്ടമാനം നടപ്പില്ല. കുടിയില്ല. ചീട്ടുകളിയില്ല. ഈ മാറ്റത്തിന് കൊച്ചുകൃഷ്ണനും ഒരു കാരണക്കാരനാണ്. അയാളുടെകൂടെ വരുന്നവർക്ക് എന്തെങ്കിലും ഒരുക്കിക്കൊടുക്കാൻ അവർക്ക് ഉത്സാഹമായിരുന്നു.

വീട്ടുകാരി പറഞ്ഞപ്പോഴാണ് തങ്കപ്പൻപിള്ളപോലും അറിയുന്നത്– ശ്രീധരൻനായർ അയാളുടെ ജ്യേഷ്ഠനുമായി കടമ്പാട്ടുവെച്ചു മുഖം മുഷിഞ്ഞു സംസാരിച്ചു. ജ്യേഷ്ഠൻ സങ്കടത്തോടെയാണു വീട്ടിൽ നിന്നി

റങ്ങിപ്പോയത്.

ശ്രീധരൻ കമ്യൂണിസ്റ്റുകാരുടെ പ്രകടനത്തിൽ ചെന്ന് തന്റെ കടയുടെ മുന്നിലൂടെ കൈയും ചുരുട്ടി മുദ്രാവാക്യവും മുഴക്കിപ്പോകുന്നതു കണ്ട് കൃഷ്ണൻനായർ വല്ലാതായി. അടുത്തുനിന്ന കൊച്ചുകോയിക്കലെ ഗാന്ധിരാമൻപിള്ള അതിശയത്തോടെ പറഞ്ഞു—

“അല്ലാ, ഈ കൂട്ടത്തിൽ കൃഷ്ണൻനായരുടെ അനിയനും കൂടിയിട്ടുണ്ടല്ലോ?”

അതു കേട്ടപ്പോൾ അയാളുടെ മുഖം വിളറി. കോയിക്കൽക്കാരെ വെല്ലുവിളിച്ചുകൊണ്ടുള്ള പ്രകടനമാണ്. ഇനി എങ്ങനെ അവരുടെ മുഖത്തുനോക്കാൻ പറ്റും? അവനോടു പറഞ്ഞാൽ വകവെക്കുകയില്ല. പൊലീസ് തിരക്കിവന്നപ്പോഴും അയാൾ അതൊന്നും അറിഞ്ഞില്ലെന്നു നടിച്ചു. എല്ലാം അവന്റെ പാടുപോലാകട്ടെ.

കുറേദിവസം കഴിഞ്ഞ് ഗാന്ധിരാമൻപിള്ളവന്ന് കാര്യമായിത്തന്നെ പറഞ്ഞു:

“കേട്ടോ കൃഷ്ണൻനായരേ, നാട്ടിൽ കുഴപ്പങ്ങളുണ്ടാകാൻ പോവുകയാണ്. എല്ലാ വിവരങ്ങളും അറിഞ്ഞതിനുശേഷമാണു ഞാൻ പറയുന്നത്. നമ്മളാരും പിടിച്ചാൽ നില്ക്കാൻ പോകുന്നില്ല. ശ്രീധരനെ ഒന്നു വിളിച്ചു പറഞ്ഞേരെ. അവനിതിനു നടക്കേണ്ട കാര്യമില്ല. നമ്മൾ സൂക്ഷിച്ചാൽ ദുഃഖിക്കേണ്ട.”

സത്യത്തിൽ അനുജനെയോർത്തു കൃഷ്ണൻനായർക്ക് ദുഃഖമുണ്ടായിരുന്നു. അവൻ ഇനി ഇതിൽക്കൂടുതൽ ദുഷിക്കാനില്ല. തോന്നിവാസം നടന്ന് ഉള്ള വസ്തുവും വകയുമെല്ലാം കടപ്പെടുത്തി. പെണ്ണുകേസിനു പൊലീസുകാരു പിടിച്ചുകൊണ്ടുപോയി തല്ലി. ഇപ്പോൾ കമ്യൂണിസ്റ്റുകാരുടെ ജാഥയിൽപ്പോയിത്തുടങ്ങിയിരിക്കുന്നു! നാട്ടിലെ കാര്യവിവരമുള്ള ആളാണ് അതിന്റെ ദോഷത്തെക്കുറിച്ചു മുന്നറിയിപ്പു തന്നിരിക്കുന്നത്.

സന്ധ്യകഴിഞ്ഞ് പതിവിലും നേരത്തെ കടപൂട്ടി റാന്തലും കത്തിച്ചുകൊണ്ട് അയാൾ കടമ്പാട്ടുചെന്നു. അപ്പോൾ ശ്രീധരനില്ല. അമ്മയോടു കുറെ തട്ടിക്കേറി. മക്കളുണ്ടായാൽ ഏക്കും ചൊല്ലുമായി വളർത്തണം. വെറുതെ കയറൂരിവിട്ടതിന്റെ ഫലമാണിതെല്ലാം. ഈ വന്നതൊന്നും പോരാഞ്ഞിട്ട് ഇപ്പോൾ കമ്യൂണിസവുമായി നടക്കുന്നു. ഇനി പൊലീസുകാരു പിടിച്ചോണ്ടുപോയാൽ ചേഴിപ്പു കാണത്തില്ല.

അമ്മ വിഷമത്തോടെ തന്നെത്താൻ പറഞ്ഞു—

“എന്റെ കൊറ്റാർകാവു ഭഗവതീ എന്തൊക്കെയാ ഈ കേൾക്കുന്നത്! എനിക്കൊന്നും അറിഞ്ഞൂടായേ?”

“അങ്ങനെ പറഞ്ഞോണ്ടു കൈയുംകെട്ടി ഇരുന്നോ.”

“നീ അവനെ വിളിച്ചൊന്നുപറ.”

“ഞാനെന്തിനാ പറയുന്നത്? ഞാൻ പറഞ്ഞാൽ അവൻ അനുസരിക്കുമോ? ഒന്നുകിൽ വീട്ടിലുള്ളവർ പറയുന്നതു കേൾക്കണം. അല്ലെങ്കിൽ ദൈവത്തെ പേടിവേണം. ഇതു രണ്ടുമില്ലെങ്കിൽ വരുന്നതനുഭവിക്കട്ടെ–

എവിടെയെങ്കിലും തോന്നിവാസം നടന്നേച്ചുവരുമ്പം വിളിച്ചു ചോറുകൊടുക്കുന്നതിന്റെ ഫലമാ. അതു നിങ്ങളനുഭവിക്ക്."

"നീയെന്തിനാ വെറുതെ എന്റെ നേരെ തട്ടിക്കേറുന്നേ? ഈ വീട്ടിലിരിക്കുന്ന ഞാനെന്തോ പിഴച്ച്...? നിങ്ങളെയൊക്കെ പെറ്റു വളർത്തി ഇത്രയും ആക്കിയതാണോ എന്റെ കുറ്റം?

അവർ കണ്ണുതുടയ്ക്കുകയും മൂക്കുപിഴിയുകയും ചെയ്തു. കുറേനേരം മിണ്ടാതെ നിന്നിട്ട് കൃഷ്ണൻനായർ പറഞ്ഞു:

"ഞാൻ രാവിലെ ഇങ്ങോട്ടുവരും. അവൻ രാവിലെ ഇവിടെ കാണണമെന്ന് ഒന്നു പറഞ്ഞേരെ."

പിറ്റേന്നു രാവിലെ കുളികഴിഞ്ഞ് കൊറ്റാർകാവിൽ തൊഴാൻ പോകുന്നതിനു മുമ്പുതന്നെ അയാൾ വീണ്ടും കടമ്പാട്ടുചെന്നു. അനുജനെ കണ്ടപ്പോൾ സർവ്വാംഗം വിറയൽകയറി.

"ഈ വന്നുഭവിച്ചതൊന്നും പോരാഞ്ഞിട്ടാണോ നീയിപ്പോൾ കമ്യൂണിസവും കൊണ്ടിറങ്ങിയിരിക്കുന്നത്? വരുംവരാഴികകൾ വല്ലതും ആലോചിച്ചിട്ടാണോ അതിനിറങ്ങി നടക്കുന്നത്?"

ശ്രീധരൻ, മറുപടിയൊന്നും പറയാതെ എങ്ങോ നോക്കിനിന്നു. കൃഷ്ണൻനായർ വേദനയോടെ പറഞ്ഞു—

"പൊലീസുകാരു പിടിച്ചോണ്ടുപോയി എല്ലൊടിച്ചുവിട്ടിട്ടും പഠിച്ചില്ലല്ലോ."

ശ്രീധരൻ മുഖംകറുത്തു പറഞ്ഞു.

"എന്താ, അതുകൊണ്ടു തൃപ്തിയായില്യോ? ഇനി ഞങ്ങടെ തലകൂടിയങ്ങെടുത്തേക്കാൻ കോയിക്കൽ ചെന്നു പറഞ്ഞേരെ."

"ഇങ്ങനെ നടന്നാൽ ആരും പറയാതെ അതും സംഭവിക്കും....."

"ഓ, സംഭവിച്ചോട്ടെ."

"പറയുന്നതല്ലല്ലോ നീ മനസ്സിലാക്കുന്നത്? ഇനിയെങ്കിലും അവനവന്റെ കാര്യംനോക്കി ജീവിക്കാനുള്ളടം നോക്ക്. അതു വയ്യെങ്കിൽ കുറെനാളത്തേക്ക് എങ്ങോട്ടെങ്കിലും മാറിനില്ല്. ഞാൻ വഴിച്ചെലവുണ്ടാക്കിത്തരാം."

"ഓഹോ, എന്നെ നാട്ടിൽനിന്നു പറഞ്ഞയയ്ക്കാൻ വന്നതോ? ആ ആഗ്രഹം നടക്കാൻ പോകുന്നില്ല. കമ്യൂണിസ്റ്റുകാരൻ അങ്ങനെങ്ങും ഓടിപ്പോകാൻ പോകുന്നില്ല. കോൺഗ്രസുകാരൻ വേണേ എവിടെങ്കിലും പോ."

"എന്നാൽ ഈ വീട്ടിൽനിന്ന് ഒന്നൊഴിഞ്ഞു കൊടുക്ക്. മറ്റുള്ളോരു സൈ്വരമായി കഴിഞ്ഞോട്ടെ."

"അതു നമ്മടങ്ങോട്ടു വരുമ്പോ പറഞ്ഞാമതി."

"എന്നാലും മറ്റുള്ളവരു പറയുന്നതു നീ അനുസരിക്കുകയില്ല."

"ഇല്ല."

ജ്യേഷ്ഠൻ മുഷ്ടിചുരുട്ടി സ്വയം ഉച്ചിയിലിടിച്ചുകൊണ്ടു ശപിച്ചു:

"എടാ ദ്രോഹീ, നീയീവീടു നശിപ്പിക്കും. നീ മൂലം ഈ കുടുംബം

നശിക്കും. കുലദ്രോഹീ!"

അയാൾ അവിടെനിന്നിറങ്ങി നടക്കുമ്പോൾ സ്വന്തം ഭാഗ്യദോഷങ്ങളെക്കുറിച്ച് ഓർക്കുകയായിരുന്നു. ഒരനുജനുള്ളതിങ്ങനെ. കഴിഞ്ഞവർഷം ഭാര്യ മരിച്ചു. തന്റെ ചുമലിൽ പറക്കമുറ്റാത്ത രണ്ടു കുഞ്ഞുങ്ങളെ ഏല്പിച്ചിട്ട് അവൾ ലോകം വിട്ടുപോയി. മുജ്ജന്മത്തെ പാപങ്ങളുടെ ഫലമായിരിക്കും.

നേരെ കൊറ്റാർകാവിനു മുന്നിലെത്തി കൈകൂപ്പിനിന്നു. കണ്ണീരൊഴുക്കിക്കൊണ്ട് ഇടറിയസ്വരത്തിൽ പോർക്കലി ഭഗവതിയെ വിളിച്ചു.

"അമ്മേ മഹാമായേ, എനിക്കു മതിയായി. ഇനി കൂടുതലൊന്നും കാണാൻ ഇടയാക്കാതെ എന്റെ തലയങ്ങെടുക്കണേ."

കശപിശയുണ്ടായ വിവരമറിഞ്ഞ് കൊച്ചുകൃഷ്ണനും തങ്കപ്പൻ പിള്ളയുംകൂടി കടമ്പാട്ടുചെന്നു.

ശ്രീധരൻനായരുടെ പെങ്ങൾ തിണ്ണയിലിരുന്ന് കൈക്കുഞ്ഞിനു മുല കൊടുക്കുന്നതു കണ്ടു. വെളുത്തു സുന്ദരിയായ ഒരു സ്ത്രീ. ഭർത്താവ് അടുത്തിരുന്ന് മൂത്തമകളെ മടിയിലെടുത്തുവെച്ച് താലോലിക്കുന്നു. അഴകും ആരോഗ്യവുമുള്ള ഒരു മനുഷ്യൻ. ഭാര്യയും ഭർത്താവും തമ്മിൽ നല്ല ചേർച്ച. രണ്ടുപേരുംകൂടി എന്തോ തമാശ പറഞ്ഞു ചിരിക്കുന്നു. വഴക്കിന്റെ കാര്യംപറഞ്ഞ് കേട്ടതുപോലെ അത്ര ഗൗരവമുള്ളതൊന്നുമല്ലെന്ന് കേറിച്ചെന്നവർക്കു തോന്നി.

കമലമ്മ ആളിനെക്കണ്ട്, കുഞ്ഞിനെ തോളിലിട്ടുകൊണ്ട് തിണ്ണയിൽ നിന്നെഴുന്നേറ്റ് ഒതുങ്ങിമാറിനിന്നു. മകളെ മടിയിൽ നിന്നിറക്കി നിർത്തിയിട്ട് രാഘവൻപിള്ള അതിഥികൾക്കിരിക്കാൻ തടുക്കെടുത്തിട്ടു കൊടുത്തു.

തങ്കപ്പൻപിള്ള തിരക്കി—

"കൃഷ്ണൻനായരുചേട്ടനും ശ്രീധരനുംകൂടി എന്തോ സംസാരമുണ്ടായെന്നു കേട്ടല്ലോ. എന്താ കാര്യം?"

രാഘവൻനായർ നിസ്സാരഭാവത്തിൽ ചിരിച്ചു.

"ഓ, അതൊന്നും കാര്യമില്ല. അയാളു പാർട്ടിപ്രവർത്തനത്തിനു നടക്കുന്നതിന് മൂത്തളിയൻവന്ന് എന്തോ വഴക്കു പറഞ്ഞു. അയാളും ഏതാണ്ടൊക്കെപ്പറഞ്ഞു. അത്രതന്നെ."

കമലമ്മ പറഞ്ഞു:

"കൊച്ചുകൊച്ചാട്ടൻ എവിടെങ്കിലും അങ്ങുപോകാൻ പറഞ്ഞു. അതാ പിടിക്കാതെ വന്നത്. അതു വലിയ കൊച്ചാട്ടൻ വിരോധം കൊണ്ടൊന്നും പറഞ്ഞതല്ല."

വർത്തമാനംകേട്ടു ശ്രീധരൻനായരുടെ അമ്മ അകത്തുനിന്നിറങ്ങി വന്നു.

"എന്റെ പൊന്നു തങ്കപ്പാ, നീ ശ്രീധരനോടൊന്നു പറ. അവനെന്തിനാ ഇങ്ങനെ എല്ലാരെടേം വിരോധം ഉണ്ടാക്കാൻ നടക്കുന്നത്?"

കമലമ്മ ചിരിച്ചു.

"കൊള്ളാം. നല്ലാളിനോടാ പറയുന്നത്."

തങ്കപ്പൻപിള്ളയും ചിരിച്ചു.

"അമ്മ അതൊന്നും അത്ര കാര്യമാക്കാനില്ല. കൃഷ്ണൻനായരു ചേട്ടൻ തെറ്റിദ്ധാരണകൊണ്ട് പറയുകയാണ്. ഞങ്ങളാരുമിപ്പോൾ ഒരു കുഴപ്പത്തിനും നടക്കാറില്ല."

കൊച്ചുകൃഷ്ണൻ തിണ്ണയിലിരുന്നുകൊണ്ട് ചുറ്റുപാടുമൊന്നു കണ്ണോടിച്ചു. ആ പുരയിടത്തിൽ ഇല്ലാത്ത കൃഷികളൊന്നുമില്ല. തെങ്ങ്, വാഴ, ഇഞ്ചി, കുരുമുളക്— രാഘവൻപിള്ള ഒരു നല്ല കൃഷിക്കാരനാണ്.

മുറ്റത്തെ പ്ലാവിന്റെ ചുവട്ടിൽ നല്ല ഉടലായവും തടിച്ച അകിടുമുള്ള ഒരു ഗ്രാലിപ്പശു അണയാട്ടിക്കൊണ്ടു നില്ക്കുന്നു. നന്നായി തീറ്റികൊടുത്തിട്ടേക്കുന്നതാണ്. ഇത്തിരിയോളം കൊമ്പ്, നീണ്ട ചെവികളും. ശരീരത്തിനു നല്ല അഴുത്തം. അതിന്റെ കഴുത്തിൽ പനയോലകൊണ്ടുള്ള കൂടും ശംഖും കൊരുത്തിട്ടിരിക്കുന്നു.

കൊച്ചുകൃഷ്ണന് നല്ല പശുക്കളെ കാണുന്നത് ആനന്ദമാണ്. അയാൾ കൗതുകത്തോടെ തിരക്കി.

"അവളെ വാങ്ങിയതോ പെറ്റുണ്ടായതോ?"

"പെറ്റുണ്ടായതാ. അവളു പ്രസവിച്ചപ്പോൾ ബാക്കിയെല്ലാത്തിനേം കൊടുത്തു. നിർത്താനുള്ള ബദ്ധപ്പാട്. കടിഞ്ഞൂൽ പ്രസവമാ. എന്നാലും രാവിലെയും വൈകുന്നേരവുമായി ആറേഴിടങ്ങഴി കറന്നെടുക്കും."

രാഘവൻനായർ എഴുന്നേറ്റ് തുറുവിന്റെ ചുവട്ടിൽനിന്ന് കുറേ കച്ചിയെടുത്ത് പശുവിന്റെ മുന്നിലിട്ടുകൊടുത്തു. അയാൾ അവളുടെ ദേഹത്ത് തൂക്കുകയും തടവുകയും ചെയ്തു.

അപ്പോൾ ശ്രീധരൻനായർ എങ്ങുനിന്നോ വന്നുകയറി. അയാൾ വെയിലത്തുനടന്നു വിയർത്തൊലിച്ചിരുന്നു. തങ്കപ്പൻപിള്ള ചോദിച്ചു:

"താനെന്തിനാ കൃഷ്ണൻനായരുചേട്ടനുമായി ഏതാണ്ടൊക്കെ മുഷിഞ്ഞു സംസാരിച്ചത്?"

ശ്രീധരൻനായർ ചിരിയോടെ പറഞ്ഞു—

"ങ്ഹാ. ഇത്തിരി മുഷിഞ്ഞു സംസാരിച്ചുപോയി. കൊച്ചാട്ടനെ ആരാണ്ടിളക്കി വിട്ടതാ. ഞാനിവിടുന്നെങ്ങോട്ടെങ്കിലുമങ്ങു പോകണമെന്നു പറഞ്ഞു. അപ്പോൾ ഞാനും ഏതാണ്ടൊക്കെപ്പറഞ്ഞു. ഓ, സാരമില്ല. അതു നാളെയങ്ങു തീരാനേയുള്ളു."

കൊച്ചുകൃഷ്ണൻ തരക്കി.

"ഈ വെയിലത്ത് എങ്ങോട്ടു പോയിരുന്നു?"

"ഞാനും ചാത്തൻകുട്ടിയും കൂടി നിങ്ങളെ തിരക്കിനടക്കുകയായിരുന്നു. കൊറ്റിനാമുകളിൽ നിന്നും ചവററുത്തതിന് ഐക്കര കുട്ടൻപിള്ള രണ്ടു കുറത്തികളെ എടുത്തിട്ടടിച്ചു. മേലാൽ ചവറ്റു കുറ്റികളിലെങ്ങും കണ്ടുപോകരുതെന്നു പറഞ്ഞ് ഓടിച്ചു. എന്താ കാര്യമെന്നറിയാൻ ഞങ്ങളവിടെ വരെ പോയി."

തങ്കപ്പൻപിള്ള ചോദിച്ചു—

“എന്താ കാര്യം? ചവറ്റുകുറ്റികളെല്ലാം അവന്റെ തന്ത സമ്പാദിച്ച താണോ?”

“ചാലും ചവറ്റുകുറ്റിയുമെല്ലാം കോയിക്കേന്നു ലേലം പിടിച്ചിരിക്കുവാ പോലെ.”

“ലേലമോ? അതെന്തുവാ ഇപ്പോഴൊരു പുതുമ? ഇതുവരെ ഇല്ലാത്തത്.”

കൊച്ചുകൃഷ്ണൻ വിവരങ്ങൾ ചോദിച്ചറിഞ്ഞു. അങ്ങനെയൊന്നു കേട്ടുകേൾവിപോലുമില്ല. ചവററുത്തതിനു കുറത്തികളെ തല്ലുക!

അതുവരെയും ചാലും ചവറ്റുകുറ്റിയുമെല്ലാം നാടിന്റെ പൊതു സ്വത്താണ്. കൊറ്റിനാമുകളിലും മറുതാക്കുറ്റിയിലുമുള്ള ചവറ്റുകുറ്റിക ളിൽ പടർന്നു നില്ക്കുന്ന കരീലാഞ്ചിവള്ളികൾ വെട്ടിയെടുത്ത് കുറവരും പുലയരും വള്ളിക്കുട്ടകൾ നെയ്തു. അതു ശാസ്താംകോട്ടയിലും താമ രക്കുളത്തും കൊണ്ടുപോയി വിറ്റു. ചവററുത്തു കെട്ടി ചന്തയിൽ കൊടുത്തു വിലവാങ്ങി. അതിനൊന്നും ഇതുവരെ ഒരു വിലക്കുണ്ടായി ട്ടില്ല. അത് അവരുടെ അവകാശമായിരുന്നു.

അതുപോലെ ഓർമ്മയുള്ളകാലം മുതല്ക്കേ നീരാട്ടുവള്ളി ചാലി ലെയും മണലിക്കൽ ചാലിലെയുമെല്ലാം മീൻ നാട്ടുകാരിറങ്ങി പിടച്ചുകൂ ട്ടുകയാണ് പതിവ്. മുഴുത്ത വരാലും മുശിയുമെല്ലാം കോയിക്കലേക്കും പട്ടാറയിലേക്കും ഉള്ളതാണെന്നു മാത്രം. മീൻപിടുത്തക്കാർ കോയിമീ നെന്നുപറഞ്ഞ് അത് അവിടങ്ങളിലെത്തിക്കും. ഈ ഭൂമി ഉണ്ടായതിന് ശേഷം ഇന്നുവരെയും ചവറ്റുകുറ്റികളും ചാലുകളുമൊന്നും ആരുടെയും വകയല്ല. ഇനിയിപ്പോൾ അവിടെങ്ങും ആരും കേറിപ്പോകരുതെന്ന്!

തങ്കപ്പൻപിള്ള കൊച്ചുകൃഷ്ണനോടു പറഞ്ഞു—

“ഇതങ്ങനെ വെറുതെ വിട്ടാലൊക്കുകയില്ല. എങ്ങനെയാ വേണ്ട തെന്നു വെച്ചാൽ അതു നമുക്കൊന്നു കൈകാര്യം ചെയ്യണം.”

“ശരി. നമുക്കാലോചിക്കാം.”

രാഘവൻപിള്ള പോയി പശുവിനെ കറന്നു. കമലമ്മ ചായയു ണ്ടാക്കി എല്ലാവർക്കും നല്കി. കുറേനേരം കൂടി അവിടെ വർത്തമാനം പറഞ്ഞിരുന്നശേഷം പിറ്റേ ദിവസം വൈകിട്ട് പാതിരിക്കൽ അണയുടെ അടുത്തുവെച്ചു കാണാമെന്നു പറഞ്ഞു പിരിഞ്ഞു.

അണയുടെ അടുത്തുകൂടിയപ്പോൾ പരമേശ്വരൻനായർ കേട്ട വിവരം പറഞ്ഞു—

“ചവറ്റുകുറ്റിയും ചാലുമെല്ലാം കോയിക്കലേക്കു പതിച്ചുകൊടുക്കാൻ പോകുന്നതായിട്ടാണറിഞ്ഞത്. താലൂക്കു കച്ചേരിയിലെ ഒരാളു പറഞ്ഞ താണ്.”

കറുത്തകുഞ്ഞു പരമേശ്വരൻനായരുടെ മുഖത്തേക്കു നോക്കി കണ്ണു തെള്ളിച്ചിരുന്നു.

“അതെവിടുത്തെ നടപ്പാ? കൊറ്റിനാമോളെന്നു പറഞ്ഞാ അപ്പനപ്പൂ പ്പന്മാരുടെ കാലം തൊട്ടേ പൊലയരടേം കൊറവരടേം വെച്ചാശ്രയമുള്ള

സ്ഥലമാ. വല്യച്ഛൻ പറഞ്ഞിട്ടുള്ളത് അതു ഞങ്ങളുടെ പരമ്പര കുടിയിരിക്കുന്ന സ്ഥലമാന്നാ. ഇപ്പോഴും അവിടെ തിരിനനച്ചുവെപ്പും ഉച്ചാരപൂജയുമെല്ലാം നടത്താറുണ്ട്."

ചാത്തൻകുട്ടി പറഞ്ഞു:

"ഉച്ചാരപൂജയുടെ കാര്യമെല്ലാം കള. അതങ്ങുപതിപ്പിച്ചെടുത്താ പെണ്ണുങ്ങളെവിടെപ്പോയി ഇത്തിരി ചവററുക്കും? അതിനെക്കുറിച്ചു പറ."

കറുത്തകുഞ്ഞു ചൊടിച്ചു.

"എന്താ അതു കളയെന്ന്? അതങ്ങനെ കളയാനൊള്ള കാര്യമല്ല. നമ്മടെ വംശത്തിന്റെ കാര്യമാ."

കൊച്ചുകൃഷ്ണനും സമ്മതിച്ചു:

"കറുത്തകുഞ്ഞു പറഞ്ഞതു ശരിയാ. തലമുറകളായി നമ്മുടെ വിശ്വാസങ്ങളും ആചാരങ്ങളും ഒക്കെയായി ബന്ധപ്പെട്ട സ്ഥലങ്ങളെന്ന നിലയിൽ അതിനു പ്രത്യേക പ്രാധാന്യമുണ്ട്. മാത്രമല്ല, ഈ പറയുന്ന സ്ഥലമെല്ലാം പണ്ടുപണ്ടേ നാടിന്റെ പൊതുവകയായി കിടന്നതുമാണ്.

"അതങ്ങനെ പതിച്ചെടുക്കാൻ സമ്മതിക്കരുത്. അതിനു വേണ്ടതെന്താന്നുവെച്ചാ അതു ചെയ്യണം."

"പണ്ട് ഈ ഭൂമിയെല്ലാം അങ്ങനെ പൊതുവായി കിടന്നതാണ്. പിന്നെ ഓരോകാലത്ത് ഇങ്ങനെ കൈയടക്കിയതായിരിക്കും."

"ഇനി അങ്ങനെ കൈയടക്കാൻ വന്നാൽ സമ്മതിച്ചു കൊടുക്കണ്ട."

കുട്ടപ്പക്കുറുപ്പു ചോദിച്ചു:

"അതെല്ലാം കോയിക്കേന്നു ലേലത്തിൽ പിടിച്ചെന്നു പറേന്നതിന്റെ കാര്യമെന്തുവാ? അതങ്ങനെ ലേലം ചെയ്യാനൊക്കുന്ന സ്ഥലങ്ങളാണോ?"

"തഹശീർദാരെയും പാറോത്യാരെയും കണ്ട് ലേലത്തിൽ പിടിച്ചെന്നു വരുത്തിയതായിരിക്കും."

ചാത്തൻകുട്ടിക്കു വല്ലാത്ത അമർഷം തോന്നി.

"അപ്പഴിനി ഒരു ഊപ്പപോലും പിടിച്ചു തിന്നണ്ട."

പരമേശ്വരൻനായർ പറഞ്ഞു:

"ശരി. കുറക്കുടികളിലൊക്കെ നടന്നു പറയണം. നമ്മൾ കൂടെ നില്ക്കാം. അവരു വന്നു ചവററുക്കട്ടെ."

"അതിനു പെണ്ണുങ്ങളെ കണ്ടു വേണം പറയാൻ. പേടിക്കാതെ വന്നു ചവററുത്തോളാൻ പറയണം."

"ഓ, ശരി. പെണ്ണുങ്ങളെത്തന്നെ കണ്ടു പറയാം."

അപ്പോൾ തങ്കപ്പൻപിള്ളയ്ക്കൊരു സംശയം.

"ചവററുത്ത പെണ്ണുങ്ങളെ തല്ലിയതിനോ? അതിനുപകരം ചെയ്തില്ലങ്കിൽ പേടിച്ച് ഇനിയാരും ചവറ്റുകുറ്റികളിലേക്ക് എത്തിനോക്കത്തില്ല."

കുട്ടപ്പക്കുറുപ്പ് അഭിപ്രായപ്പെട്ടു—

"നമുക്കൊരു പ്രതിഷേധയോഗം കൂടണ്ടായോ"

വാസുനായർ പരിഹാസത്തോടെ പറഞ്ഞു—

"ഏയ്, ഐക്കര കുട്ടൻപിള്ള ആരാണ്ടു കുറത്തികളെ തല്ലിയതിന് എന്തോന്നു പ്രതിഷേധയോഗം? അവനെ പിടിച്ചു ചെവിക്കുറ്റിക്കു രണ്ടു കൊടുക്കണം. അതാവേണ്ടത്. അതു ഞാൻ ചെയ്തോളാം."

"അതു മാത്രമല്ല." കൊച്ചുകൃഷ്ണൻ പറഞ്ഞു:

"ഇന്നത്തെ സ്ഥിതിക്കു പൊതുയോഗം കൂടിയാൽ പൊലീസ് വന്നു വളഞ്ഞ് നമ്മളെ കൂട്ടത്തോടെ തപ്പാനും മതി. അതുകൊണ്ട് അതു വേണ്ട."

പിറ്റേദിവസം മുതൽ അവർ പുലക്കുടികളിലും കുറക്കുടികളിലും ചെന്ന് ആളുകളെ കണ്ടു സംസാരിച്ചു. എല്ലാവരും നിന്നു മൂളിക്കേട്ടു. മനസ്സിൽ അങ്കലാപ്പ്. അതനുസരിച്ച് പ്രവർത്തിച്ചാൽ എന്തായിവരും? ഏതായിവരും?

മകരം പിറന്നു. ഉഗ്രമായ വേനൽ. പുലിക്കുളത്തെ ചന്ദ്രശേഖരൻ വെയിലുകൊണ്ടു വെന്തു വിയർത്ത് പരമേശ്വരൻനായരെ തിരക്കിനടന്നു. കൊറ്റാർകാവിലെ ഊട്ടുപുരയിൽ വെച്ചാണു തമ്മിൽ കണ്ടത്.

"ഞാൻ രണ്ടുമൂന്നു ദിവസം കൊണ്ട് ചേട്ടനെ തിരക്കി നടക്കുന്നു."

"ഞാനറിഞ്ഞു പൊലീസിന്റെ തിരക്കമുള്ളതുകൊണ്ട് വീട്ടിൽ നിന്ന് ഒന്നൊഴിഞ്ഞുമാറി നടക്കുകയാണ്. അതുകൊണ്ടാ കാണാഞ്ഞത്."

അതുകേട്ടു ചന്ദ്രശേഖരൻ ചിരിച്ചു.

"നീയെന്താ ചിരിക്കുന്നത്?"

"ഒരു കാര്യമോർത്തപ്പോൾ ചിരിച്ചുപോയി."

"എന്തോന്നാ?"

"ചേട്ടനിങ്ങനെ വീട്ടിൽ കേറാതെ നടക്കുന്നത് വേറെ കാര്യം കൊണ്ടാണെന്നാ കുന്നത്തൂരെ പേരപ്പൻ പറയുന്നത്."

പരമേശ്വരൻനായരും ചിരിച്ചു.

"ഓഹോ, എന്തുകൊണ്ടാണെന്നാ മൂപ്പിലാൻ പറഞ്ഞത്?"

"രോഹിണിക്കുട്ടിയോടുള്ള വെറുപ്പുകൊണ്ടാണെന്ന്...."

അതുകേട്ടു വീണ്ടും പൊട്ടിച്ചിരിച്ചു. ചന്ദ്രശേഖരൻ പറഞ്ഞു:

"നാലഞ്ചുദിവസം മുമ്പ് കളയ്ക്കാട്ടുകേറിയിട്ട് മൂപ്പിലാൻ പുലിക്കുളത്തു വന്നിരുന്നു. അദ്ദേഹത്തിനു മകളുടെ കാര്യത്തിൽ വിഷമമുണ്ട്."

"എന്നിട്ടെന്താ മോളെയങ്ങു വിളിച്ചോണ്ടു പോവാത്തത്?"

"ഇനിയിപ്പോൾ അങ്ങനെ പറയുന്നതു ശരിയാണോ? പാവം, എത്ര നാളായി അവളവിടെ കാത്തുനില്ക്കുന്നു?"

"അതിനു ഞാനെന്തുവേണം? അങ്ങനെ കൊണ്ടുവന്നു നിർത്തിയേക്കാൻ ഞാൻ പറഞ്ഞോ? കാളച്ചന്തയിൽ കന്നുകാലിയെ കൊണ്ടുവന്നു നിർത്തിയിരിക്കുന്നതുപോലെ."

ചന്ദ്രശേഖരൻ അയാളുടെ മുഖത്തുനോക്കി തെല്ലുനേരം മൗനമായിരുന്നു. ഒടുവിൽ ശബ്ദമുയർത്തി ഗൗരവത്തോടെ പറഞ്ഞു:

"അതു ശരിയാണ്. അവളവിടെവന്നു നില്ക്കാൻ ചേട്ടൻ പറഞ്ഞില്ലായിരിക്കും. പക്ഷേ, സാധുക്കളായിപ്പോയതുകൊണ്ട് അങ്ങനെയങ്ങു

ചവിട്ടിത്തേക്കരുത്.”

പരമേശ്വരൻനായർ പെട്ടെന്നു നിശ്ശബ്ദനായി. അയാൾ താടിക്കു കൈയുംകൊടുത്ത് നിലത്തുനോക്കി കുനിഞ്ഞിരുന്നു. ചന്ദ്രശേഖരൻ പിന്നെയും പറഞ്ഞു:

“ഇപ്പോഴാണെങ്കിൽ മൂപ്പിലാനു തീരെ സുഖവുമില്ല. വർത്തമാനം പറയുമ്പോൾ കീഴ്മേലിരുന്നു വലിക്കുന്നതു കണ്ടാൽ മനുഷ്യൻ സഹിക്കത്തില്ല. ഈ തവണ വന്നപ്പോൾ കളയ്ക്കാട്ടെ അമ്മയോടു പറഞ്ഞു: ഇനി ഇതിങ്ങനെ നീട്ടിക്കൊണ്ടുപോയാൽ പന്തിയല്ല. അതുകൊണ്ട് രണ്ടിലൊന്നറിയണം. കാര്യനടപ്പില്ലേ അവളെയങ്ങു പറഞ്ഞയയ്ക്കണം. ഒന്നോർത്താൽ കാര്യം ശരിയല്ലേ?”

പരമേശ്വരൻനായർ മുഖമുയർത്തി വെളിയിലേക്കു നോക്കികൊണ്ടു പറഞ്ഞു:

“കാര്യം ശരിയാ. പക്ഷേ, അവർ സാധുക്കളായതുകൊണ്ടൊന്നുമല്ല.”

“പിന്നെ?”

“കുളനടയിലെ ബന്ധം ഒഴിഞ്ഞപ്പോൾ ഞാനൊരു തീരുമാനം എടുത്തതാണ്.”

“അതിലൊക്കെ എന്തെങ്കിലും അർത്ഥമുണ്ടോ? അങ്ങനെയൊന്നു സംഭവിച്ചെന്നുകരുതി ഇനിയുള്ളകാലം അങ്ങു സന്ന്യാസിയായി കഴിയാൻ പോകയാണോ?”

“സന്ന്യാസിയാകാനൊന്നുമല്ല.”

പിന്നെ കുറേനേരത്തേക്ക് ആരും ഒന്നും പറഞ്ഞില്ല. പരമേശ്വരൻനായർ നെറ്റിചുളിച്ച് ഗാഢമായി ആലോചിക്കുകയായിരുന്നു. അയാളുടെ മറുപടിക്കുവേണ്ടി ചന്ദ്രശേഖരൻ ക്ഷമയോടെ കാത്തിരുന്നു. ആ മുഖത്തെ വികാരഭേദങ്ങൾ ശ്രദ്ധിച്ചു. മനോഭാവമറിയാൻ ശ്രമിച്ചു. പക്ഷേ, ഒരു പിടിയും കിട്ടിയില്ല.

പതിനഞ്ച്

മഠത്തിലെ ഭാസ്കരൻനായരും കാഞ്ഞിരവിളയിലെ പുരുഷോത്തമക്കുറുപ്പും കൂടി ഊട്ടുപുരയിലേക്കു തിടുക്കത്തിൽ ഓടിവരുന്നതു കണ്ടപ്പോൾ പൊലീസ് ചന്തയിലെങ്ങാനും വന്ന വിവരം അറിയിക്കാനാണെന്നു പരമേശ്വരൻനായർക്കു തോന്നി. പുരുഷോത്തമക്കുറുപ്പ് കിതച്ചുകൊണ്ടു പറഞ്ഞു:

“ഇന്നു നീരാട്ടുവള്ളിച്ചാലിലെ മീൻപിടിയാ.”

“നിങ്ങളോടാരു പറഞ്ഞു?”

“ഒറ്റാലും വലയും ഒക്കെയായി വീശുകാരു ചന്തേന്നു തെക്കോട്ടു പോകുന്നതുകണ്ടു.”

“അതുശരി.” പരമേശ്വരൻനായർ എഴുന്നേറ്റു മുണ്ടുമടക്കിക്കുത്തി.

"നിങ്ങൾപോയി അച്ചുതൻനായരെയും വാസുനായരെയും വിവരമറിയിച്ചിട്ട് ചാലിനടുത്തേക്കു വാ."

ചന്ദ്രശേഖരനെക്കൂടി വിളിച്ചു.

"വാ, നമുക്കങ്ങോട്ടു പോകാം. എന്തോ വിവരമെന്നറിയാം."

അവർ കൊറ്റാർകാവിൽ നിന്നിറങ്ങി, ചന്തമുക്കിലെത്തിയപ്പോൾ വീശുവലയും തോളിൽവെച്ച് പാവുമ്പാക്കാരൻ മീരാൻകുഞ്ഞും കൂട്ടരും തെക്കോട്ടുപോകുന്നു. പരമേശ്വരൻനായർ കൈയടിച്ചു വിളിച്ചു:

"ഏയ്, മീരാൻകുഞ്ഞേ."

മീരാൻകുഞ്ഞു തിരിഞ്ഞുനോക്കി.

"അവിടൊന്ന് നില്ക്ക്."

അടുത്തുചെന്നു ചോദിച്ചു—

"ഇതെല്ലാംകൊണ്ട് നിങ്ങളെങ്ങോട്ടു പോകുന്നു?"

"ഇന്നു ചാലിലെ മീൻപിടിയാ മാളോരെ."

"ഓഹോ, അതിലെ മീൻപിടിക്കാൻ നിങ്ങൾ വന്നകാര്യം?"

"കോയിക്കേന്നു ഞങ്ങക്കു വിലയ്ക്കുതന്നു. എന്താ ചോദിച്ചത്?"

"എന്തായാലും മീൻപിടിക്കാൻവേണ്ടി ഇന്നങ്ങോട്ടു പോകണ്ടാ."

മീരാൻകുഞ്ഞ് വാപൊളിച്ച് പരമേശ്വരൻനായരുടെ മുഖത്തേക്കു നോക്കി.

"എന്താ സംഗതി?"

"അതിലെ മീൻപിടിച്ച് വില്ക്കാൻ ഞങ്ങൾ സമ്മതിക്കില്ല."

കാര്യമറിയാതെ മീരാൻകുഞ്ഞു പകച്ചുനിന്നു.

"അല്ലേ, ഇതെന്തുവാ ഇപ്പറയുന്നേ? നാളെ താമരക്കുളത്തു ചന്തയാ. ഇന്നു കുറേ പിടിച്ചാലേ നാളെ അവിടെക്കൊണ്ടുചെന്നു പത്തുപുത്തൻ വിറ്റെടുക്കാനൊക്കൂ."

"അതു നടപ്പുള്ള കാര്യമല്ല. നീരാട്ടുവള്ളിച്ചാലിലെ മീൻ വില്ക്കാനൊക്കുകില്ല. അതു നാട്ടുകാരിറങ്ങി അങ്ങു പിടിച്ചോളും."

മീരാൻകുഞ്ഞ് കാര്യം പിടികിട്ടിയതുപോലെ ചിരിച്ചു.

"അതൊക്കെ പണ്ടാരുന്നു. ഇയാണ്ടി കോയിക്കേന്നു ലേലം പിടിച്ചു ഞങ്ങക്കു തന്നിരിക്കുവാ."

പരമേശ്വരൻനായരുടെ മുഖം തുടുത്തു.

"അതൊന്നും ഇവിടെ കേൾക്കണ്ട. ഞങ്ങൾ പറയുന്നതു വകവെക്കാതെ താൻ മീൻപിടിക്കാനിറങ്ങിയാൽ സംഗതി വഷളാകും. അതു പറഞ്ഞേക്കാം."

ആ ധിക്കാരം പറച്ചിൽകേട്ട് മീരാൻകുഞ്ഞ് പരമേശ്വരൻനായരുടെ മുഖത്തേക്ക് വെറുപ്പോടെ തറപ്പിച്ചുനോക്കി. പരമേശ്വരൻനായർ വീണ്ടും ഓർമ്മപ്പെടുത്തി.

"എന്താ മീരാൻകുഞ്ഞിനു മനസ്സിലായില്ല്യോ? അതു കച്ചവടത്തിനുള്ളതല്ല. ആണ്ടും കാലവും നടന്നുവരുന്നതുപോലെ ഈ കൊല്ലവും

ഈ നാട്ടുകാർതന്നെയിറങ്ങി അതിലെ മീൻപിടിച്ച് കൂട്ടിക്കൊള്ളും. അതുകൊണ്ട് താൻ തന്റെ പാട്ടിനുപോ."

"ഞാൻ രൂപായെണ്ണിക്കൊടുത്തേച്ചു വെറുതെയങ്ങു പോയേച്ചാ മതിയോ?"

"രൂപാകൊടുത്തെങ്കിൽ കൊടുത്തവരോടു ചെന്നു തിരിച്ചു വാങ്ങിക്കോ."

മീരാൻകുഞ്ഞ് എന്തോ ആലോചിച്ചുകൊണ്ടുനിന്നു.

"താനെന്തോ തീരുമാനിച്ചു? അതറിയാനാ ഞാൻ വിളിച്ചത്."

"ഞാനെന്തോ തീരുമാനിക്കാനാ? മാളോരിഷ്ടംപോലെ ചെയ്യ്."

പരമേശ്വരൻനായർ ചന്ദ്രശേഖരനെ ചന്തയിൽ പറഞ്ഞയച്ച് കുട്ടപ്പക്കുറുപ്പിനെയും ഗോപാലനെയും കുഞ്ഞുപിള്ളയെയും വിളിപ്പിച്ചു. എല്ലാവരുംകൂടി പെട്ടെന്നു ചാലിനടുത്തെത്തി. അപ്പോൾ വീശുകാരുമായി മീരാൻകുഞ്ഞ് ചാലിന്റെ കരയിലുണ്ട്. എന്തു വേണമെന്നാലോചിച്ച് ചാലിലിറങ്ങാതെ തർക്കിച്ചു നില്ക്കുകയാണ്.

പരമേശ്വരൻനായർ കൈചൂണ്ടിക്കൊണ്ട് ഉറക്കെ വിളിച്ചു പറഞ്ഞു:

"തന്നോടു മര്യാദയ്ക്കു പറഞ്ഞു. അതു കേൾക്കാതെ ധിക്കാരം കാണിച്ചാൽ വല ഞങ്ങൾ ചവിട്ടിക്കീറും. നേരത്തെ കാര്യം പറഞ്ഞേക്കാം."

"ഞാനങ്ങനെ ധിക്കാരം കാണിക്കുന്നവനല്ല."

മീരാൻകുഞ്ഞു സൗമ്യത ഭാവിച്ചു.

"നമ്മളുതമ്മിൽ പിണങ്ങുന്നതെന്തിനാ? ഇനി എന്തെങ്കിലും കാര്യമുണ്ടായാലും മീരാൻകുഞ്ഞ് പിണങ്ങത്തില്ല. എന്റെ കൈയ്യീന്ന് രൂപാ എണ്ണിമേടിച്ചോരുണ്ടല്ലോ. ഞാനവരോടൊന്നു ചോദിക്കട്ടെ."

"ചെല്ല്, ചെന്ന് അങ്ങനെ വല്ലതും നോക്ക്."

എന്തോ നിശ്ചയിച്ചുറച്ചതുപോലെ മീരാൻകുഞ്ഞ് വലയും തോളിൽവെച്ച് നേരെ കോയിക്കലേക്കു പോയി.

ചാലിനു മീതെ മഞ്ഞവെയിൽ പരന്നൊഴുകി. കൈതപ്പൊന്തകളിൽനിന്ന് കുളക്കോഴികൾ വെളിയിലിറങ്ങി പാത്തും പതുങ്ങിയും നടന്നു.

പരമേശ്വരൻനായരും കൂട്ടുകാരും ചാലിന്റെ കരയിൽ കാത്തിരുന്നു. കോയിക്കൽനിന്ന് സന്നാഹങ്ങളോടെ ആരെങ്കിലും വരുമെന്നുകരുതി. അതിനിടയിൽ അച്ചുതൻനായരും പുരുഷോത്തമക്കുറുപ്പും എല്ലാംവന്നു. കുറേ വടിയും കല്ലും കട്ടയുമൊക്കെ ശേഖരിച്ചു. ചിലരുടെ കൈവശം മടക്കുപിച്ചാത്തിയുമുണ്ടായിരുന്നു.

കുട്ടപ്പക്കുറുപ്പിനെയും ഗോപാലനെയും കുടിയിടയിലേക്കു പറഞ്ഞയച്ചു. അവർ രാത്രിയിൽത്തന്നെ ആളുകളെ കണ്ടു പറഞ്ഞു. നാളെ നീരാട്ടുവള്ളിച്ചാലിൽ മീൻപിടുത്തമാണ്. വേണ്ടവരെല്ലാം രാവിലെ ഇറങ്ങി മീൻപിടിച്ചോളണം. നാളെത്തേടം കഴിഞ്ഞാൽ ഒരു ഊപ്പപോലും കാണുകയില്ല.

ആളുകൾക്ക് ഉത്സാഹമായി. രാത്രിയിൽത്തന്നെ ഓരോ വീട്ടുകാരും

പരണത്തും തട്ടുംപുറത്തും സൂക്ഷിച്ചിരുന്ന പഴയ ഒറ്റാലുകളെടുത്ത് കേടുപാടുകൾപോക്കി. വീശുവലയുടെ വിണ്ടുപോയ കണ്ണികൾ നെയ്തുചേർത്തു. പറിഞ്ഞുപോയ വലമണികൾക്കുപകരം വേറെ ഈയമണികൾ കൊരുത്തുകെട്ടി.

ചാലിലെ മീൻപിടുത്തം സംബന്ധിച്ച് കോയിക്കൽക്കാരുമായി എന്തോ തർക്കമുണ്ടെന്ന വാർത്തപരന്നു. കോയിക്കൽനിന്നു ചാലും കുളവുമെല്ലാം കുത്തകപിടിച്ചു കച്ചവടക്കാർക്കു നല്കിയിരിക്കയാണെന്നറിഞ്ഞപ്പോൾ ആളുകൾക്ക് രോഷംതോന്നി. അവർ രാത്രിയിൽചെന്നു ചാലിന്റെ കരയിൽ കാവലിരുന്നു. തണ്ടാശ്ശേരി രാഘവൻ നിലത്തു തോർത്തുവിരിച്ചു കിടന്നുറങ്ങി. ചെറുതിട്ട രാമൻനായർ വെറ്റിലമുറുക്കി തുപ്പിക്കൊണ്ട് വാസുനായരുമായി വർത്തമാനം പറഞ്ഞിരുന്നു.

ആകാശത്തു ചന്ദ്രൻനിന്നു വിളറിവിറങ്ങലിച്ചു. മങ്ങിയ നിലാവു പരന്നു.

പുകമഞ്ഞുവന്ന് വയലിനെയും ചാലിനെയും ചൂഴ്ന്നുനിന്നു.

ചാലിൽ മീനുകൾ കുത്തിമറിയുന്നതിന്റെ മനോഹരമായ ശബ്ദം കേട്ടു. ഇടയ്ക്കിടെ കൈതപ്പൊന്തകളിലിരുന്ന് കുളക്കോഴികൾ ചിലച്ചു.

രാവിലെ ഒറ്റാലും വലയുമായി നാട്ടുകാരെല്ലാം ചാലിന്റെ കരയിൽ കൂടി. കുടവും കുട്ടയും കോരുവലയുമായി പെണ്ണുങ്ങളും കുട്ടികളും വന്നെത്തി. ചാലിന്റെ കരയാകെ പുരുഷാരത്തെക്കൊണ്ടു നിറഞ്ഞു. അവർ ഒച്ചവെച്ചു സംസാരിച്ചു. കുട്ടികൾ തുള്ളിച്ചാടിനടന്നു. പെണ്ണുങ്ങൾ കൂടിനിന്നു വിശേഷങ്ങൾ പറഞ്ഞു. ആണുങ്ങൾ മുണ്ടഴിച്ചു കരയിൽവെച്ചിട്ട് കോണകത്തിനുമീതെ തോർത്തെടുത്തു ചുറ്റി.

കുട്ടികൾ വെള്ളത്തിന്റെ കുളിരുമാറുംമുമ്പ് കൂട്ടത്തോടെ ചാലിലേക്കു ചാടിയിറങ്ങി. വെള്ളത്തിൽകിടന്നു കുത്തിമറിയാൻ കിട്ടിയ അവസരം അവർ പാഴാക്കിയില്ല. എല്ലാവരുംകൂടി പായൽ വാരി കരയിലിട്ടു. ചാലിന്റെ നടുക്കുള്ള ചേറും വെള്ളവും കലക്കി മീനിനെ ഇളക്കിവിട്ടു. ചീഞ്ഞപായലിന്റെയും കലങ്ങിയ വെള്ളത്തിന്റെയും ഗന്ധം അന്തരീക്ഷത്തിൽ ചുറ്റിയടിച്ചു. ചെമ്പൻ പരുന്തുകൾ ആകാശത്തു ചിറകുവിരിച്ചു വട്ടമിട്ടു പറന്നു.

തങ്കപ്പൻപിള്ളയും വാസുനായരും രാഘവൻപിള്ളയും കരയ്ക്കുനിന്ന് ഇടംകൈയുടെ തണ്ടിൽ തൂങ്ങിക്കിടന്ന വലകൾ വെള്ളത്തിലേക്ക് ആഞ്ഞുവീശി. വീശു വട്ടം വലവിരിഞ്ഞുതാണു. പതുക്കെപ്പതുക്കെ ചരടുവലിച്ച് വലവലിച്ചുകയറ്റി.

പരമേശ്വരൻനായരും ശ്രീധരനും ഗംഗാധരനുമെല്ലാം ഒറ്റത്തോർത്തു ചുറ്റി താറുടുത്തുകൊണ്ട് അരയൊപ്പം വെള്ളത്തിലിറങ്ങി ഒറ്റാലൂന്നി. അവർ മുഴുത്ത വരാലിനെയും മുശിയെയും പിടിച്ചെടുത്ത് കരയിലേക്കെറിഞ്ഞു. കരയ്ക്കു നില്ക്കുന്നവർ അതു കുടങ്ങളിലും കൂടകളിലുമാക്കി.

സ്ത്രീകളും കുട്ടികളും വെള്ളത്തിലിറങ്ങി ആറ്റുകുറുവയെയും കരട്ടിയെയും തപ്പിപ്പിടിച്ചു. ചിലർ തോർത്തുകൊണ്ട് പരലരിച്ചു. തോർത്തിൽ

കുടുങ്ങിയ വയമ്പും പൂശവനും കരയിലേക്കുതട്ടി. അതു വാരിയെടുത്തു കൂടയിലാക്കി.

കുളക്കരയിൽനിന്നിരുന്ന ആൾക്കൂട്ടം ഉത്സാഹത്തോടെ ആ കാഴ്ച നോക്കിനിന്നു. അന്നു നീരാട്ടുവള്ളിച്ചാലിൽ ഉത്സവമായിരുന്നു.

മഹേശ്വരൻപിള്ള ഉത്സവം കലക്കാൻ ആളെയുംകൂട്ടി വരുന്ന വിവരം ഇങ്ങടുത്തെത്തിയപ്പോഴാണറിയുന്നത്. ഐക്കര കുട്ടൻപിള്ളയും അമ്പിയിൽ കൊമ്പനും നീലാണ്ടൻനായരും പാച്ചുപിള്ളയുമെല്ലാം ഉണ്ട്. കൂടെ കോയിക്കലെ ജോലിക്കാരും. വന്നവഴിതന്നെ മഹേശ്വരൻപിള്ള പുലഭ്യം വിളിച്ചു പറയാൻ തുടങ്ങി.

"ഏതു തന്തയില്ലാക്കഴിവേറിടാമോന്മാരാടാ, തെമ്മാടിത്തരം കാണിക്കുന്നത്? നീരാട്ടുവള്ളിച്ചാല് നിന്റെയൊക്കെ അമ്മ പൊറുത്തതാണോ?"

വല വലിച്ചുകൊണ്ടുനിന്ന വാസുനായർ നിവർന്നുനിന്നു.

"അതു ചോദിക്കാൻ നീരാട്ടുവള്ളിച്ചാല് നിന്റെ അമ്മ പൊറുത്തതാണോ?"

"ഛെ, എന്തുപറഞ്ഞെടാ പട്ടീ?"

മഹേശ്വരൻപിള്ള ചാലിലേക്കു ചാടിയിറങ്ങാൻ ഭാവിച്ചപ്പോൾ കൊമ്പൻ കേറിപ്പിടിച്ചു.

"കൊച്ചങ്ങുന്നു വെള്ളത്തിലോട്ടിറങ്ങണ്ട. അവന്മാരോടു ഞങ്ങളു ചോദിച്ചോളാം."

"അതു വേണ്ട. അവനെയിങ്ങു വിട്ടേയ്ക്ക്." മഹേശ്വരൻപിള്ളയുമായി ഏറ്റുമുട്ടാൻ വാസുനായർ തയ്യാറെടുത്തുനിന്നു.

ഒറ്റാലിൽ ഇടതുകൈ ഊന്നി നിന്നുകൊണ്ട് പരമേശ്വരൻനായർ ഉറക്കെപ്പറഞ്ഞു:

"എടോ, താൻ ഇനി അനാവശ്യം പറയരുത്."

"പറഞ്ഞാൽ നീയെന്തോ ചെയ്യും?"

"എന്നാൽ ഇനിയൊന്നു പറഞ്ഞുനോക്ക്. എന്തോ ചെയ്യുമെന്നു കാണിച്ചുതരാം."

ഒറ്റാലുമായി പരമേശ്വരൻനായർ കരയിലേയ്ക്കുചെന്നു. ആളുകൾകേറി നടുക്കുവീണു. നീലാണ്ടൻനായർ സമാധാനം പറയാൻ നോക്കി.

"അതുമിതും പറഞ്ഞു വഴക്കുകൂടണ്ടാ. നിങ്ങളെന്തുവാ ഇവിടീ നടത്തുന്നതെന്നു ചോദിച്ചേത്."

ചെറുതിട്ട രാമൻനായർ പറഞ്ഞു:

"അളിയൻ ന്യായം പറയാൻ വന്നതെങ്കിൽ, ആദ്യം കൂടെവന്നവരെ വർത്തമാനം പറയാൻ പഠിപ്പിക്കണം. അല്ലെങ്കിൽ മിണ്ടാതിരിക്കാൻ പറയണം."

മഹേശ്വരൻപിള്ള പറഞ്ഞു:

"എന്നെ ഒരുത്തനും ഒന്നും പഠിപ്പിക്കാൻ വരണ്ടാ."

നീലാണ്ടൻനായർ അയാളെ വിലക്കി.

“കുഞ്ഞ് ഒന്നടങ്ങിനിന്നാട്ടെ. ഞാൻ ചോദിക്കാം. നിങ്ങളാരോടു ചോദിച്ചോണ്ടാ ചാലിലിറങ്ങി മീൻപിടിക്കുന്നത്!”

“ആരോടാ ചോദിക്കേണ്ടത്?”

ഐക്കര കുട്ടൻപിള്ള ക്രോധം പ്രകടിപ്പിച്ചു.

“അപ്പോൾ ചോദിക്കാനും പറയാനും നാട്ടിൽ ആരും ഇല്ലാതായോ?”

നീലാണ്ടൻനായർ ശാന്തമായി പറഞ്ഞു:

“ഏയ്, പരമേശ്വരാ, ഇയാക്കറിഞ്ഞുകൂടാങ്കി ഞാൻ പറയാം. ചാലു കോയിക്കേന്നു ലേലംകൊണ്ടതാണ്.”

കരയോടടുത്തുനിന്ന കുഞ്ഞുപിള്ള ഉറക്കെ വിളിച്ചു പറഞ്ഞു.

“ഇങ്ങനെ ഭൂമിമുഴുക്കെ നിങ്ങളങ്ങു ലേലം കൊണ്ടാൽ ബാക്കിയുള്ളോരെങ്ങോട്ടു പോകും? പാവപ്പെട്ടവന്റെ ഊമാമുട്ടുമല്ലോ.”

അമ്പിയിൽ കൊമ്പൻ ചൊടിച്ചു.

“പാവപ്പെട്ടവനെ അങ്ങു സ്വർഗ്ഗത്തോട്ടെടുക്കും. ഓ, പാവങ്ങളെ ഗുണപ്പെടുത്താൻ നടക്കുന്നു....”

നീലാണ്ടൻനായർ പോംവഴി പറഞ്ഞു:

“ലേലംപിടിച്ചതിൽ പരാതിയുള്ളവർ ഗവൺമെന്റിൽ പറയണം. അതല്യോ അതിന്റെ ന്യായം? അല്ലാതിങ്ങനെ ആളുശേഖരവുമായിവന്ന് അതിക്രമം കാണിക്കുകയാണോ?”

വെള്ളത്തിൽനിന്നു കേറിവന്ന കുട്ടപ്പക്കുറുപ്പു പറഞ്ഞു:

“ഏയ്, നീലാണ്ടൻനായരുചേട്ടാ, നമ്മുടെ അപ്പനപ്പൂപ്പന്മാരുള്ള കാലം മുതലേ നാട്ടുകാരാ ഇതിലെ മീൻപിടിച്ചുകൂട്ടുന്നത്. പിന്നെ ഇപ്പൊമാത്രം ഒരു ലേലം കൊണ്ടുവന്നതിന്റെ ന്യായമെന്തുവാ?”

“അപ്പന്റെയും അപ്പൂപ്പന്റെയും കാര്യമൊന്നും ഇവിടെ പറയണ്ടാ. ഇപ്പോഴത്തെ കാര്യം വല്ലതും പറ. ഗവൺമെന്റീന്നാ കോയിക്കലേക്കു വിട്ടുകൊടുത്തത്.”

കരയ്ക്കുനിന്ന അച്ചുതൻനായർ തറപ്പിച്ചു പറഞ്ഞു:

“നിങ്ങളധികമൊന്നും പറയണ്ടാ. ആ വിട്ടുകൊടുപ്പ് ഞങ്ങളംഗീകരിക്കുന്നില്ല.”

“അംഗീകരിക്കുന്നില്ലെങ്കിൽ എല്ലാവരും അതിന്റെ ഫലം അറിയും.”

“അറിഞ്ഞോളാം.”

ആളുകൾ എന്തൊക്കെയൊ ഉറക്കെ വിളിച്ചു പറഞ്ഞു. ബഹളത്തിനിടയിൽ ഒന്നും കേൾക്കാൻ കഴിഞ്ഞില്ല.

വഴക്കുകേട്ടു മിനക്കെട്ടുനിന്നവരെ നോക്കി പരമേശ്വരൻനായർ ഒച്ചവെച്ചു.

“നിങ്ങളെന്തോന്നാ ഈ നോക്കിനിൽക്കുന്നത്? ഇതൊന്നും കേട്ടു വിരളാതെ നിങ്ങടെ കാര്യം നോക്ക്.”

മഹേശ്വരൻപിള്ള അലറിവിളിച്ചു.

“ഒറ്റഒരുത്തൻ ചാലിലിറങ്ങിയേക്കരുത്. ഇറങ്ങിയാൽ നിന്റെയൊക്കെ അമ്മേടെ....ചവിട്ടിക്കീറും.”

ആളുകൾ ക്ഷോഭിച്ചിളകി. ആകെ ബഹളം. ആരൊക്കെയോ കൈയോങ്ങിക്കൊണ്ടു ചാടിച്ചെന്നു. തങ്കപ്പൻപിള്ള വിളികൂട്ടി.

"അടിയവനെ. ആ പട്ടിയെ"

ചെറുതിട്ട രാമൻനായരും അച്ച്യുതൻനായരും തടസ്സംപിടിച്ചു. രാമൻ നായർ നീലാണ്ടൻനായരോടു പറഞ്ഞു:

"അയാളെ അങ്ങു പിടിച്ചോണ്ടുപോ അളിയാ. അല്ലെങ്കിൽ ഇനി ഇവിടെ വല്ലതും നടക്കും."

കൊമ്പൻ മഹേശ്വരൻപിള്ളയെ പിടിച്ചുവലിച്ചു.

"കൊച്ചങ്ങുന്നിങ്ങോട്ടുവാ. ചോദിക്കാനും പറയാനും നാട്ടിൽ ആളുണ്ടോന്നറിയട്ടെ."

അവർ തിരിഞ്ഞുനടക്കുമ്പോൾ കുളക്കരയിൽ കൂടിനിന്നവർ ഉറക്കെ കൂക്കിവിളിച്ചു. അങ്ങനെ ആ പിരിമുറുക്കത്തിന് അവർ അയവുണ്ടാക്കി.

വീണ്ടും മീൻപിടുത്തം തുടങ്ങി. നഗ്നനായസൂര്യൻ ആകാശത്തു കത്തിജ്വലിച്ചു. പരുന്തുകൾ ചാലിന്റെകരയിലുള്ള മാവിന്റെയും ആഞ്ഞിലിയുടെയും ഉയർന്ന ശിഖരങ്ങളിൽചെന്നു കഴുത്തും നീട്ടിയിരുന്നു. അവ കൂടെക്കൂടെ കരഞ്ഞുവിളിച്ചു. തങ്കപ്പൻപിള്ള ഒറ്റാലിൽ കുടുങ്ങിയ ഒരു പോക്കാച്ചിത്തവളയെ കാലിൽപ്പിടിച്ചു കരയിലേക്കു വലിച്ചെറിഞ്ഞു. അതു നിലത്ത് വീഴുംമുമ്പ് ഒരു പരുന്തു റാഞ്ചിക്കൊണ്ടു പറന്നു. പരുന്തിന്റെ മൂർച്ചയേറിയ കാൽനഖങ്ങളിൽ കൊരുത്തുകിടന്നുകൊണ്ടു തവള ദൈന്യത്തോടെ നീട്ടിനീട്ടിക്കരഞ്ഞു.

വെയിലിന്റെ ചൂടുകുറഞ്ഞു. ആളുകൾ മീൻപിടിച്ചു തളർന്നു. തണുത്തവെള്ളത്തിൽ അവർ കുളുന്നുവിറച്ചു.

കുടങ്ങളിലെയും കൂടകളിലെയും മീൻ താഴെതട്ടിയിട്ടു. ചുമടു കണക്കിനുണ്ടായിരുന്നു. വരാലും മുശിയും താഴെക്കിടന്നു പുളഞ്ഞു. കരട്ടികൾ തുടിച്ചുമറിഞ്ഞു. തങ്കപ്പൻപിള്ളയും പരമേശ്വരൻനായരുംകൂടി മീൻ പങ്കുവെച്ചു. കുളക്കരയിൽ കൂടിയവരെല്ലാം അവരവരുടെ വീതവുംകൊണ്ട് വീടുകളിലേക്കുപോയി.

കുളമീൻ നിറച്ച ഓലാൻകുട്ടയും തൂക്കി വാസുനായർ ആറ്റുതീരത്തുകൂടി കിഴക്കോട്ടു നടന്നു. ആറ്റിൽ വെള്ളംവറ്റി അങ്ങിങ്ങു മണൽതിട്ടകൾ തെളിഞ്ഞിട്ടുണ്ട്. തിട്ടുകൾക്കിടയിലെ ഒരു കുഴിയിൽ നിന്ന് ശാരദ മുങ്ങിക്കുളിക്കുന്നതുകണ്ട് അയാൾ മുങ്ങി ഒരു ചൂളമടിച്ചു. അവൾ പെട്ടെന്ന് കഴുത്തറ്റം വെള്ളത്തിൽ നഗ്നതമറച്ചു. അയാൾ വിളിച്ചുപറഞ്ഞു:

"ഒന്നുവേഗം കുളിച്ചു കേറിവാ."

കവിളിൽ നിറച്ചിരുന്ന വെള്ളം നീട്ടിത്തുപ്പിക്കൊണ്ട് അവൾ ചോദിച്ചു:

"മ്, എന്തിനാ?"

അയാൾ പുഞ്ചിരിതൂകിക്കൊണ്ട് ഓലാൻകുട്ട ഉയർത്തിക്കാണിച്ചു.

"നീരാട്ടുവള്ളിച്ചാലിലെ മീൻ. ഇതൊന്നുവെട്ടി കൂട്ടാൻ വെക്കണം."

അവൾ ചിരിച്ചുകൊണ്ട് തലകുലുക്കി.

അയാൾ തന്നിലേക്കുതന്നെ കണ്ണുംനട്ടു നില്ക്കുന്നതുകണ്ടു അവൾ ലജ്ജയോടെ പറഞ്ഞു:

“എന്നാൽ പോ. ഞാനൊന്നു കുളിച്ചുകേറട്ടെ.”

അയാൾ മൂളിപ്പാട്ടുംപാടി ആറ്റുകടവിലേക്കു നടന്നു.

അവൾ പെട്ടെന്നു കുളികഴിഞ്ഞ് തലമുടിപോലും ചിക്കിയിടാതെ ഈറനോടെ കയറിവന്ന്, ഓലാൻ കുട്ടയെടുത്തു താഴെതട്ടി. നിലത്തു കിടന്നു പുളയുന്ന വരാലിനെയും മുശിയെയും കണ്ട് അതിശയംകൂറി.

അന്ന് ആറ്റുകടവിലായിരുന്നു വാസുനായരുടെ അത്താഴം.

പതിനാറ്

പിറ്റേദിവസം നാട്ടിൽ അടക്കിപ്പിടിച്ച നിശ്ശബ്ദത. കൊച്ചുകൃഷ്ണൻ അച്ചുതൻനായരോടും വാസുനായരോടും തലേന്നത്തെ മീൻ പിടുത്തത്തെക്കുറിച്ച് സംസാരിച്ചുകൊണ്ട് പുലിക്കുളത്തു ചന്ദ്രശേഖരന്റെ വീട്ടിലിരിക്കുമ്പോൾ വീടിന്റെ തെക്കുവശത്തെ റോഡിൽ കൂടി മുമ്പും പുറകുമായി ഒരു കാറും ഒരു പൊലീസ് വാനും ഇരമ്പിപ്പാഞ്ഞുപോയി. ചന്ദ്രശേഖരൻ വെളിയിലിറങ്ങിനോക്കി. വാൻ നിറയെ പൊലീസുണ്ട്.

മീൻപിടുത്തക്കാരെ തിരക്കി പൊലീസെത്തിക്കഴിഞ്ഞു. ചന്ദ്രശേഖരൻചെന്ന് ആരെയോ വിളിച്ചുപറഞ്ഞയച്ചു. ചന്തയിൽച്ചെന്നു പൊലീസിന്റെ നീക്കങ്ങളറിഞ്ഞു വരണം. ആരെയെങ്കിലും കണ്ടാൽ പൊലീസ് വന്ന വിവരം പറഞ്ഞേക്കണം. പെട്ടെന്ന് തിരിച്ചുവരികയുംവേണം. ആൾ തിരിച്ചുവരുന്നതുംനോക്കി അവർ കാത്തിരുന്നു. നേരമേറെച്ചെന്നിട്ടും തിരിച്ചെത്തിയില്ല. ഒടുവിൽ കൊച്ചുകൃഷ്ണൻ പറഞ്ഞു:

“പൊലീസുകാർ വീടുകേറിത്തുടങ്ങുന്നതിനു മുമ്പ് നമ്മുടെ ആളുകളെ വിവരം അറിയിക്കണം.”

വാസുനായർ പോയി പുരുഷോത്തമക്കുറുപ്പിനെ വിളിച്ചുകൊണ്ടുവന്നു. കുഞ്ഞുപിള്ളയെയും ഗോപാലനെയും പരമേശ്വരൻനായരെയും എല്ലാം കണ്ടു വിവരം പറയാൻ ഏർപ്പാടുചെയ്തു. പൊലീസ് വന്നിട്ടുണ്ട്. പിടികൊടുക്കാതെ എങ്ങനെയും അണയുടെ വടക്കുവശത്തെത്തണം.

ചന്ദ്രശേഖരനൊഴികെയുള്ളവർ അവിടെനിന്നിറങ്ങി, അണയുടെ അടുത്തെത്തി. ചെറുപുന്നയുടെ ചുവട്ടിൽച്ചെന്നു സംസാരിച്ചുകൊണ്ടിരുന്നു.

കുട്ടപ്പക്കുറുപ്പും പരമേശ്വരൻനായരുംകൂടി പടിഞ്ഞാറുനിന്നുവന്നു. കുട്ടപ്പക്കുറുപ്പിന്റെ മുഖത്തു നേരിയ അമ്പരപ്പ്.

“പൊലീസ് കോയിക്കലോട്ടു പോയിരിക്കുവാ. കാറും വാനുമെല്ലാം കോയിക്കൽ കിഴക്കുവശത്തു കിടക്കുന്നു.”

വാസുനായർ പകുതി ഗൗരവത്തിലും പകുതി തമാശയായും പറഞ്ഞു:

"കരുതിയിരുന്നോ. അവന്മാർ ഈ തവണ ആരെയെങ്കിലും തപ്പാതെ പോകത്തില്ല."

പരമേശ്വരൻനായർ അറിയിച്ചു.

"തങ്കപ്പൻപിള്ളയെ തിരക്കിയിട്ടുകണ്ടില്ല. അളിയൻ മീൻപിടുത്തവും കഴിഞ്ഞു പടിഞ്ഞാറു സംബന്ധവീട്ടിൽ പോയിരിക്കുവാ."

"ഇനി അറിയാതെ വലിഞ്ഞുകേറിവന്ന് പൊലീസുകാരുടെ വായിൽ ചാടുമോ എന്തോ?"

അപ്പോഴേക്കും കുഞ്ഞുപിള്ളയും ഗോപാലനും വന്നുചേർന്നു. എല്ലാവരും കൂടി വട്ടമിട്ടിരുന്ന് കാര്യങ്ങൾ ചർച്ചചെയ്തു. ആരും പിടികൊടുക്കരുത്. നാട്ടിൽനിന്നു പേടിച്ചു പോവുകയും അരുത്. മറ്റുള്ളവരെക്കൂടി വിവരം അറിയിച്ചിട്ട് സന്ധ്യയ്ക്ക് അണയുടെ അടുത്തുതന്നെ കൂടണം. ബാക്കിക്കാര്യങ്ങൾ അപ്പോൾ തീരുമാനിക്കാം. കൊച്ചുകൃഷ്ണനും പരമേശ്വരൻനായരും അച്ചുതൻനായരും ഒഴികെയുള്ളവർ പിരിഞ്ഞുപോയി. അവർ മൂവരുംചേർന്ന് വീണ്ടും ആലോചന നടത്തി.

എന്തോ ചിന്തിച്ചിരുന്നിട്ട് കൊച്ചുകൃഷ്ണൻ പറഞ്ഞു:

"ഈ സംഭവവികാസങ്ങൾ ഇനി പാർട്ടിയെ അറിയിക്കണം. അതിനെന്താവഴി?"

പരമേശ്വരൻനായർ ചോദിച്ചു:

"പാർട്ടിക്കാരെ എവിടെപ്പോയിക്കാണും?"

"താമരക്കുളത്തു ചാമവിളയിൽ ചെന്നാൽ തമ്പിസാറുമായി ബന്ധം കിട്ടും. പരിചയമുള്ളവരാരെങ്കിലും പോകണം."

അച്ചുതൻനായരുടെനേരെ തിരിഞ്ഞു ചോദിച്ചു:

"സഖാവിനു പോകാമോ?"

"ഓഹോ, ഞാൻ പോകാം."

"എല്ലാം വിശദമായി പറയണം. കഴിയുമെങ്കിൽ അവരെയാരെയെങ്കിലും ഇങ്ങോട്ടുകൂട്ടിക്കൊണ്ടുവരണം. എന്തായാലും സഖാവ് രാത്രിയിൽത്തന്നെ മടങ്ങിയെത്തണം."

"രാത്രിയിൽ നിങ്ങളെവിടെ കാണും?"

"ഞങ്ങൾ കൊറ്റാർകാവിലെ ആൽത്തറയിൽ കാത്തിരിക്കാം."

"അതു വേണ്ടാ. അവിടെ പൊലീസിന്റെ നോട്ടം കാണും."

"ശരിയാണ്. അതിനകം പൊലീസ് മടങ്ങിപ്പോകുമെന്നുറപ്പിക്കണ്ട."

ഒരു നിമിഷം ആലോചിച്ചിട്ട് പരമേശ്വരൻനായർ പറഞ്ഞു:

"എന്നാൽ നടേപടീറ്റതിൽ ഇരിക്കാം."

"ശരി. ഞാൻ പോയിട്ടുവരാം."

അച്ചുതൻനായർ അണയുടെ അടുത്തുനിന്നു പടിഞ്ഞാട്ടുനടന്നു. നല്ല വിശപ്പുതോന്നി. താമരക്കുളത്തേക്കു തിരിക്കുംമുമ്പ് വീട്ടിൽ കയറി എന്തെങ്കിലും ആഹാരം കഴിക്കാമെന്ന് കരുതി. ജാനകിക്കുട്ടി കുഞ്ഞിനെയും തോളിലിട്ട് അയാൾ ചെല്ലുന്നതുനോക്കി മുറ്റത്തിറങ്ങി നിന്നിരുന്നു. ആളിനെ അടുത്തുകണ്ടപ്പോൾ അവൾ പരിഭവം പറഞ്ഞു:

"ഇതുവരെ എവിടെപ്പോയിരുന്നു? രാവിലത്തെ കഞ്ഞി ആറിത്തണുത്തു. ഇനിയതു കുടിക്കാൻ കൊള്ളാമോ?"

"ഞാൻ കുടിച്ചോളാം. നീയതിങ്ങു വിളമ്പിത്താ."

അവൾ കുഞ്ഞിനെ തൊട്ടിലിൽ കിടത്തിയിട്ട് കഞ്ഞിവിളമ്പിക്കൊടുത്തു. കൂടെ ചീനിപുഴുങ്ങിയത്.

"കുളമീൻ കൂട്ടാൻവെച്ചതു ശകലം കൊണ്ടുവരട്ടെ."

"ഓ."

നീരാട്ടുവള്ളിച്ചാലിലെ മീൻകറിവെച്ചതുംകൂട്ടി പുഴുങ്ങിയചീനി തിന്നു. കഞ്ഞികുടിച്ചുകൊണ്ടിരിക്കുമ്പോൾ തൊട്ടിലിൽ കുഞ്ഞുണർന്നു കരഞ്ഞു. ജാനകിക്കുട്ടിചെന്നു താരാട്ടിയിട്ടും അതു കരച്ചിൽ നിറുത്തിയില്ല. തോളിലിട്ടു വാവാറ്റി. കരച്ചിലടങ്ങുന്നില്ല.

അവൾ കുഞ്ഞിന്റെ നെറ്റിയിൽ കൈവെച്ചു നോക്കിയിട്ടു പറഞ്ഞു:

"ഇന്നലെ മുതലേ ഇവളുടെ ശരീരത്തിന് ഒരു ചൂട്. ഇപ്പോൾ തൊട്ടു നോക്കിയിട്ടു ശരീരം പൊള്ളുന്നു. കഞ്ഞികുടിച്ചേച്ചുവാ. നമുക്കിവളെ വൈദ്യശാലയിലൊന്നു കൊണ്ടുചെന്നു കാണിക്കാം."

"സാരമില്ല. വിരയുടെ ശല്യമായിരിക്കും. ഞാൻ വരുന്ന വഴി മരുന്നുമേടിച്ചോണ്ടുവരാം."

മറ്റെന്തോ ഓർത്തിട്ടെന്നപോലെ വീണ്ടും പറഞ്ഞു:

"അല്ലെങ്കിൽ വെയിലാറിയിട്ട് നീ തന്നെ വൈദ്യശാലയിലോട്ടു കൊണ്ടുപോയി കാണിച്ചാൽമതി."

"നമ്മെളെങ്ങോട്ടുപോകുന്നു?"

"എനിക്കു കുറേ കിഴക്കുവരെ ഒന്നു പോകണം. ചിലപ്പോൾ കുറേ ഇരുട്ടിയേട്ടേ വരൂ."

"എന്തോ പറഞ്ഞാലും ഇങ്ങനാ. അവിടെപോണം ഇവിടെ പോണം വീട്ടിലെ ഒരു കാര്യത്തിനും നേരമില്ല."

"ഇതു മാറ്റിവെക്കാനൊക്കുന്ന കാര്യമല്ല."

കുഞ്ഞിന്റെ നിർത്തില്ലാത്ത കരച്ചിൽ.

അച്ചുതൻനായർക്ക് കഞ്ഞിയിറങ്ങിയില്ല. അയാളുടെ വിശപ്പു ചത്തു. എഴുന്നേറ്റു കൈകഴുകിയിട്ട് മുറ്റത്തിറങ്ങിനിന്നു നാലുപാടും ഒന്നുനോക്കി. നേരെ വടക്കോട്ടിറങ്ങി ആഞ്ഞുവലിഞ്ഞുനടന്നു. കുഞ്ഞിന്റെ കരച്ചിൽ അയാളെ പിന്തുടരുന്നു എന്നുതോന്നി. ജാനകിക്കുട്ടി പറഞ്ഞതുപോലെ അവൾക്കെന്തെങ്കിലും അസുഖമാണോ? ചൂടു കൂടുതലാണോ? ആ നെറ്റിയിൽ ഒന്നു കൈവെച്ചു നോക്കാൻ വിട്ടുപോയല്ലോ....

കൊച്ചുകൃഷ്ണനും പരമേശ്വരൻനായർക്കും നല്ല വിശപ്പുതോന്നിയെങ്കിലും അപ്പോൾ വീട്ടിലേക്കു പോകേണ്ടെന്നു തീരുമാനിച്ചു. വയലരികിൽനിന്ന് തൈത്തെങ്ങിൽ ഓരോ കരിക്കിട്ടു കുടിച്ചുകൊണ്ട് അവർ മരച്ചുവട്ടിൽ കാറ്റുംകൊണ്ടുകിടന്നു. അതിനിടയിൽ മനസ്സിലുദിച്ച ആശയങ്ങൾ രണ്ടുപേരും കൈമാറി. പൊലീസിനെ വരുത്തി ആളുകളെ ഭീഷണിപ്പെടുത്തുന്നതിനെതിരെ ശക്തിയായ പ്രധിഷേധമുയരണം....എല്ലാം

തീരുമാനിക്കുന്നത് അച്ചുതൻനായർ മടങ്ങിവന്നിട്ട്....

കുഞ്ഞുപിള്ള അണയുടെ അടുത്തുനിന്നുപോയി വീട്ടിലൊന്നു കേറിയിട്ടു നേരെ കടമ്പാട്ടുചെന്നു. രാഘവൻപിള്ളയും കമലമ്മയുംകൂടി കുഞ്ഞിനെ കളിപ്പിച്ചുകൊണ്ടിരിക്കുന്നു. കുഞ്ഞുപിള്ള ഒന്നറച്ചുനിന്നിട്ട് രാഘവൻപിള്ളയോടു പറഞ്ഞു:

“പൊലീസുകാര് വന്നിട്ടുണ്ട്. നമ്മളെങ്ങോട്ടെങ്കിലും ഒഴിഞ്ഞുമാറി നില്ക്കുന്നതാ നല്ലത്.”

രാഘവൻപിള്ള അതു നിസ്സാരമാക്കിത്തള്ളി. “അതിനു നമ്മളേ താണ്ടു കുറ്റം ചെയ്തോ? അവരു വരുന്നെങ്കിൽ വന്നിട്ടുപോകട്ടെ.”

“അങ്ങനെ വിചാരിക്കുന്നത് അബദ്ധമാ. അവരുവന്നു കൂടെ ചെല്ലാൻ പറഞ്ഞാലോ? എല്ലാവരും അണയുടെ അടുത്തുണ്ട്. നമുക്കങ്ങോട്ടു പോകാം.”

മനസ്സില്ലാമനസ്സോടെന്നവണ്ണം രാഘവൻപിള്ള അവിടെ നിന്നെഴുന്നേറ്റ് ഉടുപ്പെടുത്തിട്ടു. രണ്ടുപേരുംകൂടി വടക്കേവഴിയിലെത്തിയപ്പോൾ കിഴക്കുനിന്ന് ഒരുസംഘം പൊലീസുവരുന്നു. അതു ഗൗനിക്കാത്തമട്ടിൽ വടക്കോട്ടുനടന്നു. അവരെക്കണ്ടു പൊലീസ് ഓടിപ്പാഞ്ഞുചെന്നു. രണ്ടുപേരും വാണംവിട്ടതുപോലെ വടക്കോട്ടോടി. പുറകെ പൊലീസുകാരും. വിളഞ്ഞുകിടന്ന നെല്ലിനിടയിൽക്കൂടി, ചെളിയിലൂടെയും ചേറ്റിലൂടെയും ഓടിയകന്നപ്പോൾ പൊലീസ് പിന്തിരിയുമെന്നാണു കരുതിയത്. പക്ഷേ, പൊലീസും വാശിയോടെ പിന്തുടരുകയായിരുന്നു. ഒടുവിൽ അവർ വയലിന്റെ വടക്കേക്കരക്കേറി, കാട്ടുപൊന്തകളും കയ്യാലകളും ചാടി എവിടെയോ മറഞ്ഞുകളഞ്ഞു.

ആ വിവരമൊന്നും അറിയാതെ ശ്രീധരൻനായരും ഗോപാലനുംകൂടി വയലുവഴി പടിഞ്ഞാട്ടു നടക്കുമ്പോൾ നേരം അന്തിമയങ്ങിയിരുന്നു. പോക്കുവെയിൽതട്ടി അവരുടെ കണ്ണഞ്ചിപ്പോയി. പടിഞ്ഞാറുനിന്ന് ആരൊ കൈലിയുമുടുത്തു വരുന്നതുപോലെ.

ഗോപാലൻ കണ്ണുതുറിച്ചുനോക്കി. വെയിലിന്റെ തിളക്കംകൊണ്ട് ഒന്നും മനസ്സിലായില്ല. പടിഞ്ഞാട്ടുനടക്കുമ്പോൾ തെക്കെക്കരയിലെ മാടത്തിനു മുന്നിൽനിന്നും ഒരു കിടാത്തി വിളിച്ചു പറഞ്ഞു:

“അങ്ങോട്ടു പോകല്ലേ. പൊലീസുകാരാ വരുന്നത്.”

അവർ കൈപ്പത്തികൊണ്ടു വെയിൽ മറച്ചുപിടിച്ചു പടിഞ്ഞാട്ടു നോക്കി. ശരിതന്നെ. പൊലീസാണ്. പെട്ടെന്ന് വയലിന്റെ തെക്കേക്കരകയറി. ഇടവഴിയിലൂടെ നടന്നുപോകുമ്പോൾ കയ്യാലയുടെ മറവിൽനിന്ന് ആരൊ വിളിച്ചു.

“അവിടെ നിന്നോ.”

കുട്ടപ്പക്കുറുപ്പാണ്. അയാളുടെമുഖം ചുവക്കുകയും കണ്ണുകലങ്ങുകയും ചെയ്തിട്ടുണ്ട്. വികാരം ഒതുക്കിക്കൊണ്ടു കുറുപ്പു പറഞ്ഞു:

“പൊലീസുകാരു വീട്ടിച്ചെന്ന് അച്ഛനെ പിടിച്ചുതല്ലി.”

"എപ്പോഴാരുന്നു."

"കുറച്ചുമുമ്പ്, ഞാനൊന്നുമറിയാതെ അങ്ങോട്ടു ചെല്ലുകയായിരുന്നു. കിഴക്കേ വഴിയിലെത്തിയപ്പോൾ ചുറ്റും പൊലീസ്. അച്ഛൻ പുരയിടത്തിൽ അങ്ങു തെക്കുനിന്നേത് പൊലീസുകാരെ കണ്ട് ഓടി. അവരോടിച്ചിട്ടുപിടിച്ചു."

"ഒരുപാടുപദ്രവിച്ചോ?"

"കണ്ടമാനം തല്ലി. പൊലീസുകാരുപോയിട്ടും എനിക്കങ്ങോട്ടുപോകാൻ തോന്നിയില്ല."

"എന്തായാലും ഇനിയിപ്പോഴങ്ങോട്ടുപോകണ്ട."

കുട്ടപ്പക്കുറുപ്പിനെ സമാധാനപ്പെടുത്തിക്കൊണ്ട് അവർ പടിഞ്ഞാറു മണലിക്കൽ ചാലുംകടന്ന് ചത്തിയറപുഞ്ചയുടെ തീരത്തുകൂടി അണയുടെ വടക്കുവശത്തെത്തി.

അവിടുന്നും ഇവിടുന്നും കൂട്ടുകാരെല്ലാം അവിടെ കൂടിയിട്ടുണ്ടായിരുന്നു. കേട്ടറിഞ്ഞ വിവരങ്ങൾ പരസ്പരം പറഞ്ഞു— പാലവിളയിൽ ചെന്നു കുഞ്ഞുപിള്ളയുടെ അമ്മയെയും പെങ്ങളെയും തല്ലി. കളയ്ക്കാട്ടെ മൂപ്പിലാനെ പിടിച്ചുനിർത്തി ഇടിച്ചു. മുറിക്കകത്തു പാഞ്ഞുകയറി രോഹിണിക്കുട്ടിയുമായി പിടിവലി നടത്തി. വലിയമ്മ ഒച്ചവെച്ചു ബഹളമുണ്ടാക്കിയപ്പോൾ പുഴുത്ത തെറി വിളിച്ചുപറഞ്ഞു.

കുറേനേരത്തേക്ക് എല്ലാവരും വാപൂട്ടി ഇരുന്നു. മറ്റുള്ളവരെ എങ്ങനെ സമാധാനപ്പെടുത്തണമെന്ന് ആർക്കും തോന്നിയില്ല.

കോയിക്കലെ വേലക്കാരൻ ചാത്തൻകുട്ടി പാത്തും പതുങ്ങിയും അണയുടെ അടുത്തുവന്നു വിവരമറിയിച്ചു. വീടുകളിലെല്ലാം ചുറ്റിക്കറങ്ങിയിട്ട് പൊലീസുകാർ കോയിക്കൽ തിരിച്ചെത്തിയിട്ടുണ്ട്. ആരെയും പിടികിട്ടിയില്ല. അവിടെ ചെമ്പിലും വാർപ്പിലുമെല്ലാം സദ്യയൊരുക്കുന്നു. അതുകഴിഞ്ഞിട്ട് എന്താണ് ഭാവമെന്നറിഞ്ഞുകൂട. ഇനി പിന്നെ വന്ന് വിവരം പറയാം.

ചാത്തൻകുട്ടി തിരികെപ്പോയി. പൊലീസുകാർ അന്നവിടെ ക്യാമ്പു ചെയ്യാനാണുദ്ദേശ്യമെന്നൂഹിച്ചു.

എന്തായാലും അടുത്തദിവസം മാത്രമേ ഇനി തിരച്ചിലുണ്ടാകു എന്നു കരുതി കുഞ്ഞുപിള്ള പറഞ്ഞു:

"അഥവാ ഇനി രാത്രി ആക്രമണത്തിന് വരികയാണെങ്കിൽ നമുക്കുനേരെ കോയിക്കൽ ചെന്ന് പുരയ്ക്കു തീയിടണം."

കുട്ടപ്പക്കുറുപ്പ് ചോദിച്ചു.

"തീ വെക്കാനാണെന്നു പറഞ്ഞ് അവിടെ പൊലീസിന്റെ വായിൽച്ചെന്ന് ചാടാനോ?"

"അതല്ല, രാത്രി അവരവിടെനിന്നിറങ്ങി നമ്മുടെ വീടുകളിൽ വന്ന് ശല്യം ചെയ്താലത്തെ കാര്യമാ പറയുന്നത്."

വാസുനായർ ഓർമ്മപ്പെടുത്തി.

"പൊലീസിന് സദ്യയൊരുക്കുന്നതു വീട്ടിൽക്കിടത്തി ഉറക്കാനല്ല. ശാപ്പാടും കഴിഞ്ഞ് അവർ നമ്മളെ തിരക്കിയിറങ്ങുമെന്നാണ് എനിക്കു തോന്നുന്നത്."

അതുശരിയാണെന്ന് കൊച്ചുകൃഷ്ണനനും തോന്നി.

"ഇന്നാരും വീട്ടിൽ തങ്ങണ്ടാ. വീട്ടിൽ ചെന്ന് വല്ലോം കഴിച്ചോണ്ട് വിരളിശ്ശേരി മലനടയിൽ കൂടാം."

"നമുക്കും വേണം ഒരു കരുതലൊക്കെ."

"അതുവേണം. പക്ഷേ, നമ്മൾ ധരിക്കുന്നതുപോലുള്ള കാര്യമൊന്നുമില്ല. പൊലീസുമായി ഒരേറ്റുമുട്ടലുണ്ടായി എന്നിരിക്കട്ടെ. ആദ്യത്തെ കൈക്ക് അവർ തറപറ്റും. ഒരു വിശ്വാസത്തിനുവേണ്ടി എന്തും നേരിടാൻ തയ്യാറായി നടക്കുന്നവരായതുകൊണ്ട് നമ്മൾ അവസാനംവരെ പിടിച്ചുനില്ക്കും."

"അതുശരി. പക്ഷേ, ആക്രമണത്തിന് വന്നാൽ കൈയിലെന്തെങ്കിലുമില്ലാതെ എങ്ങനെ പിടിച്ചുനില്ക്കും?"

കുഞ്ഞുപിള്ളയും അമ്പീലേത്ത് ഗംഗാധരൻനായരും കൂടി പോയി കുറേ വയണക്കമ്പ് വെട്ടിയൊരുക്കി കൊണ്ടുവന്നു. വാസുനായരുടെയും ശ്രീധരൻനായരുടെയും പക്കൽ പേനാക്കത്തി ഉണ്ടായിരുന്നു. കുട്ടപ്പക്കുറുപ്പും തെക്കടത്തു ഗോപാലനും ഒലാൻകുട്ട മെടഞ്ഞുണ്ടാക്കി അതിൽ ഉരുളൻ കല്ലുകൾ നിറച്ചു.

നേരം ഇരുട്ടാകും മുമ്പ് എങ്ങനെയെന്നറിഞ്ഞില്ല, വള്ളികുന്നത്തുനിന്ന് വരമ്പുകാലിൽ കറുത്തകുഞ്ഞ് അണയുടെ അടുത്തുവന്നുചേർന്നു.

കുട്ടപ്പക്കുറുപ്പ് ആഹ്ലാദത്തോടെ വിളിച്ചുപറഞ്ഞു:

"ങ്ഠാ. വന്നല്ലോ. സഖാവ് സമയത്തിനുതന്നെ വന്നെത്തിയല്ലോ."

കൊച്ചുകൃഷ്ണൻ ചോദിച്ചു:

"ആരു പറഞ്ഞറിഞ്ഞു?"

കറുത്തകുഞ്ഞ് ചിരിച്ചു.

"എന്നോടാരും പറയണ്ട. എന്നെ പണ്ടുവച്ച് കെട്ടിപ്പൂട്ടിയ നുകം അഴിച്ചുമാറ്റിയപ്പോഴേ ഞാൻ തിരക്കി നടക്കുവാ."

അതുകേട്ട് എല്ലാവരും ചിരിച്ചു.

"എന്നാൽ ഒരു വടി കരുതിക്കോ."

"എന്റെ കൈയി വേറെ സാധനമുണ്ട്. എന്നാലും ഒരു വടികൂടെ ഇരുന്നോട്ടെ."

അയാൾ വളവുതിരിവില്ലാത്ത ഒരു വടി തെരഞ്ഞെടുത്തു.

ഗംഗാധരൻ പറഞ്ഞു:

"പൊലീസുകാർ സദ്യയും കഴിഞ്ഞിട്ടായിരിക്കും വരുന്നത്. നമുക്കും എന്തെങ്കിലും കഴിക്കണം."

"അതൊക്കെ കഴിക്കാം." പരമേശ്വരൻനായർ അഭിപ്രായപ്പെട്ടു.

"അതിനുമുമ്പ് പൊലീസുവന്നാൽ നമ്മളെന്തു ചെയ്യണമെന്ന് തീർച്ചപ്പെടുത്തണം."

കൊച്ചുകൃഷ്ണൻ പറഞ്ഞു:

"അങ്ങോട്ടുകയറി പൊലീസിനെ ഒന്നും ചെയ്യണമെന്നു നമുക്കുദ്ദേശ്യമില്ല."

വാസുനായർ ചൊടിച്ചു—

"അപ്പോൾ ഈ മര്യാദകേടൊക്കെ നമ്മൾ കൈയുംകെട്ടി സഹിച്ചോളണോ?"

"അതുവേണ്ട..."

"ആട്ടെ, പൊലീസ് ഇങ്ങോട്ടു കയറി അടിച്ചാലോ?"

"ഇങ്ങോട്ടുവന്നാൽ വെറുതെ വിടണ്ട."

"അതുശരി."

എല്ലാവരും മുഖത്തോടുമുഖം നോക്കി.

അവിടെ ഗൗരവപൂർണ്ണമായ ഒരു നിശ്ശബ്ദത വ്യാപിച്ചു. ഒടുവിൽ പരമേശ്വരൻനായർ പറഞ്ഞു:

"അങ്ങനെയാണെങ്കിൽ എപ്പോൾ എങ്ങനെയെല്ലാം പ്രവർത്തിക്കണം എന്നു പറയണം. ഈ ടീമിന്റെ ലീഡറായി നിന്നുകൊണ്ട് സഖാവ് നിർദ്ദേശം തരണം."

"അതൊക്കെ ഞാനേറ്റു." കൊച്ചുകൃഷ്ണൻ ചിരിച്ചുകൊണ്ടു പറഞ്ഞു.

"അങ്ങനെയൊരു സ്ഥിതിവിശേഷം ഉണ്ടായാൽ ഞാൻ നിർദ്ദേശം നല്കും, ഓരോരുത്തരും അതനുസരിച്ച് പ്രവർത്തിച്ചാൽ മതി. ഒരുപക്ഷേ, അതിനുമുമ്പ് അച്ചുതൻനായരുടെ കൂടെ സഖാക്കളാരെങ്കിലും വന്നേക്കും. നമുക്കെന്തെങ്കിലും പരാജയം പറ്റി കൂട്ടുപിരിയാനിടവന്നാൽ ഞായറാഴ്ച രാത്രി വിരളിശ്ശേരി മലനടയിൽ കൂടണം. അവിടെവച്ച് വീണ്ടും സന്ധിക്കാം."

വാസുനായർ തന്റെ ആഗ്രഹം വെളിപ്പെടുത്തി—

"ഇതറിഞ്ഞിരുന്നെങ്കിൽ എവിടുന്നെങ്കിലും നമുക്കൊരു വിസിൽ ഒപ്പിക്കാമായിരുന്നു."

"അതുവേണ്ട. വിസിലില്ലെങ്കിലും നാക്കും വിരലുംകൊണ്ടും വിസിലുമുഴക്കാൻ എനിക്കറിയാം."

വലതുകൈയുടെ ചൂണ്ടുവിരലും നടുവിരലും വായിലേക്ക് കടത്തി നാക്കുവളച്ച് കൊച്ചുകൃഷ്ണൻ വിസിലുമുഴക്കി കേൾപ്പിച്ചു.

"ഭേഷ്, കൊള്ളാം." എല്ലാവരും ചിരിച്ചു.

പകൽവെളിച്ചം മങ്ങി. കാക്കയും കിളിയും ചേക്കേറാൻ തുടങ്ങി. കിഴക്കുനിലാക്കാലു വീശി.

അവർ ആറിന്റെ തെക്കേക്കരയിറങ്ങി തെക്കോട്ട് നടന്നു. എവിടെയെങ്കിലും കേറി എന്തെങ്കിലും ശാപ്പാടുകഴിക്കണമെന്നുണ്ടായിരുന്നു.

കളയ്ക്കാട്ട് തെക്കുവശത്തെത്തിയപ്പോൾ പരമേശ്വരൻനായർ ഓർമ്മിപ്പിച്ചു.

"നമുക്ക് വീട്ടിലോട്ട് കേറാം."

കൊച്ചുകൃഷ്ണൻ വൈമനസ്യത്തോടെ പറഞ്ഞു—

"ഇപ്പോഴൊന്നും കഴിക്കാൻ നില്ക്കണ്ട. അവിടെക്കേറി അച്ഛനെയും അമ്മയെയും ഒന്നു സമാധാനിപ്പിച്ചിട്ടു പോരാം. എനിക്കാണെങ്കിൽ ഇപ്പോൾ അവരെ നേരിടാനുള്ള കെല്പില്ല. എന്നാലും ഒന്നുകാണാതെ പോകുന്നതെങ്ങനെ?"

മറ്റുള്ളവർ കടേക്കൽ കാത്തുനിന്നു.

തങ്കപ്പൻപിള്ള പടിഞ്ഞാറു സംബന്ധവീട്ടിൽ പോയിട്ട് മടങ്ങിവരും വഴി കളയ്ക്കാട്ട് കടേക്കൽ ആളു കൂടിനില്ക്കുന്നത് കണ്ട് അടുത്തെത്തി.

ശ്രീധരൻനായരുടെ ആഹ്ലാദം ശാസനയായി പുറത്തുവന്നു.

"താൻ എവിടെപ്പോയി കിടന്നു? സംബന്ധവീട്ടിൽ ചെന്ന് അടയിരിക്കുവാരുന്നോ?"

"എന്താ, ഇപ്പോഴെന്തുപറ്റി?"

പൊലീസുവന്ന വിവരം അയാൾ അറിഞ്ഞില്ല. അതുപറഞ്ഞുകേട്ടപ്പോൾ നിസ്സാരഭാവത്തിൽ പറഞ്ഞുതള്ളി.

"പൊലീസു വന്നേച്ചു പൊയ്ക്കോട്ടെ. അതിനു നമുക്കെന്താ?"

"ഇന്നു നമ്മളെ തപ്പാൻ വരും. കൈയിൽ എന്തെങ്കിലും ഒന്നു കരുതിക്കോ."

"ഓഹോ, എന്നാൽ തപ്പാനിങ്ങുവരട്ടെ. കരുതിത്തന്നെ ഞാനും നടക്കുന്നത്."

തങ്കപ്പൻപിള്ള തന്റെ നാവിയിൽ എന്തോ തപ്പി അതവിടെയുണ്ടെന്ന് ഉറപ്പുവരുത്തി.

പരമേശ്വരൻനായരും കൊച്ചുകൃഷ്ണനും വീട്ടിൽ ചെന്നു കേറിയപ്പോൾ തിണ്ണയിൽ ഒരു നിലവിളക്കു മങ്ങിക്കത്തുന്നു. അച്ഛൻ തെക്കുവശത്തെ വരാന്തയിൽ പത്താംപുറത്തു നെടുംപാടുകിടക്കുന്നു. കാൽപ്പെരുമാറ്റം കേട്ട് രോഹിണിക്കുട്ടി വാതിൽക്കൽ വന്നുനോക്കി. അവളുടെ മുഖം കരഞ്ഞുകലങ്ങിയിരിക്കുന്നു.

"അമ്മയെവിടെ?"

"അകത്തുണ്ട്."

"പൊലീസു വന്ന് അച്ഛനെ ഉപദ്രവിച്ചോ?"

അവൾ മുഖംപൊത്തി വിങ്ങിപ്പൊട്ടിക്കരയുന്നതു കണ്ട് അയാൾ വിഷണ്ണനായി.

"ആഹാ, നീയും കരയുകയാണോ? നീ വേണ്ടേ മറ്റുള്ളവരെക്കൂടി ധൈര്യപ്പെടുത്താൻ?"

അവൾ പെട്ടെന്നു കണ്ണു തുടച്ച്, അയാളുടെ മുഖത്തേക്കു നിർന്നിമേഷയായി നോക്കിനിന്നു.

അയാൾ ഒരു പുഞ്ചിരിയോടെ പറഞ്ഞു:

"നീ ഇനി സന്തോഷമായിരിക്കണം. അമ്മയെയും അച്ഛനെയും പറഞ്ഞ് സമാധാനപ്പെടുത്തണം."

അമ്മ അടുത്തുനിന്ന് തപ്പിത്തടഞ്ഞു വന്ന് കരഞ്ഞുകൊണ്ട് പറഞ്ഞു:

"നീയിങ്ങു വന്നോ? ഭഗവതീ, ഞാനിതെല്ലാം എങ്ങനെ സഹിക്കും?"

"ഞങ്ങളെല്ലാം അറിഞ്ഞമ്മേ. നിങ്ങൾ സമാധാനപ്പെട്. ഞങ്ങളൊന്നിറങ്ങിയിട്ടു വരട്ടെ."

"നിങ്ങളെങ്ങോട്ടു പോകുന്നു?"

"തല്ക്കാലം ഇവിടൊന്നൊന്നു മാറി നില്ക്കട്ടെ."

"എന്നാൽ വല്ലതും കഴിച്ചോണ്ടു പോ."

കൊച്ചുകൃഷ്ണൻ പറഞ്ഞു.

"ഇപ്പോൾ ഒന്നും വേണ്ട. നേരത്തെ കഴിച്ചു." പരമേശ്വരൻനായർ രോഹിണിക്കുട്ടിയെ നോക്കി പറഞ്ഞു:

"എനിക്കൊന്നു കുടിക്കാനിങ്ങുതാ."

"അവനു വെള്ളംകൊണ്ടുകൊടു മോളേ."

രോഹിണിക്കുട്ടി ചോദിച്ചു.

"കാപ്പിയനത്തട്ടെ."

"വേണ്ട. കഞ്ഞിവെള്ളം മതി."

ഓട്ടുതംബ്ലറിൽ നിന്നു കഞ്ഞിവെള്ളം കുടിച്ചു കൊണ്ട് രോഹിണിക്കുട്ടിയുടെ നനവാർന്ന കണ്ണുകളിലേക്കു നോക്കി അയാൾ പറഞ്ഞു:

"നീ കുറെ വിഷമിച്ചു. ഇല്ല്യോ? സാരമില്ല. ഇനി ധൈര്യമായിട്ടിരിക്ക്."

അവൾ മുഖം കുനിച്ചു. പാത്രം തിരികെ കൊടുത്ത് അയാൾ യാത്ര ചോദിച്ചു.

"ഞങ്ങളൊന്നിറങ്ങിയിട്ടു വരട്ടെ. "

തിരികെ നടന്നു. കടേക്കലെത്തിയപ്പോൾ തങ്കപ്പൻപിള്ളയെ കണ്ട് ആഹ്ലാദത്തോടെ വിളിച്ചു പറഞ്ഞു:

"അല്ല, അളിയനും സമയത്തിനങ്ങ് എത്തിയല്ലോ."

"എടോ, നിങ്ങളെന്തെല്ലാം എന്നെക്കുറിച്ച് ദോഷം പറഞ്ഞാലും ആവശ്യം വരുമ്പോൾ ഞാൻ കൂടെ കാണും."

അവിടെ നിന്ന് തെക്കോട്ടു നടന്ന് അഴേക്കാവ് അമ്പലത്തിനടുത്തുകൂടി തെക്കേടത്ത് ഗോപാലന്റെ വീടിനു മുന്നിലെത്തി. ഗോപാലൻ ഗംഗാധരനെ വിളിച്ചുകൊണ്ട് അവിടെ കേറി ആഹാരം കഴിച്ചു. അവരെ തിരക്കി. പുരുഷോത്തമക്കുറുപ്പും ഭാസ്കരൻനായരും വന്നു. എല്ലാവരും കൂടി നിഴലും നിലാവും കെട്ടുപിണഞ്ഞു നടക്കുന്ന ഇടവഴികളിലൂടെ കടമ്പാട്ടുചെന്നു. അപ്പോൾ തണ്ടാശ്ശേരി രാഘവനും പേമൂട്ടിൽ കേശവനും അവരോടൊപ്പം കൂടി. അവർ വർത്തമാനം പറയുന്നതിനിടയിൽ രാഘവൻ പിള്ളയും ശ്രീധരൻനായരും തങ്കപ്പൻപിള്ളയും കൂടി ഊണു കഴിക്കാൻ വീട്ടിലേക്കു കേറി.

രാഘവൻ പിള്ള തിടുക്കത്തിൽ അമ്മായിയമ്മയോട് പറഞ്ഞു:

"എല്ലാംകൂടി ഒന്നിച്ചൊരു പാത്രത്തിലേക്ക് വിളമ്പിയേക്ക്. ഞങ്ങളൊന്നിച്ച് വാരിത്തിന്നോളാം."

അമ്മായിയമ്മ ഒരു തളികയെടുത്ത് ചോറെല്ലാം അതിൽ വിളമ്പി. മറ്റൊന്നിൽ ചീനിയും ചേമ്പും കാച്ചിലുംകൂടി കുഴച്ചത്. വേറൊന്നിൽ നീരാട്ടുവള്ളിച്ചാലിലെ നീറ്റുമീൻ കറിവെച്ചത്.

കമലമ്മ ചോറും പാത്രവുമെടുത്ത് ആണുങ്ങളുടെ മുന്നിൽ കൊണ്ടു ചെന്നു വച്ചു. തങ്കപ്പൻ പിള്ള മീൻകറിയൊഴിച്ച് ചോറുവിരവാൻ തുടങ്ങിയതേയുള്ളൂ. പടിഞ്ഞാറ് പട്ടി കുരയും ബഹളവും. ഗംഗാധരൻനായർ ഓടിക്കേറി വന്നുപറഞ്ഞു:

"പൊലീസ് വരുന്നുണ്ട്. പെട്ടെന്നിറങ്ങിപ്പോരെ!"

ഉണ്ണാനിരുന്നവർ ഉരുട്ടിയ ചോറ് അതേപടി തിരികെ പാത്രത്തിലിട്ടിട്ട് ചാടിയെഴുന്നേറ്റു. ശ്രീധരൻനായർ ഒരു വെട്ടുകത്തികൂടി കരുതി. അവർ കൈകഴുകാതെ മുറ്റത്തേക്കിറങ്ങി, കൂട്ടുകാരുടെ അടുത്തുചെന്നു.

കൊച്ചുകൃഷ്ണൻ പറഞ്ഞു:

"പൊലീസ് വന്നിട്ട് പോകട്ടെ, നമുക്ക് ഈ കയ്യാലയുടെ പിന്നിൽ പതുങ്ങിയിരിക്കാം."

കിഴക്കോട്ടുള്ള വഴിയുടെ ഇരുവശവുമുള്ള ഉയർന്ന കയ്യാലയ്ക്കു പിന്നിൽ അവർ മറഞ്ഞിരുന്നു.

പൊലീസും ഗുണ്ടകളും പാഞ്ഞുചെന്ന് വീടു വളഞ്ഞു. അട്ടഹാസവും അലർച്ചയും മുഴങ്ങി. സ്ത്രീകളുടെ നിലവിളി ഉയർന്നു.

രാഘവൻപിള്ള വികാര വിക്ഷുബ്ധനായി കൈയിലിരുന്ന കാശാം വടിയുമായി അങ്ങോട്ടുപാഞ്ഞപ്പോൾ കൊച്ചുകൃഷ്ണൻ കേറിപ്പിടിച്ചു.

"മഠയത്തരം കാണിക്കാതെ ഇവിടെ നില്ക്കൂ."

സ്ത്രീകളുടെ വിളികേട്ട് ആ ഭർത്താവും ആങ്ങളയും അവിടെനിന്നു പുളഞ്ഞു. വീണ്ടും കൂട്ടനിലവിളി. ഇനി അതുകേട്ടുനില്ക്കാൻ വയ്യ. കയ്യാലയ്ക്കു പിന്നിൽനിന്ന് ആരോ പൊലീസിന്റെ നേരെ ഏറുതുടങ്ങി. പൊലീസ് ഏറുവന്ന സ്ഥലത്തേക്ക് ചാടിച്ചെന്നു.

ഒടുവിൽ കൊച്ചുകൃഷ്ണൻ വിസിൽ മുഴക്കി. കയ്യാലയുടെ വടക്കുവശത്തുനിന്ന് തുരുതുരാ ഏറ്. പിന്നത്തെ വിസിലിന് തെക്കുവശത്തുനിന്നേറ്.

പൊലീസ് ഓടിപ്പാഞ്ഞു ചെന്ന് അടിതുടങ്ങി. കൂട്ടവിസിൽ. തിരിച്ചടി. അടിയുടെ ശബ്ദം. വിളിച്ചുകൂവലിന്റെ ശബ്ദം. "അടിയെടാ, വിടരുത്. അടിയവനെ...."

ഏറുതുടങ്ങിയപ്പോൾത്തന്നെ പൊലീസിന്റെ കൂടെവന്ന പ്രമാണിമാരും ഗുണ്ടകളും ഓട്ടം പിടിച്ചു. തണ്ടാശ്ശേരി രാഘവനും പേമൂട്ടിൽ കേശവനും സ്ഥലംവിട്ടു.

കുറേനേരത്തേക്ക് നേർക്കുനേരെയുള്ള ഏറ്റുമുട്ടൽ. അടി, അടി തടുക്കൽ, അലർച്ചകൾ, അട്ടഹാസങ്ങൾ. ആർക്കും ഒന്നും വ്യക്തമല്ല. നിലാവെളിച്ചത്തിൽ എതിരാളികളെ തിരിച്ചറിഞ്ഞുവെന്നുമാത്രം. ഓരോരുത്തരും എതിരാളികളോട് പൊരുതിനിന്നു. തങ്കപ്പൻ പിള്ളയുടെ തലയിൽ, വലതുചെവിക്കുമീതെ തോക്കിന്റെ പാത്തികൊണ്ട് ഒരടി. ചെവി പറി

ഞ്ഞുപോയെന്നു തോന്നി. ആറാംമാലിയിൽ ബയണറ്റുകൊണ്ട് ഒരു കുത്തേറ്റു. അയാൾ കുത്തിയവനെ അടങ്കം പിടിച്ച് അവന്റെ നാഭിയിൽ കഠാരകുത്തിയിറക്കി.

ഇൻസ്പെക്ടർ ആജ്ഞ നൽകി.

"ഫയർ..."

അടുത്തകുത്ത് ഇൻസ്പെക്ടറുടെ പള്ളയ്ക്കായിരുന്നു. വയറും പൊത്തിപ്പിടിച്ചുകൊണ്ട് ഓടുന്നതിനിടയിൽ അയാൾ വീണ്ടും ആജ്ഞാപിച്ചു.

"എന്നെക്കുത്തി. ഫയർ ചെയ്യൂ."

"നിന്റെ പയറ്. ഓടടാ പയറുംകൊണ്ട്. കോയിക്കൽ വടക്കേടത്തെ നായേ.."

ഇൻസ്പെക്ടർ ഓടുമ്പോൾ ശ്രീധരൻനായർ ആഞ്ഞുവെട്ടി. വെട്ടേറ്റു കാലിന്റെ വണ്ണയിലെ മാംസം വാർന്നുവീണു.

വെടിവെക്കാനോങ്ങിയ പൊലീസുകാരന്റെ തോക്കിന് വാസുനായർ കേറിപ്പിടിച്ചു. തമ്മിൽ പിടിവലിയായി. പൊലീസുകാരൻ ചവിട്ടേറ്റു നിലത്തുവീണു. അയാളുടെ കൈ പിടിച്ച് തിരിച്ച് വാസുനായർ തോക്കു പിടിച്ചുവാങ്ങി.

ബാക്കിയുള്ള പൊലീസുകാർ ഇൻസ്പെക്ടറുടെ പുറകെ ഓട്ടം പിടിച്ചു. ചെറുപ്പക്കാർ അവരുടെ പുറകേ പാഞ്ഞു. വയലിൽ അങ്ങിങ്ങ് വീണ്ടും സംഘട്ടനങ്ങൾ. അലർച്ചയും അട്ടഹാസവും. വിളിച്ചുകൂവലും നിലവിളിയും..... നായ്ക്കളുടെ കുരയും മോങ്ങലും.

മഞ്ഞും പുറത്ത് ആ ശബ്ദനിഘോഷം വയലിന്റെ മറുകരയിൽ പ്രതിദ്ധ്വനിച്ചു.

ഒടുവിൽ എല്ലാം അവസാനിച്ചു. നിശ്ശബ്ദത, ശാന്തത. വയൽ കിതപ്പടക്കി തളർന്നുകിടന്നു.

പരിക്കേറ്റുവീണവരിൽ ആരൊക്കെയോ മരിച്ചുവെന്നു മനസ്സിലായി. പൊലീസ് ഇൻസ്പെക്ടറുടെ കാര്യം ഉറപ്പാണ്. അയാൾ ഓടിപ്പോകുന്ന പോക്കിൽ വയലിൽ നെല്ലിനിടയിൽ കമിഴ്ന്നുവീണു ചത്തു.

കൊച്ചുകൃഷ്ണൻ ചാലിന്റെ കരയിൽ ചെന്നുനിന്ന് വീണ്ടും വിസിലടിച്ചു. ശ്വാസമടക്കിപ്പിടിച്ചുനിന്ന വയലിന്റെ മറുകരയോളം അതിന്റെ മുഴക്കം കേട്ടു. വിയർപ്പും ചോരയും വാലുന്ന ശരീരത്തോടെ എല്ലാവരും ഒന്നിച്ചുകൂടി. മുഖത്ത് ചോര. ഉടുപ്പിലും മുണ്ടിലും എല്ലാം ചോര. എല്ലാവരും കിതയ്ക്കുകയാണ്. അവരുടെ കണ്ണുകളിൽ തീയെരിഞ്ഞുകൊണ്ടിരുന്നു. ശരീരമാകെ തരിച്ചുകൊണ്ടിരുന്നു. വാസുനായരുടെ കൈയിൽ തോക്കുണ്ട്. കുഞ്ഞുപിള്ളയുടെ കൈയിൽ ലാത്തി. തളർന്ന ശബ്ദത്തിൽ കൊച്ചുകൃഷ്ണൻ ചോദിച്ചു—

"നമ്മുടെ ആളുകളെല്ലാമുണ്ടോ...?"

അവർ തമ്മിൽത്തമ്മിൽ നോക്കി. ഭാസ്കരൻനായരും പുരുഷോത്തമക്കുറുപ്പും ഇല്ല. ഏറുതുടങ്ങിയപ്പോഴേ പയ്യന്മാർ സ്ഥലംവിട്ടിരിക്കണം.

ബാക്കിയെല്ലാവരുമുണ്ട്.

കുട്ടപ്പക്കുറുപ്പ് ആകാംക്ഷ പ്രകടിപ്പിച്ചു.

"അവന്മാരെത്രപേര് തട്ടിപ്പോയെന്നറിഞ്ഞുകൂടാ."

കുഞ്ഞുപിള്ള വിറയലോടെ പറഞ്ഞു:

"അതൊന്നും ഇപ്പോൾ അറിയണ്ടാ. ഇനി അടുത്തകാര്യം നോക്കിപ്പോട്ട്."

കലിയടങ്ങാത്തതുപോലെ തങ്കപ്പൻപിള്ള കിതച്ചുകൊണ്ട് പറഞ്ഞു:

"വാ, നേരെ കോയിക്കലേക്കു പോകാം."

"ശരി. പോകാം." ശ്രീധരൻനായർ തയ്യാറായി.

"അവന്മാരുടെ വീടും അങ്ങു തകർത്തേക്കാം. ഇനിയതുവച്ചേക്കണ്ട."

അപ്പോൾ പരമേശ്വരൻനായർ തളർന്ന സ്വരത്തിൽ പറഞ്ഞു:

"എന്റളിയാ, ഇനി ഇന്ന് എനിക്ക് യാതൊന്നും വയ്യാ."

അയാൾ വല്ലാതെ കുഴഞ്ഞുപോയിരുന്നു.

കുഞ്ഞുപിള്ളയ്ക്കു വാശി.

"വയ്യാത്തോരു വരണ്ടാ. ഞങ്ങളു പോകുവാ."

കൊച്ചുകൃഷ്ണൻ വിലക്കി.

"ഇനിയിന്ന് അങ്ങോട്ട് പോകണ്ട. എല്ലാവരും ഇരിക്ക്. നമുക്കൊന്നിച്ചിരുന്ന് ചില കാര്യങ്ങൾ തീരുമാനിക്കണം."

ചാലിന്റെ കരയിൽ വെള്ളമണലിൽ വട്ടമിട്ടിരുന്നു. ചിലരെല്ലാം അപ്പോഴും കിതയ്ക്കുന്നുണ്ടായിരുന്നു.

വാസുനായർ ആകാശത്തേക്ക് ലക്ഷ്യംവെച്ചു തോക്കിന്റെ കാഞ്ചി വലിച്ചു. വെടിപൊട്ടിയില്ല.

"ഹേയ്, ഇതിനകത്ത് ഒരു കുന്തവുമില്ല."

"എന്നാലും കളയണ്ട. അതു കൈയിലിരിക്കട്ടെ."

കവിളിലൂടെ വാർന്നുകൊണ്ടിരുന്ന ചോര തുടച്ചുകൊണ്ട് കൊച്ചുകൃഷ്ണൻ പറഞ്ഞു:

"ആരും പരിഭ്രമിക്കരുത്. പ്രതീക്ഷിക്കാത്തവിധമാണ് കാര്യങ്ങൾ കലാശിച്ചിരിക്കുന്നത്. എന്തായാലും നമ്മുടെ പേരിൽ പ്രസ്ഥാനം അഭിമാനം കൊള്ളും. അധികാരികൾ പച്ചജീവനോടെ ചുട്ടുതിന്ന നമ്മുടെ നൂറുനൂറു സഖാക്കളുടെ ജീവന് നമ്മൾ പ്രതികാരം ചെയ്തു. രാജ്യത്താകെ അടിച്ചമർത്തലിന് വിധേയമായി ശ്വാസംമുട്ടിക്കഴിയുന്ന പ്രസ്ഥാനത്തിന് ഈ സംഭവം നൂറുമടങ്ങ് ആത്മവിശ്വാസം പകരും."

അയാൾ ഇടയ്ക്കൊന്ന് നിർത്തിയിട്ട് തുടർന്നു:

"ഇനി കരുതലോടെ നമുക്ക് പിൻവാങ്ങണം. ഒന്നിച്ചുകൂടി നടക്കാൻ പാടില്ല. കഴിയുന്നതും ഈരണ്ടുപേർ വീതം തൽക്കാലം ഒഴിഞ്ഞുമാറിക്കഴിയണം."

എല്ലാവരും അത് മൗനമായി കേട്ടു. ആരും ഒന്നും ചോദിച്ചില്ല. ഒന്നും പറഞ്ഞുമില്ല. എന്തോ ഒരു വീർപ്പുമുട്ടൽ.. തമ്മിൽ പിരിയുന്ന കാര്യം ഓർത്തപ്പോൾ വിഷമം തോന്നി. പക്ഷേ, പിരിയാതെ വയ്യ. കൊച്ചുകൃ

ഷ്ണൻ തുടർന്നു:

"ആരും പതറരുത്. പാർട്ടിയുമായി ബന്ധം കിട്ടിയാൽപ്പിന്നെ സാരമില്ല. അതുവരെ പിടികൊടുക്കാതെ സൂക്ഷിക്കണം."

അവർ രണ്ടും മൂന്നും പേർവീതം വയലിൽ വച്ച് പരസ്പരം യാത്ര പറഞ്ഞ് പിരിഞ്ഞു......

തിരക്കിപ്പോയവരെ ആരെയും കാണാതെ അച്ചുതൻനായർ താമരക്കുളത്തുനിന്നു മടങ്ങി. ശൂരനാട്ട് എത്തിയപ്പോഴേക്കും വീടുകളിലെല്ലാം ഉറക്കമായി. എങ്ങും വിളക്കും വെട്ടവുമില്ല. നടേ പടീറ്റതിലേക്ക് നടക്കുന്നതിനിടയിൽ പേമൂട്ടിൽ കേശവൻ വഴിയിൽവച്ച് കണ്ടു. അയാൾ അമ്പരപ്പോടെ തിരക്കി.

"ഒരുപാട് പേരു ചത്തോ?"

"ആരുടെ കാര്യമാ..?"

അച്ചുതൻനായർക്കൊന്നും മനസ്സിലായില്ല.

"നിങ്ങടെ കൂട്ടത്തീന്നോ പൊലീസിന്റെ കൂട്ടത്തീന്നോ ആരെങ്കിലും..."

"ഞാനൊന്നുമറിഞ്ഞില്ല. എന്താ സംഗതി?"

"അപ്പോൾ അവിടന്ന് വരുവല്യോ?"

"ഞാൻ സ്ഥലത്തില്ലായിരുന്നു. ആനയടിയിൽവരെ പോയിരുന്നു."

"എന്നാൽ എവിടെയെങ്കിലും പോയി രക്ഷപ്പെട്ടോ. കിഴക്കേപ്പാടത്ത് വെട്ടും കുത്തുമെല്ലാം നടന്നു. ഒരുപാടുപേര് ചത്തിട്ടൊണ്ട്."

"ആരൊക്കെയാ ചത്തത്?"

"എല്ലാം നേരംവെളുത്തിട്ടറിയാം."

അച്ചുതൻനായരുടെ വയറ്റിൽ തീയാളി. ശരീരം വിയർത്തൊഴുകി. അയാൾ നേരെ നടേപ്പടീറ്റതിലേക്കോടി. വിളിച്ചിട്ട് ആരും ഉണരുന്നില്ല. ഒടുവിൽ ചെല്ലപ്പൻപിള്ളയുടെ ഭാര്യപറയുന്നതു കേട്ടു:

"ആൾ ഇവിടില്ല. പകലേ പോയിട്ടുവന്നില്ല."

"ഞങ്ങടെയാരെങ്കിലും ഇങ്ങോട്ടുവന്നോ?"

"ആരാ? ഇങ്ങോട്ടെങ്ങും ആരും വന്നില്ല."

ഒടുവിൽ ചെല്ലപ്പൻപിള്ള കണ്ണും ഞെവിടി എഴുന്നേറ്റുവന്നു അടക്കത്തിൽ ചോദിച്ചു.

"ആരാ. നടേ വടക്കേലെ സഖാവാണോ?"

"അതേ. നമ്മുടെ ആരെങ്കിലും ഇങ്ങോട്ടുവന്നിരുന്നോ?"

"ഇങ്ങോട്ടാരും വന്നില്ല. കുറെ പൊലീസുകാരു അമ്പലത്തിനടുത്തുകൂടെ തകർത്തുപിടിച്ചോടുന്നതു കണ്ടു."

"വേറെ വല്ല വിശേഷവുമുണ്ടായോ?"

"ഇത്തിരി മുമ്പ് കിഴക്കേ വയലിൽ വലിയ വിളിച്ചുകൂവലും ബഹളവുമായിരുന്നു. അവിടെ എന്തൊക്കെയോ നടന്നിട്ടുണ്ട്."

"ആളപായം വല്ലതുമുണ്ടായോ?"

"ഒന്നുമറിഞ്ഞില്ല. ഉണ്ടായിക്കാണും."

അച്ചുതൻനായർ എന്തുചെയ്യണമെന്നറിയാതെ പേടിച്ചു വിറച്ച് അന്തംവിട്ട് നിന്നു. ഒടുവിൽ കൊറ്റാർകാവിലൂടെ തിരിഞ്ഞുനടന്നു. നായ്ക്കളുടെ നിർത്തില്ലാത്ത കുര. നത്തിന്റെയും മൂങ്ങയുടെയും കരച്ചിൽ. അകലെയെന്തോ ആരവം. വിളിച്ചുകൂവലിന്റെയും ബഹളത്തിന്റെയും ശബ്ദം മനസ്സിൽക്കിടന്ന് മുഴങ്ങുന്നു.

കൊറ്റാർകാവ് ഭഗവതിയുടെ ഭൂതഗണങ്ങൾ പരിക്കേറ്റ മൃഗങ്ങളെപ്പോലെ തൊള്ളതുറന്ന് അലറുന്നു. തലയില്ലാതെ കബന്ധങ്ങൾ അമ്പലപ്പറമ്പിൽ അലഞ്ഞുനടക്കുന്നു. പോർക്കലി ഭഗവതി സ്വന്തം തലയറുത്ത് ഇടതു കൈയിൽ തൂക്കിപ്പിടിച്ചുകൊണ്ട് വലതുകൈയിൽ ചോര പുരണ്ട നാന്തകവുമായി ഉറഞ്ഞു തുള്ളുന്നു.

പതിനേഴ്

ചന്ദ്രൻ ആകാശത്ത് വിളറി വിറങ്ങലിച്ചു നിന്നു. വിളഞ്ഞുകിടന്ന പാടത്തിന് മീതെ പുകമഞ്ഞിൽ കുതിർന്ന നിലാവു പെയ്തുകൊണ്ടിരുന്നു.

കൊച്ചുകൃഷ്ണനും കുട്ടപ്പക്കുറുപ്പും കൂടി വരമ്പും തോടും കടന്ന് വയലിലൂടെ വടക്കോട്ടു നടന്നു. ചീവീടിന്റെ ചെവിതുളയ്ക്കുന്ന ശബ്ദം. വടക്കേക്കര മാമ്പോഴിക്കാവിൽ ഏതോ രാപ്പക്ഷിയുടെ ഇടവിട്ടുള്ള കരച്ചിൽ.

കാവിലെ വൃക്ഷത്തലപ്പുകൾ ചന്ദ്രിക തട്ടിത്തിളങ്ങി. കുഞ്ഞിക്കുട്ടിയും കുഞ്ഞും മാമ്പോളിൽ താമസമായിരുന്നു.

വയലിലെ വിളിച്ചുകൂവലും ബഹളവും കേട്ടപ്പോഴേ എന്തോ വിശേഷമുണ്ടായിട്ടുണ്ടെന്ന് കുഞ്ഞിക്കുട്ടിക്ക് തോന്നി. അവൾ കുഞ്ഞിനെയുമെടുത്തുകൊണ്ട് സംഭ്രമത്തോടെ വീട്ടിൽനിന്നോടിയിറങ്ങി, വയലരികിൽ ചെന്നു കാത്തുനിന്നു. വയലിൽ എന്തൊക്കെയോ ലഹളനടക്കുന്നു. ആരൊക്കെയോ ഓടിപ്പോകുന്നു.

ആരോ ഒരാൾ ഓടിക്കിതച്ച് അങ്ങോട്ട് വരുന്നതുകണ്ടു. കാക്കിയുടുപ്പുണ്ട്. ആൾ അടുത്തുള്ള കാവിനുള്ളിലേക്ക് നൂഴ്ന്ന് കയറിപ്പോയി.

എന്തൊക്കെയാണ് നടന്നതെന്ന് ഒരു പിടിയുമില്ല. ഒരു മരോട്ടിമരത്തിന്റെ ചുവട്ടിൽ അവൾ കൈക്കുഞ്ഞുമായി ശ്വാസമടക്കി കാത്തുനിന്നു.

കുറേക്കഴിഞ്ഞപ്പോൾ ഭീകരമായ നിശ്ശബ്ദത. ഒരിടത്തും ആളനക്കമില്ല. ഉൽക്കണ്ഠകൊണ്ട് ശ്വാസംമുട്ടി. ശരീരത്ത് വിറയൽ അനുഭവപ്പെട്ടു. അക്ഷമയോടെ കാത്തുനില്ക്കുമ്പോൾ തെക്കുനിന്ന് രണ്ടുപേർ നടന്നുവരുന്നു. നടത്ത കണ്ടപ്പോൾ മനസ്സിലായി. അതിലൊന്ന് കൊച്ചുകൃഷ്ണനാണ്. മരോട്ടിയുടെ ചുവട്ടിൽനിന്നും നിലാവെളിച്ചത്തേക്ക് മാറിനിന്നു. കുഞ്ഞിക്കുട്ടിയാണെന്ന് മനസ്സിലായപ്പോൾ കൊച്ചുകൃഷ്ണൻ അടുത്തുചെന്നു.

"നീയിവിടെ വന്നു നിന്നേതോ!"

അവൾ ശബ്ദമടക്കിപ്പറഞ്ഞു.

"പിന്നെങ്ങനാ ഇരുത്തയുറക്കുന്നേ? എന്തുവാ അവിടെ വലിയ ബഹളം കേട്ടത്? ഇതെന്താ മുഖത്തും ഉടുപ്പേലുമെല്ലാം ചോര!"

"സാരമില്ല. പൊലീസുമായി ഒരു ചെറിയ ഏറ്റുമുട്ടലുണ്ടായി."

അവൾ അയാളോടു ചെവിയിൽ അടക്കം പറഞ്ഞു:

"ഒരു പൊലീസുകാരൻ ഈ കാടിനകത്തുകേറി ഒളിച്ചിരിപ്പുണ്ട്."

അപ്പോഴും കുട്ടപ്പക്കുറുപ്പ് ഉത്സാഹഭരിതനായിരുന്നു.

"നമുക്കു കാട്ടിനകത്തുകേറി ഒന്നു നോക്കിയാലോ?"

"ഓ, അവനെങ്ങനെയും രക്ഷപ്പെട്ടുപൊയ്ക്കോട്ടെ നമുക്കു പോകാം."

മൂവരും കൂടി മാമ്പോഴിയിലേക്കു നടന്നു. പോകുന്നപോക്കിൽ കൊച്ചു കൃഷ്ണൻ കുഞ്ഞിക്കുട്ടിയുടെ വശം ചേർന്നു നടന്നുകൊണ്ടു പറഞ്ഞു.

"പിന്നെ, നീയൊരു കാര്യം ചെയ്യണം."

"എന്തോന്നാ?"

"നേരം വെളുക്കുമ്പോൾ കുഞ്ഞുകൊച്ചിനെയും വിളിച്ചുകൊണ്ടു നീ ആതനാട്ടുപോണം. ഏതെങ്കിലും വഴിയിൽക്കൂടി ഞാനും അങ്ങ് ആതനാട്ടെത്താം."

കുഞ്ഞുകൊച്ചിനെ വിളിച്ചു കുഞ്ഞിക്കുട്ടിയുടെ കാര്യം പറഞ്ഞേല്പിച്ചു.

"നീ പോകുമ്പോൾ അവളേംകൂടെ ആതനാട്ടോട്ടുകൊണ്ടുപോ."

"കൊണ്ടുപോകാം."

അയാൾ കുഞ്ഞിക്കുട്ടിയുടെ അടുത്തേക്കു നീങ്ങിനിന്നു പറഞ്ഞു:

"നീ മോനെ ഇങ്ങോട്ടുതാ. ഞാനൊന്നു കാണട്ടെ."

"അവൻ നല്ല ഒറക്കമാ."

"എന്നാ ഇനി ഉണർത്തണ്ടാ."

കുഞ്ഞിക്കുട്ടിയുടെ തോളിൽ ഉറങ്ങിക്കിടന്ന കുഞ്ഞിന്റെ ശിരസ്സിൽ അയാൾ ഒരുമ്മവെച്ചു.

"ശരി, എന്നാൽ നില്ല്. നമുക്കു പിന്നെ കാണാം."

കൊച്ചുകൃഷ്ണനും കുട്ടപ്പക്കുറുപ്പുംകൂടി വയലിലിറങ്ങി കിഴക്കോട്ട് നടന്ന് പോകുന്നത് കുഞ്ഞിക്കുട്ടി നിലാവെളിച്ചത്തിൽ നോക്കിക്കൊണ്ടു നിന്നു. അവർ കാഴ്ചയിൽ നിന്നു മറഞ്ഞപ്പോൾ അവൾ കുഞ്ഞുമായി തിണ്ണയിൽകയറി കുത്തിയിരുന്നു. ഒടുവിൽ കിഴക്കു പെരുമീൻ ഉദിച്ചു യരുന്നതുകണ്ടു. ആതനാട്ടു പോകാൻവേണ്ടി കുഞ്ഞുകൊച്ചിനെ വിളിച്ചു. അവളെ അവിടെങ്ങും കാണാനില്ല. കുഞ്ഞുകൊച്ച് തന്നെ ഇട്ടിട്ടു കടന്നതാണെന്നു മനസ്സിലായി.

കുറേനേരം എങ്ങോട്ടുപോകണമെന്നു നിശ്ചയമില്ലാതെ നിന്നു പരുങ്ങി. കിഴക്കു വെള്ളകീറിയപ്പോൾ കുഞ്ഞുമായി അവിടെനിന്നിറങ്ങി നടന്നു.

അമ്പീലേത്തു ഗംഗാധരൻനായരും പുന്തല വാസുനായരുംകൂടി കിഴ

ക്കെവിടേക്കോ നടന്നുപോയി.

പരമേശ്വരൻനായരും കുഞ്ഞുപിള്ളയും ഗോപാലനുംകൂടി ഇടവഴികളിലൂടെ തെക്കോട്ടുനടന്നു. നെടിയപാടത്തെത്തിയപ്പോൾ, താൻ വെട്ടിക്കോട്ടെ അളിയന്റെ വീട്ടിലേക്കു പോകയാണെന്നുപറഞ്ഞ് പരമേശ്വരൻനായർ കിഴക്കോട്ടുതിരിച്ചു. ഗോപാലനും കുഞ്ഞുപിള്ളയും അഴയകാവ് അമ്പലത്തിനടുത്തുചെന്ന് ഒരു കഷണം മാടോടെടുത്തുപൊടിച്ച് മുറിവുകളിൽ പുരട്ടി. പിന്നെ നേരെ പടിഞ്ഞാട്ടു നടന്നു.

എല്ലാവരും ചാലിന്റെ കരയിൽനിന്നു പൊയ്ക്കഴിഞ്ഞപ്പോൾ തങ്കപ്പൻപിള്ളയും ശ്രീധരൻനായരും രാഘവൻപിള്ളയുംകൂടി നേരേ കടമ്പാട്ടുചെന്നു. കമലമ്മ ഇളയകുഞ്ഞിനെയും തോളിലിട്ട് വയലിലേക്കുനോക്കി ഭയന്നുവിറച്ചു നില്ക്കുകയാണ്. അമ്മ അന്തംവിട്ടു നിലത്തു കുത്തിയിരിക്കുന്നു.

അളിയനും അളിയനും ചെന്നു കേറുന്നത് കണ്ട് കമലമ്മ അവരുടെ അടുത്തേക്കോടിച്ചെന്നു.

അവരുടെ ശരീരത്തെ ചോരകണ്ട് അവൾ പരിഭ്രാന്തിയോടെ നിലവിളിച്ചു.

"അയ്യോ, ഇതെന്തുപറ്റി? എന്റെ ദൈവമേ, എനിക്കുവയ്യായേ"

തലചുറ്റിവീഴാൻ പോയപ്പോൾ രാഘവൻപിള്ള ചെന്നു താങ്ങിപ്പിടിച്ചു.

ശ്രീധരൻനായർ പെങ്ങളെ ശാസിച്ചു.

"എന്തിനാ നീ ബഹളംകൂട്ടുന്നത്? ഞങ്ങൾക്കാർക്കും ഒന്നും പറ്റിയില്ല."

അമ്മ ചോദിച്ചു—

"പിന്നെ ദോഹത്തൊക്കെ ചോര?"

"ഓ, സാരമില്ല." രാഘവൻപിള്ള ഭാര്യയെതാങ്ങി തിണ്ണയിലേക്കു നടന്നുകൊണ്ടുപറഞ്ഞു:

"നീ വിഷമിക്കാതെ. ഒരുത്തർക്കും ഒരപകടവുമില്ല."

തങ്കപ്പൻപിള്ള ചിരിച്ചു.

"ആരും വിഷമിക്കണ്ട. ഞങ്ങളുപോയങ്ങനെ തല്ലും കൊണ്ടേച്ചു വരത്തില്ല."

അയാൾ കൈയിലിരുന്ന കഠാര കഴുകിത്തുടച്ചു. അതൊരു കടലാസിൽ പൊതിഞ്ഞ് നാവിയിൽ തിരുകി.

അവർക്കുവേണ്ടി വിളമ്പിവെച്ചിരുന്ന ചോറും കറിയുമെല്ലാം അവിടെ തട്ടിച്ചിതറി ഇട്ടേക്കുന്നതുകണ്ടു.

ശ്രീധരൻനായർ പെങ്ങളോടു പറഞ്ഞു:

"നീ ഒരു മുണ്ടിങ്ങെടുത്തോ. എന്റെ മുണ്ടു കീറിപ്പോയി. ഇതൊന്നു മാറട്ടെ."

കമലമ്മ തപ്പിത്തടഞ്ഞുചെന്ന് അലക്കിവെച്ചിരുന്ന ഒരു മുണ്ടെടുത്ത്

ആങ്ങളയുടെ കൈയിൽ കൊടുത്തു. അതു മാറിയുടുത്തിട്ട് ശ്രീധരൻ നായർ കീറിയ ചോരപുരണ്ട മുണ്ടുകൊണ്ടുപോയി കുഴിച്ചിട്ടു.

രാഘവൻപിള്ള ഭാര്യയെ വിളിച്ചു സമാധാനപ്പെടുത്താൻ നോക്കി.

"ഞങ്ങൾ കുറേദിവസം സ്ഥലത്തുനിന്നൊന്നു മാറിനില്ക്കും. അമ്മയും നീയും കുഞ്ഞുങ്ങളെയും കണ്ട് അതുവരെ പടീറ്റതിൽ അളിയന്റെ കൂടെപോയി നില്ക്ക്."

കേട്ടപാടെ കമലമ്മ എതിർത്തു.

"എന്തായാലും അങ്ങോട്ടുപോകുന്നില്ല. കാൺഗ്രസുകാരുടെ വീട്ടിൽ അഭയം ചോദിച്ചു ചെല്ലുന്നില്ല."

രാഘവൻപിള്ള അതുകേട്ടു ചിരിച്ചു.

"ഇപ്പോൾ കാൺഗ്രസും കമ്യൂണിസവുമൊന്നും വിചാരിച്ചിട്ടു കാര്യമില്ല. കുറെദിവസം അവിടെപ്പോയി നില്ക്ക്. അതാ നല്ലത്."

കമലമ്മ മുഖംകുനിച്ചു തേങ്ങിക്കരഞ്ഞു. രാഘവൻപിള്ള പിന്നെയും കുറെയൊക്കെ പറഞ്ഞുനോക്കി.

"ഞാൻ പറയുന്നതൊന്നു കേൾക്ക്. കുറെദിവസത്തേക്ക് എന്തായാലും ഇവിടെ കഴിയണ്ടാ. പടീറ്റതീലാണെങ്കിൽ കുഴപ്പമൊന്നുമില്ല. പിന്നെ, ഞങ്ങളിവിടുന്നു വിട്ടുനില്ക്കുന്നെന്നു കരുതി ആഹാരം കഴിക്കാതെയും എണ്ണതേക്കാതെയും കുളിക്കാതെയും ഒന്നും ഇരിക്കരുത്."

അവൾ കണ്ണീർ തുടച്ചുകൊണ്ട് ചോദിച്ചു—

"എന്നെ എണ്ണതേച്ചു കുളിപ്പിച്ചിട്ട് എന്തോ സാധിക്കാനാ?"

"അതൊക്കെ പറയാം. ഞങ്ങൾ വരുന്നതുവരെ വീട്ടുകാര്യങ്ങളെല്ലാം നോക്കണം. കുഞ്ഞുങ്ങളുടെ കാര്യം അന്വേഷിക്കണം."

അതുകേട്ടപ്പോൾ വീണ്ടും വിതുമ്പിക്കരഞ്ഞുപോയി.

തങ്കപ്പൻപിള്ള ചോദിച്ചു.

"നിങ്ങളിങ്ങനെ കരയാൻ തുടങ്ങിയാൽ ഞങ്ങളെങ്ങനെ ധൈര്യമായി ഇറങ്ങിപ്പോകും?"

അവൾ കരച്ചിലടക്കി തെല്ലുനേരം മൗനമായിനിന്നു. എന്നിട്ടു ചോദിച്ചു—

"നിങ്ങളെങ്ങോട്ടാ പോകുന്നത്?"

രാഘവൻപിള്ളയാണു മറുപടി പറഞ്ഞത്?

"അതൊന്നും ഓർത്തു വിഷമിക്കണ്ടാ. എവിടായാലും വിവരം അറിയിക്കാം. ഒക്കുമ്പോൾ വന്നു കാണാം."

തങ്കപ്പൻപിള്ള അയയിൽകിടന്ന ഒരു തോർത്തെടുത്ത് തലയിൽ വട്ടക്കെട്ടുകെട്ടി.

കമലമ്മ അകത്തുപോയി കാൽപെട്ടി തുറന്ന് അതിൽനിന്ന് എന്തോ അരിച്ചുപെറുക്കി നാണയവും നോട്ടും എല്ലാംകൂടി ഭർത്താവിന്റെ കൈയിൽകൊടുത്തു. അയാൾ അതുവാങ്ങി പോക്കറ്റിലിട്ടു. ഉറങ്ങിക്കിടക്കുന്ന മൂത്തമകളുടെ അടുത്തുചെന്ന് തെല്ലുനേരം നോക്കിനിന്നു. ശ്രീധരൻനായരുടെ അമ്മ അതെല്ലാം മൗനമായി കാണുകയും

കേൾക്കുകയും ചെയ്തു. അതുവരെ അവർ യാതൊന്നും ഉരിയാടിയിരുന്നില്ല. അവരെനോക്കി ശ്രീധരൻനായർ പറഞ്ഞു:

"അമ്മ യാതൊന്നുകൊണ്ടും വിഷമിക്കരുത്. ഞങ്ങൾക്ക് യാതൊന്നും സംഭവിച്ചിട്ടില്ല. ഇനിയും ഒരാപത്തും സംഭവിക്കുകയുമില്ല."

"നിന്റെ നാക്കു നന്നായിവരട്ടെ."

"ഞങ്ങൾ വരുന്നതുവരെ അമ്മ കമലമ്മയെ നോക്കിക്കോണം."

"എനിക്കു പിന്നെ അവളെ കളയാനൊക്കുമോ?"

രാഘവൻപിള്ള യാത്ര പറഞ്ഞു.

"ഞങ്ങളിറങ്ങട്ടെ അമ്മേ?"

കമലമ്മയും തള്ളയും മൗനമായി അവരെ യാത്രയാക്കി.

വയലിലിറങ്ങിയപ്പോൾ ശ്രീധരൻനായർ തങ്കപ്പൻപിള്ളയോടു തിരക്കി.

"മൂത്തേരിലോട്ടു കേറണ്ടായോ?"

"വേണ്ടാ, ഇപ്പോഴങ്ങോട്ടു കേറിയാ ഇറങ്ങിപ്പോരാൻ പാടാ."

"എന്നാ വേണ്ട."

അവർ നിശ്ശബ്ദരായി വരമ്പിലൂടെ നടന്നു.

ശ്രീധരൻനായർ കൈയിലിരുന്ന ലാത്തി വയലിലേക്കു വട്ടം വലിച്ചെറിഞ്ഞു. അതു കറങ്ങിച്ചെന്ന് നെല്ലിനിടയിൽ വീണു.

വയൽ കടന്നു റോഡിലേക്കു കയറുമ്പോൾ ഗാന്ധിരാമൻപിള്ള റോഡിൽ നില്ക്കുന്നു. അയാൾ ഉദ്വേഗത്തോടെ തിരക്കി.

"എന്തോന്നാ അവിടൊരു ബഹളം കേട്ടത്?"

ശ്രീധരൻനായർ പറഞ്ഞു:

"എന്തോ, ഒരു പിടിയുമില്ല."

"ഇപ്പോൾ എങ്ങോട്ടു പോകുന്നു?"

മറുപടിയൊന്നും പറഞ്ഞില്ല. ഗാന്ധി രാമൻപിള്ള ആശീർവദിച്ചു.

"ദൈവം നിങ്ങളെ രക്ഷിക്കട്ടെ."

പോകുന്ന പോക്കിൽ വഴിയിലെങ്ങും വേറെയാരെയും കണ്ടില്ല. കിഴക്കേ റോഡിൽക്കൂടി കാളവണ്ടികൾ കടന്നുപോകുന്ന കടകട ശബ്ദം കേട്ടു.

കിഴക്കു കണ്ണമത്തുചന്തയും കടന്ന് നേരെ വടക്കോട്ടു നടന്നു. കുറെ ചെന്നപ്പോൾ തങ്കപ്പൻപിള്ള തന്നത്താനെന്നവണ്ണം ചോദിച്ചു.

"നമ്മളിങ്ങനെ ഒരു ലക്ഷ്യവുമില്ലാതെ നടന്നാലോ?"

രാഘവൻപിള്ള പറഞ്ഞു.

"നിങ്ങൾ എന്റെ കൂടെ പോന്നേച്ചാൽ മതി."

"എന്നാലും എങ്ങോട്ടാ?"

"അതൊക്കെ അങ്ങുചെല്ലുമ്പോൾ പറയാം."

ഇടറോഡുകളിലൂടെ ചെന്നുകയറി പത്താംകുറ്റിയിൽ നടന്നു. നേരം പാതിരാ കഴിഞ്ഞിരിക്കണം. കിഴക്കുനിന്നു കത്തിയ റാന്തലുമായി ഒരു കാളവണ്ടി ഒച്ചവച്ചുകൊണ്ട് ആടിയാടി വരുന്നു. കണ്ണുതുളയ്ക്കുന്ന

വെളിച്ചം പായിച്ചുകൊണ്ട് പടിഞ്ഞാറുനിന്ന് ഒരു ലോറി പാഞ്ഞുപോയി. രണ്ടാമത്തെ സിനിമ കണ്ടിട്ടുപോകുന്നവരെന്ന നാട്യത്തിൽ ആര്യമാല യിലെ കൃഷ്ണന്റെയും മധുരത്തിന്റെയും തമാശകളെക്കുറിച്ച് സംസാ രിച്ചുകൊണ്ട് അവർ കിഴക്കോട്ടു നടന്നു.

നടന്നുകുഴഞ്ഞപ്പോൾ തങ്കപ്പൻപിള്ള പറഞ്ഞു:

"കൂടുതൽ നടക്കണമെന്നുണ്ടെങ്കിൽ നമുക്ക് ലോറിക്കു കൈകാ ണിക്കാം."

ശ്രീധരൻനായർ സ്വയം പറഞ്ഞുചിരിച്ചു:

"കൊള്ളാം, ഈ വേഷത്തിൽ ലോറിക്കു കൈകാണിച്ചാ ചിലപ്പോൾ കാര്യം കുശാലാകും."

അടുത്ത മുക്കിലെത്തി. മെയിൻ റോഡിൽനിന്ന് വടക്കോട്ടു തിരിഞ്ഞു. ശ്രീധരൻനായർ വീണ്ടും ചിരിച്ചു:

"ഇപ്പോൾ മനസ്സിലായളിയാ."

"എന്തോന്നാ?"

"നമ്മൾ എങ്ങോട്ടാ പോകുന്നതെന്ന്."

"എന്നാൽ ഇയാളുപറ എങ്ങോട്ടാ?"

"അതൊക്കെ എനിക്കറിയാം. പക്ഷേ, ആ പൊലീസുകാരൻ അവി ടെയുണ്ടെങ്കിൽ നമ്മൾ അയാളോടെന്തു പറയും?"

"അയാളുണ്ടെങ്കിലും കുഴപ്പമൊന്നുമില്ല."

തങ്കപ്പൻപിള്ളയ്ക്കു പിടികിട്ടിയില്ല.

"ഏതു പൊലീസുകാരനാ?"

ശ്രീധരൻനായർ അയാളുടെ ചെവിയിൽ പറഞ്ഞു.

"ഞങ്ങടളിയന് ഇവിടടുത്തൊരു ചേക്ക വീടുണ്ടായിരുന്നു. ഒരു പൊലീസുകാരനാ ഇപ്പോൾ അവിടെ താമസം."

രാഘവൻപിള്ള ചിരിച്ചു.

"അയാളു വെറുതെ തമാശ പറയുകയാണ് കേട്ടോ. അതൊന്നും വിശ്വസിക്കല്ലേ."

അങ്ങനെ പറഞ്ഞെങ്കിലും ആ പഴയ മമതയെക്കുറിച്ചോർത്തപ്പോൾ രാഘവൻപിള്ളയുടെ ഹൃദയത്തിൽ പാതിരാപ്പൂക്കൾ വിരിഞ്ഞു. വിവാഹം കഴിക്കുന്നതിന് മുമ്പ് നൂറനാട്ട് അച്ഛൻ വകയിൽപ്പെട്ട ഒരു പെണ്ണുമായി അയാൾ ലോഹ്യത്തിലായിരുന്നു. പെണ്ണിന്റെ ജ്യേഷ്ഠത്തിക്കുമാത്രമേ അവർ തമ്മിലുള്ള ബന്ധത്തെക്കുറിച്ചറിയുമായിരുന്നുള്ളു. ആ കല്യാണം നടന്നുകാണാൻ ജ്യേഷ്ഠത്തിയും അവരുടെ ഭർത്താവും വളരെ കൊതിച്ചു. പക്ഷേ, ജാതകപ്പൊരുത്തമില്ലാതിരുന്നതുകൊണ്ട് നടന്നില്ല. അവളെ ഒരു പൊലീസുകാരൻ വിവാഹം കഴിക്കുകയും ചെയ്തു.

അതിനുശേഷം രാഘവൻപിള്ള ആ വീട്ടിൽ പോയിട്ടില്ല. ജ്യേഷ്ഠ ത്തിയും അനുജത്തിയും ഒരുമിച്ച് ഒരു വീട്ടിലാണ് താമസം. ഇപ്പോൾ ഈ വേഷത്തിൽ അങ്ങോട്ടു കേറിച്ചെല്ലുമ്പോൾ ആ സ്ത്രീകൾ എന്തു വിചാരിക്കുമോ എന്തോ?

തങ്കപ്പൻപിള്ള തമാശയായി പറഞ്ഞു.

"അന്ന് അങ്ങനെയൊക്കെ ചില ബന്ധങ്ങൾ ഉണ്ടാക്കിവെച്ചത് ഇപ്പോൾ ഉപകാരമായല്ലോ."

രാഘവൻപിള്ള അതുകേട്ട് ചിരിച്ചു.

ആ വീടിനുമുമ്പിലെത്തിയപ്പോൾ അയാൾ വിളിച്ചുചോദിച്ചു:

"ചേട്ടാ, ചേട്ടനുണ്ടോ?"

വീട്ടിലെ പട്ടി കുരച്ചുചാടിച്ചെന്നു. കുറെ ദൂരെനിന്ന് അതുനിർത്താതെ കുരച്ചുകൊണ്ടിരുന്നു. ചേട്ടത്തി വിളിച്ചുചോദിച്ചു.

"ആരാ അത്?"

രാഘവൻപിള്ള ശബ്ദമടക്കിപ്പറഞ്ഞു.

"ഞങ്ങളാണ്."

"ആരാ രാഘവൻപിള്ളയാണോ?"

ചേട്ടത്തി പട്ടിയെ വിലക്കിയിട്ട് വിളക്കു കത്തിച്ചു. രാഘവൻപിള്ള വീണ്ടും ചോദിച്ചു:

"കുമാരപിള്ള ചേട്ടനില്യോ?"

"ഇല്ല. ഇന്നലെ ജോലിക്കുപോയിട്ടിങ്ങുവന്നില്ല. നിങ്ങൾ ഇങ്ങുകേറിയിരിക്ക്."

മൂവരും വീടിന്റെ തിണ്ണയിലേക്കുകയറി. ചേട്ടത്തി ആശ്ചര്യത്തോടെ തിരക്കി.

"എന്താ എല്ലാവരും കൂടി ഈ സമയത്ത്?"

"ഇവിടെവരെയൊന്നു വന്നു."

"ഇവരു രണ്ടുപേരും ഏതാ?"

"ഇത് ഭാര്യയുടെ സഹോദരൻ. അതു ഞങ്ങളുടെ ഒരു സ്നേഹിതൻ.... പിന്നെ നമ്മുടെ പൊലീസ് ഇവിടുണ്ടോ?"

"അയാളും പോയിട്ടു വന്നില്ല."

ചേട്ടത്തി വീണ്ടും വിശേഷം ചോദിച്ചു.

"നിങ്ങളിപ്പോൾ എവിടന്നുവരുന്നു?"

"അങ്ങു ശൂരനാട്ടുനിന്നു വരികയാ."

വിളക്കുവെട്ടത്ത് മുഖത്തെ മുറിവുകളും വസ്ത്രങ്ങളിൽ പറ്റിയിട്ടുള്ള ചോരയും കണ്ട് അവർ സംഭ്രമത്തോടെ തിരക്കി:

"മുഖത്തു ചോരയോ? ഇതെന്തുപറ്റി? എവിടേലും വല്ല അടിപിടീം ഉണ്ടാക്കീട്ടു വരുവാണോ? അല്ലാ ഉടുപ്പും മുണ്ടും ഒക്കെ ചോരയാണല്ലോ?"

ശ്രീധരൻനായരും തങ്കപ്പൻപിള്ളയും രാഘവൻപിള്ളയുടെ മുഖത്തേക്കു നോക്കി. രാഘവൻപിള്ള കാര്യം പറഞ്ഞു.

"ഒരു ചെറിയ വഴക്കുനടന്നു."

"ആരുതമ്മിലാ? എന്താകാര്യം?"

"ചിലയാളുകൾ വീടുകേറി ആക്രമിക്കാൻ വന്നു. ഞങ്ങളും വിട്ടില്ല."

"വേറെ കുഴപ്പമൊന്നുമില്യോ?"

"ഒന്നുമില്ല.... ഇനി ഞങ്ങൾക്കൊന്നു കുളിക്കണം."

ചേട്ടത്തി എണ്ണയും സോപ്പും എടുത്തുകൊടുത്തു.

കുളത്തിൽപ്പോയി തേച്ചുകുളിച്ച് വന്നപ്പോഴേക്കും അവർ പെട്ടിതുറന്ന് ഭർത്താവിന്റെ അലക്കിയ മുണ്ടും ഉടുപ്പും എടുത്ത് കട്ടിലിൽ വച്ചിരുന്നു.

"നിങ്ങളീ ദേഹത്തുകിടക്കുന്നതിങ്ങൂരിത്താ. അതു കഴുകിയിടാം."

അതുപറഞ്ഞിട്ട് ചേട്ടത്തി പുരമുറിക്കകത്തേക്കു കയറിപ്പോയി. രാഘവൻപിള്ളയും കൂട്ടുകാരും വസ്ത്രം മാറി.

ഓരോപാത്രം കട്ടൻകാപ്പി കൊണ്ടുവന്ന് ചേട്ടത്തി ശ്രീധരൻനായർക്കും തങ്കപ്പൻപിള്ളയ്ക്കും കൊടുത്തു. അപ്പോൾ അനുജത്തി ഒരു പാത്രത്തിൽ കാപ്പിയുമായി വാതില്ക്കൽവന്ന് രാഘവൻപിള്ളയെ നോക്കിക്കൊണ്ട് നില്ക്കുന്നത് തങ്കപ്പൻപിള്ളയും ശ്രീധരൻനായരും കണ്ടു. ചേട്ടത്തി അവളുടെ പക്കൽനിന്നു കാപ്പിവാങ്ങി രാഘവൻപിള്ളയ്ക്കു നല്കി.

എന്തോ ഒന്ന് കടലാസിൽ ചുരുട്ടി മേശപ്പുറത്തുവച്ചിരിക്കുന്നത് കണ്ട് ചേട്ടത്തി സംശയത്തോടെ അത് തുറന്നുനോക്കി. ഒരു കഠാരി. അതു വീണ്ടും കടലാസിൽ പൊതിഞ്ഞ് പുറകിലൊളിച്ചുകൊണ്ട് അവർ പറഞ്ഞു.

"എന്തായാലും ഇനിയിതു കൊണ്ടു നടക്കണ്ട."

തങ്കപ്പൻപിള്ള ചിരിച്ചു.

"അതു കൈയിൽ ഇരുന്നെന്നു കരുതി കുഴപ്പമൊന്നുമില്ല."

"വേണ്ടാ വേണ്ടാ ഇനി ഞാനിത് തരത്തില്ല."

പൊതിയുമായി അവർ വെളിയിലേക്കു പോയി.

ഒട്ടുനേരം കഴിഞ്ഞ് തിരികെവന്നു. രാഘവൻപിള്ള ചിരിച്ചുകൊണ്ട് ചോദിച്ചു:

"അതെന്തുചെയ്തു?"

"ഞാനത് കുളത്തിലെറിഞ്ഞു."

തങ്കപ്പൻപിള്ളയുടെ മുഖത്ത് ജാള്യതകലർന്ന ഒരു ചിരി പരന്നു. മുറിക്കകത്ത് ചേട്ടത്തി പായ്‌വിരിച്ചുകൊടുത്തു. അവിടെക്കിടന്നു മൂന്നുപേരും ഉറങ്ങി.

രക്തംപുരണ്ട വസ്ത്രങ്ങൾ ചുരുട്ടിയെടുത്തുകൊണ്ട് അവർ കുളക്കരയിലേക്ക് പോയി.

രാവിലെ കുമാരപിള്ള വന്നു. രാത്രിയിൽ രാഘവൻപിള്ളയും കൂട്ടുകാരും കൂടി അന്വേഷിച്ചുവന്ന വിവരം ഭാര്യ പറഞ്ഞപ്പോൾ അയാൾ ഞെട്ടി. അമ്പരപ്പോടെ ചോദിച്ചു.

"അവരെവിടെ?"

"പുരയ്ക്കകത്ത് കിടന്നുറങ്ങുന്നു."

എന്തോ ആലോചിച്ചുകൊണ്ട് കുമാരപിള്ള തിണ്ണയിൽ തെക്കുവടക്കു നടന്നു. ഒടുവിൽ പുരമുറിക്കകത്തുകയറി രാഘവൻപിള്ളയെ വിളി

ച്ചുണർത്തി.

"നിങ്ങൾ എപ്പോൾ വന്നു?"

"അർദ്ധരാത്രിയായി."

തങ്കപ്പൻപിള്ളയും ശ്രീധരൻനായരും എഴുന്നേറ്റ് കണ്ണുതിരുമ്മി.

കുറേനേരം മൗനമായി നിന്നിട്ട് വീട്ടുകാരൻ പറഞ്ഞു:

"ബസിൽ പൊലീസിനെ കൊണ്ടുവിട്ടിട്ട് ഞാൻ ശൂരനാട്ടുനിന്ന് വരികയാണ്."

അവർ അയാളുടെ മുഖത്തേക്ക് ആകാംക്ഷയോടെ ഉറ്റുനോക്കി.

"ഇൻസ്പെക്ടറും മൂന്നു പൊലീസുകാരും വയലിൽ ചത്തുകിടക്കുന്നു."

രാഘവൻപിള്ള ഞെട്ടിയെന്നുതോന്നി. മറ്റു രണ്ടുപേരുടെയും മുഖത്ത് ക്രൂരമായ ഒരു സംതൃപ്തി നിഴലിച്ചു.

"ഇതിനകം മൂന്നു ബസുനിറയെ റിസർവ്വ് പൊലീസിനെ അവിടെ കൊണ്ടിറക്കിയിട്ടുണ്ട്. നാലാമത്തെ ബസ് അങ്ങോട്ടു പോയിരിക്കുന്നു."

അപ്പോഴാണ് ചേട്ടത്തിക്കു കാര്യത്തിന്റെ ഗൗരവം മനസ്സിലായത്. അവർ തുറന്നുകിടന്ന ജനൽ അടച്ചുകൊണ്ട് പറഞ്ഞു—

"അതിനി തുറന്നിടണ്ടാ."

അനിയൻ പൊലീസുകാരന്റെ കാര്യമോർത്തപ്പോൾ അവർക്ക് ഭയം തോന്നി. അയാൾ അപ്പോഴെങ്ങാനും അങ്ങോട്ടു കേറിവന്നാലോ....? എന്തെങ്കിലും കുഴപ്പമുണ്ടാക്കിയാലോ.....? ആരായാലും ആൾ പൊലീസുകാരനല്ലേ?

എന്തെങ്കിലും ചെയ്യാൻ കൈയ്യാടാതെ, എങ്ങും ഇരുത്തയുറയ്ക്കാതെ അവർ തിണ്ണയിലും അടുക്കളയിലുമായി നടന്നു. തിരിഞ്ഞു പിരിഞ്ഞു നോക്കിയിട്ട് കിഴക്കേ മുറ്റത്തിറങ്ങി. കിഴക്കോട്ടു തിരിഞ്ഞു നിന്നു തറ്റുടുത്തു. കിഴക്ക് ചോരയിൽ മുങ്ങിക്കുളിച്ച സൂര്യൻ, അവരുടെ നേരെ വിവശനായി നോക്കിനിന്നു. ജഗദ്സാക്ഷിയെ നോക്കി കൈകൂപ്പി തൊഴുതുകൊണ്ട്, നൂറനാട്ടുപടനിലത്തു കുടികൊള്ളുന്ന തേവരെ സങ്കല്പിച്ച്ക്കൊണ്ട് മനസ്സിൽ പറഞ്ഞു.

"എന്റെ പരദേവരേ, ഈയാണ്ടിൽ പടനിലത്ത് ഒരേരു കാളയെ കെട്ടിച്ചേക്കാം. ഇപ്പോൾ പൊലീസുകാരനെ ഇങ്ങോട്ട് വരുത്തരുതേ! ഇവർക്ക് ഒരപകടവും ഉണ്ടാക്കരുതേ!"

ഒരു പണമെടുത്ത് കിഴക്കോട്ട് തിരിഞ്ഞുനിന്ന് മൂന്നുവട്ടം ഉഴിഞ്ഞു. അതു വീണ്ടും കടലാസിൽ പൊതിഞ്ഞു കാൽപ്പെട്ടിയിൽ സൂക്ഷിച്ചു. നേർച്ച നടത്തുമെന്ന ഉറപ്പിനുള്ള ജാമ്യസംഖ്യ.

കാപ്പികുടി കഴിഞ്ഞ് രാഘവൻപിള്ളയും കൂട്ടുകാരും വീണ്ടും കിടന്നുറങ്ങി.

സോപ്പിട്ടു കഴുകിയിട്ടും വസ്ത്രങ്ങളിലെ ചോരയുടെ കറ പോയില്ല. രാവിലെ ചേട്ടത്തിയതു പുഴുങ്ങിയുണക്കി. എന്നിട്ടും പാടുകൾ മായാത്തതുകൊണ്ട് അവരതു തീയിട്ടുകളഞ്ഞു.

ഉച്ചയ്ക്ക് പരിപ്പും പപ്പടവും കൂട്ടി എല്ലാവർക്കും ഊണുകൊടുത്തു. സന്ധ്യകഴിഞ്ഞപ്പോൾ രാഘവൻപിള്ള പറഞ്ഞു:

"ഇനി ഞങ്ങൾ ഇവിടുന്നൊന്നു മാറി നില്ക്കട്ടെ."

അതു കേട്ടപ്പോൾ കുമാരപിള്ളയ്ക്കും ആശ്വാസമായി. പുറപ്പെടാനൊരുങ്ങിയപ്പോൾ ചേട്ടത്തി രാഘവൻപിള്ളയെ വിളിച്ച് ഒരു കടലാസു പൊതി കൊടുത്തു.

"ഇന്നാ, ഇതു കൈയിലിരിക്കട്ടെ."

അയാൾ അതു വാങ്ങി പോക്കറ്റിൽ വെച്ചു.

യാത്ര ചോദിച്ചു പിരിയുമ്പോൾ അനുജത്തി ആകാംക്ഷഭരിതയായി വാതിൽക്കൽ വന്നു നോക്കിനില്ക്കുന്നതു കണ്ടു. വഴിയിൽ വെച്ചു ശ്രീധരൻനായർ രാഘവൻപിള്ളയോടു ചോദിച്ചു.

"എന്തുവാ അളിയാ, അവരൊരു പൊതി തന്നത്?"

രാഘവൻപിള്ള പോക്കറ്റിൽ നിന്നു പൊതിയെടുത്തു തുറന്നു നോക്കി. നോട്ടും ചില്ലറയും കൂടി പത്തു പതിനഞ്ചുരൂപാ കാണും. ഇരുട്ടിൽ എണ്ണിനോക്കിയില്ല.

കലഞ്ഞൂരിനു പടിഞ്ഞാറു കണ്ണൻവയലിൽ ശ്രീധരൻനായരുടെ വല്യമ്മ താമസമുണ്ട്. എങ്ങനെയെങ്കിലും കണ്ണൻവയലിൽ എത്തുകയായിരുന്നു ലക്ഷ്യം.

രാത്രി മുഴുവനും നടന്നും ഇരുന്നും യാത്ര ചെയ്തു. നേരം വെളുത്തപ്പോൾ ഒരു ചായക്കടയിൽ കയറി ദോശയും ചായയും കഴിച്ചു. കടശ്ശനാട്ടെത്തിയപ്പോൾ ചായക്കടയിലിരുന്ന് ഒരുവൻ അവരെ നോക്കിപ്പറയുന്നതു കേട്ടു.

"ആരാ ഇല്ലപ്പോകുന്നത്? ഇവിടുത്തുകാരെങ്ങുമല്ല. എന്തു നല്ല തടിയാണെന്നു നോക്കിയേ."

അതു കേട്ടില്ലെന്ന ഭാവത്തിൽ വർത്തമാനം പറഞ്ഞുനടന്നു.

ആളുകൾ വഴിനീളെ ആടിനെയും മാടിനെയും അടിച്ചു നടത്തി കലഞ്ഞൂർ കാളച്ചന്തയിലേക്കു പോകുന്നു. പിറ്റേ ദിവസം ചന്തയാണ്. കാളയെ വാങ്ങാൻ പോകുന്നവരാണെന്നമട്ടിൽ അവരോടൊപ്പംകൂടി. ഉച്ച തിരിഞ്ഞപ്പോൾ കണ്ണൻ വയലിൽ വല്യമ്മയുടെ വീട്ടിലെത്തി.

കന്നുകാലികളുമായി പത്തുപന്ത്രണ്ടാളുകൾ അവിടെ നേരത്തെ എത്തി താവളമടിച്ചിരുന്നു. അവർ കാളകൾക്കു തീറ്റയും വെള്ളവും നല്കുന്നതുകണ്ടു. ചിലർ വട്ടമിട്ടിരുന്നു വർത്തമാനം പറയുന്നു.

ശ്രീധരൻനായരെയും രാഘവൻപിള്ളയെയും കണ്ടപ്പോൾ വല്യമ്മയ്ക്ക് ആശ്ചര്യവും ആഹ്ലാദവും .

"അല്ലാ, എല്ലാവരുംകൂടി ഇതെവിടുന്നുവരുന്നു?"

"ഞങ്ങൾ കാളച്ചന്തയിൽ വന്നേതു വല്യമ്മേ. ഇന്നിവിടെ തങ്ങിയിട്ടു നാളെ ചന്തയ്ക്കു പോകാമെന്നു കരുതി."

"പിന്നെ, അവിടെന്തൊക്കെയുണ്ട് വിശേഷം? ഈശ്വരിക്കും കമലമ്മയ്ക്കുമെല്ലാം സൊകവാണോ?"

"പ്രത്യേകിച്ചു വിശേഷമൊന്നുമില്ല."

"നിങ്ങളുച്ചയ്ക്കു വല്ലതും കഴിച്ചോ?"

"ഇവിടെ വെന്തതുവല്ലതും ഇരിപ്പുണ്ടോ?"

"നിങ്ങളിരി. ഇതാ മാത്രയ്ക്കകം അരിവെച്ചു ചോറുതരാം."

"വല്യച്ഛനെങ്ങോട്ടുപോയി?"

"വെളിയിലോട്ടെങ്ങാണ്ടുപോയി. എന്താ, വിളിപ്പിക്കണോ?"

"വേണ്ട, ചോദിച്ചെന്നേയുള്ളൂ."

വല്യമ്മ ഊണൊരുക്കുന്നതിനിടയിൽ രാഘവൻപിള്ളയും കൂട്ടുകാരും കാളക്കച്ചവടക്കാരുടെ വർത്തമാനങ്ങളിൽ പങ്കുകൊണ്ടു. ഓമല്ലൂർ ചന്തയിൽ നടന്ന കച്ചവടത്തെക്കുറിച്ച്, അടുത്തുവരുന്ന പുഞ്ചവിതയെക്കുറിച്ച്....

ആരോ ശൂരനാട്ടു നടന്ന സംഭവങ്ങളെക്കുറിച്ച് പറഞ്ഞു. കേട്ടുകേഴ്‌വിയാണ്. അവിടെ കമ്യൂണിസ്റ്റുകാർ സംഘംചേർന്ന് ഒരു വയലിലിട്ടു കുറെ പൊലീസുകാരെയും ഒരു ഇൻസ്പെക്ടറെയും വെട്ടിക്കൊന്നുപ്പോലും.

"അങ്ങനൊണ്ടേ പത്രത്തിൽ വരാതിരിക്കത്തില്ല."

"അടുത്തെങ്ങാനും പത്രമുണ്ടെങ്കിൽ അതിലുണ്ടോന്നു നമുക്കൊന്നു നോക്കാമല്ലോ."

കിഴക്കേ പലചരക്കുകടയിൽ പത്രമുണ്ടായിരുന്നു. രാഘവൻപിള്ള ചെന്നു പത്രമെടുത്തു വായിച്ചു. കേട്ടതുശരിയാണ്. ശൂരനാട്ട് ഒരു ചാലിലെ മീൻ പിടിക്കുന്നതു സംബന്ധിച്ചുണ്ടായ തർക്കത്തിൽ കമ്യൂണിസ്റ്റുകാർ ഒരു പൊലീസ് ഇൻസ്പെക്ടറെയും മൂന്നു പൊലീസുകാരെയും കൊലപ്പെടുത്തി. കമ്യൂണിസ്റ്റുപാർട്ടിയെയും മറ്റനേകം സംഘടനകളെയും നിരോധിച്ചിരിക്കുന്നു..... ഇൻസ്പെക്ടറുടെ തുടയിലെ മാംസം വാർന്നെടുത്തിട്ടുണ്ട്. അദ്ദേഹത്തിന്റെ നാക്കറുത്ത് ഒരിലയിൽ വേറെ വെച്ചിരുന്നു. ലിംഗം അറുത്ത് വായിൽ തിരുകിയിരുന്നു!

വാർത്ത കേട്ടിരുന്നവർ മുഖം ചുളിച്ചുകൊണ്ടു പറഞ്ഞു—

"ഓ, ഭയങ്കരം. എന്തൊരു നീചപ്രവൃത്തി!"

തങ്കപ്പൻപിള്ള ചോദിച്ചു.

"ഇതു നേരായിരിക്കുമോ? മനുഷ്യരാരെങ്കിലും ഇങ്ങനെ ചെയ്യുമോ?"

"ഏയ്, നിങ്ങൾക്കെന്താ ഇത്രസംശയം? പത്രത്തിൽ അച്ചടിച്ചുവന്നതല്ലേ? കമ്യൂണിസ്റ്റുകാർ ഇതും ഇതിലപ്പുറവും ചെയ്യും. അവരൊരുതരം രാക്ഷസന്മാരാ."

രാഘവൻപിള്ള ഇടപെട്ടു പറഞ്ഞു:

"പത്രത്തിൽ വന്നതല്ലേ. നേരായിരിക്കും."

അവർ ഊണു കഴിച്ചുകൊണ്ടിരിക്കുമ്പോൾ കടമ്പാട്ടെ കൃഷ്ണൻനായർ തന്റെ കുട്ടികളുമായി വീട്ടിലേക്കു കേറിവന്നു. അനുജനെയും അളിയനെയും കണ്ട് അയാൾ വലിയ വായിലേ പൊട്ടിക്കരഞ്ഞു. കാര്യമെന്തെന്നറിയാതെ കാഴ്ചക്കാർ അമ്പരന്നിരിക്കുമ്പോൾ ജ്യേഷ്ഠനെ സമാ

ധാനപ്പെടുത്തുന്ന മട്ടിൽ ശ്രീധരൻ പറഞ്ഞു:

"ഇനി കരഞ്ഞിട്ടെന്താ ഫലം? മരിച്ചുപോയവരെന്തായാലും ഇനി തിരിച്ചുവരാൻ പോകുന്നില്ല."

ഒരു കാളക്കച്ചവടക്കാരൻ ചോദിച്ചു:

"എന്താ, അദ്ദേഹത്തിന്റെ ആരാ മരിച്ചത്?"

"ഭാര്യ. ഇങ്ങനെ കരഞ്ഞുവിളിച്ചു നടക്കാതെ ഇനി കുഞ്ഞുങ്ങളുടെ കാര്യം നോക്ക്."

മറ്റൊരാൾ പറഞ്ഞു—

"നമ്മളിങ്ങനൊക്കെപ്പറഞ്ഞാലും ഭാര്യ മരിച്ചാൽ അതിന്റെ ദുഃഖം തീർത്താൽ തീരുമോ?"

ശ്രീധരൻനായർ കൃഷ്ണൻനായരുടെ നേരെ കണ്ണും കവിളും കാണിച്ചു. രാഘവൻപിള്ള ശ്രീധരൻനായരുടെ ചെവിയിൽ പറഞ്ഞു—

"ഇനിയിവിടെ കൂടുതൽ സമയം തങ്ങുന്നതു ശരിയല്ലളിയാ."

തലയ്ക്കു കൈയുംകൊടുത്തു കണ്ണീർ വാർത്തുകൊണ്ടിരുന്ന മൂത്ത അളിയനോടു രാഘവൻപിള്ള യാത്രപറഞ്ഞു:

"ഞങ്ങളിവിടുന്നൊന്നു വിട്ടുനില്ക്കട്ടെ. പിന്നെ കാണാം."

കാളച്ചന്തയിൽ പോകാൻവന്നവർ കാലികളെ തഴുകിയും തടവിയും കഴിയുന്നതിനിടയിൽ അവർ അവിടെനിന്നിറങ്ങി കലഞ്ഞൂരേക്കുള്ള വഴിയിലൂടെ നടന്നു.

രാഘവൻപിള്ള തലകുനിച്ചു മൗനമായി നടക്കുന്നതുകണ്ട് തങ്കപ്പൻപിള്ള ചോദിച്ചു:

"എന്തുവാ ഈ ആലോചിക്കുന്നത്?"

"മൂത്തളിയനിങ്ങു പോന്നസ്ഥിതിക്ക് അമ്മയും കമലമ്മയും എങ്ങോട്ടുപോയോ എന്തോ?"

"അതൊന്നും ഓർത്തു വിഷമിച്ചിട്ടു കാര്യമില്ല. അവർ വേണ്ടപ്പെട്ട ഏതെങ്കിലും വീട്ടിൽപ്പോയി കഴിഞ്ഞോളും."

"അങ്ങനെയല്ല. അവൾ ഒരു തന്റേടമുള്ളവളല്ല. വീട്ടിലാണെങ്കിൽ കാൽക്കാശുപോലും കരുതലില്ല. അമ്മയെയും കുഞ്ഞുങ്ങളെയും കൊണ്ട് അവൾ നടന്നു വിഷമിക്കും."

"വിഷമിച്ചാലും എങ്ങനെയെങ്കിലും അങ്ങു കഴിഞ്ഞുകൂടും. അതിനു നമ്മളിങ്ങനെ ചിന്തിച്ചു വിഷമിക്കുന്നതുകൊണ്ട് പ്രയോജനമൊന്നുമില്ല."

തങ്കപ്പൻപിള്ളയെപ്പോലല്ല, രാഘവൻപിള്ള. ഭാര്യയുടെയും കുട്ടികളുടെയും കാര്യമാലോചിച്ചപ്പോൾ അയാളുടെ നെഞ്ചുകിടന്നു പിടഞ്ഞു. മനോവിചാരംകൊണ്ട് തലതാനേ കുനിഞ്ഞു. കുറെ ദൂരം ചെന്നപ്പോൾ ശ്രീധരൻനായരോടു പറഞ്ഞു:

"അളിയാ, എങ്ങനെയെങ്കിലും കുറെ രൂപയുണ്ടാക്കി വീട്ടിലെത്തിക്കണം. അല്ലെങ്കിൽ കമലമ്മ വിഷമിക്കും?"

"അതിന് ഉടനെയിപ്പോൾ എവിടുന്നു രൂപയുണ്ടാക്കും?"

"അതൊക്കെയുണ്ടാക്കാം. ഞാൻ കുറുന്തോട്ടയംവഴി ഒന്നു കറങ്ങി

യാൽ മതി. എന്താ, നിങ്ങളെന്തു പറയുന്നു?"

"അങ്ങനെയാണെങ്കിൽ....."

"അതു സാധിച്ചാൽ പിന്നെ സ്വസ്ഥമായി നടക്കാം."

ശ്രീധരൻനായർ തിരക്കി.

"അപ്പോൾ നമ്മളിനി എവിടെവെച്ചുകാണും?"

"അതുപറ. നിങ്ങളെ എവിടെ തിരക്കണം?"

തങ്കപ്പൻപിള്ള പറഞ്ഞു—

"ആതനാട്ട് അന്വേഷിച്ചാൽ മതി. ഞങ്ങളുടെ വിവരം അറിയാം."

"അതുശരി."

രാഘവൻപിള്ള തന്റെ കൈവശമുണ്ടായിരുന്ന പണത്തിൽനിന്നു വഴിച്ചെലവിനു വേണ്ടതെടുത്തിട്ട് ബാക്കി തങ്കപ്പൻപിള്ളയെ ഏല്പിച്ചു. കലഞ്ഞൂരിനു പടിഞ്ഞാറുവെച്ച് അവർ രണ്ടു വഴി പിരിഞ്ഞു. രാഘവൻപിള്ള കുറുന്തോട്ടയത്തേക്ക്. തങ്കപ്പൻപിള്ളയും ശ്രീധരൻനായരും അങ്ങു പടിഞ്ഞാറ് ആതനാട്ടേക്കും.

പതിനെട്ട്

വയലിൽനിന്നു ഗംഗാധരൻനായരും വാസുനായരും കൂടി നേരേ പോരോഴിക്കുപോയി. പോകുന്നപോക്കിൽ മേച്ചിലോടിന്റെ ഒരു കഷണം കൈക്കലാക്കി.

ഗംഗാധരൻനായരുടെ തലയിലെ മുറിവ് വലുതായിരുന്നു. തോക്കിന്റെ പാത്തികൊണ്ട് അടിയേറ്റതാണ്. ഒരു കൊല്ലന്റെ ആലയിൽച്ചെന്നു ഓടു കഷണം പൊടിച്ച് മുറിവിലിട്ട് ഉടുപ്പൂരി തലയിൽ വട്ടക്കെട്ടുകെട്ടി.

പോരോഴിയിൽ ഗംഗാധരന്റെ ഒരു ബന്ധുവീട്ടിൽ അവർ രണ്ടു ദിവസം തങ്ങി. ഞായറാഴ്ച രാത്രി വീണ്ടും ശൂരനാട്ടേക്കു തിരിച്ചു. വഴിയിൽ ആളനക്കമില്ല. വീടുകളിൽ വിളക്കും വെട്ടവുമില്ല. നടപ്പാതകൾവിട്ടു ചുറ്റിവളഞ്ഞു വിരളിശ്ശേരി മലനടയിലെത്തി. നടയ്ക്കുചുറ്റും നടന്നു നോക്കി. ആരുമില്ല.

ഗംഗാധരൻനായർ നിരാശപ്പെട്ടു.

"ആരെയും കണ്ടില്ലല്ലോ. ഇനി നമുക്ക് തെറ്റിയോ!"

"ഞായറാഴ്ച ഇവിടെ കൂടണമെന്നു തന്നെയാ പറഞ്ഞിരുന്നത്. അതിനു സംശയമില്ല."

"ഇപ്പോൾ നേരമെന്തായിക്കാണും?"

വാസുനായർ മുഖമുയർത്തി നോക്കി. ചന്ദ്രനുദിച്ചു നാലഞ്ചുനാഴിക പൊങ്ങിയിരിക്കുന്നു.

നൂറായിരം നക്ഷത്രങ്ങൾ മഞ്ഞിൽ മങ്ങിവിളറി നില്ക്കുന്നു.

"പത്തുപതിനഞ്ചു നാഴിക ഇരുട്ടിക്കാണും."

"അവരിനി കൂടിയിട്ടു പിരിഞ്ഞുപോയിരിക്കുമോ?"

"അതില്ല. അതിനു സമയമായിട്ടില്ല."

"എന്നാൽ വരാതിരിക്കത്തില്ല."

കാത്തുകാത്തിരുന്ന് കണ്ണിൽ മയക്കം പിടിച്ചപ്പോൾ അവർ നടയുടെ മുന്നിൽ കിടന്നുറങ്ങി. മഞ്ഞുപെയ്യുന്നുണ്ടായിരുന്നു. നല്ല തണുപ്പ്. തണുപ്പിൽ വാസുനായർ മയക്കംവിട്ടുണർന്നു. എന്തോ ആലോചിച്ചുകൊണ്ടു കുളുന്നു വിറച്ചു കിടന്നു. നേരത്തെ പറഞ്ഞതുപോലെ ആരും വന്നു കാണാത്തതുകൊണ്ട് അയാൾ അസ്വസ്ഥനായിരുന്നു. പൊലീസിന്റെ ശല്യം കൊണ്ട് വരാൻ കഴിയാത്തതാണോ? പൊലീസുകാർ നാട്ടിൽ എന്തൊക്കെ അക്രമങ്ങൾ കാണിച്ചിരിക്കും? അവർ ആറ്റുകടവിൽ തിരക്കിച്ചെന്നിരിക്കുമോ?

ആറ്റുതീരത്തെ ആ വീട് കൺമുന്നിൽ തെളിഞ്ഞു. വീട്ടുമുറ്റത്ത് അകലേക്കു നോക്കിനില്ക്കുന്ന ശാരദ. അവളുടെ മുഖത്ത് ഉൽക്കണ്ഠയും സംഭ്രമവും.

അയാൾ ഉറക്കം വരാതെ എഴുന്നേറ്റു കുത്തിയിരുന്നു. തലയ്ക്കുമുകളിൽക്കൂടി കുറെ വാവലുകൾ കൂട്ടത്തോടെ പറന്നു പോയി. കാഞ്ഞിരത്തിലിരുന്ന് ഒരു പാതിരാപ്പക്ഷി കരഞ്ഞു വിളിച്ചു.

മുട്ടിൻമേൽ തലചായ്ച്ചിരിക്കുമ്പോൾ അകലെയെങ്ങോ കോഴി കൂവുന്നതുകേട്ടു.

കൂട്ടുകാരനെ കുലുക്കി വിളിച്ചു.

"ഇനി എഴുന്നേല്ക്ക്. നേരം വെളുപ്പാൻ കാലമായി."

ഗംഗാധരൻ എഴുന്നേറ്റിരുന്ന് കോട്ടുവായിട്ടു. വാസുനായർ തന്റെ സംശയം പറഞ്ഞു:

"ഇനി നമുക്ക് തെറ്റിയതാണോ? അണയുടെ അടുത്താണോ കൂടുമെന്നു പറഞ്ഞിരുന്നത്."

"എനിക്കു നല്ല ഓർമ്മയുണ്ട്. ഇവിടെത്തന്നെ കൂടാനാ തീരുമാനം."

"നമുക്കെന്തായാലും അണയുടെ അടുത്തുപോയൊന്നു നോക്കാം."

"സഖാവെന്താ ഈ പറയുന്നത്? ഇപ്പോൾ അങ്ങോട്ടൊന്നും ഒമയ്ക്കാനൊക്കുകയില്ല. വഴിക്കെല്ലാം പൊലീസു കാണും."

"എന്തായാലും ഇവിടെനിന്നു പോകണമല്ലോ. നേരം വെളുത്താൽ പിന്നെ അതു നടപ്പില്ല."

അവർ മലനടയിൽനിന്നിറങ്ങി വടക്കോട്ടു നടന്നു. എങ്ങോട്ടാണു പോകുന്നതെന്നു നിശ്ചയമില്ല. എവിടെങ്കിലും സ്ഥലംവിട്ടു പോയാലോ? പക്ഷേ, ജനങ്ങളുടെ ഇടയിൽത്തന്നെ കഴിയുന്നതാണു ശരി; അവരിൽനിന്നും എങ്ങും ഓടിപ്പോകാതെ. വാസുനായർ പറഞ്ഞു:

"നമുക്കു വയലുവഴി അണയുടെ അടുത്തേക്കു കടക്കാം."

"പൊലീസിന്റെ വായിൽച്ചെന്നു ചാടിയാലോ?"

"അങ്ങനെയല്ല. ഈ സമയത്ത് നമുക്കെവിടെവേണേലും ഇറങ്ങിനടക്കാമെന്നാണ് എനിക്കു തോന്നുന്നത്. നമ്മളെല്ലാം സ്ഥലംവിട്ടു പോയിരിക്കുമെന്നായിരിക്കും പൊലീസിന്റെ വിശ്വാസം. പിന്നെ, ഈ സമയത്ത്

പൊലീസുകാരും ഉറക്കമായിരിക്കും."

"അണയുടെ അടുത്തു ചെന്നാലോ?"

"അവിടെനിന്നു വിവരങ്ങൾ ശേഖരിക്കാം. ആറ്റുകടവിൽ ചെന്നാൽ എല്ലാ വിശേഷങ്ങളുമറിയാം."

ഗംഗാധരൻനായർ പൊട്ടിച്ചിരിച്ചു.

"അതു ശരി. അപ്പോൾ അതാണുകാര്യമെന്നുപറ. ഞാൻ വരാം. പക്ഷേ, ഒരു കാര്യം. അവിടങ്ങു താവളമടിക്കാൻ പറ്റുകയില്ല. ആളിനെ ഒന്നു കണ്ടിട്ട് ഉടൻ സ്ഥലം വിടണം."

വാസുനായർ ചിരിച്ചു.

"അവിടെ തങ്ങാനല്ല. നമുക്കു വിവരമറിഞ്ഞിട്ടു പോരാം."

"അതുശരി."

വയലുകടന്ന് ആറ്റുതീരത്തുകൂടി അണയുടെ അടുത്തെത്തി. തിരിഞ്ഞും പിരിഞ്ഞും നോക്കി. എങ്ങും ഒരു ഭൂതരുമില്ല. ആ ചെറുപുന്നമാത്രം ഏകാകിയായി കുളുന്നുവിറച്ചു നിൽക്കുന്നു.

വാസുനായർ പറഞ്ഞു:

"നമുക്കു വാച്ചറെ കണ്ടു വിവരം ചോദിക്കാം."

തോടിന്റെ വടക്കേക്കരയിലിറങ്ങി അണവാച്ചർ ശങ്കരക്കുറുപ്പിന്റെ വീട്ടിൽ ചെന്നു. വാതില്ക്കൽ മുട്ടിവിളിച്ചു. ശങ്കരക്കുറുപ്പു വിളിച്ചു ചോദിച്ചു.

"ആരാ അത്?"

"ഞങ്ങളാ കതകുതുറക്ക്."

"എന്താ കാര്യം?"

"ഒരു കാര്യം പറയാനാ."

വാച്ചർ ബദ്ധപ്പെട്ടു വിളക്കു കത്തിക്കാൻ ഭാവിച്ചു.

"വിളക്കു കത്തിക്കണ്ടാ."

അയാൾ കതകുതുറന്നു വെളിയിലിറങ്ങി. ഗംഗാധരൻനായരും വാസുനായരുമാണെന്നറിഞ്ഞപ്പോൾ വാ പൊളിച്ചു നിന്നു.

"അല്ലാ, അതു നിങ്ങളാണോ? പഞ്ചപാപീ, ഈ നേരത്ത് ഇതെങ്ങനെ വന്നു?"

"അതൊക്കെ ഞങ്ങളിങ്ങു പോന്നു."

"എന്നാലും വേണ്ടാതനമായിപ്പോയി."

"ഒരു വിവരം ചോദിക്കട്ടെ. ഇന്നു രാത്രി അണയുടെ അടുത്ത് ഞങ്ങളുടെ ആരെങ്കിലും ഉണ്ടായിരുന്നോ? "

"ആരാ? ഒരു കുഞ്ഞുപോലുമിവിടെങ്ങുമില്ല. രണ്ടുദിവസംകൊണ്ട് ഒരു കിളിപോലും പറക്കുന്നതു കണ്ടിട്ടില്ല."

"അതുശരി. വേറെ എന്തൊക്കെയുണ്ട് വിശേഷങ്ങൾ?"

കൂടുതൽ സംസാരിക്കാൻ വാച്ചർക്കു ശക്തിയില്ല. ഭയം കൊണ്ട് അയാളുടെ തൊണ്ടവരണ്ടു. എന്തെങ്കിലും പറഞ്ഞ് അവരെ മടക്കിയയ

ക്കാൻ ആഗ്രഹിച്ചു. പക്ഷേ, അവരങ്ങനെ പോകാൻ ഭാവമില്ല. എല്ലാ വിവരങ്ങളും അറിയണം.

വെളുപ്പാൻകാലം മുതൽ ബസുകളിലും വാനുകളിലുമായി റിസർവ്വ് പൊലീസ് വന്നിറങ്ങിയെന്നു കുറുപ്പു പറഞ്ഞു.

ശവങ്ങളുടെമേൽ വെയിലടിച്ചപ്പോൾ പൊലീസുകാർ പച്ചോല വെട്ടി കുത്തി നിർത്തി. അവർ വയലിൽ ചുറ്റിനടന്ന് മഹസ്സറും ഇൻക്വസ്റ്റും തയ്യാറാക്കി. ശവശരീരങ്ങൾ റോഡിലെത്തിച്ച് പൊലീസ് അകമ്പടിയോടെ വാനിലിട്ടുകൊണ്ടുപോയി.

മുഖ്യമന്ത്രിയും മന്ത്രിമാരും വന്ന് കോയിക്കൽ ക്യാമ്പു ചെയ്തു.

വേട്ടപ്പട്ടികളെ അഴിച്ചുവിടുംപോലെ റിസർവ്വ് പൊലീസിനെ കുടിയിടയിലേക്കയച്ചു.

പൊയ്കമൈതാനത്ത് പടിഞ്ഞാറ്റു ദർശനമായി നിന്നിരുന്ന ശ്രീകൃഷ്ണവിലാസം കരയോഗമന്ദിരത്തിന്റെ തെക്കുവശത്തും വടക്കുവശത്തും ചരിപ്പിറക്കി. മുൻവശത്തു പന്തലിട്ടു. പൊയ്കമൈതാനത്തു പൊലീസ് ക്യാമ്പു തുറന്നു.

പൊലീസുകാർ ഭേദപ്പെട്ട വീട്ടുകാരെയെല്ലാം കോയിക്കൽ വിളിച്ചുകൂട്ടി. കമ്യൂണിസ്റ്റുകാരെ തേടിപ്പിടിക്കാൻ വേണ്ടി അവരെ ചേർത്തു സന്നദ്ധസേനയുണ്ടാക്കി.

പൊലീസും സന്നദ്ധസേനയും നാട്ടിൽ ചുറ്റിക്കറങ്ങിക്കൊണ്ടിരുന്നു.

കോയിക്കലെ ആശ്രിതരല്ലാത്തവരെല്ലാം നാടുവിട്ടുപോയി. പിടികിട്ടിയവരെ ക്യാമ്പിൽ വെച്ചു ചോദ്യംചെയ്തു. അതിനുശേഷം അടൂർ ലോക്കപ്പിലേക്കു കൊണ്ടുപോയി.

അതുമിതുമെല്ലാം പറഞ്ഞിട്ട് വാച്ചർ മുന്നറിയിപ്പു നല്കി:

"നിങ്ങള് പെട്ടെന്നെങ്ങോട്ടെങ്കിലും മാറിക്കള. സദാസമയവും പൊലീസുകാരങ്ങനെ റോന്തു ചുറ്റുവാ."

വാസുനായർ പറഞ്ഞു:

"നേരം വെളുപ്പായി കുറുപ്പുചേട്ടാ. ഇനിയിന്ന് ഇറങ്ങി നടക്കുന്നതു ശരിയല്ല. ഇന്നു ഞങ്ങളിവിടെ തങ്ങിക്കോളാം."

വാച്ചർ ഞെട്ടിപ്പോയി.

"അയ്യോ, ഇവിടോ? ഈ പൊലീസിന്റെ കീഴിലോ?"

"ഇനി ഇപ്പോൾ വേറെ എങ്ങോട്ടു പോകാനാ?"

"അയ്യോ, ഇവിടെ പറ്റത്തില്ല. എന്റെ പൊന്നുങ്ങൾ എന്റെ വായിൽ മണ്ണടിക്കല്ലേ? ഞാൻ സർക്കാരിന്റെ പത്തുപുത്തൻ മേടിച്ചുകഴിയുന്നോനാ. നിങ്ങൾ വേറെങ്ങോട്ടെങ്കിലും പോ. നിങ്ങൾക്കു നല്ലതുവരും."

ഗംഗാധരൻനായർ പറഞ്ഞു:

"ഇത്ര പേടിയാണെങ്കിൽ നമ്മൾ കുറുപ്പുചേട്ടനെ ബുദ്ധിമുട്ടിക്കരുത്."

"അതാ പറഞ്ഞത്. നിങ്ങളെവിടെങ്കിലും പോയി രക്ഷപ്പെട്. വേണോങ്കി ഞാൻ വഴിച്ചെലവിനെന്തെങ്കിലും തരാം."

അയാൾ അകത്തുപോയി കുറെ ചില്ലറയെടുത്തുകൊണ്ടുവന്ന് വാസുനായർക്കു നീട്ടി.

"ഇന്നാ രണ്ട് രൂപയുണ്ട്. എന്റെ കൈയിൽ ഇതേ ഒള്ളു. നമ്മളു തമ്മിക്കണ്ട കാര്യം എന്റെ പൊന്നുങ്ങള് ആരോടും പറയല്ലേ. നാലുചുറ്റും വിരോധികളാ. ആരെങ്കിലും ചൂണ്ടിക്കൊടുത്താ എന്നെ അവരു കൊല്ലും."

"ഞങ്ങളാരോടും പറയത്തില്ല. അതുകൊണ്ട് വിഷമിക്കണ്ടാ. ഇവിടാരൊക്കെയാ നടന്നു പൊലീസുകാർക്ക് ആളുകളെ ചൂണ്ടിക്കൊടുക്കുന്നത്? അതു പറ."

"അതെന്തിനാ പറയുന്നെ? ഒരുപാടുപേരുണ്ട്."

"എന്നാലും ആരൊക്കെയാണെന്നറിയട്ടെ."

"അതൊന്നും പറയണ്ടാ. എല്ലാവരും അങ്ങനെ തന്നെ. പാച്ചുപിള്ള, പാപ്പിവൈദ്യൻ, കൊച്ചുകോയിക്കലെ ഗാന്ധിരാമൻപിള്ള."

"പിന്നെ?"

"എന്തിനാ കൂടുതൽ? തണ്ടാശ്ശേരി രാഘവൻവരെ. അതാ പറഞ്ഞത്. ഈ നാട്ടിൽ നിങ്ങളൊരുത്തരേം വിശ്വസിക്കണ്ടാ."

തണ്ടാശ്ശേരി രാഘവന്റെ പേരു കേട്ടപ്പോൾ രണ്ടുപേരും വാപൊളിച്ചു.

"തണ്ടാശ്ശേരിയോ?"

"ഓ, അതെ. നിങ്ങടെ തണ്ടാശ്ശേരി."

ഗംഗാധരൻനായരും വാസുനായരും മുഖത്തോടു മുഖം നോക്കി. വാസുനായർ പറഞ്ഞു:

"ശരി. എന്നാൽ ഇപ്പോൾ ഞങ്ങൾ ഇറങ്ങട്ടെ. ഇനി സൗകര്യം പോലെ വരാം. അതിനകം കുറുപ്പുചേട്ടൻ എല്ലാവിവരങ്ങളും അറിഞ്ഞു വെച്ചേരെ."

"ഇനിയെന്തുവാ ഇതിൽ കൂടുതൽ അറിയുന്നെ? ഒന്നും അറിയാനില്ല. ഇനി ഇങ്ങോട്ടെങ്ങും വരണ്ടാ. വരുന്നത് അപകടമാ."

"അതൊന്നും സാരമില്ല."

അവർ വാച്ചറുടെ വീട്ടിൽനിന്ന് ആറിന്റെ തെക്കെക്കരയിലിറങ്ങി കിഴക്കോട്ടു നടന്നു. പോകുന്ന പോക്കിൽ പരിചയമുള്ള ഒന്നു രണ്ടു വീടുകളിൽ മുട്ടിവിളിച്ചു നോക്കി. എങ്ങും ആളുതാമസമുള്ള ലക്ഷണമില്ല.

"എല്ലാവരും സ്ഥലം വിട്ടിരിക്കുന്നു."

ഗംഗാധരൻനായർ പകുതി തമാശയിലും പകുതി കാര്യമായും പറഞ്ഞു:

"നാട്ടിൽ ജനങ്ങളാരുമില്ലാതെ, നമ്മൾ ജനങ്ങൾക്കിടയിൽ കഴിയണമെന്നു പറഞ്ഞാൽ വിഷമിച്ചു പോകും."

വാസുനായരും ചിരിച്ചു.

"അതു ശരിയാണ്. പക്ഷേ, ആളുകൾ എത്രകാലം നാടുവിട്ടു താമസിക്കും?"

കിഴക്കു വെളിച്ചം പൊട്ടിവിടർന്നു. കാക്കയും കിളിയും കരഞ്ഞു. ഗംഗാധരൻനായർ ഓർമ്മപ്പെടുത്തി.

"ഇനി എവിടെങ്കിലും കയറിപ്പറ്റിയില്ലെങ്കിൽ സംഗതി കുഴപ്പമാകും."

"ഇന്നു പകൽ ഈ കുറ്റിക്കാട്ടിലെങ്ങാനും കിടന്നുറങ്ങാം. അതേ പറ്റൂ."

"എന്നാൽ കിഴക്കോട്ടു നടക്കാം. കിഴക്കു കുറെക്കൂടി സൗകര്യമുള്ള സ്ഥലമുണ്ട്."

എന്തോ ഓർമ്മിച്ചതുപോലെ വാസുനായർ പറഞ്ഞു:

"ഒരു കാര്യം ചെയ്യ്. ഇവിടെ നില്ക്ക്. ഞാൻ ആറ്റുകടവിലൊന്നു കേറീട്ട് ഇതാ വരുന്നു."

"നേരം വെളുത്തു. അവിടങ്ങു ചളുവായുമടിച്ചോണ്ടിരുന്നു കളയല്ലേ. വേഗം വരണേ."

വാസുനായരുടെ പോക്കുകണ്ട് ഗംഗാധരൻനായർ ഉള്ളുകൊണ്ടു ചിരിച്ചു. ആ പെണ്ണിനെ കാണാഞ്ഞ് എന്തൊരു വേവലാതി!

അയാൾ പെട്ടെന്നു മടങ്ങിവന്നപ്പോൾ ഗംഗാധരന് ആശ്ചര്യം തോന്നി.

"ആഹാ, ഒട്ടും താമസിച്ചില്ലല്ലോ. ഞാനിങ്ങനെയല്ല വിചാരിച്ചത്."

"താനങ്ങനെ പലതും തെറ്റായി വിചാരിക്കും."

അവർ വീണ്ടും കിഴക്കോട്ടു നടന്നു. കിഴക്കു തിങ്ങിവളരുന്ന കാട്ടുമരങ്ങളും വള്ളിപ്പടർപ്പുകളും കൊണ്ട് ഇരുൾ മൂടിയ കാട്ടിലേക്കു നുഴ്ന്നു കയറി. ഒരു വലിയ ഞാറയുടെ ചുവട്ടിൽ ഇരിപ്പുറപ്പിച്ചു. പിന്നെ രണ്ടുപേരും നിലത്ത് കൊടുംകൈ കുത്തിക്കിടന്നു.

ചുറ്റുപാടുമൊന്നു നോക്കിയിട്ട് വാസുനായർ പറഞ്ഞു—

"കൊള്ളാം, പറ്റിയസ്ഥലമാണ്. ഈ ഞാറയിൽ കയറിനോക്കിയാൽ മതി. ദൂരെനിന്ന് ആരു വന്നാലും കാണാം."

അവസാനം തലചായ്ച്ചുകിടന്നു മയങ്ങി. പുറത്തു വെയിലിനു ചൂടുപിടിച്ചു. പക്ഷേ, കാടിനകത്തു നല്ല കുളിർമ്മ. കുറെക്കഴിഞ്ഞു വാസുനായർ എഴുന്നേറ്റ് വള്ളിപ്പടർപ്പിലൂടെ പടിഞ്ഞാട്ട് ഒളിഞ്ഞുനോക്കിക്കൊണ്ടുനിന്നു.

ശാരദ കുട്ടയും ചൂലുമായി പടിഞ്ഞാറു നിന്നു വരുന്നതു കണ്ടു. കാട്ടുചുള്ളിയൊടിച്ചു കുട്ടയിലാക്കിക്കൊണ്ട് തിക്കും പക്കും നോക്കിക്കൊണ്ടു വരുന്നു. അവൾ അടുത്തെത്തിയപ്പോൾ അയാൾ മൃദുസ്വരത്തിൽ ഒരു ചൂളമടിച്ചു.

അവൾ കരുതലോടെ കുട്ടയും ചൂലുമായി കാടിനകത്തുകയറി. അമ്പരപ്പോടെ ആ ചെറുപ്പക്കാരെ നോക്കി കിതച്ചുകൊണ്ടുനിന്നു.

വാസുനായർ ഗംഗാധരൻനായരെ തട്ടിയുണർത്തി.

"ഹേ, എഴുന്നേല്ക്ക്."

ഗംഗാധരൻ കണ്ണു തുറന്നുനോക്കിയപ്പോൾ ഏണിൽ ചൂരൽക്കുട്ടയും കൈയിൽ ചൂലുമായി കാട്ടിനകത്ത് ഒരു പെൺപിറന്നവൾ.

അവൾ ചൂലു താഴെയിട്ടു. കുട്ട നിലത്തുവെച്ചു. അതിൽനിന്നു ചുള്ളിക്കമ്പുകളെടുത്തുമാറ്റി. കീറ്റിലനിരത്തി അതിൽ പുഴുങ്ങിയ ചീനി വിളമ്പി. തൊട്ടുകൂട്ടാൻ ചമ്മന്തി.

ഗംഗാധരൻനായർ ആർത്തിയോടെ ചീനി എടുത്തുതിന്നുകൊണ്ടു പറഞ്ഞു:

"അപ്പോൾ ഇതിനാ അങ്ങോട്ടു കേറിപ്പോയത്, അല്ലേ? ഇപ്പോൾ മനസ്സിലായി."

"കാട്ടിൽ കത്തലടക്കാൻ വേറെ വഴിയെന്താ?"

വാസുനായർ ചീനിയെടുത്തു തിന്നുകൊണ്ടു ശാരദയോടു ചോദിച്ചു.

"അച്ഛൻ വീട്ടിലുണ്ടോ?"

"ഇല്ല. അച്ഛനെ കോയിക്കേന്നു വിളിപ്പിച്ചു. അങ്ങോട്ടു പോയിരിക്കുവാ."

അവൾ പിത്തളമൊന്തയിൽ നിന്നു രണ്ടു കുടുവൻ പിഞ്ഞാണങ്ങളിൽ കടും ചായ ഒഴിച്ചുകൊടുത്തു. അതു വലിച്ച് കുടിച്ചിട്ട് വാസുനായർ ചൊടുക്കിൽ നിന്ന് ചില്ലറയെടുത്തു നീട്ടി.

"തരം കിട്ടുമ്പോൾ പീടികയിൽ പോയി കുറെ ബീഡിയും ഒരു തീപ്പെട്ടിയും മേടിച്ചോണ്ടുവരണം. ഇനി വരുമ്പോൾ എല്ലാ വിവരങ്ങളും അറിഞ്ഞോണ്ടുപോരണം."

അവൾ ചില്ലറ വാങ്ങി മടിയിൽ വെച്ചിട്ടു പറഞ്ഞു.

"പൊലീസുകാർ കളയ്ക്കാട്ടു ചെന്ന് മൂപ്പിലാനെയും വല്യമ്മയെയുമെല്ലാം പിടിച്ചിറക്കി തല്ലി."

"എന്നിട്ട്?"

"അവിടുത്തെ വാഴയുടെയും അടയ്ക്കാമരത്തിന്റെയുമെല്ലാം മണ്ടയരിഞ്ഞുകളഞ്ഞുപോലൊ. വീടിന്റെ ഓടിളക്കിക്കളഞ്ഞിട്ട് പുരയുടെ കഴുക്കോലിൽ അടയ്ക്കാമരത്തിന്റെ പൂക്കുല തൂക്കിയിട്ടെന്നു പറയുന്ന കേട്ടു."

ഇലയും പാത്രവും കുട്ടയിലാക്കി ചൂലുമെടുത്തുകൊണ്ട് അവൾ കാടിനു വെളിയിലിറങ്ങി. അങ്ങുന്നുമിങ്ങുന്നുമെല്ലാം കരീലയും ചുള്ളിയും ശേഖരിച്ചിട്ടു വീട്ടിലേക്കു പോയി.

ഉച്ചതിരിഞ്ഞപ്പോൾ കരീലക്കുട്ടയുമായി മടങ്ങിവന്നു കുട്ടയിൽ നിന്നു പൊതിച്ചോറും ബീഡിയും തീപ്പെട്ടിയുമെടുത്തു കൊടുത്തു. അവർ പൊതിയഴിച്ചു ചോറുവാരിയുണ്ണുമ്പോൾ അവൾ അന്വേഷിച്ചറിഞ്ഞ വിവരങ്ങൾ പറഞ്ഞു:

"നടേവടക്കേലെ സഖാവിന്റെ അനിയനെയും തെണാലെ മൂപ്പിലാനെയും പിടിച്ചുകെട്ടിക്കൊണ്ടുപോയി."

"ഓഹോ, എന്നിട്ട്?"

"ആളുകളെല്ലാം നാടുവിട്ടു പോയിരിക്കുവാ. വീടെല്ലാം ചവിട്ടിപ്പൊളിച്ച് ചേനയും കാച്ചിലും വിത്തുകൂലി സാധനങ്ങളുമെല്ലാം ചുമപ്പിച്ചു കൊണ്ടുപോയി. കാണുന്ന ആടിനെയും കോഴിയെയുമെല്ലാം പിടിച്ചു കൊണ്ടു പോവുവാ."

എല്ലാം കേട്ടുകഴിഞ്ഞിട്ട് വാസുനായർ സംയമനത്തോടെ പറഞ്ഞു:

"കുറേ ദിവസത്തേക്കുകൂടി ഈ ബഹളമൊക്കെ കാണിക്കും."

അവരെ അടുത്തിരുന്ന് ഊട്ടിയശേഷം അവൾ കുട്ടയുമെടുത്തു കൊണ്ടു മടങ്ങിപ്പോയി.

നേരമിരുട്ടിയപ്പോൾ അവർ കാവിൽ നിന്നിറങ്ങി. തങ്ങളുടെ കൂട്ടുകാരെക്കുറിച്ചോ പൊലീസിന്റെ നീക്കങ്ങളെക്കുറിച്ചോ യാതൊരു വിവരവും കിട്ടിയിരുന്നില്ല. ഒന്നു ചുറ്റിനടന്നാൽ ഒരുപക്ഷേ, എന്തെങ്കിലും അറിയാൻ കഴിഞ്ഞേക്കുമെന്നു തോന്നി.

പൊലീസ് ക്യാമ്പിലെ സ്ഥിതിയെക്കുറിച്ചറിയാൻ നേരെ പൊയ്കയിലേക്കു നടന്നു. ദൂരെ ചെന്നുനിന്നുനോക്കി. വെളിയിൽ വിളക്കും വെട്ടവുമില്ല. കരയോഗമന്ദിരത്തിൽ ഒരു റാന്തൽ കത്തുന്നുണ്ട്.

വാസുനായർ പറഞ്ഞു:

"നമുക്കൊരു വേലയിറക്കി നോക്കാം."

"എന്തോന്നാ?"

"കുറെ കല്ലുപെറുക്കി നല്ല കുറെ എറിയണം. ഈ ക്യാമ്പിനോടു നാട്ടുകാർക്ക് പ്രതിഷേധമുണ്ടെന്നറിയിക്കണം

"കടന്നൽ കൂട്ടിൽ കല്ലെറിയുന്നപോലെ. അവർ വെറുതെ ഇരിക്കത്തില്ല."

"ഒക്കെ ശരിയാ. പക്ഷേ, അവന്മാരു ക്യാമ്പിനു വെളിയിലിറങ്ങുകയില്ല. അല്ലെങ്കിൽ കണ്ടോ."

കുറെ ഉരുളൻകല്ലുകൾ ശേഖരിച്ചു. എറിഞ്ഞാൽ എത്തുന്ന ദൂരത്തിൽ നിന്ന് തുരുതുരാ എറിഞ്ഞു. കല്ലു ചെന്നു വീണ് കരയോഗമന്ദിരത്തിന്റെ ഓടുകൾ പൊട്ടി. പെട്ടെന്ന് ഏറുനിറുത്തി തിരിഞ്ഞോടി. ഓടുമ്പോൾ ക്യാമ്പിൽ വെടി മുഴങ്ങുന്ന ശബ്ദം കേട്ടു.

പിറ്റേ ദിവസം രാവിലെ കടുംചായയും പുഴുക്കും കൊണ്ട് കൊടുത്തിട്ട് ശാരദ മടങ്ങിപ്പോയി. അവൾ പെട്ടെന്ന് മടങ്ങിവന്ന് കിതച്ചുകൊണ്ട് പറഞ്ഞു:

"കേട്ടോ, പൊലീസുകാര്– പൊലീസുകാരു വരുന്നൊണ്ട്."

വാസുനായർ അമ്പരപ്പോടെ തിരക്കി—

"എന്ത്യേ? എവിടെവരെയായി?"

"അങ്ങു തെക്കുന്നു വരുന്നതേയുള്ളു. ഒന്നൊഴിയാതെ എല്ലാ വീടും കേറി പരിശോധനയാ. കാടും പടലും എല്ലാം കേറിനോക്കിയാ വരുന്നത്."

"സാരമില്ല. നീ പൊയ്ക്കോ. ഒന്നുമറിയാത്തപോലെ പതുക്കെ നടന്നുപോ."

അവർ ആറുനീന്തിക്കടന്ന് വടക്കേക്കര എവിടെയോ മറഞ്ഞു.

പൊലീസുകാർ ആരെയൊക്കെയോ പിടിച്ചുകെട്ടികൊണ്ടുവരുന്നുണ്ടായിരുന്നു. അണവാച്ചറുടെ വീടും ആറ്റുകടവിൽ രാമന്റെ വീടും കുറ്റിക്കാടുകളുമെല്ലാം പരിശോധിച്ചു. വാസുനായരും ഗംഗാധരൻനായരും ഇരുന്ന കാവും കയറിനോക്കി. ഒടുവിൽ പിടികിട്ടിയ ആളുകളും കൊള്ള ചെയ്ത സാധനങ്ങളുമായി ക്യാമ്പിലേക്കു മടങ്ങി.

പറ്റേന്നു സന്ധ്യയ്ക്കു വാസുനായരും ഗംഗാധരൻനായരുംകൂടി വീണ്ടും അണയുടെ അടുത്തേയ്ക്കുവന്നു. ഗംഗാധരൻനായരെ വഴിയിൽ നിർത്തിയിട്ട് വാസുനായർ ആറ്റുകടവിലേക്കു ചെന്നു. ആ വീട് അടഞ്ഞു കിടക്കുന്നതു കണ്ടു. കതകിൽ മുട്ടിവിളിച്ചു. മറുപടിയില്ല. വീട്ടിൽ ആരും ഉള്ള ലക്ഷണമില്ല.

ഗത്യന്തരമില്ലാതെ ഭാര്യയും മക്കളെയും വിളിച്ചുകൊണ്ട് രാമനും സ്ഥലം വിട്ടിരുന്നു.

വാസുനായർ നിരാശനായി തലയും കുനിച്ചു തിരികെ പോന്നു. ഗംഗാധരൻനായർ ചോദിച്ചു:

"എന്താ തനിക്കൊരു വല്ലാതെ? എന്തുപറ്റി?"

"അവസാനം അവരും പോയി."

"ങ്ഹേ, എവിടെപ്പോയി?"

"വീടു പൂട്ടിക്കെട്ടിയിട്ടേക്കുന്നു. ആരുമില്ല."

ഗംഗാധരൻനായർ ചിരിച്ചു.

"ഇനിയിപ്പോൾ അവളെ തിരക്കിപ്പോണമെന്നുണ്ടോ?"

"ഓ. എവിടെയാണെന്നുവെച്ചാ?"

ഓരോ ബീഡികത്തിച്ചു പുകവിട്ടുകൊണ്ട് രണ്ടുപേരും എന്തോ ചിന്തിച്ചു നിന്നു. ഒടുവിൽ ഗംഗാധരൻനായർ പറഞ്ഞു.

"നമുക്കിനി വടക്കോട്ടുനടക്കാം. വടക്കേവെഴിക്കെങ്ങാനും തങ്ങാം."

നടക്കുമ്പോൾ വാസുനായർ ചിന്താഗ്രസ്തനായിരുന്നു. നാടുവിട്ടു പോകുമ്പോൾ ശാരദ തന്നെയോർത്തു കാത്തുനിന്നിരിക്കും. ആ കാട്ടിലൊക്കെ തിരക്കിനടന്നിരിക്കും. വേറെ വഴിയില്ലാത്തതുകൊണ്ട് അവൾ അച്ഛന്റെയും അമ്മയുടെയും കൂടെ പോയതായിരിക്കും. എങ്ങോട്ടായിരിക്കും? ഇനി എന്നൊന്നു കാണാൻകഴിയും?

അവർ വിശപ്പും ദാഹവും കൊണ്ട് തീരെ തളർന്നിരുന്നു. അന്നുവെളുപ്പിന് ഓരോ തേങ്ങായിട്ടു തല്ലിപൊളിച്ചുതിന്നതാണ്. ഗംഗാധരൻനായർ തളർന്ന ശബ്ദത്തിൽ പറഞ്ഞു:

"ഇത്തിരി എന്തെങ്കിലും കഴിക്കാതെ എനിക്കിനി ഒട്ടും നടക്കാൻവയ്യ."

"ശരി. ചുമടുതാങ്ങിമുക്കിൽ ചെല്ലട്ടെ. അവിടെച്ചെന്നാൽ നമുക്കെന്തെങ്കിലും വഴിയുണ്ടാക്കാം."

ചുമടുതാങ്ങിമുക്കിലെത്തിയപ്പോൾ ഗംഗാധരൻ നടുവിനു കൈയും കൊടുത്തു നിന്നു.

"എനിക്കിനി ഒട്ടും നടക്കാൻവയ്യ."

"എന്നാലൊരു കാര്യം ചെയ്യ്. ഇവിടെങ്ങാനും ഇരിക്ക്. ഞാൻ ഇവിടെ അടുത്തൊരിടത്തുപോയി എന്തെങ്കിലും ഒപ്പിച്ചോണ്ടുവരാം."

"അതുമതി. ഞാനിവിടിരിക്കാം."

ഗംഗാധരൻ കൈയാലയുടെ പിന്നിൽ കാൽമുട്ടിൽ തലചായ്ച്ച് കുത്തിയിരുന്നു. വിശപ്പുകൊണ്ടു പെട്ടെന്നു മയങ്ങിപ്പോയി. ഏതോ

ബഹളംകേട്ടു ഞെട്ടിയുണർന്നു. പട്ടികൾ കുരച്ചു ചാടുന്നു. ടോർച്ചിന്റെ പ്രകാശം ചുറ്റിയടിക്കുന്നു. ആരൊക്കെയോ ഓടുകയോ വിളിവെക്കുകയോ ചെയ്യുന്നു.

അയാൾ ചാടിയെഴുന്നേറ്റ് എങ്ങോട്ടെന്നില്ലാതെ ഓടി. ആരെങ്കിലും പിന്തുടരുന്നുണ്ടോ എന്നു തിരിഞ്ഞുനോക്കി. വീണ്ടും ഓടി. ഓടും തോറും താൻ വാസുനായരുമായി അകലുകയാണെന്നു ബോദ്ധ്യമായി. ഇനി അയാളെ തിരക്കിച്ചെല്ലാൻ പറ്റുകയില്ല. ഓട്ടം നിർത്തി ആഞ്ഞുവലിഞ്ഞു നടന്നു. ഇനി വാസുനായരില്ലാതെ ഒറ്റയ്ക്കുവേണം നടക്കേണ്ടതെന്നു തോന്നിയപ്പോൾ, മനസ്സിനു വല്ലാത്ത ഭാരം അനുഭവപ്പെട്ടു. തന്റെ ശക്തി നഷ്ടപ്പെട്ടതുപോലെ.

അറിയാതെ തലയിലെ മുറിവു തപ്പിനോക്കി. ആർക്കെങ്കിലും സംശയം തോന്നിയാൽ കാര്യം കഴിഞ്ഞു. ഒരു തോർത്തുകിട്ടിയിരുന്നെങ്കിൽ .തലവഴി ഒരു കെട്ടുംകെട്ടി നടക്കാമായിരുന്നു.

വേടറപ്ലാവിനടുത്തെത്തിയപ്പോൾ ശരീരം തളർന്നുവീഴാൻപോയി. വെള്ളക്കുളങ്ങരയിൽ താമസിക്കുന്ന കുഞ്ഞമ്മയെക്കുറിച്ചോർത്തു. എങ്ങനെയെങ്കിലും കുഞ്ഞമ്മയുടെ വീട്ടിലെത്തണം. അവിടുന്നു വല്ലതും കഴിച്ച് നന്നായി കിടന്നൊന്നുറങ്ങണം. പിന്നെ സൗകര്യംപോലെ കുഞ്ഞമ്മയോടു പറഞ്ഞ് വഴിച്ചെലവൊപ്പിച്ച് ഒരു തോർത്തുവാങ്ങി തലയിൽ കെട്ടിക്കൊണ്ടു വെട്ടിക്കവലയ്ക്കു പോകണം.

അതിരാവിലെ വെള്ളക്കുളങ്ങരയിലെ വീട്ടിൽച്ചെന്നു കയറിയപ്പോൾ കുഞ്ഞമ്മയ്ക്കും പെങ്ങന്മാർക്കും അതിശയം.

“അല്ല, ഇതാരാ ഈ വരുന്നത് ഇത്ര രാവിലെ? പടിഞ്ഞാറെന്തുവാ ഏതാണ്ടു വഴക്കും ബഹളവും ഒക്കെ നടന്നെ? ഇൻസ്പെക്ടരേം പൊലീസുകാരേം ഒക്കെ വെട്ടിക്കൊന്നെന്ന്....”

“ഞാനും വിശദമായിട്ടൊന്നും അറിഞ്ഞില്ല. ഇവിടെ അടുത്തുവരെ ഒന്നു വന്നപ്പോൾ കുഞ്ഞമ്മയെ ഒന്നു കണ്ടിട്ടു പോകാമെന്നു കരുതി.”

“എന്തുവാ നിന്റെയീവേഷം? എന്തിനാ ഉടുപ്പൂരി തലേക്കെട്ടിയേക്കുന്നേ?”

ഗംഗാധരൻ അറിയാതെ തലയിൽ കെട്ടിയിരുന്ന ഉടുപ്പഴിച്ചു കുടഞ്ഞു.

“നീയങ്ങു കോലംകെട്ടല്ലോ. ഇതെന്തുപറ്റി? എന്തുവാ ഈ തലേല്? ഏതാണ്ടുകൊണ്ടു മുറിഞ്ഞതുപോലെ.”

കുഞ്ഞമ്മയുടെ അതിരുകടന്ന ഉൽക്കണ്ഠയും, നിറുത്താതെയുള്ള അന്വേഷണവും കുഴപ്പമുണ്ടാക്കുമെന്നു കരുതി, അവരോടു രഹസ്യമായി വിവരങ്ങൾ പറഞ്ഞു.

“അയ്യോ, പഞ്ചപാപീ ഞാനിതു മനസ്സിപ്പോലും കണ്ടില്ല. എന്നാ ഇനി എങ്ങോട്ടും ഇറങ്ങണ്ട, ആരും കാണാതെ ആ പത്താം പുറത്തു കേറിക്കിടന്നോ.”

"വെന്തതെന്തെങ്കിലും ഉണ്ടെങ്കിൽ താ. വിശന്നു പ്രാണൻ പോകുന്നു. വല്ലോം കഴിച്ചോണ്ടു കേറിക്കിടക്കാം."

"ഇവിടെ പഴംകഞ്ഞിയെല്ലാം കഴിഞ്ഞു. ഇനി ഒന്നു തഞ്ചം കൊട്. എന്തെങ്കിലും ഉണ്ടാക്കിത്തരാം."

"വേഗം വേണം. വിശന്നു കണ്ണും തലയും കറങ്ങുന്നു."

കഞ്ഞിവേവാനുള്ള താമസംകൊണ്ട് അവർ അരിയും പയറും വറുത്തു തേങ്ങാപൂളുമായി കൊണ്ടുകൊടുത്തു. അതു വാരിത്തിന്നു പച്ച വെള്ളം കുടിച്ചുകൊണ്ട് പത്താംപുറത്തുകേറിക്കിടന്നുറങ്ങി. അരി വെന്തപ്പോൾ കുഞ്ഞമ്മ വന്നു വിളിച്ചുണർത്തി. കുളിയും കഞ്ഞികുടിയും കഴിഞ്ഞു തലയിൽ ഒരു തോർത്തെടുത്തു വട്ടക്കെട്ടും കെട്ടിക്കൊണ്ടു കുഞ്ഞമ്മ പറഞ്ഞപോലെതന്നെ പിന്നെയും പത്താംപുറത്തു ചുരുണ്ടുകൂടി.

അവിടെ ഒരു ചെറുപ്പക്കാരന്റെ മണം, അയലത്തെ പെണ്ണുങ്ങൾ എങ്ങനെയൊ പിടിച്ചെടുത്തു. ഒരു പൈതലാൻ അവിടെവന്നു താവളമടിച്ചിരിക്കുന്നു. തങ്ങളാരും നേരത്തെ കണ്ടിട്ടില്ല. അവർ ആകാംക്ഷയോടെ കുഞ്ഞമ്മയോടു ചോദിച്ചു:

"അവിടാരാ ഒരു കൊച്ചൻ? വന്നിട്ടുപോയോ?"

"ഇല്ല. അവിടെയുണ്ട്."

"എവിടുത്തുകാരനാ? വല്ല ആലോചനയും കൊണ്ടുവന്നതാണോ?"

"അത്...." കുഞ്ഞമ്മ ലജ്ജയോടെ അങ്ങു സമ്മതിച്ചുകൊടുത്തു.

"ഞങ്ങടെ ലക്ഷ്മിക്കുട്ടിയെ കാണാൻ വന്നതാ."

"എന്നാപ്പിന്നങ്ങു തുറന്നു പറയരുതോ? എവിടാ കൊച്ചന്റെ വീട്?"

"അങ്ങു ചവറേലാ. ഞങ്ങടെ ഒരാങ്ങളേടെ മോനാ."

"ചവറേലെവിടാ? ജോലി വല്ലതും ഉള്ള കൊച്ചനാണോ?"

"ജോലിയൊന്നുമില്ല. എന്നാലും നല്ല ദേഹണ്ണിയാ."

പെണ്ണുകാണാൻ വന്ന കൊച്ചൻ എങ്ങനിരിക്കുമെന്നറിയാൻ അയല്ക്കാരികൾക്കു മോഹം. അവർ ഒളിഞ്ഞും തെളിഞ്ഞും കിഴക്കേപ്പുറത്തുചെന്നു നോക്കി. നേരെ ചൊവ്വേ ഒന്നു കാണാൻ കഴിഞ്ഞില്ല. പത്താംപുറത്തുകിടന്നുറക്കമാണ്. ഉറക്കത്തോടുറക്കം. ആരൊക്കെയോ കാണാൻ വന്നിട്ടു നിരാശയോടെ മടങ്ങി. എന്നാലും ഇങ്ങനുണ്ടോ പൈതലാന്മാര് ഒരുറക്കം! ഒരു വലിയമ്മച്ചി കൂസലില്ലാതെചെന്നു ചെറുക്കനെ വിളിച്ചുണർത്തി.

"അങ്ങോട്ടൊന്നെഴുന്നേല്ക്ക്. ഇതൊന്തൊരുറക്കമാ? ഇനിയൊന്നു എഴുന്നേറ്റിരി. ഞങ്ങളൊന്നു കാണട്ടെ."

ഗംഗാധരൻനായർ എഴുന്നേറ്റിരുന്നു കണ്ണുഞെവിടി. വിളിച്ചുണർത്തിയ സ്ത്രീയുടെ നേരെ തുറിച്ചുനോക്കി. വല്യമ്മച്ചി ചിരിച്ചുകൊണ്ടു പറഞ്ഞു:

"ഞങ്ങക്കൊന്നു കാണാനാ വിളിച്ചെ."

അയാൾ ഇളിഭ്യനായി ചിരിച്ചു.

"തലേക്കെട്ടുംകെട്ടിക്കൊണ്ട് എന്താ ഇത്ര വലിയ ഉറക്കം? ഇന്നലെയെങ്ങാനും ഉത്സവം കാണാൻ പോയോ?"

"വെറുതെ." അയാളുടെ മുഖം വിളറി. എന്നിട്ടും തലേക്കെട്ടെടുത്തില്ല. കുറേനേരം നോക്കിനിന്നിട്ട് ആ സ്ത്രീ മുഖം ചുളിച്ചുകൊണ്ടുമടങ്ങിപ്പോയി. അവർക്കു ചെറുക്കന്റെ മട്ടും പടുതിയും പിടിച്ചില്ല.

ഗംഗാധരൻ അവിടെയിരുന്നു ദഹിച്ചു. ഒടുവിൽ കുഞ്ഞമ്മയെ വിളിച്ച് അടക്കം പറഞ്ഞു.

"കുഞ്ഞമ്മ ഇങ്ങനെ മണ്ടത്തരം പറയരുതായിരുന്നു. പെണ്ണാലോചനയ്ക്കുവന്ന ചെറുക്കനെ കാണാൻ ഇനിയും ആരെങ്കിലുമൊക്കെ കേറിവന്നാലോ? അതും സ്വന്തം പെങ്ങളെ!"

അയൽക്കാരോടു താൻ പറഞ്ഞത് അബദ്ധമായി എന്ന് കുഞ്ഞമ്മക്കും തോന്നി. അയാൾ വീണ്ടും പറഞ്ഞു:

"കൂടുതലാളുകള് അറിയുന്നതിനുമുമ്പ് ഞാനിറങ്ങുവാ. ആരെങ്കിലുംവന്ന് തിരക്കിയാൽ ആറ്റിൽ കുളിക്കാൻപോയെന്നു പറഞ്ഞേരെ."

ചീനിവിളയിലിറങ്ങി കറങ്ങിത്തിരിഞ്ഞു റോഡിലെത്തി. തിടുക്കത്തിൽ കിഴക്കോട്ടു നടന്നു. എങ്ങനെയും വെട്ടിക്കവലയെത്തണം. വെട്ടിക്കവലയെത്തി ഗോവിന്ദപ്പിള്ളച്ചേട്ടനെ കണ്ടു വിവരം പറയണം........

പുറകെ വന്നവരാരോ പെട്ടെന്നു രണ്ടു കൈക്കും കയറി ഒരു പിടി. ഞെട്ടിപ്പിടഞ്ഞു കൈവെട്ടിച്ചു മേലോട്ടുചാടി. കൈക്കുപിടിച്ചവരെ കുടഞ്ഞെറിഞ്ഞിട്ടു മുന്നോട്ടു കുതിച്ചു. മറ്റാരോ കേറി കഴുത്തിനു കുത്തിപ്പിടിച്ചുഞെരിച്ചു. കൂടുതലാളുണ്ട്. പിന്നെ ചെറുത്തില്ല. തലയിൽ കെട്ടിയിരുന്ന തോർത്തഴിച്ച് അവർ കൈവരിഞ്ഞു മുറുക്കിക്കെട്ടി.

വിശേഷമറിയാൻ ചുറ്റും ആളുകൾകൂടി. പൊലീസുകാർ ആളുകളെ ആട്ടിയകറ്റി. പടിഞ്ഞാറുനിന്നുവന്ന ഒരു ബസിനു കൈ കാണിച്ചു നിർത്തി. അയാളെ അതിൽക്കയറ്റി നേരെ അടൂർ പൊലീസ് സ്റ്റേഷനിലേക്കു കൊണ്ടുപോയി.

പത്തൊൻപത്

നീരാട്ടുവള്ളിചാലിലെ മീൻപിടുത്തത്തിന്റെ പിറ്റേന്നു ചെറുതിട്ട രാമൻനായർ ഏതോ കച്ചേരിക്കാര്യത്തിന് കരുനാഗപ്പള്ളിയിൽ പോയിട്ടു മടങ്ങിവരുന്ന വഴി മണപ്പള്ളി ഷാപ്പിൽകയറി ഒരു കുപ്പി നുരഞ്ഞ കള്ളു വാങ്ങിക്കുടിച്ചു. അന്നു രാത്രി പാവുമ്പായിൽ പെങ്ങളുടെ വീട്ടിൽതങ്ങി.

അത്താഴമൂണും കഴിഞ്ഞ് നാലുംകൂട്ടി മുറുക്കിക്കൊണ്ടിരിക്കുമ്പോഴാണ് ഇൻസ്പെക്ടറും പൊലീസുമെല്ലാം വന്ന വിവരം അളിയൻ പറയുന്നത്. മുറുക്കാൻ വായിലിട്ടു നീട്ടിത്തുപ്പിക്കൊണ്ട് രാമൻനായർ ഉദ്വേഗത്തോടെ തിരക്കി.

"എന്നിട്ട് ആരെയെങ്കിലും പിടിച്ചോ അളിയാ?"

"ആരെയും പിടിച്ചില്ല. പക്ഷേ, ഇന്നുരാത്രി എവിടെങ്കിലും കൊണ്ടി ട്ടുതപ്പും. അതിനാ അവരുടെ പുറപ്പാട്."

രാമൻനായർക്ക് ഉടനെ ശൂരനാട്ടെത്തണമെന്നു തോന്നി. അവിടുത്തെ വിശേഷമറിയണം. മറ്റുള്ളവരെ വിവരം അറിയിക്കണം. യാത്ര പറഞ്ഞ പ്പോൾ നീലാണ്ടൻനായർ വിലക്കി.

"ഇനിയിന്ന് എന്തിനാ അങ്ങോട്ടു പോകുന്നത്?"

പെങ്ങളും തടസ്സം പറഞ്ഞു.

"ഇപ്പോൾ പോകണ്ടാ. ഇനിയിവിടെ കിടന്നുറങ്ങിയാട്ടെ."

മനസ്സില്ലാമനസ്സോടെ ബഞ്ചിൽകേറികിടന്നു. ലഹരികൊണ്ടു തല പെരുത്തിട്ടും ഉറക്കം വന്നില്ല. നേരം കുറെ ഇരുട്ടിയപ്പോൾ അങ്ങു കിഴക്ക് എന്തോ വിളിച്ചുകൂവൽ കേട്ടപോലെ തോന്നി. എന്തോ സംഭവിച്ചിട്ടുണ്ട്. രാമൻനായർ നീലാണ്ടൻനായരെ വിളിച്ചു പറഞ്ഞു:

"കേട്ടേ അളിയാ, കിഴക്കേവഴിക്ക് എന്തോ ബഹളം കേൾക്കുന്നല്ലോ."

അളിയൻ ചെവിയോർത്തു കിടന്നു.

പെങ്ങൾ വിളിച്ചു പറഞ്ഞു.

"അവിടെന്തെങ്കിലും നടക്കട്ടെ."

"ഞാൻ ഒന്നുപോയി തിരക്കിയിട്ട് വരട്ടോ?"

"വേണ്ട. ഈ രാത്രിയിലിനി എങ്ങോട്ടും പോകണ്ടാ."

അപ്പോൾ ഉത്തരത്തിലിരുന്ന് പല്ലി ചിലയ്ക്കുന്നതുകേട്ടു.

"ഇതാ ഗൗളി ചിലയ്ക്കുന്നു. ഇനി എന്തായാലും പോകണ്ടാ. തറ വെളുക്കട്ടെ."

ഉറക്കം വരാതെ ബഞ്ചിൽ തിരിഞ്ഞും പിരിഞ്ഞും കിടന്നു. വെളുപ്പി നെഴുന്നേറ്റു മുറ്റത്തിറങ്ങി. വഴിയാത്രക്കാരുടെ വർത്തമാനംകേട്ടു. അന്നു കുതിരപ്പന്തിയിൽ പായ് ചന്തയാണ്. വയ്യാങ്കരയിൽ കാളച്ചന്ത. ചന്തക ളിൽ പോകുന്നവർ ഒച്ചവെച്ചു സംസാരിക്കുന്നതുകേട്ടു.

നീലാണ്ടൻനായർ ഉണർന്നു പറഞ്ഞു:

"ഇനി എന്തായാലും ആടിനെ കറന്നു ചായയിട്ടു കുടിച്ചോണ്ടു പോകാം. കിഴക്കോട്ടു ഞാനും വരാം."

ചായ തിളപ്പിച്ചപ്പോഴേക്കും നേരം വെളുത്തു. കടത്തുവള്ളത്തിൽ പള്ളിക്കലാറുകടന്ന് വീട്ടിലെത്തി. രാത്രിയിലെ വിളിച്ചു കൂവലും ബഹ ളവും കേട്ട് വീട്ടുകാരി വിഷമിച്ചിരിക്കുകയായിരുന്നു. ആളിനെ കണ്ടപ്പോൾ സമാധാനമായി. വിശേഷങ്ങളറിയാനുള്ള വ്യഗ്രതകൊണ്ട് രാമൻനായർ അളിയനോടു പറഞ്ഞു:

"നമുക്കു ചന്തയിലോട്ടുപോകാം. അവിടെച്ചെന്നു കാപ്പി കുടിച്ചു കൊണ്ട് അളിയനങ്ങു കോയിക്കലോട്ടു പോകാം."

ചന്തയിലേക്കു നടക്കുമ്പോൾ തെക്കുനിന്ന് ആളുകൾ വാണം വിട്ട തുപോലെ പാഞ്ഞുവരുന്നു. ആർക്കും മിണ്ടുരിയാട്ടമില്ല. മുഖവും വീർപ്പിച്ചുനടക്കുന്നു. ചന്തയിൽവെച്ചു വിവരങ്ങൾ അറിഞ്ഞപ്പോൾ വിറ ച്ചുപോയി. കടയിൽ കയറി കാപ്പി കുടിച്ചെന്നുവരുത്തി. ചന്തയിലൂടെ

പൊലീസ് വണ്ടികൾ പാഞ്ഞുപോകുന്നതു കണ്ടു. ആരുടെയും മുഖ ത്തുനോക്കാൻ ധൈര്യം തോന്നിയില്ല. അവർ തന്നെ സംശയിച്ചെങ്കിലോ? തിരിഞ്ഞു പിരിഞ്ഞു നോക്കാതെ നേരെ വീട്ടിലേക്കു നടന്നു.

വീട്ടിലെത്തിയിട്ടും ഇരിക്കപ്പൊറുതിയില്ല. കിഴക്കോട്ടാണു നോട്ടം. പൊലീസുകാരെങ്ങാനും തിരക്കിവരുന്നുണ്ടോ? എന്തുവേണമെന്നാലോ ചിച്ചുകൊണ്ട് തിണ്ണയിലും മുറ്റത്തുമെല്ലാം ചുറ്റിനടന്നു. ഒടുവിൽ വീട്ടു കാരിയെ വിളിച്ചു സ്വകാര്യമായിപ്പറഞ്ഞു.

"എടോ, ഞാനങ്ങോട്ടൊന്നിറങ്ങുവാ. നിന്റെ കൈയിൽ ചക്രമോ പുത്തനോ വല്ലതുമുണ്ടോ?"

"എങ്ങോട്ടു പോന്ന്? ഇവിടുന്നിപ്പോഴെങ്ങോട്ടും പോകണ്ടാ. ഇവി ടെങ്ങാനും ഇരിക്ക്."

തിക്കും പക്കും നോക്കിയിട്ട് വീണ്ടും അടക്കം പറഞ്ഞു:

"നിനക്കു മനസ്സിലാവില്ല. ഇപ്പോൾ ഇവിടെ നില്ക്കുന്നതാപത്താ. എങ്ങോട്ടെങ്കിലും ഒന്നു മാറിനില്ക്കുന്നതാ നല്ലത്."

വരാൻ പോകുന്ന കുഴപ്പങ്ങളെക്കുറിച്ച് ആ സ്ത്രീക്കും ആശങ്ക യായി. പെട്ടിയിലുണ്ടായിരുന്നതെല്ലാം അരിച്ചു പെറുക്കിക്കൊടുത്തു.

"എന്നാ ഞാനിറങ്ങുവാ. കുറെ ദിവസത്തേക്ക് എന്നെ തിരക്കരുത്. ആരെങ്കിലും വന്നു ചോദിച്ചാ എങ്ങാണ്ടോട്ടിറങ്ങിപ്പോയെന്നു പറ ഞ്ഞേരെ."

അവിടെ നിന്നിറങ്ങി പടിഞ്ഞാട്ടു നടന്നു. ആറ്ററികിലൂടെ കുന്നത്തു കാവിനടുത്തെത്തി. നാലുപാടും ഒന്നു നോക്കിയിട്ട് കാവിനകത്തു വലി ഞ്ഞുകേറി. പന്തലിച്ചു കിടന്ന കുളമാവിന്റെ കവട്ടക്കു കേറിയിരുന്ന് ചുറ്റു പാടും കണ്ണോടിച്ചു. ആരെങ്കിലും കണ്ടോ? ഇല്ലെന്നു ബോദ്ധ്യമായപ്പോൾ മനസ്സമാധാനത്തോടെ കവട്ടക്കു കാലും തൂക്കിയിട്ടിരുന്നു.

ഉച്ചയായപ്പോൾ വയറുകത്താൻ തുടങ്ങി. പൊലീസൊട്ടുവരുന്നതു മില്ല. വിശപ്പു സഹിക്കാതായപ്പോൾ കാവിൽ നിന്നിറങ്ങി നേരെ വീട്ടി ലെത്തി. വീട്ടുകാരിക്ക് അതിശയം.

"അല്ലേ, എങ്ങാണ്ടു പോന്നെന്നു പറഞ്ഞിട്ട്....?"

"വല്ലതുമൊന്നു കഴിച്ചോണ്ടു പൊയ്ക്കളയാമെന്നു കരുതി."

"എന്നാ ഇനി അടുപ്പേ വെള്ളം വെക്കട്ടെ."

അവർ പെട്ടെന്ന് അരിയും വെച്ച് ചമ്മന്തിയും അരച്ചു ചോറു കൊടുത്തു. ചോറുവാരിയുണ്ടു കൊണ്ടു വീണ്ടും കുന്നത്തുകാ വിൽപോയി കുളമാവിൽ കേറിയിരുന്നു.

ശരീരത്തിനു വല്ലാത്ത തളർച്ച. മനസ്സിന് ഒട്ടും ഉന്മേഷമില്ല. ഒരു പാത്രം കള്ളു കുടിച്ചിരുന്നെങ്കിൽ എല്ലാം നേരെയായേനെ. എന്താണൊരു വഴി? മരത്തിലിരുന്ന് നാലുപാടും നോക്കി. ആരെയും കാണാനില്ല. നേരെ അമ്മൂമ്മക്കടവിനപ്പുറമുള്ള കല്ലും പുറത്തു ഷാപ്പിലേക്കു ചെന്നാലോ? അതുവേണ്ട. ആളുകൾ നോട്ടമിടും. പൊലീസുകാർക്കുചൂണ്ടിക്കൊടു ക്കും.

കടവിലേക്കുള്ള വഴിയിലൂടെ ഒരു വല്ലവുമായി കൊച്ചുമാതു വരുന്നതുകണ്ടു. ഭാഗ്യമായി. മരത്തിൽനിന്നിറങ്ങി വഴിയരികിലുള്ള കുറ്റിക്കാട്ടിൽ ചെന്നുനിന്ന് ഒച്ചവെക്കാതെ വിളിച്ചു: "ഏയ്, കൊച്ചുമാതു."

കൊച്ചുമാതു തിരിഞ്ഞുനോക്കി.

"എന്താ, രാമൻനായരുചേട്ടൻ ഇവിടെ?"

"ഇയ്യാളിങ്ങോട്ടുവന്നേ."

അടുത്തുചെന്നപ്പോൾ പറഞ്ഞു.

"ഞാൻ വീട്ടീന്നൊന്നു മാറി നിക്കുവാ. ഇയ്യാളീ വല്ലവുമായിട്ടെങ്ങോട്ടു പോകുന്നു?"

"തോട്ടുവെളുമ്പീന്ന് ഇത്തിരി പോച്ചപറിക്കാനിറങ്ങിയതാ."

"എന്നാ എനിക്കൊരു കാര്യം സാധിച്ചുതരണം. രഹസ്യമാ."

"എന്തോന്നാ?"

"എനിക്കെന്റെ ശരീരം തളർന്നുവരുന്നു."

ഒരു വെള്ളിരൂപാ എടുത്തു നീട്ടിക്കൊണ്ടു പറഞ്ഞു:

"എവിടുന്നെങ്കിലും ഒരു പാത്രമെടുത്തോണ്ടുപോയി ഒരു കുപ്പി കള്ളു മേടിച്ചോണ്ടുതരണം."

കൊച്ചുമാതു പുളിപ്പോടെ രാമൻനായരുടെ കണ്ണുകളിലേക്കു നോക്കി. മനസ്സില്ലാമനസ്സോടെ ആ രൂപാവാങ്ങി. രാമൻനായർ അയാളെ ഉത്സാഹിപ്പിച്ചു.

"ഇയ്യാളും എന്തെങ്കിലും മേടിച്ചുകഴിച്ചോ. ബാക്കിയുണ്ടെ കൊണ്ടുവന്നാ മതി. പിന്നെ, നമ്മളുതമ്മി കണ്ടവിവരം ആരും അറിയണ്ട."

കൊച്ചുമാതു ഒച്ചിനെപ്പോലെ പതുക്കെ ഇഴയുകയാണെന്നു തോന്നി. അക്ഷമയോടെ പുറകിൽ വിളിച്ചു.

"ഒന്നു വേഗം ചെല്ല്. ഇന്നലെത്തന്തിയുടേതുണ്ടെങ്കിൽ അതുതന്നെ മേടിച്ചോ."

കൊച്ചുമാതുവിനെ കാത്ത് കുറ്റിക്കാട്ടിൽ കുത്തിയിരുന്നു. അവൻ വന്നെത്താൻ വൈകിയപ്പോൾ കുളമാവിൽ കയറി പടിഞ്ഞാട്ടു നോക്കി. കള്ളുകുടിച്ച് കിറുങ്ങിയതുപോലെ കുളക്കൊക്കുകൾ തലയും കുനിച്ചിരിക്കുന്നു. കുളക്കോഴികൾ ആടിയാടിനടക്കുന്നു. പക്ഷേ, അവിടെങ്ങും കൊച്ചുമാതുവിന്റെ ഒരു പൊടിപോലും കാണാനില്ല.

നേരം സന്ധ്യമയങ്ങി. സഹികെട്ട് തന്നെത്താൻ കുറെ തെറിവിളിച്ച് പറഞ്ഞു. കൊച്ചുമാതു വരുമ്പോൾ അവന്റെ മുഖത്തുനോക്കി പറയാൻ കുറേ പുഴുത്ത തെറികൾ ഓർത്തുവച്ചു.

പക്ഷേ, കൊച്ചുമാതു വന്നില്ല.

പിന്നീടൊരിക്കലും അവൻ രാമൻനായരുടെ മുന്നിൽ വെട്ടപ്പെട്ടിട്ടില്ല.

കാട്ടിലും പറമ്പിലുമെല്ലാം ഇരുൾ വന്നുമൂടി. ഇരുട്ടത്തിറങ്ങി നടന്നാലും കുഴപ്പമൊന്നുമില്ല. കാട്ടിൽനിന്നിറങ്ങി അമ്മൂമ്മക്കടവ് അക്കരെ കടന്ന് കല്ലുംപുറത്തെ ഉപഷാപ്പിൽ പോയി. നല്ലമൂത്ത നുരച്ച കള്ള് ഒരു കുപ്പിവാങ്ങി ഒറ്റവീപ്പിനകത്താക്കി. വയറു നിറയെ ചീനി അവിച്ചതും മത്തി

കറിവച്ചതും വാങ്ങിക്കഴിച്ചു. ഷാപ്പുകാരനോട് കൊച്ചുമാതുവിനെക്കുറിച്ച് എന്തോ സംസാരിക്കാനൊരുങ്ങിയപ്പോൾ ഒരു ബോധോദയം. തനിക്ക് കരുതല് വേണമെന്ന കാര്യം ഓർമ്മവന്നു. ആത്മനിയന്ത്രണം പാലിച്ച് കുറേനേരം വെറുതെയിരുന്നിട്ട് വീണ്ടും അരക്കുപ്പികൂടി അകത്താക്കിയിട്ട് ആടിയാടി വീട്ടിലേക്കു പോയി.

വീട്ടിലെത്തിയപ്പോൾ ഭാര്യയ്ക്ക് അതിശയം.

"അല്ലേ, വീണ്ടും ഇങ്ങു പോന്നോ?"

മറുപടിയൊന്നും പറയാതെ അയാൾ പായനിവർത്തിയിട്ട് ലക്കുകെട്ടു കിടന്നുറങ്ങി.

രാത്രി വാതിൽക്കൽ മുട്ടുകേട്ട് ഭാര്യ ഞെട്ടിയുണർന്നു. അവർ ഭയന്നുവിറച്ചു. ഭർത്താവിനെ കുലുക്കിയുണർത്തി.

"പിന്നേ, കേട്ടോ ആരാണ്ടുവിളിക്കുന്നു."

രാമൻനായരുടെ ലഹരിമുഴുവൻ ആവിയായിപ്പോയി. പകൽമുഴുവൻ ഒളിച്ചുനടന്നതുകൊണ്ട് പ്രയോജനമൊന്നും ഉണ്ടായില്ല.

വീണ്ടും വാതിൽക്കൽ മുട്ട്. പൊലീസിന്റെ മുന്നിൽ കീഴടങ്ങാനായി അയാൾ വാതിൽ തുറന്നു.

"ഞാനാ ചേട്ടാ കളയ്ക്കാട്ടെ പരമേശ്വരൻ."

ഓ, ഞാൻ പേടിച്ചുപോയി. വാ, ഇങ്ങകത്തുകേറ്."

പരമേശ്വരൻനായർ മുറിക്കകത്തുകയറി. രാമൻനായർ തീപ്പെട്ടിയുരച്ചു. ലഹരികൊണ്ടു വീണുപോയ കൺപോളകളുയർത്തി പരമേശ്വരൻനായരെ നോക്കി ക്ഷീണവും അമ്പരപ്പും കലർന്ന മുഖം. തീക്കൊള്ളി എരിഞ്ഞടങ്ങി.

പരമേശ്വരൻനായർ ശബ്ദമടക്കിപ്പറഞ്ഞു:

"ഇവിടുത്തെ വിശേഷമൊന്നുമറിഞ്ഞില്ല."

"അറിയാനൊന്നുമില്ല. നാടുമുഴുവൻ പൊലീസാ. ഉടനെ എങ്ങോട്ടെങ്കിലും മാറിക്കളയുന്നതാ നല്ലത്."

പരമേശ്വരൻനായർ നെറ്റിചുളിച്ചാലോചിച്ചു.

"പാർട്ടിയിലെ ആരെയെങ്കിലുമൊന്നു കാണാൻ എന്താവഴി?"

"ഏതുപാർട്ടി? പാർട്ടിക്കാരെ തിരക്കാനൊന്നും നില്ക്കണ്ട. എവിടെയെങ്കിലുംപോയി രക്ഷപ്പെടാൻ നോക്ക്."

''ഞാൻ വന്നത് നമുക്കൊന്നിച്ചു പുന്നയ്ക്കാക്കുളങ്ങര മാധവനുണ്ണിത്താന്റെ വീടുവരെ ഒന്നുപോകാനാണ്. എനിക്ക് വീടറിഞ്ഞുകൂടാ."

"അവിടെച്ചെന്നാലോ."

"പാർട്ടിയുമായി ബന്ധംവെക്കാൻ കഴിയും."

രാമൻനായരുടെ തല നേരെ നില്ക്കുന്നില്ല. അപ്പോഴാണു പുന്നയ്ക്കാക്കുളങ്ങരെവരെ നടത്തം. അതും പൊലീസിന്റെ പരക്കംപാച്ചിലിനിടയിൽകൂടി. അയാൾ ഒഴിഞ്ഞുമാറുന്ന മട്ടിൽപ്പറഞ്ഞു:

"അതെല്ലാം അപകടമാ. ഇപ്പോൾ അവിടെങ്ങും ആരും കാണത്തില്ല. എങ്ങനെയെങ്കിലും ഈ രാജ്യം വിട്ട് അപ്പുറം കടക്കാൻ നോക്ക്."

പരമേശ്വരൻനായർ താടിക്കു കൈയും കൊടുത്ത് കുനിഞ്ഞിരുന്നു.

"ഇനി എന്തുവാ ഈ ആലോചിക്കുന്നെ?"

"അങ്ങനെ രാജ്യംവിട്ട് പോയിട്ട് എന്തോ ചെയ്യാനാ?"

"അതൊക്കെ പിന്നീടാലോചിക്കാം. ഈ ചൂടൊന്നുമാറിയിട്ട് . അതുവരെ പിടികൊടുക്കാതെ നോക്ക്. രാജ്യത്തിനു വെളിയിൽ കടന്നാൽപ്പിന്നെ പേടിക്കാനില്ല."

പരമേശ്വരൻ തളർന്നമട്ടിൽ ചിരിച്ചു.

"അതിനും കൈയിൽ കരുതലൊന്നുമില്ല."

"എവിടുന്നെങ്കിലും ഒപ്പിച്ചോണ്ടുപോ. എന്റെ കൈയിലും ഒന്നുമില്ല."

കുറെ നേരം രണ്ടുപേരും മിണ്ടാതിരുന്നു.

ഒടുവിൽ പരമേശ്വരൻനായർ എഴുന്നേറ്റു.

"ശരി. എന്നാൽ ഞാനിറങ്ങട്ടെ."

"നില്ല്. എന്റെ കൈയിലുള്ളത് ഞാൻ തരാം."

കൊച്ചുമാതു കൊണ്ടുപോയതും കള്ളുഷാപ്പിൽ ചെലവഴിച്ചതും കഴിച്ചു ബാക്കിയുണ്ടായിരുന്ന തുക പൊതിഞ്ഞുകൊടുത്തു.

"നല്ല തഞ്ചത്തേ പോ. ഒരാപത്തും വരുത്തില്ല."

പരമേശ്വരൻനായർ മുറിക്കുവെളിയിലിറങ്ങിയപ്പോൾ രാമൻനായർ ആശ്വാസത്തോടെ കതകടച്ചു സാക്ഷയിട്ടു. പായിൽ ചുരുണ്ടുകൂടി കിടന്നുറങ്ങി.

പൊലീസുകാർ വീടുകേറി ആക്രമണം തുടങ്ങിയെന്നറിഞ്ഞപ്പോൾ അയാൾ ഭാര്യയെ വിളിച്ചുപറഞ്ഞു.

"എടോ തല്ക്കാലം നമുക്ക് ഇവിടെനിന്നൊന്നു മാറി നില്ക്കാം."

"ഞാനും മാറണോ?"

"അല്ലേൽ അവരുവന്ന് എന്തെങ്കിലും അതിക്രമം കാണിച്ചാലോ?"

വീട്ടിൽ നിന്നിറങ്ങാൻ നേരം ഭാര്യ ഇടങ്ങഴി അരിയെടുത്തു മടിയിലിട്ടു. രാമൻനായർ പശുവിനെ അഴിച്ച് അനന്തിരവനെ ഏല്പിച്ചു. ഭാര്യയും ഭർത്താവുംകൂടി നേരെ കടത്തിറങ്ങി നീലാണ്ടൻനായരുടെ വീട്ടിൽപോയി. ഭാര്യയെ അവിടാക്കിയിട്ട് അയാൾ പകൽ മുഴുവൻ തോട്ടുകരയിലെ പള്ളാപ്പിൽ ഒളിച്ചിരുന്നു. രാത്രി അളിയന്റെ വീട്ടിൽച്ചെന്നു ശാപ്പാടുകഴിച്ചുറങ്ങി.

ഒരു ദിവസം രാത്രി നീലാണ്ടൻനായർ കോയിക്കൽനിന്നു വന്നപ്പോൾ പറഞ്ഞു:

"കളയ്ക്കാട്ടെ പരമേശ്വരൻനായരെ പിടിച്ചളിയാ."

രാമൻനായർ ഞെട്ടി.

"ങ്ഹേ, പിടിച്ചോ?"

"അരുക്കുറ്റിയിട്ടു പിടിച്ചു."

അയാൾ ശരീരം തളർന്നു നിലത്തിരുന്നു. കൈചുരുട്ടി ഉച്ചിയിൽ ഇടിച്ചു. എഴുന്നേറ്റ് ഇരുത്തയുറയ്ക്കാതെ നിന്നു. ഒടുവിൽ അളിയനോടു തിരക്കി.

"എങ്ങനാ പിടിച്ചെതെന്നുവല്ലതും അറിഞ്ഞോ?"

"രാത്രി കടത്തുവള്ളത്തിൽ കൊച്ചിക്കു കടക്കാൻ ഭാവിച്ചപ്പോൾ പൊലീസു ചെന്നു പിടികൂടിയെന്നാ കേട്ടെ."

"പിടിച്ചിട്ടെന്തുചെയ്തു? എങ്ങോട്ടു കൊണ്ടുപോയി."

"അതറിഞ്ഞൂടാ. കോയിക്കപ്പെറഞ്ഞതു കേട്ടത്."

ഒട്ടുനേരം കഴിഞ്ഞ് നീലാണ്ടൻനായർ വീണ്ടും പറഞ്ഞു.

"ഇന്ന് കാഞ്ഞിരവിളയിലെ കിട്ടുക്കുറുപ്പുവന്ന് പാടും പാഴാങ്കവുമെല്ലാം പറയുന്നതുകേട്ടു."

"മ്. അതെന്താകാര്യം?"

"പൊലീസുകാരു കുറുപ്പിന്റെ മോനെ തിരക്കിച്ചെന്നിരുന്നു. പയ്യനെ കൊടുത്തില്ലെങ്കി മൂപ്പിലാനെ കൊണ്ടുപോകുമെന്ന് പറഞ്ഞാ പോയത്."

"എന്നിട്ട്?"

"എന്നിട്ട് മൂത്തപിള്ളയദ്ദേഹത്തോടുവന്ന് കരയുകയും പറയുകയും ചെയ്തു. അദ്ദേഹം പറഞ്ഞിരിക്കുവാ ഇൻസ്പെക്ടറുവരട്ടെ, മോനെയും കൊണ്ടു കോയിക്കലോട്ടുചെല്ലാൻ പറഞ്ഞു."

രാമൻനായർ സഹതാപം പ്രകടിപ്പിച്ചു.

"അവനൊരു നരുന്തുപയ്യനല്യോ അളിയാ. അവനെയും അവരു വിടത്തില്ലേ, അതു കഷ്ടമാ."

"അതിപ്പോ നമുക്കുതമ്മി പറയാമെന്നല്ലാതെ പൊലീസുകാർക്ക് അതുവല്ലോമുണ്ടോ?"

വെറും പയ്യനായിരുന്നതുകൊണ്ട് പുരുഷോത്തമക്കുറുപ്പിനെ ആരും അങ്ങനെ ഗൗനിച്ചിരുന്നില്ല.

പൊലീസുകാർ തിരക്കിച്ചെല്ലുമെന്ന് വിചാരമില്ലാതിരുന്നതുകൊണ്ട് അയാൾ സ്ഥലം വിടുകയോ ഒളിക്കുകയോ ചെയ്തില്ല. ഒരു മുന്നറിവുമില്ലാതെ ഒരു ദിവസം പൊലീസുകാർ കൂട്ടത്തോടെ പാഞ്ഞുചെന്നു വീടുവളഞ്ഞു. കിട്ടുക്കുറുപ്പിനെ വീട്ടിൽനിന്നുവിളിച്ചിറക്കി. ഒന്നും ചോദിക്കാതെയും പറയാതെയും രണ്ടുകന്നത്തും ഓരോ അടി.

"എവിടെടാ മൂപ്പിലെ നിന്റെ മോൻ?"

കിട്ടുക്കുറുപ്പു ഭയം കൊണ്ട് ആലിലപോലെ തുള്ളി.

"ഇവിടുണ്ടാരുന്നേമാനേ."

"ഇങ്ങുവിളിക്കവനെ."

"എങ്ങാണ്ടോട്ടിറങ്ങിപ്പോയേ."

'എന്തോ, പറഞ്ഞെടാ? ഒണ്ടെന്നുപറഞ്ഞിട്ട് ഒടനെയങ്ങുപോയോ? മുതു...മോനെ."

വീണ്ടും ഒരടി.

"മോനെപ്പറഞ്ഞയച്ചു പൊലീസുകാരെ കൊല്ലിച്ചേച്ച്....."

"ഞാനൊന്നും അറിഞ്ഞതല്ലേ. അവനെന്നോട് ഒന്നും പറഞ്ഞിട്ടില്ല."

"അവനെ എവിടെവെച്ചേക്കുന്നു? ജീവൻ വേണേ നേരുപറഞ്ഞോ."

"എങ്ങും ഒളിപ്പിച്ചിട്ടില്ലേ."

"പിന്നവനെങ്ങോട്ടുപോയി."

"പറയാവേ." കിട്ടുക്കുറുപ്പു ദയനീയമായ സ്വരത്തിൽ ഭാര്യയെ വിളിച്ചു.

"ചെറുക്കനെങ്ങോട്ടുപോയി?"

"അവൻ നേരത്തെ ഇവിടുന്നു പോയതാണേ."

തൃപ്തികരമായ ഒരു മറുപടി പറയാൻ കഴിയാതെ കിട്ടുക്കുറുപ്പു കുഴങ്ങി.

"അവൻ വരുമ്പം ഞാൻ വിവരം പറയാവേ."

"പറഞ്ഞാൽപ്പോരാ, അവനെ പിടിച്ചു ക്യാമ്പിൽ ഹാജരാക്കണം."

"ആക്കാവേ."

"അല്ലെങ്കിൽ നിന്നെ പിടിച്ചുനിർത്തി വെടിവെച്ചുകൊല്ലും." പൊലീസുകാർ തിരിച്ചുപോയി.

കിട്ടുക്കുറുപ്പു വേവലാതിപൂണ്ട് തലക്കിടിച്ചുകൊണ്ട് എന്തൊക്കെയോ പുലമ്പി.

"കൊണംവരാതപോയ കഴിവേറീടമോൻ."

അയാൾ ഭാര്യയെ നോക്കി ശകാരിച്ചു.

"എന്നെ കൊല്ലിക്കാനാ നീയവനെ പെറ്റുവെച്ചത്. പൊലയാടി."

ഉണക്കക്കൊള്ളിപോലുള്ള ആ സ്ത്രീക്ക് ഭർത്താവിന്റെ ഭാവമാറ്റം പിടികിട്ടിയില്ല.

"നിങ്ങളെന്തിനാ ഇങ്ങനെ നിന്നു തുള്ളിവിറയ്ക്കുന്നെ? പൊലീസുകാരെ വെട്ടാനോ കുത്താനോ അവൻ പോയോ?".

"അതിനൊന്നും പോകാഞ്ഞിട്ടാണോടീ പൊലീസിവിടെ തിരക്കിവന്നത്? എടീ.....മോളേ."

"അതിനെന്റെ തലേക്കേറുന്നതെന്തിനാ? ആരെങ്കിലും ദുർബോധന ചെയ്തതായിരിക്കും. അതവരോടു വാ തുറന്നു പറയണം. നിങ്ങളെക്കൊണ്ടതിനു കൊള്ളത്തില്ലേൽ നാട്ടിൽ ആണുങ്ങളുകാണും. അവരെക്കൊണ്ടുപറയിപ്പിക്കണം."

കിട്ടുക്കുറുപ്പു മുറ്റത്ത് തെക്കോട്ടും വടക്കോട്ടും നടന്നു. തള്ള തന്നെത്താൻ പറയാൻ തുടങ്ങി.

"എന്റെ മോൻ ഇതുവരെ ഒരുത്തരെ നോക്കി ഇച്ചിപ്പോ എന്നു പറഞ്ഞിട്ടില്ല. അവൻ പൊലീസിനെ കൊല്ലാൻ പോയിപോലോ!"

അവർ വടക്കോട്ട് തിരിഞ്ഞ് ഉച്ചിയിൽ കൈവെച്ചു പ്രാകി.

"അവനെക്കൊണ്ടിതു പറഞ്ഞൊണ്ടാക്കിയോന്മാരുടെ തലേ ഇടിത്തീവീഴണേ എന്റെ കൊറ്റാർകാവു ഭഗവതീ!"

അപ്പോൾ ഉണങ്ങിക്കരിഞ്ഞ തലയും വാടിയ മുഖവുമായി പുരുഷോത്തമക്കുറുപ്പു വന്നുകേറി. അച്ഛൻ വഴക്കുപറഞ്ഞപ്പോൾ അയാൾ ആണയിട്ടു.

"എന്റച്ഛനാണെ ഞാനൊന്നിനും പോയിട്ടില്ല. പൊലീസിനെ എറി

യാനും വെട്ടാനും ഒന്നിനും ഞാൻ പോയിട്ടേയില്ല."

സംഭവം നടന്ന ദിവസം രാത്രി താൻ വീട്ടിലുണ്ടായിരുന്ന വിവരം എല്ലാവർക്കും അറിയാം. എന്നിട്ടും അച്ഛൻ തന്നെ അവിശ്വസിക്കുന്നുവെന്നുകണ്ട് അയാൾ വലിയ വായിലേ നിലവിളിച്ചു. അതുകണ്ടു തള്ള കരഞ്ഞു. കിട്ടുക്കുറുപ്പിന്റെയും കണ്ണുനിറഞ്ഞു.

അമ്മ ദുഃഖത്തോടെ പറഞ്ഞു:

"നിന്നെ വിളിച്ചോണ്ടുചെല്ലണമെന്ന് അച്ഛനോട് പറഞ്ഞേച്ച് ഇൻസ്പെക്ടറദ്ദേഹവും പൊലീസും അങ്ങോട്ടുപോയതേയുള്ളു."

"അതിനെന്താ? എന്നെ ആരും കൊണ്ടുപോകണ്ടാ. ഞാൻ ഒറ്റയ്ക്കു പോയി കാര്യം പറഞ്ഞോളാം. എന്നെ ആരെങ്കിലും എന്തെങ്കിലും ചെയ്യുന്നെങ്കി ചെയ്യട്ടെ."

"എന്റെ പൊന്നുമോനെ നീ ഒറ്റക്കു പോകണ്ടാ. അവന്മാരുടെ കൈയികിട്ടിയാൽ ചേഴിപ്പു കാണത്തില്ല."

കിട്ടുക്കുറുപ്പു സഹികെട്ടു ഭാര്യയോടു ചോദിച്ചു:

"എടീ...എടീ അപ്പൊ അവരുവന്ന് എന്നെ പിടിച്ചോണ്ടു പോട്ടെന്ന്! അപ്പൊ അതാ നിന്റെ മനസ്സിലിരിപ്പ്!"

"നിങ്ങളെയെന്തിനാ പിടിക്കുന്നെ?"

"അല്ലേ പിന്നേ, അവരു പറഞ്ഞേച്ചു പോയതു കേട്ടില്ല്യോ?"

ദൂരെനോക്കി എന്തോ ആലോചിച്ചുകൊണ്ട് നിന്നിട്ട് ആ സ്ത്രീ ഭർത്താവിനു വിവേകം ഉപദേശിച്ചു.

"നിങ്ങളു കോയിക്കപ്പോയി അവിടുത്തദ്ദേഹത്തോടു കാര്യം പറ. ഇവനൊന്നിനും പോയിട്ടില്ലെന്നു പറ. അദ്ദേഹം പൊലീസുകാരോടൊന്നു നാക്കെടുത്തു വളച്ചാമതി, അവരു പിന്നെ തിരക്കി വരത്തില്ല."

കിട്ടുക്കുറുപ്പിന് അത്ര വിശ്വാസമില്ല. കോയിക്കപിള്ളമാരും അയാളും തമ്മിൽ അടുപ്പമൊന്നുമില്ല. വീട്ടുകാര്യം നോക്കി അടങ്ങിയൊതുങ്ങിക്കഴിയുകയല്ലാതെ, നാട്ടിൽ ആരോടും അയാൾക്കു സഹകരണമില്ല. എന്നാലും ഭാര്യ നിർബ്ബന്ധിക്കുമ്പോൾ മോന്റെകാര്യം ചെന്നു പറയാതിരിക്കുന്നതെങ്ങനെ?

ഭാര്യ അയാൾക്കു ധൈര്യം കൊടുത്തു.

"പൊലീസുകാരു പിടിച്ചോണ്ടു പോയോരെപ്പോലും കോയിക്കേന്നു പറഞ്ഞപ്പം വിട്ടല്ലോ. അതുപോലെ നിങ്ങളും ചെന്നുപറ.

"ശരി. പോകാം. ചെന്നു പറയാം. യാതൊരു സത്യവുമില്ലാത്ത കാര്യമാണെന്നു പറയാം."

കിട്ടുക്കുറുപ്പു മുറ്റത്തുവന്ന് കാത്തുനില്ക്കുന്നതുകണ്ട് മൂത്തപിള്ള അയാളെ പൂമുഖത്തേക്കു വിളിപ്പിച്ചു. ആ പാഴാങ്കം പറച്ചിൽ കേട്ടിട്ടു ചോദിച്ചു.

"അവനൊന്നിനും പോയിട്ടില്ലെന്നു കുറുപ്പിനൊറപ്പൊണ്ടോടാ?"

"ഒണ്ടേ, അവനൊന്നിനും പോകുന്നോനല്ല. ഇവിടുന്നു കണ്ടിട്ടില്ല്യോ? വെറും കൊച്ചുചെറുക്കനാ."

“എന്നാൽ ഇൻസ്പെക്ടറുവരുമ്പോൾ അവനെ ഇങ്ങോട്ടു വിളിച്ചോണ്ടുവരൂ.”

കിട്ടുക്കുറുപ്പിന് ആശ്വാസമായി. കോയിക്കൽപിള്ളയുടെ മുമ്പിൽ തന്റെ വാക്കിനു വിലയുണ്ടെന്നോർത്ത് അയാൾക്കു അഭിമാനം തോന്നി. തിരികെചെന്നു ഭാര്യയോടും മോനോടും വിവരം പറഞ്ഞു. മകന്റെ ദൈന്യം കലർന്നമുഖം കണ്ടപ്പോൾ തള്ള പറഞ്ഞു:

“നീ തലേലിത്തിരി എണ്ണതേച്ചു പോയിക്കുളി. കുളിച്ചു വൃത്തിയായിട്ടുവേണം അങ്ങോട്ടു ചെല്ലാൻ.”

പുരുഷോത്തമക്കുറുപ്പു കുളിച്ചുവന്നപ്പോൾ അമ്മ പാത്രംനിറയെ ചോറുവിളമ്പിക്കൊടുത്തു. അയാൾക്കു ചോറിറങ്ങിയില്ല. ഉണ്ടെന്നുവരുത്തി. അലക്കിയ ഉടുപ്പും മുണ്ടും ധരിച്ചു. കണ്ണാടിയിൽനോക്കി തല ചീകിയൊതുക്കി.

ഇൻസ്പെക്ടരദ്ദേഹം വന്നിട്ടുണ്ടെന്നറിഞ്ഞ് അച്ഛനും മകനും കോയിക്കൽമുറ്റത്തു ചെന്നുനിന്നു. മൂത്തപിള്ളയുമായി സംസാരിച്ചിറങ്ങിയ ഇൻസ്പെക്ടർ അവരെ നോക്കി ചോദിച്ചു:

“തന്റെ മോനാണോ?”

“ആണേ.”

ഇൻസ്പെക്ടറുടെ കണ്ണിൽ തീ പാറുന്നതായി തോന്നി.

“ഇങ്ങോട്ടു മാറിനില്ലെടാ.” അയാൾ ഏഡിന്റെ നേരെതിരിഞ്ഞു.

“ഇവനെ ക്യാമ്പിലേക്കു കൊണ്ടുപോ.”

അച്ഛന്റെ മുഖം വിളറി. മകൻ അച്ഛന്റെ വിഷണ്ണമായ മുഖത്തേക്ക് അമ്പരപ്പോടെ തുറിച്ചുനോക്കി. പൊലീസുകാരൻ അവന്റെ കൈയിൽ പിടിച്ചുവലിച്ച് ജീപ്പിനകത്തേക്ക് കയറ്റി. ഇൻസ്പെക്ടറും കൂടെക്കേറി.

ജീപ്പ് ഇരമ്പിപ്പാഞ്ഞു പോകുന്നത് കിട്ടുക്കുറുപ്പു സംഭ്രാന്തിയോടെ നോക്കിനിന്നു. അതു കണ്ണിൽ നിന്നു മറഞ്ഞപ്പോൾ കല്ലുപോലെ അനങ്ങാതിരിക്കുന്ന മൂത്തപിള്ളയെനോക്കി വിതുമ്പിക്കരഞ്ഞു. മൂത്തപിള്ള പറഞ്ഞു:

“താൻ പൊയ്ക്കോളൂ. ചോദ്യം ചെയ്തിട്ട് ഒന്നിലും ഉൾപ്പെട്ടില്ലെന്നു ബോദ്ധ്യമാകുമ്പോൾ ഇങ്ങു പറഞ്ഞുവിടും.”

കിട്ടുക്കുറുപ്പു തലയും കുനിച്ചിട്ടു വീട്ടിലേക്കു നടന്നു. അപ്പോഴും സ്വന്തം മകൻ അയാളുടെ നേരെ ദൈന്യതയോടെ തുറിച്ചുനോക്കുന്നു. ക്യാമ്പിൽവെച്ചു പൊലീസുകാർ ചുറ്റും നിന്ന് അവനെ ഭേദ്യം ചെയ്യുന്നു. അവൻ നിസ്സഹായനായി ഉറക്കെ നിലവിളിക്കുന്നു. കിട്ടുക്കുറുപ്പു ചിറികോട്ടി തന്നെത്താൻ കരഞ്ഞു......

അന്നു രാത്രി രാമൻനായർ അത്താഴമുണ്ണാൻ ചെന്നപ്പോൾ നീലാണ്ടൻനായർ പറഞ്ഞു:

“ഇന്ന് ആ കാഞ്ഞിരവിളയിലെ കുറുപ്പിന്റെ മോനെയും കൊണ്ടുപോയളിയാ.”

“അയ്യോ കഷ്ടം! അവരവനെ ഉപദ്രവിച്ചോ അളിയാ.”

"അതു പിന്നെ ഉപദ്രവിക്കാതിരിക്കുമോ?"

കുറേനേരത്തേക്ക് ആരും ഒന്നും ഉരിയാടിയില്ല. നീലാണ്ടൻനായർ എന്തോ ഓർത്തുകൊണ്ടെന്നപോലെ അളിയന്റെ മുഖത്തേക്കു കണ്ണും നട്ടിരുന്നു. ഒടുവിൽ കരുതലോടെ അടുത്തേക്കു നീങ്ങിയിരുന്ന് രാമൻനായരുടെ ചെവിയിൽ അടക്കം പറഞ്ഞു.

"പിന്നെ, അളിയനെ ഒന്നു കാണാൻവേണ്ടി ഞാനിവിടെ നേരത്തെ വന്ന് കാത്തിരിക്കുവാ. ഒരു കാര്യം പറയാനുണ്ട്."

"എന്തോന്നാ?"

"അളിയൻ വിഷമിക്കരുത്."

"ഇല്ല. കാര്യം പറ."

"ഇന്നാ ഞാനറിഞ്ഞത്— അളിയനേം അവർ കേസിൽ പെടുത്തിയിട്ടുണ്ടെന്ന്."

അതുകേട്ടപ്പോൾ ഞെട്ടിത്തരിച്ചുപോയി. കണ്ണിൽ ഇരുൾമൂടി. ഒന്നും അറിയാതെ ഒരേ ഇരിപ്പിരുന്നു.

"അതുകൊണ്ട് അളിയൻ ഒന്നൂടൊന്നു സൂക്ഷിക്കണം."

രാമൻനായർക്ക് ഉരിയാട്ടമില്ല. നീലാണ്ടൻനായർ അയാളുടെ തോളിൽ പിടിച്ചു കുലുക്കി.

"എന്താ മിണ്ടാതിരിക്കുന്നേ? കാര്യംപറഞ്ഞപ്പോഴേക്കും വിഷമമായോ!"

"ഇല്ല."

"ഞാൻ പറഞ്ഞതു കേട്ടോ? ഒന്നൂടൊന്നു സൂക്ഷിക്കണം."

"സൂക്ഷിക്കാം."

"ഇന്നവരുതമ്മിപ്പറയുന്നകേട്ടു. അളിയൻ ആരെയെങ്കിലും കണ്ട് അതിനെന്താ വേണ്ടതെന്നുവെച്ചാ അതു ചെയ്യണം."

"ചെയ്യാം."

"അങ്ങനെ പറഞ്ഞിരുന്നാ പോരാ."

"അതുപോരാ."

ഉണ്ണാൻ ചെന്നിരുന്നിട്ട് രാമൻനായർക്കു ചോറിറങ്ങിയില്ല. പാത്രത്തിന്റെ മുമ്പിൽ നിന്നെഴുന്നേറ്റ് കൈകഴുകിയിട്ട് ഒന്നും മിണ്ടാതെ ബഞ്ചിൽ കേറിക്കിടന്നു.

രാത്രിയിൽ നീലാണ്ടൻനായർ ഉണർന്നു നോക്കിയപ്പോൾ വീട്ടിൽ രാമൻനായരില്ല.

ഇരുപത്

രാത്രി അച്ചുതൻ വിറച്ചുവേച്ച് കൊറ്റാർകാവിൽനിന്ന് ആനയടിക്കു നടന്നു. ശിവരാമന്റെ വീട്ടിൽച്ചെന്ന് അയാളെ വിളിച്ചുണർത്തി. അവന്റെ കൂടെ പായിൽ കേറിക്കിടന്നു. നല്ല വിശപ്പുണ്ടായിട്ടും ശിവരാമന്റെ അമ്മയെ വിളിക്കാനോ വിളക്കുകത്തിക്കാനോ സമ്മതിച്ചില്ല.

വെളുപ്പിനു വെള്ളം തിളപ്പിക്കാൻ പലചരക്കുകട തുറപ്പിച്ച് ഇത്തിരി കരുപ്പട്ടി വാങ്ങാനായി ശിവരാമന്റെ അമ്മ വടക്കേമുക്കിലേക്കു ചെന്നപ്പോൾ ആളുകൾ ഓടിവന്നു പറയുന്നതുകേട്ടു:

"ഇന്നലെവന്ന പൊലീസുകാരെ പാടത്തു വെട്ടിക്കൊന്നിട്ടേക്കുന്നു."

അവർ ഓടിവന്നു ശിവരാമനോടു വിവരം പറഞ്ഞു.

ശിവരാമനും അച്ചുതൻനായരും മുഖത്തോടുമുഖം നോക്കി. കരുപ്പട്ടി വെള്ളം കുടിച്ചുകൊണ്ട് മൗനമായിരുന്നു. വടക്കുനിന്ന് രണ്ടു ബസുനിറയെ പൊലീസ് വരുന്നതുകണ്ട് അച്ചുതൻനായർ പറഞ്ഞു:

"സംഗതി കുഴപ്പമാ. ഇനിയിപ്പോൾ നമ്മളിവിടെ തങ്ങുന്നതു ശരിയല്ല. എങ്ങോട്ടെങ്കിലും ഒന്നു മാറിനില്ക്കാം."

അവർ രണ്ടാളുംകൂടി കിഴക്കേ റോഡിലിറങ്ങി. അപ്പോൾ ആളുകൾ ആണും പെണ്ണും കുട്ടികളുമെല്ലാം കുട്ടയും വട്ടിയും ആടും കോഴിയും ഒക്കെയായി വാലെവാലെ വടക്കോട്ടുവരുന്നു

അച്ചുതൻനായർ തിരക്കി.

"എന്താ എല്ലാവരും കൂടി ഇങ്ങനെ കൂട്ടത്തോടെ?"

"കിഴകിടപ്പാടത്തു പൊലീസിനെ വെട്ടിക്കൊന്നിട്ടേക്കുന്നു. പൊലീസുകാർവന്നു മറിഞ്ഞോണ്ടിരിക്കുവാ."

"ഒരുപാടുപേരു ചത്തോ?"

"ആ. അറിഞ്ഞൂകൂടാ. ചത്തുകാണും."

അപ്പോഴും കാര്യങ്ങളുടെ ഒരു ശരിയായ രൂപം കിട്ടിയില്ല. ഒന്നും തിരക്കാനൊട്ടു നിന്നതുമില്ല. അവർ റോഡുമുറിച്ചു കിഴക്കോട്ടിറങ്ങി ഇട റോഡുകളിൽക്കൂടി നടന്നു. വെയിലുറച്ചപ്പോൾ താമരക്കുളത്തിനടുത്ത് വെള്ളച്ചിറയിൻ ശിവരാമൻനായരുടെ പെങ്ങൾ താമസിക്കുന്ന വീട്ടിലെത്തി. എളിയിൽ കുഞ്ഞിനെയും എടുത്തുകൊണ്ട് അയാളുടെ സഹോദരി ഇറങ്ങിവന്നു. നിനച്ചിരിക്കാതെ ആങ്ങള വന്നു കേറിയതുകണ്ട് അവർ ചിരിച്ചുകൊണ്ടെടുത്തു ചെന്നു. ശിവരാമൻനായർ പെങ്ങളോടു തിരക്കി:

"അളിയനില്യോ?"

"രാവിലെ കാപ്പിക്കടേലോട്ടുപോയി. നീ ഇപ്പം എവിടുന്ന് വരുന്നു."

"അങ്ങ് ആനയടീന്ന്."

"അവിടെ വിശേഷം വല്ലോം ഒണ്ടോ?"

"ഒന്നുമില്ല."

"ഇതാരാ കൂടെ?"

"ഇതെന്റെ ഒരു സ്നേഹിതൻ."

"എന്നാ നിങ്ങളു കേറിയിരിക്ക്."

അവർ തിണ്ണയിൽകേറി അളിയനെ കാത്തിരുന്നു. സഹോദരി വെള്ളം കൊണ്ടുവന്നു കഞ്ഞിവെയ്ക്കുന്ന തിരക്കിലായിരുന്നു.

തെക്കുവശത്തെ റോഡിൽകൂടി പൊലീസ് വണ്ടികൾ പോകുകയും വരികയും ചെയ്യുമ്പോഴത്തെ ഇരമ്പംകൊണ്ട് അന്തരീക്ഷമാകെ കിടിലം കൊണ്ടു.

കഞ്ഞി വേവുന്നതിനുമുമ്പ് അളിയൻ വന്നു. ശൂരനാട്ടു നിന്നെത്തിയ അതിഥികളെകണ്ട് അയാളുടെ മുഖംവിളറി. അവിടെ നടന്ന സംഭവങ്ങളെ ക്കുറിച്ച് അതിനകം താമരക്കുളത്ത് അറിഞ്ഞു കഴിഞ്ഞു. ആതിഥ്യമര്യാദ പ്രകടിപ്പിക്കാനൊന്നും കാത്തുനില്ക്കാതെ അയാൾ തുറന്നടിച്ചു പറഞ്ഞു.

"നിങ്ങൾ ഇവിടെക്കേറിയിരിക്കാനൊക്കത്തില്ല. ഇതുവഴിയരുവാ."

അതിഥികൾ ഇളിഭ്യരായി. അച്ചുതൻനായർ സ്വതസിദ്ധമായ ചിരിയോടെ പറഞ്ഞു നോക്കി:

"പേടിക്കണ്ട ഞങ്ങൾ അതിലൊന്നും ഉൾപ്പെട്ടവരല്ല."

"എന്നു ഞാൻ പറഞ്ഞോ? പറഞ്ഞില്ലല്ലോ. പക്ഷേ, ഇവിടിരിക്കാൻ സൗകര്യപ്പെടത്തില്ല."

തന്റെ അന്തസ്സിന്റെയുംകൂടി പ്രശ്നമായതുകൊണ്ട് ശിവരാമൻ കീഴ് വഴങ്ങി നോക്കി.

"ഇന്നൊരു ദിവസത്തേക്ക് ഞങ്ങളിവിടെ ഒന്നു കഴിഞ്ഞോട്ടളിയാ. ഇദ്ദേഹത്തിനു നടക്കാൻവയ്യ. നല്ല സുഖവുമില്ലാത്തയാളാ. നാളെയങ്ങു പോയേക്കാം."

അളിയൻ അല്പം ക്ഷുഭിതനാകുകതന്നെ ചെയ്തു.

"അപ്പം നീയാണോ ഈ മനുഷ്യനേം വിളിച്ചോണ്ടിങ്ങോട്ടു വന്നത്. നടക്കാൻ വയ്യെങ്കിൽ അയാൾ വീട്ടിൽ പോയിരിക്കട്ടെ. ഈ പൊലീസും പട്ടാളോം ഒക്കെ തുരുതുരാ റോന്തുചുറ്റിക്കൊണ്ടിരിക്കുമ്പം ഇവിടാണോ ഒളിച്ചിരിക്കാൻ ഒരു സ്ഥലം കണ്ടത്? ഈ റോഡരികിൽ! എന്റളിയന്റെ പുത്തി കുറെ കൂടിപ്പോയി."

അച്ചുതൻനായർ സൗമ്യമായി പതിഞ്ഞ സ്വരത്തിൽ പറഞ്ഞു മന സ്സിലാക്കാൻ ശ്രമിച്ചു.

"ഞങ്ങളിവിടുന്നൊന്നു വിട്ടുനില്ക്കുന്നെന്നേയുള്ളു. നിരപരാധിക ളായാലും പൊലീസുകാരു കിട്ടിയാ വിടത്തില്ല. പിന്നെ ഇവിടെങ്ങും അന്വേ ഷണമൊന്നും വരത്തുമില്ല."

"അതു നിങ്ങൾക്കറിഞ്ഞുകൂടാഞ്ഞിട്ടു പറയുവാ. ഇവിടേം അന്വേ ഷണം വരും."

സംസാരം കേട്ട് പെങ്ങൾ ഇറങ്ങിവന്നു നോക്കി. ആങ്ങള എന്തോ കുഴപ്പവും വലിച്ചുകൊണ്ടാണ് വന്നിരിക്കുന്നതെന്നു കണ്ട് അവളുടെ മുഖം ചുളിഞ്ഞു.

ശിവരാമൻ പറഞ്ഞുനോക്കി.

"ഞങ്ങളുമൂലം അളിയനൊരു വിഷമോം ഒണ്ടാക്കത്തില്ല. അങ്ങനെ യുള്ള കാര്യത്തിനുവല്ലോം ഞാൻ കൂടുമോ അളിയാ? ഞങ്ങളുവല്ലോ മൊന്നു കഴിച്ച് ഒന്നു നടുനീർത്തിട്ടങ്ങു പോയേക്കാം."

അവരൊഴിഞ്ഞുപോകാൻ ഭാവമില്ലെന്നുകണ്ട് അളിയൻ കുഴങ്ങി. ഒടുവിൽ അയാളൊരു പോംവഴികണ്ടു.

"എന്നാലൊരു കാര്യംചെയ്യ്. നിങ്ങൾ വടക്കേവിളയിലെങ്ങാനും പോയിരിക്ക്. അവിടാകുമ്പോൾ ആരും വരുത്തുമില്ല."

അപ്പോൾ പെങ്ങൾ പറഞ്ഞു:

"ഇനിയെന്തായാലും അവര് കഞ്ഞികുടിച്ചോണ്ടു പോട്ടെ. അരിവേവായി."

ഭാര്യയുടെ ഇടപെടൽ കണ്ട് ഭർത്താവ് ക്ഷോഭാകുലനായി. അയാൾ മനഃപൂർവ്വം കലിയടക്കിക്കൊണ്ടു പറഞ്ഞു:

"അതുവേണ്ട. അരിവേവുമ്പം കഞ്ഞിയങ്ങു വിളയിൽ കൊണ്ടുകൊടുക്കാം."

രണ്ടുപേരുംകൂടി ചീനിവിളയിലേക്കു നടക്കുമ്പോൾ അളിയൻ ഭാര്യയെ ശാസിക്കുന്നതു കേട്ടു.

"ആണുങ്ങൾ സംസാരിക്കുന്നിടത്ത് നീയെന്തുവാ കേറിപ്പറയാൻ വന്നത്."

ഭാര്യയും ചൊടിച്ചു.

"ഞാനെന്തോ കേറിപ്പറഞ്ഞ്? ഇതു നല്ലകൂത്ത്! അവരെന്തെങ്കിലും കഴിച്ചോണ്ടു പോട്ടെന്നു പറഞ്ഞതിനാണോ എന്റെ നേരെ വരുന്നത്?"

അയാൾ കൈനീട്ടിയിട്ട് ഭാര്യയ്ക്ക് കന്നത്തൊന്നുകൊടുത്തു.

"നീയുംകൂടെ ചേർന്ന് എന്നെ കൊലയ്ക്കുകൊടുക്കാൻ പോകുന്നോ പൊലയാടീ!"

അച്ചുതൻനായരും ശിവരാമനും തിരിഞ്ഞുനോക്കാതെ നടന്നു.

വലിയ വിസ്താരമുള്ള ചീനിവിള. തൈച്ചീനി മുറ്റിത്തഴച്ച് അരയ്ക്കൊപ്പം വളർന്നുകിടക്കുന്നു. ഇടയിൽ പതുങ്ങിയിരുന്നാൽ ആരും കാണുകയില്ല. ഇരുന്നും കിടന്നും നേരം കഴിച്ചു. വിശപ്പു തുടങ്ങിയപ്പോൾ പതുക്കെ തലപൊക്കി നോക്കി. അളിയൻ കഞ്ഞിയുംകൊണ്ടു വരുന്നുണ്ടോ?

ഓരോ നിമിഷവും ആ കഞ്ഞിക്കുവേണ്ടി കാത്തിരുന്നു. ഒടുവിൽ വിശപ്പു ചത്തു.

അളിയനും പെങ്ങളും തമ്മിൽ പിണങ്ങിയതാണെന്നു കരുതി. അല്ലെങ്കിൽ കഞ്ഞി കൊടുത്തയക്കാതിരിക്കില്ല. അതോ മറ്റെന്തെങ്കിലും വിശേഷം ഉണ്ടായോ?

അപ്പോഴും റോഡിലൂടെ പൊലീസ് വണ്ടികൾ ഭൂമികുലുക്കിക്കൊണ്ടോടുന്നതിന്റെ മുഴക്കം കേൾക്കാമായിരുന്നു.

ഉച്ചയായിട്ടും കഞ്ഞികിട്ടിയില്ല. ആരുംവന്ന് ഒന്നു തിരക്കുകപോലും ചെയ്തില്ല. ഇനി, ആ വീട്ടിൽ പൊലീസുകാർ തിരക്കിച്ചെന്നിരിക്കുമോ? അങ്ങനെയാണെങ്കിൽ അളിയൻ അവിടെനിന്നു പറഞ്ഞുവിട്ടതു രക്ഷയായി.

രണ്ടാംകിളകഴിഞ്ഞ് പണകോരിയിട്ടേക്കുന്ന ചീനി ഇളന്താളിച്ചുകിടക്കുന്നു. ശിവരാമൻ ഒരു മൂടുവലിച്ചു പിഴുതുനോക്കി. തള്ളവിരലിന്റെ വണ്ണമുള്ള നീണ്ട ചീനിക്കിഴങ്ങ്. ഒരെണ്ണം തൊലിയുരിച്ചു കടിച്ചുതിന്നു. നല്ല മധുരം. നൂറില്ല. രണ്ടുപേരും കുറെ കടിച്ചുപറിച്ച് അകത്താക്കി, കത്തലടക്കി. ദാഹം തുടങ്ങി.

ശിവരാമൻ പറഞ്ഞു:

"ഇനി നമുക്കങ്ങോട്ടുപോകാം എന്തുവാ സംഭവിച്ചതെന്നറിയാമല്ലൊ."

"എന്തായാലും കുറെക്കൂടി കഴിയട്ടെ."

"എന്തിനാ കുറെക്കൂടി കഴിയുന്നത്? ഇനി ഇവിടിങ്ങനിരിക്കാൻ എനിക്കുവയ്യ."

രണ്ടുപേരുംകൂടി നേരെ വീട്ടിലേക്കുകേറിച്ചെന്നു. അളിയനെ വെളിയിൽ കണ്ടില്ല. പെങ്ങൾ മുറ്റത്തുനില്ക്കുന്നു. ഇപ്പോൾ അവർക്കു മിണ്ടുരിയാട്ടമില്ല. കാണാത്ത ഭാവത്തിൽ വീട്ടിനകത്തേക്കു കയറിപ്പൊയ്ക്കളഞ്ഞു. ശിവരാമൻ വിളിച്ചുപറഞ്ഞു:

"വിശന്നു കണ്ണും തലയും കറങ്ങുന്നു. വല്ലതുമുണ്ടെങ്കിൽ വിളമ്പ്."

ആ സ്ത്രീ നിസ്സഹായയായി എന്തോ പിറുപിറുക്കുന്നതു കണ്ടു.

ശിവരാമൻ അന്തഃക്ഷോഭത്തോടെ മുറ്റത്തു നിന്ന തൈതെങ്ങിലേക്കു ചാടിക്കേറി. ഒരു വെടല പിരിച്ചിട്ടു. അതു താഴെ വീണ ശബ്ദം കേട്ട് അളിയൻ അകത്തുനിന്ന് ചാടിയിറങ്ങിവന്നു.

"അല്ല, നിങ്ങളു പിന്നേം കുഴപ്പമുണ്ടാക്കാൻ വന്നേതോ."

അതു കേൾക്കാത്തമട്ടിൽ ശിവരാമൻ ഒന്നുകൂടി അടർത്തിയിട്ടു. അയാൾ തെങ്ങിൽനിന്നു ചാടിയിറങ്ങി. അളിയനെനോക്കി പല്ലു ഞവറിക്കൊണ്ട് കൈചൂണ്ടി പറഞ്ഞു.

"ഇതാണോ ഇയ്യാളുടെ മര്യാദ? ഞങ്ങളെ ചീനിവിളയിൽ പറഞ്ഞയച്ചിട്ട്......"

"എനിക്കു മര്യാദയൊന്നുമില്ല. നിങ്ങൾ ഇവിടെ നില്ക്കാൻ ഞാൻ സമ്മതിക്കത്തില്ല."

ശിവരാമൻ പാരയെടുത്തു വെടലപൊതിച്ചു കൊണ്ടു പറഞ്ഞു.

"എന്നാ പോയി പൊലീസിനോടു പറ."

"ഞാനായിട്ടെന്തിനാ പൊലീസിപ്പോകുന്നേ? ഞാൻ കിടന്ന് വിളിച്ചു കൂവുമ്പം നാട്ടുകാരു പൊയ്ക്കോളും."

"എന്നാലൊന്ന് വിളിച്ചുകൂവ്. അതുതന്നെ നടക്കട്ടെ."

ശിവരാമൻ പൊതിച്ച വെടലയുടെ കണ്ണുകിഴിച്ച് അച്ചുതൻനായർക്കു നല്കി. മറ്റേതു പൊതിച്ച് അയാളും വെള്ളം കുടിച്ചു.

അളിയൻ എട്ടുപാടും കേൾക്കെ ഉറക്കെ ചോദിച്ചു.

"അപ്പോൾ നീ മനഃപൂർവ്വം എന്നെ കൊല്ലിക്കാൻ വന്നതോ? ഞാൻ നിന്റെ പെങ്ങക്ക് അന്നഴിച്ചുകൊടുക്കുന്നതിന്റെ നന്ദി ഇതാണോ?"

കരിക്കിൻവെള്ളം കുടിച്ച് അച്ചുതൻനായർ ശാന്തനായി പറഞ്ഞു.

"ഞങ്ങളെപ്പൊറുതി വിഷമിക്കണ്ട. ഞങ്ങൾ ഉടൻ സ്ഥലം വിട്ടേക്കാം."

വിടല തല്ലിപ്പൊട്ടിച്ചു തിന്നുകൊണ്ടു ശിവരാമൻ പറഞ്ഞു:

"അങ്ങനെ പോകുന്നില്ല. ഇയ്യാളെന്തോ ചെയ്യുമെന്നു കാണട്ടെ."

"അതുവേണ്ട. നമുക്കിവിടെ നിന്നു പോയേക്കാം."

അയാൾ ശിവരാമന്റെ കൈക്കുപിടിച്ചു വലിച്ചു.

"മറ്റുള്ളവരെ വിഷമിപ്പിക്കാതെ വാ."

"എന്റെ കൈയിൽ നിന്നുവിട്. ഞാനിവിടുന്നു വരുന്നില്ല."

"വെറുതെ വാശിപിടിക്കാതിങ്ങോട്ടുവരാനാ പറഞ്ഞത്"

അപ്പോൾ അളിയൻ അതിശയപ്പെട്ടു.

"കണ്ടോ. ആ മനുഷേനുള്ള വിവരംപോലും എന്റളിയനുണ്ടോന്നു നോക്ക്."

അളിയനും പെങ്ങളും ആശ്വാസത്തോടെ നോക്കി നില്ക്കേ ശിവരാമന്റെ കൈക്കു പിടിച്ചു വലിച്ചുകൊണ്ട് അച്ചുതൻനായർ നടന്നു.

കുറെദൂരം ചെന്നപ്പോൾ അയാൾ ചോദിച്ചു:

"എന്തോന്നാ താൻ ഈ ആലോചിച്ചോണ്ടു നടക്കുന്നത്?"

"ഇങ്ങനെ വെയിലും കൊണ്ടു നടന്നു കഷ്ടപ്പെടാൻ നമ്മൾ വല്ല കുറ്റവും ചെയ്തോ?"

"കുറ്റം ചെയ്താലും ഇല്ലെങ്കിലും ഈ മൂച്ചിന് പൊലീസിന്റെ വായിൽ ചെന്നു ചാടിയാൽ കാര്യം കുഴഞ്ഞതു തന്നെ."

"എന്നു കരുതി ഇങ്ങനെ വെറുതെയങ്ങു നിന്നാലോ?"

"തല്ക്കാലം എവിടെയെങ്കിലും ഒന്നൊഴിഞ്ഞു മാറിക്കഴിയാം. മറ്റു കാര്യം എല്ലാം പിന്നെ."

ശിവരാമൻ മറുപടിയൊന്നും പറയാതെ വീണ്ടും മൗനമായി നടന്നു. ചാരുംമൂടിനു തെക്കു മുക്കോലക്കൽ എത്തിയപ്പോൾ അയാൾ പുറകിൽ തങ്ങി. അച്ചുതൻനായർ തിരിഞ്ഞുനിന്നു പറഞ്ഞു.

"ഒന്നുകൂടി വലിഞ്ഞ് നടക്ക്."

"ഇത്ര ആഞ്ഞുപറിച്ച് ഇതെങ്ങോട്ടാ?"

"അതൊക്കെപ്പറയാം. എന്റെ കൂടെ വന്നാൽ മതി."

വാടിത്തളർന്ന മുഖഭാവത്തോടെ ശിവരാമൻ പറഞ്ഞു:

"എനിക്കിനി ഒരടി നടക്കാൻവയ്യ. ഞാൻ തിരിച്ചു പോവുവാ. എങ്ങനെയെങ്കിലും എനിക്കു വീടു പിടിച്ചാൽ മതി."

"ഇപ്പോൾ വീട്ടിലേക്കു പോകുന്നത് മണ്ടത്തരമാ. ഇപ്പോഴത്തെ ചൂടൊന്നാറിയിട്ടു പോയാൽ മതി."

"എനിക്കുവയ്യ. പൊലീസുകാരു തിരക്കിവന്നാ ഞാനവരോടു കാര്യം പറഞ്ഞോളാം."

അയാൾ ഒഴിഞ്ഞുതിരിഞ്ഞ് മുക്കോലക്കലെ ആൽച്ചുവട്ടിൽ ചെന്നിരുന്നു. അച്ചുതൻനായർ തിരിഞ്ഞുനിന്നു.

"എന്തായാലും ഇവിടിങ്ങനിരിക്കണ്ടാ."

"എന്നെ വിട്ടേക്ക്. ഞാനിനി എങ്ങോട്ടും വരുന്നില്ല."

"പിന്നെന്തു ചെയ്യാൻ പോകുന്നു?"

"വീട്ടിൽ പോകുവാ."

"ഇപ്പഴങ്ങോട്ടു പോകണ്ട."

"പൊലീസുപിടിച്ചോട്ടെ. പിടിച്ചോണ്ടുപോയി എന്തെങ്കിലും ചെയ്യട്ടെ."

ഇനി അയാളെയും കൊണ്ടുനടക്കാൻ സാദ്ധ്യമല്ലെന്ന് അച്ചുതൻനായർക്കു ബോദ്ധ്യമായി. അയാൾ തലതിരിച്ച് നാലുപാടും നോക്കി. തങ്ങളെ മറ്റാരെങ്കിലും ശ്രദ്ധിക്കുന്നുണ്ടോ?

അധികസമയം അവിടെ തങ്ങുന്നതു ശരിയല്ലെന്നുകണ്ട് അച്ചുതൻനായർ ചോദിച്ചു:

"വരുന്നില്ലെന്നു നിർബ്ബന്ധമാണോ?"

"അതെ."

"പക്ഷേ, ഞാനെന്തായാലും ഉടനെ അങ്ങോട്ടില്ല. എനിക്കു വരാൻ പറ്റുകയില്ല."

"അതുശരിയാ. നിങ്ങക്കുവരാൻ പറ്റത്തില്ല. അതുകൊണ്ട് ഞാനിങ്ങനെ നടന്നു വലയണമെന്നില്ലല്ലോ."

"അതില്ല." അച്ചുതൻനായർ മനോവിഷമത്തോടെ പറഞ്ഞു.

"ഇയാള് എന്തായാലും ഉടനെ വീട്ടിലോട്ടു കേറിച്ചെല്ലണ്ട. പോയാലും എല്ലാം തിരക്കിയറിഞ്ഞിട്ടു വെട്ടപ്പെട്ടാൽ മതി. എന്നാൽപ്പിന്നെ, ഞാൻ നടക്കട്ടെ."

കൂട്ടുപിരിഞ്ഞതിലുള്ള വിഷാദഭാരത്തോടെ അച്ചുതൻനായർ തലയും കുമ്പിട്ട് ശൂരനാട്ടേക്കുപോയി.

കുറെ ദിവസം മേമനഇല്ലത്തു തങ്ങാം. പിന്നെ പോറ്റിയുമായി ആലോചിച്ച് എന്ത് വേണമെന്നു നിശ്ചയിക്കാം.

പോറ്റിയെ കണ്ടിട്ടു നാളു കുറെയായി. അച്ഛന് അസുഖമായതിൽപ്പിന്നെ അയാൾ ശൂരനാട്ടേക്കുവന്നിട്ടില്ല ആദ്യകാലത്ത് ശൂരനാട്ടു യുവജനസംഘടനയുണ്ടാക്കാൻ കാണിച്ച താല്പര്യമൊന്നും ഇപ്പോൾ കാണാനില്ല. ഇല്ലത്തെ ബദ്ധപ്പാടുകൾ കാരണമാവാം. അല്ലെങ്കിൽ കുഴപ്പത്തിലെങ്ങും തലയിടണ്ടാ എന്നു കരുതിയുമാവും. ശൂരനാട്ടു നടന്ന കാര്യങ്ങൾ വല്ലതും അയാൾ അറിഞ്ഞുകാണുമോ എന്നുതന്നെ സംശയമാണ്.

വെയിലാറിയപ്പോൾ ഇല്ലത്തെത്തി. അപ്പോൾ നാരായണൻ പോറ്റിയില്ല. പോറ്റിയമ്മ ഇറങ്ങിവന്നു. അയാളെ കണ്ട് അവർ ഞെട്ടിത്തെറിച്ചതായി തോന്നി.

"അയ്യോ, അച്ചുതനോ? ഇതെവിടുന്നു വരുന്നു?"

അവർനിന്നു തിക്കും പക്കും നോക്കി.

"ഇവിടെ നില്ക്കുന്നത് അബദ്ധമാ. ഇവിടെ പൊലീസുകാരു തിരക്കി വന്നോണ്ടിരിക്കുവാ."

അയാൾ വാപൊളിച്ചു കണ്ണുമിഴിച്ചുനിന്നു.

അവസാനത്തെ രക്ഷാസങ്കേതത്തിൽനിന്നും അടിച്ചിറക്കുന്നതുപോലെ തോന്നി. പോറ്റിയമ്മയുടെ മുഖത്തുനോക്കി കണ്ണീരൊഴുക്കി. അതുകണ്ട് അവരും കരഞ്ഞു. അയാൾ കണ്ണീരു തുടച്ചുകൊണ്ടു ചോദിച്ചു—

"തിരുമേനിയെവിടെ?"

“അച്ചുതൻ അറിഞ്ഞില്യോ? ഉണ്ണിയെ തിരക്കി രണ്ടുമൂന്നു തവണ റിസർവ്വെ വന്നു ഇല്ലം വളഞ്ഞു. കുടുംബത്തിന്റെ സുകൃതമെന്നു പറഞ്ഞാമതി— ഉണ്ണി ഇവിടില്ലായിരുന്നു. പിന്നിങ്ങോട്ടു വന്നില്ല. എവിടെയാണോ എന്തോ?”

സംസാരിക്കുന്നതിനിടയിലും അവർ സംഭ്രമത്തോടെ നാലുപാടും നോക്കി. വീണ്ടും ഓർമ്മപ്പെടുത്തി.

“ഇവിടെയിങ്ങനെ നില്ക്കണ്ടാ. ആരെങ്കിലും കണ്ടാൽ കുഴപ്പമാവും.”

“വിശക്കുന്നു. വല്ലതുമുണ്ടെങ്കിൽ വിളമ്പിത്തന്നാട്ടെ.”

“എന്നാ വാ ഇങ്ങകത്തു കേറിയിരിക്ക്.”

അയാൾ മുറ്റത്തുനിന്ന് നാലുകെട്ടിനകത്തുകയറി. പോറ്റിയമ്മ അടുക്കളക്കാരിയോടു ചായ തിളപ്പിക്കാൻ പറഞ്ഞു. കളത്തിൽ നിന്ന ജോലിക്കാരനെ വിളിച്ച് എന്തോ ഏർപ്പാടു ചെയ്തു. ചായയൊഴിച്ചു കൊടുത്തിട്ടു പറഞ്ഞു.

“അതാ, കൊച്ചാത്തന്റെ കൂടങ്ങുപോ. ഞാൻ ചോറങ്ങു കൊടുത്തയയ്ക്കാം.”

അയാളെ കണ്ണുകാണിച്ചിട്ട് കൊച്ചാത്തൻ മുമ്പേ പോയി. ഇടവഴികളും കൈയാലകളും കടന്ന് ഇറക്കമിറങ്ങി കരിങ്ങാലി പുഞ്ചയുടെ തീരത്തു ചെന്ന് ഒരു മാടത്തിലേക്കു നൂഴ്ന്നുകയറി. കൊച്ചാത്തൻ ഒരു പുട്ടലെടുത്ത് ഇരിക്കാൻ കൊടുത്തിട്ട് പുലയിയോടെന്തോ പറഞ്ഞു. അവൾ പെട്ടെന്നു നെല്ലു വറുത്തിടിച്ചു വറയുണ്ടാക്കി. കുടിക്കാൻ ശർക്കരക്കാപ്പിയും. ആർത്തിയോടെ വറ വാരിതിന്നു വെള്ളം കുടിച്ചു. പുട്ടലിൽ ത്തന്നെ നടുചായ്ച്ചുകിടന്നു.

നേരമിരുട്ടിയപ്പോൾ ഇല്ലത്തുനിന്നു ചോറുകൊണ്ടു വന്നു. പോറ്റിയമ്മ പത്തുരൂപയും കൊടുത്തയച്ചിരുന്നു.

പിറ്റേദിവസം ഉച്ചയായപ്പോഴാണ് ഉറക്കം ഉണർന്നത്. അവിടെനിന്നു മീൻകറിയുംകൂട്ടി ഊണുകഴിച്ചു.

കായലുപോലെ നീണ്ടുപരന്നു കിടക്കുന്ന പുഞ്ചയിലേക്കു നോക്കിക്കൊണ്ടിരുന്നു. പുഞ്ചയിലെ ജലപ്പരപ്പ് വെയിലേറ്റു വെട്ടിത്തിളങ്ങി. തീരങ്ങളിൽ മേഞ്ഞുനടക്കുന്ന കന്നുംകൂട്ടങ്ങൾ, കരയ്ക്കും വരമ്പത്തുമെല്ലാം ഇരതേടുന്ന വെള്ളക്കൊക്കുകൾ. അങ്ങിങ്ങു മീൻപിടിക്കുന്ന ചാട്ടവള്ളങ്ങൾ.

അങ്ങു ദൂരെ യാത്രക്കാരെയും കയറ്റി ഒരു കടത്തു വള്ളം പതുക്കെപ്പതുക്കെ കിഴക്കോട്ടു നീങ്ങുന്നു.

കിഴക്കേകരയിൽ പച്ചപുതച്ച കുന്നുകൾ.

അപ്പോൾ എന്തുകൊണ്ടോ എന്തോ കൊച്ചുപാറോതിയെ ഓർമ്മ വന്നു. വളരെ നാളുകൾക്കുശേഷം സ്നേഹംതുളുമ്പുന്ന അവളുടെ മുഖം കൺമുന്നിൽ തെളിഞ്ഞു.

എന്തെല്ലാം ഓർമ്മകൾ! ആറ്റുകരയിലെ കുറ്റിക്കാടുകൾ. അവിടെ

മേഞ്ഞുനടക്കുന്ന കന്നുകാലികൾ. ഒടുവിൽ തങ്കപ്പൻപിള്ളയെ അയാളുടെ വീട്ടിലേക്കു പറഞ്ഞയയ്ക്കണമെന്നു പറയാൻ അവളുടെ അടുത്തുചെന്നത്....

ഇപ്പോൾ കൊച്ചുപാറോതി പള്ളിക്കലാണു താമസം. നേരെ അവളുടെ അടുത്തേക്കു പോയാലോ? മുമ്പൊരിക്കൽ അവൾ ആനയടിയിലേക്കു വിളിച്ചിട്ടു പോയില്ല. അന്നു പോകാനൊത്തില്ല.

അയാൾ കൊച്ചാത്തനോടു ചോദിച്ചു:

"കേട്ടോ വേലത്താനെ, ഇവിടെനിന്നു പന്തളത്തേക്ക് എളുപ്പവഴിയേതാണ്?"

"പുഞ്ചയുടെ അക്കരെയിറങ്ങി അങ്ങോട്ടു കേറിയാൽ പന്തളമാ. എന്താ ചോദിച്ചത്?"

"പന്തളത്തു ചെന്നിട്ട് അവിടെനിന്നൊരിടംവരെ പോകണം. സന്ധ്യയോടെ പന്തളത്തെത്തിയാൽ കൊള്ളാമായിരുന്നു."

"അതിനെന്തിനാ വിഷമം? നേരമൊന്നിരുട്ടിയാലക്കൊണ്ടു നമ്മക്കു വള്ളം വരുത്താം."

വള്ളത്തിൽ പുഞ്ചയിലൂടെ യാത്രചെയ്യുമ്പോൾ സൂര്യൻ അസ്തമിച്ചു കഴിഞ്ഞിരുന്നു. ആളുകളെ കയറ്റിയ വള്ളങ്ങൾ അങ്ങോട്ടും ഇങ്ങോട്ടും ഊന്നിപ്പോകുന്നു. സന്ധ്യയ്ക്കു കടത്തുകടവിലെത്തി. പന്തളം ജങ്ഷനിൽ ചെന്നപ്പോൾ അവിടംനിറയെ പൊലീസ്!

ഒരു പൊലീസ് വാൻ അടുത്ത് കിടപ്പുണ്ട്. ചോദ്യം ചെയ്യാതെ ആരെയും എങ്ങോട്ടും വിടുന്നില്ല. സംശയമുള്ളവരെ പിടിച്ചു വാനിൽ കൊണ്ടു ചെന്നിരുത്തുന്നു.

സംശയിച്ചു പതുങ്ങിനില്ക്കുമ്പോൾ തലയിൽ ഒരുകെട്ടു വിറകുമായി ഒരു പയ്യൻ തെക്കുനിന്നു നടന്നു വരുന്നു. അവന്റെ കഴുത്തിൽ തുളസിമാലയുണ്ട്. അടുത്തുചെന്നു അവനോടു ചോദിച്ചു:

"ഈ ചുമടുമായി നീയെങ്ങോട്ടുപോകുന്നനിയാ?"

"ചെങ്ങന്നൂരമ്പലത്തിനടുത്തു പോണം. നാളെ ഞങ്ങൾക്ക് ആഴിയും പടുക്കയുമാ. ആഴിക്കുള്ള പ്ലാംവിറകാ ഇത്."

"നല്ല ചുമടാണല്ലോ. കുറെ ദൂരം ഞാനെടുത്തോളാം. ഞാനും ആ വഴിക്കാ."

അവൻ ചുമടുതലയിലേറ്റിക്കൊടുത്തു. ജങ്ഷനിൽ കടക്കാതെ നേരെ വടക്കോട്ടു നടന്നു.

വിറകും ചുമന്നുനടക്കുമ്പോൾ ആലോചനയായിരുന്നു. ഇപ്പോൾ ജാനകിക്കുട്ടി എവിടെയായിരിക്കും? അവൾ വീട്ടിലുണ്ടെങ്കിൽ കുഞ്ഞിനെ മടിത്തട്ടിൽ കിടത്തിക്കൊണ്ട് വീടിന്റെ തിണ്ണയിൽ തന്നെയും നോക്കി ഇരിക്കുന്നുണ്ടാവും. പറഞ്ഞതുപോലെ മടങ്ങിച്ചെല്ലാതിരുന്നതുകൊണ്ടു തനിക്കെന്തു പറ്റിയെന്ന് വേവലാതിയോടെ കാത്തിരിക്കുകയാവും. കുഞ്ഞിന്റെ അസുഖം ഭേദമായിക്കാണുമോ എന്തോ?

പൊലീസുകാർ വീട്ടിൽ തിരക്കിച്ചെന്നിരിക്കുമോ? അവർ എന്തെ

ങ്കിലും അതിക്രമങ്ങൾ കാണിച്ചിരിക്കുമോ? ഒന്നും അറിയാൻ വയ്യ. അറിഞ്ഞാലും പ്രയോജനം ഒന്നുമില്ല. ഇനി എങ്ങനെയെങ്കിലും പള്ളിക്കൽചെന്നു പറ്റണം. കൊച്ചുപാറോതിയെ കാണണം. തമ്മിൽ കാണുമ്പോൾ അവൾ പണ്ടത്തെ കാര്യംപറഞ്ഞു കളിയാക്കുമായിരിക്കും.

ചെങ്ങന്നൂരെത്തിയപ്പോൾ പയ്യൻ വിറകുകെട്ടും വാങ്ങി അവന്റെ വീട്ടിലേക്കുപോയി. അമ്പലത്തിൽ കെട്ടുകെട്ടുകാരുടെ ബഹളം. അയ്യപ്പൻമാരുടെ ശരണംവിളി. ചായക്കടയിൽ കയറി ഒരു ചായകുടിച്ചു. ബീഡിയും തീപ്പെട്ടിയും വാങ്ങി. അമ്പലമുറ്റത്തു താവളമടിച്ചിരുന്ന അയ്യപ്പൻമാരുടെകൂടെ ചെന്നുകിടന്നു.

അങ്ങു ദൂരെ പള്ളിക്കലെന്ന നാട്ടിൽ സമാധാനവും ശാന്തിയുമുണ്ട്. അവിടെ ആനന്ദവും സംതൃപ്തിയുമുണ്ട് കൊച്ചുപാറോതിയൊഴികെ മറ്റെല്ലാം അപ്പോൾ അന്യമായിതോന്നി. പ്രസ്ഥാനവും പാർട്ടിയും, കിഴകിടപ്പാടത്തെ സംഘട്ടനവുമെല്ലാം. ഇനി കുറെക്കാലം ആരുമാരുമറിയാതെ കൊച്ചുപാറോതിയുടെകൂടെ കഴിഞ്ഞുകൂടണം. അവൾക്കിഷ്ടമാണെങ്കിൽ....

പള്ളിക്കൽ ബസിറങ്ങി നടക്കുമ്പോൾ സംഭവിക്കുന്നതെല്ലാം വിചിത്രമായിതോന്നി. വർഷങ്ങൾക്കുശേഷം അവളെ ഇങ്ങനെ തിരക്കി ച്ചെല്ലേണ്ടി വരുമെന്ന് ആരോർത്തു?

ആ വീട്ടുമുററത്തു ചെന്നുനിന്നു. കളിമണ്ണു വാരിപ്പൊത്തിയുണ്ടാക്കിയ ഒരു കൊച്ചു വീട്. അവൾ മുറ്റത്തുനിന്ന് ചുള്ളിക്കമ്പുകൾ വെട്ടിയൊടിക്കുന്നു. കണ്ടാൽ അവളാണെന്നു തോന്നുകയില്ല. ആകെ മാറിപ്പോയിരിക്കുന്നു. നിറംമങ്ങി ശരീരംമെലിഞ്ഞു പണ്ട് ഭൂമിയും മാനവും കുലുക്കി നടന്ന ആ കൊച്ചുപാറോതി!

അയാളെ കണ്ടപ്പോൾ അവൾ ആശ്ചര്യത്തോടെ ചിരിച്ചുകൊണ്ടു ചോദിച്ചു:

“അല്ലാ, ഇങ്ങനെയൊരാളുണ്ടോ?”

“നേരിൽ കണ്ടിട്ടു വിശ്വാസമായില്ല്യോ?”

“നല്ല വിശ്വാസം വരുന്നില്ല. വഴിതെറ്റിയെങ്ങാനും വന്നതാണോ?”

“വഴിതെറ്റാതിരിക്കാൻ ചോദിച്ചു പറഞ്ഞു വന്നേത്.”

“എന്നാ വാ. കേറിയിരിക്ക്.”

അവൾ ഒരു പഴയ പനംതടുക്കെടുത്ത് തിണ്ണയിൽ ഇരിക്കാനിട്ടു. അയാൾ അതിലിരുന്നുകൊണ്ടു ചോദിച്ചു:

“കുട്ടിയപ്പച്ചിയെവിടെ?”

“അമ്മ വടക്കേലോട്ടുപോയി. അനിയത്തിയുടെ വീട്ടിൽ.”

“പിന്നെ എന്തൊക്കെയുണ്ടു വിശേഷം? എല്ലാവർക്കും സുഖമാണോ?”

“ഓ, എന്തോ സുഖമാ? ഇങ്ങനെയൊക്കെയങ്ങു കഴിഞ്ഞുകൂടുന്നു.”

കുറെനാളായി കുട്ടിയപ്പച്ചിക്കു നല്ല സുഖമില്ല. തിമിരംകൊണ്ടു കണ്ണു ശരിക്കു കണ്ടുകൂടാ. ശരീരത്തിന് അവശതയും ഓർമ്മക്കുറവും.

എന്തോ ആലോചിച്ചുകൊണ്ടെന്നപോലെ രണ്ടുപേരും എങ്ങോ നോക്കിക്കൊണ്ടുനിന്നു. കുറെക്കഴിഞ്ഞ് കൊച്ചുപാറോതി അയാളെ നോക്കി ഉൽക്കണ്ഠയോടെ ചോദിച്ചു:

"അവിടുത്തെ കുഴപ്പത്തിലെങ്ങാനുംപെട്ടു പോന്നേതോ?"

"അതെ."

പെട്ടെന്ന് അവളുടെ മുഖംമങ്ങി. ഒരുനിമിഷം ആ മുഖത്തേക്കു തുറിച്ചുനോക്കിക്കൊണ്ടുനിന്നു. പിന്നെ പുരമുറിക്കകത്തേക്കു കയറി എന്തൊക്കെയോ പെറുക്കിയൊതുക്കിവെച്ചു. കട്ടിൽ തട്ടിക്കുടഞ്ഞു. പടിഞ്ഞാറുവശത്തെ പാളിയില്ലാതിരുന്ന ജനാലയ്ക്കൽ കെട്ടിത്തൂക്കിയിട്ടിരുന്ന കീറച്ചാക്ക് മേലോട്ടു തെറുത്തുകയറ്റിവെച്ചു. മുറിയിലേക്കു കാറ്റും വെളിച്ചവും കടന്നുവന്നു.

"ഇതാ, ഇങ്ങോട്ടുകയറിയിരിക്ക്."

അയാൾ അകത്തുകയറി കട്ടിലിൽ ഇരുന്നു. അവൾ കതകും ചാരി വെളിയിലേക്കു പോയി. കുറെ കടുംചായ തിളപ്പിച്ചുകൊണ്ടു വന്നു കൊടുത്തു.

ഉച്ചയ്ക്കു ഊണുവിളമ്പി, അതു തൂണിക്കുട്ടയിലാക്കി മുറിയിൽ കൊണ്ടുചെന്നുവെച്ചു. കൈകഴുകാൻ വെള്ളം. കൈകഴുകിയൊഴിക്കാൻ വേറെ പാത്രം.

വീട്ടിനു വെളിയിലേക്കിറങ്ങാതിരിക്കാൻ തക്കവണ്ണം വേണ്ടതെല്ലാം. ഒന്നും പ്രത്യേകിച്ചു പറഞ്ഞില്ല. എല്ലാം അറിഞ്ഞുകണ്ടു ചെയ്തു. അയാൾ ഊണു കഴിഞ്ഞു കട്ടിലിൽ കിടന്നുറങ്ങി. വൈകിട്ടു ചായ തിളപ്പിച്ചു മുറിയിൽക്കൊണ്ടു ചെന്നു കൊടുത്തിട്ട് കൊച്ചുപാറോതി ചോദിച്ചു:

"ഇവിടിരുന്നോളത്തില്യോ? ഞാനങ്ങോട്ടൊന്നു പോയേച്ചു വരട്ടെ."

"എങ്ങോട്ടു പോകുന്നു?"

"ചായക്കടേലേക്ക്. അരി ഇടിച്ചുകൊടുക്കാൻ പോണം."

"എപ്പോൾ വരും?"

"സന്ധ്യയ്ക്കു മുമ്പിങ്ങു വരാം— ചിലപ്പോൾ അതിനുമുമ്പ് അമ്മ ഇങ്ങോട്ടു വരും."

"ഞാൻ വന്ന വിവരം ഉടനെ കുട്ട്യപ്പച്ചി അറിയണ്ടാ."

"എന്നാ അകത്തുനിന്ന് കതകു ചാരിയേരെ."

അച്ചുതൻനായർ ജനലിലൂടെ പടിഞ്ഞാട്ടു നോക്കിക്കൊണ്ടിരുന്നു. മുറിക്കകത്തേക്കു വെയിലടിച്ചു കേറി. പതുക്കെപ്പതുക്കെ, പടിഞ്ഞാറ്, നേരം എരിഞ്ഞടങ്ങുന്നതു കണ്ടു. കാക്കയും കിളിയും ചേക്കേറാൻ പറന്നുപോകുന്നു. അപ്പോൾ മനസ്സു ശാന്തമായിരുന്നു. അങ്കലാപ്പോ ഉൽക്കണ്ഠയോ ഇല്ല. മുമ്പൊരിക്കലും തോന്നാത്തമാതിരി ആ മൺകൂരയുടെ ചിറകിനടിയിൽ ജീവിതം സുരക്ഷിതമായി തോന്നി.

സന്ധ്യകഴിഞ്ഞപ്പോൾ കൊച്ചുപാറോതി മടങ്ങിവന്നു. തിണ്ണതൂത്തിറക്കിക്കുടഞ്ഞ്, വിളക്കുകത്തിച്ചു. കുട്ടിയപ്പച്ചി നാമംജപിക്കുന്ന ശബ്ദം

കേട്ടു. പതിവു കീർത്തനമെല്ലാം ഉരുവിട്ടു കഴിഞ്ഞപ്പോൾ കൊച്ചു പാറോതി ചോദിച്ചു:

"അമ്മയ്ക്ക് അത്താഴം വിളമ്പട്ടെ ."

"ഓ, ആ ജോലിയങ്ങു തീർത്തേച്ചാൽ ഞാനങ്ങു ചുരുണ്ടുകൂടിയേക്കാം."

അമ്മ ഉറക്കമായപ്പോൾ അവൾ ചെന്നു മുറിയുടെ കതകു കുറന്നു.

"കുളിക്കണ്ടായോ? വെള്ളംകോരിയിട്ടേക്കുന്ന്."

"കുളിക്കാം. കുട്ട്യപ്പച്ചിയൊന്നുറങ്ങിക്കോട്ടെ."

"എപ്പോഴേ ഉറങ്ങി. സുഖമില്ലാതെ വന്നേപ്പിന്നെ പായേലോട്ടു കിടന്നാ അമ്മയ്ക്കൊരു പോതവുമില്ല."

അവൾ എണ്ണയും തോർത്തും എടുത്തുകൊടുത്തു.

കുളികഴിഞ്ഞ് ഉണ്ണാനിരുന്നപ്പോൾ പറഞ്ഞു.

"കൂട്ടാനൊന്നുമില്ല. കവലയിലന്വേഷിച്ചിട്ടു നല്ല മീനൊന്നും കിട്ടിയില്ല."

"ഇനി വേറെ മീനെന്തിനാ? ഇതൊക്കെത്തന്നെ ധാരാളമാണ്."

ചോറുവാരിയുണ്ണുന്നതും നോക്കി അവൾ വാതില്ക്കൽ നിന്നു. ഊണുകഴിഞ്ഞ് അയാൾ പുരമുറിക്കകത്തു കയറിയപ്പോൾ അവൾ ഓർമ്മപ്പെടുത്തി.

"വാതിൽ അടച്ചേക്ക്."

രാത്രിയിൽ കട്ടിലിൽ കിടന്നാലോചിക്കുമ്പോൾ അയാൾക്ക് ആശ്ചര്യമായിരുന്നു. അവൾ ശൂരനാട്ടെ വിശേഷങ്ങളൊന്നും തിരക്കിയില്ല. താൻ എങ്ങനെ കുഴപ്പത്തിൽപ്പെട്ടുവെന്ന് അന്വേഷിച്ചില്ല. മറ്റാരുടെയും കാര്യം ചോദിച്ചില്ല.

വെളുപ്പിനുണർന്നു ദിനകൃത്യങ്ങൾ കഴിഞ്ഞു വീണ്ടും മുറിയിൽ കയറി കതകടച്ചു. കുട്ടിയപ്പച്ചി എഴുന്നേറ്റു വടക്കേവീട്ടിലേക്കു പോയി. കൊച്ചുപാറോതി കടയിൽനിന്ന് പുട്ടും ചായയുമായിവന്നു. അവൾ പറഞ്ഞു:

"ഞാൻ മഠത്തിലോട്ടൊന്നു പോയേച്ചു വരട്ടെ."

"എന്തോന്നാ മഠത്തിൽ?"

"നെല്ലുകുത്തി കൊടുക്കണം."

"ശരി. പോയിട്ടുവാ."

ഉച്ചയ്ക്കത്തേക്കു വേണ്ട ആഹാരം വിളമ്പി മുറിയിൽ കൊണ്ടു വെച്ചടച്ചു.

"വിശക്കുമ്പോൾ എടുത്തു കഴിച്ചോ."

"ഓ."

ഉച്ചതിരിഞ്ഞപ്പോൾ മടങ്ങിവന്നു. ചായ കൊണ്ടുകൊടുത്തിട്ടു വീണ്ടും കടയിൽ അരി ഇടിക്കാൻ പോയി.

തനിക്കുവേണ്ടതെല്ലാം അറിഞ്ഞുകണ്ടു ചെയ്യുന്നുണ്ടെങ്കിലും അവളിൽ കണ്ട ഒരുതരം നിസ്സംഗത അയാളെ അസ്വസ്ഥനാക്കി. അവൾ

എന്തെങ്കിലും തിരക്കിയിരുന്നെങ്കിൽ, താൻ അകപ്പെട്ടിരിക്കുന്ന ഏടാകൂടങ്ങളെക്കുറിച്ച് ചോദിച്ചിരുന്നെങ്കിൽ, അയാൾക്കു സന്തോഷമാകുമായിരുന്നു. അവളോടു വല്ലതുമൊക്കെ സംസാരിച്ചിരുന്നു നേരം കഴിക്കാൻ ആഗ്രഹിച്ചു.

അതിനിടയിൽ തന്റെ സഖാക്കളെക്കുറിച്ചോർത്തു. സംഘട്ടനത്തിനു ശേഷം അവരെല്ലാം എങ്ങോട്ടുപോയോ എന്തോ? വീണ്ടും എവിടെയാണു കൂടാൻ നിശ്ചയിച്ചത്? അടുത്ത പരിപാടി വല്ലതും തീരുമാനിച്ചോ? ഒന്നും പിടികിട്ടിയില്ല. അവരിൽനിന്നെല്ലാം ഒറ്റപ്പെട്ട് ഈ ഏകാന്തമായ തുരുത്തിൽ വന്ന് തിന്നും കുടിച്ചും കഴിഞ്ഞതുകൊണ്ട് പ്രയോജനമെന്താ? എങ്ങനെയെങ്കിലും പാർട്ടിയുമായി ബന്ധപ്പെടണം. അതിനുള്ള വഴികളെക്കുറിച്ചായിരുന്നു ആലോചന.

അന്നുരാത്രി ഊണുകഴിഞ്ഞു കിടക്കുന്നതിനുമുമ്പ് അയാൾ കൊച്ചു പാറോതിയോടു ചോദിച്ചു:

"നീ അവിടുത്തെ കാര്യങ്ങളൊന്നും തിരക്കിയില്ലല്ലോ?"

"ആളുകളോരോന്നു പറയുന്നതുകേട്ടു. പക്ഷേ, നമ്മളതിൽ ഉൾപ്പെട്ടിട്ടുണ്ടെന്ന് അറിഞ്ഞില്ല."

"എന്തൊക്കെയാ അവിടെ നടന്നതെന്നു ചോദിച്ചില്ലല്ലോ."

ചിരിച്ചതല്ലാതെ മറുപടിയൊന്നും പറഞ്ഞില്ല.

"മറ്റാരെക്കുറിച്ചും അന്വേഷിച്ചില്ലല്ലോ."

"ഇനി എന്തിനാ ഞാൻ അവരെക്കുറിച്ചൊക്കെ തിരക്കുന്നെ?

ഞാനെല്ലാമങ്ങു മറന്നു കഴിയുവാ."

"അതുശരി."

അവൾ മുഖം കുനിച്ചു നിലത്തുനോക്കിക്കൊണ്ടു നിന്നു. ഒടുവിൽ അയാൾ പറഞ്ഞു:

"ഞാൻ നാളെ സന്ധ്യക്ക് ഒരു സ്ഥലംവരെ ഒന്നുപോകും."

പറയുന്നതു മുഖമുയർത്തിനിന്നു കേട്ടു.

എങ്ങോട്ടാണുപോകുന്നതെന്നു ചോദിച്ചില്ല. പോയാൽ മടങ്ങിവരുമോ എന്നും തിരക്കിയില്ല.

"പോയിട്ടു ഞാൻ വീണ്ടും വരും."

അവൾ തലകുലുക്കി.

"ഞാനിങ്ങനെ വന്നു താമസിക്കുന്നതു നിനക്കു ബദ്ധപ്പാടായിരിക്കും."

അവൾ ഹൃദയം തുറന്നു ചിരിച്ചു.

"എനിക്കെന്തുവാ ബദ്ധപ്പാട്?"

"എന്നാലും......"

"എത്രനാളായാലും ഉള്ളതിൽ പങ്കുകഴിച്ചോണ്ട് ഇവിടെ കഴിയാം. ഇവിടെ വേറൊരു ഭൂതരു തിരക്കിവരാനുമില്ല."

അടുത്ത ദിവസം രാത്രി അവിടെനിന്ന് യാത്ര പുറപ്പെടാൻ നേരം അയാൾ ഹൃദയപൂർവ്വം പുഞ്ചിരി തൂകിക്കൊണ്ടു പറഞ്ഞു:

"നിന്നെ വന്നു കണ്ടതിനു ശേഷമാണ് എന്റെ മനസ്സിനൊരു സമാധാനം കിട്ടിയത്."

അവളും ചിരിച്ചു.

"അപ്പോൾ ഇതുവരെ സമാധാനമില്ലാതെ നടക്കുകയായിരുന്നോ?"

"അതെ."

യാത്ര ചോദിച്ചപ്പോൾ പറഞ്ഞു:

"നോക്കിയും കണ്ടും പോണം. പോകുന്ന കാര്യം സാധിച്ചിട്ട് ഉടനെ ഇങ്ങുപോരെ."

ആഞ്ഞുവലിഞ്ഞ് വെട്ടിക്കവലയ്ക്കു നടന്നു.

അർദ്ധരാത്രി കഴിഞ്ഞപ്പോൾ ഗോവിന്ദപ്പിള്ളച്ചേട്ടന്റെ വീട്ടിലെത്തി. അദ്ദേഹത്തിന്റെ ഭാര്യയും കുട്ടികളും മാത്രമേ അവിടെയുണ്ടായിരുന്നുള്ളൂ. ഗോവിന്ദപ്പിള്ളച്ചേട്ടൻ പോയിട്ടു ദിവസം മൂന്നുനാലായി. പൊലീസുകാർ ഒന്നു രണ്ടു തവണ അവിടെയും തിരക്കിച്ചെന്നിരുന്നു. ആൾ എവിടെപ്പോയെന്നോ എപ്പോൾ വരുമെന്നോ അറിഞ്ഞുകൂടാ.

വീട്ടുകാരി ചോദിച്ചു:

"വരുമ്പോൾ എന്തെങ്കിലും പറയണോ?"

"ഞാൻ തിരക്കി വന്നിരുന്നെന്ന് പറഞ്ഞേക്ക്. ബാക്കി വിവരം ഞങ്ങൾ നേരിട്ടു പറഞ്ഞോളാം."

എങ്ങനെയെങ്കിലും ആ രാത്രിതന്നെ പള്ളിക്കൽ തിരിച്ചെത്തണമെന്നായിരുന്നു വിചാരം. പള്ളിക്കലെ ആ രക്ഷാസങ്കേതത്തിലേക്ക്. തന്റെ കൊച്ചുപാറോതിയുടെ അടുത്തേക്ക്. വീട്ടിൽ നിന്നും വഴിയിലേക്കിറങ്ങുമ്പോൾ ഓർക്കാപ്പുറത്ത് തലയ്ക്കൊരടി. ആരോ ബലമായി കേറിപ്പിടിച്ചു. തോക്കിന്റെ പാത്തിവെച്ച് വീണ്ടും അടി. അടിയേറ്റു വീണു. പിന്നെ ഒന്നും അറിഞ്ഞില്ല. ബോധം ഉണ്ടായിരുന്നില്ല.

ഇരുപത്തൊന്ന്

അച്യുതൻനായർ വെളുപ്പിനു കണ്ണുതുറന്നു. ഏതോ ഇരുളടഞ്ഞ ലോകത്തുനിന്നും പെട്ടെന്നു വന്നുപെട്ടതുപോലെ. മരണത്തിൽനിന്നു ജീവിതത്തിലേക്കു മടങ്ങിയതുപോലെ..... ഇതു സത്യമാണോ? താൻ ഇപ്പോഴും ജീവിച്ചിരിക്കുന്നോ?

ചുറ്റും കട്ടിപിടിച്ച ഇരുട്ട്. നാഴികമണിയുടെ ടിക്, ടിക് ശബ്ദം. തെല്ലകലെ ഇരുമ്പഴിക്കപ്പുറത്ത് ഒരു റാന്തൽ കത്തിക്കൊണ്ടിരിക്കുന്നു. ഇരുമ്പഴികളിലൂടെ റാന്തലിന്റെ നേരിയ പ്രകാശം മുറിയിലേക്ക് അരിച്ചു കിടക്കുന്നു. അതിനപ്പുറം ഒരു പൊലീസുകാരൻ തോക്കും തോളത്തുവെച്ച് കാവൽ നില്ക്കുന്നു.

നേരം പുലർന്നു കഴിഞ്ഞപ്പോൾ തൊട്ടടുത്ത മുറിയിലെ ജയിൽപുള്ളികൾ ഇരുമ്പഴികളിൽ തൂങ്ങി പ്രഭാതകൃത്യങ്ങൾക്കുവേണ്ടി അക്ഷമരായി കാത്തുനില്ക്കുന്നതു കണ്ടു. പാറാവുകാരൻ വന്നു പൂട്ടുതുറന്നു.

രണ്ടുപേർ മൂത്രക്കലമെടുത്തുകൊണ്ട് മുറിയിൽ നിന്നിറങ്ങി. പുറകെ മറ്റുള്ളവരും. അച്ചുതൻനായരെ വെളിയിലിറക്കി മറ്റൊരു പുള്ളിയോടു ചേർത്തു വിലങ്ങുവെച്ചു .

പൊലീസുകാർ അയാളുടെ നേരെ രൂക്ഷമായി തുറിച്ചുനോക്കി. ചോദ്യവും പറച്ചിലുമില്ലാതെ ചോരയുണങ്ങിപ്പിടിച്ച കവിളിൽ ആഞ്ഞടിച്ചു. നീരുകെട്ടിക്കിടന്ന മുതുകിൽ പ്രഹരിച്ചു.

ഒരുവൻ കണ്ണുതുറിച്ചു പല്ലുഞെരിച്ചുകൊണ്ട് പറഞ്ഞു:

"പൊലീസുകാരെ വെട്ടിക്കൊന്ന തായോളീ, നിന്റെയൊരെല്ലു ഞങ്ങളു വെച്ചേക്കത്തില്ല."

ഓരോരുത്തരുടെയും വീതം നല്കാനുള്ള ധൃതിയിൽ അവർ അയാളുടെ അടുത്തേക്കു കൈയും വലിച്ചു തിക്കിത്തിരക്കിച്ചെന്നു.

വഴിനീളെ ഏച്ചും പേച്ചുമില്ലാതെ പ്രഹരിച്ചു.

പുള്ളികളെ അടുത്തുള്ള പറമ്പിൽ കൊണ്ടുപോയിരുത്തിയിട്ട് പൊലീസുകാർ ശൂരനാട്ടു നടന്ന സംഭവങ്ങളെക്കുറിച്ചു പറഞ്ഞുകൊണ്ടു നടന്നു. അതിനുശേഷം അവരെ കിണറ്റുകരയിലേക്കു നടത്തി ശൗച കർമ്മങ്ങൾക്കു അനുവദിച്ചു. സ്റ്റേഷന്റെ തിണ്ണയിൽ കൊണ്ടു വന്നു നിരത്തിയിരുത്തി. ഹോട്ടലുകാരൻ കൊണ്ടുവന്ന കഞ്ഞിയിൽ ഒരു പങ്ക് അച്ചുതൻനായർക്കും കിട്ടി.

വൈകിട്ട് ഒരു പൊലീസ് വാൻ മൂളിമൂളി വന്നു. സ്റ്റേഷന്റെ മുറ്റത്തു നിന്നു. പറവുകാരൻ ചെന്ന് ലോക്കപ്പു തുറന്നിട്ട് അച്ചുതൻനായരെ നോക്കി പറഞ്ഞു:

"എഴുന്നേറ്റു വാടാ....മോനേ."

ലോക്കപ്പിനു വെളിയിലിറക്കി കൈകളിൽ വിലങ്ങുവെച്ച് വാനിൽ കയറ്റി. കുറെ പോലീസുകാരും കയറി. വാൻ ഇരമ്പിപ്പാഞ്ഞുപോയപ്പോൾ മനസ്സിലായി കൊട്ടാരക്കരയിൽനിന്നു അടൂരേക്കു കൊണ്ടുപോവുകയാണ്.

ഓടിക്കൊണ്ടിരുന്ന വണ്ടിയിൽ വെറുതെ ഓരോന്നാലോചിച്ചുകൊണ്ട് തല കുമ്പിട്ടിരുന്നു. വെറുതെ പൊലീസിന്റെ വായിൽചെന്നു ചാടി. പിടികൂടിക്കഴിഞ്ഞു. ഇനി മോചനമില്ല. ഇവരുടെ പിടിയിൽനിന്നു രക്ഷപ്പെടലില്ല. കുറെനേരം കഴിഞ്ഞപ്പോൾ വാൻ വേഗത കുറഞ്ഞ് കടകമ്പോളങ്ങളുള്ള ഒരു ജങ്ഷനിൽ ചെന്നുനിന്നു.

നേരം സന്ധ്യമയങ്ങിയിരുന്നു. അവിടെ കടകളുടെ മുന്നിൽ റാന്തലുകളും പെട്രോമാക്സുകളും കത്തിനില്ക്കുന്നു. പൊലീസുകാർ വാനിൽനിന്നിറങ്ങി ഒരു ചായക്കടയുടെ മുന്നിൽ ചെന്നു ചായ വാങ്ങിക്കുടിച്ചു.

ആരോ പറഞ്ഞു:

"അതിനകത്തിരിക്കുന്നവനുകൂടി ഒരു ചായയൊഴിച്ചു കൊടുക്ക്. അവന്റമ്മേടെ അവസാനത്തെ ചായകുടി."

"ശരിയാ. അവനിന്നു നേരം വെളുപ്പിക്കുമെന്നു തോന്നുന്നില്ല."

ചായക്കടക്കാരൻ വാനിനകത്തേക്കു ചായനീട്ടി. വിലങ്ങുവെച്ച കൈകൊണ്ട് അതു ബദ്ധപ്പെട്ടു വാങ്ങിക്കുടിച്ചു.

പുകവലിച്ചുകൊണ്ടു നിന്ന ഒരു പൊലീസുകാരൻ ചോദിച്ചു:

"നീ ബീഡി വലിക്കുമോ?"

ഒരു ബീഡി കത്തിച്ചുകൊടുത്തു. അറുക്കാൻ കൊണ്ടുപോകുന്ന ആടിനു തൂപ്പൊടിച്ചുകൊടുക്കും പോലെ. ഇളകിയും കുലുങ്ങിയും വീണ്ടും വണ്ടിയോടാൻ തുടങ്ങി. അയാൾ വാനിന്റെ കമ്പിവലയിൽക്കൂടി വെളിയിലേക്കു നോക്കിക്കൊണ്ടിരുന്നു. കട്ടിപിടിച്ച ഇരുട്ടിൽ അങ്ങിങ്ങു കത്തിനില്ക്കുന്ന വിളക്കുകളല്ലാതെ മറ്റൊന്നും കാണാൻ കഴിഞ്ഞില്ല. ആ യാത്രയുടെ അന്ത്യത്തെക്കുറിച്ച് ഒരു തിട്ടവും ഇല്ല.

അടുത്തടുത്ത് വിളക്കും വെട്ടവും കണ്ടപ്പോൾ അടുത്തെത്തിയെന്നു മനസ്സിലായി. വാൻ വേഗത കുറച്ച്, വളവു തിരിച്ച്, പൊലീസ്സ്റ്റേഷന്റെ മുറ്റത്തുകൊണ്ടുചെന്നു നിർത്തി. സ്റ്റേഷൻ റൂമിൽ കണ്ണഞ്ചിക്കുന്ന പ്രകാശം വമിച്ചുകൊണ്ട് ഒരു പെട്രോമാക്സ് കത്തിനില്ക്കുന്നു.

പൊലീസുകാർ വാനിൽനിന്നു ചാടിയിറങ്ങി. ആരൊക്കെയോ തമ്മിൽ കുശുകുശുത്തു.

പാറാവുകാരൻ ലോക്കപ്പു തുറന്നു. കൈകളിലെ വിലങ്ങഴിച്ച് അകത്തേക്ക് ആഞ്ഞൊരു തള്ള്. അജ്ഞാതമായ ഏതോ ലോകത്തേക്ക് മൂക്കുകുത്തിവീണു.

ഇരുമ്പഴികൾ താഴിട്ടു പൂട്ടുന്ന ശബ്ദം. ശബ്ദം നിലച്ചപ്പോൾ നിലത്തു കൈമുട്ടുകളൂന്നി, എഴുന്നേറ്റു കുത്തിയിരുന്നു. പെട്രോമാക്സിന്റെ വെളിച്ചം നാലുപാടും വ്യാപിച്ചിരുന്നു.

സ്റ്റേഷൻ റൂമിൽ നിലത്ത് ആരൊക്കെയോ കുത്തിയിരിക്കുന്നു. പരിചയമുള്ള മുഖങ്ങൾ. തെണാലെ കുട്ടപ്പക്കുറുപ്പിന്റെ അച്ഛൻ പരമുക്കുറുപ്പ്, കോട്ടൂരെ ശിവരാമന്റെ അച്ഛൻ കൊച്ചുകുഞ്ഞുനായർ, തൊട്ടടുത്തു കൊച്ചുനാരായണൻ— തന്റെ ഒരേ ഒരനുജൻ. അവന്റെ മുഖത്തുകൂടി ചോരയൊഴുകി കറുത്തു കട്ടിപിടിച്ച പാടുകൾ. വെളിച്ചം തട്ടിയപ്പോൾ മുഖത്തു മിനുമിനുപ്പു കണ്ടു. ഇടതു ചെവിയിലൂടെ ചോരയൊലിക്കുന്നു. ആ കാതിൽ കിടന്ന കടുക്കൻ കാണാനില്ല. കാതു പറിഞ്ഞുപോയിരിക്കുന്നു.

അയാൾ പെട്ടെന്ന് മുഖം തിരിച്ചുകളഞ്ഞു. മുട്ടിന്മേൽ മുഖം ചായ്ച്ച് കുനിഞ്ഞിരുന്നു.

പാറാവുകാരൻ തോക്കും തോളിലേന്തി ജാഗ്രതയോടെ ഗാട്ടു നില്ക്കുന്നു.

ആരോ അച്ചുതൻനായരുടെ മുതുകിൽ തോണ്ടിയിട്ട് പതുക്കെ വിളിച്ചു— "അച്ചുതൻചേട്ടാ."

തിരിഞ്ഞുനോക്കി.

"ഞാനാ."

ഗംഗാധരന്റെ ശബ്ദം തിരിച്ചറിഞ്ഞു:

"നീയോ?"

"അതെ. ഞാൻ തന്നെ."

ഏതാനും നിമിഷം കഴിഞ്ഞ് അച്ചുതൻനായർ ചോദിച്ചു:

"നമ്മുടെ ആരൊക്കെയുണ്ട്?"

"കളയ്ക്കാട്ടെ പരമേശ്വരൻ ചേട്ടൻ, കാഞ്ഞിരവിളയിൽ പുരുഷോത്തമക്കുറുപ്പ്, ചാത്തൻകുട്ടി....."

ഓരോ പേരു കേട്ടപ്പോഴും നടുങ്ങി.

പാറാവുകാരൻ തലയുയർത്തി ലോക്കപ്പിനകത്തേക്കു നോക്കുന്നതു കണ്ടു. ഗംഗാധരൻ പതുക്കെ ചെവിയിൽ പറഞ്ഞു:

"എല്ലാം പിന്നെപ്പറയാം."

പതുക്കെ ഇരുമ്പഴിക്കടുത്തുവന്ന് അകത്തേക്കു കണ്ണോടിച്ചിട്ടു പാറാവുകാരൻ തിരിഞ്ഞു നടന്നു.

നാഴികമണി ടിക് ടിക്കെന്നടിച്ചുകൊണ്ടിരുന്നു. വേറെ യാതൊരു ശബ്ദവുമില്ല. കുറെനേരം കഴിഞ്ഞപ്പോൾ ചാത്തൻകുട്ടിയും പുരുഷോത്തമക്കുറുപ്പും അച്ചുതൻനായരുടെ അടുത്തേക്കു നീങ്ങിനിരങ്ങിച്ചെന്നു. പുരുഷോത്തമക്കുറുപ്പ് ഇടത്തോട്ടു ചൂണ്ടിക്കാണിച്ചു.

"പരമേശ്വരൻചേട്ടനാ കിടക്കുന്നത്. എഴുന്നേല്ക്കാനും വർത്തമാനം പറയാനും ഒന്നും വയ്യ."

ഇടതു വശത്തുകിടന്ന ആ രൂപത്തിനടുത്തേക്ക് അച്ചുതൻനായർ ഏന്തിവലിഞ്ഞെത്തി. കൊന്നു പൂടപറിച്ചിട്ടേക്കുന്ന ഒരു കോഴിക്കുഞ്ഞിനെപ്പോലെ പരമേശ്വരൻനായർ തളർന്നു കിടക്കുന്നു.

അച്ചുതൻനായർ മുഖംതാഴ്ത്തി മെല്ലെ വിളിച്ചു.

"സഖാവേ,"

ഒന്നു ഞരങ്ങി.

"ഇതു ഞാനാ. അച്ചുതൻനായർ."

പരമേശ്വരൻനായർ കണ്ണുതുറന്നു നോക്കി. എന്തോ പറയാൻ ശ്രമിച്ചിട്ട് നാക്കു തിരിയുന്നില്ല. വെറുതെ കണ്ണുചുഴറ്റി നോക്കിക്കൊണ്ടിരുന്നു.

ചാത്തൻകുട്ടി അച്ചുതൻനായരുടെ ചെവിയിൽ മന്ത്രിച്ചു: പൊലീസുകാർ പരമേശ്വരൻനായരുടെ നാക്കു വലിച്ചുപിഴാൻ നോക്കി. പറിഞ്ഞു ചെന്നില്ല. നാക്കിന്റെ ചുവടുപഴുത്ത് വെള്ളം ഇറക്കാൻ കഴിയാതെ കിടക്കുകയാണ്.

പരമേശ്വരൻനായരെ അറസ്റ്റുചെയ്തശേഷം അരൂർ മുതൽ അടൂർ വരെ കൊണ്ടു നടന്നിടിച്ചു. അടൂരിൽ കൊണ്ടുവന്ന് തലകീഴായി കെട്ടിത്തൂക്കിയിട്ടിടിച്ചു. കൈയും കാലും പിരിച്ചൊടിച്ചു.

അതുപോലെ എല്ലാവരെയും ഉപദ്രവിച്ചു. കൈയിലെയും കാലിലെയും നഖം വലിച്ചൂരി. തോളെല്ലുകൾ അടിച്ചുതാഴ്ത്തി. കാലിന്റെ കൊതുമ്പെല്ലുകൾ അടിച്ചുപൊട്ടിച്ചു. വിരലുകൾ കുത്തിയൊടിച്ചു. പക്ഷേ, അവർ പരമേശ്വരൻനായരെപ്പോലെ തീർത്തും അവശരായിട്ടില്ല.

പുരുഷോത്തമക്കുറുപ്പ് ഒരു കീറപ്പായെടുത്ത് അച്ചുതൻനായർക്കു

കൊടുത്തു. അതിൽ ചുരുണ്ടുകൂടി കിടന്നു. ഉറക്കത്തിൽ കൂടെക്കൂടെ ഞെട്ടിയുണർന്നു. ഉണരുമ്പോൾ ഒരു ദുഷ്ടമൃഗത്തിന്റെ കണ്ണുപോലെ പെട്രോമാക്സിന്റെ തിളക്കം, നീണ്ടുകൂർത്ത ദംഷ്ട്രകളുള്ള ആ ജീവിയുടെ വായിലേക്ക്, തന്നെ ആരോ എടുത്തെറിയുന്നതുപോലെ.

രാവിലെ എല്ലാവരും എഴുന്നേറ്റു കുത്തിയിരിക്കുന്നതു കണ്ടു. പരമേശ്വരൻനായർ മാത്രം ഒരേ കിടപ്പുതന്നെ.

വെൻറിലേറ്ററിലെ കമ്പിവലയിൽക്കൂടി പുലർവെളിച്ചം അകത്തേക്കൊളിഞ്ഞുനോക്കി. തളർന്നുകിടക്കുന്ന ആ ശരീരത്തെ മൃദുവായി ഒന്നു തഴുകി. അച്ചുതൻനായർ അടുത്തുചെന്നു കുറെനേരം ആ മുഖത്തേക്കുനോക്കിക്കൊണ്ടിരുന്നു. പ്രജ്ഞയില്ലാത്ത ആ കിടപ്പുകണ്ട് ഒരു നെടുവീർപ്പിട്ടു.

ലോക്കപ്പിനു വെളിയിൽ പരമുക്കുറുപ്പും കൊച്ചുകുഞ്ഞുനായരും കൊച്ചുനാരായണനുമെല്ലാം കൂനിക്കൂടിയിരുന്നു. ഭാവിയെക്കുറിച്ച് യാതൊരു തിട്ടവുമില്ലാതെ മരവിച്ച മനസ്സുമായി കുത്തിയിരിക്കുന്നു.

യൂണിഫോറമണിഞ്ഞ പൊലീസുകാർ രാവിലെ സ്റ്റേഷൻറൂമിലും വരാന്തയിലും വന്നുനിരന്നു. അവർ കാക്കിയുടുപ്പിലെ പിത്തള ബട്ടണുകൾ തേച്ചുമിനുക്കിയും നിക്കറുകളുടെ അറ്റം കീഴോട്ടുപിടിച്ചിറക്കുകയും ചെയ്തു. ശംഖുമുദ്രയുള്ള തൊപ്പികൾ തലയിൽ ചേർന്നിരിക്കുംവിധം ഉറപ്പിച്ചുവെച്ചു.

ലോക്കപ്പുതുറന്ന് ഈരണ്ടുപേരെ വീതം വെളിയിലേക്കിറക്കി വിലങ്ങുവെച്ചു. പരമേശ്വരൻനായർ എഴുന്നേറ്റില്ല. ചാത്തൻകുട്ടിയും ഗംഗാധരനും മൂത്രക്കലവും ചുമന്നുകൊണ്ട് എല്ലാറ്റിനും മുമ്പിൽ. പുറകെ അറ്റം ലോക്കപ്പു ചെയ്യാത്ത തടവുകാർ, വെറുതെ പിടിച്ചുകൊണ്ടുവന്ന ചെറുപ്പക്കാരും വൃദ്ധന്മാരും. തോക്കുതോളിലേന്തിയ പൊലീസുകാർ. ഒരെഴുന്നള്ളത്തുപോലെ എല്ലാവരും മുന്നോട്ടു നീങ്ങി. പോകുന്ന പോക്കിൽ ഓരോ പൊലീസുകാരനും ഓരോ പുള്ളിയെ വീതം സമീപിച്ച് ഇടയ്ക്കിടെ നട്ടപ്പുറത്ത് ഇടിച്ചു. അച്ചുതൻനായരുടെ വലതുവശം ചേർന്നു നടന്നവൻ ഒരേസമയം നെഞ്ചത്തും പുറത്തും ഇരുമുഷ്ടികളും ചേർത്ത് ആഞ്ഞിടിച്ചു. ഇടി ഏല്ക്കുമ്പോൾ ശ്വാസം നിലച്ച് കണ്ണുതെള്ളിച്ചു നിന്നു.

സ്റ്റേഷന്റെ വടക്കുവശത്ത് കുറ്റിച്ചെടികളും പറങ്കിമാവുകളും നിറഞ്ഞ പറമ്പിൽ കൈയിൽ വിലങ്ങുമായി ഈരണ്ടുപേർ കുത്തിയിരുന്നു. ആജ്ഞകിട്ടിയപ്പോൾ എഴുന്നേറ്റു. അഴുക്കുവെള്ളം തളം കെട്ടിക്കിടന്ന കുളത്തിലിറക്കിയിട്ട് തിരികെ സ്റ്റേഷനിലേക്കു നടത്തി.

പതിവുകാരായ കള്ളപ്പുള്ളികൾക്കു ഹോട്ടലുകാരൻ കൊണ്ടുവന്ന കഞ്ഞിയും ചമ്മന്തിയും വിളമ്പി. ശൂരനാട്ടുനിന്നു കൊണ്ടുവന്നവർക്കു യാതൊന്നും കിട്ടിയില്ല. അവരാരും റിക്കാർഡിൽ കൊണ്ടവരല്ല.

ലോക്കപ്പിനകത്തേക്കു കയറിയപ്പോൾ അച്ചുതൻനായർക്ക് ആശ്വാസമായി. ഇനി ലോക്കപ്പു തുറന്നു വെളിയിലിറക്കുന്നതുവരെ ഇടി കൊള്ളേണ്ടിവരികയില്ല. പക്ഷേ, പായിൽ തളർന്നു കിടക്കുമ്പോൾ പാറാ

വുകാരൻ വന്നു വീണ്ടും ലോക്കപ്പു വലിച്ചു തുറന്നു. അയാളെ വിളിച്ചു വെളിയിലിറക്കി. രണ്ടു പൊലീസുകാർ ഇരുപുറവും നിന്ന് ഇൻസ്പെക്ടരുടെ റൂമിലേക്കു കൂട്ടിക്കൊണ്ടുപോയി. ഏതോ പൊലീസ് ഓഫീസറന്മാർ അവിടെ കസേരയിൽ സ്ഥലം പിടിച്ചിരിക്കുന്നതുകണ്ടു. ചുമരിൽ ഗാന്ധിജിയുടെ പല്ലുകൊഴിഞ്ഞ ചിത്രം തൂക്കിയിരുന്നു. സ്റ്റാൻഡിൽ നിരവധി തോക്കുകൾ കുത്തിനിർത്തിയിരുന്നു. ഒരു അത്ഭുതജീവിയെ എന്ന വണ്ണം ഓഫീസറന്മാർ അച്ചുതൻനായരെ തുറിച്ചുനോക്കി. വിളറിയ മുഖത്തോടു കൂടിയ ഒരു തടിയൻ പരുക്കൻ ശബ്ദത്തിൽ ചോദിച്ചു:

"നീയാണോ നടേവടക്കതിൽ അച്ചുതൻനായർ?"

"അതെ."

അടിമുടിയൊന്നു നോക്കിയിട്ടു തിരക്കി:

"നീയാണോ ശൂരനാട്ടെ പാർട്ടി സെക്രട്ടറി?"

"അല്ല."

അയാൾ കസേരയിൽ നിന്നെഴുന്നേറ്റ് കന്നത്തൊരടി

"റാസ്ക്കൽ, ജീവൻ വേണമെങ്കിൽ നേരുമുഴുക്കെപ്പറഞ്ഞോ."

കന്നംപുകഞ്ഞിട്ടും കൈയെടുത്തു തൂക്കാൻ തോന്നിയില്ല.

"ഞാൻ നേരാണു പറഞ്ഞത്."

"നീ അവിടുത്തെ സെക്രട്ടറിയല്ലേടാ?"

"അല്ല."

"പിന്നാരാ."

"എന്റെ അറിവിൽ അവിടെ പാർട്ടിയുടെ ഘടകമൊന്നുമില്ല."

ഓഫീസറന്മാർ മുഖത്തോടുമുഖംനോക്കി.

"നീ പിന്നെന്തോന്നിന്റെ സെക്രട്ടറിയാണ്."

"ഞാൻ ജനാധിപത്യ യുവജനസംഘത്തിന്റെ സെക്രട്ടറിയാണ്."

"ഓ, നീ ജനാധിപത്യത്തിന്റെ സെക്രട്ടറി!"

തടിയൻ വീണ്ടും ചോദിച്ചു:

"നീ ശങ്കരനാരായണൻതമ്പിയെ അറിയുമോ?"

"ഞാൻ കേട്ടിട്ടേയുള്ളു."

"തോപ്പിൽ ഭാസിയുമായി പരിചയമുണ്ടോ?"

"ഉണ്ട്."

"എങ്ങനെയുള്ള പരിചയം?"

"അദ്ദേഹം ജനാധിപത്യ യുവജനസംഘടനയുടെ മീറ്റിംഗിനു വന്നിട്ടുണ്ട്."

"അയാൾ നിങ്ങൾക്കു ക്ലാസെടുക്കാറുണ്ടോ?"

"അങ്ങനെ ക്ലാസൊന്നും എടുക്കാറില്ല. യുവജനസംഘടനയുടെ കമ്മിറ്റിയിൽ പങ്കെടുത്തു സംസാരിച്ചിട്ടുണ്ട്."

"അയാൾ കൽക്കട്ടാ തീസീസിനെക്കുറിച്ചു നിങ്ങൾക്കു ക്ലാസെടുത്തിട്ടില്ലേടാ?"

"ഇല്ല."

"കൽക്കട്ടാ തീസിസിലെ തീരുമാനമനുസരിച്ച് പൊലീസുകാരെയെല്ലാം കൊല്ലണമെന്നു പറഞ്ഞിട്ടില്ലേ?"

"അങ്ങനെയൊന്നും പറഞ്ഞിട്ടില്ല."

"അതിരിക്കട്ടെ കൽക്കട്ടാ തീസിസിൽ എന്തൊക്കെയാണു പറഞ്ഞിരിക്കുന്നത്? ഞങ്ങളൊന്നറിയട്ടെ."

"എനിക്കറിഞ്ഞുകൂടാ. ഞാനതു വായിച്ചിട്ടില്ല."

"ഓഹോ, ഏതെല്ലാം വീടുകളിൽവെച്ചാണ് നിങ്ങളുടെ കമ്മിറ്റികൂടാറുള്ളത്?"

"അങ്ങനെ വീടുകളിൽ വെച്ചൊന്നും കൂടാറില്ല."

"പിന്നെവിടെയാ?"

"അമ്പലമുറ്റത്തോ അണയുടെ അടുത്തോ ഇരുന്നു കൂടും."

"കൂടുമ്പോൾ നിങ്ങൾ എന്തൊക്കെയാണു ചർച്ച ചെയ്യുന്നത്?"

അയാൾ മറുപടി പറയാൻ അറച്ചപ്പോൾ ഒരു നീളംകൂടിയ ഓഫീസർ പറഞ്ഞു:

"ആലോചിച്ചു ഒന്നൊന്നായി പറയണം. എന്തൊക്കെയാണു ചർച്ച ചെയ്യുന്ന കാര്യങ്ങൾ ?"

"ഞങ്ങൾ പൗരസ്വാതന്ത്ര്യങ്ങളെക്കുറിച്ചു ചർച്ച ചെയ്യാറുണ്ട്."

"എന്താണത്? പൗരസ്വാതന്ത്ര്യം?"

"സംഘടിക്കാനുള്ള സ്വാതന്ത്ര്യം."

"ഓഹോ, അതുശരി. പിന്നെ?"

"സോഷ്യലിസത്തെക്കുറിച്ച്."

"ശരി. പിന്നെ?"

"കർഷകരെയും കർഷകത്തൊഴിലാളികളെയും സംഘടിപ്പിക്കുന്നതിനെക്കുറിച്ച്...."

ഒരാൾ ക്ഷമകേടോടെ തിരക്കി:

"കമ്യൂണിസത്തെക്കുറിച്ച് ചർച്ചയില്ലേ?"

"അതും ചർച്ച ചെയ്യും."

"പിന്നെന്താ നീയതു പറയാഞ്ഞത്?"

ഒരു കള്ളം തെളിയിച്ച സംതൃപ്തിയോടെ കന്നത്തൊരടി.

"ശരി. പിന്നെ?"

"ഞാനിപ്പറഞ്ഞ കാര്യങ്ങളെക്കുറിച്ചുള്ള ചർച്ചകളേയുള്ളു."

"പിന്നെ?" ചങ്ങലക്കണ്ണിപോലെ ആ ചോദ്യം അങ്ങനെ നീണ്ടു. "പിന്നെ?....പിന്നെ....."

നീളംകൂടിയ ഓഫീസർ കുറെക്കൂടി വ്യക്തമായി ചോദിച്ചു:

"ശൂരനാട്ടു ഗറില്ലാസ്ക്വാഡിന്റെ ക്യാപ്റ്റൻ ആരാണെടാ?"

ആ ചോദിച്ചയാളിന്റെ മുഖത്തേക്ക് അച്ചുതൻനായർ തുറിച്ചുനോക്കി.

"എന്താണത്? എനിക്കറിഞ്ഞൂടാ."

"നീ അജ്ഞതയൊന്നും ഭാവിക്കണ്ട. അധികം ആലോചിക്കാതെ ഉള്ള സത്യമങ്ങു പറഞ്ഞോ?"

"അങ്ങനെയൊരു സ്ക്വാഡുള്ളതായി എനിക്കറിഞ്ഞുകൂടാ."

നീളം കൂടിയ ആൾ മറ്റൊരു ചോദ്യം ചോദിച്ചു:

"കമ്യൂണിസ്റ്റുപാർട്ടി ഗറില്ലാ സമരത്തിനൊരുങ്ങിയിരിക്കുന്നതിനെക്കുറിച്ചുള്ള സർക്കുലർ വല്ലതും നീ വായിച്ചിട്ടുണ്ടോ?"

"എനിക്കറിഞ്ഞുകൂടാ."

"അതു പോകട്ടെ. പൊലീസിനെ കൊല്ലാൻ പാർട്ടിയിൽ നിന്നു സർക്കുലർ വല്ലതും കിട്ടിയിട്ടുണ്ടോ?"

"ഇല്ല."

"പിന്നെന്തിനാണ് നിങ്ങൾ പൊലീസിനെ കൊല്ലാൻ തീരുമാനിച്ചത്?"

"അങ്ങനെയൊരു തീരുമാനം ഉണ്ടായിരുന്നതായി എനിക്കറിഞ്ഞുകൂടാ."

"ശരി. സമ്മതിച്ചു."

"ആരൊക്കെച്ചേർന്നാണ് പൊലീസുകാരെയും സബ് ഇൻസ്പെക്ടറെയും വെട്ടിക്കൊന്നത്?"

"എനിക്കറിഞ്ഞുകൂടാ."

ഓഫീസറന്മാരുടെ ലക്ഷണംമാറി. അവരുടെ കണ്ണുകൾ കത്തിജ്ജ്വലിച്ചു.

"ങ്ഹേ, അതും നിനക്കറിഞ്ഞുകൂടായോ? തായോളീ....."

ഓരോ കന്നത്തും ഓരോ അടി.

"നേരുപറഞ്ഞില്ലെങ്കിൽ ഇതോടെ നിന്റെ അവസാനമാണ്. അതുകൊണ്ടു സത്യം മുഴുവൻ പറഞ്ഞോളണം. ആരൊക്കെ ചേർന്നാണു കൊലപാതകം നടത്തിയത്."

"എനിക്കറിഞ്ഞുകൂടാ. എനിക്കതിനേക്കുറിച്ചു യാതൊന്നും അറിഞ്ഞുകൂടാ."

"അറിഞ്ഞുകൂടായോ?....മോനെ."

തടിയൻ കാലുമടക്കി ഒരു തൊഴി. അച്ചുതൻനായർ മൂലംകുത്തി മലർന്നുവീണു. എഴുന്നേല്ക്കാൻ നോക്കിയപ്പോൾ ആരോ പിടിച്ചു മലർത്തി കാലുപിടിച്ചു നീട്ടിവെച്ചു. ഒരുവൻ കാൽമുട്ടിൽ കയറിയിരുന്നു. കാലിന്റെ വെള്ളയ്ക്ക് ചൂരൽകൊണ്ടു അടിതുടങ്ങി. റൂളർകൊണ്ടു മുതുകിൽ ഇടി. നെഞ്ചും പുറവും ചേർത്തിടിച്ചു. തോളെല്ല് അടിച്ചൊടിച്ചു. അയാൾ വേദനകൊണ്ട് ഉറക്കെക്കരഞ്ഞു. ഉറക്കെ വിളിവെച്ചു. തടിയൻ ചോദ്യങ്ങൾ ആവർത്തിച്ചു.

"ആരൊക്കെച്ചേർന്നാണെടാ പൊലീസുകാരെ വെട്ടിക്കൊന്നത്?"

"എനിക്കറിഞ്ഞുകൂടാ."

"നീയാണോ പൊലീസ് ഇൻസ്പെക്ടറുടെ ലിംഗം അറുത്ത് വായിൽ വെച്ചത്? തായോ...."

"എനിക്കറിഞ്ഞുകൂടാ."

"പൊലീസ് ഇൻസ്പെക്ടറുടെ തുടയിലെ മാംസം വാർന്നെടുത്തതു

നീയാണോ?"

"എനിക്കറിഞ്ഞുകൂടാ."

"വേറെയാരാണ്? പേരു പറ."

കാലിന്റെ കൊതുമ്പെല്ലിൽ, തോളെല്ലിൽ എല്ലാം അടി. തുരുതുരാ അടി. വീണ്ടും നിലവിളിച്ചു. പക്ഷേ, ഇപ്പോൾ അസഹ്യമായ വേദനയൊന്നും തോന്നിയില്ല. വെറുതെ വിളിവെച്ചുവെന്നുമാത്രം.

"നേരു പറഞ്ഞോ. ആരൊക്കെയുണ്ടായിരുന്നു?"

ആ ചോദ്യംകേട്ടു പരിഹാസമാണു തോന്നിയത്. അറിയാനാകാത്ത കാര്യം അവരെങ്ങനെ പറയിക്കും? നിന്ദയോടും പരിഹാസത്തോടും അയാൾ പറഞ്ഞു:

"എനിക്കറിഞ്ഞുകൂടാ."

"നേരുപറഞ്ഞില്ലെങ്കിൽ കൊല്ലും....മോനെ."

ആ ഭീഷണികേട്ടു ചിരിവന്നു. അപ്പോൾ നൊമ്പരമില്ല. വേദനയില്ല. തലയ്ക്ക് ഒരു മരവിപ്പുമാത്രം.

എന്തൊക്കെയാണ് നടക്കുന്നതെന്നുമാത്രം കാണാം. പൊലീസ് ഓഫീസറന്മാർ വിഡ്ഢികളെപ്പോലെ ചോദ്യങ്ങൾ ഉരുവിടുന്നു. നിരായുധനായ ഒരുവനെ കൂട്ടംചേർന്നു തല്ലിക്കൊന്നു. ഏതോ ഒരാളിനെ. അതു താനല്ല.

പിന്നെ അതും കാണാനില്ല. ഒന്നും കേൾക്കാനില്ല. യാതൊന്നും അറിയുന്നില്ല.

കണ്ടത് കുഞ്ഞനമ്മാവൻ പൂജിച്ചിരുന്ന ആ പോർക്കലിയുടെ രൂപം മാത്രം. കുരുതിക്കളത്തിൽവെച്ചു സ്വന്തം തലയറുത്ത് കുരുതികഴിച്ച ഛിന്നമസ്തയായ പോർക്കലിയെ. കൊറ്റാർകാവിലെ പോർക്കലിക്കാളിയെ.

ഇരുപത്തിരണ്ട്

സന്നദ്ധസംഘം ഉണ്ടാക്കാൻ എല്ലാവരും കോയിക്കൽ കൂടണമെന്ന് പൊലീസുകാർ വീടുതോറുംകേറി അറിയിച്ചു. പേമൂട്ടിൽ കേശവൻ തണ്ടാശ്ശേരി രാഘവനെ കണ്ടു പറഞ്ഞു:

"യോഗത്തിന് നമുക്കും പോണമളിയാ."

"നമ്മളെന്തിനാ പോകുന്നത്? വെറുതെ നാട്ടുകാരുടെ വിരോധം പിടിച്ചുവെക്കാൻ."

"അങ്ങനല്ല. യോഗത്തിനു പോയിട്ട് കാര്യമുണ്ട്."

"എന്തോന്നാ കാര്യം?"

"ഇല്ലെങ്കിൽ ചിലപ്പോൾ നമ്മളെയും അവർ കുടുക്കും."

"കുടുക്കാൻ നമ്മളേതാണ്ടു തെറ്റുചെയ്തോ?"

"തെറ്റൊന്നും ചെയ്തില്ല. എന്നാലും അളിയനെ അവർക്കു സംശ

യമുണ്ട്."

രാഘവന്റെ മുഖം മങ്ങി.

"സംശയമോ? എന്നെ സംശയിക്കാനെന്തുണ്ടായി?"

"അതിനു പ്രത്യേകിച്ചു കാര്യം വല്ലതും വേണോ?"

"സംശയമുണ്ടായാൽ പോരല്ലോ. അങ്ങനെയാണെങ്കിൽ അവരതു തെളിയിക്കട്ടെ."

"സംശയമുണ്ടെന്നേയുള്ളൂ. നമ്മൾ ഒഴിഞ്ഞുമാറി നടന്നാൽ അതു ബലപ്പെടും. പറഞ്ഞതു മനസ്സിലായോ?"

അയാൾക്കു മനസ്സിലായില്ല. പൊലീസിന്റെകൂടെ ചേർന്നു നിന്നില്ലെങ്കിൽ നാട്ടിൽ ജീവിക്കാൻ സമ്മതിക്കില്ലെന്നോ?

കേശവൻ ആവർത്തിച്ചു പറഞ്ഞു:

"ഒരുകാര്യം തീർച്ച. അളിയൻ ഒളിച്ചുമാറി നടന്നാൽ അവർ കേസിൽ കുടുക്കും. അവരുടെകൂടെ അങ്ങു തെളിഞ്ഞു നടന്നേച്ചാൽ കുഴപ്പമൊന്നുമില്ല. എന്റെ അഭിപ്രായം അതാ."

രാഘവനു ഭയം തോന്നി. എന്തെങ്കിലും സംശയം വെച്ചുകൊണ്ട് പൊലീസ് പിടിച്ചുകൊണ്ടുപോയാൽ പിന്നെ കുരുക്കിൽനിന്ന് ഊരിപ്പോരാൻ പാടാണ്.

"എന്താ അളിയനൊന്നും പറയാത്തത്? എന്തുകൊണ്ടും യോഗത്തിനുപോകുന്നതാണ് നല്ലത്."

ഒടുവിൽ സമ്മതിച്ചു:

"ശരി. നമുക്ക് പോകാം."

രാഘവനും കോയിക്കൽപിള്ളമാരുമായി പണ്ടേ മമതയിലാണ്. അതിനു കോട്ടം തട്ടുകയും വേണ്ട.

യോഗദിവസം രാവിലെ കോയിക്കൽ പുരയിടം മുഴുവൻ മാന്യന്മാരെക്കൊണ്ടും പ്രമാണിമാരെക്കൊണ്ടും നിറഞ്ഞു. മന്ത്രിമാരും പൊലീസ് ഓഫീസറന്മാരും വന്നു. യോഗം തുടങ്ങിയപ്പോൾ അവർ സദസ്യരെ നോക്കി ഉദ്ബോധനങ്ങൾ നടത്തി. പറയുന്നതെന്താണെന്നു കേൾക്കാനുള്ള മനസ്സാന്നിദ്ധ്യംപോലും രാഘവനുണ്ടായിരുന്നില്ല. അവിടെ കൂടിയിരിക്കുന്നവർ അയാളെ അർത്ഥഗർഭമായി നോക്കുന്നുവെന്നു തോന്നി. ആരും അയാളോടു സംസാരിച്ചില്ല. താൻ അവരിൽനിന്നൊക്കെ വ്യത്യസ്തനാണെന്നതുപോലെ.

സന്നദ്ധസംഘത്തിൽ ഉൾപ്പെടുത്തേണ്ട ആളുകളുടെ യോഗ്യതയെക്കുറിച്ച് ഡി എസ് പി വിശദീകരിച്ചു. അതിനുശേഷം ആളുകളുടെ പേരു നിർദ്ദേശിക്കാൻ ആവശ്യപ്പെട്ടു. പലരുടെയും പേരുകൾ പറഞ്ഞുകേട്ടു. ആരും രാഘവന്റെ കാര്യം മിണ്ടിയില്ല. ഒടുവിൽ കേശവൻ ആ പേരു വിളിച്ചുപറഞ്ഞു. ഡി എസ് പി അയാളെ തുറിച്ചുനോക്കുന്നതു കണ്ടു. ഇൻസ്പെക്ടർ പേര് എഴുതിയെടുത്തു.

പിറ്റേദിവസം എല്ലാവരും കോയിക്കൽകൂടി. ഉള്ളിലെ അങ്കലാപ്പു

മറച്ചുപിടിച്ചുകൊണ്ട് രാഘവൻ എല്ലാവരുടെ മുന്നിലും ഉത്സാഹഭരിതനായി പെരുമാറി. സന്നദ്ധസേനയുടെ വൈസ്പ്രസിഡന്റ് പണിക്കർ അയാളുടെ ഭാര്യയുടെ ബന്ധുവാണ്. അത് അയാളിൽ തെല്ല് ആശ്വാസമുളവാക്കി. പൊലീസുകാരോടൊപ്പം അവരൊന്നിച്ചു വീടുകേറി. കളയ്ക്കാട്ടെയും നടേവടക്കേലെയും മൂപ്പിലാന്മാരെ പിടിച്ചിറക്കി മുതുകും നെഞ്ചും ഇടിച്ചു തകർത്തപ്പോൾ രാഘവൻ മുഖം തിരിച്ചുകളഞ്ഞു. ശിവരാമന്റെയും കുട്ടപ്പക്കുറുപ്പിന്റെയും വൃദ്ധപിതാക്കളെ ഇടിച്ചെടുത്തു വാനിലേക്കെറിയുമ്പോൾ ഒന്നും കാണാത്തതുപോലെ ഭാവിച്ചു. പൊലീസും സന്നദ്ധസേനയും കടന്നുകയറി കൊറ്റാർകാവുക്ഷേത്രം മുഴുവൻ പരിശോധിച്ചു. കുറെ പുസ്തകങ്ങളും വാരികകളും കണ്ടെടുത്തു. ഉത്തരത്തിൽ ജനാധിപത്യയുവജനസംഘടനയുടെ രസീതുകുറ്റികൾ പൊതിഞ്ഞു കെട്ടിവെച്ചിരുന്നതു കണ്ടുകിട്ടി.

പൊലീസ് ഉദ്യോഗസ്ഥന്മാരുമായുള്ള സ്നേഹബന്ധം ദൃഢപ്പെടുത്താൻ വൈസ്പ്രസിഡന്റിന്റെ പണിക്കർ രാഘവനെ ഉപദേശിച്ചു. കുടിയിടയിലെ വിവരങ്ങളറിയിക്കാൻ ക്യാമ്പിൽ പോകുമ്പോൾ അയാൾ രാഘവനെയും കൂടെക്കൊണ്ടുപോയി. അയാളെ വെളിയിൽ നിർത്തിയിട്ട് വൈസ്പ്രസിഡന്റും ഓഫീസറന്മാരും കാര്യം പറയുകയും മദ്യപിക്കുകയും ചെയ്യും.

ഒരുദിവസം ക്യാമ്പിലെ കൂടിക്കാഴ്ച കഴിഞ്ഞ് മടങ്ങിവരുമ്പോൾ പണിക്കർ ലഹരികൊണ്ട് ഉത്തേജിതനായിരുന്നു. അടക്കാൻ കഴിയാത്ത വിഭൂതിയോടെ അയാൾ രാഘവനോടു പറഞ്ഞു:

"ഇനി താമസമില്ല. കമ്യൂണിസ്റ്റുകാരുടെ തലവന്മാരെയെല്ലാം ഇന്നു തപ്പും. ഇന്നല്ലെങ്കിൽ നാളെയെങ്കിലും."

രാഘവന്റെ ഉള്ളുകിടന്നു പിടഞ്ഞു. മുഖം വിളറിവെളുത്തു. എങ്കിലും ആഹ്ലാദം ഭാവിച്ചുകൊണ്ടു ചോദിച്ചു:

"ഓഹോ, അതെങ്ങനെ?"

തലതിരിച്ചു നാലുപാടും നോക്കിയിട്ട് പണിക്കർ പറഞ്ഞു:

"പരമരഹസ്യമാണ്. അവർ ക്യാമ്പു ചെയ്യുന്ന സ്ഥലം എനിക്കറിവുകിട്ടി. ഞാനതു ഡി എസ് പിയോടു പറഞ്ഞു. ചിലപ്പോൾ ഇന്നു തന്നെ അറസ്റ്റു നടക്കും."

സാധാരണ മട്ടിൽ രാഘവൻ തിരക്കി:

"എവിടെയാ അവരുടെ ക്യാമ്പ്?"

"നൂറനാട്ട്." ഒരിക്കൽക്കൂടി ചുറ്റുംനോക്കിയിട്ട് പണിക്കർ രഹസ്യം പറഞ്ഞു:

"ആരോടും മിണ്ടണ്ടാ. പുന്നയ്ക്കാക്കുളങ്ങര മാധവനുണ്ണിത്താന്റെ വീട്ടിലുണ്ട്— ശങ്കരനാരായണൻ തമ്പിയും തോപ്പിൽഭാസിയുമെല്ലാം. ഇന്നുരാവിലെയാ ഞാനറിഞ്ഞത്."

"അതു ശരി."

പണിക്കർ താമസസ്ഥലത്തിനടുത്തെത്തിയപ്പോൾ രാഘവനെ ഉണ്ണാൻ ക്ഷണിച്ചു. വീട്ടിൽ ചെന്നിട്ടേ താൻ ഊണുകഴിക്കുന്നുള്ളൂ എന്നു പറഞ്ഞ് രാഘവൻ തിടുക്കത്തിൽ തണ്ടാശ്ശേരിയിലേക്കു നടന്നു. അപ്പോഴെല്ലാം പണിക്കർ പറഞ്ഞവിവരം അയാളുടെ മനസ്സിൽ കിടന്നു പൊട്ടിത്തെറിച്ചു. തീകൊളുത്തിയ ഒരു മാലപ്പടക്കംപോലെ..... നൂറനാട്ടൊരു വീട്ടിൽ.... ഇന്നറസ്റ്റു നടക്കും..... അപ്പോൾ മറ്റൊന്നും തലയിൽ കേറിയില്ല.

ആരെയെങ്കിലുമൊന്നു പറഞ്ഞയയ്ക്കാൻ നോക്കിയിട്ട് ഒരാളെയും കിട്ടിയില്ല. ഒടുവിൽ വീട്ടിൽച്ചെന്ന് ഊണുകഴിച്ചെന്നു വരുത്തി. അവിടെ നിന്നു നേരെ റോഡിലിറങ്ങി. നൂറനാടു വഴി പോകുന്ന പ്രൈവറ്റ് ബസിൽ ഓടിക്കേറി......

അടുത്തദിവസം ക്യാമ്പിൽ ചെന്നപ്പോൾ കൊച്ചുകോയിക്കലെ ഓമനക്കുട്ടക്കുറുപ്പ് പൊലീസുദ്യോഗസ്ഥന്മാരോടൊപ്പമിരുന്ന് കാര്യം പറയുകയാണ്.

“ഞങ്ങളൊന്നിച്ചുകൂടി നടന്നവരാണ്. എനിക്കു നന്നായറിയാം. അവൻ ഒന്നാന്തരം കമ്യൂണിസ്റ്റാണ്.”

രാഘവൻ ചെവിയോർത്തുകേട്ടു.

“ഈ സംഭവത്തിൽ അവനും പങ്കെടുത്തുകാണും. ഇല്ലെങ്കിൽ അങ്ങു തിരക്കിനോക്കിക്കൊ.”

ഡി എസ് പി രാഘവനോടു തിരക്കി.

“നിങ്ങളറിയുമോ ഈ പറയുന്ന മഠത്തിൽ ഭാസ്കരൻനായരെ?”

രാഘവന്റെ ചങ്കുകിടന്നു പിടച്ചു. ഒരു നിമിഷം കഴിഞ്ഞ് അയാൾ പിറുപിറുക്കുംപോലെ പറഞ്ഞു:

“ആളിനെ അറിയാം. പക്ഷേ, കമ്യൂണിസ്റ്റുകാരുമായി അടുപ്പമുണ്ടോയെന്നറിഞ്ഞുകൂടാ.”

ഡി എസ് പി ഇൻസ്പെക്ടറോടു നിർദ്ദേശിച്ചു.

“ശരി. ഇന്നവനെക്കൂടെ പിടിച്ചോണ്ടു പോരെ.”

കരുത്തനായിരുന്നെങ്കിലും അപ്പോൾ തനിയെ നിവർന്നു നില്ക്കാൻ രാഘവനു കെല്പുണ്ടായിരുന്നില്ല. അയാൾ വാടിത്തളർന്നു കരയോഗമന്ദിരത്തിന്റെ ഭിത്തിയും ചാരിനിന്നു.

അയാൾക്കു മഠത്തിലെ ഭാസ്കരൻനായരെ അറിയാം. അടുത്തറിയാം.... അന്നു കടമ്പാട്ടു കിഴക്കുവശംവെച്ചു ഏറുതുടങ്ങിയപ്പോൾത്തന്നെ ആ കൊച്ചൻ അവിടെ നിന്നോടിപ്പോയി.

പക്ഷേ, രാഘവനു ശബ്ദിക്കാൻ വയ്യ.

ഭാസ്കരൻ ഒരമ്മയ്ക്ക് ഒരു മകനാണ്. അച്ഛൻ ചെറുപ്പത്തിലേ മരിച്ചു. അമ്മ കോയിക്കലെ അടുക്കളക്കാരിയായി ജീവിച്ചു. മകൻ പ്രായപൂർത്തിയായി ബീഡിതെറുപ്പു പഠിച്ചതിൽപിന്നെ അമ്മയെ അടുക്കളയ്ക്കു നില്ക്കാൻ അയച്ചില്ല. അയാൾ ചന്തയിൽ ഒരു ഏറുമാടക്കട

യിൽ കൂലിക്കു ബീഡിതെറുത്തു. തെറുത്തുകൊണ്ടിരിക്കുന്നതിനിടയിൽ വാചാലമായി സംസാരിക്കും. ചന്തയിൽ കൂടുന്ന ചെറുപ്പക്കാരുമായി രാഷ്ട്രീയ ചർച്ചകൾ നടത്തും. യുക്തിപൂർവ്വം അഭിപ്രായങ്ങൾ പറയും.

ഓമനക്കുട്ടക്കുറുപ്പുമായി കൊച്ചുന്നാളിൽ മുതലുള്ള കൂട്ടുകെട്ടാണ്. കുറുപ്പിന്റെ കാര്യങ്ങൾക്കെല്ലാം ഓടിനടന്നിരുന്നു. കുറുപ്പിനു ഭാസ്കരൻ എന്നു പറഞ്ഞാൽ ജീവനാണ്. കൈയയച്ചു സഹായിക്കാറുണ്ട്. രഹസ്യമായി രണ്ടുപേരും മദ്യപാനത്തിനും കൂടാറുണ്ട്.

യുവജനസംഘടന രൂപീകരിച്ചകാലത്ത് ഭാസ്കരൻ അതിന്റെ പ്രവർത്തനങ്ങളിൽ അതിയായ താല്പര്യം കാണിച്ചു. സംഘടനയ്ക്കു വേണ്ടി ചന്തയിൽവെച്ചു വാഗ്വാദങ്ങൾ നടത്തി. അതിന്റെ അംഗത്വമെടുത്തു. തണ്ടാശ്ശേരിയുടെ വീട്ടിലും ഗംഗാധരന്റെ വെറ്റക്കൊടിയിലും നടന്നിരുന്ന യോഗങ്ങളിൽ പങ്കെടുത്തിരുന്നു. പുന്നപ്ര-വയലാർ ദിനത്തിൽ നടന്ന യോഗത്തിൽ സഹകരിച്ചു. പ്രകടനവും യോഗവും വിജയിപ്പിക്കാൻ സജീവമായി രംഗത്തുണ്ടായിരുന്നു.

അമ്മുക്കുട്ടിയുമായി സ്നേഹമായതിൽപ്പിന്നെ സംഘടനയുടെ കാര്യത്തിൽ ഉത്സാഹം കുറഞ്ഞു. യോഗങ്ങൾക്കൊന്നും കൂടിയിട്ടില്ല. ആരെങ്കിലും കണ്ടുവിളിച്ചാൽ ചെല്ലാമെന്ന് സമ്മതിക്കും. ഒന്നിനും പോയിട്ടില്ല. ബീഡിതെറുപ്പു കഴിഞ്ഞാൽ നേരെ ഇടപ്പനയത്ത് അമ്മുക്കുട്ടിയുടെ വീട്ടിലെത്തും. ഇരുട്ടുന്നതുവരെ അവിടെ വാചകമടിച്ചു കൊണ്ടിരിക്കും. അയാളെ സംബന്ധിച്ച് അതിനേക്കാൾ അനർഘമായ നിമിഷമില്ല. അതിൽ കവിഞ്ഞ ഒരാനന്ദമില്ല.

അമ്മുക്കുട്ടി ഭാസ്കരന് ചേരുന്ന പെണ്ണാണ്. കണ്ടാൽ തരക്കേടില്ല. വീട്ടുകാർ പാവങ്ങളാണെങ്കിലും സ്നേഹമുള്ളവരാണ്. അവർക്ക് അയാളെ കാര്യമായിരുന്നു.

പോയ മാസത്തിൽ അവരുടെ കല്യാണം കഴിഞ്ഞു. അതോടെ അയാൾക്ക് ജീവിതസാഫല്യം കൈവന്ന മട്ടായിരുന്നു. ഈ ലോകമാകെ അവർ രണ്ടാളിലേക്ക് ഒതുങ്ങിക്കൂടി. തമ്മിൽപ്പിരിയാൻ വിഷമം. ഉപജീവനത്തിനു വേറെ വഴിയില്ലാത്തതുകൊണ്ടു മാത്രം അമ്മുക്കുട്ടിയെ തനിച്ചാക്കിയിട്ട് അയാൾ ബീഡിതെറുക്കാൻ പോകും. ചിലപ്പോൾ കുറുപ്പുമായി കൂടി നടക്കും. അവരൊന്നിച്ചു വീട്ടിൽ വന്നിരുന്നു സംസാരിക്കും. പക്ഷേ, പണ്ടത്തെപ്പോലെ വീട്ടിലിരുന്ന് കുടിയില്ല.

ഒരുദിവസം ഭാസ്കരൻ ഇല്ലാത്ത സമയം നോക്കി കുറുപ്പ് ആ വീട്ടിൽ ചെന്നുകേറി. അമ്മുക്കുട്ടി മാത്രമേ ഉണ്ടായിരുന്നുള്ളൂ. അവളെ ഒറ്റയ്ക്കു കണ്ടപ്പോൾ മദ്യപിക്കാതെതന്നെ കുറുപ്പിന്റെ തലപെരുത്തു. അയാൾ ചിരിതൂകിക്കൊണ്ട് അവളെ നോക്കി നീട്ടിവിളിച്ചു:

"എടോ അമ്മുക്കുട്ടീ..."

അവൾ ഇറങ്ങിവന്ന് അയാളുടെനേരെ മുഖമുയർത്തി പുഞ്ചിരിപൊഴിച്ചുകൊണ്ടു നിന്നു.

"ഭാസ്കരന്റെ തള്ളയെവിടെ?"

"കടയിൽ പോയി."

"ഇവിടെനിന്നെ തനിച്ചാക്കിയിട്ടുപോയോ? തനിച്ചിരിക്കാൻ നിനക്കു പേടിയാവത്തില്യോ?"

അമ്മുക്കുട്ടി നിന്നു കണ്ണുമിഴിച്ചു. അയാൾ അവളെ നോക്കി ചുണ്ടു കടിച്ചു. അവൾ തിരിഞ്ഞു നടന്നപ്പോൾ പറഞ്ഞു:

"ആ തീപ്പെട്ടിയിങ്ങോട്ടെടുത്തുതാ. ഒരു സിഗരറ്റു കത്തിക്കട്ടെ."

തീപ്പെട്ടിയെടുക്കാൻ മുറിയിൽ കയറിയപ്പോൾ അയാൾ പുറകെ ചെന്ന് അവളെ കടന്നുകേറിപ്പിടിച്ചു. മാറോടടുപ്പിച്ച് ഞെരുക്കി. ചുണ്ടിലും മാറിലുമെല്ലാം ഉമ്മ വെച്ചു. അവൾ കുതറിമാറിനോക്കിയത് അമ്മായിയമ്മയുടെ മുഖത്തേക്ക്. അവർ ആ കാഴ്ച് കണ്ട് വാതില്ക്കൽ സ്തംഭിച്ചു നില്ക്കുന്നു. കുറുപ്പ് പിടിവിട്ടു ഒരു പച്ചച്ചിരി ചിരിച്ചു.

"തള്ള ചന്തയിൽ പോയിരുന്നോ?"

മറുപടിയൊന്നും പറയാതെ അവർ മുഖം ചുളിച്ച്, അയാളുടെ നേരെ രൂക്ഷമായൊന്നു നോക്കുകമാത്രം ചെയ്തു. വളിച്ചമുഖത്തോടെ അയാൾ അവിടെ നിന്നിറങ്ങിപ്പോയി.

അന്ന് അമ്മാവിയമ്മ മരുമകളെ ശാസിക്കുകയും വഴക്കുപറയുകയും ചെയ്തു. കണ്ടതെല്ലാം അവർ മകനിൽനിന്ന് രഹസ്യമായി സൂക്ഷിച്ചു.

യാതൊന്നും സംഭവിക്കാത്തതുപോലെ ഓമനക്കുട്ടക്കുറുപ്പ് പിന്നെയും ഭാസ്കരന്റെകൂടെ ആ വീട്ടിൽവന്നു. ഒന്നിച്ചിരുന്ന് കളിതമാശകൾ പറഞ്ഞു. ഒരുദിവസം സമയവും സൗകര്യവും ഒത്തുവന്നപ്പോൾ അമ്മ മകനോട് രഹസ്യമായി പറഞ്ഞു:

"നിനക്കിനി ആ കൊച്ചന്റെ കൂട്ടുകെട്ട് വേണ്ടാ മോനെ."

"അതെന്താ അമ്മ അങ്ങനെ പറയാൻ?"

"അതിനെക്കുറിച്ച് ഞാൻ ഇതുവരെ വല്ലതും പറഞ്ഞിട്ടുണ്ടോ? ഇപ്പോൾ പറയുവാ. ഇനിയതു വേണ്ടാ."

താൻ അയാളുമായി ഇപ്പോഴും കൂട്ടുകൂടി കുടിക്കുന്നുണ്ടാവുമെന്ന ധാരണയിലാണ് അമ്മ എതിർപ്പു പ്രകടിപ്പിക്കുന്നതെന്നു കരുതി.

"ഞങ്ങളൊന്നിച്ചുകൂടി നടക്കുമെന്നല്ലാതെ വേറെ യാതൊരു നടപടികളുമില്ലമ്മേ."

"അതുകൊണ്ടല്ല. ഇനി അയാൾ ഈ വീട്ടിൽ വരണ്ട."

"ഇപ്പോൾ മാത്രം അമ്മയ്ക്കിങ്ങനെ തോന്നാനെന്താ?"

"അയാളെന്തിനാ നീ ഇല്ലാത്തപ്പോൾ ഇവിടെക്കേറി വരുന്നേ?
അതുവേണ്ട. ആ കൊച്ചനൊരു ശീമയാ."

ഭാസ്കരന് എന്തൊക്കെയോ ഊഹിക്കാൻ കഴിഞ്ഞു. വിശേഷിച്ചൊന്നും ചോദിച്ചില്ല. പിന്നെ കുറുപ്പുമായി സഹകരിച്ചിട്ടില്ല. അടുത്തുകണ്ടാലും മുഖത്തുനോക്കാതെ ഒഴിഞ്ഞുമാറിപ്പോകും.

ആ ഭാവമാറ്റം കുറുപ്പിനു രസിച്ചില്ല.

കിഴകിടപ്പാടത്തെ ഏറ്റുമുട്ടലിൽ താൻ ഉൾപ്പെട്ടിട്ടില്ലാത്തതുകൊണ്ട് ഓടാനും ഒളിക്കാനുമൊന്നും ഭാസ്കരൻ ഒരുങ്ങിയിട്ടില്ല. പക്ഷേ, ഒരു ദിവസം പെട്ടെന്ന് സന്നദ്ധസേനയും പൊലീസുംകൂടി വീട്ടിൽച്ചെന്നുകേറി. അപ്പോൾ പോലുത്തേക്ക് കുടിച്ചിട്ട് അയാൾ കടയിൽപോകാൻവേണ്ടി വടക്കേവഴിയിലെത്തിയതേയുള്ളൂ. പൊലീസുകാർ പുറകിൽ കൈകൊട്ടി വിളിച്ചു:

"എടേയ്,"

തിരിഞ്ഞുനോക്കി.

"നീയവിടെ നില്ക്കാൻ."

പൊലീസുകാരാണെന്നു കണ്ടപ്പോൾ അമ്പരന്നു നിന്നു.

സബ്ഇൻസ്പെക്ടർ കൈയാട്ടിവിളിച്ചു.

"ഇവിടെ വാടാ."

അറച്ചറച്ചുചെന്നു.

"ഉടുപ്പൂര്."

കൈമുട്ടുകൊണ്ട് നട്ടപ്പുറത്തുതന്നെ ഒന്നു കൊടുത്തു. ഉടുപ്പുകൊണ്ട് കൈകെട്ടി കോയിക്കലേക്ക് നടത്തിക്കൊണ്ടുപോയി..... തൊട്ടുപുറകിൽ പൊലീസുകാർ. അതിനു പിന്നിൽ സന്നദ്ധസേന. സന്നദ്ധസേനക്കാരുടെ പുറകെ തണ്ടാശ്ശേരി തലയുംകുനിച്ചു നടന്നു. ഭാസ്കരനെ ഇടിക്കുന്ന ഓരോ ഇടിയും തന്റെ നെഞ്ചിലാണ് കൊള്ളുന്നതെന്നു തോന്നി.

ഭാസ്കരന്റെ ഭാര്യയും തള്ളയും കരഞ്ഞുവിളിച്ചുകൊണ്ടു ഓടിയിറങ്ങിച്ചെന്നു. തള്ള വിളിവെച്ചുകൊണ്ട് കോയിക്കലേക്കോടി.

അവർ മൂത്തപിള്ളയുടെ മുന്നിൽ അലമുറകൂട്ടിക്കൊണ്ടു പറഞ്ഞു:

"അവനെ തല്ലിക്കൊല്ലിക്കല്ലേ. എന്റെ പൊന്നു മാളോരെ. നിങ്ങടടുക്കളേലെ ചോറാണേ അവന്റെ ശരീരം. എന്റെ മോൻ ഒന്നിനും പോയതല്ലേ. എന്റെ ഭഗവതീ...."

മൂത്തപിള്ളയ്ക്ക് സഹികെട്ടു.

"നിങ്ങൾ കിടന്ന് ബഹളംകൂട്ടാതെ തള്ളേ."

ഭാസ്കരൻ തലതിരിച്ചു തന്നെ നോക്കുന്നത് തണ്ടാശ്ശേരി രാഘവൻ കണ്ടു. നിസ്സഹായതയും ദയനീയതയും കലർന്ന നോട്ടം. തന്റെ നേരെ നോക്കി എന്തോ ചോദിക്കുന്നതുപോലെ. തണ്ടാശ്ശേരി പെട്ടെന്ന് മുഖം തിരിച്ചുകളഞ്ഞു.

ഭാസ്കരന്റെ തള്ള അയാളെ നോക്കി കെഞ്ചി.

"എന്റെ പൊന്നുകുഞ്ഞേ, എനിക്കവനൊരുത്തനേയൊള്ളൂ."

തള്ള തന്നെത്താനിടിച്ചു നിലവിളിക്കുന്നതിനിടയിൽ പൊലീസുകാർ ഭാസ്കരനെ ജീപ്പിൽകയറ്റി നേരെ ക്യാമ്പിലേക്കുകൊണ്ടുപോയി.

രാത്രിയിൽ ഉറക്കംവരാതെ രാഘവൻ തിരിഞ്ഞും മറിഞ്ഞും കിടന്നു. കണ്ണടച്ചിട്ടും കൺമുന്നിൽ ഭാസ്കരന്റെ രൂപം. പൊലീസുകാർ പിടിച്ചു ജീപ്പിൽ കയറ്റുമ്പോൾ അയാൾ തലതിരിച്ചു തിരിച്ച് തന്നെ നോക്കുന്നു....

ഭാസ്കരന്റെ അമ്മ പാഴാങ്കം പറഞ്ഞു കരയുന്നു.

കളയ്ക്കാട്ടേയും നടേവടക്കേലെയും മൂപ്പിലാന്മാർ നടുവിന് ഇടി കൊണ്ട് പുളയുമ്പോൾ അയാളുടെ നേരെനോക്കി കണ്ണു തുറിക്കുന്നു. നാട്ടുകാർ അയാളുടെ നേരെ കൈചൂണ്ടുന്നു...... ദൂരെനിന്ന്.

അടുത്തദിവസം രാവിലെ അയാൾ പേമൂട്ടിൽ കേശവനെ കണ്ട് പറഞ്ഞു:

"ഞാൻ തട്ടാമലവരെയൊന്നു പോകുന്നളിയാ. അവിടെ അമ്മായിയപ്പനു സുഖമില്ലെന്നറിഞ്ഞു."

"പോയാലെന്നുവരും?"

"പെട്ടെന്നു വരും."

"പെട്ടെന്നു തന്നെ വരണം. ആവശ്യമില്ലാതെ താമസിക്കരുത്."

രാഘവൻ അന്നുതന്നെ തട്ടാമലയ്ക്കുപോയി.

ശൂരനാട്ടുനിന്നും പൊലീസിന്റെ കണ്ണും കാതും എത്താത്ത ദൂരത്തെത്തിയപ്പോൾ അയാൾ നെടുതായി ഒന്നു നിശ്വസിച്ചു. വിലങ്ങുകളുടെ ബന്ധത്തിൽനിന്ന് സ്വതന്ത്രനായതുപോലെ തോന്നി. എങ്ങോട്ടും ഇറങ്ങാതെ അഞ്ചാറുദിവസം അമ്മായിയപ്പന്റെ വീട്ടിൽ കഴിഞ്ഞു. ശൂരനാട്ടെ കാര്യമെല്ലാം മറക്കാൻ ശ്രമിച്ചു. മനസ്സിന് ഒട്ടൊരു സമനില കൈവന്നു. ഒടുവിൽ, ബഹളമെല്ലാം കെട്ടടങ്ങി. നാട്ടിൽ ശാന്തത കൈവന്നുകാണുമെന്ന് കരുതിയാണ് തിരിച്ചു വന്നത്. സന്നദ്ധസേനയുടെ വൈസ്പ്രസിഡന്റ് പണിക്കർ അന്നു തന്നെ അയാളെ തിരക്കി വീട്ടിൽച്ചെന്നു.

"അല്ലാ, ഇയാൾ ഇതുവരെ എവിടെയായിരുന്നു? ഞാൻ അവരോടു സമാധാനം പറഞ്ഞു കുഴഞ്ഞല്ലൊ."

"ആരോട്?"

"ഡീയെസ്പിയോടും ഇൻസ്പെക്ടരോടുമെല്ലാം."

"ങാ, മൂപ്പിലാന് അസുഖം കുറെ കൂടുതലായിരുന്നു. എന്തിനാ അതിനു സമാധാനം പറഞ്ഞു കുഴയുന്നത്?"

"കാര്യമൊന്നുമില്ല. പൊലീസുകാരുടെ സ്വഭാവമല്ലേ? ഇയാളെവിടെപ്പോയിരിക്കുകയാണെന്ന് എന്നും ചോദിക്കും. ഇനി വാ, നമുക്ക് ക്യാമ്പിലോട്ടു പോകാം."

"എന്താ, ഇപ്പോൾ ക്യാമ്പിൽ പ്രത്യേകിച്ച്?"

"പ്രത്യേകിച്ചൊന്നുമില്ല. കണ്ടിട്ട് കുറെദിവസമായല്ലോ. എവിടെപ്പോയിരിക്കുന്നുവെന്ന് ഡീയെസ്പി അദ്ദേഹം ഇന്നലെയും ചോദിച്ചു. അമ്മായിയപ്പനു സുഖമില്ലാതെ കിടക്കുകയാണെന്നു ഞാൻ പറഞ്ഞു. അല്ലാതെ എന്തുവാ പറയുന്നത്? ഇയാളുവരുമ്പോൾ അദ്ദേഹത്തെ ഒന്നു കാണണമെന്ന് പറഞ്ഞിട്ടുണ്ട്."

രാഘവൻ ആശങ്കാകുലനായി.

"എന്തിനാ അദ്ദേഹം തിരക്കുന്നതെന്നറിയാമോ?"

"സന്നദ്ധസേനയാണെന്നും പറഞ്ഞ് ആളിനെ കാണാഞ്ഞാ പിന്നെ തിരക്കത്തില്ല്യോ?"

"അതല്ല, അവർക്ക് എന്നെക്കുറിച്ച് സംശയം വല്ലതുമുണ്ടോ?"

"ഏയ്, അതൊന്നുമില്ല. ചെല്ലാതിരുന്നാലാ സംശയം."

ക്യാമ്പിലേക്കു നടക്കുമ്പോൾ വഴിയിൽവെച്ചു പേമൂട്ടിൽ കേശവനെ കണ്ടു. അയാൾ സംശയം പ്രകടിപ്പിച്ചു:

"ഇപ്പോഴങ്ങോട്ടു പോണോ?"

ഗോവിന്ദപ്പണിക്കർ ചോദിച്ചു:

"എന്താ?"

"വിവരമറിഞ്ഞിട്ടു പോകുന്നതല്ല്യോ ബുദ്ധി?"

"ഏയ്, അതൊന്നും വിചാരിക്കണ്ട. എന്റെ കൂടെയല്ലേ വരുന്നത്?"

വൈസ്പ്രസിഡന്റും രാഘവനും കൂടി ക്യാമ്പിലെത്തി. ക്യാമ്പിൽ അസ്വാസ്ഥ്യജനകമായ നിശ്ശബ്ദത.

തോക്കും തോളിലേന്തി അറ്റൻഷനായി നില്ക്കുന്ന ഗാട്ടുകാർ. എന്തിനും തയ്യാറായി നില്ക്കുന്ന പൊലീസുകാർ. ഡീയെസ്പി ഏതോ കടലാസുകളും നോക്കിക്കൊണ്ട് മേശയുടെ മുന്നിൽ ഇരിക്കുന്നു. പണിക്കരെയും രാഘവനെയും കണ്ട് അയാൾ സൗഹൃദം സ്ഫുരിക്കുന്ന മട്ടിൽ ചിരിച്ചു.

"രാഘവൻ എവിടെയായിരുന്നു കുറെ ദിവസം?"

തട്ടാമലയിൽ അമ്മായിയപ്പൻ സുഖമില്ലാതെ കിടക്കുന്ന വിവരം പറഞ്ഞു. ചുണ്ടിൽ വിരിഞ്ഞ പുഞ്ചിരിയോടെ അയാളെ അടിമുടിയൊന്നു നോക്കിയിട്ട് ഡീയെസ്പി വീണ്ടും ചോദിച്ചു:

"എന്നിട്ട്?"

"മൂപ്പിലാന് സുഖക്കേട് വളരെ കൂടുതലാണ്. എപ്പോഴാണ് കണ്ണടയ്ക്കുന്നതെന്നറിഞ്ഞുകൂടാ. ഇന്നു വൈകിട്ട് വീണ്ടും അങ്ങോട്ടു പോകണമെന്നാ ഉദ്ദേശം.

"മ്. എന്നിട്ട്?"

അശ്രദ്ധനായി കടലാസുകളിൽ നോക്കിക്കൊണ്ടു കുനിഞ്ഞിരുന്നു. രാഘവനൊന്നും പറഞ്ഞില്ല.

ഗോവിന്ദപ്പണിക്കർ ചോദിച്ചു:

"അപ്പോഴിനി രാഘവൻ പൊയ്ക്കോട്ടോ?"

"ഇന്ന് അമ്മായിയപ്പനെ കാണാൻ പോണം. അല്ലേ."

ഒരു നിമിഷം കഴിഞ്ഞ് അയാൾ മുഖമുയർത്തി.

"തിരക്കുമ്പോൾ ആളിനെ ഇവിടെ കാണണം. അപ്പോൾപിന്നെ പോയാലോ?"

പണിക്കർ പറഞ്ഞു:

"രാഘവനെ കാണുന്നില്ലല്ലോ എന്നുപറഞ്ഞതുകൊണ്ടാ ഞാനിന്നു വിളിച്ചോണ്ടു വന്നത്."

"അതുശരി." എന്തോ ഓർത്തിട്ടെന്നപോലെ ഡീയെസ്പി പറഞ്ഞു:

"എന്നാൽ....... ആളിവിടെ നില്ക്കട്ടെ, പണിക്കരെ."

അയാൾ വീണ്ടും കടലാസു നോക്കിക്കൊണ്ടു കുനിഞ്ഞിരുന്നു. പണിക്കർ നിന്നു കണ്ണുമിഴിച്ചു. എന്തിനാണ് നിർത്തിയേക്കുന്നതെന്ന എന്നു ചോദിക്കാൻ ധൈര്യമില്ല. രാഘവനും പണിക്കരും മുഖത്തോടുമുഖം നോക്കി. ഒന്നും പിടികിട്ടാതെ രണ്ടുപേരും അനിശ്ചിതത്വത്തിൽ മുഴുകി നിന്നു.

ഫയലുകൾ നോക്കിത്തീർന്നപ്പോൾ ഡീയെസ്പി ഡ്രൈവറെ വിളിപ്പിച്ചു.

"ജീപ്പിറക്ക്."

അയാൾ ജീപ്പിൽ കയറി എങ്ങോട്ടോ ഓടിച്ചുപോയി.

പണിക്കരോടും രാഘവനോടും ആരും ഒന്നും ചോദിക്കുകയോ പറയുകയോ ചെയ്തില്ല. പൊലീസുകാർ തമ്മിൽ പോലും അധികമൊന്നും സംസാരിക്കുന്നില്ല. ഗോവിന്ദപ്പണിക്കർ മടക്കിയ കുടയും കക്ഷത്തുവെച്ച് നിസ്സഹായനായി അങ്ങോട്ടുമിങ്ങോട്ടും നടന്നു. പൊലീസുകാർ വന്നു ഭക്ഷണം കഴിക്കുകയും പോകുകയും ചെയ്തു. അതിനെല്ലാം മൂകസാക്ഷിയായി, മരവിച്ച മനസ്സോടെ രാഘവൻ കരയോഗമന്ദിരത്തിന്റെ ഭിത്തിയും ചാരിനിന്നു.

നേരെ ഉച്ചതിരിഞ്ഞപ്പോൾ ഒരു പൊലീസ്‌വാൻ പുറപ്പെടാൻ തയ്യാറായി നില്ക്കുന്നു. ഒരു പൊലീസ് കാൺസ്റ്റബിൾ രാഘവനെ നോക്കിപ്പറഞ്ഞു:

"ഇങ്ങടുത്തുവാടാ."

അയാളുടെ കൈയിൽ വിലങ്ങുണ്ടായിരുന്നു.

"കൈനീട്ടു."

പണിക്കരുടെ മുഖത്തേക്കു നോക്കിക്കൊണ്ട് രാഘവൻ കൈനീട്ടിക്കൊടുത്തു. പണിക്കർ അന്തംവിട്ടു നോക്കിനില്ക്കെ, രാഘവനെ വിലങ്ങുവെച്ചു വാനിൽ കയറ്റി അടൂരേക്ക് ഓടിച്ചുപോയി.

പൊലീസ്സ്റ്റേഷനു മുന്നിലെത്തിയപ്പോൾ അയാളെ പിടിച്ചിറക്കി സ്റ്റേഷൻ റൂമിൽ കൊണ്ടുചെന്നു നിർത്തി. അച്ചുതൻനായർ ലോക്കപ്പിൽ കിടന്ന് വേവലാതിയോടെ പിറുപിറുത്തു.

"തണ്ടാശ്ശേരിയെ കൊണ്ടു വന്നു."

ലോക്കപ്പിൽ കിടന്നിരുന്നവർ ചാടിയെഴുന്നേറ്റ് ശ്വാസം മുട്ടിക്കുന്ന ഉൽക്കണ്ഠയോടെ അയാളുടെ മുഖത്ത് നോക്കിക്കൊണ്ടു നിന്നു.

ഹെഡ്കോൺസ്റ്റബിൾ ഗോപാലൻനായർ മറ്റുള്ള പൊലീസുകാരെ പരിചയപ്പെടുത്തി.

"ഇവനാണു കൂടെ നടന്നുകൊണ്ട് നമ്മളെ വലിപ്പിച്ച തായോളി." അതുകേൾക്കാത്ത മട്ടിൽ കാളയുടേതുപോലെ വിരിവേറിയ തോളുകളുയർത്തിപ്പിടിച്ച്, മാറിടം വിരിച്ച് രാഘവൻ തലയുയർത്തി നിന്നു. ഇടയ്ക്ക് മുഖം തിരിച്ച് ലോക്കപ്പിനുള്ളിലേക്ക് നോക്കി. ഇരുമ്പഴികളിൽ തൂങ്ങിനിന്നവരുടെനേരെ ഒരു നിമിഷം ദൃഷ്ടിയുറപ്പിച്ചു. പിന്നെ അങ്ങ്

വിദൂരതയിലേക്ക് നോക്കി നിശ്ചലനായി നിന്നു.

കൂർത്ത ബയണറ്റുകൾ പിടിപ്പിച്ചിരുന്ന തോക്കുമായി രണ്ടു പൊലീസുകാർ വന്ന് അയാളെ ഇൻസ്പെക്ടറുടെ മുറിയിലേക്കു കൂട്ടിക്കൊണ്ടുപോയി. കുറെ കഴിഞ്ഞ് ഒച്ചവെച്ച സംസാരം കേട്ടു. ആളിനെ തിരികെ കൊണ്ടു വരുന്നതും കാത്ത് അച്ചുതൻനായർ വെളിയിലേക്ക് നോക്കി കാതോർത്തുനിന്നു. കുറെ നേരത്തേക്ക് ഒരനക്കവുമില്ല.

പത്തിക്കടിയേറ്റ പാമ്പിനെപ്പോലെ സമയം വലിഞ്ഞിഴഞ്ഞു നീങ്ങി. ഒടുവിൽ അയാളെ തിരികെ കൊണ്ടുവന്നു. മൂന്നുനാലു പൊലീസുകാർ ചേർന്ന് താങ്ങിപ്പിടിച്ച് ഇരുമ്പഴികൾ തുറന്ന് ലോക്കപ്പിലേക്ക് വലിച്ചിട്ടു. അവർ ലോക്കപ്പു പൂട്ടിപ്പോയി. അച്ചുതൻനായരും കൂട്ടുകാരും അടുത്തു ചെന്നു. ശരീരം വിയർപ്പിൽ കുളിച്ചു തളർന്നു കിടക്കുന്നു. കണ്ണുകൾ മേലോട്ട് ചെറുകിയിരിക്കുന്നു. എല്ലാവരുംകൂടി വീശുകയും താങ്ങിയിരുത്താൻ ശ്രമിക്കുകയും ചെയ്തു. തല നേരെ നില്ക്കുന്നില്ല. വാടിത്തളർന്ന ഒരാമ്പൽപ്പൂപോലെ ഒരു വശത്തേക്ക് ഒടിഞ്ഞുതൂങ്ങികിടക്കുന്നു. അവർ പരിഭ്രാന്തരായി. ശരീരം തടവുകയും തിരുമ്മുകയും ചെയ്തു. പരമേശ്വരൻനായർ ഇഴഞ്ഞുവലിഞ്ഞ് അടുത്തുചെന്ന് പഴുത്തുവീർത്ത നാക്കുവളച്ച് ആ മുഖത്തുനോക്കി വിളിച്ചു:

"രാകവൻചേട്ടാ..."

രാഘവൻ ആ വിളി കേട്ടില്ല.

ആളിനെ നിലത്തു മലർത്തിക്കിടത്തി മുണ്ടെടുത്ത് വീശി. അച്ചുതൻനായർ പാറാവുകാരനെ വിളിച്ചുപറഞ്ഞു:

"ഈ ആളിനു തീരെ സുഖമില്ല. വേഗം ആശുപത്രിയിൽ എത്തിക്കണം."

ബഹളംകണ്ട് പാറവുകാരൻ ഇരുമ്പഴികളിലൂടെ എത്തിനോക്കി. വെളിയിലേക്ക് പോയിട്ട് വീണ്ടും മടങ്ങി വന്നു.

"നേരം വെളുക്കട്ടെ. അതുവരെ നിങ്ങൾ ആ തലയൊന്നു പിടിച്ച് നേരെവെച്ചുകൊണ്ടിരിക്ക്."

പരമേശ്വരൻനായർ ക്ഷോഭാകുലനായി കൊഴകൊഴാ എന്തോക്കെയോ പറഞ്ഞു. അച്ചുതൻനായർ കഴുത്തും തലയും താങ്ങിപ്പിടിച്ചുകൊണ്ടിരുന്നു. ബാക്കിയുള്ളവർ വീശുകയും തടവുകയും ചെയ്തു. ആ ശരീരം ചലനമറ്റു മുറക്കൊള്ളിച്ചതുപോലെ തോന്നി.

തന്റെ മടിയിലിരിക്കുന്നത് തണ്ടാശ്ശേരി രാഘവന്റെ ശവമാണെന്ന് മനസ്സിലായപ്പോൾ അച്ചുതൻനായർ ഞെട്ടിത്തെറിച്ചു. അടുത്തനിമിഷം അയാൾ പൊട്ടിക്കരഞ്ഞു. എല്ലാവരും ഇരുന്ന് കണ്ണു തുടച്ചു.

പിറ്റേദിവസം ഏഴെട്ടുനാഴിക പുലരുന്നതുവരെ അവരത് കാത്തുവെച്ചുകൊണ്ടിരുന്നു. രാവിലെ പൊലീസുകാർവന്ന് വാനിൽ എടുത്തിട്ടുകൊണ്ടുപോയി. വാൻ തുമ്പമണും പന്തളവും കഴിഞ്ഞു ചീറിപ്പാഞ്ഞു.

ആരുമറിയാതെ മാവേലിക്കര സബ്ജയിലിന്റെ പിന്നിലെ ചുടുകാട്ടിൽ ആ ശവം കുഴിച്ചുമൂടി.

ഇരുപത്തിമൂന്ന്

ചാരുംമൂടിനടുത്തുവെച്ച് അച്ചുതൻനായർ കൂട്ടുപിരിഞ്ഞുപോയപ്പോൾ തലയിൽ നിന്നൊരു ബാധയൊഴിഞ്ഞതുപോലെയാണു ശിവരാമനു തോന്നിയത്. ഇനി തന്നിഷ്ടംപോലെ എങ്ങോട്ടുവേണമെങ്കിലും പോകാം. എന്തുവേണമെങ്കിലും ചെയ്യാം. സ്വന്തം കാര്യം മാത്രം നോക്കി നടന്നാൽ മതി.

മുട്ടിന്മേൽ തലയും കുനിച്ചിരിക്കുമ്പോൾ അയാൾ വിചാരിച്ചു എന്തിനാണിങ്ങനെ നിഴലുകണ്ടു പേടിക്കുന്നത്? ഒളിച്ചുനടക്കാൻ താനെന്തു കുറ്റം ചെയ്തു? അച്ചുതൻനായരുടെ കാര്യം വേറെ. അയാൾ നേതാവാണ്. പക്ഷേ, ഈ നിരപരാധിയായ തന്നെ ആരു ഗൗനിക്കാൻ?

അവിടെ നിന്നെഴുന്നേറ്റു തിരികെ നടക്കുമ്പോഴും ആലോചനയായിരുന്നു. ഇനി ഒളിച്ചു നടക്കണോ? അതോ അങ്ങ് വെട്ടപ്പെടണോ? പൊലീസിനെ വെട്ടാനും കുത്താനും താൻ പോയിട്ടില്ല. അവരുടെ തൊപ്പി കാണുന്നിടത്ത് എത്തിനോക്കാൻപോലും ഉള്ള ധൈര്യമില്ല. പക്ഷേ, വാസുനായരെപ്പോലെയും തങ്കപ്പൻപിള്ളയെപ്പോലെയുമുള്ള തീരായ്മക്കാർക്ക് എന്തുചെയ്യാനും മടിയില്ല. അവരായിരിക്കും കിഴകിടപ്പാടത്തിട്ട് പൊലീസിനെ വെട്ടിക്കൊന്നത്. അതിന്റെ ശിക്ഷ അവരനുഭവിക്കട്ടെ. കൊള്ളരുതാത്തവൻമാർ. ഈ പാവപ്പെട്ട താൻ എന്തു പിഴച്ചു?

പണ്ട് കൊച്ചുപാറോതിയെ സംബന്ധിച്ച കോലാഹലമുണ്ടായപ്പോൾ തങ്കപ്പൻപിള്ളയും ശ്രീധരൻനായരും തന്നോടു സഹകരിച്ചുവെന്നതു ശരി. പക്ഷേ, അതു നേരുബുദ്ധിയോടുകൂടി അല്ലായിരുന്നുവെന്ന് പിന്നെ ബോദ്ധ്യമായി. താൻ പൊലീസിനെ പേടിച്ച് ഒന്നുമാറി നിന്ന തക്കത്തിന് തങ്കപ്പൻപിള്ള അവളെ തട്ടിയെടുത്തു. പിന്നെ താൻ നാട്ടിൽ വെട്ടപ്പെട്ടപ്പോൾ ആളുകൾ കളിയാക്കാൻ തുടങ്ങി. വാസുനായർ ചന്തയിൽവെച്ചു പരസ്യമായി തന്റെ കന്നത്തടിച്ചിട്ട് ആണും പെണ്ണും കെട്ട പട്ടിയെന്നു വിളിച്ചു.

അന്നു കന്നവും തൂത്തുകൊണ്ട് ഒഴിഞ്ഞുമാറിപ്പോയി. അതിനു ശേഷം ആളുകളുടെ മുഖത്തുനോക്കാൻതന്നെ നാണം തോന്നി.

അച്ചുതൻനായരും പരമേശ്വരൻനായരും അതിനു വാസുനായരെ കുറ്റപ്പെടുത്തിയെന്നു കേട്ടു. കൂട്ടത്തിൽ എന്തെങ്കിലും ഒരു വിവരമുള്ളത് ആ രണ്ടാളുകൾക്കു മാത്രം. സത്യത്തിൽ അവർ വന്നു വിളിച്ചതുകൊണ്ടു മാത്രമാണ് അയാൾ ജാഥയ്ക്കും മീറ്റിങ്ങിനുമെല്ലാം പോയത്. അതും വേണ്ടായിരുന്നെന്ന് ഇപ്പോൾ തോന്നുന്നു. വേണ്ട. ഇനിമേൽ ആ കൂട്ടുകെട്ടൊന്നും വേണ്ട. അവനവന്റെ കാര്യം നോക്കി സ്വസ്ഥമായങ്ങു കഴിഞ്ഞാൽ മതി. ഇതുവരെ അച്ഛനെ മറുത്തുനിന്നു. അതിന്റെ ഫലം അനുഭവിച്ചു. ഇനിയില്ല. എല്ലാം അച്ഛൻ പറയുന്നതുപോലെ.....

ഇനി എന്താണു ചെയ്യേണ്ടതെന്ന കാര്യത്തെക്കുറിച്ച് ഗാഢമായി

ആലോചിച്ചു. പൊലീസിൽ ചെന്ന് എല്ലാ വിവരങ്ങളും അങ്ങു പറഞ്ഞാലോ? ഈ കൃത്യമെല്ലാം ചെയ്തിരിക്കുന്നത് വാസുനായരും തങ്കപ്പൻപിള്ളയും ശ്രീധരൻനായരും കൂടിയാണ്. മറ്റാർക്കും ഒരു പങ്കുമില്ല. പക്ഷേ, അതുപറയുമ്പോൾ ഇങ്ങോട്ടു പലതും ചോദിക്കും. ജാഥയ്ക്കുകൂടിയത്, മീറ്റിങ്ങിനു പോയത്, നീരാട്ടുവള്ളിച്ചാലിലിറങ്ങി മീൻ പിടിച്ചത്....... ചോദിക്കുന്നതിനു മറുപടി പറഞ്ഞില്ലെങ്കിൽ അതും കുഴപ്പം.

അല്ലെങ്കിൽ ഇത്രയുമൊക്കെ ആലോചിച്ചു വിഷമിക്കാൻ തന്റെ പേരിൽ എന്തെങ്കിലും കേസുണ്ടോ? ഇല്ലാതെ വെറുതെ വലിഞ്ഞുകേറി ഒന്നിനും പോകണ്ട. ഇടപ്പനയത്തുചെന്ന് അച്ഛനെ കാണണം. അച്ഛനോടു മാപ്പുപറയണം. അച്ഛൻ പണ്ടു കോയിക്കലെ കാര്യങ്ങൾ നോക്കുന്ന ആളായിരുന്നു. താൻ കോയിക്കലുള്ളവരെ മറുത്തൊന്നും പറഞ്ഞിട്ടില്ല. മൂത്തപിള്ള അച്ഛനെ പറഞ്ഞയച്ചപ്പോൾത്തന്നെ താൻ കൊച്ചുപാറോതിയുമായുള്ള സകലബന്ധവും ഉപേക്ഷിച്ചുപോയില്ലേ? ഇനിയും അവർക്കെതിരെ ഒന്നിനും കൂടുകയില്ല. ആ വിവരം അവരെ അറിയിക്കണം. അച്ഛനെക്കൊണ്ടു പറയിക്കണം. അങ്ങനെ സ്വച്ഛതയോടെ കഴിഞ്ഞുകൂടണം.

തിരികെ താമരക്കുളത്തെത്തിയപ്പോൾ വിശന്നു പ്രാണൻ പോകുമെന്നുതോന്നി. വീണ്ടും പെങ്ങളുടെ വീട്ടിലേക്കു തന്നെചെന്നു. അപ്പോൾ അളിയനുണ്ടായിരുന്നില്ല. പെങ്ങൾ ആഹാരം വിളമ്പിക്കൊടുത്തു. ചീനിയും ചോറും വയറുനിറയെ കഴിച്ചു. അകത്തെ മുറിയിൽ കയറി കതകടച്ചു കിടന്നുറങ്ങി. പിറ്റേന്നു രാവിലെയാണ് അളിയൻ കാണുന്നത്. ഈ തവണ അയാൾ ക്ഷോഭിച്ചില്ല. ഇറങ്ങിപ്പോകാൻ പറഞ്ഞില്ല. വെറുതെ ഒരു കരുതലിനുവേണ്ടി ആളിനെ വെളിയിൽ കാണിക്കാതെ രണ്ടുമൂന്നു ദിവസം വീട്ടിനകത്തു വെച്ചുകൊണ്ടിരുന്നു.

ഇടപ്പനയത്തുചെന്ന് അച്ഛനെകണ്ടു വിവരം പറയാൻവേണ്ടി ശിവരാമൻ ഒരുദിവസം രാവിലെ താമരക്കുളത്തുനിന്നു തിരിച്ചു. പാത്തും പതുങ്ങിയും ആനയടി വഴി പടിഞ്ഞാട്ടുനടന്നു.

ആറ്റുതീരത്തെ വിജനമായ കുറ്റിക്കാട്ടിൽ ഒരു അത്തിമരത്തിന്റെ തണലിൽ ആരോ ഒരാൾ നിലത്തുകിടന്നുറങ്ങുന്നതു കണ്ടു. ഞെട്ടി പുറകോട്ടുമാറി. ആളിനെ സൂക്ഷിച്ചുനോക്കി. കുറ്റിരോമങ്ങൾ നിറഞ്ഞു ക്ഷീണിതമായ മുഖം. മുഷിഞ്ഞ വേഷം. അതു വാസുനായരാണ്. കാണാതങ്ങു പോയാലെന്തെന്നു കരുതി. ഒരു നിമിഷം തർക്കിച്ചുനിന്നിട്ട് പതുക്കെ വിളിച്ചു.

“ഏയ്, ആരാ കിടക്കുന്നത്?”

സംഭ്രമത്തോടെ വാസുനായർ ഞെട്ടിയുണർന്നു നോക്കി. ആളിനെ മനസ്സിലായപ്പോൾ എഴുന്നേറ്റിരുന്നു ചിരിച്ചുകൊണ്ടു പറഞ്ഞു:

“പേടിച്ചുപോയല്ലോ. ഈ വഴി നീ എവിടുന്നു വരുന്നു?”

“ഞാനുമിങ്ങനെ ഒഴിഞ്ഞുമാറിയൊക്കെ നടക്കുവാ.”

“എന്തായാലും തമ്മിൽ കണ്ടതു നന്നായി. വാ. ഇവിടെവന്നിരിക്ക്. നീ വന്നവഴി നമ്മുടെയാരെയെങ്കിലും കണ്ടോ?”

“കണ്ടില്ല. അന്നു സംഭവം നടന്നതിന്റെ പിറ്റേന്ന് ഞാനും അച്ചുതൻചേട്ടനും കൂടി ചാരുംമൂടുവരെ ഒന്നിച്ചുണ്ടായിരുന്നു.”

“എന്നിട്ട്.”

“അച്ചുതൻചേട്ടൻ വടക്കോട്ടുപോയി. ഞാൻ തെക്കോട്ടും പോന്നു.”

“അതുശരി. നാടുവിട്ടു പോകരുതെന്നു പറഞ്ഞിട്ട് ഒരുത്തരേം കാണാനില്ല. എല്ലാവരും എങ്ങോട്ടൊക്കെപ്പോയോ എന്തോ? ആരെയെങ്കിലും ഒന്നുകണ്ടുപിടിക്കാൻ എന്താ വഴി? നിനക്കുവല്ല പിടിയുമുണ്ടോ?”

“എനിക്കൊരു തിട്ടവുമില്ല.”

ചുറ്റുപാടുമൊന്നു നോക്കിയിട്ട് ശിവരാമൻ പറഞ്ഞു:

“ഇവിടം ഒളിച്ചിരിക്കാൻ പറ്റിയ സ്ഥലംതന്നെ. ഒരു ഭൂതരറിയത്തില്ല.”

“ശരിയാ. പക്ഷേ, ഞാനൊറ്റയ്ക്കു നടന്നു മുഷിഞ്ഞു. നിന്നെ കണ്ടതു ഭാഗ്യമായി. ഇനി നമുക്ക് രണ്ടുപേർക്കും കൂടി ഇവിടെങ്ങാനും കഴിയാം.”

ഒരു നിമിഷം ആലോചിച്ചിട്ട് ശിവരാമൻ ചോദിച്ചു:

“പക്ഷേ, എത്ര ദിവസം ഇവിടിങ്ങനെ കഴിയാൻ പറ്റും?”

“അതൊന്നും സാരമില്ല. അടുത്തപരിപാടി എന്താണെന്നറിയുന്നതുവരെ.....”

ശിവരാമൻ മറ്റെന്തോ ആലോചിക്കുകയായിരുന്നു. ഒടുവിൽ അയാൾ പറഞ്ഞു:

“എനിക്കു പടിഞ്ഞാറുവരെയൊന്നു പോകണം.”

“എന്തിന്?”

“അച്ഛനെയൊന്നു കാണണം.”

“ഇപ്പോൾ ഇങ്ങനിറങ്ങി നടക്കാൻ പാടില്ല. അപകടമാണ്.”

ശിവരാമൻ മനസ്സിൽ മന്ത്രിച്ചു. അപകടത്തിന് താനെന്തോ കുറ്റം ചെയ്തു? കുറ്റം ചെയ്തവർ പേടിച്ചാൽ മതി.

“എന്തായാലും എനിക്ക് അച്ഛനെയൊന്നു കാണണം. അത്യാവശ്യമാണ്.”

“എന്നാൽ വളരെ സൂക്ഷിച്ചു പോകണം. അങ്ങുവടക്ക് ചത്തിയറ പുഞ്ചയിൽക്കൂടി വളഞ്ഞുപോ.”

“അതിലേ പോകാം.”

“അച്ഛനെ കണ്ടിട്ട് നീ ഇങ്ങോട്ടു വരുമോ?”

“വരാം.”

ശിവരാമൻ നടന്നകന്നപ്പോൾ വാസുനായർ പുറകിൽ വിളിച്ചു പറഞ്ഞു:

“നമ്മുടെയാരെയെങ്കിലും കണ്ടാൽ ഞാനിവിടുണ്ടെന്നു പറയണം.”

“പറയാം.”

പടിഞ്ഞാറ് അണയുടെ അടുത്തെത്തിയപ്പോൾ എടുത്തു നിർത്തിയതുപോലെ മുന്നിൽ അണവാച്ചർ. അയാൾക്ക് അതിശയവും പരിഭ്രമവും.

"അല്ലേ! ശിവരാമൻനായരെന്തുവാ ഈ കാണിക്കുന്നത്? ഇയ്യാക്കു വെറുതെ ഭ്രാന്തുണ്ടോ?"

"ഞാൻ പടിഞ്ഞാറ് അച്ഛനെയൊന്നു കാണാൻ പോകുവാ."

"എവിടെച്ചെന്നു കാണാൻ?"

"വീട്ടിൽ."

"അതിനു മൂപ്പിലാനെ ഇങ്ങുവിട്ടോ?"

"അച്ഛനെ പിടിച്ചോ? ഞാനൊന്നുമറിഞ്ഞില്ല കുറുപ്പുചേട്ടാ."

"ആങ്ഹാ, അപ്പോൾ ഇയ്യാളു വിവരമൊന്നും അറിഞ്ഞില്യോ? മൂപ്പിലാനെ ഓടിച്ചിട്ട് പിടിച്ചുകെട്ടിക്കൊണ്ടുപോയി. ഇയാളെ കിട്ടിയേ ഇനി വിടത്തൊള്ളെന്നാ."

"എന്നാരുന്ന്?"

"ഇന്നലെ ഉച്ചയ്ക്ക്. ആനയടിയിൽ നിങ്ങടമ്മേടെ വീട്ടിലും പൊലീസ് ചെന്നെന്നാ കേട്ടത്."

"ഞാനൊന്നും അറിഞ്ഞില്ല. കുറുപ്പുചേട്ടാ. ഞാനൊരു കുറ്റവും ചെയ്തോനല്ല."

"അതിപ്പൊ, ആരോടാ പറയുന്ന? പക്ഷേ, എല്ലാരേം ചെയ്യും വണ്ണം മൂപ്പിലാനെ ചെയ്തുകാണത്തില്ല. വയസ്സനല്യോ? എന്തായാലും ഇയ്യാളിപ്പോ പടിഞ്ഞാട്ടു പോകണ്ട."

ശിവരാമന്റെ തല ചുറ്റി. ശ്വാസമോട്ടം നിലച്ചുവെന്നു തോന്നി. ആ നില കണ്ട് വാച്ചർക്കും കഷ്ടം തോന്നി.

"ഇനിയിപ്പൊ വിഷമിച്ചതുകൊണ്ടു ഫലമുണ്ടോ? തല്ക്കാലം എവിടെയെങ്കിലും പോയി രക്ഷപ്പെടാൻ നോക്ക്. "

തിരികെ എങ്ങോട്ടെന്നില്ലാതെ നടന്നു. ഓരോ അടിവെക്കുമ്പോഴും തിരിഞ്ഞും പിരിഞ്ഞും നോക്കി. പൊലീസുകാരു വരുന്നുണ്ടോ? നടന്നു പൊലീസിന്റെ മുന്നിൽ ചാടുമോ? ഇനി എങ്ങോട്ടു പോകും? വെളുത്തേടൻ മാതുവിന്റെ വീടിന്റെ മുന്നിൽ എത്തിയപ്പോൾ അങ്ങോട്ടുകേറി.

"കേട്ടോ മാതുപ്പണിക്കരേ, ഞാൻ സ്വല്പസമയം ഇവിടൊന്നിരുന്നോട്ടെ."

"അങ്ങകത്തോട്ടു കേറിയിരുന്നോണ്ടാട്ടെ കുഞ്ഞേ."

മാതു കതകു തുറന്നുകൊടുത്തു. മുറിയിൽ വാരിക്കെട്ടിയിട്ടിരുന്ന വിഴുപ്പുകൾക്കിടയിൽ ശിവരാമൻ തലചായ്ച്ചു കിടന്നു.

മാതുപ്പണിക്കർ ചെന്നു ദുഃഖത്തോടെ പറഞ്ഞു:

"മൂപ്പിലാനെ കൊണ്ടുപോയി ഒരുപാടു തല്ലിയെന്നാ ആളുകളു പറേന്നെ. നമ്മുടെ കാലക്കേടെന്നു പറഞ്ഞാ മതി. ഓരോരോ കാലത്ത് അനുഭവിക്കേണ്ടതെല്ലാം അനുഭവിക്കാതൊക്കുമോ?"

ശിവരാമൻ സ്വന്തം രക്ഷാമാർഗ്ഗങ്ങളെക്കുറിച്ച് ആലോചിക്കുകയായിരുന്നു. ആ കുറ്റിക്കാട്ടിൽ ഒളിച്ചിരുന്ന വാസുനായരുടെ മുഖം മനസ്സിൽ കണ്ടു. നേരെ കോയിക്കൽ പോയി മൂത്തപിള്ളയോട് പറഞ്ഞാലോ? പ്രധാനപ്രതി ഒളിച്ചിരിക്കുന്ന സ്ഥലം ഞാൻ പറഞ്ഞുതരാം. പകരം എന്നെയും

എന്റച്ഛനെയും രക്ഷിക്കണേ. ഞങ്ങളൊരു തെറ്റും ചെയ്തവരല്ല. ആ തങ്കപ്പൻ പിള്ളയും വാസുനായരും കൂടി ചെയ്തതാണ്. അവിടുന്നു പറഞ്ഞ് പാവപ്പെട്ട എന്റച്ഛനെ വിടീക്കണേ....

കൺമുന്നിൽ വാസുനായരുടെ കുറ്റിരോമം നിറഞ്ഞ മുഖം.

ശിവരാമന്റെ ചങ്ക് കിടന്നു പിടച്ചു. തലപുകഞ്ഞ് വിയർത്തു. കൺമുന്നിൽ പുകപടലം വന്ന് മൂടുന്നതുപോലെ. ഒന്നും കാണുന്നില്ല. കേൾക്കുന്നില്ല. ദൗർബ്ബല്യങ്ങളോട് മല്ലിട്ട് നില്ക്കാനെന്ന വണ്ണം അയാൾ കിടന്നു വിളിച്ചു പറഞ്ഞു. 'ഒരു തെറ്റുമില്ല. എന്റെ രക്ഷയ്ക്കാണ്.... എന്റെ അച്ഛന്റെ രക്ഷയ്ക്കാണ്.'

അപ്പോൾ ദൂരെനിന്ന് വാസുനായർ വിളിച്ചുപറയുന്നതുപോലെ. 'നീ സൂക്ഷിച്ചുപോകണം. ഞാനൊറ്റയ്ക്ക് നടന്ന് മുഷിഞ്ഞു. ഇനി നമുക്ക് രണ്ടുപേർക്കും കൂടി ഇവിടെങ്ങാനും കഴിയാം.'

ചോരയൂറിക്കൂടി തലമണ്ട പൊട്ടിത്തെറിക്കാൻ പോകുന്നു.

അയാൾ വിഴുപ്പുകെട്ടിനകത്തേക്ക് ലക്കില്ലാതെ തലപൂഴ്ത്തിക്കിടന്നു. ഒടുവിൽ മുഖംതുടച്ച് അവിടെനിന്നിറങ്ങി കോയിക്കലേക്കുള്ള വഴിയേ നടന്നു. നടക്കാൻ വയ്യ. ഒന്നിനും ഉള്ള കഴിവില്ല.

പാച്ചുപിള്ളയുടെ വീടിനു മുന്നിൽ എത്തിയപ്പോൾ നിന്നു. ചെന്നു പാച്ചുച്ചേട്ടനെ കണ്ട കാര്യം പറഞ്ഞാലോ? രക്തബന്ധമുള്ളവനാണ്. കോയിക്കലെ മൂത്തപിള്ളയോട് പറഞ്ഞ് തന്നെ രക്ഷിക്കാൻ പറയാം. അതിനുവേണ്ടി പാച്ചുച്ചേട്ടൻ എന്തുപറഞ്ഞാലും അനുസരിക്കാം....

വീടിനുവെളിയിൽ ആരെയും കണ്ടില്ല. കതകടച്ചിരിക്കുന്നു. ജനൽ ചാരിക്കിടക്കുന്നു. അകത്ത് അടക്കിപ്പിടിച്ച വർത്തമാനം. പൊട്ടിച്ചിരി. ശിവരാമൻ ജനാലയ്ക്കരികിൽ ചെന്ന് ഒരു പാളിതുറന്ന് അകത്തേക്ക് നോക്കി. പാപ്പിവൈദ്യന്റെ മടിയിൽ പാച്ചുപിള്ളയുടെ ഭാര്യ അഴിഞ്ഞുലഞ്ഞ മുടിയോടെ തലവെച്ചു കിടന്നു. അയാൾ ഇളിഭ്യനായി പുറകോട്ടു മാറി. ആളാട്ടം കണ്ട് ആ സ്ത്രീ ഞെട്ടിപ്പിടഞ്ഞെഴുന്നേറ്റു.

"ആരാ അത്?"

"ഞാനാ ചാച്ചി."

അവർ എഴുന്നേറ്റ് ചെന്ന് കതകുതുറന്നു. തലമുടി വലിച്ചുവാരിക്കെട്ടുമ്പോൾ ആ മാറിടം കിടന്നു തുള്ളി.

"പാച്ചുച്ചേട്ടനുണ്ടോ?"

"ഇല്ല. എന്താ കാര്യം."

"എനിക്കൊന്നു കാണണമായിരുന്നു."

"ആളിവിടില്ല."

"എങ്ങോട്ടുപോയി?"

"രാവിലെ പോയതാ, ഇനി ഇന്ന് എപ്പോഴാ വരുന്നതെന്നറിഞ്ഞുകൂടാ. ഇയാക്ക് കണ്ട് വല്ലതും പറയാനാണെങ്കിൽ സന്ധ്യക്കിങ്ങോട്ടുവാ."

ശിവരാമൻ ആ സ്ത്രീയുടെ മുഖത്തുനോക്കി കണ്ണുമിഴിച്ചു. കണ്ണു നിറഞ്ഞു തുളുമ്പി.

“എന്താ, ഇയാളെന്തിനാ ഇങ്ങനെ വിഷമിച്ചു നില്ക്കുന്നേ.”

“ഞങ്ങടച്ഛനെ പൊലീസുകാര് പിടിച്ചോണ്ടുപോയി. ”

“അയ്യോ... എന്നാരുന്നു?”

“ഇന്നലെ. എന്റെ പൊന്നിച്ചാച്ചി നമ്മടെ വൈദ്യരോടൊന്നു പറഞ്ഞ് എങ്ങനെയെങ്കിലും അച്ഛനെ വിടീച്ചുതരണം.”

പെട്ടന്ന് സരോജിനിയമ്മയുടെ മുഖം വിളറി. അടുത്ത നിമിഷത്തിൽ അവർ ഒരു കള്ളച്ചിരി ചിരിച്ചു.

“വൈദ്യൻ അപ്പുറത്ത് ഒരു കുറിപ്പടി എഴുതുവാ. എനിക്ക് കുറേ ദിവസമായി വിട്ടുമാറാത്ത ഒരു തലവേദന. അതിനൊരെണ്ണ കാച്ചാനാ.”

“ചാച്ചി വിചാരിച്ചാ ഞങ്ങടെ വീട് രക്ഷപ്പെടും.”

“ഞാനെന്തോ വിചാരിക്കണം.”

“ഞങ്ങളൊരു കുറ്റോം ചെയ്തോരല്ല. വൈദ്യര് പറഞ്ഞാ അച്ഛനെ വിടും.”

അവർ പുഞ്ചിരിതൂകിക്കൊണ്ട് അകത്തേക്ക് പോയി. വൈദ്യൻ ഖദർഷാളുകൊണ്ട് മുഖം തുടച്ചു തിണ്ണയിലേക്ക് വന്നു. ശിവരാമനോട് തോന്നിയ വെറുപ്പും വിദ്വേഷവും ഉള്ളിലൊതുക്കിക്കൊണ്ട് അയാൾ ഫലിതം പറഞ്ഞു:

“അല്ലാ ഒളിച്ചു നടന്നവരൊക്കെ പതുക്കെ വെളിയിലിറങ്ങിത്തുടങ്ങിയോ?”

“എന്റെ വൈദ്യരേ.. ഞാനും എന്റച്ഛനും നിരപരാധികളാണ്. ഞങ്ങളെ രക്ഷിക്കണം.”

വൈദ്യൻ അല്പം ഒരു ഗമയിൽത്തന്നെ പറഞ്ഞു:

“രക്ഷിക്കാൻ ഞാനാരാ? എന്തെങ്കിലും സോക്കേടാണേ ഞാൻ ചികിത്സിച്ചു മാറ്റാം. അല്ലാതെന്തു ചെയ്യാനാ?”

സരോജിനിയമ്മ വാതില്ക്കൽ വന്ന് നില്ക്കുന്നുണ്ടായിരുന്നു. ശിവരാമൻ അവരെ നോക്കി ദീനതയോടെ പറഞ്ഞു.

“കൊറ്റാർകാവ് ഭവതിയാണേ ഞാൻ യാതൊന്നും മനസ്സാവാചാ അറിഞ്ഞതല്ല. ഞാൻ ഇച്ചാച്ചിയോട് പറയുവാ. നിങ്ങളല്ലാതെ ഞങ്ങൾക്കാരുമില്ല....”

സരോജിനിയമ്മയ്ക്ക് ദയതോന്നി. അവർ വൈദ്യനോട് ശുപാശ ചെയ്തു.

“ഇയാളൊരു പാവമാ വൈദ്യരേ.. കുഴപ്പത്തിനൊന്നും നടക്കുന്നവനല്ല.”

വൈദ്യൻ അവരെ നോക്കി കളിയാക്കി.

“സ്ത്രീകളെല്ലാം അങ്ങനാ. പുറമെ കാണുന്നതങ്ങ് വിശ്വസിക്കും. പക്ഷേ, ഈ കൊച്ചനെ എനിക്ക് മുമ്പേ അറിയാം. ആൾ അസ്സൽ കമ്യൂണിസ്റ്റാ.”

ശിവരാമൻ അന്തംവിട്ടുപോയി. അയാൾ നിലത്തുനിന്ന് ഒരുനുള്ള് മണ്ണ് വാരി നാക്കിലിട്ടുകൊണ്ട് ആണയിട്ടു.

“ഈ തിന്നാൽപ്പോന്ന വായ്ക്കരിയാണേ ഞാൻ കമ്യൂണിസ്റ്റല്ല. ഇനിയൊരിക്കലും ആകുകേം ഇല്ല. ഇത് സത്യം...”

“ഇയാളവരെടെ ജാഥയ്ക്കു പോയതോ?”

“ഒരിക്കൽ പോയതൊള്ളതാ.”

“ഒരിക്കൽ പോയാൽ മതി. എന്തിനാ എന്നും പോകുന്നേ?”

“അന്നിങ്ങനെയൊന്നും വരുമെന്ന് വിചാരിച്ചില്ല. ഇനിമേലാൽ ഞാൻ യാതൊന്നിനും പോകത്തില്ല. ”

സരോജിനിയമ്മ വൈദ്യരോട് പരിഭവപ്പെട്ടു.

“വെറുതെ അതുമിതും പറയാതെ. ഇയാള് ഞങ്ങക്ക് വേണ്ടപ്പെട്ടവനാ. രക്ഷിക്കാനൊക്കുമെങ്കി അവനെ രക്ഷിക്ക്.”

വൈദ്യൻ മിണ്ടാതെ എന്തോ ആലോചിച്ചുകൊണ്ടിരുന്നു. എന്നിട്ടൊരു രഹസ്യം വെളിപ്പെടുത്തുന്ന മട്ടിൽ പറഞ്ഞു:

“അതിനിത്തിരി പാടൊള്ള കാര്യമാ. പുറത്താരോടും പറയണ്ട. ഇയ്യാളെയും അവര് പ്രതിസ്ഥാനത്ത് ചേർത്തിരിക്കുവാ. ഇയാളെ കിട്ടിയിട്ടേ മൂപ്പിലാനെ വിടൂ. അങ്ങനാ അതിന്റെ കാര്യം.”

ശിവരാമന്റെ കണ്ണുകളിൽ ഇരുൾ മൂടി. അയാൾ കട്ടിളപ്പടിയിൽ തൂങ്ങി, മുഖം ചുളിച്ചു കരയാൻ തുടങ്ങി.

വൈദ്യൻ കാര്യത്തിന്റെ ഗൗരവം ഓർമ്മിപ്പിച്ചു.

“ഇയാളിവിടെ വന്നേച്ചു പോയെന്നറിഞ്ഞാ അത് ഞങ്ങക്ക് കൊഴപ്പമാ. കണ്ടിട്ട് പൊലീസീ പറഞ്ഞില്ലെങ്കിൽ അതും കുറ്റമാ.”

“സംഭവദിവസം ഞാൻ വീട്ടിൽ കിടന്നുറങ്ങിയേത്. അല്ലെങ്കിൽ വൈദ്യൻ അന്വേഷിച്ചു നോക്ക്.”

“എല്ലാവരും അവരവരുടെവീട്ടിൽ തന്നാ കിടന്നുറങ്ങുന്നേ. അല്ലാത്തോരാരാ?”

സരോജിനിയമ്മ ചോദിച്ചു:

“അയാൾക്കുവേണ്ടി നമ്മക്കൊന്ന് പറഞ്ഞൂടായോ? അല്ലേപ്പിന്നെ എന്തിനാ വലിയ ആളാണെന്നും പറഞ്ഞ് ഇതിനൊക്കെ നടക്കുന്നത്!”

വൈദ്യൻ അവരുടെനേരെ ഒന്ന് കടാക്ഷിച്ചു.

“നമുക്കെന്താ ഇത്ര നിർബ്ബന്ധം?”

“ഇക്കാര്യം എനിക്കു നിർബ്ബന്ധമാ. ഇയ്യാക്ക് കുഴപ്പമൊന്നും ഉണ്ടാവാതെ നോക്കണം.”

വൈദ്യൻ ചിരിച്ചുപോയി.

“പെണ്ണുങ്ങളിങ്ങനെ വാശിപിടിച്ചാ ചുറ്റിപ്പോകും.'

“ഇക്കാര്യത്തിൽ വാശി തന്നെ.”

വൈദ്യൻ മേലോട്ട് നോക്കി നെറ്റിചുളിച്ച് എന്തോ ആലോചിച്ചുകൊണ്ടിരുന്നു.

“ഞാനൊന്നു പറഞ്ഞുനോക്കട്ടെ. അവരൊക്കെ വലിയ ഉദ്യോഗസ്ഥൻമാരാ. അവരുടെയൊക്കെ നിലയ്ക്കൊപ്പിച്ച് എന്തെങ്കിലും വെച്ചു കാണണം. അയാളെക്കൊണ്ട് അതിനുകഴിവുണ്ടോ?”

"കഴിവുള്ളതുപോലൊക്കെ ഞാൻ ചെയ്യാം."

"ശരി എന്നാ ചെന്ന് അതൊപ്പിച്ചോണ്ട് വാ."

"ഞാൻ പോയേച്ചുവരാം."

സരോജിനിയമ്മ അയാളെ ആശ്വസിപ്പിച്ചയച്ചു.

"ഇയാള് വെഷമിക്കാതെ ചെല്ല്. ഇദ്ദേഹത്തെക്കൊണ്ട് ഒക്കുന്നതൊക്കെ ഞാൻ പറഞ്ഞുചെയ്യിക്കാം."

ശിവരാമൻ ആനയടിക്കുപോയി. മോനെക്കണ്ട് അമ്മ കരയുകയും പറയുകയും ചെയ്തു. അവർ പൊന്നും പൊടിയും പണവും വെച്ചും കടംവേടിച്ചുമെല്ലാം പിറ്റേന്നത്തേക്ക് ഒക്കുന്നതൊക്കെ ഒപ്പിച്ചുകൊടുത്തു. ശിവരാമൻ അതുംകൊണ്ട് സന്ധ്യയോടെ പാച്ചുപിള്ളയുടെ വീട്ടിൽച്ചെന്നു.

അപ്പോൾ വൈദ്യൻ ഉണ്ടായിരുന്നില്ല. സരോജിനിയമ്മ പറഞ്ഞു:-

"ആളു കോയിക്കൽ കാണും. അങ്ങോട്ടുചെല്ല്. ഞാനെല്ലാം പറഞ്ഞിട്ടുണ്ട്. പിന്നെ ഇവിടെ വന്നെന്നും ആളിനെക്കണ്ടെന്നും ഒന്നും ആരോടും പറയരുത്."

"ഇല്ല."

"എന്നാൽ വിഷമിക്കാതെ ചെല്ല്."

കോയിക്കൽ ചെന്ന് വൈദ്യനെ കണ്ടു.

ആളിനെ വിളിച്ച് ദൂരെ മാറ്റിനിർത്തിയിട്ട് വൈദ്യൻ പറഞ്ഞു.

"ഇയാടെ കാര്യമെല്ലാം പറഞ്ഞ് ശരിയാക്കിയിട്ടുണ്ട്."

ശിവരാമൻ നല്കിയ പൊതിവാങ്ങി പോക്കറ്റിൽ വെച്ചു.

"പ്രതിസ്ഥാനത്തുനിന്നു മാപ്പുസാക്ഷിയാക്കാമെന്ന് സമ്മതിച്ചിരിക്കുവാ. അതുകൊണ്ട് ചോദിച്ചിരിക്കുന്നതെല്ലാം അങ്ങ് സമ്മതിച്ചേക്കണം. ഒന്നും അറിഞ്ഞില്ലെന്നു പറയരുത്. മനസ്സിലായോ?"

"മനസ്സിലായി."

വൈദ്യൻ തന്നെ അയാളെ ഡി എസ് പിയുടെ മുന്നിൽ ഹാജരാക്കി. ആളിനെ അടിമുടിയൊന്നു നോക്കിയിട്ട് ഡി എസ് പി ചോദിച്ചു.

"നീ നേരെല്ലാം പറയാമോ?"

"പറയാവേ."

"ഞങ്ങളോട് പറയുംവണ്ണം എല്ലാം കോടതിയിലും പറയാമോ?"

"പറയാവേ."

"ശരി."

ഡി എസ് പി ഇൻസ്പെക്ടറോട് പറഞ്ഞു.

"ഇവനെ ക്യാമ്പിലേക്ക് കൊണ്ടുപോ."

ക്യാമ്പിലെത്തിയപ്പോൾ ശിവരാമൻ വാസുനായരെക്കുറിച്ചോർത്തു. അയാളുടെ വാക്കുകളോർത്തു.

"ആരെയെങ്കിലും കാണുകയാണെങ്കിൽ അവരോട് ഞാനിവിടെ ഉണ്ടെന്ന് പറഞ്ഞേക്ക്."

ചോദ്യം ചെയ്തപ്പോൾ ചോദിച്ചതിനെല്ലാം അയാൾ അനുകൂലമാ

മറുപടി പറഞ്ഞു. ഇൻസ്പെക്ടർ വീണ്ടും ചോദിച്ചു.

"സംഭവം കഴിഞ്ഞ് വാസുനായർ എങ്ങോട്ട് പോയെന്നറിയാമോ?"

"എനിക്കറിഞ്ഞുകൂടാ."

"സാധാരണയായി അയാളെവിടെയാണ് തങ്ങാറുള്ളതെന്ന് നിനക്കറിയാമോ?"

"അറിഞ്ഞുകൂടാ."

ഇനി എന്തു ചോദിച്ചാലും വാസുനായരെക്കുറിച്ച് യാതൊന്നും പറയുകയില്ലെന്ന് അയാൾ ഉറപ്പിച്ചു കഴിഞ്ഞിരുന്നു.

പിറ്റേന്ന് അടൂരിൽ കൊണ്ടുചെന്ന് അയാളുടെ മൊഴിയെല്ലാം രേഖപ്പെടുത്തി. ഇൻസ്പെക്ടർ പറഞ്ഞിടത്തെല്ലാം ഒപ്പു വെച്ചുകൊടുത്തു.

മകനെ ലോക്കപ്പിലേക്ക് കൊണ്ടുവരുന്നത് കൊച്ചുകുഞ്ഞുനായർ നിർവ്വികാരനായി നോക്കിയിരുന്നു. അച്ഛനെക്കണ്ട് മകൻ തലകുനിച്ചു. അച്ചുതൻനായരെയും മറ്റുള്ളവരെയും കണ്ടപ്പോൾ മുഖംതിരിച്ചുകളഞ്ഞു. താൻ അവരിൽപ്പെട്ടവനല്ല. വെറും സാക്ഷിയാണ്. മാപ്പുസാക്ഷി. അയാൾ എല്ലാവരിലും നിന്ന് വിട്ടകന്ന് ലോക്കപ്പിന്റെ ഒരു മൂലയിൽ മാറി തനിയെ കുത്തിയിരുന്നു.

ഇൻസ്പെക്ടറുടെ മുറിയിൽ നിന്നിറങ്ങിവന്ന ഹെഡ്കോൺസ്റ്റബിൾ കൊച്ചുകുഞ്ഞുനായരോട് പറഞ്ഞു.

"ഇനിയിവിടിരുന്ന് തൂങ്ങാതെ എഴുന്നേറ്റ് വീട്ടിൽപോ മൂപ്പിലേ."

പറയുന്നതെന്താണെന്ന് ആദ്യം കിഴവന് പിടികിട്ടിയില്ല. അയാൾ കഴുത്ത് നീട്ടി. ഹെഡ്കോൺസ്റ്റബിളിന്റെ മുഖത്തേക്ക് മിഴിച്ചുനോക്കി.

"ഇവിടെന്നെഴുന്നേറ്റ് പോകാൻ."

കിഴവൻ ചാടിയെഴുന്നേറ്റ് വെളിയിലേക്കു നടന്നു. അതുകൊണ്ട് കുട്ടപ്പക്കുറുപ്പിന്റെ അച്ഛനെഴുന്നേറ്റപ്പോൾ കോൺസ്റ്റബിൾ പറഞ്ഞു.

"താനിവിടിരുന്നോ"

കൊച്ചുനായർ ഒന്നു തിരിഞ്ഞു നോക്കുകപോലും ചെയ്യാതെ, വേഗം വേഗം കാലടികൾ വെച്ച് റോഡിൽ നടന്നു മറഞ്ഞു......

പിറ്റേദിവസം ഉച്ചതിരിഞ്ഞ് ഒരു പൊലീസ് വാൻ മൂളിയിരപ്പിച്ച് സ്റ്റേഷൻ കോമ്പൗണ്ടിൽ വന്നുനിന്നു. ലോക്കപ്പിൽ കിടന്നവർ ആകാംക്ഷയോടെ നോക്കിനില്ക്കുമ്പോൾ അതിൽനിന്നു വാസുനായരെപ്പിടിച്ചു വെളിയിലേക്കിറക്കി. അയാളുടെ കൈകൾ പിന്നിൽ പിണച്ചുകെട്ടിയിരുന്നു.

ചെവിയിലൂടെയും മൂക്കിലൂടെയും ചോരയൊലിക്കുന്നുണ്ട്. പൗരുഷം തുടിച്ചുനിന്നിരുന്ന ആ മുഖം വാടിക്കരുവാളിച്ചിരുന്നു. കണ്ണുകളിൽ പരിഭ്രമം നിഴലിച്ചിരുന്നു.

ആ കാഴ്ചകണ്ട് ശിവരാമന്റെ മുഖം വിളറി. പൊലീസുകാർ വിജയോന്മത്തരായി വാസുനായരെ ഇൻസ്പെക്ടറുടെ മുറിയിലേക്ക് പിടിച്ചു വലിച്ചുകൊണ്ടുപോയി.

അയാളെ ചോദ്യംചെയ്യുന്ന ശബ്ദം ഇങ്ങു ലോക്കപ്പിൽ കേട്ടു. എല്ലാവരും ഉൽക്കണ്ഠയോടെ കാത്തിരുന്നു. തണ്ടാശ്ശേരി രാഘവന് സംഭവി

ച്ചതുപോലെ വരുമോ? വാസുനായരെ ഇനി ജീവനോടെ കാണാൻ കഴിയുമോ?

നേരമിരുട്ടിയപ്പോൾ അയാളെ ലോക്കപ്പിൽ കൊണ്ടുവന്നുതള്ളി. അവിടെക്കിടന്നവർ ചുറ്റിനുംകൂടി വിവരങ്ങൾ ചോദിച്ചു. ഒന്നിനും മറുപടി പറഞ്ഞില്ല. അധികമൊന്നും സംസാരിച്ചില്ല.

ശിവരാമൻ മാത്രം അവിടെക്കിടന്ന് വിങ്ങിപ്പൊട്ടി കരയുന്നതുകേട്ടു. ആരുമത് കാര്യമാക്കിയില്ല. അവന് നേരിട്ട ദൗർഭാഗ്യമോർത്തു കരയുകയാണെന്നേ കരുതിയുള്ളൂ.

പിറ്റേന്ന് വാസുനായർ മറ്റുള്ളവരോട് വിവരം പറഞ്ഞു.

അയാൾ ചെറുകര കിഴക്കതിലെ ഇച്ചാഴിക്കുത്തുകാരിയുടെ വീട്ടിൽ ഉറങ്ങിക്കിടക്കുമ്പോഴാണ് പൊലീസ് വീടു വളഞ്ഞത്. ഞെട്ടിയുണർന്നപ്പോൾ ചുറ്റും ലാത്തിയും തോക്കുംധരിച്ച പൊലീസുകാർ. ഒരുനിമിഷം അമ്പരന്നു അന്തംവിട്ടുനിന്നു. ഇൻസ്പെക്ടർ റിവോൾവർ ചൂണ്ടി. അയാൾ കൈ രണ്ടും ഉയർത്തി സ്വയം കീഴടങ്ങി.

കയറിട്ടു കെട്ടിവരിയുമ്പോൾ സന്നദ്ധസംഘക്കാർക്ക് നടുവിൽ ശാരദയുടെ ഭർത്താവ്. അയാളുടെ മുഖത്ത് ക്രൂരമായ സംതൃപ്തി.

അവിടെനിന്ന് ഉന്തിയും തള്ളിയും കോയിക്കലേക്ക് നടത്തിക്കൊണ്ടുപോയി. പോകുന്നപോക്കിൽ അടികൊണ്ട് മറിഞ്ഞുവീണു. വീണ്ടും പിടിച്ചുപൊക്കിയും നിലത്തിട്ടു വലിച്ചിഴച്ചും കോയിക്കലെത്തിച്ചു.

എല്ലാവർക്കും കാണാൻവേണ്ടി. കോയിക്കലെ മുറ്റത്തു കൊണ്ടുചെന്നു നിർത്തി. വേട്ടയാടിക്കിട്ടിയ ഒരാൾ കരടിയെ എന്നപോല മൂത്തപിള്ള പൂമുഖത്തുവന്ന് ആശ്ചര്യത്തോടെ നോക്കിനിന്നു. കരടിയുടെ തീതുപ്പുന്ന നോട്ടം കണ്ടപ്പോൾ അദ്ദേഹം അകത്തേക്കു വലിഞ്ഞുകളഞ്ഞു....

അതുകേട്ടു ശിവരാമൻ വീണ്ടും തേങ്ങാൻ തുടങ്ങി.

വാസുനായർ ചോദിച്ചു.

“നീ എന്തിനാ ഇങ്ങനെ കിടന്നു കരയുന്നത്? നിന്റെ കരച്ചില് കാണാൻ അച്ഛനുമമ്മയും ഇവിടെയില്ല.”

ശിവരാമൻ നെടുതായി ഒന്നു നിശ്വസിച്ചു. മുണ്ടിന്റെ കോൺ തലകൊണ്ട് മുഖത്തെ കണ്ണീരു തുടച്ചു.

ഇരുപത്തിനാല്

മാമ്പോഴിക്കാവിനടുത്തു നിന്ന് കുട്ടപ്പക്കുറുപ്പും കൊച്ചുകൃഷ്ണനും കിഴകിടപ്പാടത്തുകൂടി നടന്നു. ആനയടിയിൽ വയലിറക്കത്തുള്ള ഒരു വീട്ടിൽ ചെന്ന് രണ്ടുപേരും കുളിച്ചു. അന്ന് അവിടെക്കിടന്നുറങ്ങി. നേരം പുലർന്ന് ഓലപ്പഴുതുകളിലൂടെ സൂര്യപ്രകാശം കടന്നുവന്നപ്പോൾ ഉണർന്നു.

ഓലക്കീറുവെച്ചു മറച്ച ജനാല തുറന്ന് കുട്ടപ്പക്കുറുപ്പു പടിഞ്ഞാട്ടു

നോക്കി. അവിടെ നിന്നുകൊണ്ട് അങ്ങു പടിഞ്ഞാറു കിഴകിടപ്പാടം കാണാം. വയലിൽ അങ്ങകലെ കാക്കിയുടുപ്പുകളും ചുവപ്പുതൊപ്പികളും കണ്ടു. പൊലീസുകാർ വയലിൽ ചുറ്റിനടക്കുന്നു. ശവങ്ങളുടെ മേൽ വെയിലടിക്കാതിരിക്കാൻ പച്ചോല കുത്തിമറച്ചിരിക്കുന്നു. അന്നുപകൽ മുഴുവൻ കൊച്ചുകൃഷ്ണനും കുട്ടപ്പക്കുറുപ്പും ആ വീട്ടിൽ ഒളിച്ചിരുന്നു.

ഏതെങ്കിലും വഴി കറങ്ങിത്തിരിഞ്ഞ് ആതനാട്ടുചെന്ന് കുഞ്ഞിക്കുട്ടിയെ ഒന്നു കാണണമെന്നുണ്ടായിരുന്നു കൊച്ചുകൃഷ്ണന്. താൻ പൂതക്കുഴിയിൽ ചെന്നു കുറെ ദിവസം അപ്പച്ചിയുടെ വീട്ടിൽ തങ്ങാമെന്നു കുട്ടപ്പക്കുറുപ്പു പറഞ്ഞു. അങ്ങനെ സന്ധ്യകഴിഞ്ഞ് രണ്ടുപേരും രണ്ടു വഴിക്കു പിരിഞ്ഞു.

രാത്രിയിൽ മൂന്നുമുക്കിലുള്ള ഒരു പരിചയക്കാരന്റെ വീട്ടിൽ കഴിഞ്ഞിട്ട് പിറ്റേദിവസം ഉച്ചയോടെ കുറുപ്പു പൂതക്കുഴിയിലെത്തി. അയാളെ കണ്ടപ്പോൾ അപ്പച്ചിക്ക് അടക്കാൻവയ്യാത്ത സന്തോഷം.

"ഒരുപാടുനാളായല്ലോ ഇങ്ങോട്ടൊക്കെ വന്നിട്ട്. പടിഞ്ഞാറെ വഴിക്ക് എന്തോ ഒണ്ടു വിശേഷം?"

അപ്പച്ചിയപ്പൻ വിത്തുകൂലിക്കുവെച്ചിരുന്ന വെള്ളക്കാച്ചിലിലും ചെറുവള്ളിക്കിഴങ്ങിലും നിന്ന് കുറെ എടുത്തു ഭാര്യയെ ഏല്പിച്ചിട്ടു പറഞ്ഞു:

"വഴി നടന്നു വന്നതല്ല്യോ? നല്ല വിശപ്പുകാണും. നീ ഇതൊന്നു ചെത്തി നുറുക്കി അടുപ്പത്ത് വെക്ക്."

പുഴുക്കിനോടൊപ്പം അപ്പച്ചി പൊടിയരിയിട്ടു കഞ്ഞിവെച്ചു. കാന്താരിമുളകരച്ചു ചമ്മന്തിയുണ്ടാക്കി.

ആഹാരം കഴിച്ചു ബീഡിയും വലിച്ചിരിക്കുമ്പോൾ ഒരു മുന്നറിവിനുവേണ്ടി ശൂരനാട്ടെ വിശേഷങ്ങളെക്കുറിച്ച് അപ്പച്ചിയപ്പനോടു പറഞ്ഞു. പൊലീസിനെ ഒളിച്ചു ചെന്നിരിക്കയാണെന്നറിഞ്ഞപ്പോൾ മൂപ്പിലാന്റെ മുഖം വിളറി. ആകെ അമ്പരപ്പ്. ആളിനെ എവിടൊളിപ്പിക്കും? ഒടുവിൽ ഭാര്യയുമായി ആലോചിച്ച് സുരക്ഷിതമായ ഒരു സങ്കേതം കണ്ടെത്തി. പറമ്പിന്റെ വടക്കുപടിഞ്ഞാറേ കോണിൽ ഉണ്ടായിരുന്ന ഒരു കരിയിലപ്പന്തൽ.

നിലത്തുനിന്ന് മുട്ടുമച്ചം പൊക്കത്തിൽ അഴികൾ വെച്ചുകെട്ടി, അതിൽ അടുപ്പിച്ചു കമ്പുകൾ പാകി, കമ്പുകൾക്കുമീതെ കരിയില വാരി കൂട്ടിയിരുന്നു. എത്ര നാളിട്ടിരുന്നാലും ചിതലുകേറാതെ കിടന്നുകൊള്ളും. അപ്പച്ചിയപ്പൻ തിക്കും പക്കും നോക്കിയിട്ട് കുറുപ്പിനെ വിളിച്ചു കരീല കൂനക്കരികിൽ കൊണ്ടുചെന്നു നിർത്തി.

"ആരും അറിയണ്ടാ. ഇതിനടിയിലോട്ടു കേറിക്കിടന്നോ."

കുറുപ്പിനു വിഷമം തോന്നി. എങ്കിലും പറഞ്ഞതനുസരിച്ചു കുനിഞ്ഞു മുട്ടുകാലിൽ ഇഴഞ്ഞ് കരീലപന്തലിനടിയിലേക്കു നൂഴ്ന്നു കയറി. നീണ്ടുനിവർന്നു കിടന്നു. ആരും ഗൗനിക്കാനില്ലാത്ത ഒരു വെറും കരീല പോലെ.

മുഖത്തു ചിലന്തിവല പറ്റിപ്പിടിച്ചു. മുകളിൽ നിന്നു മണ്ണും പൊടിയും

പൊഴിഞ്ഞുവീണു. കിടക്കാനല്ലാതെ എഴുന്നേറ്റിരിക്കാനുള്ള ഉയരമില്ല. എപ്പോഴും വീർപ്പുമുട്ടുന്നതുപോലെ തോന്നി. ഒന്നു തുമ്മുകയോ ചുമയ്ക്കുകയോ ചെയ്യാൻ പാടില്ല. ശരീരത്തുകൂടി എട്ടുകാലിയും ചോനലും ഇഴഞ്ഞുനടന്നു. തെറുത്തുകയറിയിരിക്കുന്ന ഒരു പാമ്പിനെപ്പോലെ പകൽ മുഴുവൽ കരിയിലക്കടിയിൽ ചുരണ്ടുകൂടി. രാത്രിയിൽ വെളിയിലേക്ക് ഇഴഞ്ഞിറങ്ങി. അപ്പോൾ മനുഷ്യരൂപം തിരിച്ചുകിട്ടി. ഒരു മനുഷ്യനെപോലെ നടുനിവർത്ത് രണ്ടുകാലിൽ നടന്നു. അടുക്കള വാതില്ക്കൽ ചെന്ന് ആഹാരം വാങ്ങികഴിച്ചു.

അങ്ങനെ മൂന്നുപകലും മൂന്നുരാവും. നാലാമത്തെ ദിവസം രാത്രി ആഹാരം കഴിക്കാൻ ചെന്നപ്പോൾ അപ്പച്ചിയപ്പൻ കരുതലോടെ പറഞ്ഞു:

"ഇവിടുത്തുകാർക്ക് ചെറിയ സംശയം തോന്നിത്തുടങ്ങിയിട്ടുണ്ട്. ഇനി വേറെ എങ്ങോട്ടെങ്കിലും ഇയ്യാളൊന്ന് മാറിനില്ല്."

പെട്ടെന്ന് അങ്ങനെ പറയുമെന്നു കരുതിയില്ല. ആലോചിക്കാൻ ഒരിട കിട്ടാൻ വേണ്ടി പറഞ്ഞു:

"നാളെയങ്ങു പോകാം."

"നാളെയാക്കണ്ടാ. ചിലപ്പം അതിനിടയിൽ ആരെങ്കിലും തിരക്കിവന്നാലോ? ഇനി എന്തായാലും ഇവിടെ പറ്റത്തില്ല."

ഒരു വിട്ടുവീഴ്ചയുമില്ലാത്തമട്ടാണ്.

"എന്നാ ശരി. ഇന്നുതന്നെ പൊയ്ക്കോളാം."

"അതാ നല്ലത്."

ചോറുവാരിയുണ്ണുമ്പോൾ ആലോചിക്കുകയായിരുന്നു. എങ്ങോട്ടു പോകും?

അപ്പച്ചി നല്കിയ ചില്ലറ മുണ്ടിന്റെ കോൺതലയിൽ കെട്ടി ചൊടുക്കിൽ തിരുകിക്കൊണ്ട് രാത്രിതന്നെ അവിടെനിന്നിറങ്ങി നടന്നു. ഐവർകാലയിൽ വല്യമ്മയുടെ മകളെക്കൊണ്ടുപോയ ഒരു വീട് ഓർമ്മ വന്നു. നേരം വെളുപ്പായപ്പോൾ ആ വീട്ടിൽ ചെന്നു കയറി.

വീട്ടിലെ മൂപ്പിലാൻ തിരക്കി:

"ഇത്രവെളുപ്പിനെ ഇയ്യാളെവിടുന്നു വരുന്നു?"

"അങ്ങു വീട്ടീന്നു വരുവാ."

ഒറ്റനോട്ടത്തിൽ മൂപ്പിലാനു കാര്യം മനസ്സിലായി.

"ഇവിടിരിക്കാൻ ഒരു സൗകര്യോമില്ല. വേറെ വല്ലടോം നോക്ക്."

"എന്തായാലും ഇന്നിവിടൊന്നു തങ്ങിക്കോട്ടെ."

"അതുവേണ്ടാ. ഇയ്യാളെ ഇവിടുന്നു പൊലീസു പിടിച്ചോണ്ടുപോയാ അതു ഞങ്ങൾക്ക് എക്കാലത്തേക്കും ഒരു വിഷമത്തിനു കാര്യമാ."

"അങ്ങനൊന്നും വരത്തില്ല."

മൂപ്പിലാന്റെ മുഖം ചുവന്നു.

"ആങ്ഹാ, അതിയ്യാളു പറഞ്ഞാപ്പോരല്ലോ. ഇവിടിരിക്കാൻ ഞാൻ സമ്മതിക്കത്തില്ല."

എന്തെല്ലാം പറഞ്ഞുനോക്കിയിട്ടും രക്ഷയില്ല. അവസാനം പെങ്ങ

ളുടെ കൈയിൽനിന്ന് ഒരുപാത്രം പച്ചവെള്ളം വാങ്ങിക്കുടിച്ചുകൊണ്ട് ഒന്നും മിണ്ടാതെ അവിടെനിന്നുമിറങ്ങി നടന്നു.

ഇനി എങ്ങോട്ട്? ഒരു ലക്ഷ്യവുമില്ലാതെ നടത്തതന്നെ. വിശന്നു കണ്ണും തലയും കറങ്ങി. അപ്പച്ചി നല്കിയ ചില്ലറയുണ്ട്. ഒരു ചായക്കട യിൽനിന്നു പുട്ടും ചായയും വാങ്ങിക്കഴിച്ചു. നടന്നലഞ്ഞ് കൊട്ടാരക്കര ചെന്ന് പുനലൂരേക്ക് കള്ളട്രെയിൻ കയറി. എന്തെങ്കിലും പണിചെയ്തു കഴിയാമെന്നു കരുതി കഴുതയുരുട്ടിയിൽ ചെന്നു. അവിടുത്തെ കാടും മലയും കണ്ടപ്പോൾ ഭയം തോന്നി. തിരക്കി നടന്നിട്ടു പണിയുമില്ല. തിരിയെ പുനലൂരെത്തിയപ്പോഴേക്കും കൈയിലെ കാശും തീർന്നു.

കത്തിക്കാളുന്ന വെയിലത്ത് തെരുവിൽ കൂടി അലഞ്ഞുനടന്നു. പേപ്പർമില്ലിനു തെക്ക് ഒരു ചായക്കടയിൽചെന്നു. കണ്ണാടിയലമാരയിലി രുന്ന പലഹാരം കണ്ടപ്പോൾ ആർത്തിപെരുകി. കടയുടമസ്ഥനെക്കണ്ടു വിവരം പറഞ്ഞു:

"ഞാൻ പുത്തൂർനിന്നും വരുവാ. പണിയെന്തെങ്കിലും ഉണ്ടെങ്കിൽ ചെയ്തുതരാം."

അയാൾ ഗൗനിക്കുന്നില്ലെന്നു കണ്ടപ്പോൾ വീണ്ടും പറഞ്ഞു:

"എന്തോ വേണേലും ചെയ്യാം. കത്തലടക്കാൻ വല്ലതും കിട്ടിയാൽമതി."

മുതലാളി ആളിനെ കീഴ്മേലൊന്നുനോക്കി.

"ഇയ്യാക്കെന്തോ പണിയറിയാം?"

"കൂലിവേല എന്തുവേണേലും ചെയ്യാം."

"കന്നിനെ കൊണ്ടുനടന്നു തീറ്റാമോ?"

"തീറ്റാം."

പിറ്റേന്നു മുതൽ ചായക്കടക്കാരന്റെ എരുമകളെ അടിച്ചുനടത്തി ചതു പ്പുകളിൽ കൊണ്ടുപോയി തീറ്റാൻ തുടങ്ങി.

മേഞ്ഞുനടക്കുന്ന എരുമകളെ നോക്കിക്കൊണ്ട് ഉരുപ്പടി തല യിൽക്കെട്ടി, കൈയിൽ ഒരു നീണ്ട വടിയുമായി മരച്ചുവട്ടിലും പാറപ്പു റത്തും കുത്തിയിരുന്നു.

കാക്കത്തമ്പുരാട്ടികൾ എരുമകളുടെ പുറത്തുവന്നിരുന്ന് ചെള്ളി നെയും പ്രാണികളെയും കൊത്തിത്തിന്നു. നീർച്ചാലുകൾക്കരികിൽ കുണ്ടികുലുക്കിപ്പക്ഷികൾ ഭൂമിയും മാനവും കുലുക്കിനടന്നു.

അപ്പോൾ കുട്ടപ്പക്കുറുപ്പ് നാടിനെക്കുറിച്ചും വീടിനെക്കുറിച്ചും ഓർത്തു. അച്ചുതൻ ചേട്ടനും മറ്റുള്ളവരുമെല്ലാം ഇപ്പോൾ എവിടെയായി രിക്കും? പൊലീസുകാർ നാട്ടിൽ എന്തെല്ലാം കാട്ടിക്കൂട്ടിയിരിക്കും? ദേവ കിയും മോനും ഇപ്പോൾ എവിടെയാണോ എന്തോ? മോൻ അച്ഛനെത്തി രക്കുമ്പോൾ അവൾ എന്തോ മറുപടി പറയും? ഒരു വിവരവും അറിയാൻ കഴിയുന്നില്ല. അവിടെ അടുത്തെങ്ങാനും ചെന്ന് ദേവകിയെയും കുഞ്ഞി നെയും ഒന്നു വിളിച്ചുകാണണം. അച്ഛന്റെയും അമ്മയുടെയും വിവരം തിരക്കണം.

പാർട്ടിക്കാരുടെ ഇനിയത്തെ തീരുമാനം എന്താണെന്നും അറിയണം.

വീടിന്റെ വിചാരം വന്നപ്പോൾ അങ്ങോട്ടുപോകാൻ അടങ്ങാത്ത ആഗ്രഹം.

ഒരുദിവസം മുതലാളിയോട് പറഞ്ഞു:

"എനിക്കു പുത്തൂർവരെയൊന്നു പോണമായിരുന്നു."

"എന്താ ഉടനെ പോണമെന്ന്?"

"വീട്ടിൽ ഒരത്യാവശ്യ കാര്യമുണ്ട്. ഒടനെയിങ്ങുവരാം."

"പോയങ്ങു താമസിച്ചുകളയരുത്. താമസിച്ചാ പിന്നിങ്ങോട്ട് വരണമെന്നില്ല."

"ഒടനെ വരാം."

പോകുന്നവഴി പുതക്കുഴിയിൽ അപ്പച്ചിയുടെ വീട്ടിൽ കയറി. അതിനിടയിൽ പറഞ്ഞുകേട്ടും അല്ലാതെയും അപ്പച്ചി ശൂരനാട്ടെ വിവരങ്ങളെല്ലാം അറിഞ്ഞിരുന്നു. പൊലീസുകാർ വീടുകളിൽ കാണിച്ച അതിക്രമങ്ങൾ. ആരെയോ ജയിലിലിട്ട് തല്ലിക്കൊന്നത്. പരമുക്കുറുപ്പിനെ പിടിച്ചു ജയിലിലിട്ടേക്കുന്ന കാര്യം പറഞ്ഞപ്പോൾ അവരുടെ കണ്ണുനിറഞ്ഞു. പാവം മൂപ്പിലാനെന്തോ പിഴച്ചു?

പ്രധാനപ്പെട്ട പ്രതികളെയെല്ലാം പിടിച്ചു കഴിഞ്ഞു. കളയ്ക്കാട്ടെ പരമേശ്വരൻ നായരെ, നടേവടക്കേലെ അച്ചുതൻ നായരെ, പുന്തല വാസു നായരെ, വേറെയും ആരെയോ ഒക്കെ. കേസിന്റെ വരും വരാഴികകളും അവർ ചോദിച്ചറിഞ്ഞു വച്ചിട്ടുണ്ട്. ഇനി ഒന്നു രണ്ടുപേരെ മാത്രമേ കിട്ടാനുള്ളൂ. അവരെക്കൂടി പിടിച്ചാൽ, എല്ലാവരെയും ഒന്നിച്ചു സംഭവസ്ഥലത്ത് കൊണ്ടുചെന്ന് നിരത്തിനിർത്തി വെടിവെക്കും.

കാര്യം പറയുന്നതിനിടയിൽ അപ്പച്ചി മൂക്കുപിഴിയുകയും കണ്ണീർ തുടയ്ക്കുകയും ചെയ്തു.

കുട്ടപ്പക്കുറുപ്പിന് ശ്വാസം നിലച്ചതുപോലെ തോന്നി. അയാൾ മുഖമുയർത്തി, കണ്ണുമിഴിച്ച് നിശ്ചലനായി നിന്നു.

എല്ലാ വിവരങ്ങളും തിരക്കിയറിഞ്ഞിരുന്ന അപ്പച്ചിയോട് അയാൾ ഗദ്ഗദത്തോടെ ചോദിച്ചു:

"അപ്പോൾ സംഭവസ്ഥലത്ത് അച്ഛനെയും കൊണ്ടുപോയി വെടിവെക്കുമോ അപ്പച്ചീ?"

"പിന്നെ വെക്കാതെ? വെടിവെക്കുവാരിക്കും. ഗവൺമെന്റിന് ആളുതെകയണ്ടായോ?"

കുറുപ്പിന്റെ ചങ്കുകിടന്നു തുള്ളിവിറച്ചു. അയാൾക്കവിടെ നില്ക്കാൻ തോന്നിയില്ല.

"എന്നാ ഞാൻ പോട്ടപ്പച്ചീ."

"നില്ല് വല്ലോം വെച്ചുകഴിച്ചോണ്ടുപോകാം."

"ഒന്നും വേണ്ടാ."

"നീയിനി എങ്ങോട്ടു പോന്ന്?"

"അങ്ങനൊന്നുമില്ല. എങ്ങോട്ടെങ്കിലും."

അയാൾ അവിടെനിന്നിറങ്ങി നടന്നു.

നടക്കുമ്പോൾ പലതും ആലോചിച്ചു. ഇനി എന്തുവേണം? ഒന്നും തീരുമാനിക്കാൻ കഴിയുന്നില്ല. അനുജനെ ചെന്ന് കാണണം. അവന്റെ അഭിപ്രായം അറിയണം. അതിനുമുമ്പ് ദേവകിയെയും കുഞ്ഞിനെയും ഒന്നു കാണണം.

സന്ധ്യമയക്കത്തിന് ശൂരനാട്ടെത്തി. വീട്ടിൽ ചെന്നപ്പോൾ വിളക്കും വെട്ടവുമില്ല. വീട് ഇടിച്ചുപൊളിച്ചിട്ടേക്കുന്നു. പൊളിഞ്ഞ വാതിലുകൾ വാകീറി തുറന്നു മലർന്നു കിടക്കുന്നു. ആരുമില്ല. അമ്മയെവിടെ? ദേവകിയും കുഞ്ഞും എവിടെ?

അയാളെക്കണ്ട് ആ പുള്ളിപ്പട്ടി ചാടിച്ചെന്നു. അയാൾ ചോറൂട്ടി വളർത്തിയ പട്ടി. അതു വികാരപാരവശ്യത്തോടെ ഞരങ്ങുകയും മൂളുകയും പിൻകാലിൽ നിന്നുകൊണ്ട് അയാളുടെ ദേഹത്തു ചാടിക്കേറാൻ ശ്രമിക്കുകയും ചെയ്തു. പതുക്കെ പട്ടിയെ വിലക്കി.

"ദൂരെ മാറെടാ."

എല്ലാവരും ആ വീടുപേക്ഷിച്ചു പോയിട്ടും അതവിടെ കാത്തുകിടന്നു. എന്നെങ്കിലുമൊരിക്കൽ തിരിച്ചുവരാനിടയുള്ള വീട്ടുകാരെയും കാത്തുകിടന്നു. പട്ടിണികിടന്ന് അവൻ വെറും എല്ലുമാത്രമായി.

അയാൾ ഉള്ളംകാലുകൊണ്ട് പട്ടിയുടെ മുതുകിൽ മൃദുവായി തലോടി.

തൈത്തെങ്ങും വാഴയുമെല്ലാം മണ്ടവെട്ടി മുറിച്ചിട്ടേക്കുന്നതു കണ്ടു. അടുത്തെങ്ങും ഒരു മനുഷ്യജീവിയുമില്ല. അയലത്തെങ്ങും വിളക്കും വെട്ടവുമില്ല. വിവരങ്ങൾ ചോദിക്കാൻ ഒരു കുഞ്ഞുമില്ല. നേരെ പടിഞ്ഞാട്ടു നടന്ന് തോട്ടുംമുഖത്തു വല്യമ്മ താമസിക്കുന്ന വീട്ടിൽ ചെന്നുകേറി. വല്യമ്മയോടു സംസാരിച്ചുകൊണ്ടിരിക്കുമ്പോൾ അനുജൻ ശിവക്കുറുപ്പും വന്നു. അവരോടു വിവരങ്ങളൊക്കെ ചോദിച്ചറിഞ്ഞു. അച്ഛനെ പിടിച്ചു കെട്ടിക്കൊണ്ടുപോയതിനുശേഷം അമ്മ കാഞ്ഞിപ്പുഴയ്ക്കുപോയി. ദേവകി കൊച്ചുമായി അവരുടെ വീട്ടിലാണ്. ഒരു വീടുമുഴുവൻ അങ്ങനെ ചിന്നിച്ചിതറി.

എന്തോ ആലോച്ചിരുന്നിട്ട് അനുജൻ മുഖമുയർത്തി പറഞ്ഞു:

"കോട്ടൂരെ ശിവരാമൻ നായരുടെ അച്ഛനെ പിടിച്ചുകൊണ്ടുപോയി. പക്ഷേ, ശിവരാമൻ നായർ ഹാജരായപ്പോൾ മൂപ്പിലാനെ ഇങ്ങുവിട്ടു."

കുട്ടപ്പക്കുറുപ്പ് മിണ്ടിയില്ല.

പ്രതികളെ മിക്കപേരെയും പിടികൂടിയെന്നു ശിവക്കുറുപ്പും പറഞ്ഞു. അവരെ വെടിവെച്ച് കൊല്ലുകയാണോ തൂക്കിക്കൊല്ലുകയാണോ എന്നൊന്നും അയാൾക്കറിഞ്ഞുകൂടാ.

കുട്ടപ്പക്കുറുപ്പ് മുട്ടിന്മേൽ തലയും കുനിച്ച് കുത്തിയിരുന്നു. ഒരു ചലനവുമില്ലാതെ ഒരേയിരുപ്പ്. അതുകണ്ടിരുന്നവർക്ക് ദുഃഖം തോന്നി. അനുജന്റെ കണ്ണുനിറഞ്ഞു തുളുമ്പി. കുറേ നേരത്തേക്ക് ആരും ഒന്നും ഉരിയാടിയില്ല.

വല്യമ്മ ചോറുണ്ണാൻ വിളിച്ചപ്പോൾ ആ ഇരുപ്പിൽ നിന്ന് ഞെട്ടിയു

ണർന്നു. മുറ്റത്തിറങ്ങി അങ്ങോട്ടുമിങ്ങോട്ടും നടന്നു.

"ഇങ്ങോട്ടുവന്ന് ഈ ചോറ് വാരിത്തിന്ന്."

പാത്രത്തിന് മുന്നിലിരുന്ന് ഉരുളയുമുരുട്ടിക്കൊണ്ട് പിന്നെയും ആലോചനതന്നെ. വല്യമ്മ മൂക്കുപിഴിയുന്നതു കേട്ടു. തലയുയർത്തി നോക്കി. അതിനുശേഷം ആർത്തിയോടെ വാരിവാരിയുണ്ടു. നേരത്തെ എല്ലാവരും വിളക്കണച്ചുകിടന്നു. കുട്ടപ്പക്കുറുപ്പ് പായിൽ എഴുന്നേറ്റ് കുത്തിയിരുന്നു. വെളുപ്പാൻ കാലത്ത് ശിവക്കുറുപ്പ് ഉണർന്ന് മുറ്റത്തിറങ്ങിയപ്പോഴും അയാൾ അതേ ഇരിപ്പുതന്നെ.

ആ വീട്ടിലെ പൂവൻകോഴി പുരമുകളിലിരുന്നുകൊണ്ട് പെട്ടെന്നു വിളിച്ചു കൂവിയപ്പോൾ അയാൾ അറിയാതെ ഞെട്ടിപ്പോയി. കോഴി ചിറകടിച്ചു ശബ്ദമുണ്ടാക്കി.

കുട്ടപ്പക്കുറുപ്പ് അനുജനെ വിളിച്ചുണർത്തി.

"ഞാൻ പോവുവാ."

എങ്ങോട്ടാണെന്നു ചോദിച്ചില്ല. വല്യമ്മയെയും മക്കളെയും വിളിച്ചുണർത്തി യാത്ര പറഞ്ഞു. എവിടേക്കാണ് യാത്രയെന്ന് അവരും തിരക്കിയില്ല.

മുറ്റത്തിറങ്ങി മുണ്ടു മടക്കിക്കുത്തി.

"ഇനി ഞാനിങ്ങോട്ടില്ല. എന്നെയാരും തിരക്കണ്ട."

അനുജൻ ഒരു വെള്ളിരൂപാ എടുത്തുനീട്ടി.

"ഇന്നാ ഇത് കൈയിൽ വച്ചോ."

അതുവാങ്ങി പോക്കറ്റിലിട്ടുകൊണ്ടു നടന്നു.

കിഴക്ക് പെരുമനുദിച്ചുകഴിഞ്ഞിരുന്നു. നാട്ടുവെളിച്ചത്തിലൂടെ കിഴക്കോട്ടു നടക്കുമ്പോൾ അയാളുടെ തൊട്ടുപിറകിൽ ആ പുള്ളിപ്പട്ടിയും ഉണ്ടായിരുന്നു.

അയാൾ പട്ടിയെ തിരിച്ചോടിച്ചു.

"പോ വീട്ടിൽ പോ."

അനുസരിക്കാതെ അതു വീണ്ടും കൂടെച്ചെന്നു. ഒരു കല്ലെടുത്ത് ആഞ്ഞൊരേറു കൊടുത്ത് പട്ടി മ്യാവോ എന്നു വിളിച്ചു മോങ്ങിക്കൊണ്ടു തിരിഞ്ഞോടി.

പിന്നീടാലോചിച്ചപ്പോൾ ദുഃഖം തോന്നി. അതേതുവീട്ടിലേക്കു പോകണം?

നടന്നു മെയിൻ റോഡിൽ കേറിയിട്ടും നേരം വെളുത്തില്ല. ചാരുംമൂട്ടിൽ ചെന്നു ചായകുടിച്ചു. അവിടെ ബസുകേറാൻ നില്ക്കുമ്പോൾ പട്ടി റോഡരുകിൽ വാലും തളർത്തിയിട്ടിരിക്കുന്നുണ്ടായിരുന്നു. അയാൾ പട്ടിയെ നോക്കി പിറുപിറുത്തു.

"എന്റെ കൂടെ വരുന്നതുകൊണ്ട് നിനക്കൊരു പ്രയോജനവുമില്ല. വേറെ എങ്ങോട്ടെങ്കിലും പോ."

വന്നുനിന്ന ബസിൽ ചാടിക്കേറി. പണമുണ്ടായിരുന്നിട്ടും മനഃപൂർവം

ടിക്കറ്റെടുത്തില്ല. ആൾത്തിരക്കിനിടയിൽ ടിക്കറ്റെടുത്തോ എന്ന് ആരും അന്വേഷിച്ചുമില്ല.

അടൂരിൽ ബസിറങ്ങി പൊലീസ് സ്റ്റേഷനടുത്തെത്തിയപ്പോൾ അറിയാതെ പോക്കറ്റുതപ്പി. കാപ്പികുടിച്ചതിന്റെ ബാക്കി പണമുണ്ട്. അവിടെ നിന്നു തിരിഞ്ഞു നടന്നു. അടുത്തുകണ്ട ചായക്കടയിൽ കയറി ഒരിക്കൽക്കൂടി കാപ്പികുടിച്ചു. ഇഡ്ഢലി, ദോശ, പഴം, ചായ. കൊതിയുള്ളതെല്ലാം വാങ്ങിത്തിന്നു. അന്നാദ്യമായി ഒരു സിഗരറ്റുവാങ്ങി കത്തിച്ചു വലിച്ചു. പിന്നെയും ചില്ലറ ബാക്കി. രണ്ടാമതും ചായക്കടയിൽ ചെന്ന് അതിനു പാലുവാങ്ങിക്കുടിച്ചു.

പൊലീസ് സ്റ്റേഷന്റെ വാതില്ക്കൽക്കണ്ട പൊലീസുകാരനോടു പറഞ്ഞു:

“ഞാൻ ശൂരനാട്ടുനിന്ന് വരുവാ.”

“അതിനു ഞാനെന്തോ വേണം.?”

കുറുപ്പു വിക്കിവിക്കി പറഞ്ഞു:

“ഞാൻ.... ശൂരനാട്ടു കേസിലെ പ്രതിയാണ്.”

പൊലീസുകാരൻ ഞെട്ടി. കുറുപ്പിന്റെ തുറിച്ച കണ്ണുകളിലേക്ക് മിഴിച്ചു നോക്കി. പെട്ടന്ന് കൈക്ക് കേറി കടന്നുപിടിച്ചു. പറന്നുപോയേക്കാവുന്ന ഒരു കിളിയെ എന്നപോലെ. പിടിയമർത്തി ഇൻസ്പെക്ടറുടെ മുറിയിലേക്ക് നടത്തിക്കൊണ്ടുപോയി.

കുറുപ്പു മുഖമുയർത്തി ഇൻസ്പെക്ടറോടു പറഞ്ഞു:

“എന്നെ പിടിച്ചോ. എന്റെച്ഛനെയങ്ങു വിട്ടേരെ.”

ഇൻസ്പെക്ടർ പൊലീസുകാരനോട് തിരക്കി:

“ഇവനേതാണ്?”

“ശൂരനാട്ടു കേസിലെ പ്രതിയാണെന്നു പറഞ്ഞാ കേറിവന്നത്.”

“നിന്റെ പേര്?”

“കുട്ടപ്പക്കുറുപ്പ്. തെണാവീട്ടി കുട്ടപ്പക്കുറുപ്പ്. ഇനി എന്റെ അച്ഛനെയങ്ങ് വിട്ടേച്ചാട്ടെ.”

ഇൻസ്പെക്ടർ കൈവലിച്ച് ഒരടികൊടുത്തു.

“നീയെന്നെ ഉപദേശിക്കുന്നോ? എന്താ പറഞ്ഞത്? നിന്റച്ഛനെ വിടണോടാ?”

താൻ പറഞ്ഞത് അബദ്ധമായിപ്പോയോയെന്ന് കുറുപ്പു സംശയിച്ചു. അയാളെ സ്റ്റേഷൻ റൂമിൽ കൊണ്ടുചെന്നു നിറുത്തിയപ്പോൾ പരമുക്കുറുപ്പ് മുഖം വീർപ്പിച്ചിരുന്നു. പൊലീസുകാർ അടുത്തുകൂടി കളിയാക്കി.

“അവൻ നേരിട്ടു വന്നിരിക്കുവാ. അവന്റച്ഛനെ വിടീക്കാൻ. അച്ഛനില്ലാതെ അവന്റമ്മയ്ക്ക് കിടക്കാൻ വയ്യ.”

“ഇവനല്യോ ആ മരംകൊത്തിക്കുറുപ്പ്.”

“കൊടുക്കവന്റെ പിടലിക്ക്.”

പിടലിക്കും കരണത്തുമെല്ലാം അടിയും ഇടിയും. ഒടുവിൽ ഇരുമ്പഴി തുറന്ന് അയാളെ ലോക്കപ്പുചെയ്തു.

പരമുക്കുറുപ്പ് മകനെക്കണ്ട് പരിഭവം ഭാവിച്ചിരിക്കുകയായിരുന്നു. പൊലീസുകാർ അടുത്തേക്കു ചെന്നപ്പോൾ അയാളെ പറഞ്ഞുവിടാനായിരിക്കുമെന്ന് ആശിച്ചു. അവർ ചെന്നു കിഴവനെ പിടിച്ചെഴുന്നേല്പിച്ച് ഇരുമ്പഴിയിൽ ചാരി മലർത്തി നിർത്തി. മകനെ വിളിച്ചു പറഞ്ഞു:

“എടാ ഉറക്കെ എണ്ണിക്കോളണം. എണ്ണം തെറ്റിച്ചാൽ നിന്നെക്കൊണ്ടുതന്നെ നിന്റെ തന്തയെ ഇടിപ്പിക്കും.”

പരമുക്കുറുപ്പിന്റെ എല്ലുന്തിയ നെഞ്ചുകൂടത്തിൽ പൊലീസുകാർ ആഞ്ഞാഞ്ഞിടിച്ചു. മകൻ എണ്ണി. ഒന്ന്...രണ്ട്.....മൂന്ന്.....ഏഴായപ്പോൾ കിളവൻ നിലത്തു മറിഞ്ഞുവീണു. പൊലീസുകാർ വീണ്ടും എഴുന്നേല്പിച്ചിരുത്തി. രസികനായ ഒരുവൻ കിഴവന്റെ നരച്ച താടിരോമത്തിൽ തീപ്പെട്ടിക്കൊള്ളിയുരച്ചു. തീ കത്തിച്ചു. രോമം പടപടാ കത്തിക്കരിഞ്ഞു. മുഖം പൊള്ളിയപ്പോൾ കിഴവൻ കൈയെടുത്ത് മുഖം തുടച്ചു. രോമം കരിഞ്ഞ വാട അവിടെ ചുറ്റിയടിച്ചു.

പിറ്റേന്നു രാവിലെ പരമുക്കുറുപ്പ് ഒരു മൂലയിൽ ചുരുണ്ടുകൂടി കിടക്കുന്നതു കണ്ടു. മറ്റുള്ളവർ ഉറക്കമെഴുന്നേറ്റിട്ടും അയാൾ ഒരേ കിടപ്പുതന്നെ. ഒരു പൊലീസുകാരൻ കുലുക്കി വിളിച്ചിട്ടും ഉണർന്നില്ല. തട്ടിപ്പോയതാണെന്നു കരുതി സൂക്ഷിച്ചുനോക്കി. ശ്വാസമുണ്ട്. മരിച്ചില്ല.

രാവിലത്തെ കവാത്തും പരേഡുമെല്ലാം കഴിഞ്ഞ് കിഴവനെ ഒരു വാനിലെടുത്തിട്ടു കൊണ്ടുപോയി. ആശുപത്രിയിലേക്കായിരിക്കുമെന്നു കരുതി. പോകുന്ന പോക്കിൽ മേക്കുന്നിമോളിലെ യക്ഷിയമ്പലത്തിനടുത്തു മൂപ്പിലാനെ പിടിച്ചു തള്ളിയിട്ട് വാൻ തിരിച്ചുപോയി. ആ ശവം അവിടെക്കിടന്ന് ഈച്ചയും ഉറുമ്പും അരിച്ചു. അതു ചീഞ്ഞുനാറി. പടിഞ്ഞാറൻ കാറ്റിൽ അതിന്റെ ദുർഗ്ഗന്ധം വീശിയടിച്ചു.

പിന്നീട് ലോക്കപ്പിൽ വന്ന ചിലർ ആ ശവത്തിന്റെ കഥ പറഞ്ഞു. കുട്ടപ്പക്കുറുപ്പ് അച്ഛനെയോർത്ത് നിലത്തു കമിഴ്ന്നുകിടന്നു കരഞ്ഞു. കണ്ണീര് വറ്റിയപ്പോൾ അയാൾ മനസ്സുകൊണ്ട് എണ്ണി. ഒന്ന്...രണ്ട്..... മൂന്ന്....

ശൂരനാട്ടുകാരുടെ അടുത്തും അകലെയുമുള്ള ബന്ധുവീടുകളിൽ പലതവണ ശോധന ചെയ്തു. ഓർക്കാപ്പുറത്ത് പൊലീസുകാർ വരുമ്പോഴാണറിയുന്നത്. അവിടങ്ങളിൽ കണ്ടവരെയെല്ലാം പിടിച്ച് ഭേദ്യം ചെയ്തു. വഴിയിൽ കണ്ടവരെ അടിച്ചു. എങ്ങും ആർക്കും സ്വൈരമില്ല.

ശൂരനാട്ടെ ചെറുപ്പക്കാരെല്ലാം പ്രാണനുംകൊണ്ട് നാടുവിട്ടുപോയി. അവരിൽ മിക്കവരെയും അവിടെയുമിവിടെയും വച്ച് പിടികൂടി. ഇങ്ങ് അടൂർ വരെയുള്ള പൊലീസ് സ്റ്റേഷനുകളിലിട്ട് തല്ലിച്ചതച്ചു. മുകളിൽ നിന്നുള്ള ശുപാർശയനുസരിച്ച് പലരേയും ജാമ്യത്തിൽ വിട്ടയച്ചു.

ഇളയപിള്ള പണ്ട് കൊടി തീയിട്ടപ്പോൾ അതുകണ്ടു രസിക്കുകയും കൂക്കിവിളിക്കുകയും ചെയ്തയാളാണ് വിളയിൽ ഗോപാലപിള്ള. എക്കാലവും അയാൾ കോയിക്കലുള്ളവർക്ക് ഒത്തുനിന്നിട്ടേയുള്ളൂ. ഒരുദിവസം അയാൾ കണ്ണമത്ത് ചന്തയിലേക്ക് പോകുമ്പോൾ രണ്ടു പൊലീസുകാർ

എതിരെ വരുന്നതുകണ്ടു. അവരെ അഭിമുഖീകരിക്കുവാൻ ഭയം തോന്നി. അടുത്തുള്ള മുറുക്കാൻ കടയിൽച്ചെന്ന് കുറെ പച്ചവെള്ളം വാങ്ങിക്കുടിച്ചു. അവിടെ നിന്നു മുറുക്കാൻ വാങ്ങി മുറുക്കിക്കൊണ്ടു നടന്നു. ഒരു പൊലീസുകാരൻ അയാളെ വിളിച്ചു ചോദിച്ചു:

"താനെവിടെപ്പോകുന്നു?"

"താമരക്കുളത്തു പോകുവാ."

"എവിടാ തന്റെ സ്ഥലം?"

"ശാസ്താംകോട്ട."

"മ്. പൊയ്ക്കോ."

അയാൾ പ്രാണനുംകൊണ്ട് ആഞ്ഞുവലിഞ്ഞു നടന്നു.

മുറുക്കാൻ കടയുടെ മുന്നിൽചെന്ന് പൊലീസുകാരും വെറ്റിലമുറുക്കി. അതിലൊരാൾ കടക്കാരനോട് ഗോപാലപിള്ളയുടെ കാര്യം തിരക്കി.

"ഇവിടുന്നു മുറുക്കിയിട്ടു പോയ ആ മനുഷ്യനേതാ? താനറിയുമോ?"

"അറിയാം, ആളിവിടെ അടുത്തുള്ളതാ."

"അടുത്തെവിടെ?"

"വിളയിലെന്നാ വീട്ടുപേര്."

"ഓഹോ എന്നിട്ടയാൾ ശാസ്താംകോട്ടക്കാരനാണെന്നാണല്ലോ പറഞ്ഞത്."

മുറുക്കാൻ കടക്കാരൻ ഇരുന്നു കണ്ണുമിഴിച്ചു.

"താനയാളെ ശരിക്കുമറിയുമോ?"

"അറിയും, ഈ ശൂരനാട്ടു തന്നെയുള്ളതാ."

"ആങ്ഹാ! അവൻ ഞങ്ങളെ വെട്ടിച്ചുപോയോ?....മോൻ."

അയാൾ ഗോപാലപിള്ളയുടെ മേൽവിലാസം ചോദിച്ചു. ഡയറിയിൽ കുറിച്ചിട്ടു. പൊലീസുകാരെ വെട്ടിക്കൊന്ന കേസിൽ ഗോപാലപിള്ളയും പ്രതിയായി.

പൊലീസുവാൻ ദിവസവും സ്റ്റേഷനിലേക്ക് മടങ്ങിവരുമ്പോൾ അതിൽ നിരപരാധികൾ ആരെങ്കിലും ഉണ്ടാകും. ഒന്നും പിഴയ്ക്കാത്ത നാട്ടുകാർ. ചിലപ്പോൾ സന്നദ്ധസേനയിൽ ചേർന്നു നടക്കുന്നവർ. പൊലീസിന് ആരെയും വിശ്വാസമില്ല. കമ്യൂണിസ്റ്റുകാർ ഒളിച്ചിരിക്കുന്ന സ്ഥലം കാണിച്ചുകൊടുക്കാമെന്ന് പറഞ്ഞ് പൊലീസിനെ വിളിച്ചുകൊണ്ടു പോയവർ ഏറ്റുമുട്ടലുണ്ടായപ്പോൾ ഓടിക്കളഞ്ഞത് അവർക്കോർമ്മയുണ്ട്. മരിച്ചതു മുഴുവൻ പൊലീസാണ്. പൊലീസുകാർക്ക് ആ പകയുണ്ടെന്ന് സന്നദ്ധസേനക്കാർക്കും അറിയാം. ജോലിയും വേലയും മിനക്കെട്ട് നാട്ടുകാരുടെ വൈരാഗ്യവും സഹിച്ച് കൂടെനടന്നാലും തണ്ടാശ്ശേരി രാഘവനോട് ചെയ്തതുപോലെ എപ്പോഴാണ് തങ്ങളുടെ നേരെ തിരിയുന്നതെന്ന് തിട്ടമില്ല.

ആ പേടികൊണ്ടു ചിലരെല്ലാം ഒഴിഞ്ഞുമാറി നടന്നു. ഒരുദിവസം ക്യാമ്പിൽനിന്ന് തിരക്കി ആളയച്ചിട്ട് പാച്ചുപിള്ള ചെന്നില്ല. പൊലീസിനു രോഷവും പകയും തോന്നി. ചന്തയിൽ വച്ച് കണ്ടപ്പോൾ അയാളെ പിടി

കുടി വാനിൽക്കയറ്റി. അയാളുടെ വീട്ടിൽച്ചെന്നു പാപ്പിവൈദ്യനെ പിടിച്ചിറക്കി. സരോജനിയമ്മ നോക്കിനില്ക്കെ കന്നമടിച്ചു പൊട്ടിച്ചു.

ക്യാമ്പിൽവച്ച് പാച്ചുപിള്ളയെ ചോദ്യം ചെയ്തു:

"പൊലീസുകാരെ കൊല്ലിച്ചിട്ടു നീയങ്ങു രക്ഷപ്പെടാമെന്നു വിചാരിച്ചോ....മോനെ."

"അങ്ങനെ വിചാരിച്ചിട്ടില്ല."

"പിന്നെ നീയെവിടാ മുങ്ങിയത്? തിരക്കിയിട്ടു കാണാതെ..."

"എങ്ങും മുങ്ങിയില്ലേ."

"നീയന്നു പൊലീസുകാരെ കൊല്ലിക്കാൻ വേണ്ടിയല്ലേടാ കമ്യൂണിസ്റ്റുകാരുടെ താവളത്തിൽ കൂട്ടിക്കൊണ്ടുപോയത്."

"അല്ലേ."

ഒടുവിൽ പാപ്പി വൈദ്യന്റെ നേരെ തിരിഞ്ഞു.

"നിനക്കെന്തുവാടാ ആ വീട്ടിൽ കാര്യം?"

"എണ്ണ കാച്ചുവാരുന്നേ..."

"നിന്റെ ഒരെണ്ണകാച്ചൽ...."

കൈ നീട്ടിയിട്ട് ചെവിക്കുറ്റിക്കു കൊടുത്തു.

"എന്തായാലും ഇനി ഇവനെ രണ്ടിനെയും വിടണ്ട. സ്റ്റേഷനിലേക്ക് കൊണ്ടുപോ."

ഡിയെസ്പി നിർദ്ദേശം നല്കി.

പാച്ചുപിള്ളയെയും പാപ്പിവൈദ്യനെയും കണ്ടപ്പോൾ ലോക്കപ്പിൽ കിടന്നവർക്ക് അതിശയമാണ് തോന്നിയത്. വീർത്തുകെട്ടിയ മുഖവുമായി അവർ സ്റ്റേഷൻറൂമിന്റെ ഒരു മൂലയിൽ കുത്തിയിരുന്നു. രാത്രിയിൽ ലോക്കപ്പിനകത്തു ചുരുണ്ടുകൂടി കിടന്നു.

ഒരു ദിവസം പുലിക്കുളം ചന്ദ്രശേഖരനെയും അണവാച്ചറുടെ അനുജൻ ചെറുകര പരമേശ്വരക്കുറുപ്പിനെയും പിടിച്ചുകൊണ്ടുവന്നു. അവരെ രാത്രി ലോക്കപ്പു ചെയ്തു. അച്ചുതൻ നായർ അവരോടു നാട്ടിലെ വിശേഷങ്ങൾ തിരക്കി. ആളുകളെല്ലാം നാടുവിട്ടുപോയി. വീടുകൾ തല്ലിത്തകർത്തു. നടുധാന്യങ്ങളെല്ലാം കുത്തിക്കവർന്നു.

ഒരു നാടു നശിപ്പിച്ചു.

അച്ചുതൻ നായർ തിരക്കി:

"പാർട്ടിക്കാരെ ആരെയെങ്കിലും പിന്നെ കണ്ടോ?"

"ഒരു കുഞ്ഞുങ്ങളെയും കാണാനില്ല."

അച്ചുതൻ നായർ നിരാശയോടെ സ്വയം പറഞ്ഞു:

"എല്ലാം തകർന്നു. എല്ലാം അടിച്ചമർത്തി. ഈ അടിച്ചമർത്തലിനെ അതിജീവിക്കാൻ ഇനി പാർട്ടിക്കു കഴിയുമോ?"

അതുകേട്ട് പരമേശ്വരൻ നായർ തലപൊക്കി നോക്കി. ഇപ്പോൾ അയാൾക്ക് സംസാരിക്കാൻ കഴിയും. പഴുത്തളിഞ്ഞ നാക്ക് ജൈവശക്തിയുടെ സവിശേഷതകൊണ്ട് നീരുവറ്റി പണ്ടത്തെപ്പോലെയായി. അയാൾ ചിരിച്ചുകൊണ്ട് മറുപടി പറഞ്ഞു:

"പാർട്ടി ഇതിനെയെല്ലാം അതിജീവിക്കും. പക്ഷേ,അതു കാണാൻ ഞാൻ കാണുകയില്ല."

അച്ചുതൻ നായർ ചോദിച്ചു:

"അതെന്താ ഒരാളിന്റെ കാര്യംമാത്രം ഇത്ര തീർച്ച?"

"മനസ്സിലായില്ലേ. മറ്റാരെപ്പോലെയുമല്ല ഇനി എന്നെ ജീവനോടെ അവർ വെളിയിലേക്കയക്കില്ല."

ഒരുനിമിഷം കഴിഞ്ഞ് അയാൾ വീണ്ടും പറഞ്ഞു:

"പക്ഷേ, ഒരു കാര്യത്തിലേ പ്രയാസമുള്ളൂ."

"അതെന്തോന്നാ ഒരു കാര്യം."

"എന്റെ ഭാഗത്തുനിന്നുള്ള വീഴ്ചകൊണ്ടു പറ്റിയ തെറ്റാണ്. ഇനിയിപ്പോൾ പറഞ്ഞിട്ടും പ്രയോജനമൊന്നുമില്ല."

"എന്നാലും പറ. കേൾക്കട്ടെ."

പരമേശ്വരൻനായർ മുഖത്തെ താടിരോമം തടവിക്കൊണ്ട് വിഷാദം കലർന്ന മട്ടിൽ പറഞ്ഞു:

"രോഹിണിക്കുട്ടിയുടെ കാര്യം. അവളിപ്പോഴും എന്നെക്കാത്തിരിക്കുകയായിരിക്കും."

അച്ചുതൻ നായർ ചിരിച്ചു:

"അതു സാരമില്ല. അതുപോലെ ഓരോരുത്തരും ഓരോരുത്തരെ കാത്തിരിക്കുകയാണ്."

"അതെ. അതു ശരിയാണ്." പരമേശ്വരൻനായരും ചിരിച്ചു:

"പക്ഷേ, ഞാൻമൂലം അവൾ ഒരുപാട് വിഷമിച്ചു."

"ഇനിയിപ്പോൾ അതിനെക്കുറിച്ചൊക്കെ ചിന്തിച്ചിട്ടെന്താ കാര്യം?"

"കാര്യമൊന്നുമില്ല. എങ്കിലും അത് കൂടെക്കൂടെ മനസ്സിനെ കുത്തിനോവിക്കുന്നു."

ഒറ്റയ്ക്ക് കിടക്കുമ്പോൾ പരമേശ്വരൻനായർ ചിന്താകുലനായിരുന്നു. രോഹിണിക്കുട്ടിയെക്കുറിച്ചുള്ള വിചാരം അയാളെ അസ്വസ്ഥനാക്കുന്നുണ്ടെന്ന് അച്ചുതൻനായർക്ക് മനസ്സിലായി. ആ ശരീരം വിളറി മഞ്ഞളിച്ചിരുന്നു. താടിമീശ വളർന്ന്, കണ്ണുതാണ്, കവിളൊട്ടി ആൾ ഭീകരമായ ഒരസ്ഥികൂടംപോലെ തോന്നിച്ചിരുന്നു.

അടുത്ത ദിവസം രാത്രി എല്ലാവരും ഉറങ്ങിക്കിടക്കുമ്പോൾ പരമേശ്വരൻ നായർ ചന്ദ്രശേഖരന്റെ അടുത്ത് ചെന്ന് അയാളെ പതുക്കെ തട്ടിവിളിച്ചു.

"ഒന്നെണീക്ക്."

ചന്ദ്രശേഖരൻ ഉറക്കച്ചടവോടെ എഴുന്നേറ്റിരുന്നു.

"എനിക്ക് നിന്നോടൊരുകാര്യം പറയാനുണ്ട്."

"എന്തോന്നാ?"

"പ്രധാനപ്പെട്ട ഒരു സംഗതിയാണ്. നീ ശ്രദ്ധിച്ചു കേൾക്കണം."

"കേൾക്കുവാ. കാര്യം പറ."

“നിന്നെ ചോദ്യം ചെയ്യാൻ കൊണ്ടുവന്നെന്നേയുള്ളൂ. എന്തായാലും നിനക്കിവിടെ നിന്നു രക്ഷപ്പെടാൻ കഴിയും. ഇന്നല്ലെങ്കിൽ നാളെ.....”

“അതുകൊണ്ട്?”

“പക്ഷേ, എന്റെ കാര്യം അങ്ങനെയല്ല.”

“പിന്നെങ്ങനയാ?”

“എന്റെ അന്ത്യം ഇതിനകത്തുവെച്ചു തന്നെയായിരിക്കും.”

ചന്ദ്രശേഖരൻ നെറ്റിചുളിച്ചു.

“എന്തിനാ ഇങ്ങനെയൊക്കെ പറയുന്നത്? ഈ തരം വിചാരങ്ങളൊക്കെ അങ്ങുകള.”

“ഞാൻ പറയാൻ വന്ന കാര്യം പറയട്ടെ.”

“ഇതാണു കാര്യമെങ്കിൽ ഇനി പറയണ്ട.”

“അതല്ല, എനിക്കു നിന്നോട് പറയേണ്ട കാര്യമുണ്ട്. ഞാൻ പറയുന്നതൊന്നു കേട്ടിട്ടു നീ മറുപടി പറയണം. നിന്നോടേ എനിക്കു പറയാനുള്ളൂ.”

“എന്നാ പറ.”

“നീ വെളിയിലിറങ്ങിയാൽ എനിക്കുവേണ്ടി ഒരു കാര്യം ചെയ്യണം. എന്റെ അവസാനത്തെ ആഗ്രഹമാണ്.”

“എന്തുവാ അവസാനത്തെ.....?”

“രോഹിണിക്കുട്ടി ഇനി എന്നെ കാത്തിരിക്കേണ്ടെന്നു പറയണം.”

അയാളുടെ മുഖത്തുനോക്കി മൂകനായിരുന്നിട്ട് ചന്ദ്രശേഖരൻ ചോദിച്ചു:

“എന്തൊക്കെയാണീ പറയുന്നത്?”

“ഞാൻ പറയുന്നത് കേൾക്ക്. നീ വെളിയിലിറങ്ങുമ്പോൾ അവിടെ ച്ചെന്ന് അവളെ കാര്യങ്ങൾ പറഞ്ഞു മനസ്സിലാക്കണം. ഞാൻ പറഞ്ഞയച്ചതാണെന്ന് പറയണം. അതുകൂടാതെ എന്റെ ഒരാഗ്രഹം... അതുനീ നിറവേറ്റുമെന്നു വാക്കുതരണം.”

“എന്തോന്നാണ്?”

“എനിക്കുവേണ്ടി നീയവളെ വിവാഹം കഴിക്കണം.”

ഒരെത്തും പിടിയും കിട്ടാത്തമട്ടിൽ ചന്ദ്രശേഖരൻ തരിച്ചിരുന്നു. അയാൾ വിസ്മയത്തോടെ പരമേശ്വരൻനായരുടെ മുഖത്തേക്കു തുറിച്ചുനോക്കി. പരമേശ്വരൻ നായർ വീണ്ടും പറഞ്ഞു:

“ഞാൻ പറഞ്ഞല്ലോ. ഈ കാര്യം എനിക്കു മറ്റാരോടും പറയാനില്ല.”

ചന്ദ്രശേഖരൻ വിഷണ്ണനായി തലകുമ്പിട്ടിരുന്നു. പരമേശ്വരൻ നായർ വീണ്ടും ചോദിച്ചു:

“എന്താ നീ സമ്മതിച്ചോ?”

“ഞാൻ പറയുന്നത് ഇപ്പോൾ അതൊന്നും ആലോചിക്കാനുള്ള സമയമായിട്ടില്ലല്ലോ.”

“അങ്ങനെയല്ല നിന്നെ ഇവിടെനിന്ന് വിട്ടയച്ചാൽപ്പിന്നെ ആഗ്രഹിച്ചാലും ഇനി നമ്മൾ തമ്മിൽ കണ്ടെന്നു വരികയില്ല.”

ചന്ദ്രശേഖരൻ പെട്ടെന്ന് പൊട്ടിക്കരഞ്ഞുകൊണ്ട് പരമേശ്വരൻനായരുടെ കൈകൾ കൂട്ടിപ്പിടിച്ചു. പരമേശ്വരൻനായർ ഇടറിയ സ്വരത്തിൽ ചോദിച്ചു:

“എന്താ നിനക്കു സമ്മതമാണോ? ഞാനുറങ്ങിയിട്ട് ദിവസം കുറെയായി. അതറിഞ്ഞിട്ടുവേണം എനിക്കു സ്വസ്ഥമായൊന്നുറങ്ങാൻ.”

ചന്ദ്രശേഖരന്റെ കവിളിലൂടെ നീർച്ചാലുപോലെ കണ്ണീരൊഴുകിക്കൊണ്ടിരുന്നു.

“നീയെന്താ ഒന്നും പറയാത്തത്?”

“ഒരു പക്ഷേ, ചേട്ടൻ ജയിലിൽനിന്ന് പുറത്തുവരുമ്പോൾ....”

“അങ്ങനെയൊന്നുണ്ടാകാൻ പോകുന്നില്ല. അങ്ങനെവന്നാൽത്തന്നെയും ഞാൻ അന്നത്തേക്ക് പടുകിളവനായിരിക്കും. അതുകൊണ്ട് എനിക്ക് നിന്റെ തീരുമാനമറിയണം.”

കുറേനേരം മൗനമായിരുന്നിട്ടു ചന്ദ്രശേഖരൻ പറഞ്ഞു:

“അവരുടെ കാര്യമോർത്തു വിഷമിക്കേണ്ട. ചേട്ടനില്ലാതെ വന്നാൽ അവർക്ക് എക്കാലത്തും ഞാനുണ്ടായിരിക്കും.”

“നീ അവളെ കല്യാണം കഴിക്കുമോ. അതുപറ.”

ചന്ദ്രശേഖരൻ കരഞ്ഞുകൊണ്ടു പറഞ്ഞു:

“കഴിക്കാം.”

പരമേശ്വരൻനായർ അയാളെ കെട്ടിപ്പിടിച്ചു. അയാളുടെ തോളിൽ മുഖമമർത്തി. വികാരം അടക്കാൻ കഴിയാതെ പൊട്ടിക്കരഞ്ഞു....

ചോദ്യം ചെയ്യാൻ കൊണ്ടുവന്നവരെ ഓരോരുത്തരെയായി ജാമ്യത്തിൽ വിട്ടയച്ചു. ചന്ദ്രശേഖരനെ, പരമേശ്വരക്കുറുപ്പിനെ, പാപ്പിവൈദ്യനെ, പാച്ചുപിള്ളയെ എല്ലാം.

രാത്രിയുടെ നിശ്ശബ്ദതയിൽ ലോക്കപ്പിനുള്ളിൽ നിന്ന് തടവുകാരുടെ ചുമയുയർന്നു. മിനിട്ടുകളിടവിട്ട് ആരെങ്കിലും ചുമച്ചുകൊണ്ടിരുന്നു. ചുമയുടെ സ്വഭാവംകൊണ്ട് ഓരോരുത്തരെയും തിരിച്ചറിയാം. പരമേശ്വരൻനായർ ചുമയ്ക്കുമ്പോൾ ചുമച്ചുചുമച്ചു ശ്വാസം നില്ക്കുന്നതുപോലെ തോന്നും. അയാൾക്കു നെഞ്ചുവേദനയും ശ്വാസംമുട്ടലും അനുഭവപ്പെട്ടു. ഒരുദിവസം രാവിലെ ചീക്കിനുകൊണ്ടുപോകുംമുമ്പ് നിറുത്താതെയുള്ള ചുമ. അന്നു ചുമച്ചുതുപ്പിയത് ചോരയായിരുന്നു. വീണ്ടും കരളുപറിയുന്ന ചുമ. മാംസം അറുത്തിട്ടതുപോലെ കട്ടച്ചോര. ചുമച്ചുചുമച്ചു ശ്വാസം നിലച്ചു തളർന്നു വീണു.

മറ്റുള്ളവർ ചുറ്റുമിരുന്നു നെഞ്ചുതടവുകയും വീശുകയും ചെയ്തു. അച്ചുതൻനായർ പൊലീസുകാരെ വിളിച്ചു വിവരം പറഞ്ഞു. ചുമച്ചുതുപ്പിയ ചോര ചൂണ്ടിക്കാണിച്ചു. അതിനുശേഷം അതു വടിച്ചു മൂത്രക്കലത്തിലാക്കി. അന്നുച്ചതിരിഞ്ഞപ്പോൾ ആളിനെ ആശുപത്രിയിൽ കൊണ്ടുപോയി. ഒടുവിൽ നാഗർകോവിൽ ക്ഷയരോഗാശുപത്രിയിലേക്കു മാറ്റി.

ആശുപത്രി സെല്ലിൽ ആഹാരവും മരുന്നും ഒന്നും കഴിക്കാനാവാതെ അയാൾ ഒരേ കിടപ്പുകിടന്നു. കാവൽ നിന്ന പൊലീസുകാരന് അതു

തുറക്കുക പോലും ചെയ്യേണ്ടിവന്നില്ല.

ഒരു ചലനവുമില്ലാത്ത കിടപ്പ്. ഒരു ദിവസം മുറിയിൽ നിന്ന് വാടയടിക്കാൻ തുടങ്ങി. പൊലീസുകാരൻ അകത്തേക്കു സൂക്ഷിച്ചുനോക്കി. ആ മുഖത്ത് ഈച്ചകൾ അരിച്ചുനടക്കുന്നു. ശരീരമാകെ ശവംതീനിയെറുമ്പുകൾ പൊതിഞ്ഞിരിക്കുന്നു.

സംശയം തീർക്കാൻവേണ്ടി പൊലീസുകാരൻ ഇരുമ്പഴികൾ തുറന്ന് ശരീരം കുലുക്കിനോക്കി. ആ ശവം ചീയാൻ തുടങ്ങിയിരുന്നു.

ഇരുപത്തിയഞ്ച്

കൊച്ചുകൃഷ്ണൻ കുട്ടപ്പക്കുറുപ്പിനെ പിരിഞ്ഞിട്ട് നൂറനാട്ടൊരു ബന്ധുവീട്ടിലേക്കു പോയി. രണ്ടുമൂന്നു ദിവസം അവിടെ തങ്ങണമെന്നുണ്ടായിരുന്നു. സന്ധ്യ കഴിഞ്ഞ് വീട്ടിൽച്ചെന്നു കേറിയപ്പോൾ അവിടെ അഭയാർത്ഥികളെപ്പോലെ ധാരാളം ആളുകൾ വന്നു കൂടിയിരിക്കുന്നു. ആണും പെണ്ണും കുട്ടികളുമെല്ലാം. അകലെനിന്ന് എല്ലാവരെയും ഒന്നുനോക്കി. അറിയുന്നവർ ചിലരൊക്കെയുണ്ട്. കുട്ടികളുടെ കൂട്ടത്തിൽ സ്വന്തം മകളെ കണ്ട് അതിശയിച്ചു. മൂന്നാമത്തെ മകൾ രത്നമ്മ. അവൾ തിണ്ണയിലിരുന്ന് ഉറക്കം തൂങ്ങുന്നു. വാടിയ മുഖം. ഉണങ്ങിക്കരിഞ്ഞ തലമുടി. കുറെനേരം ഒളിഞ്ഞു നിന്നു കണ്ടു. ഓടിച്ചെന്ന് വാരിയെടുത്ത് ഒരുമ്മ വെക്കാൻ തോന്നി. പക്ഷേ, തമ്മിൽ കണ്ടാൽ പിന്നെ വിട്ടുപോകാൻ സമ്മതിക്കുകയില്ല. അവൾ ആരുടെ കൂടെ വന്നുവെന്നറിഞ്ഞില്ല. ഒളിഞ്ഞു നിന്നു കൺകുളിർക്കെ കാണുകമാത്രം ചെയ്തു. പിന്നെ വെട്ടപ്പെടാതെ അവിടെ നിന്നിറങ്ങി നടന്നു.

ആതനാട്ടു കൊന്നയിൽച്ചെന്ന് കുഞ്ഞിക്കുട്ടിയെ കാണണം. ഊടുവഴികളിലൂടെ ഓച്ചിറയ്ക്കു പടിഞ്ഞാറ് ആയിരം തെങ്ങിൽ എത്തി കടത്തിറങ്ങി. കടലോരത്തുകൂടി തെക്കോട്ടുപോയി.

നേരം ഉച്ച തിരിഞ്ഞിരുന്നു. കടത്തുവള്ളങ്ങൾ കരയിലേക്ക് ആഞ്ഞുതുഴഞ്ഞു വരുന്നു. കമ്പവലക്കാർ തിരമാലകൾ മുറിച്ചുകൊണ്ടു വല വലിച്ചടുപ്പിക്കുന്നു.

കടത്താഴെ നിന്നു കുറെ കിഴക്കുമാറി ഒരു പൊട്ടക്കുളത്തിനരികിൽ ഒരു സ്ത്രീ നിന്ന് വെള്ളംകോരി തുണി കഴുകുന്നു. നോക്കിയപ്പോൾ അതിശയം തോന്നി. കുഞ്ഞിക്കുട്ടിയെപ്പോലെ ഒരുത്തി. കുഞ്ഞിക്കുട്ടി തന്നെ. വിസ്മയത്തോടെ അടുത്തുചെന്ന് ചോദിച്ചു:

"അല്ലാ, ഇവിടെയെങ്ങനെ വന്നു?"

അയാളെ കണ്ടപ്പോൾ അവൾക്ക് ആശ്ചര്യവും ആഹ്ലാദവും സങ്കടവുമെല്ലാം തോന്നി. കുഞ്ഞുകൊച്ച് അവളെ തനിച്ചിട്ടിട്ട് ശൂരനാട്ടുനിന്ന് പൊയ്ക്കളഞ്ഞ വിവരം പറഞ്ഞു. പിന്നെ തിരക്കിപ്പിടിച്ച് അഴീക്കലെത്തി. പരുത്തിമൂട്ടിൽ പൊടിയന്റെ വീട്ടിൽ വന്നു കേറി. കുഞ്ഞികുട്ടി ചിരിതു

കിക്കൊണ്ടു പറഞ്ഞു:

"നമ്മൾ ആതനാട്ടുചെന്നിട്ട് എപ്പോഴെങ്കിലും ഇവിടെ വരുമെന്ന് എനിക്കറിയാമായിരുന്നു."

"ഞാൻ ആതനാട്ടു പോയില്ല. അങ്ങോട്ടു പോകാമെന്ന് കരുതി വന്നപ്പോഴാണ്......."

"ഇവിടെവെച്ചു കണ്ടത്. എന്റെ മനോനേര്."

ഭാര്യയും ഭർത്താവുംകൂടി പൊടിയന്റെ വീട്ടിൽചെന്നു. അവിടെ ഉറങ്ങിക്കിടന്ന കുഞ്ഞുമോനെയെടുത്ത് കൊച്ചുകൃഷ്ണൻ ഉമ്മവെച്ചു. വീട്ടുകാരുമായി വർത്തമാനം പറഞ്ഞിരുന്നു.

കുഞ്ഞിക്കുട്ടി ദുഃഖഭാരത്തോടെ പറഞ്ഞു:

"പുള്ളാരുടെ കാര്യം ആലോചിക്കുമ്പം എന്റെ മനസ്സുകിടന്നു പിടയ്ക്കുവാ. അവരെയൊന്നു കണ്ടോളാഞ്ഞു വയ്യ."

കൊച്ചുകൃഷ്ണൻ അവളെ ആശ്വസിപ്പിക്കാൻ ശ്രമിച്ചു.

"അവരുടെ കാര്യം ഓർത്തു വിഷമിക്കണ്ട. നാട്ടുകാര് അവരെ നോക്കിക്കൊള്ളും. ഇപ്പോൾ തിരക്കിപ്പോയാൽ അപകടമാണ്. നമ്മൾ ചെല്ലുന്നോ എന്നു പൊലീസിന്റെ തിരക്കം കാണും."

"എന്നു വിചാരിച്ച് അവരുടെ കാര്യം തിരക്കാതിരുന്നാലോ?"

"തിരക്കാം. നമുക്കൊരാളെ തിരക്കി അയയ്ക്കാം. സൗകര്യമുള്ള ഒരു വീടു കണ്ടുപിടിച്ച് പിള്ളേരെയിങ്ങു വിളിപ്പിക്കുകയും ചെയ്യാം."

മൂത്തകുട്ടികളെ വീട്ടിലാക്കിയിട്ട് കൈക്കുഞ്ഞുമായി വീടുവിട്ടിറങ്ങിയപ്പോൾ വീട്ടിൽനിന്നു തല്ക്കാലം ഒന്നുമാറി നില്ക്കാനേ ഉദ്ദേശിച്ചിട്ടുള്ളൂ. പൊലീസിന്റെ ഉപദ്രവം കുറയുമ്പോൾ തിരിച്ചുപോകാം. അതുവരെ അയലത്തു കുഞ്ഞമ്മയുടെയോ മറ്റാരുടെയെങ്കിലുമോ കൂടെ അവർ കഴിഞ്ഞുകൂടിക്കൊള്ളുമെന്നു കരുതി. പക്ഷേ, കിഴകിടപ്പാടത്തെ സംഭവത്തിനുശേഷം വള്ളികുന്നത്തെ സ്ഥിതി പണ്ടത്തേക്കാളും രൂക്ഷമാണ്. ആർക്കും അങ്ങോട്ടു എത്തിനോക്കാൻപോലും വയ്യ.

പിറ്റേന്ന് പൊടിയന്റെ ഏർപ്പാടിൽ ഒരാളെ വള്ളികുന്നത്തേക്കയച്ചു. അയാൾ പോയിട്ടുവന്നു കൊച്ചുകൃഷ്ണനോടു വിവരങ്ങൾ പറഞ്ഞു. രാജമ്മയും രത്നമ്മയും എവിടെയാണെന്നറിഞ്ഞുകൂടാ. ഭാർഗ്ഗവിയും ഓമനയും ശശിയും വീട്ടിലുണ്ട്. അവരെ ചുറ്റിപ്പറ്റി ഒറ്റുകാരും രഹസ്യപ്പൊലീസും നടക്കുന്നു. അച്ഛനും അമ്മയും എവിടെയാണെന്നു തിരക്കുന്നു.

കുട്ടികളെ അടുപ്പിക്കാനും അവരോടെന്തെങ്കിലും സംസാരിക്കാനും ആളുകൾക്കു ഭയമാണ്. ഭാർഗ്ഗവി, ശശിയെയും എളിയിലെടുത്ത്, ഓമനയെയും കൈക്കുപിടിച്ച് വീട്ടിൽനിന്നിറങ്ങി നടക്കും. എവിടുന്നെങ്കിലും വല്ലതും വാങ്ങി അവർക്കു നല്കും.

വിവരങ്ങളൊന്നും കുഞ്ഞിക്കുട്ടിയെ അറിയിച്ചില്ല. കുഞ്ഞുങ്ങൾ ഒരുവിധം കഴിഞ്ഞുകൂടുന്നു എന്നുമാത്രം പറഞ്ഞു. പക്ഷേ, കൊച്ചുകൃഷ്ണന്റെ ചങ്കുകിടന്നു പിടഞ്ഞു.

അയാൾക്കു നിലയുറയ്ക്കാതായി. രണ്ടു കുട്ടികൾ കൂട്ടുപിരിഞ്ഞു.

രത്നമ്മയെ അയാൾ നൂറനാട്ടുവെച്ചു കണ്ടു. രാജമ്മ എവിടെയാണോ എന്തോ?

ഭാർഗ്ഗവി ഇളയകുട്ടികളുമായി നാട്ടിൽ അലഞ്ഞു നടക്കുന്നു. പതിമൂന്നു വയസ്സുള്ള ഒരു കുട്ടിയുടെ ജീവിതഭാരം! അച്ഛന്റെയും അമ്മയുടെയും ചിറകിനടിയിൽ ചൂടുപറ്റി വളരേണ്ട കുഞ്ഞുങ്ങൾ! ആരോരുമില്ലാതെ എങ്ങുനിന്നും ഒരു സഹായവുമില്ലാതെ അവർ വലയുകയാണ്. ഒരു ഷെൽട്ടർ കണ്ടുപിടിച്ച് കുഞ്ഞുങ്ങളെ കൂട്ടിക്കൊണ്ടു വരണം. അവരെ പിടിച്ച് മടിയിലിരുത്തി ആ വാടിത്തളർന്ന മുഖങ്ങളിൽ ഉമ്മവെക്കണം. അമ്മയും മക്കളുംകൂടി കളിച്ചുചിരിച്ചു കഴിയുന്നതൊന്നു കാണണം.

കുറെക്കൂടി വടക്ക്, മീനത്തു കുഞ്ഞുപണിക്കന്റെ വീട് ഒളിവിൽ കഴിയാൻ പറ്റിയതാണ്. കിഴക്ക് വിശാലമായ കായൽ. പടിഞ്ഞാറ് കടൽ. വടക്കു കായലും കടലും കൂടിചേരുന്ന പൊഴി. ചുറ്റും മീൻപിടുത്തക്കാർ തിങ്ങിത്താമസിക്കുന്ന കുടിലുകൾ. എന്തു സഹായവും ചെയ്യാൻ മനസ്സുള്ള ആളുകൾ. കുഞ്ഞുപണിക്കനെ കണ്ടു കാര്യം പറഞ്ഞു. കുട്ടികളെ വീട്ടിൽ കൊണ്ടുവന്ന് നിർത്തുന്നതിന് അയാൾക്കു സന്തോഷമേയുള്ളൂ. ഇനി ആരുമറിയാതെ അവരെ കൂട്ടിക്കൊണ്ടു വരണം.....

നേരത്തെതന്നെ ഭാർഗ്ഗവി വഴിയാത്രക്കാരോടും പരിചയക്കാരോടുമെല്ലാം അച്ഛനെയും അമ്മയെയും കുറിച്ചു തിരക്കുന്നുണ്ടായിരുന്നു. കടപ്പുറത്തു പോയിട്ടുവന്ന ഒരു മീൻകച്ചവടക്കാരൻ പറഞ്ഞു— താൻ കടത്താഴത്തുകൂടി പോകുമ്പോൾ കൊച്ചുകൃഷ്ണനെയും കുഞ്ഞിക്കുട്ടിയെയും നേരിൽ കണ്ടെന്ന്. അച്ഛനെയും അമ്മയെയും കാണാനുള്ള അത്യാർത്തിയോടെ ഭാർഗ്ഗവി മീൻക്കച്ചവടക്കാരനോട് കെഞ്ചി:

“മുതലാളീ, ഞങ്ങളെ കടപ്പുറത്തുകൊണ്ടുപോയി അച്ഛനെയും അമ്മയെയും ഒന്നു കാണിച്ചുതാ.”

അയാൾ അതു ചെവിക്കൊണ്ടില്ല. അയാൾക്കു പേടിയാണ്.

കുട്ടികളുടെ ദുഃഖം കണ്ട് മീൻകാരൻ കലന്തരുകുഞ്ഞിന് സഹതാപം തോന്നി. കലന്തരുകുഞ്ഞ് രണ്ടും കല്പിച്ച് ഭാർഗ്ഗവിയോടു സമ്മതിച്ചു.

“ഞാൻ കൊണ്ടു പോവാം മോളേ. ഞാൻ നിങ്ങളെ കടപ്പുറത്തു കൊണ്ടുവിടാം.”

അയാൾ കുട്ടികളെയും കൂട്ടി ആയിരം തെങ്ങിലെത്തി. അവരോടൊപ്പം അക്കരയ്ക്കു പോയില്ല. അതിനു ധൈര്യമില്ല. കിഴക്കേക്കരനിന്നു ചൂണ്ടിക്കാണിച്ചു.

“അതാ കടപ്പുറം. കുഞ്ഞുങ്ങളേം കൊണ്ടു മക്കള് കടത്തുവള്ളത്തേക്കേറി അങ്ങോട്ടു ചെല്ല്. ആ ചീലാന്തിക്കൂട്ടം കാണുന്നതാ പരുത്തിമുട്ടിപ്പൊടിയന്റെ വീട്. അവിടെച്ചെന്ന് അയാളോട് ചോദിച്ചാ മതി.”

ആവേശത്തോടെ കടത്തുകടന്ന് പൊടിയന്റെ വീട്ടിലെത്തി. കുട്ടികൾ കേറിച്ചെല്ലുന്നതു കണ്ടപ്പോൾ പൊടിയൻ പേടിച്ചു. എണ്ണമയമേ

ശാത്ത തലമുടി. അഴുക്കും പൊടിയും അപ്പിയടഞ്ഞ്, ശോഷിച്ച ശരീരം. കീറിപ്പറിഞ്ഞ പാവാട. വാടിക്കരിഞ്ഞ മൂന്നു കുരുന്നുകൾ!

ഭാർഗ്ഗവി പൊടിയന്റെ നേരെ നോക്കി നിന്നു. അവളുടെ തളർന്ന കണ്ണുകളിൽ ആശയുടെ തിളക്കം.

"അമ്മാവാ, ഞങ്ങൾക്ക് അച്ഛനെയും അമ്മയെയും ഒന്നു കാണിച്ചുതാ."

കൊച്ചുകൃഷ്ണനും കുഞ്ഞിക്കുട്ടിയും അപ്പോൾ മീനത്തു കുഞ്ഞു പണിക്കന്റെ വീട്ടിലുണ്ടെന്ന് പൊടിയനറിയാം. പക്ഷേ, അവരുടെ അടുത്തേക്കു കൂട്ടിക്കൊണ്ടുപോകുന്നത് അപകടമായതുകൊണ്ട് അയാൾ പറഞ്ഞു:

"അതിന്...... അവരിങ്ങോട്ടൊന്നും വന്നില്ലല്ലോ മോളേ."

"ഇവിടെങ്ങാനും കാണും. കടപ്പുറത്തുണ്ടെന്നു പറഞ്ഞു"

"ആര് പറഞ്ഞു?"

"ഒരാളു പറഞ്ഞു. അമ്മാവനോടു ചോദിച്ചാ മതിയെന്നു പറഞ്ഞു."

പൊടിയൻ വിഷമത്തിലായി. അവരുടെ വിഷാദവും ദയനീയതയും കണ്ടപ്പോൾ മീനത്തുകൊണ്ടുപോയി കാണിച്ചാലെന്തെന്നുപോലും കരുതി. പക്ഷേ, അതുമൂലമുണ്ടാകുന്ന അപകടത്തെക്കുറിച്ചാലോചിച്ചപ്പോൾ പാടില്ലെന്നു തോന്നി.

"ആരാണ്ടു വെറുതെ പറഞ്ഞേതു മക്കളേ. അവരിവിടെങ്ങും വന്നില്ല."

ഭാർഗ്ഗവി നിന്നു വിതുമ്പിക്കരഞ്ഞു. പൊടിയൻ പാടുപെട്ട് അവളെ ആശ്വസിപ്പിച്ചു.

"മക്കടെ അച്ഛനും അമ്മയും അങ്ങു വരും. മക്കളിങ്ങനെ തിരക്കി നടക്കണ്ടാ."

"എന്നാ വരുന്നത്?"

"ഈ ബഹളമൊന്നു കഴിയുമ്പം അവരങ്ങു വരും."

"എന്നാ ബഹളം കഴിയുന്നെ?"

"വെക്കം കഴിയും. മക്കളു വീട്ടിപ്പോ. ഇങ്ങനെങ്ങും ഇറങ്ങിനടക്കാതെ."

ഭാർഗ്ഗവി വീണ്ടും കരഞ്ഞുകൊണ്ടു ചോദിച്ചു:

"ഇറങ്ങി നടക്കാതെ ഞങ്ങളെങ്ങനെ വല്ലതും കഴിക്കും?"

അതിനു പൊടിയനു മറുപടിയില്ലായിരുന്നു.

പൊടിയന്റെ ഭാര്യ കുട്ടികൾക്കു ചോറു വിളമ്പിക്കൊടുത്തു. അവർ അതു പിടിപിടിച്ചു വാരിത്തിന്നു. പൊടിയൻ അവരെ സമാധാനപ്പെടുത്തി ഒരു വിധം മടക്കിയയച്ചു. പോകുമ്പോൾ ഭാർഗ്ഗവിയുടെ കൈയിൽ അഞ്ചു രൂപാ പൊതിഞ്ഞു കൊടുത്തു.

കുട്ടികൾ കടത്തുകടന്നു വീണ്ടും അനിശ്ചിതത്വത്തിലേക്കു തിരിച്ചുപോകുന്ന കാഴ്ച പൊടിയൻ ദുഃഖത്തോടെ നോക്കിനിന്നു....

ഒരു പൊലീസ്‌വാൻ ആയിരംതെങ്ങിലേക്ക് പാഞ്ഞുവരികയായിരുന്നു.

വഴിയിൽ കലന്തരുകുഞ്ഞിനെ കണ്ട് വാൻ ചവിട്ടി നിർത്തി. അയാൾ മീനും കുട്ടയും ഇട്ടിട്ട് ഓട്ടം തുടങ്ങി. പൊലീസുകാർ ഓടിച്ചിട്ടു പിടിച്ച് ശരിക്കു ഭേദ്യം ചെയ്തു.

"എവിടെടാ കൊച്ചുകൃഷ്ണനും കുഞ്ഞിക്കുട്ടിയും?"

"എനിക്കറിഞ്ഞുകൂടായേ ഏമാനേ."

"ഛീ, കള്ളം പറയുന്നോ?"

"പടച്ചോനാണേ എനിക്കറിഞ്ഞുകൂടാ."

"ജീവൻ വേണേ നേരു പറഞ്ഞോടാ പന്നീ. അവരൊളിച്ചിരിക്കുന്ന വീടേതാണ്?"

"പടച്ചോൻ സാക്ഷിയായി സത്യം. എനിക്കറിഞ്ഞുകൂടാ."

"നീ പിള്ളേരെ കൊണ്ടുവന്ന് അവരിരിക്കുന്ന വീട്ടിൽ വിട്ടില്ലേടാ?"

"ഞാൻ കൊണ്ടു വന്നതല്ലേമാനേ. കടത്തുകടേവെച്ചാ കൊച്ചുങ്ങളെ കണ്ടത്."

"എന്നിട്ട്?"

"പരുത്തിമൂട്ടിപ്പൊടിയന്റെ വീടു കാണിച്ചു കൊടുക്കണെമെന്നു പറഞ്ഞു. ഞാൻ ഇക്കരെ നിന്ന് കാണിച്ചുകൊടുത്തെന്നേയുള്ളൂ."

"എന്നിട്ട്?"

"കൊച്ചുങ്ങളങ്ങോട്ടു പോകുന്നതു കണ്ടു. അല്ലാതൊന്നും എനിക്കറിഞ്ഞൂടാ."

"ങ്. നീ വാനിലോട്ടു കേറ്."

കലന്തരുകുഞ്ഞിനെ പിടിച്ചു വാനിലാക്കി ആളെ കാവൽ നിർത്തി. പൊലീസുകാർ കടത്തിറങ്ങി കടപ്പുറത്തെത്തി. പൊടിയന്റെ വീടു വളഞ്ഞ് ശോധന ചെയ്തു. കലവും ചട്ടിയും വരെ പൊക്കിനോക്കി. പൊടിയനെ പിടിച്ചിറക്കി തല്ലി. കൈ പിടിച്ച് പുറകിൽ കെട്ടി. ഉണങ്ങാൻ വേണ്ടി വലിച്ചുകെട്ടിയിരുന്ന കമ്പവലയറുത്തു കണ്ടിച്ചു. കരയ്ക്കു കയറ്റിവെച്ചിരുന്ന വള്ളത്തിനു തീയിട്ടു. അവിടെനിന്നു വടക്കോട്ടു പടയോട്ടം തുടങ്ങി. കണ്ണിൽ കണ്ടവരെയെല്ലാം തല്ലി. ആളുകൾ കൂട്ടത്തോടെ നാലു വഴിക്കും ഓടി.

അങ്ങുതെക്ക് ഏന്തോ ബഹളം നടക്കുന്ന വിവരം കുഞ്ഞുപണിക്കൻ ഓടിവന്നു പറഞ്ഞപ്പോൾ കൊച്ചുകൃഷ്ണൻ വീടിനു വെളിയിലിറങ്ങിനോക്കി. ആളുകൾ തെക്കുനിന്ന് ഓടിപ്പാഞ്ഞു വരുന്നു. അയാൾ കുഞ്ഞിനെയെടുത്ത് കുഞ്ഞിക്കുട്ടിയെയും കൂട്ടിക്കൊണ്ട് നേരേ വടക്കോട്ടു പൊഴിമുഖത്തേക്കു നടന്നു. ഒരു കടത്തുകാരൻ അവരെ അഴിയ്ക്കപ്പുറം കടത്തിക്കൊടുത്തു. അവിടെ നിന്നുകൊണ്ട് തെക്കേക്കര നടക്കുന്ന കോലാഹലം കണ്ടു. പൊലീസുകാർ വീടു വളയുന്നു. ആളുകൾ ഓടുന്നു. ഓടുന്നവരെ ഓടിച്ചിട്ടു തല്ലുന്നു.

കടവിൽ കെട്ടിയിട്ടിരുന്ന ഒരു വള്ളം അഴിച്ചുവിട്ട് ഭാര്യയെയും കുഞ്ഞിനെയും കയറ്റി. നല്ല പരിചയമില്ലെങ്കിലും കായലിലൂടെ ശക്തിയായി ഊന്നിവിട്ടുപോയി. കിഴക്കേക്കരയിറങ്ങി തിടുക്കത്തിൽ നടന്നു. ഹരിപ്പാടിനടുത്ത് ഒരു പരിചയക്കാരന്റെ വീട്ടിൽ ഭാര്യയെയും കുഞ്ഞി

നെയും ഏല്പിച്ചിട്ട് ഒരു ഷെൽട്ടർ കണ്ടുപിടിക്കാൻ വേണ്ടി അവിടെനിന്നിറങ്ങി നടന്നു.

ഓച്ചിറയ്ക്കടുത്ത് ഒരു ചായക്കടയിൽ ഇരിക്കുമ്പോൾ അറിഞ്ഞു—പേരൂർ മാധവൻപിള്ളയെയും പുതുപ്പള്ളി രാഘവനെയും പൊലീസ് പിടികൂടി. ആ വാർത്തകേട്ടു ഞെട്ടിപ്പോയി.

പ്രസ്ഥാനത്തിനു കനത്ത അടിയേറ്റിരിക്കുന്നു. അവരുടെ വിടവു നികത്താൻ ഇനി വെളിയിലാരുണ്ട്?

നാടാകെ നടന്നു പാർട്ടിഗ്രൂപ്പു സംഘടിപ്പിച്ചുകൊണ്ടിരുന്ന പുതുപ്പള്ളി രാഘവൻ! കമ്യൂണിസ്റ്റുകാരന്റെ ധീരതയുടെ പ്രതീകമായിരുന്നു പേരൂർ മാധവൻപിള്ള!.....

മനസ്സിൽ മാധവൻപിള്ളയെക്കുറിച്ചുള്ള ഓർമ്മകൾ തിക്കിത്തിരക്കിവന്നു. പണ്ട് കൂട്ടുചേർന്നു കള്ളുകുടിച്ചു നടന്ന ചെറുപ്പക്കാരൻ.

നിയമനിഷേധ പ്രസ്ഥാനത്തിന്റെ കാലത്ത് വള്ളികുന്നത്തു കോൺഗ്രസ് കമ്മറ്റിക്കാർ ഒരുദിവസം വട്ടയ്ക്കാട്ടു മൈതാനത്തു പൊതുയോഗംകൂടി. നിയമലംഘനം കാണാൻ ആളുകൾ അകലെ വന്നു കാത്തുനിന്നു. നിയമം ലംഘിക്കാമെന്നേറ്റിരുന്ന തട്ടാമ്പള്ളി രാമകൃഷ്ണപിള്ളയെ സമയത്തുകണ്ടില്ല. പോറ്റിസാർ വിഷണ്ണനായി നിന്നു. ആളുകൾ കാത്തുനിന്നു മുഷിഞ്ഞു.

മാധവൻപിള്ള പോറ്റിസാറിന്റെയടുത്ത് ചെന്നു ചോദിച്ചു:

"എന്താ, സാറെ, നിങ്ങടെ പരിപാടി നടക്കാത്തത്?"

അദ്ദേഹം ഒന്നു പരുങ്ങി. ഒടുവിൽ പുഞ്ചിരിച്ചുകൊണ്ടു പറഞ്ഞു:

"ഉദ്ദേശിച്ചയാൾ ഇതുവരെ ഇങ്ങുവന്നില്ല. ഇനിയിപ്പോൾ കാക്കുന്നില്ല. ഞാൻ തന്നെ കാര്യമങ്ങു നടത്തിക്കളയാം."

"അതുവേണ്ട. ഇന്നു സാറിനുപകരം ഞാൻ നിയമം ലംഘിച്ചോളാം."

യാതൊരു കൂസലും കൂടാതെ യോഗസ്ഥലത്തുചെന്ന് എന്തോ രണ്ടു വാക്ക് സംസാരിച്ചു. പൊലീസ് അറസ്റ്റുചെയ്തു കൊണ്ടുപോയി. പിന്നെ ഉത്തരവാദിത്ത ഭരണം വന്നപ്പോഴാണ് ജയിലിൽ നിന്നിറങ്ങിയത്. അതിനുശേഷം വെറും കൃഷിക്കാരനായി ജീവിച്ചു. ഒരു കൊടിത്തറ ശരിപ്പെടുത്തി. അതിൽ പത്തുപന്ത്രണ്ടു പാത്തി വെറ്റക്കൊടിയിട്ടു. കൊടിത്തറയിൽ ഒരു കൊച്ചുകൂരകെട്ടി അതിൽ ഒറ്റയ്ക്കു താമസമാക്കി.

അമ്മാവന്റെ മകളുമായി ചെറുപ്പം മുതലേ ഇഷ്ടമായിരുന്നു. അവരുടെ കല്യാണം ഉറച്ചതുപോലെയാണ്. സമയവും സൗകര്യവും ഒത്തുവരുമ്പോൾ പെണ്ണിനെ വിളിച്ചുകൊണ്ടുവന്നു താമസിപ്പിക്കാനിരിക്കുകയായിരുന്നു.

ശാന്തമായിരുന്നു സംസാരിക്കാൻ പറ്റുന്ന ഒരിടം തേടിയാണ് തോപ്പിയും പുതുപ്പള്ളിയും ആ കൂരയിൽ ചെന്നുകേറിയത്. അവരവിടെയിരുന്ന് ചർച്ചകൾ നടത്തുകയും പുസ്തകങ്ങൾ വായിക്കുകയും ചെയ്തു. കൊടിത്തറയിലെ ചേമ്പും കാച്ചിലും പുഴുങ്ങിത്തിന്നും ചായതിളപ്പിച്ചു കുടിച്ചും അവിടെ താവളമടിച്ചു. അവരുടെ ചർച്ചകളിലും സംസാ

രത്തിലുമൊന്നും മാധവൻപിള്ള താല്പര്യം കാണിച്ചില്ല. പക്ഷേ, പാർട്ടിയുടെമേൽ പൊലീസ് മർദ്ദനം രൂക്ഷമായപ്പോൾ അയാൾ പാർട്ടിയിൽച്ചേർന്നു. വള്ളികുന്നത്തു പാർട്ടി ശക്തിപ്പെട്ടതോടെ നിരവധി കേസുകളിൽ പ്രതിയായി. ആൾ ഒളിവിലായി. ഏതു പ്രതിസന്ധികളുണ്ടായാലും ആ സഖാവു കൂടെയുണ്ടെങ്കിൽ എല്ലാവർക്കും ഒരു ധൈര്യമാണ്. ആരുടെ മുമ്പിലും കൂസുകയില്ല. മരണത്തെപ്പോലും ഭയമില്ല.

പുതുപ്പള്ളിയും പേരൂരും കൂടി കുതിരപ്പന്തി ചന്തയ്ക്കടുത്ത് ഒരു വീട്ടിൽ ഉറങ്ങിക്കിടക്കുമ്പോൾ പൊലീസുചെന്നു വീടുവളഞ്ഞു.

ഒരു കൂനൻ നിരപ്പുരയായിരുന്നു. പുരമുറിക്കകത്തുനിന്ന് സാക്ഷയിട്ടിരുന്നു. മുറിയുടെ വടക്കോട്ടുള്ള വാതിലിന്റെ ഇളകിപ്പോയ കതകു പലക, കുറുകെ ഒരുലക്ക വെച്ചുകെട്ടി ബലപ്പെടുത്തിയിരുന്നു. ഏതോ ബഹളം കേട്ട് രണ്ടുപേരും ഞെട്ടിയുണർന്നു. പൊലീസ് വീടുവളഞ്ഞിരിക്കുകയാണെന്നു മനസ്സിലായി. പൊലീസുകാർ കിഴക്കേ വാതിൽ ചവിട്ടിപ്പൊളിച്ചു. വാതിലിന്റെ ഒരു പാളി ഇളകിവീണു. ഒരു പൊലീസുകാരൻ അകത്തേക്കെത്തി നോക്കി. ആ മുഖത്ത് മാധവൻപിള്ള ആഞ്ഞൊരടിയേല്പിച്ചു. പൊലീസുകാരൻ തല വലിച്ചുകളഞ്ഞു.

മുറിക്കകത്തു കടക്കുന്നതിനുവേണ്ടി പൊലീസും അതു തടയുന്നതിനുവേണ്ടി മാധവൻപിള്ളയും മൽപ്പിടുത്തം നടത്തി. അതു കുറെനേരം നീണ്ടുനിന്നു. പുതുപ്പള്ളി വടക്കേ കതകിന്റെ ഉലക്കവെച്ചുള്ള കെട്ടഴിച്ച്, വെളിയിൽ ചാടാൻ ശ്രമിക്കുകയായിരുന്നു. ഒടുവിൽ അതു കെട്ടഴിഞ്ഞിളകിവീണു. അതിലൂടെ ഒരു സംഘം പൊലീസ് അകത്തേക്കിരച്ചുകയറി. മാധവൻപിള്ള സകലശക്തിയും പ്രയോഗിച്ച് കിഴക്കേ വാതിലിലൂടെ വെളിയിലേക്കു ചാടി. താണുനിന്ന പുരയുടെ കഴുക്കോലിൽ തട്ടിമുറ്റത്തുവീണു. അവിടെനിന്ന് ഉരുണ്ടുപിരണ്ടെഴുന്നേറ്റപ്പോൾ തോക്കിന്റെ പാത്തികൊണ്ട് തലയ്ക്കടിയേറ്റു. വീണ്ടും വീണ്ടും അടി. പിന്നെ പൊങ്ങാൻ കഴിയാതായി.

കാളക്കയറുകൊണ്ട് രണ്ടുപേരുടെയും കൈയും കാലും വരിഞ്ഞു കെട്ടി. മാധവൻപിള്ളയെ നിലത്തുകൂടി വലിച്ചിഴച്ചു. പിന്നെ പതുക്കെ നടത്തി രണ്ടുപേരെയും ചങ്ങൻകുളങ്ങരയ്ക്കു കൊണ്ടുപോയി. അവിടെ കാത്തുകിടന്ന ബസിൽ കായംകുളം പൊലീസ് സ്റ്റേഷനിൽ എത്തിച്ചു....

സംഭവം കേട്ടപ്പോൾ കൊച്ചുകൃഷ്ണന് കുറെനേരത്തേക്ക് ഉരിയാടാൻ പോലും കഴിഞ്ഞില്ല.

നാടു മുഴുവൻ ഭയന്ന് വിറയ്ക്കുകയാണെന്നു തോന്നി. പ്രതിഷേധത്തിന്റെ ഒരു ചലനവുമില്ല. ആരും മുഖത്തോടു മുഖം നോക്കുന്നില്ല. ഉറക്കെ സംസാരിക്കുന്നുപോലുമില്ല.

എങ്ങോട്ടെന്നില്ലാതെ ഒരു ഷെൽട്ടറും തേടി കൊച്ചുകൃഷ്ണൻ നടന്നു. വള്ളികുന്നത്ത് ഭാർഗ്ഗവി ദീനം പിടിച്ചുകിടക്കുകയാണെന്നറിഞ്ഞു. എന്താണു സുഖക്കേടെന്നു അറിഞ്ഞുകൂടാ. എന്തായാലും ഇനി താമ

സിച്ചുകൂടാ. ഭാർഗ്ഗവിയെ കൊണ്ടുവന്ന് ഏതെങ്കിലും വൈദ്യനെ കാണിക്കാൻ ഇനി അമാന്തിച്ചൂടാ.

പുനലൂരിനടുത്ത് അഞ്ചലിൽ അളിയൻ താമസമുണ്ട്. എങ്ങനെയെങ്കിലും അഞ്ചലിലെത്തണം. അളിയനെ പറഞ്ഞയച്ച് കുട്ടികളെ കൊണ്ട് വരീക്കണം. ഭാർഗവിയെ ചികിത്സിപ്പിക്കണം.

ഹരിപ്പാട്ടു ചെന്ന് കുഞ്ഞിക്കുട്ടിയെയും കുഞ്ഞിനെയും കൂട്ടി കായലോരം വഴി തെക്കോട്ടു നടന്നു. പെണ്ണുങ്ങൾ കായൽക്കരയിലിരുന്ന് തൊണ്ടു തല്ലുന്നു. തല്ലിയെടുത്ത ചകിരി വിതുർത്തുന്നതിനിടയിൽ വർത്തമാനം പറയുന്നു. ഒരുവൾ പറയുന്നതു കേട്ടു:

“അഞ്ചാറു മക്കളുണ്ട് പോലോ. അതുങ്ങളെ കളഞ്ഞിട്ടാ തന്തയും തള്ളയും കൂടി ഒളിച്ചു പോയിരിക്കുന്നത്.”

“ഇതു പെൺകുട്ടിയാ. കാണാൻ നല്ല ചന്തം. രാജമ്മയെന്നാ പേര്.”

കുഞ്ഞിക്കുട്ടി തിരിഞ്ഞുനിന്നു. അവളുടെ മനസ്സിൽ തീയാളി. കൊച്ചുകൃഷ്ണൻ വിലക്കി.

“നീയിങ്ങോട്ടു നടന്നുവാ.”

“അവരാപ്പറഞ്ഞതു കേട്ടോ....”

“കേട്ടു. അതാ ഇങ്ങോട്ടു നടക്കാൻ പറഞ്ഞത്.”

“നമ്മുടെ മോടെ കാര്യമാ ഈ പറയുന്നെ.”

“എനിക്കു മനസ്സിലായി.”

“അവരോടൊന്നു ചോദിച്ചാലോ?”

“എന്തോന്നാ?”

“നമുക്കവളെ കൂടങ്ങു വിളിച്ചോണ്ടുപോകാം.”

“ഇപ്പോൾ നമ്മൾ തിരക്കിച്ചെല്ലുന്നത് അപകടമാ..”

കുഞ്ഞിക്കുട്ടിയുടെ മുഖം തുടുത്തു. കണ്ണുകലങ്ങി. കൊച്ചുകൃഷ്ണൻ പിന്നെയും പറഞ്ഞു:

“അവളെ ആരാണ്ടുവിളിച്ചു നിർത്തിയിരിക്കുകയാണ്. ഇപ്പോൾ അവിടെ നില്ക്കട്ടെ. എവിടെങ്കിലും ഒരു താവളമുറപ്പിച്ചിട്ട് വന്ന് വിളിച്ചോണ്ടു പോകാം.”

തൊണ്ടുതല്ലലിന്റെ താളം തെറ്റിയ ഒച്ചയോടൊപ്പം കൊച്ചുകൃഷ്ണന്റെ ഹൃദയവും പിടച്ചു.

മകളെക്കുറിച്ച് അയാൾക്കും അറിയണമെന്നുണ്ടായിരുന്നു. പക്ഷേ, അവരോട് ചെന്ന് ചോദിക്കാൻ പാടില്ല. ഒളിച്ചുപോയ ആ തന്തയും തള്ളയും തങ്ങളാണെന്ന് സംശയിച്ചാലോ? കുഞ്ഞിക്കുട്ടി ഏങ്ങലടിച്ചും കണ്ണുതുടച്ചും കൊച്ചുകൃഷ്ണന്റെ കൂടെനടന്നു.

കായലിന്റെ മറുകരയിൽ തെങ്ങുംതലപ്പുകൾക്കിടയിൽ ഉയർന്നു നില്ക്കുന്ന പള്ളി. പള്ളിക്കുമീതെ നിശ്ചലമായി നില്ക്കുന്ന കുരിശ്. കൊച്ചുകൃഷ്ണൻ തലയുയർത്തി നില്ക്കുന്ന കുരിശിനു നേരെ നോക്കി. അതിൽ മനുഷ്യജീവിതം കിടന്ന് പിടയുന്നു...

രാത്രി കള്ളിക്കാട്ട് ജെട്ടിയിൽ ബോട്ടുകാത്തിരുന്നു. ഒരു മഴക്കാറ്

വന്ന് ആകാശം മൂടിക്കെട്ടി. മഴചാറാൻ തുടങ്ങി. മഴയത്ത് ജെട്ടിയിലെ കടത്തിണ്ണയിൽ കേറിയിരുന്നു. കാത്തുകാത്തിരുന്നപ്പോൾ കായലിൽ അങ്ങുവടക്ക് ഒരു പച്ചവെളിച്ചം. കൊല്ലത്തേക്കുള്ള ബോട്ടുവരുന്നു. അതടുത്തെത്തിയപ്പോൾ ജെട്ടിയിലിറങ്ങിനിന്നു. ബോട്ടിൽനിന്നും കായംകുളത്തെ പൊലീസ് ഇൻസ്പെക്ടറും പൊലീസുകാരും ചാടിയിറങ്ങുന്നതുകണ്ട് കൊച്ചുകൃഷ്ണൻ ഇരുട്ടുവാക്കിൽ മറഞ്ഞു. കുഞ്ഞിക്കുട്ടി അയാളുടെ പുറകെ നടന്നു. കുറ്റാക്കൂറ്റിരുട്ട്. ചന്നംപിന്നം പെയ്യുന്ന മഴ. ഒരു കൊള്ളിയാൻ മിന്നി. കുഞ്ഞിക്കുട്ടിയുടെ മുന്നിൽ കൊച്ചുകൃഷ്ണനില്ല. കൊച്ചുകൃഷ്ണന്റെ നിഴൽപോലുമില്ല. രണ്ടുപേരും രണ്ടുവഴിക്കായി.

കൊച്ചുകൃഷ്ണൻ വഴിതെറ്റി കടപ്പുറത്തെ ചക്കരമുള്ളിൽ ചെന്നു കേറി. പള്ളാപ്പിൽ ചെന്നുചാടി. കടത്താഴെ ചെന്നു തിരിഞ്ഞുനിന്നു. കൂടെ കുഞ്ഞിക്കുട്ടിയില്ല. കുഞ്ഞിക്കുട്ടിയെ തിരക്കി അങ്ങോട്ടുമിങ്ങോട്ടും നടന്നു. അവളെ കാണാനില്ല.

ശബ്ദമടക്കി പതുക്കെ വിളിച്ചുനോക്കി:

“കുഞ്ഞിക്കുട്ടീ...കുഞ്ഞിക്കുട്ടീ...”

അടിച്ചുകയറുന്ന തിരമാലകളുടെ ഇരമ്പമല്ലാതെ മറുപടിയില്ല. ഇരുട്ടിൽ അങ്ങോട്ടുമിങ്ങോട്ടും മിഴിച്ചുനോക്കി. എങ്ങോട്ടുപോയോ എന്തോ?

വീണ്ടും കടത്താഴെക്കൂടി തെക്കോട്ടും വടക്കോട്ടും നടന്നു! പടിഞ്ഞാറ് ആർത്തലയ്ക്കുന്ന കടൽ. കടലിൽ നിന്ന് കാറ്റും പെശറും വീശിക്കൊണ്ടിരുന്നു. മഴത്തുള്ളികൾ മുഖത്തുവന്നടിച്ച് സർവ്വാംഗം നനഞ്ഞു കുതിർന്നു.

ദൂരെ ചലിച്ചുകൊണ്ടിരിക്കുന്ന ഒരു നിഴൽ കണ്ട് കൊച്ചുകൃഷ്ണൻ തിടുക്കത്തിൽ ഓടിച്ചെന്നു.

“അവിടെ നില്ക്ക്.”

കുഞ്ഞിക്കുട്ടി ഞെട്ടിത്തെറിച്ച് തിരിഞ്ഞുനിന്നു. അവൾ കുഞ്ഞിനെ നെഞ്ചത്തടുക്കി, ആൺപിറന്നവന്റെ മാറിലേക്ക് വീണ് ഏങ്ങലടിച്ചു കരഞ്ഞു.

“എനിക്ക് വയ്യ. എനിക്കിനിയിത് സഹിക്കാൻ വയ്യ.”

അയാൾ അവളെ താങ്ങിപ്പിടിച്ചു.

“ഞാനീ കടലിൽ ചാടിച്ചാവും. എന്റെ കുഞ്ഞുമായി കടലിൽ ചാടി ചാവും.”

അയാൾ അതുകേട്ട് മരവിച്ചുപോയി. ആശ്വാസം പറയാൻ നാക്കുരിയാടുന്നില്ല. തൊണ്ടയിൽ ഉമിനീരില്ല. ഒരുവിധം വിക്കിവിക്കി പറയാൻ ശ്രമിച്ചു:

“നീ മരിക്കുന്നതുകൊണ്ട് നിന്റെ പ്രയാസം തീരും. പക്ഷേ, എന്റെയും കുട്ടികളുടെയും കാര്യമോ?”

“ഇനി എനിക്കു താങ്ങാൻ വയ്യ.”

“പ്രയാസം വരുമ്പോൾ ചാവാൻ പാടൊന്നുമില്ല. പ്രയാസങ്ങളെ

അതിജീവിക്കാനാണു നമ്മൾ ശ്രമിക്കേണ്ടത്."

കുഞ്ഞിക്കുട്ടി ഒന്നും പറഞ്ഞില്ല. അയാൾ അവളോടു മുട്ടിച്ചേർന്നു നടന്നു.

"അല്ലെങ്കിൽ പിന്നെ നമ്മൾ കമ്യൂണിസ്റ്റുകാരാണെന്നു പറയുന്നതിൽ വല്ല അർത്ഥവുമുണ്ടോ?"

അവൾക്കു മറുപടിയില്ല. ഒന്നു മൂളിയതുപോലുമില്ല.

തങ്ങളുടെ വഴി പ്രതിബന്ധങ്ങൾ നിറഞ്ഞതാണെന്ന് മനസ്സിലാക്കിക്കൊണ്ടുതന്നെയാണ് അവൾ പാർട്ടിയിലേക്കു വന്നത്. തന്നോടൊപ്പം അവളും എല്ലാം ത്യജിച്ച് പാർട്ടിക്കുവേണ്ടി പ്രവർത്തിച്ചു. ഒരിക്കലും അതിൽ നിന്നു പിന്തിരിയുന്ന കാര്യം ആലോചിച്ചിട്ടില്ല.

ഇപ്പോൾ മാത്രമാണു മറുത്തു പറയുന്നത്. അവൾ ആകെ തളർന്നിരിക്കുന്നു. ജീവിതം അവസാനിപ്പിക്കുന്നതിനെ കുറിച്ചാലോചിക്കുന്നു.

തൊട്ടരികെ കടൽ ആർത്തിരമ്പുന്നു. തിരമാലകൾ വായുംപിളർന്ന് കരയിലേക്കു പാഞ്ഞുവരുന്നു.

കൊച്ചുകൃഷ്ണനു ഭയം തോന്നി. അയാൾ അവളുടെ കൈയിൽ നിന്നു കുഞ്ഞിനെ വാങ്ങി തോളിലിട്ടു. കരുത്തേറിയ വലതുകൈകൊണ്ട് അവളെ താങ്ങിപ്പിടിച്ച് മാറോടണച്ചു.

മഴവെള്ളത്തിൽ കുതിർന്ന ആ ചുണ്ടിൽ ഒരുമ്മ വെച്ചു. അവളുടെ തോളിൽ കൈയിട്ട് കടത്താഴെ നിന്നു കിഴക്കുള്ള പുതമണ്ണിലേക്കുമാറി അവളെയും കൂട്ടി നടന്നു.

ഇരുപത്തിയാറ്

ഇരുന്നും നടന്നും ഉച്ചതിരിഞ്ഞപ്പോൾ കൊച്ചുകൃഷ്ണനും കുഞ്ഞിക്കുട്ടിയും കുണ്ടറയിലെത്തി. ഇനിയൊട്ടും നടക്കാൻ വയ്യ. റെയിൽവേ സ്റ്റേഷനിൽ ചെന്നു കാത്തിരുന്നു. എങ്ങുനിന്നോ ആരോ വരാനുള്ളതുപോലെ. കുഞ്ഞു വിശന്നു കരയാൻ തുടങ്ങി. കൈയിൽ കാൽക്കാശുമില്ല. എന്തുചെയ്യണമെന്ന് ഒരു രൂപവുമില്ലാതെ മരത്തണലിൽ കിടന്ന കോൺക്രീറ്റ് ബഞ്ചിൽ ചെന്നിരുന്നു.

അറ്റം കാണാതെ നീണ്ടുകിടക്കുന്ന റെയിൽപ്പാളങ്ങൾ വെയിലിൽ മിന്നിത്തിളങ്ങി. സ്റ്റേഷന്റെ പരിസരത്ത് നാടോടികളായ ഒട്ടരുടെ കൂട്ടങ്ങൾ. മുഷിഞ്ഞ ചേലചുറ്റിയ വൃത്തികെട്ട പെണ്ണുങ്ങൾ. കരിമാക്കന്മാരെപ്പോലുള്ള ആണുങ്ങൾ. അവരുടെ നഗ്നരായ കുട്ടികളും കൂടെ നടക്കുന്ന പട്ടികളും.

ആണുങ്ങൾ കൂനിക്കൂടിയിരുന്ന് വർത്തമാനം പറയുന്നു. പെണ്ണുങ്ങൾ അടുപ്പുകൂട്ടി ആഹാരം പാകംചെയ്യുന്നു.

കുഞ്ഞിക്കുട്ടി കരഞ്ഞുകൊണ്ടിരുന്ന കുഞ്ഞിനെ മൃദുവായി ചന്തിക്കുതട്ടിയും പുറത്തു തലോടിയും വാവാറ്റി. ഒട്ടരുടെ അടുപ്പിൽ തീയെരി

യുന്നതും അവർ കലംവാങ്ങിവെച്ചു ശാപ്പാടു കഴിക്കുന്നതും നോക്കിനിന്നു. അവൾ ചെന്നു കൊച്ചുകൃഷ്ണനോടു സ്വകാര്യമായി പറഞ്ഞു:

"അവരുടെയടുത്തുചെന്ന് കുഞ്ഞിനിത്തിരി ചോറുവാങ്ങിച്ചു കൊടുക്കട്ടെ."

കൊച്ചുകൃഷ്ണൻ വേണ്ടെന്നു പറഞ്ഞില്ല. അവൾ കുഞ്ഞിനെയുമെടുത്തുകൊണ്ട് ഒട്ടരുടെ സമീപം ചെന്നുനിന്നു. അതിനു കൊടുക്കാൻ ഒരുനുള്ള് ചോറുചോദിച്ചു. ഒരുത്തി സന്തോഷത്തോടെ എന്തൊക്കെയോ കലപിലാ പറഞ്ഞിട്ട് ഒരു പാത്രത്തിൽ കുറെ വറ്റു കോരിക്കൊടുത്തു. അതുവാരി കുഞ്ഞിന് കൊടുത്തിട്ട് മടങ്ങിവന്ന് ഭർത്താവിന്റെ സമീപമിരുന്നു.

വിശപ്പടങ്ങിയപ്പോൾ അമ്മയുടെ മാറോടു ചേർന്നു കുഞ്ഞുമോൻ സ്വസ്ഥമായി കിടന്നു. പിന്നെ വയറു നൊന്തിട്ടെന്നപോലെ കരയുകയും പുളയുകയും ചെയ്തു. മടിയിൽ നിന്നു വലിഞ്ഞിറങ്ങി നിലത്തിരുന്ന് അവിടം അഴുക്കാക്കി.

കുഞ്ഞിക്കുട്ടി ഉണക്കപ്ലാവിലകൊണ്ടു മലംകോരി ദൂരെക്കളഞ്ഞു നിലം വൃത്തിയാക്കി. കുഞ്ഞിന്റെ ചന്തികഴുകാൻ എങ്ങും ഒരിറ്റു വെള്ളമില്ല. വെള്ളത്തിനു തിരക്കി നടന്നപ്പോൾ ഒരാൾ കൊച്ചുകൃഷ്ണനോടു പറഞ്ഞു:

"പൊലീസ്സ്റ്റേഷനിൽ ഒരു കിണറുണ്ട്. അങ്ങോട്ടു ചെല്ല്. വേറെയുള്ള കിണറ്റിലെങ്ങും വെള്ളമില്ല."

അയാൾ കുട്ടിയുമായി നേരെ സ്റ്റേഷനിൽച്ചെന്ന് തിണ്ണയിൽ നിന്ന പൊലീസുകാരനോട് ആവശ്യം പറഞ്ഞപ്പോൾ തൊട്ടിയെടുത്തു കൊടുത്തു.

പൊലീസുകാരൻ വെറുതെ ലോഹ്യം ചോദിച്ചു:

"എവിടെപ്പോകുന്നു? എവിടെയാ വീട്? ബീഡിയുണ്ടോ കൈയിൽ?"

"നോക്കട്ടെ."

പോക്കറ്റിൽ ബീഡിയുണ്ടായിരുന്നു. ഒന്നെടുത്ത് പൊലീസുകാരനു കൊടുത്തു. ഒന്ന് അയാളും കത്തിച്ചു വലിച്ചു. കുഞ്ഞിനെയും മാറത്തിട്ട് തിരികെ റെയിൽവേ സ്റ്റേഷനിലെത്തി വീണ്ടും ആരെയോ കാത്തിരുന്നു.

കിഴക്കുനിന്ന് ഒരു ട്രെയിൻ കുതിച്ചു സ്റ്റേഷനിൽ വന്ന് നിന്നു. ട്രെയിനിൽ നിന്നിറങ്ങിയവരുടെ കൂട്ടത്തിൽ പരിഷ്കാരിയായ ഒരു ചെറുപ്പക്കാരൻ. കൂടെ പെട്ടിയും കിടക്കയും ഒക്കെക്കൂടി ഒരു നല്ല ചുമടുണ്ട്. അയാൾ പ്ലാറ്റുഫാറത്തിൽനിന്നു തിക്കും പുക്കുമെല്ലാം നോക്കുന്നതു കണ്ടു. കാത്തിരുന്ന ആളിനെ കണ്ടെത്തിയപോലെ കൊച്ചുകൃഷ്ണൻ അയാളുടെ അടുത്തുചെന്നു.

"സാറേ, പെട്ടിയും കിടക്കയും ഞാൻ എടുത്തോണ്ടുത്തരാം."

"ആശുപത്രിമുക്കുവരെ കൊണ്ടുവരണം. എന്തുകൂലി വേണം?"

"സാറുതരുന്നതു മതി." കുഞ്ഞിക്കുട്ടിയോട് തിരിഞ്ഞു പറഞ്ഞു:

"നീയിവിടെ നില്ല്. ഞാനിതുകൊണ്ടു കൊടുത്തേച്ചുവരട്ടെ."

ചെറുപ്പക്കാരന്റെ പുറകെ പെട്ടിയും കിടക്കയും ചുമന്നുനടന്നു. കുറെ ദൂരം നടക്കണമായിരുന്നു. ബംഗ്ലാവിലെത്തി ചുമടിറക്കി വച്ചപ്പോൾ അയാൾ നാലണ നൽകി. അതുവാങ്ങിയിട്ട് സങ്കോചത്തോടെ അവിടെ ത്തന്നെ നിന്നു.

"എന്താ നില്ക്കുന്നത്?"

"സാറിനോട് ഒരു വിവരം പറയാനുണ്ടായിരുന്നു."

"എന്താണ്?"

"എന്റെ ഭാര്യയും കുട്ടിയും സ്റ്റേഷനിലിരിപ്പുണ്ട്. കൈയിലുണ്ടായി രുന്ന രൂപ നഷ്ടപ്പെട്ടുപോയി. ഈ വിവരം പറയാനാണ് ഞാനീ ചുമടും എടുത്തോണ്ടു വന്നത്."

"അതിനെന്തുവേണം?"

"ഞങ്ങൾക്ക് പുനലൂരെത്തണം."

ചെറുപ്പക്കാരൻ കൊച്ചുകൃഷ്ണനെ ആകെയൊന്ന് നോക്കിയിട്ട് രണ്ടു രൂപാ എടുത്തുകൊടുത്തു.

ആ രണ്ടുരൂപായുടെ വില! അതോടെ ഈ ലോകത്തെ എല്ലാ പ്രയാ സങ്ങളും തീർന്നതുപോലെ തോന്നി.

അയാൾ തിരിച്ചെത്താൻ വൈകിയപ്പോൾ കുഞ്ഞിക്കുട്ടിക്ക് അങ്ക ലാപ്പായി. എന്താണിത്രയും താമസിക്കുന്നത്? ക്ഷമകെട്ടപ്പോൾ അവൾ തിരക്കിയിറങ്ങി. ആളിനെ കാണാനില്ല. ഏതുവഴിക്കാണ് പോയത്? തനിക്ക് വഴിതെറ്റിയോ? ഇനി നില്ക്കക്കള്ളിയില്ലാതെ തന്നെയും കുഞ്ഞി നെയും ഉപേക്ഷിച്ചുപോയതാണോ? കണ്ണും തലയും കറങ്ങി വേച്ചുവേച്ചു നടക്കുമ്പോൾ അങ്ങു ദൂരെനിന്നു വരുന്നതുകണ്ടു. എളിയിലിരിക്കുന്ന കുഞ്ഞുമായി, അഴിച്ചിട്ട തലമുടിയുമായി, തുള്ളിയുറഞ്ഞ കാളിയെപ്പോലെ അവൾ ഓടിപ്പാഞ്ഞു ചെന്നു. ആ മട്ടും പടുതിയും കണ്ട് അയാൾ പേടിച്ചു. അപ്പോൾ മറ്റാരെങ്കിലും അവരെ ശ്രദ്ധിച്ചിരുന്നെങ്കിൽ അവിടെ തടഞ്ഞു വെച്ചേനെ.

ഒരുനിമിഷം രണ്ടുപേരും മുഖത്തോടുമുഖം നോക്കിനിന്നു.

കുഞ്ഞിക്കുട്ടി വാടിക്കരിഞ്ഞ ഒരു ചിരിചിരിച്ചു.

"എന്നെ ഇട്ടേച്ചെങ്ങാണ്ടു പോയെന്നാ കരുതിയെ."

"നമുക്ക് വണ്ടിക്കൂലി ഒപ്പിക്കാൻ പോയിരുന്നേത്. അതൊത്തു."

കടയിൽപ്പോയി കുഞ്ഞിന് ഒരു പഴം വാങ്ങിക്കൊടുത്തു. രണ്ടുപേരും ഓരോ ചായ വാങ്ങിക്കുടിച്ചു. കിഴക്കോട്ടുള്ള വണ്ടിയും കാത്ത് വർത്ത മാനം പറഞ്ഞ് ചിരിച്ച് രസിച്ചുകൊണ്ടിരുന്നു.

ട്രെയിൻ പുനലൂരെത്തി. അവിടെനിന്നു കാൽനടയായി അഞ്ചലിൽ അളിയന്റെ വീട്ടിൽ ചെന്നുകേറി.

അയാൾ ശൂരനാട്ടെ സംഭവത്തെക്കുറിച്ച് നേരത്തെ എന്തൊക്കെയോ കേട്ടിരുന്നു. അളിയന്റെയും പെങ്ങളുടെയും വരവുകണ്ടപ്പോൾ കാര്യം മനസ്സിലായി. അവരോടു വിശേഷമൊന്നും ചോദിച്ചില്ല.

കുഞ്ഞിക്കുട്ടിയും നാത്തൂനുംകൂടി വേഗം വിരുന്നൊരുക്കി. ഊണു കഴിഞ്ഞ് ബീഡിയും വലിച്ചുകൊണ്ട് അളിയനും കൂടിയിരുന്നു വർത്തമാനങ്ങളായി.

അഞ്ചലെ അളിയൻ ധൈര്യം നല്കി:

“ഇവിടൊരു പേടിയും വേണ്ട. ഒരുത്തരും ഇവിടെങ്ങും തിരക്കിവരാൻ പോകുന്നില്ല.”

കൊച്ചുകൃഷ്ണൻ പതിഞ്ഞ സ്വരത്തിൽ പറഞ്ഞു:

“അതുശരിയാ. പക്ഷേ, കുഞ്ഞിക്കുട്ടിയോട് പറയണ്ടാ, – പിള്ളേരു രണ്ടെണ്ണം വീട്ടീന്നങ്ങു പോയി. രാജമ്മയും രത്നമ്മയും.”

“അതുവലിയ മനഃപ്രയാസമാണല്ലോ.”

“അതല്ല മനഃപ്രയാസം. ഭാർഗ്ഗവിയുടെ കാര്യം ഓർക്കുമ്പോഴാ.... അവൾക്ക് സുഖമില്ലാതെ കിടക്കുവാണെന്നു കേട്ടു.”

“എന്തുവാ സുഖക്കേട്?”

“എന്താണെന്നറിഞ്ഞില്ല. അവിടാണെങ്കിൽ അവരെയൊന്നു തിരിഞ്ഞുനോക്കാനും ആരുമില്ല.”

അഞ്ചലെ അളിയൻ മൂളിയുറപ്പിച്ചിട്ടു പറഞ്ഞു:

“പിള്ളാരുടെ കാര്യംകൊണ്ട് അളിയൻ വിഷമിക്കണ്ട. ഞാൻ അവരെ ഇങ്ങു വിളിച്ചോണ്ടുപോരാം.”

കൊച്ചുകൃഷ്ണനും അതുതന്നെയാണ് പ്രതീക്ഷിച്ചത്.

“ചുറ്റുപാടെല്ലാം അന്വേഷിച്ചിട്ടുവേണം ചെല്ലാൻ. അവരെ ഇങ്ങോട്ടു കൊണ്ടുവരുന്ന വിവരം ആരും അറിയരുത്.”

“അതൊക്കെ ഞാൻ അതിന്റെ വഴിയാംവണ്ണം എല്ലാം ചെയ്തുകൊള്ളാം. അളിയനിവിടെ ധൈര്യമായിട്ടിരുന്നോ.”

അളിയൻ പിറ്റേന്നുതന്നെ വള്ളികുന്നത്തിനുപോയി. പരിസരമെല്ലാം തിരക്കി. രാത്രിയിൽ ആരുമറിയാതെ പാലക്കോട്ടു ചെന്നു. കാണാതെ പോയ രാജമ്മയും രത്നമ്മയും തിരിച്ചെത്തിയിരുന്നില്ല. അയാൾ ഭാർഗ്ഗവിയെയും ഓമനെയെയും ശശിയെയും അവിടെനിന്നു കൂട്ടിക്കൊണ്ടു പോന്നു.

അവരെക്കണ്ടപ്പോൾ കുഞ്ഞിക്കുട്ടി വേവലാതിയോടെ തിരക്കി:

“എന്റെ രത്നമ്മ എന്ത്യേ? അവളെവിടെപ്പോയി?”

കൊച്ചുകൃഷ്ണൻ പറഞ്ഞു:

“നീ ബഹളം കൂട്ടാതെ. രത്നമ്മ നൂറനാട്ടുണ്ട്. ഞാൻ കണ്ടതാണ്. തല്ക്കാലം അവൾ അവിടെ നില്ക്കട്ടെ.”

ഭാർഗ്ഗവി വിളറിവെളുത്ത് കൈകാലുകൾ ശോഷിച്ച് കോലംകെട്ടുപോയി. അമ്മയെയും അച്ഛനെയും കണ്ടപ്പോൾ അവൾ സന്തോഷം കൊണ്ടു പൊട്ടിക്കരഞ്ഞു. കുഞ്ഞിക്കുട്ടി നിന്നു വിതുമ്പി. കൊച്ചുകൃഷ്ണൻ കണ്ണുതുടച്ചു. അമ്മ അവളെ പിടിച്ചു മടിയിലിരുത്തി തലയിൽ തലോടി. ഓമനയെയും ശശിയെയും അരികിലണച്ചു താലോ

ലിച്ചു. ഭാർഗ്ഗവിയോട് അവളുടെ വയ്യാഴികയെക്കുറിച്ച് ചോദിച്ചു. വയറു വേദനയും ശ്വാസംമുട്ടലും. എഴുന്നേല്ക്കാനും നടക്കാനും വയ്യ. പേടിച്ച് അയൽക്കാരാരും അവരെ അങ്ങോട്ട് അടുപ്പിച്ചിരുന്നില്ല. കുഞ്ഞമ്മൂമ്മയുടെ വീട്ടിൽപ്പോലും കയറ്റുകയില്ല.

ഒരിക്കൽ ആരോ ചെന്ന് തിരക്കിയപ്പോൾ കുഞ്ഞമ്മൂമ്മ പറഞ്ഞു:

"ഞങ്ങളുടെ ബന്ധത്തിൽപ്പെട്ട അങ്ങനൊരു കൊച്ചുകൃഷ്ണനില്ല."

കുട്ടികൾ വഴിയിലൂടെ നടന്നുപോകുമ്പോൾ പെണ്ണുങ്ങൾ വേലിയുടെയും കൈതയുടെയും മുകളിലൂടെ എത്തിനോക്കി പറയുമായിരുന്നു:

"അതാ പോകുന്നു. കണ്ടിട്ടു കഷ്ടംതോന്നുന്നു. വിളിച്ചുവരുത്തി എന്തെങ്കിലും കത്തലടക്കാൻ കൊടുക്കാമെന്നുവെച്ചാൽ ആരെങ്കിലും അറിഞ്ഞാപ്പിന്നെ കിടക്കപ്പൊറുതിയില്ല."

തെങ്ങുംതറയിലെ അമ്മൂമ്മ വിളിച്ചു വല്ലപ്പോഴും ഉരിയ അരി കൊടുക്കും. അതു കൊണ്ടുചെന്നു തിളപ്പിച്ചു കുടിക്കും. ചിലപ്പോൾ അത് കുടിക്കാനും സമ്മതിക്കുകയില്ല കുഞ്ഞമ്മൂമ്മയുടെ കുഞ്ഞുമോൻ. അവൻ ചെന്നു ബഹളമുണ്ടാക്കും. പൊലീസു വരുന്നെന്നു പറഞ്ഞു ഭയപ്പെടുത്തി ആ കഞ്ഞിയുമെടുത്ത് മോന്തിക്കൊണ്ട് കടന്നുകളയും.

പലരും രഹസ്യമായി സഹായിച്ചിട്ടുണ്ട്. ആളറിയാതെ അരിയും ചീനിയും രൂപയും എത്തിച്ചിട്ടുണ്ട്. ആരെങ്കിലും വിളിച്ചു വല്ലതും കൊടുക്കുകയാണെങ്കിൽത്തന്നെ പോകാൻനേരം പറയും:

"പൊന്നു കുഞ്ഞുങ്ങളേ, ഇവിടെ നിന്നെന്തെങ്കിലും തന്നെന്നു പറയല്ലേ."

അളിയൻ പിറ്റേന്നുതന്നെ കണിയാരു വൈദ്യരെ വിളിച്ചു ഭാർഗ്ഗവിയെ കാണിച്ചു. വൈദ്യൻ നാഡിപിടിച്ചും കണ്ണിന്റെ പോളമലർത്തിയും പരിശോധിച്ചു. വയറ്റിൽ തട്ടി നോക്കി. രോഗനിർണ്ണയം വരുത്തിയിട്ടു പറഞ്ഞു:

"കരൾ വീക്കമാ. അല്പം പഴകിപ്പോയി. എന്നാലും കുഞ്ഞിനു കുഴപ്പമൊന്നുമില്ല."

ഗുളികയും വാഴയിലയിൽ പൊതിഞ്ഞ പൊടിയും കൊടുത്തു. കഷായത്തിന് കുറിപ്പടി കൊടുത്തു.

"ഈ കഷായം ഒരു പത്തുചട്ടി അങ്ങോട്ടു സേവിച്ചുകഴിയുമ്പം സുഖക്കേടിനിറക്കം കിട്ടും."

അങ്ങനെ ചികിത്സയാരംഭിച്ചു.

ആരെവിടെനിന്നു വന്നാലും കാണാവുന്ന കുന്നുംപുറത്തായിരുന്നു വീട്. ആരുടെയും നോട്ടമെത്താത്ത സ്ഥലമെന്നാണ് അളിയന്റെ അഭിപ്രായം. എങ്കിലും കൊച്ചുകൃഷ്ണന് എല്ലായ്പ്പോഴും എല്ലായിടത്തോട്ടും ഒരു ശ്രദ്ധയുണ്ടായിരുന്നു.

രാത്രിയിൽ അയലത്താണ് കിടന്നുറങ്ങിയത്. അളിയന്റെ ഏറ്റവും അടുത്ത ആളുകളെ കാര്യം ധരിപ്പിച്ചിരുന്നു. പ്രത്യേകിച്ച് ആരെങ്കിലും വരുന്നതുകണ്ടാൽ ഉടനെ വിവരം അറിയിക്കണം....

അഞ്ചാറുചട്ടി കഷായം ചെന്നപ്പോഴേക്കും ഭാർഗ്ഗവിയുടെ അസുഖത്തിന് ഭേദം കണ്ടുതുടങ്ങി. അവളുടെ മുഖത്ത് അതുവരെ കാണാത്ത ഒരു പ്രസന്നത കളിയാടി. അച്ഛനോടും അമ്മയോടും ഓമനയോടും ശശിയോടുമെല്ലാം അവൾ ധാരാളം സംസാരിച്ചു.

ഒരു ദിവസം പെട്ടെന്നു മുഖവും ശരീരവും നീരുവന്ന് വീങ്ങി. കണിയാരുവന്ന് മരുന്നുകൊടുത്തിട്ടും ഏറ്റില്ല. വീങ്ങിവീർത്ത മുഖവുമായി അവൾ മാണ്ടു കിടന്നു. കൂടെക്കൂടെ പിച്ചുംപേയും പറഞ്ഞു:

"ഇങ്ങോട്ടു വാ പെണ്ണേ, പറഞ്ഞാ കേട്ടില്ലേ ഞാൻ അച്ഛൻ വരുമ്പം പറയും..... ഞങ്ങളിന്നു കഞ്ഞികുടിച്ചില്ല. അച്ഛനും അമ്മയും വരുമ്പം എല്ലാംകൂടങ്ങു തരാം. നാഴി അരിതാ....."

കൊച്ചുകൃഷ്ണനനും കുഞ്ഞിക്കുട്ടിയും രാപകൽ അവളുടെയടുത്ത് കുത്തിയിരുന്നു. ഇടയ്ക്ക് ബോധം തെളിഞ്ഞപ്പോൾ അവൾ രാജമ്മയുടെയും രത്നമ്മയുടെയും കാര്യം തിരക്കി. അന്നു നേരം പുലർന്നപ്പോൾ ഭാർഗ്ഗവി എന്നെന്നേക്കുമായി കണ്ണടച്ചു. കൊച്ചുകൃഷ്ണൻ നിറകണ്ണുകളോടെ ആ മുഖത്തു മുണ്ടു വലിച്ചിട്ടു.

ആരും അലമുറയിട്ടില്ല. കുഞ്ഞിക്കുട്ടിയും കുട്ടികളും പോലും ചിറികൂട്ടിപ്പിടിച്ച് കരച്ചിലടക്കി.

വികാരം കടിച്ചമർത്തിക്കൊണ്ട് കൊച്ചുകൃഷ്ണൻ വീടിനു നാലു പുറവും നടന്നു. ആ പതിനാലുകാരി ഇതിനകം എന്തെല്ലാം അനുഭവിച്ചു!

ഒടുവിൽ കണ്ണുതുടച്ചിട്ട് അയാൾ അളിയനോടു പറഞ്ഞു:

"ഞാൻ..... കുഴിവെട്ടട്ടളിയാ."

അയാൾ മൺവെട്ടിയുമായി തെക്കേപ്പുറമ്പിൽച്ചെന്ന് ആഞ്ഞുവെട്ടി. വേഗംവേഗം മണ്ണുവെട്ടിക്കോരി. ശരീരം വിയർത്തൊഴുകി.

ഒരാൾ ഓടിവന്നു പറഞ്ഞു:

"തെക്കുന്നു പോലീസ് വരുന്നുണ്ട്."

തലപൊക്കി നോക്കി. പൊലീസുകാർ തെക്കേകുന്നിറങ്ങി വരുന്നു. പെട്ടെന്ന് അളിയനെ വിളിച്ചു പറഞ്ഞു.

"അളിയൻ അവളെയെടുത്ത് മൂടിയേക്ക്."

എന്നിട്ടു കുഞ്ഞിക്കുട്ടിയുടെ നേരെ തിരിഞ്ഞു.

"ഇറങ്ങിപ്പോരെ."

ഉടുമുണ്ടൊന്നു മാറാൻപോലും നില്ക്കാതെ ഇളയെകുഞ്ഞിനെയെടുത്ത് എളിയിൽവെച്ചുകൊണ്ട് അവൾ അയാളുടെ പുറകെ ഓടിച്ചെന്നു. വൃക്ഷങ്ങൾ തിങ്ങിനിറഞ്ഞ അടിവാരങ്ങളിലൂടെ രണ്ടുപേരം നടന്നു. വേട്ടുവനവും തടിക്കാടും കടന്ന് നെല്ലിമലയിൽ വിശ്രമിച്ചു. അവിടെനിന്നു കൊട്ടാരക്കരയെത്തിയപ്പോഴേക്കും സന്ധ്യയായി. ഉഗ്രമായ വിശപ്പ്, തളർച്ച. തലേദിവസം എന്തോ ആഹാരം കഴിച്ചതാണ്. കൈയിലാണെങ്കിൽ കാശൊന്നുമില്ല.

കുഞ്ഞിന്റെ അരയിൽ ഒരു വെള്ളിയരഞ്ഞാണമുണ്ട്. എന്തൊക്കെ

ആവശ്യങ്ങളുണ്ടായിട്ടും ഇതുവരെ അതെടുത്ത് വിറ്റില്ല. ഇപ്പോൾ കൊച്ചുകൃഷ്ണൻ കുഞ്ഞിക്കുട്ടിയോടു പറഞ്ഞു:

"നീ അതിഞ്ഞൂരിത്താ."

അരിഞ്ഞാണമൂരിയെടുക്കുമ്പോൾ അവളുടെ തോളിൽ കിടന്ന് കുഞ്ഞു തുള്ളിക്കളിച്ചു. അച്ഛൻ അതുകൊണ്ടുപോയി വിറ്റ് അരിയും ബീഡിയും തീപ്പെട്ടിയും വാങ്ങി.

പുലമൺമുക്കിൽ പടിഞ്ഞാറെ റോഡരികിൽ ഒരു കുടിലിന്റെ മുന്നിൽ ഒരു സ്ത്രീ നില്ക്കുന്നു. വേഷം കണ്ടിട്ട് ഒരു വേലത്തിയാണെന്ന് തോന്നി. കൊച്ചുകൃഷ്ണനും കുഞ്ഞിക്കുട്ടിയും കൂടി അടുത്തുചെന്ന് ചോദിച്ചു:

"ഇത്തിരി കഞ്ഞിവെച്ചു കുടിക്കാൻ ഒരു പാത്രം തരുമോ? അരി ഞങ്ങളുടെ കൈയിലുണ്ട്."

മുഖമുയർത്തി രണ്ടുപേരെയും നോക്കിയിട്ട് വേലത്തി പറഞ്ഞു:

"ഇങ്ങോട്ടു കേറി ആവശ്യമുള്ള പാത്രമെടുത്ത് കഞ്ഞിവെച്ചു കുടിച്ചോ."

കുഞ്ഞിക്കുട്ടി കുടിലിനകത്തുകയറി കലത്തിൽ വെള്ളംവെച്ചു തീപറ്റിച്ചു. കൊച്ചുകൃഷ്ണൻ കുഞ്ഞുമായി കുടിലിനു മുമ്പിരുന്നു. കഞ്ഞിയിലൊഴിക്കാൻ വേലത്തി ഉപ്പുകൊടുത്തു. കഞ്ഞികുടിച്ചു കഴിഞ്ഞപ്പോൾ വല്ലാത്തക്ഷീണം. പിന്നെ ഒരടി നടക്കാൻ വയ്യ. കൊച്ചുകൃഷ്ണൻ സൗഹൃദപൂർവ്വം വേലത്തിയോടു ചോദിച്ചു:

"ഇന്നു രാത്രി ഞങ്ങളിവിടൊന്നു കഴിഞ്ഞോട്ടെ. രാവിലെ അങ്ങു പോയേക്കാം."

വേലത്തി സമ്മതിച്ചില്ല.

"അതുവേണ്ട. ഇവിടെ കിടക്കുകോം ഒന്നും വേണ്ട."

"ഇന്നിനി ഞങ്ങൾക്കു ബസ് കിട്ടുകയില്ല. നടന്നു ക്ഷീണിച്ചു വരുവാ."

"എന്തായാലും ഇവിടെ കിടക്കാനൊക്കത്തില്ല."

കുറെനേരത്തേക്ക് ആരും ഒന്നും പറഞ്ഞില്ല.

അവരുടെ ഇരുപ്പുകണ്ട് വേലത്തിക്കു വേവലാതിയായി. ആ സ്ത്രീയുടെ ക്ഷമകെട്ടു.

"ഇനി നിങ്ങളെന്താ പോവാതിരിക്കുന്നത്? പോയില്ലെങ്കിൽ ഞാൻ വിളിച്ചുകൂവി ആളിനെകൂട്ടും."

പരിചയമില്ലാത്ത ആരെങ്കിലും നാട്ടിൽ വന്നാൽ ഉടൻ പൊലീസിനെ അറിയിക്കണമെന്നു വിളംബരമുണ്ടായിരുന്നു.

കൊച്ചുകൃഷ്ണൻ പരുങ്ങലോടെ പറഞ്ഞു:

"അതൊന്നും വേണ്ട. വിഷമമാണെങ്കിൽ അങ്ങു പോയേക്കാം."

അവിടെനിന്നിറങ്ങി തിരികെ അഞ്ചലിലേക്കുള്ള വഴിയേ തന്നെ നടന്നു.

മഴക്കാറുകൊണ്ട് ആകാശം കറുത്തിരുണ്ടു. നെല്ലിമലയും തടിക്കാടും കഴിഞ്ഞപ്പോൾ മഴതുടങ്ങി. വേട്ടുവനത്തിലെത്തിയപ്പോൾ തുള്ളിക്കൊരു കുടംവെച്ചുള്ള മഴ. കുറ്റാക്കുറ്റിരുട്ട്. വഴികാണാൻ വയ്യ. മഴയുടെ ഇരമ്പലും ചീവീടിന്റെ ചെവിതുളയ്ക്കുന്ന കരച്ചിലും. കുഞ്ഞു കുളുന്നു

വിറച്ചു കരയാൻ തുടങ്ങി.

കുഞ്ഞിന്റെ തലനനയാതെ ഒരു പയിനിന്റെ ചുവട്ടിൽ കുത്തിയിരുന്നു. വെളുപ്പാൻ കാലമായപ്പോൾ മഴതോർന്നു. കിളികൾ ചിലച്ചു. ആകാശം തെളിഞ്ഞു. വഴികാണാമെന്നായപ്പോൾ വനത്തിലൂടെ നടന്നു.

പുലർച്ചയ്ക്ക് വീണ്ടും അഞ്ചലിലെത്തി. തലേദിവസം പൊലീസ് വന്നതിനു ശേഷം സ്ഥിതികളാകെ മാറി. കാര്യമെല്ലാം നാട്ടിൽ പരസ്യമായി. വീണ്ടും അവിടെ തങ്ങുന്നതു കുഴപ്പമാണ്. കൊച്ചുകൃഷ്ണൻ അളിയനോടു പറഞ്ഞു:

"ഞങ്ങൾ വേറെ എവിടെങ്കിലും ഒന്നു നോക്കട്ടെ."

പഴയ തുണിയെല്ലാമെടുത്ത് പൊക്കണം കെട്ടി.

ഒന്നും കഴിക്കാൻപോലും നില്ക്കാതെ അവിടെനിന്നിറങ്ങി നടന്നു. കൊച്ചുകൃഷ്ണൻ ശശിയെ തോളിലിട്ട് ഓമനയെയും കൈക്കുപിടിച്ചുകൊണ്ട് മുമ്പെ, കൈക്കുഞ്ഞിനെ മാറത്തടുക്കിക്കൊണ്ടു കുഞ്ഞിക്കുട്ടി പുറകെ. അങ്ങനെ പലയിടവും കറങ്ങിയകൂട്ടത്തിൽ കടയ്ക്കൽവെച്ചു കുഞ്ഞിക്കുട്ടി ഒരു സ്ത്രീയെ പരിചയപ്പെട്ടു. ജോലിക്കാരെ ആവശ്യമുള്ള ഒരു വീടിനെക്കുറിച്ച് അവർ പറഞ്ഞു. അടുത്താണ് കരീയ്ക്കാട്ടഴികത്ത്.

അവർ വീടു തിരക്കിച്ചെന്നു. അവിടെ അടുക്കളജോലിക്കാണ് ആളെ വേണ്ടത്. വീട്ടുകാരൻ പറഞ്ഞു— ആ സ്ത്രീ വേണമെങ്കിൽ ഇവിടെ നിന്നോട്ടെ. ആണുങ്ങളെ ആരെയും വേണ്ടാ.

കൊച്ചുകൃഷ്ണൻ സമ്മതിച്ചു. കുഞ്ഞിക്കുട്ടിയെയും കുട്ടികളെയും അവിടാക്കിയിട്ട് അയാൾ ജോലിക്കാരെ ആവശ്യമുള്ള വേറെ വീടു തിരക്കി നടന്നു.

ഏരൂർ ചെന്നപ്പോൾ മുരുക്കുംകോട്ടു ഗോപാലൻസാറിനെക്കുറിച്ചു കേട്ടു. ധാരാളം നിലം കൃഷിയുള്ള ആളാണ്. കോൺഗ്രസുകാരനും പൊതുക്കാര്യ പ്രസക്തനും. അറിഞ്ഞുകേട്ടുവന്നപ്പോൾ ആ വീടിനെക്കുറിച്ചു പ്രതീക്ഷയുണ്ടായി.

കൊച്ചുകൃഷ്ണൻ ഗോപാലൻ സാറിനെക്കണ്ടു കാര്യം പറഞ്ഞു.

"പത്തനാപുരത്തു നിന്നു വരുവാണ്. കൂലിവേലക്കാരനാണ്. കൂടെ ഭാര്യയുമുണ്ട്. ഞങ്ങൾ രണ്ടാൾക്കും കൃഷിപ്പണികളെല്ലാം അറിയാം. അങ്ങേക്കു സമ്മതമാണെങ്കിൽ ഇവിടുത്തെ പണികളെല്ലാം നോക്കിക്കണ്ടു ചെയ്തോളാം."

അങ്ങനെയുള്ള ഒരാളെ ഗോപാലൻ സാറിനും ആവശ്യമായിരുന്നു.

"തന്റെ പേരെന്താ?"

"നാണുവെന്നാണേ."

"പത്തനാപുരത്തെവിടെയാ?"

"പാതിരിക്കൽ."

"നിലംകൃഷി നടത്തി പരിചയമുണ്ടോ?"

"ഒണ്ടേ."

കൃഷിപ്പണി ഏതേല്പിച്ചാലും അതു ഭംഗിയായി ചെയ്യാമെന്നുള്ള ആത്മവിശ്വാസമുണ്ടായിരുന്നു.

"ഉത്തരവാദിത്വത്തോടെ എല്ലാം നോക്കിക്കണ്ടു ചെയ്യാമോ?"

"ചെയ്യാവേ."

"ഭാര്യയെവിടെ?"

"കടയ്ക്കലൊരു വീട്ടിൽ നില്ക്കുവാണേ."

"ശരി. എന്നാൽ പോയി അവരെ കൂട്ടിക്കൊണ്ടു പോന്നോളു."

ഉത്സാഹത്തോടെ കടയ്ക്കൽചെന്നു ഭാര്യയെയും കുട്ടികളെയും കൂട്ടിക്കൊണ്ട് നേരമിരുട്ടിയപ്പോൾ മുരുക്കുംകോട്ടെത്തി.

അപ്പോഴേക്കും ഗോപാലൻസാറിന്റെ മനസ്സു മാറി. കുറെനേരം മിണ്ടാതിരുന്നിട്ട് അദ്ദേഹം പറഞ്ഞു:

"നാണു ഇപ്പോൾ പോ. ഞാൻ വിവരം അറിയിക്കാം. പിന്നെ വന്നാൽ മതി."

കൊച്ചുകൃഷ്ണൻ അവിടെ നിന്നു മരവിച്ചുപോയി. കാര്യമെല്ലാം ഒത്തുവന്നെന്നു കരുതിയാണ്. ഇനിയിപ്പോൾ എങ്ങോട്ടു പോകാൻ?

"ഞങ്ങളിവിടെ നിന്നു വല്ല പണിയും ചെയ്തോളാം. വയറ്റിനു വല്ലതും തന്നാൽ മതി."

"അതാ പറഞ്ഞത് വിവരം അറിയിക്കാമെന്ന്. ഇപ്പോൾ ഇവിടെ ആരെയും നിർത്താനുള്ള സൗകര്യമില്ല. നിങ്ങൾ പോണം."

കൊച്ചുകൃഷ്ണൻ കല്ലുപോലെ നിന്നതേയുള്ളൂ.

"എന്താ, പറഞ്ഞതു മനസ്സിലായില്ലേ?"

"ഇന്നു രാത്രി ഞങ്ങൾ ഇവിടൊന്നു കഴിഞ്ഞോട്ടെ."

"അതു സാദ്ധ്യമല്ല. ഇക്കാലത്ത് അങ്ങനെയാരെയും വീട്ടിൽ വിളിച്ചു താമസിപ്പിക്കാൻ പാടില്ല. അതുകൊണ്ട് നിങ്ങൾ പോണം. ഇവിടെ നില്ക്കണ്ട."

നേരമിരുട്ടി. ഭയങ്കരമായ മഴ. അവിടെനിന്നിറങ്ങി മഴയും നനഞ്ഞു നടന്നു. പൊക്കണവും തോളിലിട്ട് ഭാര്യയും കുട്ടികളുമായി ഇരുട്ടിൽ തപ്പിത്തടഞ്ഞു മുന്നോട്ടുപോയി.

നടന്നു നടന്നു വഴിചുറ്റി. എങ്ങോട്ടാണു നടക്കുന്നതെന്നു തിട്ടമില്ല. അനന്തമായ യാത്ര. ഈ യാത്രതന്നെ ഒരു ചുറ്റലാണ്. ഒരു ചുറ്റിക്കറങ്ങലാണ്. കറങ്ങിത്തിരിഞ്ഞ് പിന്നെയും മുരുക്കുംകോട്ടു വീട്ടുപടിക്കൽത്തന്നെ വന്നെത്തിയപ്പോൾ അതു തികച്ചും ബോദ്ധ്യമായി. വെളിയിൽ വിളക്കും വെട്ടവുമില്ല. വീട്ടുകാരെല്ലാം ഉറങ്ങിക്കഴിഞ്ഞു. എന്തും വരട്ടെയെന്നു കരുതി അങ്ങോട്ടുതന്നെ കേറിച്ചെന്നു. കാളത്തിണ്ണയ്ക്കുകേറി ഉടുമുണ്ട് പിഴിഞ്ഞുടുത്തു. കുഞ്ഞിക്കുട്ടി പഴംതുണി പിഴിഞ്ഞ് കുട്ടികളുടെ തലയും ദേഹവും തോർത്തി. പുല്ലുട്ടിൽനിന്നു കച്ചിവാരിവിരിച്ച് അവരെ അതിൽ കിടത്തി. അവരുടെ ഒരരികിൽ അവൾ തലചായ്ച്ചു. കുറെനേരം കുത്തിയിരുന്നിട്ട് കൊച്ചുകൃഷ്ണനും കിടന്നു കണ്ണടച്ചു.

വെളുപ്പിനു ഗോപാലൻസാറിന്റെ ഭാര്യ മുറ്റത്തിറങ്ങിയപ്പോൾ കാളത്തിണ്ണയ്ക്ക് ആളുകിടക്കുന്നതുകണ്ട് ആശ്ചര്യപ്പെട്ടു. അവർ ലൈറ്റിട്ടു നോക്കി. രാത്രിയിൽ ഇറങ്ങിപ്പോയവർ തിരികെ വന്നിരിക്കുന്നു.

"അല്ലാ, നിങ്ങൾ പോയിട്ടിങ്ങു വന്നോ?"

കൊച്ചുകൃഷ്ണനും കുഞ്ഞിക്കുട്ടിയും എഴുന്നേറ്റു കുറ്റബോധത്തോടെ മുഖം കുനിച്ചു നിന്നു. കച്ചിയിൽ കിടന്നുറങ്ങുന്ന കുട്ടികളെ കണ്ടപ്പോൾ ആ സ്ത്രീയുടെ ഹൃദയത്തിനലിവു തോന്നി.

"കുട്ടികളെ വിളിച്ചെഴുന്നേല്പിച്ച് ഇങ്ങു വരാന്തയിൽ കൊണ്ടു വന്നു കിടത്ത്."

"വേണ്ടായേ. ഇവിടെ കിടന്നോളാം."

"തണുപ്പടിക്കത്തില്ല്യോ?"

"ഇല്ലേ."

"എന്നാൽ കിടന്നോളൂ."

സമാധാനമായി.

രാവിലെ ചായയുണ്ടാക്കിയപ്പോൾ വേലക്കാരി അവർക്കും ഓരോ പാത്രം ചായകൊണ്ടു വന്നു കൊടുത്തു.

വീട്ടുകാരി സാറിനോടു പറഞ്ഞു:

"അയാളെ പറഞ്ഞയച്ച് അവരെ വിളിപ്പിച്ചതല്ല്യോ? ഇനി ഇവിടുന്ന് പറഞ്ഞു വിടണ്ട. ഇവിടെങ്ങാനും കഴിഞ്ഞോട്ടെ."

"അത് ആലോചിക്കേണ്ട കാര്യമാണ്."

"എന്തുവാ അതിനുംവേണ്ടി ആലോചിക്കാൻ? ഇവിടെനിന്ന് എന്തെങ്കിലും ജോലിചെയ്യട്ടെ. നമുക്കു പറ്റുമോന്നു നോക്കാം. അല്ലെങ്കിലങ്ങു പറഞ്ഞുവിടാം."

രാവിലെ കുളിയും കാപ്പികുടിയുമെല്ലാം കഴിഞ്ഞ് ഗോപാലൻസാർ കൊച്ചുകൃഷ്ണനെ വിളിച്ചു.

"ഇനി എന്തായാലും നിങ്ങൾ പോകാൻ വരട്ടെ. ഇവിടുത്തെ ജോലിക്കു വല്ലതും കൊള്ളിക്കാമോന്നു നോക്കട്ടെ."

പടിഞ്ഞാറെ പറമ്പിൽ ജീർണ്ണിച്ചു നിന്നിരുന്ന കൊട്ടിൽ വൃത്തിയാക്കി കൊച്ചുകൃഷ്ണനും കുടുംബവും അവിടെ താമസമാക്കി. പിറ്റേ ദിവസം സാറിനെക്കണ്ട് കൃഷിപ്പണികളെ സംബന്ധിച്ച നിർദ്ദേശങ്ങൾ വാങ്ങി. അന്നുതന്നെ പറമ്പു കിളച്ചുവെക്കാൻ തുടങ്ങി.

അനിശ്ചിതമായ അലച്ചിലിനുശേഷം ആ കുടുംബത്തിന് മുരുക്കുംകോട്ട് ഒരു താവളം കിട്ടി.

ഇരുപത്തിയേഴ്

ഭർത്താവിനെയും കൊച്ചൊടപ്പുറന്നവനെയുമെല്ലാം യാത്രയാക്കിയിട്ട് കമലമ്മ അമ്മയും കുട്ടികളുമായി വല്യൊടപ്പുറന്നവന്റെ വീട്ടിലെത്തി. കൃഷ്ണൻനായർ കടയും പൂട്ടി വന്നിട്ട് കുട്ടികളെയും കൂട്ടി എങ്ങോ

പോയിരുന്നു. രാത്രിമുഴുവൻ അവർ അവിടെ കുത്തിയിരുന്നു. നേരം വെളുത്തപ്പോൾ കമലമ്മ കയ്യാലപ്പുറത്തുകയറി കിഴക്കേപ്പാടത്തേക്കു നോക്കി. പാടംനിറയെ പൊലീസ്.

അവൾ ഓടിച്ചെന്ന് അമ്മയോടു പറഞ്ഞു:

"അമ്മേ, നമുക്കിവിടെ കഴിയാൻ ഒക്കുകയില്ല. പൊലീസുകാരിങ്ങോട്ടു വരുന്നതിനു മുമ്പ് എങ്ങോട്ടെങ്കിലും പോകണം."

പെട്ടെന്ന് അവിടെനിന്നും പോകണമെന്ന് അമ്മയ്ക്കും തോന്നി. കടമ്പാട്ടുനിന്ന പശുവിനെ അഴിച്ച് കൃഷ്ണൻനായരുടെ വീട്ടിൽ കെട്ടി.

മകളെയും കുഞ്ഞുമക്കളെയും കൂട്ടി അമ്മ വീട്ടിൽ നിന്നിറങ്ങി. കാളിയൻ ചന്തവഴി കാഞ്ഞിപ്പുഴയിലെ ഒരു ബന്ധുവീട്ടിൽ ചെന്നു. രണ്ടുദിവസം കഴിഞ്ഞപ്പോൾ വീട്ടുകാർക്ക് വിഷമം. വല്ലവരും പറഞ്ഞറിഞ്ഞ് പൊലീസ് തിരക്കി വന്നാലോ? അവിടെ നിന്നിറങ്ങി പരിചയമുള്ള ബന്ധുവീടുകളിലെല്ലാം അലഞ്ഞു. വേണ്ടപ്പെട്ടവരുടെ മുക്കും മുഞ്ഞിയും കണ്ടു.

കമലമ്മയ്ക്കന്ന് ഇരുപത്തിരണ്ട് വയസ്സ് പ്രായമാണ്. സുന്ദരി. തനിതങ്കത്തിന്റെ നിറം. നല്ല പൊക്കം. കൊഴുത്തുരുണ്ട ശരീരം. ചുരുണ്ടു നീണ്ട തലമുടിയും കറുത്തുനീണ്ട കണ്ണുകളും, ചെമ്പരത്തിപ്പൂപോലെയുള്ള ചുണ്ടുകളും. ആരുകണ്ടാലും നോക്കിനില്ക്കും. ഈ ചെറുപ്പക്കാരി ഏതാണെന്നു തിരക്കും. അങ്ങനെയുള്ള ഒരു യുവതിയെയും രണ്ടു കുഞ്ഞുങ്ങളെയും ഒളിവിൽ കൊണ്ടു നടക്കാൻ അമ്മ നന്നേ പാടുപെട്ടു.

മൂന്നാങ്ങളമാർക്കുംകൂടിയുള്ള ഒരേയൊരു പെങ്ങളാണ്. എല്ലാവരിലും ഇളയത്. കുഞ്ഞുനാൾമുതൽ അമ്മ വെയിലുപോലും കൊള്ളിച്ചിട്ടില്ല. നിറം മങ്ങിപ്പോകുമോ എന്ന ഭയംകൊണ്ട്. പ്രായമായിട്ടും വിശപ്പറിഞ്ഞിട്ടില്ല.

രാവിലെ പഴംചോറ് വിളമ്പിക്കൊടുത്തിട്ടേ അമ്മ മുറ്റം തൂക്കാൻ ഒരുങ്ങൂ. വീട്ടിൽ നിന്ന് എങ്ങോട്ടും അയച്ചില്ല. ആരെങ്കിലും കണ്ടാൽ പെണ്ണിനെ കണ്ണുവെയ്ക്കുമോ എന്ന ഭയമായിരുന്നു. ഓർമ്മവെച്ച നാളിനുശേഷം പാറക്കടവു ചന്ത കണ്ടിട്ടില്ല. അഴയകാവ് അമ്പലക്കുളത്തിൽ പോയൊന്നു കുളിച്ചിട്ടില്ല. അങ്ങനെ വളർത്തിയ പൊന്നുമോളാണ്.

ഇപ്പോൾ മലയടിവാരത്തുള്ള ഏതോ വീട്ടിൽ കൊയ്തും മെതിച്ചും കഴിഞ്ഞു. കൊയ്തുകിട്ടിയത് കൊണ്ടുവന്ന് വറുത്ത് കുത്തി കുഞ്ഞുങ്ങൾക്ക് കഞ്ഞിവെച്ചു കൊടുത്തു.

അവർ താമസിച്ചിരുന്ന വീടു തിരക്കിപ്പിടിച്ച് ഒരു ദിവസം ശ്രീധരൻനായർ അവിടെയെത്തി. കുഞ്ഞാങ്ങളയെ കണ്ടപ്പോൾ കമലമ്മ പൊട്ടിക്കരഞ്ഞു. അയാളുടെ നേരെ പ്രതിഷേധം ഭാവിച്ചു.

ഈ ആങ്ങളമൂലമാണ് എല്ലാ ആപത്തുകളും ഉണ്ടായത്. എല്ലാം വിറ്റു നശിപ്പിച്ചു, പാർട്ടിക്കാരനായി നടക്കുന്ന കാലത്ത് അവിടെ പാർട്ടിക്കാരെയും കൂട്ടുകാരെയും വിളിച്ചുകൊണ്ടു ചെന്നു. അന്നവർക്ക് ചോറു കൊടുത്തു. അവർ അവിടെ പറഞ്ഞും ചൊല്ലിയും ഇരുന്നു. ആ സഹക

രണം രാഘവൻ പിള്ളയ്ക്കും ഇഷ്ടമായി. അങ്ങനെ പതുക്കെപ്പതുക്കെ രാഘവൻപിള്ളയും അവരുടെ കൂട്ടുകെട്ടിലായി. അങ്ങനെയാണ് ആപത്തുകളുടെ തുടക്കം.

അനുജനുമായുള്ള പിണക്കംമൂലം നടുവത്തെ ആങ്ങള വീട്ടിൽ കേറാറില്ല. അയാൾ കോയിക്കലെ ഒരു കാര്യക്കാരനാണ്. വലിയാങ്ങള കോൺഗ്രസുകാരനും നാട്ടിലെ മാന്യനുമായിരുന്നു. പാറങ്കോട്ടു ചന്തയിൽ പലചരക്കുകട നടത്തുന്നു. അവരെയാരെയും കൊണ്ട് ഒരു ഉപദ്രവവും ഉണ്ടായിട്ടില്ല. വിനയെല്ലാം വരുത്തിവെച്ചത് ഈ വന്ന ആങ്ങളയാണ്.

ശ്രീധരൻനായർ പെങ്ങളെ ധൈര്യപ്പെടുത്തിക്കൊണ്ടു പറഞ്ഞു:

"ഈ പ്രയാസങ്ങളെല്ലാം അങ്ങുമാറും. അതുവരെ നീ തഞ്ചത്തോടെ കഴിയണം."

ആ പറച്ചിൽകേട്ട് പരിഹാസമാണ് തോന്നിയത്.

അയാൾ പോക്കറ്റിൽനിന്ന് ഒരു പൊതിയെടുത്ത് പെങ്ങൾക്കു നീട്ടി.

"ഇന്നാ ഇതു വെച്ചോ."

അവൾ അതു കൈനീട്ടിവാങ്ങി വലിച്ചൊരേറു കൊടുത്തു. പൊതി ദൂരെപ്പോയി വീണു നാണയങ്ങൾ ചിന്നിച്ചിതറിക്കിടക്കുന്നു. ശ്രീധരൻനായർ വിഷണ്ണനായി ആ നാണയത്തുട്ടുകൾ നോക്കിക്കൊണ്ടു നിന്നു. അയാളുടെ കണ്ണുനിറഞ്ഞു. ചിറികൂട്ടിപ്പിടിച്ചിട്ടും കരച്ചിലടക്കാൻ കഴിഞ്ഞില്ല. അനുജത്തിയുടെ മുന്നിൽ നിന്ന് നിയന്ത്രണം വിട്ട് പൊട്ടിക്കരഞ്ഞു. അതു കണ്ട് അമ്മയും കമലമ്മയും കരഞ്ഞു. ഒടുവിൽ അവൾതന്നെ നിലത്തു നിന്ന് നാണയത്തുട്ടുകൾ നുള്ളിപ്പെറുക്കിയെടുത്തു.

കുറെനേരം കഴിഞ്ഞ് ഒരു നെടുവീർപ്പോടെ ശ്രീധരൻനായർ പറഞ്ഞു:

"അളിയൻ കുറെ രൂപയൊപ്പിക്കാൻ വേണ്ടി ശ്രമിക്കുകയാണ്. അതൊത്തു കിട്ടിയാലുടൻ നിന്നെവന്നു കാണും."

അവളൊന്നും മിണ്ടിയില്ല.

"നീ വേണം അമ്മയെക്കൂടി ധൈര്യപ്പെടുത്താൻ."

മുഖമുയർത്തി ആ പറയുന്നതെല്ലാം കേട്ടുകൊണ്ടുനിന്നു.

"എന്നാൽ ഇനി ഞാൻ പോകട്ടെ."

അവൾ മൗനമായി അയാളെ യാത്രയാക്കി.

കുറെദിവസം കഴിഞ്ഞപ്പോൾ എന്തുംവരട്ടെ എന്നുകരുതി അമ്മയും മകളും ശൂരനാട്ടേക്കു തിരിച്ചുപോന്നു. നേരെ കൃഷ്ണൻനായരുടെ വീട്ടിലാണു ചെന്നത്, അവിടെ ആളു താമസമില്ല. അവിടുത്തെ എരുത്തിലിൽ കെട്ടിയിരുന്ന പശുവിനെ കാണാനില്ല.

കൃഷ്ണൻനായരെക്കുറിച്ച് ആർക്കും യാതൊരറിവുമില്ല. കുറെ ദിവസം മുമ്പ് ഒരർദ്ധരാത്രിയിൽ അയാൾ കൊറ്റാർകാവു ക്ഷേത്രത്തിനു ചുറ്റും നടന്ന് എന്തോ വിളിച്ചുചൊല്ലി പ്രാർത്ഥിക്കുന്നതു കണ്ടവരുണ്ട്.

ഓമല്ലൂർനിന്നു മടങ്ങുന്ന വഴി കൃഷ്ണൻനായർ കൊച്ചുകോയിക്കൽ

ചെന്നു ഗാന്ധിരാമൻപിള്ളയെ കണ്ടിരുന്നു. അദ്ദേഹം വിവരങ്ങൾ വെളിപ്പെടുത്തി— അയാളെയും കേസിൽ പ്രതിയാക്കിയിട്ടുണ്ട്. അതുകേട്ട് കൃഷ്ണൻനായർ സർവ്വാംഗം തളർന്ന് നിലത്തുവീഴാൻ ഭാവിച്ചു. ഗാന്ധിരാമൻപിള്ള ചെന്നു താങ്ങി നിലത്തിരുത്തി.

"എന്നാലും എന്നോടിതു ചെയ്തല്ലോ എന്റെ കൊറ്റാർകാവു ഭഗവതീ......"

"കാലക്കേടെന്നു കരുതിയാൽ മതി കൃഷ്ണൻനായരേ. ഞാൻ പറഞ്ഞുനോക്കി— പ്രയോജനമൊന്നുമുണ്ടായില്ല."

കുറെനേരം കഴിഞ്ഞു കൃഷ്ണൻനായർ മൗഢ്യത്തോടെ ചോദിച്ചു:

"ഇനി ഞാനെന്തു വേണം. അവിടുന്നു പറ."

ഗാന്ധിരാമൻപിള്ള ഉത്തരം കാണാതെ മിഴിച്ചിരുന്നു.

"പൊലീസിൽപ്പോയി പിടികൊടുക്കട്ടോ? അവരെന്നെ എന്തും ചെയ്തോട്ടെ."

"അതൊക്കെ മണ്ടത്തരം. അവരു പിടിച്ചാപ്പിന്നെ ശേഷിപ്പു കാണത്തില്ല."

"പിന്നെന്തോ വേണം? ഞാനെങ്ങോട്ടു പോണം?"

"എവിടെയെങ്കിലും പോയി രക്ഷപ്പെടാൻ നോക്ക്."

അയാൾ കുറെനേരം മുഖം കുനിച്ചു തിണ്ണയിൽ കുത്തിയിരുന്നു. പിന്നെ, ഒന്നും ഉരിയാടാതെ, യാത്രപോലും പറയാതെ അവിടെനിന്നിറങ്ങി നടന്നു. അങ്ങുവഴിയിലെത്തിയപ്പോൾ തന്നെത്താൻ ശബ്ദമടക്കി കരഞ്ഞു.

"എന്റെ കാവിലമ്മേ, എനിക്കിതു വരുത്തിയല്ലോ. ഇതിനു തക്കവണ്ണം ഞാൻ അമ്മയോടെന്തു തെറ്റുചെയ്തു? ഒരു ദിവസം പോലും മുടങ്ങാതെ നിന്റെയടുത്തുവന്ന് ഭജിച്ചിട്ടും നീയെന്നെ കൈവിട്ടല്ലോ."

അമ്പലത്തിനു മുന്നിലെത്തി കൈ രണ്ടും ഉയർത്തിപ്പിടിച്ച് തൊഴുതുകൊണ്ട് ഉന്മാദം പിടിപ്പെട്ടവനെപ്പോലെ ഉറക്കെ വിളിച്ചു പറഞ്ഞു:

"അമ്മേ, എന്റെ തമ്പുരാട്ടീ, നീയിതൊന്നും അറിയുന്നില്യേ? എന്താ നീ മിണ്ടാത്തത്? എന്നോടു പറ. ഞാൻ നിന്നോടെന്തോ അപരാധം ചെയ്തു?"

അയാളുടെ ശബ്ദം അമ്പലപരിസരത്തു പ്രതിദ്ധ്വനിച്ചു. പോർക്കലി ഭഗവതി അതു നേരിട്ടു കേൾക്കുന്നുണ്ടെന്നു തോന്നി. ഭഗവതിയുടെ അനുഗ്രഹം കേറിയിട്ടെന്നപോലെ അയാൾ തുള്ളിവിറച്ചു. ഇടറിയ ശബ്ദത്തിൽ ചോദിച്ചു:

"അമ്മേ, നീ പറ. ഞാനെന്തപരാധം ചെയ്തു?"

ആ ചോദ്യം ഉരുവിട്ടുകൊണ്ട് ഉയർത്തിപ്പിടിച്ച കൂപ്പുകൈയുമായി തുള്ളിയുറഞ്ഞ് അമ്പലത്തിനു ചുറ്റും വലം വെച്ചു. തിരികെ ക്ഷേത്രനടയിൽ എത്തി നെടുംപാട് വീണ് വിളിച്ചുചൊല്ലി നിലവിളിച്ചു. "എന്റെ ഭഗവതീ, ഇനി ഈ ലോകത്ത് നിന്ന് വിളിക്കണേ. ശക്തിസ്വരൂപിണീ,

എന്നോടീ കൊലച്ചതി ചെയ്തവരോടു നീ പകരം ചോദിക്കണേ. എന്റെ തമ്പുരാട്ടീ....."

ആ കിടപ്പു കുറെനേരം കിടന്നു. അവസാനം കരച്ചിലടക്കി അവിടെനിന്നെഴുന്നേറ്റു വേച്ചുവേച്ചു നടന്നുപോയി. എങ്ങോട്ടാണെന്ന് ആർക്കും അറിഞ്ഞുകൂടാ.......

അമ്മയും കമലമ്മയും കടമ്പാട്ടു ചെന്നു. വീടു ഇടിച്ചുപൊളിച്ചിട്ടേക്കുന്നതു കണ്ടു. വീട്ടുപകരണങ്ങളൊന്നും കാണാനില്ല. മുളകുകൊടിയും വാഴയുമെല്ലാം അറുത്തു കണ്ടിച്ചിട്ടേക്കുന്നു. അവർ വീട്ടിനുള്ളിലേക്കു കടന്ന് ഉടഞ്ഞുകിടന്ന കലവും ചട്ടിയും പെറുക്കിമാറ്റി. ഇടിഞ്ഞുകിടന്ന കട്ടയും മണ്ണും വാരിക്കളഞ്ഞു.

അമ്മയും മകളും മടങ്ങിവന്നിരിക്കുന്നതു കണ്ട് അയൽക്കാർ ഭയപ്പെട്ടു. ദൂരെനോക്കിക്കൊണ്ട് നിന്നതല്ലാതെ ആരും അടുത്തുചെന്നില്ല. അവരോട് ഒരു വിവരവും അന്വേഷിച്ചില്ല.

പിറ്റേദിവസം കമലമ്മ ഇടിഞ്ഞുകിടന്ന അടുപ്പ് കളിമണ്ണു വാരിപ്പൊത്തി നന്നാക്കിക്കൊണ്ട് നില്ക്കുമ്പോൾ ബൂട്ട്സുകളുടെ ശബ്ദം കേട്ടു ഞെട്ടിത്തിരിഞ്ഞുനോക്കി. മുറ്റംനിറയെ പൊലീസും ആളുകളും. അവൾ പകുതി പൊളിഞ്ഞുവീണ ഭിത്തിയുടെ പിന്നിലൊഴിഞ്ഞുനിന്നു.

മുറ്റത്തുനിന്ന തള്ളയോട് ഇൻസ്പെക്ടർ രോഷത്തോടെ ചോദിച്ചു.

"എടീ മുതുക്കീ, നീ മോനേം മരുമോനേം എവിടെ ഒളിപ്പിച്ചേക്കുന്നു? നേരു പറഞ്ഞോ. ഇവിടെനിന്ന് അവരെങ്ങോട്ടാണെന്നു പറഞ്ഞാ ഇറങ്ങിപ്പോയത്."

അമ്മ ധൈര്യപ്പെട്ടു പറഞ്ഞു:

"ഇവിടൊന്നും പറഞ്ഞില്ല. പറയാതെ ഞങ്ങളെങ്ങനെയറിയും."

"ഫ, മുതു പുലയാടീ, ചോദിച്ചതിന് മറുപടി പറയാതെ നീ ന്യായം പറയുന്നോ? അവരെ പറഞ്ഞയച്ച് പൊലീസിനെ കൊല്ലിച്ചേച്ച്......"

അയാൾ അവരുടെ നേരേ ക്രോധത്തോടെ കൈയും വലിച്ചു ചെന്നു. അമ്മ അയാളുടെ മുഖത്തേക്കു കണ്ണുതുറിച്ച് കല്ലുപോലെ ഒരേ നിലനിന്നു. അയാൾ കൈ പിൻവലിച്ചു.

ഭിത്തിക്കരികിൽ കമലമ്മയുടെ തല കണ്ടു.

"ഇവിടെ വാടീ, നേരു പറഞ്ഞോ. എവിടാ അവരൊളിച്ചിരിക്കുന്നത്?"

അവൾ ആ ക്രൂരമായ മുഖത്തുനിന്നു കണ്ണുപിൻവലിച്ചു നിലത്തു നോക്കിക്കൊണ്ടു നിന്നു.

"എന്താടീ മിണ്ടാത്തത്? നിന്റെ നായരെ നീ എവിടെ വെച്ചേക്കുന്നു?"

മറുപടിയില്ല.

"ഫ, പുലയാടീ. ചോദിച്ചാൽ നീ മിണ്ടത്തില്യോ?"

ഇൻസ്പെക്ടർ കടന്നുചെന്ന് അവളുടെ മുടിക്കുത്തിന് കേറിപ്പിടിച്ചു. മുന്നോട്ടും പിന്നോട്ടും ഇട്ടുലച്ചു. ഉടുമുണ്ട് ഉരിഞ്ഞുതിർന്ന് അയാളുടെ കൈയിൽ തൂങ്ങി. അവൾ നഗ്നത മറയ്ക്കാനാകാതെ പെട്ടെന്ന് നിലത്ത്

കുനിഞ്ഞിരുന്നു. സ്വയം കണ്ണടച്ച് കൺമുന്നിൽനിന്ന് ഈ ലോകം മറച്ചു.

കുട്ടികൾ കിടന്നു നിലവിളിച്ചു. അമ്മ അകത്തേക്കുനോക്കി നിലവിളിച്ചുകൊണ്ടു കണ്ണുപൊത്തി. പൊലീസുകാരും സന്നദ്ധസേനക്കാരും മുഖം കുനിച്ചു. ഗാന്ധിരാമൻപിള്ള രോഷത്തോടെ വിളിച്ചുപറഞ്ഞു....

"ഛേയ്...മ്ലേഛം..... മ്ലേഛം!"

നഗ്നമായ ആ സ്ത്രീരൂപത്തിനുമേൽ മുണ്ടുവലിച്ചെറിഞ്ഞ് ഇൻസ്പെക്ടർ അലറി—

"രണ്ടുപേരും നാളെ സ്റ്റേഷനിൽ വന്നേക്കണം. അല്ലെങ്കിൽ ഞാൻ വീണ്ടും വരും. രണ്ടിനേം ശരിപ്പെടുത്തും."

അയാളുടെ പുറകെ പൊലീസും സന്നദ്ധസേനക്കാരും നിശ്ശബ്ദരായി മടങ്ങിപ്പോയി.

കമലമ്മ നിലത്തുകിടന്നു തേങ്ങിക്കരഞ്ഞു. അമ്മ അടുത്തുചെന്ന് മകളുടെ കണ്ണീരു തുടച്ചു.

രാത്രിയിൽ അവൾ പിച്ചും പേയും പുലമ്പി. അമ്മയോടു കരഞ്ഞു വിളിച്ചു പറഞ്ഞു:

"എന്റെ കുഞ്ഞുങ്ങൾക്കാരുമില്ലേ. അമ്മ അവരെ നോക്കിക്കോണേ."

"നീ പിന്നെങ്ങോട്ടു പോകാൻ പോകുന്നു?"

"ഞാനിനി ജീവിച്ചിരിക്കത്തില്ല. ഞാൻ ചത്തുകളയും. എന്റെ കൊച്ചുങ്ങടെ കാര്യം നോക്കിക്കോണം."

അമ്മയും കണ്ണീരൊഴുക്കി. അവളുടെ വിചാരം മനസ്സിലാക്കി അമ്മ പറഞ്ഞു:

"കുഴിയിലോട്ടു കാലും നീട്ടിയിരിക്കുന്ന എന്നെയാണോ ഈ കുഞ്ഞുങ്ങളുടെ കാര്യം ഏല്പിക്കുന്നെ? ഞാനെത്രനാളു കാണും? പിന്നെ പിള്ളാരെ ആരുനോക്കും?"

കമലമ്മ ഒന്നും മിണ്ടിയില്ല. കണ്ണുതുറന്ന് എങ്ങോ നോക്കിക്കൊണ്ടു നിശ്ചലയായി കിടന്നു. അമ്മ പറഞ്ഞതിനെക്കുറിച്ച് ആലോചിക്കുകയായിരുന്നു. താൻ പോയാൽ കുട്ടികൾക്കാരുണ്ട്? എന്തും സഹിച്ച് ജീവിക്കേണ്ടതുണ്ടെന്ന് അവൾക്കു തോന്നി. കുഞ്ഞുങ്ങളെ വളർത്താൻ വേണ്ടിയെങ്കിലും ജീവിച്ചേ മതിയാവൂ.

"നാളെ നേരം വെളുക്കട്ടെ. നമുക്കിവിടെനിന്ന് വേറെ എങ്ങോട്ടെങ്കിലും അങ്ങുപോകാം."

"എങ്ങോട്ടാ?"

"എങ്ങോട്ടെങ്കിലും."

നേരം വെളുത്തപ്പോൾ അവർ വീണ്ടും വീട്ടിൽ നിന്നിറങ്ങി. പെരുവഴികളിലൂടെ അലഞ്ഞു നടന്നു. അന്നുരാത്രി കാത്താടേത്തു പള്ളിക്കൂടത്തിന്റെ തിണ്ണയിൽ കഴിഞ്ഞു. പിറ്റേന്ന് ഒരു പൊലീസുകാരൻ അവരെ കൊച്ചുകോയിക്കൽ തെക്കേവഴിയിലെ മാഞ്ചുവട്ടിൽ വെച്ചു കണ്ടുപിടിച്ചു. അയാൾ അടുത്തുച്ചെന്നു പറഞ്ഞു:

"ഏമാൻ തിരക്കുന്നു. നിങ്ങൾ സ്റ്റേഷൻവരെ വരണം."

"എന്താ കാര്യം?"

"നിങ്ങടെ മൊഴിയെടുക്കാനാണ്."

എന്തോ മറുപടി പറയണമെന്നറിയാതെ അമ്മ ആലോചിച്ചുകൊണ്ടു നിന്നു.

"ഞങ്ങളങ്ങു വന്നേക്കാം."

പൊലീസുകാരന്റെ മുഖം കറുത്തു.

"അതു പറ്റുകേല. നിങ്ങളെ കൂടെ വിളിച്ചോണ്ടു ചെല്ലാനാണു പറഞ്ഞിരിക്കുന്നത്. വന്നു മൊഴി തന്നാൽ പിന്നെ നിങ്ങൾക്കിങ്ങു പോരാം."

അമ്മ എടുത്തടിച്ചതുപോലെ പറഞ്ഞു:

"എന്തായാലും ഇന്നു വരാനൊക്കത്തില്ല."

"നാളെ വരുമോ?"

"ഓ, നാളെയങ്ങു വന്നേക്കാം."

പൊലീസുകാരൻ മടങ്ങിപ്പോയി.

ഗാന്ധിരാമൻപിള്ള അവരുടെ അടുത്തുചെന്ന് തിരക്കി.

"എന്താ പൊലീസുകാരൻ പറഞ്ഞത്?"

"ഞങ്ങളെ വിളിച്ചോണ്ടു പോകാനാ."

"എവിടെ?"

"ഇൻസ്പെക്ടർ തെരക്കുന്നു പോലൊ."

അയാൾ എന്തോ ആലോചിച്ചു നിന്നിട്ടു പറഞ്ഞു:

"അതുവേണ്ട. നിങ്ങളെന്തായാലും അങ്ങോട്ടു പോകണ്ട."

അമ്മ ആശങ്കയോടെ തിരക്കി:

"ഇനീം അയാളു വന്ന് വല്ല കെടുമതീം കാണിച്ചാലോ?"

"അതൊന്നുമില്ല. അയാൾ നിങ്ങളെ ശല്യപ്പെടുത്തുന്ന വിവരം കാണിച്ച് ഞാൻ ഗവൺമെന്റിലേക്കു പരാതി അയച്ചിട്ടുണ്ട്. അതിന്റെ മറുപടി വരുന്നതുവരെ നിങ്ങൾ ഒറ്റയ്ക്കെങ്ങും തങ്ങണ്ടാ. അവിടെവന്ന് കളത്തിൽ കഞ്ഞിവെച്ചു കുടിച്ചു കഴിഞ്ഞോ."

അമ്മയും മകളും കൂടി കൊച്ചുകോയിക്കൽ തെക്കേപുരയിടത്തിലെ പ്ലാവിന്റെ ചുവടു താവളമാക്കി. പ്ലാവിൽ മുണ്ടുകൊണ്ട് തൊട്ടിലുകെട്ടി, ഇളയകുഞ്ഞിനെ അതിൽ കിടത്തി. പ്ലാവിനു ചുവട്ടിൽ അടുപ്പുകൂട്ടി കഞ്ഞിവെച്ചുകുടിച്ചു. രാത്രി ഒഴിഞ്ഞുകിടന്ന കളപ്പുരയിൽ കിടന്നുറങ്ങി.

ആരും അങ്ങോട്ടു തിരക്കിച്ചെന്നില്ല. പൊയ്കമൈതാനത്തെ ക്യാമ്പു പിൻവലിച്ചു. പൊലീസുകാരെല്ലാം ശൂരനാടു വിട്ടുപോയി. നാട്ടിൽ പൊലീസിന്റെ തേർവാഴ്ച അവസാനിച്ചു. അമ്മയും കമലമ്മയും വീണ്ടും കടമ്പാട്ടുചെന്നു താമസമാക്കി. പൊളിഞ്ഞ വീടിന്റെ ഒരു മുറിക്കു ചുറ്റും കളിമണ്ണുവാരിപ്പൊത്തി. കളിമണ്ണിനുമേൽ കമ്പും കോലും വെച്ചുനാട്ടി ഓലവെച്ചു കുത്തി മറച്ചു. കലവും ചട്ടിയും ഒപ്പിച്ചു. എവിടുന്നെങ്കിലും നാഴിയോ ഉരിയയോ അരിയൊപ്പിച്ച് അനത്തിയും കുടിച്ചും കഴിഞ്ഞു.

നാളുകൾ കടന്നു പോയി. ആരെയോ ഒക്കെ കണ്ട് ചെറുതിട്ട രാമൻനായരും നാരായണൻ പോറ്റിയുമെല്ലാം പ്രതിസ്ഥാനത്തുനിന്നൊഴിവായി. അങ്ങനെ അവരുടെ ജീവിതം തിരിച്ചുകിട്ടി. ചോദ്യം ചെയ്യാൻ കൊണ്ടുപോയവരെയെല്ലാം വിട്ടയച്ചു. നാടുവിട്ടുപോയവർ മടങ്ങിവന്നു. എല്ലാവരും വാ മൂടിക്കെട്ടി നടന്നു. പുതുമഴ പെയ്തപ്പോൾ തങ്ങളുടെ കൂന്താലികളുമായി അവർ വീണ്ടും പറമ്പിലിറങ്ങി വെട്ടുകയും കിളക്കുകയും ചെയ്തു.

നാട്ടുകാരുടെ കണ്ണിൽ അപ്പോഴും ഭീതിയും നിരാശയും തളംകെട്ടി നിന്നു. ഒരിക്കൽ അവരോടൊപ്പം കഴിഞ്ഞിരുന്ന ആ ചെറുപ്പക്കാരാരും ഇന്നു കൂടെയില്ല. പലരും മരിച്ചു. ബാക്കിയുള്ളവർ ജയിലിലോ ഒളിവിലോ ആണ്. കൃഷിക്കാർ പറമ്പു കിളച്ചുമറിക്കുമ്പോൾ ആ യുവാക്കളെക്കുറിച്ചോർത്തു. ചായക്കടയിൽവെച്ച് അവരുടെ കാര്യം സംസാരിച്ചു. മിടുക്കന്മാരായിരുന്നു. സ്നേഹമുള്ളവരായിരുന്നു.

ഒരുദിവസം ചെറുതിട്ട രാമൻനായർ രഹസ്യമായി കടമ്പാട്ടുചെന്ന് കമലമ്മയോടു പറഞ്ഞു:

"രാഘവൻപിള്ള താമരക്കുളത്തൊരു വീട്ടിൽ വന്നിട്ടുണ്ട്. മക്കളെ ഒന്നു കാണാൻ വലിയ ആഗ്രഹം. ഒന്നു കൊണ്ട് ചെന്നു കാണിക്കണെമെന്ന് പറഞ്ഞ് ആളയച്ചിരിക്കുന്നു."

കമലമ്മ കുറെനേരത്തേക്ക് ഒന്നും മിണ്ടിയില്ല. എന്തുവേണമെന്നാലോചിച്ച് മനസ്സു കിടന്ന് പതറി. രാമൻനായർ വീണ്ടും പറഞ്ഞു:

"വേണമെങ്കിൽ കമലമ്മയും കൂടെപ്പോരെ. ഞാൻകൊണ്ടുപോയി കാണിച്ചിട്ടുകൊണ്ടു പോരാം."

അടങ്ങിക്കിടന്ന മനസ്സിൽ വീണ്ടും ഓളങ്ങളിളകി. അവിടെ മോഹങ്ങൾ കൂമ്പിവന്നു. ഒന്നു കാണാൻ. അടുത്തുകണ്ടൊന്നു വർത്തമാനം പറയാൻ.....

പക്ഷേ, ആരെങ്കിലും അറിഞ്ഞാൽ, എങ്ങനെയെങ്കിലും പിടികൂടിപ്പോയാൽ, തണ്ടാശ്ശേരി രാഘവനെപ്പോലെ, പരമേശ്വരൻനായരെപ്പോലെ...

വിരിയാൻ തുടങ്ങിയ കൂമ്പുകൾ വാടിക്കരിഞ്ഞു.

ആഗ്രഹങ്ങൾ ഉള്ളിലൊതുക്കിക്കൊണ്ടു പറഞ്ഞു:

"ഇപ്പോൾ വേണ്ടാ രാമൻനായരുചേട്ടാ. ആരെങ്കിലുമറിഞ്ഞാ ഇവിടെകിടന്നു പൊറുക്കാനൊക്കത്തില്ല."

മറുത്തൊന്നും പറയാൻ രാമൻനായർക്കും തോന്നിയില്ല. കുറെനേരം മിണ്ടാതിരുന്നിട്ട് അയാൾ ചോദിച്ചു:

"അപ്പോൾ ഞാൻ എന്തോ ചെന്നു പറയണം?"

"ഇവിടെ നാലുചുറ്റും അന്വേഷണമാണെന്നു പറ. വിധിയുണ്ടെങ്കി ഇനി ഒരിക്കക്കാണാം. ഇപ്പൊ വേണ്ട— ഞങ്ങളെ ഓർത്തു വിഷമിക്കരുത്. എങ്ങനെയും പൊലീസിനു പിടികൊടുക്കാതെ കഴിയാൻ പറ."

രാമൻനായർ മടങ്ങിപ്പോയി.

ദിവസം മൂന്നുനാലു കഴിഞ്ഞു. പാലവിളയിൽ കുഞ്ഞുപിള്ളയുടെ അളിയൻ തോട്ടുവരമ്പിലൂടെ പടിഞ്ഞാട്ടുചെല്ലുമ്പോൾ കടമ്പാട്ടെ കേശവൻ നായർ മുമ്പ നടന്നു പോകുന്നു. അയാൾ കൈയടി കേട്ടു തിരിഞ്ഞുനോക്കി. കുഞ്ഞുപിള്ളയുടെ അളിയനെ കണ്ടു മുഖം വീർപ്പിച്ചു നിന്നു.

"ഒരു കാര്യം പറയാനുണ്ടായിരുന്നു. നമ്മളെ കണ്ടതുകൊണ്ടു ഞാനിനി കടമ്പാട്ടോട്ടു പോകണ്ടാന്നു കരുതിയാ."

"എന്തുവാ കാര്യം?"

തലതിരിച്ചു ചുറ്റുപാടുമൊന്നു നോക്കിയിട്ട് കുഞ്ഞുപിള്ളയുടെ അളിയൻ പറഞ്ഞു:

"രാഘവൻപിള്ളയദ്യം അവിടെവന്നു കാത്തിരിക്കുന്നു. രാത്രി കുഞ്ഞുങ്ങളെയും വീട്ടുകാരിയെയും ഒന്നു കാണണമെന്നു പറഞ്ഞു...."

കേശവൻനായരുടെ മുഖം വിളറി.

"ഇനി ആ വിവരം അവിടൊന്നു പറഞ്ഞേരെ."

കോശവൻനായർ വേവലാതിയോടെ അയാളെ നോക്കിനിന്നു. അയാൾ തിരികെ നടക്കുമ്പോൾ തന്നെത്താൻ പിറുപിറുത്തു.

"അവൻ വന്നിരിക്കുന്നു പോലോ! അതിന് ഞാനെന്തോ വേണം? ഇവനെന്തിനാണ് അതെന്നോടു വന്ന് പറഞ്ഞത്?......."

കേശവൻനായരുടെ ഉള്ളുവെന്തുനീറി. ആരെങ്കിലും അറിഞ്ഞാൽ താനും കുടുങ്ങിയതു തന്നെ.

ഒറ്റയ്ക്ക് എന്തൊക്കെയോ സംസാരിച്ചുകൊണ്ട് അയാൾ കോയിക്കലേക്ക് നടന്നു. ആ നിഗൂഢരഹസ്യം ഉള്ളിലൊതുക്കാൻ കഴിയാതെ വിഷമിച്ചു. അതു മനസ്സിൽ കിടന്ന് അമിട്ടുപോലെ പൊട്ടിത്തെറിക്കുന്നു.

കൊലക്കേസിലെ പ്രതിയായ അളിയൻ അടുത്ത് വന്ന് ഒളിച്ചിരുന്നുകൊണ്ട് തനിക്കാളയച്ചിരിക്കുന്നു! അതു പരസ്യമായാൽ! തനിക്കറിയാമായിരുന്നിട്ടും ആ വിവരം അധികാരികളെ അറിയിക്കാതിരുന്നാൽ....?

കോടിക്കൽ മുറ്റത്തുനിന്നിരുവർ അയാളെ തുറിച്ചു നോക്കുന്നതു കണ്ടു. രണ്ടു സഹോദരന്മാരും ഒരളിയനും കേസിലെ പ്രതികൾ. ഇതുവരെ ആരെയും പിടികിട്ടിയിട്ടില്ല. അളിയൻ വന്ന് ഒളിച്ചിരിക്കുന്ന സ്ഥലം അറിയാമായിരുന്നിട്ടും അയാൾ പറഞ്ഞുകൊടുക്കുന്നില്ല.

അന്നു മൂത്തപിള്ള അയാളെ കാത്തിരിക്കുകയായിരുന്നുവെന്നു തോന്നി. അദ്ദേഹം പൂമുഖത്തിരുന്നു നീട്ടിവിളിച്ചു.

"ഏ, കേശവൻനായരേ?"

"എന്തോ."

"ഇന്നെന്താ തനിക്കൊരു വല്ലാതെ?"

"ഒന്നുമില്ലേ."

"പിന്നെന്തൊക്കെയുണ്ട് വിശേഷം? അവരെയാരെയെങ്കിലും കുറിച്ചു വല്ല വിവരവുമുണ്ടോ? "

എല്ലാം അറിഞ്ഞുവെച്ചു കൊണ്ടു ചോദിക്കുന്നതു പോലെ.

"ഒണ്ടേ."

"ഓഹോ, എന്തോന്നാ?"

അയാൾ ശക്തി സംഭരിച്ച് സ്ഫുടമായി പറഞ്ഞു:

"രാഘവൻപിള്ള സ്ഥലത്തു വന്നിട്ടുണ്ടേ."

അതു പറഞ്ഞപ്പോഴേക്കും കിതച്ചുപോയി.

"എന്നു വന്നു?"

"കുഞ്ഞുപിള്ളയുടെ അളിയന്റെ വീട്ടിലുണ്ട്."

"താനെങ്ങനെയറിഞ്ഞു?"

"കമലമ്മയെയും കുട്ടികളെയും കാണണമെന്നു പറഞ്ഞ് ആളയച്ചു. വന്നയാൾ എന്നോടു പറഞ്ഞു. ഞാനെന്തോ വേണമെന്ന് അവിടുന്ന് പറഞ്ഞാട്ടെ."

മൂത്തപിള്ള വിസ്മയത്തോടെ അയാളുടെ മുഖത്തു നോക്കിയിരുന്നു. ആ മുഖം കറുത്തുകരുവാളിച്ചിരുന്നു. കണ്ണുകൾ ചത്തമീനിന്റേതുപോലെ നിർജ്ജീവമായിരുന്നു.

മൂത്തപിള്ളയുടെ മുഖവും മഞ്ഞളിച്ചു. കേശവൻനായരുടെ നേരേ ഉഗ്രമായ ഒരു നോട്ടം പായിച്ചു.

"ശരി. താൻ ഇവിടിരുന്നോ. ഇനി ഇവിടുന്നെങ്ങോട്ടും പോകണ്ടാ."

അയാൾ വെന്തുവിയർത്തു കാളത്തിണ്ണയ്ക്കു ചെന്നിരുന്നു. രണ്ടു കൈയും ചേർത്ത് ഉച്ചിയിലിടിച്ചു. തലമുടി ചുരുട്ടി വലിച്ചു. കൂടെക്കൂടെ എങ്ങോട്ടോ മുഖമുയർത്തി നോക്കുകയും വീണ്ടും കുനിഞ്ഞിരിക്കുകയും ചെയ്തു. ഒടുവിൽ കാളത്തിണ്ണയ്ക്ക് മാണ്ടുകിടന്നു. അടൂരിൽ നിന്നു പൊലീസ് പാർട്ടി വരുന്നതുവരെ ഒരേകിടപ്പ്. പൊലീസുകാർവന്ന് കേശവൻ നായരെ പിടികൂടി. ഇൻസ്പെക്ടർ ആദ്യം തന്നെ താക്കീതു നല്കി.

"പുലയാടിമോനേ, അവനെ പറഞ്ഞയച്ചിട്ടാണ് നീയിവിടെ വന്നിരിക്കുന്നതെങ്കിൽ നിന്നെയാണിന്ന് കൊണ്ടുപോകുന്നത്."

"കുഞ്ഞുപിള്ളയുടെ അളിയനാണേ എന്നോട് പറഞ്ഞത്."

"അല്ലാതെ നീ കണ്ടില്ല."

"ഇല്ലേ, ഞാൻ കണ്ടില്ല."

"എന്തായാലും ഇങ്ങോട്ടുനടക്ക്."

അയാളെയുംകൊണ്ട് കുഞ്ഞുപിള്ളയുടെ അളിയന്റെ വീട്ടിലേക്ക് പോയി. അവിടെച്ചെന്ന് വീടുവളഞ്ഞ് വീടിനകം പരിശോധിച്ചു. രാഘവൻ പിള്ളയെ കണ്ടില്ല. വീടുമുഴുവൻ അരിച്ചുനോക്കി. ചട്ടിയും കലവും വരെ പൊക്കിനോക്കി. രാഘവൻപിള്ളയില്ല. ഇൻസ്പെക്ടർ കുഞ്ഞുപിള്ളയുടെ അമ്മയെ പിടിച്ചുനിർത്തി കന്നത്തൊന്നു കൊടുത്തിട്ട് ചോദിച്ചു:

"നീയവനെ എവിടെയൊളിപ്പിച്ചിരിക്കുന്നു മുതുക്കീ..."

"പൊന്നേമാനെ ഞാനെങ്ങും ഒളിപ്പിച്ചിട്ടില്ലേ."

പെങ്ങളും പറഞ്ഞു:

"ഇങ്ങോട്ടെങ്ങും ആരും വന്നില്ല."

"എവിടേടീ നിന്റെ മറ്റവൻ? അവനെ ഇങ്ങ് വിളിക്ക്."

"ഇവിടുന്നു വെട്ടം വീണപ്പം പോയതാണേ.."

ഇൻസ്പെക്ടർ കേശവൻ നായരുടെ നേരെ തട്ടിക്കേറി.

"എന്തുവാടാ റാസ്കൽ? ഞങ്ങൾ നിന്റെ കളിപ്പിള്ളാരാണെന്നു വിചാരിച്ചോ?"

"എന്നോടു പറഞ്ഞതാണേ."

അയാളുടെ കന്നത്തൊന്നു കൊടുത്തു.

"നീയങ്ങു സ്റ്റേഷനിൽ വാ...ബാക്കി പിന്നെത്തരാം."

ഏതോ കെട്ടുകഥ കേട്ട് ഓടിപ്പാഞ്ഞു വന്നതിൽ പൊലീസുകാർ ഇളിഭ്യരായി. തിരിച്ചുപോകാൻ നേരം ഇളയപിള്ള ഓർമ്മപ്പെടുത്തി.

"എന്തായാലും ആ പായ്കൂടിയൊന്നു പൊക്കിനോക്കിയേക്ക്."

ഹെഡ്കോൺസ്റ്റബിൾ കട്ടിലിൽ കിടന്ന കീറപ്പായും തലയിണയുമെല്ലാം പൊക്കിനോക്കിയപ്പോൾ സ്തംഭിച്ചുപോയി. തൊട്ടിൽപോലെ അയഞ്ഞുതാണ കയറ്റുകട്ടിലിൽ രാഘവൻപിള്ള നീണ്ടുനിവർന്നു കിടക്കുന്നു. തോക്കിന്റെ പാത്തികൊണ്ട് തലയ്ക്ക് ആഞ്ഞാഞ്ഞടിച്ചു. അയാളെ പിടിച്ചുപൊക്കി എഴുന്നേല്പിച്ചുനിർത്തി. കയറിട്ട് കൈ പിണച്ചു കെട്ടി. ഇൻസ്പെക്ടർ പിശാചിനെപ്പോലെ ചിരിച്ചുകൊണ്ട് കിഴവിയെ അടുത്തുവിളിച്ചു.

"എടീ മുതുക്കീ... മോളേ നീ ഞങ്ങളെ വഹിക്കാൻ നോക്കിയോ?"

തള്ളയുടെ തല കുത്തിപ്പിടിച്ച് കുനിച്ചുനിർത്തി കൂനിനുതന്നെ കൊടുത്തു ഒരിടി.

"എന്റൊടേതമ്പുരാനേ, എന്നെക്കൊല്ലല്ലേ..."

രാഘവൻ പിള്ളയെ കെട്ടിവരിഞ്ഞ് കോയിക്കലേക്ക് നടത്തിക്കൊണ്ടു പോകുന്നത് ആളുകൾ ദൂരെ നോക്കിനിന്നു. അയാളുടെ തല പൊട്ടി മുഖത്തുകൂടി രക്തം വാർന്നുകൊണ്ടിരുന്നു. ആ കാഴ്ച കാണാൻ കഴിയാതെ അവർ മുഖം തിരിച്ചുകളഞ്ഞു.

അയാളെ കോയിക്കൽ തറവാടിന്റെ മുറ്റത്തുകൊണ്ടു ചെന്നു നിർത്തി. കടമ്പാട്ടെ സംബന്ധക്കാരനെ കാണാൻ പെണ്ണുങ്ങളും കുട്ടികളും തിണ്ണയിലിറങ്ങിനിന്നു. അതുവരെ ആരും കണ്ടിട്ടില്ലാത്ത ഒരത്ഭുതജീവിയെ എന്നപോലെ അവർ കൗതുകപൂർവം ആ മനുഷ്യന്റെ നേരെ നോക്കി. വിരിഞ്ഞ മാറും പനങ്കതിരുപോലുള്ള നീണ്ട കൈകളും. തലമുടി ഉണങ്ങി ചിതറിക്കിടക്കുന്നു. ചോരപ്പുള്ളികളുള്ള മുഷിഞ്ഞ ഷർട്ടിന്റെ വിള്ളലിലൂടെ രോമപാളി നിറഞ്ഞ മാറിടം കാണാമായിരുന്നു. ചുറ്റുപാടും നടക്കുന്നതൊന്നും ശ്രദ്ധിക്കാതെ അയാൾ ദൂരത്തെങ്ങോ മിഴിയുറപ്പിച്ചു നിന്നു......

രാഘവൻപിള്ളയെ പിടിച്ചു കെട്ടിക്കൊണ്ടുപോയ വിവരമറിഞ്ഞപ്പോൾ കമലമ്മ കുട്ടികളെ കെട്ടിപ്പിടിച്ചു വാവിട്ടു കരഞ്ഞു. അയാൾ തിരക്കിവന്ന

വിവരം അപ്പോൾ മാത്രമാണ് അവൾ അറിഞ്ഞത്. അതുവരെ തമ്മിൽ കാണാനുള്ള ആഗ്രഹമടക്കി കഴിഞ്ഞിട്ടും പ്രയോജനമുണ്ടായില്ല. തിരക്കി വന്നിട്ടും ഒന്നുകാണാൻ കഴിഞ്ഞില്ല! ഇപ്പോൾ കയറിട്ടു കെട്ടിവരിഞ്ഞ് നടത്തിക്കൊണ്ടു പോയി.

അവളുടെ പ്രജ്ഞ നശിച്ചു. പിച്ചും പേയും പറഞ്ഞു. ഇടയ്ക്ക് ഓർമ്മ കിട്ടിയപ്പോൾ പ്രിയപ്പെട്ടവനെയോർത്തു കണ്ണീരൊഴുക്കി. ദിവസങ്ങളും മാസങ്ങളും കഴിഞ്ഞതോടെ കണ്ണീരുവറ്റി.

അങ്ങനെ കാലം കഴിഞ്ഞു. അമ്മയ്ക്കും കുട്ടികൾക്കും വേണ്ടി കമലമ്മ ജീവിച്ചു. പാടുപെട്ടു കുട്ടികളെ വളർത്തി. അവൾ കൂന്താലിയെടുത്തു തന്നെത്താൻ പറമ്പുകിളച്ചു. തടംവെട്ടി ചേനയും കാച്ചിലും നട്ടു. അവിടം വീണ്ടും പച്ചപിടിച്ചു.

നേരത്തെ ആളുകൾ പറഞ്ഞുപരത്തിയതുപോലെ ഇതുവരെ ആരെയും പാടത്തുകൊണ്ടുപോയി വെടിവെച്ചില്ല. വെടിവെച്ചു കൊല്ലാനല്ല, തൂക്കിക്കൊല്ലാനാണ് സർക്കാരിന്റെ തീരുമാനമെന്ന് അറിവുള്ളവർ പറഞ്ഞു. അതിനുമുമ്പ് കേസുവിസ്താരം നടക്കും. പൊലീസും കോടതിയും കൂടിച്ചേർന്നു ശിക്ഷ വിധിക്കും.

ഒരുദിവസം കമലമ്മയുടെ പേരിൽ ഒരു പോസ്റ്റുകാർഡു വന്നു. കൊല്ലം കസ്ബാ പൊലീസ് സ്റ്റേഷനിൽനിന്ന് രാഘവൻപിള്ള എഴുതിയിരിക്കയാണ്. ഒന്നിനെക്കുറിച്ചും ഓർത്തു വിഷമിക്കരുത്. എങ്ങനെയെങ്കിലും കുഞ്ഞുങ്ങളെ വളർത്തണം. തനിക്കു പണ്ടത്തെ ആ അസുഖം വീണ്ടും തുടങ്ങിയിരിക്കുന്നു. നടുവെട്ടിപ്പിടിക്കുന്നു. വല്ലാത്ത വേദന. അത്ര കൂടുതലൊന്നുമില്ല. അന്നു സേവിച്ച ലേഹ്യവും അരിഷ്ടവും കുറെ വാങ്ങി അയച്ചുതരണം. അവിടെ രൂപയ്ക്ക് മാർഗ്ഗമില്ലെന്നറിയാം. പാച്ചുപിള്ള ചിട്ടി വകയിൽ തരാനുള്ള രൂപ വാങ്ങിക്കണം. അതുകിട്ടുന്നില്ലെങ്കിൽ നമ്മുടെ ഗ്രാലിപ്പശുവിനെ വിറ്റെങ്കിലും മരുന്നുവാങ്ങി എത്തിക്കണം. രാധമോളെ ആശാൻ പള്ളിക്കൂടത്തിലയയ്ക്കണം. ഗീതമോൾ പിച്ചവെക്കാൻ തുടങ്ങിയോ? അച്ഛൻ സുഖമായി കഴിയുന്നുവെന്ന് അവരോട് പറയണം....

ആ പശു ഇപ്പോഴും വീട്ടിൽ ഉണ്ടെന്നാണ് വിചാരം. അതിനെന്തുപറ്റിയോ എന്തോ? നാട്ടിൽ ബഹളം നടക്കുന്ന കാലത്ത് കൃഷ്ണൻനായരുടെ വീട്ടിൽനിന്ന് ആരെങ്കിലും അഴിച്ചുകൊണ്ടുപോയതായിരിക്കും.

കമലമ്മ പാച്ചുപിള്ളയെക്കണ്ട് ചിട്ടിത്തുക ചോദിച്ചു. അയാൾ പച്ചച്ചിരി ചിരിച്ചുകൊണ്ട് പറഞ്ഞു:

“രാഘവൻപിള്ളയുടെ ഓർമ്മ ദോഷമാ. ചിട്ടിയുടെ കൈ കണക്കൊക്കെ അന്നേ പറഞ്ഞുതീർന്നതാ!”

കുറേ രൂപാ കടം ചോദിച്ചു. ചിരിക്കു മങ്ങലേല്ക്കാതെതന്നെ അയാൾ പറഞ്ഞു:

“ഇപ്പോൾ കൈയിലൊരു പരുവവുമില്ല.”

ചോദിക്കാവുന്നവരോടെല്ലാം ചോദിച്ചു. ആ മരുന്നുവാങ്ങിക്കൊടുത്ത

യയ്ക്കാൻ കഴിഞ്ഞില്ല. അതുകൊണ്ട് ഒരു മറുപടിപോലും അയക്കാനൊത്തില്ല.

ഒരുദിവസം പത്രം വായിച്ചവരാരോ വന്നു പറഞ്ഞു: "നിങ്ങളറിഞ്ഞോ? നമ്മുടെ രാഘവൻപിള്ള ജയിലിൽ കിടന്നു മരിച്ചെന്ന്."

"ങേ" കമലമ്മയിൽനിന്ന് ഒരു തേങ്ങൽ കേട്ടു. അവർ തലചുറ്റി ഇരുളിലേക്ക് വഴുതിവീണു.

ഇരുപത്തിയെട്ട്

കുഞ്ഞുപിള്ളയും ഗോപാലനും നെടിയപാടത്തുനിന്ന് അഴയകാവിലെത്തി. അമ്പലക്കുളത്തിലിറങ്ങി കൈയും മുഖവും കഴുകി. അതിന്റെ തെക്കേ വീട്ടിൽ ഗോപാലന്റെ പെങ്ങളെ വിവാഹം ഉറച്ചിരിക്കുകയാണ്. മകരം മുപ്പതിനു കല്യാണം. അന്നുരാത്രി അവർ ആ വീട്ടിൽ കിടന്നുറങ്ങി. വെളുപ്പിനു ഗോപാലനെ വിളിച്ചുണർത്തി വിവരം പറഞ്ഞിട്ട് കുഞ്ഞുപിള്ള തഴവായുള്ള സംബന്ധവീട്ടിലേക്കു പോയി.

ഉച്ചതിരിഞ്ഞ് കിഴക്കേ വീട്ടിലെ സംബന്ധക്കാരനായ ഒരു ഹെഡ്കാൺസ്റ്റബിൾ വന്നു വീട്ടുകാരെ വിളിച്ചു പറയുന്നതു കേട്ടു:

"ആരെങ്കിലും കേറിവന്നാൽ വീട്ടിൽ താമസിപ്പിക്കരുത്. വീടുകേറി പരിശോധനയുണ്ട്."

അയാൾ ആവശ്യമില്ലാതെ വീട്ടുകാരെ പറഞ്ഞു പേടിപ്പിക്കുകയാണെന്നു കരുതി. അവരുടെ ഭയപ്പാടു കണ്ടപ്പോൾ അവിടെ നിന്നിറങ്ങി അടുത്തുള്ള കല്ലപ്പണിക്കന്റെ വീട്ടിൽ ചെന്നിരുന്നു. വൈകുന്നേരമായപ്പോൾ ഹേഡു പറഞ്ഞപോലെ, നേരത്തെയിരുന്ന വീടു പൊലീസുകാർ വന്നുവളഞ്ഞു. അവിടെ പരിശോധന നടത്തി മടങ്ങിപ്പോയി.

പിറ്റേന്ന് വെളുപ്പിന് കല്ലപ്പണിക്കന്റെ വീട്ടിൽ നിന്നിറങ്ങി പുരയിടങ്ങളിലൂടെയും ഊടുവഴികളിലൂടെയും പടിഞ്ഞാട്ടു നടന്നു. തെക്കുവശമുള്ള റോഡിൽകൂടി ഏതോ വാഹനങ്ങൾ ഇരമ്പി പായുന്നശബ്ദം. പട്ടികൾ കുരച്ചു ചാടിച്ചെന്നു. പറമ്പിൽ വെളിക്കിറങ്ങിക്കൊണ്ടിരുന്ന ഒരു സ്ത്രീ ഭയപ്പെട്ട് ഇയ്യക്കാവോ എന്നു വിളിച്ചുകൂവി. ഓടിയും നടന്നും പുതിയകാവിലെത്തി. അപ്പോഴേക്കും നേരം വെളുത്തു. കടത്തുകടന്ന് പൊന്മനയിൽ ചിറ്റപ്പന്റെ വീട്ടിൽ ചെന്നു ചേർന്നു.

പൊലീസിനെ ഒളിച്ചു ചെന്നിരിക്കുകയാണെന്നറിഞ്ഞപ്പോൾ ചിറ്റപ്പൻ പറഞ്ഞു:

"ഇനി ഇവിടെങ്ങാനും അടങ്ങിയൊതുങ്ങിക്കഴിഞ്ഞോ. ഇതിന്റെ രണ്ടിലൊന്നറിയുന്നതുവരെ എങ്ങോട്ടും പോകണ്ടാ."

വെളിയിൽ നിന്നാരുടെയും അന്വേഷണമെത്തുന്ന സ്ഥലമല്ല. കിഴക്കു കായൽ. പടിഞ്ഞാറു കടൽ. ആഹാരം കഴിച്ചുകൊണ്ടു രാപ്പകൽ വീട്ടിൽ കിടന്നുറങ്ങി. ഒന്നും ചെയ്യാനില്ലാതെ, വെളിയിലെ ഒരു വിവരവുമറിയാതെ

കഴിഞ്ഞുകൂടി.

ഒരു ദിവസം ചിറ്റപ്പൻ വിളിച്ചുപറഞ്ഞു:

“ഞാൻ കിളികൊല്ലൂർ വരെയൊന്നു പോകുവാ. അവിടുത്തെ ഒരു സാമില്ലിൽ നിന്നെക്കൂടി നിറുത്താനൊക്കുമോ എന്നന്വേഷിക്കട്ടെ. ഇവിടിങ്ങനെ വെറുതെയിരുന്നു മുഷിയണ്ടാ.”

അതുകേട്ടപ്പോൾ അതിയായ സന്തോഷം തോന്നി. ഇങ്ങനെ മൗനിയെപോലെ എത്രനാൾ കഴിയും? എന്തൊക്കെയോ കണക്കുകൂട്ടലുകൾ നടത്തിയിട്ട് ചിറ്റപ്പൻ വീണ്ടും പറഞ്ഞു:

“നീ വിഷമിക്കണ്ടാ. ഞാൻ മടങ്ങിവന്നിട്ട് നമുക്കു ശാസ്ത്രിസ്വാമിയെക്കണ്ട് കോടതീന്നു ജാമ്യമെടുക്കാൻ നോക്കാം.”

പക്ഷേ, കിളികൊല്ലൂർ നിന്നു മടങ്ങിവന്നപ്പോൾ ചിറ്റപ്പന്റെ മുഖം വാടിയിരുന്നു. കണ്ണുകളിൽ ഭയം തളം കെട്ടിയിരുന്നു. അദ്ദേഹം പരിഭ്രാന്തിയോടെ ഗോപാലനെ വിളിച്ചു പറഞ്ഞു:

“ഞാനുദ്ദേശിച്ചതു പോലൊന്നുമല്ല കാര്യം. ഇതു ജാമ്യം കിട്ടുന്ന കേസല്ല. പിടികിട്ടിയാ അവരു വിടത്തില്ല. പിന്നെ, നിങ്ങടെ വീട്ടിന്നെല്ലാവരും താമസം മാറിപ്പോയി. നിന്നെ കിട്ടിയില്ലെങ്കി, നിന്റച്ഛനെ പിടിച്ചോണ്ട് പോവുമെന്നാ.”

ഗോപാലൻ കണ്ണുതുറിച്ചു നില്ക്കുമ്പോൾ ചിറ്റപ്പൻ ഓർമ്മപ്പെടുത്തി.

“എല്ലാരുടേം ബന്ധുവീടുകളിൽ അന്വേഷണമുണ്ട്. റിസർവ്വ് അങ്ങനെ എല്ലാടോം കറങ്ങിക്കൊണ്ടിരിക്കുവാ. ഇവിടേം വരും. ഇതിനിടെ പിടികിട്ടിയ ആരാണ്ടെയൊക്കെ അവരു തല്ലിക്കൊന്നെന്നും കേട്ട്. നീ തല്ക്കാലം ഇവിടുന്നൊന്നു മാറി നില്ക്ക്. അതാ നല്ലത്.”

ഗോപാലൻ സമ്മതിച്ചു. അന്നുരാത്രി അയാൾ അവിടെനിന്നിറങ്ങി. ആതനാട്ടു പുത്തൻചന്തയിലുള്ള അമ്മാവന്റെ വീട്ടിൽ ചെന്നുകേറി.

കണ്ടമാത്രയിൽത്തന്നെ അമ്മാവൻ കലിതുള്ളിക്കൊണ്ടു വിളിച്ചു പറയാൻ തുടങ്ങി.

“എന്താ കേറി വന്നത്? തൃപ്തിയായില്ലേ? തള്ളയെയും തന്തയെയും നാട്ടീന്നോടിച്ചു. പെങ്ങടെ കല്യാണം മുടക്കി. ഇനി ബാക്കിയുള്ളോരെക്കൂടെ ശല്യപ്പെടുത്താൻ വന്നേതോ?”

മറുപടിയൊന്നും പറയാതെ അയാൾ തലകുനിച്ചുനിന്നു. അമ്മാവൻ വീണ്ടും ചാടിക്കേറാൻ തുടങ്ങി:

“എന്താ നിക്കുന്നെ? ഞാനിവിടെ കിടന്നുപൊറുക്കാൻ സമ്മതിക്കത്തില്യോ? ദ്രോഹീ. ഇവിടെ നില്ക്കണ്ടാ. ഇവിടുന്നു പോ.”

അയാളുടെ കൈകാലുകൾ തളർന്നു. നിവർന്നു നില്ക്കാൻ പോലും കഴിവില്ല.

അമ്മാവനോടു കെഞ്ചി നോക്കി.

“ഞാനിവിടെക്കിടന്ന് ഒന്നുറങ്ങിക്കോട്ടെ. വെളുപ്പിനങ്ങു പോയേക്കാം.”

“ഇവിടെ കിടക്കാനൊക്കത്തില്ല. വേറെയെങ്ങോട്ടെങ്കിലും കെട്ടിയെടുത്തോണ്ടുപോ.”

"ഇനിയിപ്പൊ എങ്ങോട്ടു പോകാനാ?"

"നേരെ പൊലീസ്സ്റ്റേഷനിലോട്ടു ചെല്ല്. അല്ലെങ്കിൽ നിന്റമ്മേടെ കാലിന്റെടേലോട്ടുചെല്ല്."

തലയും കുനിച്ചിട്ട് അവിടെനിന്നും ഇറങ്ങി നടന്നു. കടക്കലെത്തിയപ്പോൾ ഒരു സ്ത്രീ, ശബ്ദമടക്കി ചോദിച്ചു: "എന്തിനാ മൂപ്പിലാൻ വഴക്കു പറഞ്ഞത്?"

ഗോപാലൻ ഇരുട്ടിൽ മുഖമുയർത്തി നോക്കി.

"ഒന്നുമില്ല. വെറുതെ."

"മൂപ്പിലാൻ കിടത്തത്തില്യേ ഞങ്ങടെ വീട്ടിലോട്ടു പോരെ. അവിടെ കിടക്കാം."

അയാൾ ആശ്ചര്യത്തോടെ അവളെ നോക്കിക്കൊണ്ടു നിന്നു.

"അതിനിത്ര വിഷമിക്കാൻ എന്തുവാ? ഇങ്ങോട്ടു വാ."

നിഴലുപോലെ പുറകെ ചെന്നു. അവൾ വീട്ടിലെത്തി ചാരിയിട്ടിരുന്ന കതകു തുറന്നു. അകത്തു മണ്ണെണ്ണ വിളക്കിരുന്നു കത്തുന്നു. ഒരു കുരണ്ടി നീട്ടിയിട്ടുകൊണ്ടു പറഞ്ഞു.

"ഇവിടിരിക്ക്."

അയാൾക്കതിശയമായിരുന്നു. താൻ സ്വപ്നം കാണുകയാണോ? അവൾ താല്പര്യത്തോടെ തിരക്കി.

"വല്ലതും കഴിച്ചിട്ടാണോ വരുന്നത്?"

"ഇപ്പോൾ ഒന്നും വേണ്ട."

"നാണം വിചാരിച്ച് പട്ടിണി കിടക്കണ്ട. ഇവിടെ ചോറിരിപ്പുണ്ട്."

മറുപടിയൊന്നും പറഞ്ഞില്ല.

"കുളിക്കണോങ്കി വെള്ളം ചൂടാക്കിത്തരാം."

"അതുവേണ്ടാ. പച്ചവെള്ളത്തിൽ കുളിച്ചോളാം."

"ഈ മഞ്ഞത്ത് തണുത്തവെള്ളത്തിൽ കുളിക്കണ്ട. ഞാനിപ്പം ചൂടാക്കിത്തരാം."

അവൾ പോയി വെള്ളം കോരി അടുപ്പത്തുവെച്ചു തീ കത്തിച്ചു. തലയിൽ തേയ്ക്കാൻ എണ്ണയും തേച്ചുകുളിക്കാൻ സോപ്പും കൊടുത്തു. എണ്ണ വാങ്ങി തലയിൽ പൊത്തി. ചൂടുവെള്ളത്തിൽ മണമുള്ള സോപ്പു തേച്ചു കുളിച്ചപ്പോൾ അതുവരെ തോന്നിയ ക്ഷീണം മുഴുവൻ വിട്ടകന്നു. ശക്തിയും ഉന്മേഷവും തോന്നി.

വിളക്കിനു മുന്നിൽ കുരണ്ടിയെടുത്തിട്ടു ചോറു വിളമ്പി. ഊണു കഴിച്ചുകൊണ്ടിരിക്കുമ്പോൾ അവൾ പറഞ്ഞു:

"ആ മൂപ്പിലാന്റെ പ്രകൃതം അറിഞ്ഞുകൂടായോ? നമ്മളമ്മാവനാണെങ്കിലും ആളുവെറും അസത്താ."

അവളുടെ മുഖത്തുനോക്കി പുഞ്ചിരിതൂകിക്കൊണ്ടു ഗോപാലൻ പറഞ്ഞു—

"വേണ്ടപ്പെട്ട ആളാണെന്നു കരുതി വന്നു കേറി. ഇങ്ങനെ വെട്ടു

പോത്തിനെപ്പോലെ തിരിയുമെന്നു വിചാരിച്ചില്ല."

"അങ്ങനാ അങ്ങേര്. ഒരു സ്നേഹവുമില്ലാത്ത മൂപ്പിലാ"

അയാൾ അവളുടെ നേരെ ഉറ്റുനോക്കിക്കൊണ്ടിരുന്നു. അപ്പോഴാണ് ആ മുഖം ശരിക്കു കാണുന്നത്. ചെറുപ്പക്കാരിയാണ്. കാണാൻ ചന്തമുണ്ട്. സ്നേഹം നിറഞ്ഞ ചിരി. കൗതുകം കലർന്ന നോട്ടം.

"നിറച്ചു വാരിയുണ്ണ്. ഇവിടാരെയും പേടിക്കണ്ട. ആരും കേറിവരത്തില്ല."

അയാൾ അവിടെയുമിവിടെയും നോക്കി:

"വേറെയാരുമില്ല്യോ?"

"ഇല്ല. ഇവിടുത്താളു വള്ളത്തേപ്പോയിരിക്കുവാ. അമ്മക്കാണേ പായേലോട്ടു കെടന്നാ ഒറക്കപ്പോതമില്ല"

അവളുടെ നോട്ടവും ചിരിയും കണ്ടപ്പോൾ ഗോപാലൻ മതിമറന്നു. അയാളുടെ ഉള്ളിൽ അതുവരെയുണ്ടാകാത്ത എന്തോ ഒന്നു പെട്ടെന്നു പൊട്ടിവിരിഞ്ഞു. കൺമുന്നിൽ ആയിരം നിറങ്ങൾ.

അവൾ കുറെ ചോറുകൂടി പാത്രത്തിലേക്കിടാൻ ഭാവിച്ചപ്പോൾ അയാൾ വിലക്കി.

"വേണ്ട. എല്ലാം മതി."

അപ്പോഴേക്കും വിശപ്പും ദാഹവും ശമിച്ചു. ആ പെൺപിറന്നവരുടെ മുഖത്തേക്കു നോക്കിയിരിക്കുമ്പോൾ എന്തുകൊണ്ടോ തലയ്ക്കു മത്തു പിടിക്കുന്നതുപോലെ.

കൈകഴുകി വന്നപ്പോഴേക്കും അവൾ അയാൾക്കു പായ് വിരിച്ചു കൊടുത്തു. തലയിണ തട്ടിക്കുടഞ്ഞുവെച്ചു. ആ താല്പര്യം കണ്ട് അയാൾ അതിശയിച്ചുപോയി. സ്നേഹപാരവശ്യത്തോടെ വിക്കിവിക്കിപ്പറഞ്ഞു.-

"നിങ്ങൾ അസമയത്തുവന്നതു രക്ഷയായി"

അവൾ സംതൃപ്തിയോടെ ചിരിച്ചു.

"കേസിനെക്കുറിച്ചൊക്കെ എനിക്കറിയാം. പടീറ്റേലുള്ളോരു പറഞ്ഞിട്ടുണ്ട്. അതാ ഞാൻ വിളിച്ചത്."

"എന്നാലും......" എന്തോ പറയാനൊരുങ്ങിയിട്ട് അയാൾ നിർത്തി.

"എന്തുവാ പറയാൻ വന്നത്? എന്നാലും.....?"

"ഇല്ല. ഒന്നുമില്ല."

രണ്ടാളും മുഖത്തോടുമുഖം നോക്കിയിരുന്നു. ഒടുവിൽ അവൾ മുഖം കുനിച്ചു ഒട്ടുനേരം കഴിഞ്ഞു പറഞ്ഞു.

"എന്നാൽ കിടന്നുറങ്ങ്"

"വിളക്കണച്ചേക്കട്ടെ"

"ഓ"

അവൾ വിളക്കൂതിയണച്ചു. അയാൾ ഉറക്കംവരാതെ തിരിഞ്ഞും മറിഞ്ഞും കിടക്കുമ്പോൾ അവൾ ചെവിയിൽ ചോദിച്ചു:

"ഒറങ്ങിയില്ല്യോ?"

"ഇല്ല."

ഉറക്കം വരുന്നില്ല. അവളുടെ ഗന്ധമേറ്റപ്പോൾ നെഞ്ചുകിടന്നു പിടച്ചു. തല കത്തിപ്പുകഞ്ഞു. സിരകൾ ചുട്ടുപൊള്ളി.

"എന്താ? ഉറക്കം വരുന്നില്ല്യോ?"

"ഇല്ല."

അയാൾ അവളുടെ നേരെ കൈനീട്ടി. കൈയെത്തിപ്പിടിച്ച് മാറിലേക്കടുപ്പിച്ചു. മുറുകെ കെട്ടിപ്പുണർന്നു. നിലത്തു കിടന്നു കെട്ടിമറിഞ്ഞു. ചുണ്ടുകൊണ്ട് അവളുടെ അധരം നുകർന്നു.

ജീവിതത്തിൽ ആദ്യത്തെ അനുഭവമാണ്. ഒരു സ്ത്രീയിൽ നിന്നു കിട്ടാവുന്ന ആനന്ദം ആദ്യമായനുഭവിക്കുകയാണ്. ആ മധുരാനുഭൂതിയിൽ മുഴുകി അവളിൽ ലയിച്ചു. അവളെ കെട്ടിപ്പിടിച്ചു കിടന്നുറങ്ങി.

ഉറക്കമുണർന്നപ്പോൾ ബാഹ്യലോകത്തേക്കു മടങ്ങി. അടുത്തെവിടെയോ ഒരു രാപ്പുള്ളിരുന്നു കരഞ്ഞുവിളിച്ചു. ആ ശബ്ദം കേട്ടു ചെവിയോർത്തു കിടന്നു. താൻ അഭിമുഖീകരിക്കുന്ന അപകടകരമായ യാഥാർത്ഥ്യങ്ങളോർമ്മ വന്നു. വെട്ടംവീണാൽ കാര്യം കുഴപ്പമാകും. അയാൾ മാറിൽ നിന്നു പതുക്കെ അവളുടെ കൈയെടുത്തുമാറ്റി. അവിടെ നിന്നെഴുന്നേറ്റു വാതിൽ തുറന്നു വെളിയിലിറങ്ങി. പുകപടലം പോലെ മഞ്ഞു വ്യാപിച്ചിരുന്നു. വൃക്ഷത്തലപ്പുകളിൽനിന്നു മഞ്ഞുതുള്ളികൾ ഇറ്റു വീണുകൊണ്ടിരുന്നു. നേരം വെളുപ്പായി. നേരെ റോഡിലിറങ്ങി പടിഞ്ഞാട്ടു നടന്നു. ഒട്ടുദൂരം ചെന്നപ്പോൾ ചെവിയോർക്കുകയും തിരിഞ്ഞു നോക്കുകയും ചെയ്തു. ആ സ്ത്രീ ഉണർന്നു കാണുമോ? അവൾ പുറകിൽ നിന്നു വിളിക്കുന്നുണ്ടോ? ആഞ്ഞു നടന്നു ബോട്ടുജട്ടിയിലെത്തി. ബോട്ടിൽ കയറി മനോരാജ്യങ്ങളും കണ്ടുകിടന്നു.

എറണാകുളം ജെട്ടിയിലിറങ്ങിയപ്പോൾ നട്ടുച്ച. അയ്യപ്പന്മാരുടെ ബഹളം. എങ്ങോട്ടെന്നില്ലാതെ തെരുവീഥികളിലൂടെ അലഞ്ഞു നടന്നു. ഒരു ലക്ഷ്യമേ ഉണ്ടായിരുന്നുള്ളൂ. ആരെയെങ്കിലും കണ്ട് ഒരു ജോലിയൊപ്പിക്കണം. കാര്യം പറയാൻ പറ്റിയ ഒരാളെ കണ്ടെത്തണം.

സൈക്കിൾ ഷാപ്പിൽ ഒരു ചെറുപ്പക്കാരൻ ട്യൂബ് ഒട്ടിച്ചുകൊണ്ടിരിക്കുന്നു. കണ്ടിട്ടു മനുഷ്യപ്പറ്റുള്ളവനാണെന്നു തോന്നി. അറച്ചറച്ച് അയാളുടെ അടുത്തുചെന്നു.

"നമ്മളോട് ഒരു കാര്യം പറയാനുണ്ടായിരുന്നു."

"എന്താണ്?"

"ഞാൻ ആറാട്ടുപുഴ നിന്നു വരുവാ. എന്തെങ്കിലും ജോലികിട്ടുമോന്നു തിരക്കി വന്നതാ."

ചെറുപ്പക്കാരൻ ആ ദൈന്യത കലർന്ന മുഖം ശ്രദ്ധിച്ചു.

"നിങ്ങൾക്ക് എന്തു ജോലിയാ പരിചയമുള്ളത്?"

"അങ്ങനെയൊന്നുമില്ല."

"മുമ്പ് ഏതെങ്കിലും ഫാക്ടറിയിൽ പണി ചെയ്തിട്ടുണ്ടോ?"

"ഇല്ല."

"പിന്നെ എന്തു പണിയാണ്? ചായക്കടയിലെ പണി പരിചയമുണ്ടോ?"

"പ്രത്യേകിച്ചു പരിചയമില്ല."

ചെറുപ്പക്കാരൻ എന്തോ ആലോചിച്ചുകൊണ്ടിരുന്നിട്ട് വീണ്ടും തിരക്കി.

"ചാപ്രായിലെ പണി ചെയ്യാമോ?"

"ചെയ്യാം."

ചാപ്രായെന്നു കേട്ടപ്പോൾ തേങ്ങാവെട്ടി കൊപ്രയാക്കുന്ന പണിയാണെന്നു തോന്നി.

"ശരി. എന്നാൽ നമുക്കു വഴിയുണ്ടാക്കാം."

ട്യൂബ് ഒട്ടിച്ചു കഴിഞ്ഞ് ചെറുപ്പക്കാരൻ കടയിൽ നിന്നിറങ്ങിപ്പോയി. കറുത്തുതടിച്ച ഒരു മനുഷ്യനുമായി മടങ്ങിവന്നു. ഗോപാലനെ ചൂണ്ടിപ്പറഞ്ഞു:

"ഇതാണ് ആൾ. ബാക്കി കാര്യം ചെട്ട്യാരുതന്നെ പറ."

ചെട്ട്യാർ ഗോപാലനെ അടിമുടിയൊന്നു നോക്കി.

"കന്നിനെ കറക്കണം. പാലുകൊണ്ടു ചെന്നു കടയിൽ കൊടുക്കണം. ഇതൊക്കെ ചെയ്യാമോ?"

"ചെയ്യാം."

"ശരി. വാ."

ചെട്ടിയാർ വിളിച്ച് വീട്ടിൽ കൊണ്ടുപോയി. ചാപ്രാ നടന്നു കാണിച്ചു. ചാപ്രായിൽ എട്ടുപത്ത് എരുമകൾ. എരുമകളുടെ ചുരന്നു വീർത്ത അകിടുകൾ.

മകരപ്പൊങ്കൽ പ്രമാണിച്ച് അവിടുത്തെ ജോലിക്കാരെല്ലാം വീട്ടിൽ പോയിരുന്നു. ചെട്ടിയാർക്ക് ഏതെങ്കിലും ജോലിക്കാരനെ കൂടിയേ തീരൂ.

അർദ്ധരാത്രി കഴിഞ്ഞപ്പോൾ ചെട്ടിയാർ ഗോപാലനെ വിളിച്ചുണർത്തി. കറവ തുടങ്ങാൻ പറഞ്ഞു. രണ്ടുമൂന്ന് എരുമകളെ കറന്നു. വഴി കാണിക്കാൻ വന്ന പയ്യനുമായി സൗത്തിലുള്ള ചായക്കടയിൽ പാലു കൊണ്ടുകൊടുത്തു. അവിടെനിന്നു ചായകുടിയും കഴിഞ്ഞ് തിരികെ വന്ന് കിടന്ന് ഒന്നു മയങ്ങി. ഉടനെ വീണ്ടും വിളി. വീണ്ടും എരുമയെ കറന്ന് നോർത്തിൽ കൊണ്ടുചെന്നു കൊടുത്തു. അതുപോലെ, നേരം വെളുത്തപ്പോൾ പുല്ലേപ്പള്ളിയിലും പരിസരത്തും.

രാവിലെ ലഞ്ചുഹോമിൽനിന്ന് ചെട്ടിയാരുടെ പറ്റിൽ കാപ്പികുടിച്ചു. ചാപ്രായിലെ ചാണകം വടിച്ചുവാരി, വെള്ളം ഒഴിച്ചു കഴുകി. ചാണകവും വെള്ളവും ബക്കറ്റിൽ കോരിക്കളഞ്ഞു. ഉച്ചയ്ക്ക് ഒരു മണിക്കും മൂന്നുമണിക്കും കന്നിനെ കറന്ന് കടകളിൽ എത്തിച്ചു.

ഒരു ദിവസം ഉച്ചയ്ക്ക് ഉണ്ണാൻ ചെല്ലുമ്പോൾ ശ്രീധരൻ നായരും തങ്കപ്പൻപിള്ളയും ലഞ്ചുഹോമിലിരിക്കുന്നു. ഗോപാലൻ അതിശയംകൊണ്ട് വാ പൊളിച്ചുപോയി. ആഹ്ലാദംകൊണ്ട് ഹൃദയം ത്രസിച്ചു. അവരെ കണ്ണുകാണിച്ചിട്ട് പതുക്കെ വെളിയിലിറങ്ങി. മൂവരുംകൂടി വെളി

യിൽ ചെന്നുനിന്നു വിവരങ്ങൾ സംസാരിച്ചു.

തങ്കപ്പൻ പിള്ളയും ശ്രീധരൻനായരും ആതനാട്ടുനിന്ന് ഒരു കേവു വള്ളത്തിൽ കൊച്ചിയിലെത്തിയിരിക്കുകയാണ്. ആതനാട്ടു തങ്കപ്പൻപിള്ളയുടെ സംബന്ധ വീട്ടിൽ ചെന്ന് പൊലീസുകാർ വീടുവളഞ്ഞ് അളിയന്മാരെയും അമ്മായിയപ്പനെയും പിടിച്ചിറക്കി തല്ലി. അവർക്ക് വേണ്ടപ്പെട്ട വീടുകളെല്ലാം പരിശോധിച്ചു. അതിനുശേഷമാണ് തങ്കപ്പൻ പിള്ളയും ശ്രീധരൻ നായരും കൂടി ചെല്ലുന്നത്. അവിടെത്തങ്ങാതെ നേരെ കൊച്ചിക്കുപോന്നു.

എല്ലാം ചുരുക്കി പറഞ്ഞിട്ട് അകത്തുകയറി മൂവരും ഊണുകഴിച്ചു. ചെട്ടിയാരുടെ പറ്റിൽ കണക്കെഴുതിച്ചു. എറണാകുളം ക്ഷേത്രത്തിൽ ഉത്സവം നടക്കുന്ന സമയമായിരുന്നു. കറവ കഴിഞ്ഞ് മൂവരുംകൂടി ഉത്സവ സ്ഥലത്ത് ചുറ്റിക്കറങ്ങി. സമയമായപ്പോൾ ഗോപാലൻ ചാപ്രയിലേക്ക് മടങ്ങി. ശ്രീധരൻനായരും തങ്കപ്പൻപിള്ളയും അമ്പലപ്പറമ്പിൽ കിടന്നുറങ്ങി.

കൂട്ടുകാർക്കുവേണ്ടി ഗോപാലൻ പലയിടത്തും ജോലിതിരക്കി നടന്നു. എങ്ങും ഒത്തുവന്നില്ല. മൂവരും കൂടി കടയിൽ ചായകുടിച്ചുകൊണ്ടിരിക്കുമ്പോൾ ഒരുദിവസം ചെട്ടിയാർ കയറിവന്നു. കണക്കുബുക്കെടുത്ത് പറ്റുവിവരം നോക്കി. അയാൾ മുഖംകറുപ്പിച്ചുകൊണ്ടു പറഞ്ഞു:

''കണ്ടവർക്കെല്ലാം ഊണും കാപ്പിയും വാങ്ങിച്ചുകൊടുത്ത് നീയെന്നെ മുടിക്കാൻ നോക്കുന്നോ?''

ഗോപാലൻ പരുങ്ങലോടെ പറഞ്ഞു:

"പറഞ്ഞിട്ടുള്ള തുകയിൽനിന്ന് ഞാൻ കൂടുതലൊന്നും പറ്റിയിട്ടില്ല മുതലാളീ."

"പോടാ പന്നപ്പയലേ, പോ. നീ നിന്റെ പാട്ടിനുപോ."

അപ്പോഴേക്കും തൈപ്പൊങ്കലിനു പോയിരുന്ന ജോലിക്കാരെല്ലാം മടങ്ങിവന്നിരുന്നു.

മൂവരും ചേർന്ന് കൂടിയാലോചിച്ചു. അടുത്ത പരിപാടിയെങ്ങനെ? ഒരണപോലും ആരുടെയും കൈയിലില്ല.

ഉടുവസ്ത്രം കഴിച്ചാൽ ആകെക്കൂടി ഉണ്ടായിരുന്നത് ശ്രീധരൻ നായരുടെ ഒരു മടക്കുപിച്ചാത്തിയാണ്. തങ്കപ്പൻപിള്ള പറഞ്ഞു:

"താൻ ആ പിച്ചാത്തിയിങ്ങെടുക്ക്. അതു വിറ്റു ബോട്ടുകൂലി ഉണ്ടാക്കിക്കൊണ്ട് ഞാൻ ആതനാട്ടൊന്നു പോയിട്ടുവരാം. കുറെ രൂപാ ഉണ്ടാക്കി വെച്ചേക്കണമെന്ന് ഞാൻ അവിടെ പറഞ്ഞിട്ടുണ്ട്."

പിച്ചാത്തിവിറ്റുകിട്ടിയ പണവുമായി തങ്കപ്പൻപിള്ള ആതനാട്ടേക്കു പോയി.

ഗോപാലൻ വീണ്ടും സൈക്കിൾറിപ്പയർകാരനെ പോയി കണ്ടു. തൈപ്പൊങ്കൽ കഴിഞ്ഞ് ജോലിക്കാർ തിരികെവന്നപ്പോൾ യാതൊരു പ്രതിഫലവും നല്കാതെ ചെട്ടിയാർ തന്നെ പറഞ്ഞുവിട്ട കാര്യമറിയിച്ചു.

ചെറുപ്പക്കാരൻ ചെട്ടിയാരെ വിളിച്ചു സംസാരിച്ചു:

"അയാൾ ജോലി ചെയ്ത ദിവസത്തെ ശമ്പളം കൊടുത്തോ ചെട്ടിയാരെ?"

"വഴിയെപോയവർക്കെല്ലാം അവൻ ഊണും ചായയും വാങ്ങി കൊടുത്തു. എന്നെ നഷ്ടപ്പെടുത്തി. ഇനി എന്തോന്നാ ശമ്പളം?"

"അയാളുടെ പറ്റുകഴിച്ചുള്ള ശമ്പളം കൊടുക്ക്."

"അങ്ങനെ ശമ്പളം കൊടുക്കാമെന്നുള്ള കരാറൊന്നുമില്ല."

"കരാറൊന്നും വേണ്ട. അയാളെക്കൊണ്ടു പണിചെയ്യിച്ചെങ്കിൽ അതിന്റെ ശമ്പളം കൊടുത്ത് പറഞ്ഞയയ്ക്ക്."

"എന്തോ കൊടുക്കണമെന്ന് നിങ്ങൾ തന്നെ പറ."

ചെറുപ്പക്കാരൻ ആലോചിച്ചിട്ടു പറഞ്ഞു:

"അയാൾക്കു പത്തുരൂപാകൊടുത്ത് ഇടപാടുതീർക്ക്."

പത്തുരൂപാ എടുത്തുകൊടുത്തു.

അതുകൊണ്ടു ഗോപാലനും ശ്രീധരൻനായരും അരിഷ്ടിച്ചു ചെലവുകഴിച്ചു. തങ്കപ്പൻപിള്ള വരുന്നതുവരെ പിടിച്ചുനില്ക്കണമായിരുന്നു. ഇതിനിടയിൽ ശ്രീധരൻനായർ ലഞ്ചുഹോംകാരന്റെ വീട്ടു വേലയ്ക്കുകൂടി. ഗോപാലൻ വീണ്ടും അലഞ്ഞുനടന്നു. പകൽ എങ്ങനെയും അങ്ങുകഴിക്കാം. രാത്രിയിൽ തലചായ്ക്കാനൊരിടം കണ്ടെത്താനാണു പ്രയാസം. രണ്ടാമത്തെ സിനിമ കഴിഞ്ഞു കൂട്ടംകൂടിപോകുന്ന റിക്ഷാക്കാരുടെയും തോട്ടികളുടെയും കൂടെ അയാളും നടന്നു. അവൻ കേറികിടക്കുന്ന താവളങ്ങൾ കണ്ടുപിടിച്ചു.

ചേരികളിലെ ഏതെങ്കിലും കുടിലുകളിൽ അവരോടൊപ്പം അയാളും കൂടി. കേറിച്ചെല്ലുന്നതാരാണെന്ന് ആരും തിരക്കിയില്ല.

ഒടുവിൽ മട്ടാഞ്ചേരിയിലെ ഒരു മുസ്ലീംഹോട്ടലിൽ പാത്രംകഴുകുന്ന പണികിട്ടി. നൂറുകണക്കിനു പിഞ്ഞാണങ്ങൾ, ഇറച്ചിക്കറിയുടെ കൊഴുപ്പും അരപ്പും പറ്റിയിരിക്കുന്ന പ്ലേറ്റുകൾ. കടയുടെ പിന്നിൽ അഴുക്കുവെള്ളം തളംകെട്ടികിടക്കുന്ന കിണറ്റുകരയിൽ നിന്നുകൊണ്ട് രാവിലെ മുതൽ രാത്രി ഇരുട്ടുന്നതുവരെ നിരന്തമായുള്ള പാത്രം കഴുകൽ. ഒരു ദിവസം അരപ്പുവടിച്ചുകളഞ്ഞു പാത്രം വൃത്തിയാക്കിക്കൊണ്ടു നില്ക്കുമ്പോൾ തങ്കപ്പൻപിള്ളയെയും ശ്രീധരൻനായരെയും ഓർത്തു. തങ്കപ്പൻപിള്ള നാട്ടിൽപോയിട്ടു മടങ്ങിവന്നിരിക്കുമോ? അവർ തന്നെ തിരക്കിയിരിക്കുകയായിരിക്കുമോ?

തനിക്ക് എറണാകുളംവരെയൊന്നു പോകണമെന്നു പറഞ്ഞപ്പോൾ മുതലാളിക്കു വിഷമം.

"നീ പോകല്ലേടാ മോനെ. ഇവിടിപ്പോൾ വേറെ പണിക്കാരാരുമില്ല."

"നാളെ വെളുപ്പിനിങ്ങുവരാം മുതലാളീ."

"പടച്ചോനെ വിചാരിച്ച്, നീ പറയുന്നതു നേരാണോ?"

"ദൈവം സാക്ഷിയായി വെളുപ്പിനുതന്നിങ്ങുപോരാം."

മുതലാളി ബോട്ടുകൂലിക്കും ചായകുടിക്കാനുമായി എട്ടണ എടുത്തു കൊടുത്തു.

എറണാകുളത്തു ശ്രീധരൻനായർ ജോലിചെയ്തിരുന്ന വീട്ടിൽ ചെന്നപ്പോഴാണറിയുന്നത്. തലേദിവസം തങ്കപ്പൻപിള്ളചെന്ന് അയാളെ കൂട്ടിക്കൊണ്ടുപോയി. ഗോപാലൻ നിസ്സഹായനായി വാപൊളിച്ചുനിന്നു. കൈവന്ന ഭാഗ്യം നഷ്ടപ്പെട്ടു. അയാൾ കൂട്ടുപിരിഞ്ഞു. ഇനി എങ്ങോട്ടു പോകണമെന്ന് പിടിയില്ല.

തന്റെ കരുതലില്ലായ്മയെ തന്നെത്താൻ കുറ്റപ്പെടുത്തി. ഈ വരവു തലേന്നായിരുന്നെങ്കിൽ! നേരത്തെവന്ന് താൻ ജോലിചെയ്തിരുന്ന സ്ഥലം ശ്രീധരൻനായരെ അറിയിക്കേണ്ടതായിരുന്നു. ഇനിയിപ്പോൾ ഒറ്റയ്ക്കു നടന്നലയണം. എന്തായാലും മട്ടാഞ്ചേരിക്കില്ല. ഇനി ആ പാത്രം കഴുകുന്ന പണിവയ്യ. എറണാകുളത്ത് അലഞ്ഞുനടക്കുമ്പോൾ ഒരാൾ പറഞ്ഞു. ചാലക്കുടി മലകളിൽ ഡാമിന്റെ പണിനടക്കുന്നു. ചെന്നാൽ എന്തെങ്കിലും ജോലികിട്ടും. ചാലക്കുടി വഴി തുമ്പർമൊഴിയിലെത്തി. അണ ക്കെട്ടിന്റെ പണിക്കുചേർന്നു. മെറ്റൽ ചുമക്കുകയും കോൺക്രീറ്റ് കൂട്ടു കയും ചെയ്തു. വയറുനിറയെ ആഹാരം കഴിച്ചു. ഞായറാഴ്ച തലമുടി വെട്ടിച്ചു. കുളിച്ചു. മറ്റുജോലിക്കാരുമായി ഉല്ലാസമായി കഴിഞ്ഞു.

അപ്പോൾ വീടിനെക്കുറിച്ചോർമ്മ വന്നു. നാടുവിട്ടുപോയ അച്ഛനും അമ്മയും മടങ്ങിവന്നിരിക്കുമോ? തന്നെക്കുറിച്ചു തിരക്കുന്നുണ്ടാവുമോ? അപകടം കൂടാതെ താൻ സുഖമായിരിക്കുന്നുവെന്ന് അവരെങ്ങനെ അറിയും! അനുജത്തിയുടെ വിവാഹം മുടങ്ങിയതു നടന്നു കാണുമോ? എന്തോ? ഒന്നും അറിയാൻവയ്യ. ഒന്നും പ്രതീക്ഷിച്ചതല്ല. എല്ലാം പെട്ട ന്നാണു സംഭവിച്ചത്. വീട്ടിലേക്കു കത്തയയ്ക്കുന്നത് അപകടമാണ്.

പെങ്ങളെ കൊണ്ടുപോകാൻ ആലോചിച്ച വീട്ടിലെ മൂപ്പിലാന് ഒരെ ഴുത്തെഴുതിയിട്ടു. വളരെ പെട്ടെന്ന് സ്ഥലം വിടേണ്ടിവന്നതുകൊണ്ട് കല്യാ ണത്തിന്റെ കാര്യമൊന്നും അറിഞ്ഞില്ല. ഞാൻ സുഖമായി കഴിയുന്നു. ജോലിയുണ്ട്. അവിടെ എല്ലാവർക്കും സുഖമാണെന്നു വിശ്വസിക്കുന്നു. ആ കത്ത് ആപത്താകുമെന്നു കരുതിയില്ല. കത്തെഴുതി കഴിഞ്ഞപ്പോൾ മനസ്സിൽനിന്ന് കുറെ ഭാരം ഒഴിഞ്ഞു. ഇപ്പോൾ പുത്തൻചന്തയിലെ ആ യുവതിയെക്കുറിച്ചു ചിന്തിച്ചുകൊണ്ടിരിക്കാൻ രസംതോന്നി. സ്വന്തം അമ്മാവൻ ആട്ടിപ്പുറത്താക്കിയപ്പോൾ വിളിച്ച് അഭയം തന്നവൾ. അന്ന് അവളുടെ അടുത്തുനിന്നു യാത്രപോലും ചോദിക്കാതെ ഒളിച്ചുപോന്നു. സ്നേഹമില്ലാത്തവനും നന്ദികെട്ടവനും ആണെന്ന് വിചാരിക്കും. പക്ഷേ, ഒരു കാലത്തും അവളെ മറക്കാൻ കഴിയുകയില്ല.

ഒരു ദിവസം രഹസ്യമായി അവളുടെ വീട്ടിൽ ചെല്ലണം. താൻ അവളെ എത്രമാത്രം സ്നേഹിക്കുന്നുവെന്ന വിവരം പറയണം. അപ്പോൾ അവളുടെ ഭാവമെന്തായിരിക്കും? പരിഭവിച്ചിരിക്കുമോ? അവളോടു കാണിച്ച കൃതഘ്നതയ്ക്കു മാപ്പുപറയണം. എല്ലാം മറന്ന് രണ്ടുമൂന്നു ദിവസം അവളോടൊപ്പം കഴിയണം.

വൈകിട്ടു പണി കഴിഞ്ഞുചെന്നു കുളിച്ചു. ഉടുപ്പും മുണ്ടും മാറി ചായ കുടിക്കാനിറങ്ങി. ചായക്കടയിൽചെന്ന് ഒരേത്തക്കാപ്പം വാങ്ങി ഒന്നു കടിച്ചു. ചായകടക്കാരൻ ആരോടോ പറയുന്നതുകേട്ടു.

"ഇതാ നിങ്ങൾ തിരക്കിയ ആൾ."

തലപൊക്കിനോക്കിയപ്പോഴേക്കും രണ്ടാളുകൾ അയാളെ കേറി ബലമായി പിടിച്ചു. ചുറ്റും നാലഞ്ചുപേർ കരുതലോടെ കാത്തുനില്ക്കുന്നു. അകലെ കിടന്നിരുന്ന ഒരു വാനിനടുത്തേക്ക് അവർ ബലമായി പിടിച്ചുവലിച്ചുകൊണ്ടുപോയി.

വാനിനകത്തിരിക്കുമ്പോൾ ഒരു ഹെഡ്കാൺസ്റ്റബിൾ അയാളോടു പറഞ്ഞു:

"ഇങ്ങോട്ടു നോക്കെടാ.... മോനെ നീയെന്നെ അറിയുമോ?"

അയാൾ മിഴിച്ചുനോക്കി. അറിയുന്നില്ല. ഹേഡു മറ്റുള്ളവരോടു പറഞ്ഞു.

"അന്നു രാത്രി ഞാൻ ഒരു കുറ്റിക്കാട്ടിൽ ഓടിക്കേറി. വെളുക്കുന്നതുവരെ അതിൽ ഒളിച്ചിരുന്നു. അല്ലെങ്കിൽ എന്നെയും തട്ടിയേനെ."

ആ വിവരമൊന്നും ഗോപാലനറിഞ്ഞുകൂടാ, അയാൾ അതിനു മറുപടിയൊന്നും പറയാൻ പോയില്ല.

അന്നു പരിയാരം പൊലീസ്സ്റ്റേഷനിൽ എത്തിച്ചു. അവിടെനിന്നു മജിസ്ട്രേട്ടിനടുത്തു കൊണ്ടുപോകാൻ ഭാവിച്ചപ്പോൾ അവിടുത്തെ പൊലീസുകാർ ഹേഡ് ഗോപാലൻനായരോടു പറഞ്ഞു:

"അവനെ ഇന്നു കൊണ്ടുപോകല്ലേ. ഇന്നത്തേക്കു ഞങ്ങൾക്കുതാ."

അന്നത്തേക്കു കൈകാര്യം ചെയ്യാൻ അവർക്കു വിട്ടുകൊടുത്തു. ഒരു പെൺകുട്ടിയെ ബലാൽസംഗത്തിനേല്പിക്കുംപോലെ. അടൂരേക്കു കൊണ്ടുപോകുന്നവഴി കോട്ടയത്തും പന്തളത്തുമുള്ള പൊലീസുകാർക്കെല്ലാം കൊടുത്തു. അവരെല്ലാം തൃപ്തിയാവോളം അനുഭവിച്ചു.

അടൂർ സ്റ്റേഷനിൽ കൊണ്ടുചെന്നിറക്കിയപ്പോൾ ഹേഡു പറഞ്ഞു:

"നിന്റെ കൂട്ടുകാരെല്ലാം ഇവിടെയുണ്ടെടാ പുലയാടിമോനെ."

ഇരുപത്തിയൊൻപത്

ശൂരനാട്ടുനിന്നുള്ള തടവുകാർ ആഹാരം കിട്ടാതെ പട്ടിണി കിടക്കുകയായിരുന്നു. ആർക്കും പടിയനുവദിച്ചിരുന്നില്ല. മറ്റു പുള്ളികൾക്കു കൊണ്ടുവരുന്ന ആഹാരത്തിൽ വല്ലപ്പോഴും ഒരു പങ്കുകിട്ടി. രാവിലെ ഒരു പാത്രം കഞ്ഞിയും ചമ്മന്തിയും. ചിലപ്പോൾ ഉച്ചയ്ക്ക് ഒരു പിടിച്ചോറ്. അതും കഴിച്ച് കത്തിക്കാളുന്ന വയറുമായി അവർ ദിവസങ്ങൾ കഴിച്ചു.

വീടുകളിൽനിന്നു കുത്തിക്കവർന്നുകൊണ്ടുപോയ ഉണക്കച്ചീനി സ്റ്റേഷൻറൂമിന്റെ ഒരു മൂലയിൽ വാരിക്കൂട്ടിയിരുന്നു. ഗംഗാധരൻ കൂടെക്കൂടെ ആ ചീനിയുടെ നേർക്കു ആർത്തിയോടെ നോക്കി. അയാൾ പാറാ

വുകാരനോടു സൂത്രം പറഞ്ഞ് അതിൽ നാലഞ്ചുകഷണം കൈക്കലാക്കി. അടുത്തുനിന്ന ശിവരാമനും കുട്ടപ്പക്കുറുപ്പിനും ഓരോ കഷണം കൊടുത്തിട്ട് ബാക്കിയുള്ളതു കടിച്ചുപൊട്ടിച്ചു തിന്നു. അതുനോക്കിക്കൊണ്ടുനിന്ന പൊലീസുകാരൻ കുറെ ചീനികൂടിവാരി ലോക്കപ്പിനകത്തേക്കെറിഞ്ഞുകൊടുത്തു.

പിറ്റേദിവസം ഉച്ചയ്ക്ക് ഹോട്ടലുകാരന്റെ ജോലിക്കാർ ചോറുമായി വന്നപ്പോൾ ഒരു കുട്ടകം നിറയെ ചീനിപുഴുങ്ങിയതുമുണ്ടായിരുന്നു. തലേന്നു പാറാവുനിന്നിരുന്ന പൊലീസുകാരന്റെ സംഭാവന.

പട്ടിണികിടന്നും മർദ്ദനമേറ്റും എല്ലാവരും കോലംകെട്ടു. എല്ലുന്തി, തൊലി ചുക്കിച്ചുളുങ്ങി. താടിയും മീശയും വളർന്നു.

ഒറ്റാലിൽ അടച്ചിട്ടേക്കുന്ന പൂടകിളിക്കാത്ത കോഴിക്കുഞ്ഞുങ്ങളെപ്പോലെ അവർ മുറിയിൽ കൂനിക്കൂടിയിരുന്നു.

ഒടുവിൽ പടിയനുവദിച്ചു. കഞ്ഞിയും ചോറും കിട്ടി.

രാവിലെ ചീക്കിനു കൊണ്ടുപോകുമ്പോൾ ചുറ്റിനും ലാത്തിയും തോക്കുമായി പത്തൻപതു പൊലീസുകാർ കാവലിനുണ്ടാവും.

തടവുകാരെ കാണുമ്പോൾ അവരുടെ മേലുപെരുക്കും. കൈതരിക്കും. തടവുകാരുടെമേൽ ശൗര്യംകാണിച്ച് അവർ ആത്മസംതൃപ്തിയടഞ്ഞു. ചീക്കിനിറക്കിയാൽ തിരിച്ചുകേറുന്നതുവരെ അടിയും ഇടിയും.

നേരമിരുട്ടിയാൽ ആ രാത്രി ഒടുങ്ങാതിരിക്കാൻ ആഗ്രഹിച്ചു. പ്രഭാതം പേടിസ്വപ്നമാണ്. വെളുപ്പിന് ഇരുമ്പഴികളിലൂടെ കിഴക്കോട്ടുനോക്കുമ്പോൾ അകലെക്കാണുന്ന മരചില്ലകൾക്കപ്പുറം പ്രകാശം പരക്കുന്നതു കണ്ടാൽ ഇടിപേടിച്ച് മനസ്സ് അസ്വസ്ഥമാകും. ആ കൂട്ടിലെ ഇരുട്ടിൽ മയങ്ങിക്കിടന്നാൽ മതി. കാറ്റും വെളിച്ചവും വേണ്ടാ. പ്രകൃതിയുമായി സമ്പർക്കം വേണ്ടാ.

കഴിഞ്ഞതിനെക്കുറിച്ചു ചിന്തിച്ചുകൊണ്ടിരിക്കാൻ ആരും ഇഷ്ടപ്പെട്ടില്ല. ഭാവിയെക്കുറിച്ചാണെങ്കിൽ ഒന്നും സങ്കല്പിക്കാനുമില്ല. ആർക്കും ഒരു പ്രതീക്ഷയുമില്ല. പീഡനങ്ങളുടേയും വേദനയുടേതുമായ വർത്തമാനകാലാനുഭവങ്ങളിൽ മാത്രം മുറുകിത്തളർന്നുകിടന്നു.

പൊലീസുകാരും സംഭ്രാന്തരായിരുന്നു. അങ്ങു വടക്ക് ഇടപ്പള്ളിയിലോ മറ്റോ പൊലീസ്സ്റ്റേഷന്റെ നേർക്ക് ആക്രമണം ഉണ്ടാവുകയും പൊലീസുകാർ മരിക്കുകയും ചെയ്തു. കായംകുളം പൊലീസ്സ്റ്റേഷൻ ആക്രമിക്കാനുള്ള ഒരു സന്നാഹം പൊലീസ് കണ്ടുപിടിച്ചു. ആക്രമണത്തിനു കൂടുതൽ സാദ്ധ്യത അടൂർ സ്റ്റേഷനു നേരെയാണെന്നുതോന്നി. സ്റ്റേഷൻ കെട്ടിടത്തിനുനേരെ ആരോ കല്ലുവലിച്ചെറിഞ്ഞതായി സംശയിച്ചു. രാത്രി കാവലിനു കൂടുതൽ പൊലീസുകാരെ ആയുധസജ്ജരാക്കി നിർത്തി. കൂടുതൽ പെട്രോമാക്സു വിളക്കുകൾ കത്തിച്ചു. മലവിസർജ്ജനത്തിനു കൊണ്ടുപോകുന്ന പറമ്പിൽ പടർന്നു കിടന്നിരുന്ന പറങ്കിമാവും കുറ്റിച്ചെടികളും വെട്ടിമുറിച്ച് അവിടം വെളിമ്പറമ്പാക്കി. സ്റ്റേഷനു പടി

ഞ്ഞാറു വശമുള്ള കെട്ടിടത്തിൽ കൂടുതൽ പൊലീസുകാരെ ക്യാമ്പു ചെയ്യിച്ചു.

ഒരു ദിവസം തടവുകാരെ ചീക്കിനുകൊണ്ടുപോയി തിരികെ കൊണ്ടുവന്നു ലോക്കപ്പുചെയ്തശേഷം ഓരോരുത്തരെയായി വീണ്ടും വിളിച്ചിറക്കി കൊണ്ടുപോയി. അവരുടെ തലമുടി വടിച്ചിറക്കി മൊട്ടയടിച്ചു.

മുണ്ഡനം കഴിഞ്ഞപ്പോൾ ഹേഡ് ഗോപാലൻനായർ പറഞ്ഞു:

"എല്ലാവരും ഒരുങ്ങിയിരുന്നോ. ഇവിടെനിന്ന് നിന്നെയെല്ലാം കൊല്ലത്തേക്കു മാറ്റുകയാണ്."

അതു കേട്ടപ്പോൾ തെല്ലൊരാശ്വാസം തോന്നി.

ആ നരകത്തിൽ നിന്നു രക്ഷപ്പെടാമല്ലോ.

വാനിൽ കയറ്റി എല്ലാവരെയും കൊല്ലത്തേക്കു കൊണ്ടുപോയി.

വൈകുന്നേരം കൊല്ലം ബസ് സ്റ്റാന്റിനടുത്തുള്ള കസ്ബാ പൊലീസ് സ്റ്റേഷനിലെ ഇരുട്ടറയിലേക്ക് അവരെ അടിച്ചു കയറ്റി.

പണ്ടത്തെ ദേശിങ്ങനാട്ടു രാജാവിന്റെ ആയുധപ്പുരയാണ്. വെളിയിൽനിന്ന് ഒരുതുള്ളി വെളിച്ചമോ കാറ്റിന്റെ ഒരു നേരിയ ചലനമോ കടന്നുവരാനില്ല.

മുകളിൽ പ്രകാശം കുറഞ്ഞ ഒരു ബൾബു കത്തിയെരിഞ്ഞു. അതിന്റെ വെളിച്ചംപോലും ഇരുളിൽ അലിഞ്ഞുപോയി.

മൂത്രമൊഴിക്കാൻ മുറിയോടുചേർന്ന് ഒരു ചെറിയ ഓവുചാലുണ്ട്. മൂത്രത്തിന്റെയും മലത്തിന്റെയും രൂക്ഷമായ ഗന്ധം മുറിയിൽ തങ്ങിനിന്നു.

ഭിത്തികളിൽ നിറയെ മൂട്ടയെകൊന്ന പാടുകൾ. ഭിത്തിയുടെ പാടുകളിൽ കൂറയും മൂട്ടയും ഇരുന്നു നുരയ്ക്കുന്നു.

ലോക്കപ്പിന്റെ ഇരുമ്പഴികൾ തുറക്കുന്നത് വടക്കുവശം കിഴക്കുപടിഞ്ഞാറുള്ള ഒരിടനാഴിയിലേക്കാണ്. അതിനപ്പുറം ഇടനാഴിയുടെ ഭിത്തി. എങ്ങോട്ടുനോക്കിയാലും കാണുന്നതു ഭിത്തി മാത്രം. പോടും പുള്ളികളുമുള്ള ഭിത്തി.

പിറ്റേദിവസം രാവിലെ അവരെ വിലങ്ങുവെച്ചു വെളിയിലിറക്കി. അപ്പോഴാണറിയുന്നത് തൊട്ടുപടിഞ്ഞാറേ മുറിയിൽ വേറെയും തടവുകാരുണ്ടായിരുന്നു. വെളിയിലേക്കിറങ്ങുമ്പോഴല്ലാതെ അവരെ കാണാൻ കഴിഞ്ഞിരുന്നില്ല.

പടിഞ്ഞാറുള്ള ഒരിടനാഴിയിലൂടെ നടത്തി ഓടയിൽ മലശോധനക്കിരുത്തി. പൊലീസുകാർ വെള്ളക്കായും ഉരുളൻകല്ലും ഓടയിലേക്കെറിഞ്ഞ് തടവുകാരുടെമേൽ മലംതെറിപ്പിച്ചു രസിച്ചു. അവിടെ നിന്നെഴുന്നേല്പിച്ച് അടുത്തുള്ള കിണറ്റുകരയിൽ കൊണ്ടുപോയി ശൗചം നടത്തിച്ചു. വീണ്ടും ഇടനാഴിയിലേക്കു കൊണ്ടുവന്ന് അതിന്റെ മുഖപ്പിൽവെച്ച് ഓരോരുത്തരെയായി ഇടിച്ച് മുന്നോട്ടുതള്ളി. ചാത്തൻകുട്ടിയും പോണാൽ ചെല്ലപ്പൻപിള്ളയും ഇടികൊണ്ടുവീണു. കണ്ണുതെള്ളിച്ച്

ബോധമില്ലാതെ കിടന്നു. പ്രതികളെ ഏറ്റുവാങ്ങിയ ഹേഡ് പൊലീസു കാരുടെ നേരെ തട്ടിക്കേറി.

"നിങ്ങളുടെ കളി കുറെ ഏറിപ്പോകുന്നു. വല്ലവനും മറിഞ്ഞു വീണു ചത്താൽ ഞാൻ വേണം സമാധാനം പറയേണ്ടത്."

ഒരു ഫലിതം കേട്ടതുപോലെ പൊലീസുകാർ ചിരിച്ചു. ഒരാൾ പറഞ്ഞു:

"എന്നാൽ അങ്ങത്തെ ചെന്ന് അവന്മാരെ പിടിച്ച് ഓരോ ഉമ്മ കൊടുത്താട്ടെ."

രാവിലെ ഇലയിൽ ഈരണ്ടു ദോശവീതം നല്കി. ദോശ തിന്നു കഴിഞ്ഞപ്പോൾ ആ ഇല കോട്ടി പിടിക്കാൻ പറഞ്ഞു. ഇലയിൽ കരുപ്പട്ടി വെള്ളം കോരിയൊഴിച്ചുകൊടുത്തു.

കാപ്പികൊടുത്തിട്ടു വിലങ്ങുവെച്ചു വാനിൽ കേറ്റി റോഡിലൂടെ പടിഞ്ഞാട്ടു കൊണ്ടുപോയി. നാലുകെട്ടു കച്ചേരികടന്ന് ഗണപതിയമ്പലത്തിന്റെയും കൊട്ടാരക്കുളത്തിന്റെയും പടിഞ്ഞാറു വശമുള്ള ഒരു പഴയ കെട്ടിടത്തിനു മുന്നിൽ വാൻ ചെന്നു നിന്നു. പണ്ടത്തെ രാജാവിന്റെ കൊട്ടാരം. ഇപ്പോൾ സ്പെഷ്യൽകോടതി. തടവുകാരെ വിശാലമായ ഒരു മുറിയിലേക്കു നടത്തി. കുറെ പൊലീസുകാരും ഒരു ബഞ്ചുക്ലാർക്കും ഒരു വില്ലാശിപായിയുമല്ലാതെ അവിടെ മറ്റാരുമുണ്ടായിരുന്നില്ല. തടിച്ചു കുള്ളനായ ഒരു മനുഷ്യൻ കറുത്തകോട്ടിട്ടു മുഖവും വീർപ്പിച്ചുകൊണ്ട് തിടുക്കത്തിൽ കോടതിമുറിയിലേക്കു കടന്നുവന്നു. പൊലീസുകാർ സല്യൂട്ടുചെയ്യുകയും ബഞ്ചുക്ലാർക്ക് എഴുന്നേറ്റു തൊഴുകയും ചെയ്തപ്പോൾ അതാണു മജിസ്ട്രേട്ടെന്നു മനസ്സിലായി.

ആരുടെയും മുഖത്തുനോക്കാതെ അയാൾ കസേരയിൽ ചെന്നിരുന്നു. ക്ലാർക്കു കുറെ കടലാസുകളെടുത്ത് മേശപ്പുറത്തുവെച്ചുകൊടുത്തിട്ട് പ്രതികളുടെ പേരുവിവരം വിളിച്ചു പറഞ്ഞപ്പോൾ മജിസ്ട്രേട്ടു തലയുയർത്തി പ്രതികളെ തുറിച്ചുനോക്കി. ഒന്നാംപ്രതി കളയ്ക്കാട്ടു പരമേശ്വരൻനായർ... രണ്ടാംപ്രതി പുന്തല വാസുനായർ.... മരിച്ചവരുടെയും ജീവിച്ചിരിക്കുന്നവരുടെയുമെല്ലാം പേരു വിളിച്ചു പറഞ്ഞു:

അവരിൽ പലരെയും പിടികിട്ടിയിരുന്നില്ല. ശങ്കരനാരായണൻതമ്പി, തോപ്പിൽഭാസി, പനത്താഴ രാഘവൻ, പാലക്കോട്ടു കൊച്ചുകൃഷ്ണൻ, പായിക്കാട്ടു കൃഷ്ണപിള്ള, വിളയിൽ ഗോപാലൻനായർ, ചാലിത്തറ കുഞ്ഞച്ചൻ, കടമ്പാട്ടു കൃഷ്ണൻനായർ, പാലവിള കുഞ്ഞുപിള്ള....

കേസു വിളിച്ചുമാറ്റി കോടതി പിരിഞ്ഞു. പ്രതികളെ വീണ്ടും കസ്ബായിലേക്കു കൊണ്ടുപോന്നു.

രണ്ടും മൂന്നും ആഴ്ചകൂടുമ്പോൾ പടിഞ്ഞാറ് ഇരുമ്പുപാലത്തിനു വടക്കുവശമുള്ള തോട്ടരികിൽ പ്രതികളെ കുളിപ്പിക്കാൻ കൊണ്ടുപോയി. അഴുക്കു നിറഞ്ഞ ഉപ്പുവെള്ളത്തിലിറങ്ങാൻ മാധവൻപിള്ളയ്ക്കും അച്ചുതൻനായർക്കുമെല്ലാം അറപ്പാണ്. പക്ഷേ, ശിവരാമനും ഗംഗാധരനും ശരീ

രമാകെ വിളക്കെണ്ണതേച്ച് ഉപ്പുവെള്ളത്തിൽ കിടന്നു മുങ്ങി. തിരികെ വന്ന് കാപ്പികുടിയും കഴിഞ്ഞ് ലോക്കപ്പിൽ മലർന്നു കിടന്നു. ഭിത്തിയിലെ പോടുകളിൽ കടകുത്തി കടിച്ചുപറ്റിയിരുന്ന മൂട്ടകൾ നേരെ മുകളിലേക്കിഴഞ്ഞു കയറുന്നതു കണ്ടു. അവ മച്ചിൽ ചെന്നു പറ്റിയിട്ട് സർക്കസുകാരെപ്പോലെ നെട്ടനെ താഴോട്ടു മനുഷ്യരുടെ ദേഹത്തുചെന്നുവീണു. ആ ചോരകുടിയന്മാർ മികച്ച അഭ്യാസികളെപ്പോലെ പെരുമാറി.

വസ്ത്രങ്ങളിൽ കൂറപ്പേനുകൾ കടിച്ചുപറ്റിയിരുന്നു. മുണ്ടിന്റെ വെളുമ്പുകളിൽ അവ കൂട്ടത്തോടെ നുരച്ചു. മുണ്ടുനിവർത്ത് വെളുമ്പിലൂടെ തള്ളവിരലും ചൂണ്ടുവിരലും ചേർത്തുപിടിച്ചു വലിച്ച് അവയെ ഒന്നോടെ ഞെരിച്ചുകൊല്ലുന്നതിൽ ശിവരാമനും കുട്ടപ്പക്കുറുപ്പിനും നല്ല രസം തോന്നി. നാഭിക്കുതാഴെയുള്ള രോമപടലങ്ങളിൽ കൂറ കടിച്ചുപറ്റിയിരുന്ന് കൂടെക്കൂടെ ചൊറിച്ചിലുണ്ടാക്കി. അവയെ നുള്ളിയെടുത്തു കൈവിരൽ കൊണ്ടു ഞെരിച്ചുകളഞ്ഞു.

തലയ്ക്കു മുകളിൽ കത്തിനിന്ന ബൾബിന്റെ നിഴലിൽ അവർ ചുമച്ചും കുരച്ചും കിടന്നു.

മഠത്തിൽ ഭാസ്കരൻനായർ നിർത്താതെ ചുമച്ചുതുടങ്ങി. ആ ശബ്ദം എല്ലാവരെയും അസ്വസ്ഥരാക്കി. ചങ്കുപറിയുന്നതുപോലെ. ചുമച്ച്ചുമച്ച് അയാൾ ചോരയും പഴുപ്പും തുപ്പി. കൂട്ടുകാർ അടുത്തിരുന്ന് നെഞ്ചുതടവിക്കൊടുത്തു. അച്ചുതൻനായർ ഇരുമ്പഴിയിൽ കാത്തുനിന്ന് പൊലീസുകാരോടു വിവരം പറഞ്ഞു: “ആളിനു തീരെവയ്യ. ആശുപത്രിയിൽ എത്തിക്കണം.”

പിറ്റേന്ന് ആശുപത്രിയിൽ കൊണ്ടുപോകാൻ വേണ്ടി ലോക്കപ്പു തുറന്നപ്പോൾ ഭാസ്കരൻനായർ ഓരോരുത്തരോടും യാത്രചോദിച്ചു. രക്തമയമില്ലാത്ത ആ മുഖത്ത് ഒരു വിഷാദച്ഛായ പരന്നിരുന്നു. പുരുഷോത്തക്കുറുപ്പിനെ നോക്കി പുഞ്ചിരി പൊഴിച്ചുകൊണ്ട് എന്തോ സംസാരിച്ചു. അപ്പോൾ കുറുപ്പിന്റെ കണ്ണുനിറഞ്ഞു. ഭാസ്കരൻ അവിടെ നിന്ന് ഒരു പോക്കുപോകുകയാണെന്ന് കുറുപ്പിനുതോന്നി.

ഏറ്റവും പ്രായംകുറഞ്ഞവരെന്ന നിലയിൽ അവർ രണ്ടാളും തമ്മിൽ പ്രത്യേകമായ ഒരു മമതയിലാണ്. അതിൽ ഒരാൾ പിരിഞ്ഞു. മറ്റേയാൾ ഒറ്റയ്ക്കായി.

ഭാസ്കരനെ അങ്ങ് നാഗർകോവിൽ ആശുപത്രിയിലേക്കു മാറ്റിയെന്നറിഞ്ഞശേഷം പുരുഷോത്തമക്കുറുപ്പ് മിക്കപ്പോഴും മൂകനായിരുന്നു. ആ കൂട്ടുകാരനെ ഇനി കാണാൻ കഴിയുമോ?

ഒരുദിവസം പൊലീസുകാരുടെ സംസാരത്തിൽനിന്ന് കുഞ്ഞുപിള്ളയെയും പിടികൂടിയെന്നു മനസ്സിലായി. കുളത്തുപ്പുഴ മലകളിൽ എവിടെയോവെച്ച്. അയാളെ കസ്ബായിലേക്കു കൊണ്ടുവരുന്നതും കാത്ത് അവർ വെളിയിലേക്ക് നോക്കിയിരുന്നു. ഒന്നു രണ്ടു ദിവസത്തേക്ക് യാതൊരു വിവരവുമില്ല. ആളിനെ പിടിച്ചുതല്ലിക്കൊന്നു കളഞ്ഞതാണോ?

അല്ലെങ്കിൽ ഇത്രയും താമസിക്കുന്നതെന്ത്? പക്ഷേ, ഉച്ചയ്ക്കു തിണ്ണയി ലിരുത്തി എല്ലാവർക്കും ആഹാരം വിളമ്പിക്കൊണ്ടിരിക്കുമ്പോൾ കുഞ്ഞു പിള്ളയെ വിലങ്ങുവെച്ചു കൊണ്ടുവന്നു. നീരുവന്നു വീങ്ങിയ മുഖമു യർത്തി ജിജ്ഞാസയോടെ അയാൾ ഓരോരുത്തരുടെയും നേരെ കണ്ണോ ടിച്ചുകൊണ്ടു നിന്നു.

ഇൻസ്പെക്ടർ ഇറങ്ങിച്ചെന്ന് കുഞ്ഞുപിള്ളയെ ആകെയൊന്നു നോക്കി. തോളുകുലുക്കി തയ്യാറെടുത്തു കൊണ്ടു പറഞ്ഞു:

"കൊണ്ടുവാ അവനെ. ചോദിച്ചു പോകട്ടെ."

കൂടെയുണ്ടായിരുന്ന ഹെഡ്കാൺസ്റ്റബിൾ പതിഞ്ഞ സ്വരത്തിൽ അറിയിച്ചു.

"ആവശ്യത്തിൽ കവിഞ്ഞു ചോദിച്ചിരിക്കുകയാണ്. ഇനി ചിലപ്പോൾ ആളു തട്ടിപ്പോയെന്നിരിക്കും."

ഇൻസ്പെക്ടരുടെ മുഖം മങ്ങി.

"ശരി. കൊണ്ടുപോയി ലോക്കപ്പു ചെയ്തേക്ക്."

ലോക്കപ്പിനകത്തുവെച്ച് വർത്തമാനങ്ങൾ കൈമാറി.

ഒരു ദിവസം ചന്ദനക്കാവിനടുത്ത്, കൂപ്പിൽ നിന്നു വെട്ടിയിറക്കി കുന്നു കൂട്ടിയിരുന്ന തടിക്കുമീതെ കയറിയിരുന്ന് കുഞ്ഞുപിള്ള ആരോടോ സംസാരിച്ചുകൊണ്ടിരിക്കുകയായിരുന്നു. ഒരു തത്തക്കൂടുമായി രണ്ടാളു കൾ ചെന്നു മുന്നിൽ നില്ക്കുന്നതുകണ്ടു. തലയുയർത്തി നോക്കി. അവ രോടെന്തോ പറയാൻ ഭാവിച്ചപ്പോൾ നാലുപാടും പൊലീസ്.

അയാളെ കടന്നുപിടിച്ച് കൈകൾ പിന്നിൽ പിണച്ചുകെട്ടി. കാര്യമെ ന്തെന്നറിയാതെ അമ്പരന്നു നിന്ന ആളുകളോടു പൊലീസ് മേധാവി പറഞ്ഞു:

"ഇവൻ വളരെക്കാലമായി പിടികൊടുക്കാതെ നടക്കുന്ന ഒരു കേഡി യാണ്."

അതുകേട്ടപ്പോൾ അന്തഃക്ഷോഭം കൊണ്ടു കുഞ്ഞുപിള്ള വിറച്ചു പോയി. അയാൾ ഉറക്കെ വിളിച്ചു പറഞ്ഞു:

"ഞാൻ കേഡിയല്ല. ഞാൻ ഒരു കമ്യൂണിസ്റ്റുകാരനാണ്."

പൊലീസ് മേധാവി ചെന്ന് കൈവലിച്ച് ചെള്ളയ്ക്കൊരടി കൊടുത്തു. ആരോ മുട്ടുമടക്കി മുതുകിനിടിച്ചു. ആളുകൾ അത്ഭുതസ്തബ്ധരായി നോക്കിനില്ക്കെ അയാളെ അവിടെനിന്ന് പിടിച്ചു വലിച്ചുകൊണ്ടു പോയി.

കുളത്തൂപ്പുഴയ്ക്കു തെക്കു കടയും കമ്പോളവുമുള്ള ഒരു ജങ്ഷ നിൽ വാൻ നിർത്തി. പൊലീസുകാർ കുഞ്ഞുപിള്ളയെയും പിടിച്ചിറക്കി ക്കൊണ്ട് ഒരു ചായക്കടയുടെ മുന്നിലേക്കു നടന്നു.

കടയുടെ തിണ്ണയിൽ കിടന്ന ബഞ്ചിൽ ഏതോ പത്രവും നോക്കി വള്ളികുന്നത്തെ ചാലിത്തറ കുഞ്ഞച്ചനിരിക്കുന്നു. ഒരു നിമിഷം കുഞ്ഞു പിള്ളയുടെയും കുഞ്ഞച്ചന്റെയും ദൃഷ്ടികൾ തമ്മിലിടഞ്ഞു. തമ്മിൽ അറിയുന്ന ഭാവം നടിച്ചില്ല. കണ്ണുകൾ എന്തോ സംസാരിച്ചു. കുഞ്ഞ

ച്ചൻ കടയ്ക്കകത്തേക്കു കയറിപ്പോയി. പിന്നെ ഇറങ്ങി വന്നില്ല.

പൊലീസുകാർ പഴവും ചായയും കഴിച്ചു. കുഞ്ഞുപിള്ളയ്ക്കും വാങ്ങിക്കൊടുത്തു. അവിടെനിന്നു നേരെ പരവൂർ പൊലീസ് സ്റ്റേഷനി ലേക്ക് കൊണ്ടുപോയി. രണ്ടുമൂന്നു ദിവസം അവിടെയിട്ടു പെരുമാറി. പൊലീസുകാർക്കു തൃപ്തിയായപ്പോഴാണ് കസ്ബായിലേക്കു കൊണ്ടു വന്നത്.

കസ്ബായിലെ പൊലീസുകാർക്ക് അയാളെ അന്നു കൈകാര്യം ചെയ്യാൻ കഴിഞ്ഞില്ല. പിറ്റേന്നാണ് പ്രയോഗങ്ങൾ നടത്തിയത്. അപ്പോൾ പലർക്കും അതിശയം.

"എത്ര ഇടിച്ചിട്ടും ഇവനു വകവെപ്പില്ല. ഈ.... മോന്."

അവസാനം കുഴവികൊണ്ടുള്ള പ്രയോഗം നടത്തി. ഏറ്റു. ആ മനു ഷ്യൻ ബോധംകെട്ടു നെടുംപാടു വീണു. പൊലീസുകാർക്ക് തങ്ങളുടെ കഴിവിനെക്കുറിച്ചുള്ള മതിപ്പു വീണ്ടുകിട്ടി.

ലോക്കപ്പിൽ എല്ലാവരുംകൂടി വട്ടമിട്ടിരുന്ന് ഒളിവുജീവിതത്തിലെ അനുഭവങ്ങൾ വിവരിച്ചു. കുഞ്ഞുപിള്ള ഗോപാലനെ വിട്ടുപിരിഞ്ഞതിൽ പിന്നെ ഒന്നുരണ്ടിടത്തു തങ്ങിയിട്ട് ആതനാട്ടു തങ്കപ്പൻപിള്ളയുടെ സംബ ന്ധവീട്ടിലെത്തി. അന്ന് പൊലീസുകാർ ആ വീട്ടിൽ വന്ന് ആളുകളെ ഉപദ്രവിച്ചിട്ട് അങ്ങോട്ടുപോയതേയുള്ളൂ. അയാൾ കറങ്ങിത്തിരിഞ്ഞ് തിരുവനന്തപുരത്തെത്തി. ഏതെങ്കിലും കടകളിൽ ബീഡിതെറുത്തുകൊ ടുക്കാമെന്നു പറഞ്ഞു നടന്നിട്ട് ആർക്കും തെറുപ്പുകാരെ വേണ്ട. പച്ച വെള്ളം മാത്രം കുടിച്ചുകൊണ്ട് പത്മനാഭസ്വാമിക്ഷേത്രത്തിനു മുന്നിൽ കിടന്നുറങ്ങി. ഒടുവിൽ രക്ഷയില്ലെന്നു കണ്ടു നഗരം വിട്ടു. വെള്ളമണൽ നിറഞ്ഞതും ഊളൻ ഓരിയിടുന്നതുമായ കുറ്റിക്കാടുകളിലൂടെ നടന്ന് കഴ ക്കൂട്ടം റെയിൽവേ സ്റ്റേഷനിലെത്തി.

അവിടെ കാത്തുകാത്തിരുന്നപ്പോൾ തെക്കുനിന്ന് ട്രെയിൽ വന്നു. ടിക്കറ്റെടുക്കാതെ ഒരു കമ്പാർട്ടുമെന്റിൽ വലിഞ്ഞുകേറി. അതിനകം നിറയെ പൊലീസ്. പതുങ്ങിനില്ക്കുമ്പോൾ ഒരു ചൂളംവിളിയോടെ വണ്ടി നീങ്ങി. പിന്നീടാണു മനസ്സിലായത്. തിരുവിതാംകൂർ - കൊച്ചിസംയോ ജനം പ്രമാണിച്ച് റിസർവ്വു പൊലീസുകാർ അങ്ങോട്ടുമിങ്ങോട്ടും താവളം മാറുകയാണ്. അവർ കമ്പാർട്ടുമെന്റിലിരുന്ന് തെരുതെരെ സിഗരറ്റു വലിച്ചു തള്ളി. ഒന്നു കുഞ്ഞുപിള്ളയ്ക്കും നീട്ടി. അതു വലിക്കാനുള്ള കെല്പുണ്ടായിരുന്നില്ലെങ്കിലും കത്തിച്ച് ഒന്നുരണ്ടു പുകവിട്ടു. പിന്നെ വെളിയിൽ കളഞ്ഞു.

പരവൂർ സ്റ്റേഷനിലിറങ്ങി നേരെയുള്ള വഴിയിലൂടെ പോകാതെ കമ്പി വേലി കവച്ചുവെച്ച് മാർക്കറ്റിലേക്കു കടക്കാൻ നോക്കി. അപ്പുറത്തിരുന്ന അരികച്ചവടക്കാരികൾ കമ്പി താഴ്ത്തിപിടിച്ചുകൊടുത്തു. വേലിചാടി അപ്പുറം വീണ് അമ്മാവന്റെ കടയിൽചെന്നു. അമ്മാവൻ കാര്യം മനസ്സി ലാക്കി വിളിച്ചു വീട്ടിൽകൊണ്ടുപോയി. ആഹാരം കഴിച്ച് അവിടെ കിട

ന്നുറങ്ങി.

രാത്രി എട്ടുമണിക്ക് അമ്മാവന്റെ മകൻ വീടിനുനേരെ ടോർച്ചുതെളിച്ചുകൊണ്ട് ഓടി വന്നു. അവൻ ദൂരെനിന്നേ വിളിച്ചു പറഞ്ഞു:

"കൊച്ചേട്ടാ പൊലീസ്.... പൊലീസ് വരുന്നു."

കുന്നുംപുറത്തു കയറിനിന്നു നോക്കി. ടോർച്ചടിയും ബഹളവും. പൊലീസുകാർ ചാടിയോടി വരുന്നു. അവിടെ നിന്നിറങ്ങിയോടി.

കറങ്ങിത്തിരിഞ്ഞ് കുളത്തൂപ്പുഴയെത്തി. ഒരു മുറുക്കാൻ കടയിൽ ബീഡിതെറുപ്പുകാരനായി കഴിഞ്ഞു.

അറസ്റ്റിനെക്കുറിച്ചു വിവരിച്ചിട്ട് കുഞ്ഞുപിള്ള പറഞ്ഞു:

"എനിക്കൊരബദ്ധം പറ്റി. ചന്ദനക്കാവിലുള്ളവരോട് ഞാൻ ഇന്നാരാണെന്നു പറയാൻ പറ്റിയില്ല."

കുട്ടപ്പക്കുറുപ്പ് ചോദിച്ചു:

"അതു പറഞ്ഞിരുന്നെങ്കിലോ?"

"പൊലീസുവന്ന് വളയുന്നതിനുമുമ്പ് അവരെങ്ങനെയെങ്കിലും എനിക്ക് വിവരം നല്കിയേനെ."

രാത്രിയിൽ മറ്റുള്ളവരുടെ ചുമകേൾക്കുമ്പോൾ പുരുഷോത്തമക്കുറുപ്പ് ഭാസ്കരൻനായരെക്കുറിച്ചോർത്തു. അയാൾ ഒരു ദിവസം സ്വപ്നം കണ്ടു— അസുഖമെല്ലാം ഭേദമായി ഭാസ്കരൻ കസ്ബായിൽ മടങ്ങിയെത്തി. അവൻ കുറുപ്പിനെ നോക്കി ചിരിച്ചു. ആൾ സുന്ദരനായിരുന്നു. കുറുപ്പ് ആഹ്ലാദത്തോടെ ഓടിച്ചെന്ന് അവന്റെ കഴുത്തിൽ കൈയിട്ടു.

ഞെട്ടിയുണർന്നപ്പോഴാണ് മനസ്സിലായത്. ലോക്കപ്പിൽ ഭാസ്കരനില്ല. ഭാസ്കരൻ വന്നിട്ടില്ല. വെറും സ്വപ്നമായിരുന്നു. ഒരു ദിവസം പാറാവുകാരൻ പറഞ്ഞപ്പോഴാണ് അറിയുന്നത്. ഭാസ്കരൻ നാഗർകോവിലിൽ കിടന്നു മരിച്ചു.

എല്ലാവരും പെട്ടെന്നു മൂകരായിപ്പോയി.

അവനെക്കുറിച്ചു പറയുമ്പോൾ പാറാവുകാരനതിശയമായിരുന്നു.

"ചത്തുകിടന്നപ്പോഴും അവന്റെ നെഞ്ചിൽ ഒരു പുസ്തകം വിടർത്തി വെച്ചിരുന്നു പോലും."

ക്ഷയരോഗാശുപത്രിയിൽ ഭാസ്കരനെയും പുതുപ്പള്ളി രാഘവനെയും അടുത്തടുത്ത സെല്ലുകളിലായിരുന്നു ഇട്ടിരുന്നത്. പുതുപ്പള്ളിയോടു സ്വന്തം അമ്മയെക്കുറിച്ചു പറയുമ്പോൾ അവൻ തീവ്രമായ വേദനയനുഭവിക്കുന്നതുപോലെ തോന്നി. ഒരിക്കൽ പലതും പറയുന്ന കൂട്ടത്തിൽ പുതുപ്പള്ളി, മാക്സിംഗോർക്കിയുടെ അമ്മയിലെ കഥ പറഞ്ഞു കേൾപ്പിച്ചു. പാവേലിന്റെ ആ അമ്മ! അപ്പോൾ ആരോരുമില്ലാത്ത സ്വന്തം അമ്മയെക്കുറിച്ചോർത്ത് അവന്റെ കണ്ണു നിറഞ്ഞു. അവൻ പുതുപ്പള്ളിയോടു തിരക്കി..

"ആ പുസ്തകം സഖാവിന്റെ കൈയിലുണ്ടോ?"

"ഇപ്പോഴില്ല. എന്താ ചോദിച്ചത്?"

"അത് എനിക്കൊന്നു വായിക്കണമെന്നുണ്ട്."

"ശരി. ഞാൻ പുസ്തകം വരുത്തി തരാം."

പുതുപ്പള്ളി എവിടെനിന്നോ അതു വരുത്തിക്കൊടുത്തു. ഭാസ്കരൻ അതിന്റെ ഓരോ പുറവും പതുക്കെ ബദ്ധപ്പെട്ടു വായിച്ചുതുടങ്ങി. തളർച്ചയും ആലസ്യവും വർദ്ധിച്ചപ്പോൾ വായന മുടങ്ങി. അപ്പോഴെല്ലാം ആ പുസ്തകം വിടർത്തി മാറിൽ കമഴ്ത്തിവെച്ചിരുന്നു. ബോധമണ്ഡലം മങ്ങിമറയുമ്പോഴും പിറുപിറുത്തിരുന്നു.

"അമ്മ....അമ്മ...."

കൂട്ടുകാരനെക്കുറിച്ചോർത്ത് പുരുഷോത്തമക്കുറുപ്പ് ഏങ്ങലടിച്ചു കരഞ്ഞു. അയാളെ ആശ്വസിപ്പിക്കാൻ ശ്രമിച്ചുകൊണ്ട് അച്ചുതൻനായർ അടുത്തിരുന്ന് എന്തൊക്കെയൊ പറഞ്ഞു. അതെല്ലാംകേട്ട് എന്തോ ആലോചിച്ചുകൊണ്ടിരുന്നിട്ട് കുറുപ്പു ചോദിച്ചു:

"ഇനി നമ്മളാരെങ്കിലും ഇവിടെ നിന്നു രക്ഷപ്പെടുമോ സഖാവേ."

"എന്നുവെച്ചാൽ?"

"നമ്മുടെ കൂട്ടത്തിൽ ആർക്കെങ്കിലും ഇനി ജീവനോടെ വെളിയിലി റങ്ങാൻ കഴിയുമോ?"

അച്ചുതൻനായർക്കും തിട്ടമില്ലാത്ത കാര്യമാണ്. എങ്കിലും അയാൾ പറഞ്ഞു:

"തീർച്ചയായും നമ്മളിലാരെങ്കിലുമൊക്കെ ഇതിൽനിന്നു രക്ഷപ്പെട്ടു പുറത്തുപോകും. ഒരു സംശയവും വേണ്ട. എന്താ സഖാവു ചോദിച്ചത്?"

"ഇല്ല. ഒന്നുമില്ല. ഞാൻ ചോദിച്ചെന്നേയുള്ളൂ.

വീണ്ടും തല കുമ്പിട്ടിരുന്നു.

ഒരു ദിവസം രാവിലെ ചീക്കിനിറക്കിക്കൊണ്ടു പോകുമ്പോൾ ഒരു തടിയൻ പൊലീസുകാരൻ പുരുഷോത്തമക്കുറുപ്പിനെ നെഞ്ചും പുറവും ചേർത്തു ശക്തിയായി ഒരിടി. കുറുപ്പു കുറെനേരം ശ്വാസം നിലച്ച് കണ്ണു തുറിച്ചുനിന്നു. അടുത്തുനിന്ന മറ്റൊരു പൊലീസുകാരന് അതു തീരെ രസിച്ചില്ല. അയാൾ ആത്മരോഷം പ്രകടിപ്പിച്ചു.

"എന്താ ഈ കാണിക്കുന്നത് ആ ചെറുക്കനെ? നിങ്ങൾക്കും മക്കളില്ലേ? കണ്ണിൽ ചോരയില്ലാത്ത പണി ചെയ്യരുത്."

തടിയൻ ഒട്ടൊരു പരിഹാസത്തോടെ ആ നായരു പൊലീസുകാരനോടു തിരിച്ചു ചോദിച്ചു:

"അവന്റെ കാര്യത്തിനു തനിക്കെന്താ ഇത്ര കഴയ്ക്കുന്നത്? കുഞ്ഞുപിള്ളയെ കുഴവി വെച്ചിടിച്ചപ്പോൾ ഇയ്യാടെ കാരുണ്യം കണ്ടില്ലല്ലോ? ഇപ്പോൾ തനിക്ക് അടക്കാൻ കഴിയുന്നില്ലെങ്കിൽ പോയി കമഴ്ന്നുകിടന്നുറങ്ങ്."

നായർ പൊലീസുകാരന് ജാതിസ്നേഹം മാത്രമല്ല, ആത്മാഭിമാനവും ഉണ്ടായിരുന്നു. അയാൾ ഗോപാലന്റെയടുത്തുചെന്ന് അവന്റെ

നെഞ്ചും പുറവും ചേർത്ത് ആഞ്ഞിടിക്കാൻ തുടങ്ങി. പല തവണ.

തടിയനും വിട്ടില്ല. അടുത്തദിവസം ചീക്കിനുകൊണ്ടുപോകുമ്പോൾ പുരുഷോത്തമക്കുറുപ്പിന്റെ കാലുതട്ടി നിലത്തിട്ടു. വലതു കാലിന്റെ ഉപ്പൂറ്റിയുയർത്തി അരക്കെട്ടിൽ പലതവണ ഊക്കോടെ ചവിട്ടി. പുരുഷോത്തമക്കുറുപ്പു ശ്വാസമില്ലാതെ കമഴ്ന്നുകിടന്നു. അയാളുടെ മലവും മൂത്രവും തനിയെ വെളിയിൽചാടി.

തടിയൻ ഒരു ജേതാവിന്റെ മട്ടിൽ നായർ പൊലീസുകാരന്റെ നേരേ നോക്കി. അയാളെ വെല്ലുവിളിക്കുന്ന ഭാവത്തിൽ.

എല്ലാവരുംകൂടി പുരുഷോത്തമക്കുറുപ്പിനെ പൊക്കിയെടുത്ത് കിണറ്റുകരെ കൊണ്ടുപോയി വെള്ളംകോരിയൊഴിച്ചു.

ബോധം വീണ്ടുകിട്ടിയപ്പോൾ തിരികെ ലോക്കപ്പിൽ കൊണ്ടുചെന്നു കിടത്തി. അതിനുശേഷം നടുവേദനകൊണ്ട് അയാൾ ഞരങ്ങുകയും മൂളുകയും ചെയ്തു. നേരത്തോടുനേരം കഴിഞ്ഞതോടെ മൂത്രം പോകാതായി. വളരെനേരം ഇരുന്നു മുക്കിയാലും പോകുന്നത് ഒന്നോ രണ്ടോ തുള്ളി. പിന്നെയും മൂത്രം പോകാത്ത വേദന. മൂത്രനാളി വേദന കൊണ്ടു വിങ്ങി.

പിറ്റേദിവസം മൂത്രംപോകാതെ നാവി പിളർന്ന് വലിയവായിലേ നിലവിളി തുടങ്ങി. ആ പ്രാണവെപ്രാളം കണ്ടിരിക്കാൻ ആരും ശക്തരായില്ല. ആശുപത്രിയിലെത്തിക്കണമെന്നു പറഞ്ഞു ബഹളം കൂടിയപ്പോൾ സബ് ഇൻസ്പെക്ടർവന്ന് ക്രുദ്ധനായി പറഞ്ഞു:

“ശബ്ദമുണ്ടാക്കാതെ അടങ്ങിക്കിടക്കിനെടാ. അല്ലെങ്കിൽ എല്ലാവന്റെയും വായിൽ ലാത്തിയടിച്ചുകേറ്റും പറഞ്ഞേക്കാം.”

പുരുഷോത്തമക്കുറുപ്പു വേദനകൊണ്ടു കുത്തിമറിഞ്ഞു. കൂടെക്കൂടെ മൂത്രമൊഴിക്കാൻ ചെന്നിരുന്നു. ഒടുവിൽ മൂത്രം കുടുകുടാ വാർന്നൊഴുകി. ശ്വാസം മുട്ടിപിടയുന്നവനു ശ്വസിക്കാനായാലത്തെപ്പോലെ ആശ്വാസം തോന്നി. പക്ഷേ, പോയതു മൂത്രമായിരുന്നില്ല. ചോര. ചുവന്നുകൊഴുത്ത ചോര.

വേദനയും വിമ്മിട്ടവും കുറഞ്ഞു. ശരീരത്തിനു വല്ലാത്ത തളർച്ച തോന്നി. ഇഴഞ്ഞു വലിഞ്ഞ് പായിൽ ചെന്നു കിടന്നു.

അച്ചുതൻനായർ അടുത്തുചെന്നിരുന്നപ്പോൾ പുരുഷോത്തമക്കുറുപ്പ് ചോദിച്ചു:

“ഇന്നാളിൽ ഞാൻ ചോദിച്ചതോർമ്മയുണ്ടോ? ഇവിടെനിന്നു നമ്മളാരെങ്കിലും രക്ഷപ്പെട്ടുപോകുമോന്ന്.”

“ഓർമ്മയുണ്ട്. ഇപ്പോൾ എന്താ സഖാവു ചോദിക്കാൻ?”

“എനിക്കു ചാവുന്നതിലുള്ള പേടികൊണ്ടല്ല.” അയാളുടെ മുഖത്ത് ഒരു വിളറിയ പുഞ്ചിരി പരന്നു.

“ഒരുകാര്യം പറയാനാ.”

“എന്തോന്നാ?”

“നമ്മുടെ കൂട്ടത്തിൽ ആരെങ്കിലും ജീവിച്ചിരുന്നാൽ ജീവനോടെ

വെളിയിൽ പോയാൽ ഒരു കാര്യം ചെയ്യണം. മരിച്ചുപോയ നമ്മുടെ സഖാക്കളുടെ ഓർമ്മയ്ക്കുവേണ്ടി ഒരു സ്മാരകം ഉണ്ടാക്കണം."

അച്ചുതൻനായർ ഗദ്ഗദം കൊണ്ടു സംസാരിക്കാൻ പാടുപെട്ടു. ഒരു വിധം വിക്കി പറഞ്ഞു:

"രക്തസാക്ഷികളെ ആരും മറക്കുകയില്ല. നമ്മളാരുമില്ലെങ്കിലും ജനങ്ങൾ അവർക്കുവേണ്ടി സ്മാരകങ്ങൾ പടുത്തുയർത്തിക്കൊള്ളും. ആ കാര്യത്തിൽ ഒരു സംശയവും വേണ്ട."

പുരുഷോത്തമക്കുറുപ്പ് മുകളിലേക്ക് നോക്കി ശാന്തമായി കിടന്നു. എന്നെങ്കിലുമൊരിക്കൽ ശൂരനാട്ടുയരുന്ന രക്തസാക്ഷി സ്മാരകം അയാൾ സങ്കല്പത്തിൽ കാണുകയായിരുന്നു.

ആ മുഖത്ത് ഒരു നേരിയ പുഞ്ചിരി വിടർന്നു പക്ഷേ, യാതൊന്നും പറഞ്ഞില്ല. ഞരങ്ങുകയോ മൂളുകയോ ചെയ്തില്ല. വെറുതെ കണ്ണടച്ചു മയങ്ങിക്കിടന്നു.

വെളുപ്പാൻകാലത്ത് അച്ചുതൻനായർ എഴുന്നേറ്റ് വീണ്ടും അയാളുടെ അടുത്തുചെന്നു നോക്കി. നീണ്ടുനിവർന്നുള്ള ആ കിടപ്പുകണ്ട് സംശയം തോന്നി. കുലുക്കി വിളിച്ചപ്പോൾ തടിപോലെ ചലനമില്ലാതെ കിടക്കുന്നു. ജീവിച്ചിരുന്നപ്പോൾ പുരുഷോത്തമക്കുറുപ്പ് ഒരു കൊച്ചുമനുഷ്യനായിരുന്നു. പക്ഷേ, മരിച്ചുകിടക്കുമ്പോൾ അയാൾക്കു നീളം വെച്ചതായി തോന്നി. ഒരൊത്ത ആളിനെപ്പോലെ.

മുപ്പത്

ലോക്കപ്പിന്റെ ഭിത്തിക്കുമുകളിൽ ഇരുമ്പുവലയും അഴികളും കൊണ്ടുണ്ടാക്കിയ ഒരു ചെറിയ വെന്റിലേറ്ററുണ്ടായിരുന്നു. കാറ്റും വെളിച്ചവും കടക്കാത്ത ആ തടവറയിൽ കിടന്നുകൊണ്ട് പുറംലോകം ഒന്നു കാണാനുള്ള പഴുത് അതു മാത്രമാണ്. നിലത്തു മലർന്നു കിടന്ന് ആ വെന്റിലേറ്ററിലൂടെ നോക്കിയാൽ അകലെ അന്തരീക്ഷത്തിൽ തലയുയർത്തി നില്ക്കുന്ന ഒരു അരയാലിന്റെ കൊമ്പുകാണാം. ഇലകൊഴിഞ്ഞ് കൊള്ളിയും കോലുമായി നില്ക്കുന്ന ഒരു കൊമ്പ്. അതിനപ്പുറം അനന്തമായ നീലാകാശം.

ആ മരക്കൊമ്പു കാണുമ്പോൾ കൊറ്റാർകാവു ക്ഷേത്രത്തിനു മുന്നിൽ പടർന്നു പന്തലിച്ചു നില്ക്കുന്ന ആ പടുകൂറ്റൻ അരയാൽ അച്ചുതൻനായരുടെ ഓർമ്മയിൽ തെളിയും. അതിന്റെ ചുവട്ടിലെ പൊട്ടിപ്പൊളിഞ്ഞ ആൽത്തറ. കിഴക്കോട്ടു ദർശനമായി നില്ക്കുന്ന ക്ഷേത്രം. ക്ഷേത്രത്തിൽ കുടികൊള്ളുന്ന ശ്രീ പോർക്കലി ഭഗവതി.

പണ്ടു കുഞ്ഞനമ്മാവൻ പെറുക്കിക്കെട്ടിപോയതിനുശേഷം ഒരിക്കലും അവിടെ കുരുതി നടന്നിട്ടില്ല. പക്ഷേ, ഈ തടവറയിൽ നാലഞ്ചു പേരുടെ ജീവൻ ബലികഴിച്ചിട്ടും രക്ഷസ്സുകൾക്കു മതിയായില്ല. കത്തി

യെരിയുന്ന, കണ്ണുതുറിച്ച്, നിണമൊലിക്കുന്ന ദംഷ്ട്രകൾ നീട്ടി തങ്ങളുടെ രക്തത്തിനുവേണ്ടി അവ വീണ്ടും കാത്തുനില്ക്കുന്നു.

രാവിലെ ഇരുമ്പഴികളിൽ പിടിച്ചുകൊണ്ട് അച്ചുതൻനായർ വെറുതെ ഇടനാഴിയിലേക്കു നോക്കിനില്ക്കുമ്പോൾ വെളിയിൽ പൊലീസ് വാനിന്റെ ഇരമ്പൽ കേട്ടു. ബൂട്ട്സിട്ടു കൂട്ടംകൂടി നടക്കുന്നതിന്റെ ശബ്ദം. റിസർവ്വു പൊലീസുകാർ തോക്കും തോളിൽവെച്ച് ഇടവും വലവും കാവൽ നിന്ന്, തലവഴി മുണ്ടിട്ടു മൂടിയ ഒരു പുള്ളിയെ ഇടനാഴിയിലൂടെ പടിഞ്ഞാട്ടു നടത്തിക്കൊണ്ടു പോകുന്നു. മുഖം മൂടിയിരുന്ന തുണിയിൽ ഉണങ്ങിയ ചോരയുടെ പാടുകൾ കണ്ടു. മുൻവശത്തു കൂട്ടിപ്പിണച്ച കൈകളിൽ വിലങ്ങുവെച്ചിരുന്നു.

അതാരാണെന്നു മനസ്സിലായില്ല. തമ്പിസാറാണോ? പനത്താഴയോ തോപ്പിൽഭാസിയോ ആരെങ്കിലും ആയിരിക്കുമോ? ഒരു പിടിയുമില്ല.

ലോക്കപ്പിൽ കിടന്നവർ പരസ്പരം മിഴിച്ചുനോക്കി. ആരെയാണ് പിടികൂടിയിരിക്കുന്നത്? പടിഞ്ഞാട്ട് എവിടെയാണു കൊണ്ടുപോയിരിക്കുന്നത്? ഉച്ചവരെയും ഉൽക്കണ്ഠ നിറഞ്ഞ നിമിഷങ്ങളായിരുന്നു. ഉച്ചയ്ക്കു തിരികെ നടത്തിക്കൊണ്ടുപോയപ്പോൾ മനസ്സിലായി— അതു കൊച്ചുകൃഷ്ണനാണ്. ആ പ്രത്യേക തരത്തിലുള്ള നടത്ത.... അവസാനം കൊച്ചുകൃഷ്ണനെയും പിടികൂടി.

എല്ലാവരും മൂകരായി തളർന്നു നിലത്തിരുന്നു. അച്ചുതൻനായർ എതിരെയുള്ള ഭിത്തിയിലേക്കുനോക്കി ഇരുമ്പഴിയിൽ തൂങ്ങിനിന്നു. അന്നൊരിക്കൽ ആനയടി അണയുടെ പുറത്ത് തലേക്കെട്ടുംകെട്ടി, പുസ്തകം വായിച്ചുകൊണ്ടിരുന്ന കൊച്ചുകൃഷ്ണനെ ഓർമ്മ വന്നു. അവരൊന്നിച്ച് എത്രയോ തവണ വീടുകേറി നടന്നു!

കൊറ്റാർകാവിലെ അരയാൽ ചുവട്ടിൽ, അണയുടെ വടക്കേ കരയിലുള്ള ചെറുപുന്നയുടെ ചുവട്ടിൽ എത്രയോ രാത്രികളിൽ ഒന്നിച്ചുകൂടി. എന്തെല്ലാം ചർച്ചകൾ! എന്തെല്ലാം സ്വപ്നങ്ങൾ!

കിഴകിടപ്പാടത്തെ ഏറ്റുമുട്ടലിനുശേഷം എല്ലാവരും അങ്ങോട്ടുമിങ്ങോട്ടും പിരിഞ്ഞുപോയി. കൊച്ചുകൃഷ്ണൻ എങ്ങോട്ടുപോയോ എന്തോ?

ലോക്കപ്പിലെ രൂക്ഷമായ മർദ്ദനങ്ങളുടെയും കൊലപാതകങ്ങളുടെയും നടുവിൽ പോലും അച്ചുതൻനായർക്കു പ്രതീക്ഷകളുണ്ടായിരുന്നു— കൊച്ചുകൃഷ്ണൻ വെളിയിലുണ്ട്. എന്തായാലും അയാൾക്കു തങ്ങളെ മറക്കാൻ കഴിയുകയില്ല. അയാൾക്കു പാർട്ടിയുമായി ബന്ധം കിട്ടിക്കഴിഞ്ഞാൽ തടവിൽ കിടക്കുന്നവർക്കുവേണ്ടി എന്തെങ്കിലും ചെയ്യാതിരിക്കില്ല.

പക്ഷേ, ഇതാ കൊച്ചുകൃഷ്ണനെയും പിടികൂടി.

ഇനിയൊന്നും പ്രതീക്ഷിക്കാനില്ല.

ആളിനെ തിരികെ ലോക്കപ്പിലേക്ക് ഉന്തിത്തള്ളിക്കൊണ്ടു വന്നു.

മുഖത്തുനിന്നു മുണ്ടെടുത്തിരുന്നു. കവിളുകൾ തടിച്ചു വീങ്ങിയിരുന്നു. കൺപോളകൾകൊണ്ട് നീരുവന്ന് വീർത്തിരുന്നു. ആ ബീഭത്സമായ രൂപം കണ്ട് അച്ചുതൻനായർ അമ്പരന്നുപോയി.

പാറാവുകാരൻ താക്കോൽ തിരിച്ച്, ഇരുമ്പഴി വലിച്ചു തുറന്നു. ഒരു ഹെഡ്കാൺസ്റ്റബിൾ കൈമുട്ടുമടക്കി കൊച്ചുകൃഷ്ണന്റെ നട്ടപ്പുറത്തൊരിടിയും കാലുകൊണ്ട് ആഞ്ഞൊരുതൊഴിയും കൊടുത്തു. തൊഴി കൊണ്ടു നിലത്തു മുഖമടിച്ചുവീണു.

പാറാവുകാരൻ ലോക്കപ്പുപൂട്ടി. ഹെഡ്കോൺസ്റ്റബിൾ എന്തൊക്കെയോ തെറി വിളിച്ചുപറഞ്ഞുകൊണ്ട് ഇടനാഴിയിലേക്കുപോയി.

പതുക്കെ കൈമുട്ടുകളൂന്നി കൊച്ചുകൃഷ്ണൻ ഏന്തിവലിഞ്ഞു കുത്തിയിരുന്നു. ദൃഷ്ടികളുയർത്തി നാലുപാടും നോക്കി.

അച്ചുതൻനായരെ കണ്ടു. അവരുടെ കണ്ണുകൾ തമ്മിലിടഞ്ഞു. കുറെനേരം ഇമവെട്ടാതെ കണ്ണും കണ്ണും നോക്കിയിരുന്നു. ഒടുവിൽ ആ കണ്ണുകളടഞ്ഞുവന്നു. അയാൾ ഒരു മൂലയിലേക്ക് ഇഴഞ്ഞു നീങ്ങി ചുരുണ്ടു കിടന്നു.

പാറാവുകാരൻ തോക്കും തോളിൽവെച്ച് ഇടനാഴിയിലൂടെ കിഴക്കുപടിഞ്ഞാറു നടന്നു.

അന്നു വൈകുന്നേരം അടൂരെയും കായംകുളത്തെയും പൊലീസ് ഉദ്യോഗസ്ഥന്മാരും, ഉയർന്ന പൊലീസ് ഓഫീസറന്മാരും കസ്ബായിൽവന്നു. മുമ്പ് അടൂർ വെച്ച് പ്രതികളെ ചോദ്യം ചെയ്തവരെല്ലാം ഉണ്ട്. അവർ ലോക്കപ്പിന്റെ വാതില്ക്കൽവന്ന് കൊച്ചുകൃഷ്ണനെ വിളിച്ചു നിർത്തിക്കണ്ടു. പതിവുള്ള ചോദ്യങ്ങൾ ആവർത്തിച്ചു.

വിളറിവീർത്ത മുഖമുള്ള ആ തടിയൻ ഓഫീസർ ചോദിച്ചു:

"ഗറില്ലാസ്ക്വാഡിന്റെ ലീഡർ ആരാണെന്നു നിനക്കറിഞ്ഞുകൂടാ. അല്ലേ?"

"എനിക്കറിഞ്ഞുകൂടാ."

തടിയൻ ക്രുദ്ധനായി പാറാവുകാരനോടു പറഞ്ഞു:

"ഇങ്ങു പിടിച്ചിറക്കാ തായോളിയെ. നേരു പറയുമോ എന്നറിയട്ടെ."

ലോക്കപ്പുതുറന്ന് കൊച്ചുകൃഷ്ണനെ വെളിയിലേക്കിറക്കിയപ്പോൾ കാലുമടക്കി ഒരടി. അയാൾ തലകുത്തി കമഴ്ന്നു വീണു. തടിയൻ ബൂട്ട്സിട്ട് നടുവിനും മുതുകിനും ആഞ്ഞു ചവുട്ടി. അയാൾ ഒരു സിഗരറ്റെടുത്തു കത്തിച്ചു പുകവിട്ടു. കത്തിച്ച സിഗരറ്റുമായി കൊച്ചുകൃഷ്ണന്റെ പുറത്തുകേറിനിന്ന് ചോദ്യങ്ങളാവർത്തിച്ചു. തടിച്ച പൃഷ്ഠം കുലുക്കി, അമർത്തിച്ചവുട്ടിക്കൊണ്ടു ചോദിച്ചു:

"നീയല്ലേടാ പട്ടീ ഗറില്ലാസ്ക്വാഡിന്റെ ലീഡർ? നീയല്ലേ പൊലീസിനെ കൊല്ലാൻ വിസിലടിച്ചത്?"

കൊച്ചുകൃഷ്ണനിൽനിന്നു ഞരങ്ങലും മൂളലുമല്ലാതെ മറുപടിയൊന്നും കേട്ടില്ല. തടിയൻ താണ്ഡവമാടിക്കൊണ്ടു ചോദിച്ചു:

"നീയല്ലേ കായംകുളം പൊലീസ്സ്റ്റേഷൻ ആക്രമിക്കാൻ പ്ലാനും പദ്ധതിയും ഒപ്പിച്ചത്?"

ഒരു മറുപടിയുമില്ല.

തടിയൻ തളർന്നു വശംകെട്ടു. കൊച്ചുകൃഷ്ണൻ ഒന്നും മിണ്ടുന്നില്ല. ആ ശരീരത്തിൽ നിന്നിറങ്ങിയിട്ട് അയാൾ പറഞ്ഞു:

"ശരി. അകത്തുകേറ്റിയിട്ടേക്ക്."

ചോദ്യം ചെയ്യാൻ വന്നവരുടെ സംഘം മടങ്ങി. കൊച്ചുകൃഷ്ണനെ വീണ്ടും ലോക്കപ്പിനുള്ളിലേക്കു വലിച്ചിട്ട് താഴിട്ടു പൂട്ടി. അയാൾ പ്രജ്ഞ നശിച്ച് ഒരേ കിടപ്പുകിടന്നു.

രാത്രിയായപ്പോൾ എല്ലാവരും ചുറ്റും കൂടി. ആ ശരീരം തഴുകുകയും തടവുകയും ചെയ്തു. അയാൾ എഴുന്നേല്ക്കുമെന്ന് ആരും കരുതിയില്ല. അതിശയം തോന്നി. പാടുപെട്ടാണെങ്കിലും എഴുന്നേറ്റിരുന്നു.

അച്ചുതൻനായർ എന്തൊക്കെയോ കാതിൽ കുശുകുശുത്തു.

കൊച്ചുകൃഷ്ണൻ വീങ്ങിയ മുഖമുയർത്തി ചോദിച്ചു:

"നമ്മുടെ ആരൊക്കെപ്പോയി?"

മരിച്ചുപോയവരുടെ കാര്യം പറഞ്ഞപ്പോൾ അയാൾ കണ്ണടച്ചു. കിഴകിടപ്പാടത്തുനിന്ന് പിരിഞ്ഞതിൽ പിന്നെ ആരെയും ഒരു നോക്കൊന്നു കാണാൻ പോലും കഴിഞ്ഞില്ല. അച്ചുതൻനായർ പതിഞ്ഞശബ്ദത്തിൽ തിരക്കി. "എവിടെവെച്ചാണു പിടികൂടിയത്? ഇതിനിടയിൽ പാർട്ടിയുമായി ബന്ധം കിട്ടിയോ?"

പാർട്ടിയിൽപ്പെട്ട ആരെയും അയാൾക്കു കാണാൻ കഴിഞ്ഞില്ല. പാർട്ടിയുടെ സ്വാധീന മേഖലകളിൽ അതിരൂക്ഷമായ ആക്രമണം നടക്കുകയാണ്. എല്ലാ ബന്ധങ്ങളും തകർന്നു. ആരൊക്കെ എവിടെയൊക്കെയാണെന്ന് ഒരു രൂപവുമില്ല....

മുരുക്കുംകോട്ടു ഗോപാലൻ സാറിന്റെ വീട്ടിൽ നിലയുറച്ചു കഴിഞ്ഞപ്പോൾ അയാൾ ബന്ധങ്ങൾ പുനഃസ്ഥാപിക്കാൻ എന്തൊക്കെയോ ശ്രമങ്ങൾ നടത്തിനോക്കി. പ്രയോജനമൊന്നുമുണ്ടായില്ല. ആ കാലത്ത് ഗോപാലൻ സാറിന്റെ കൃഷിപ്പണികളുടെ മേൽനോട്ടം മുഴുവൻ പത്തനാപുരത്തുകാരൻ നാണുവിനായിരുന്നു. അയാൾ മണ്ണൊലിപ്പു തടയത്തക്കവണ്ണം തിടിയിൽ പിടിച്ച് പറമ്പു തട്ടുതട്ടുകളായി കിളച്ചുവെച്ചു. ചുറ്റും കൈയാലപിടിച്ച് കാലവും സമയവും കണക്കാക്കി നിലം ഉഴുതുമറിച്ചു. ഊടുമേടുകൾ പൊക്കി കണ്ടം തിട്ടു നിരപ്പാക്കി. അയാൾ തന്നെ നേരിട്ട് നിലത്തിന്റെയെല്ലാം വരമ്പുവെട്ടി ബലപ്പെടുത്തി.

ഇത്രയൊക്കെയായപ്പോഴേക്ക് ഗോപാലൻസാറും സമ്മതിച്ചു. നാണുവിന് കൃഷിപ്പണിയുടെ തായമറിയാം.

നിലമുഴാൻ എത്രയേരു കാളയെ വേണ്ടിവരും? കൃഷിയിറക്കാൻ എത്ര ജോലിക്കാരെ വേണം? നാണു എല്ലാം കണക്കുകൂട്ടിപ്പറഞ്ഞു. കണക്കു കിറുകൃത്യമായിരുന്നു.

അയാളുടെ ജീവിതരീതി തന്നെയും ഒന്നുവേറെയാണ്. ജോലിക്കാർക്കു വെച്ചുകൊടുക്കുന്ന പഴങ്കഞ്ഞിയിലും കൊട്ടാരക്കരപ്പുളിയിലും ചക്കകൂട്ടാനിലുമൊന്നും പങ്കു പറ്റിയില്ല. കൂലി "പച്ച"യായി വാങ്ങി. ഭാര്യ അത് കുടിലിൽ കൊണ്ടുചെന്നു പാകംചെയ്തു. എളിയനിലയിലാണെങ്കിലും ആഹാരത്തിന് ഒരു പ്രത്യേകതയുണ്ടായിരുന്നു. ഊണിനു ചിലപ്പോൾ പരിപ്പും പർപ്പടകവും പോലും തയ്യാറാക്കിയിരുന്നു.

മറ്റുള്ള ജോലിക്കാർക്കു അതിശയം തോന്നി. ഈ എളയച്ഛനും വീട്ടുകാരിയും മോശക്കാരല്ല.

എല്ലാവർക്കും നാണുവിനെ ഇഷ്ടമായി. ആരോടും ഒരു ദേഷ്യമില്ല. കാര്യവിവരമുള്ളയാളാണ്. ജോലികഴിഞ്ഞാൽ ദിവസവും അമ്പലമുക്കിലെ പലചരക്കുകടയിൽ ചെന്നു പത്രം വായിക്കും. ജോലിക്കാരോടു പത്രവാർത്തകളെക്കുറിച്ചു പറയും.

ഒരു ദിവസം ഗോപാലൻസാറിനോടു പത്തനാപുരത്തു പോകുകയാണെന്നു പറഞ്ഞ് അയാൾ അഞ്ചലിൽ ചെന്നു. അളിയനെ പറഞ്ഞു വള്ളികുന്നത്തിനയച്ചു. ഏതെങ്കിലും പാർട്ടിക്കാരെ കണ്ടുപിടിച്ച് താനുമായി ബന്ധപ്പെടാനുള്ള ഏർപ്പാടുണ്ടാക്കാൻ പറയാനായിരുന്നു. എന്നിട്ടുവേണം അകത്തുകിടക്കുന്ന പ്രതികൾക്കുവേണ്ടി എന്തെങ്കിലും ചെയ്യുന്നതിനെക്കുറിച്ചാലോചിക്കാൻ. ചെന്നുകാണേണ്ടവരുടെ പേരുവിവരം പ്രത്യേകം പറഞ്ഞയച്ചു.

വള്ളികുന്നത്തു ചെന്നുപെട്ടപ്പോൾ എങ്ങനെയെങ്കിലും ജീവനും കൊണ്ടു രക്ഷപ്പെട്ടാൽ മതിയെന്നു തോന്നി അളിയന്. അത്ര ഭീകരമായ സ്ഥിതിയാണ്. പൊലീസുകാർ തോപ്പിൽഭാസിയുടെ വീടുവളഞ്ഞ് പ്രായമായ അച്ഛനെ പിടിച്ചിറക്കി ഉപദ്രവിച്ചു. വീട്ടിലെ ജംഗമ സാധനങ്ങളെല്ലാം കണ്ടുകെട്ടിക്കൊണ്ടുപോയി. തൂമ്പയും കലപ്പയും മുതൽ നെല്ലും വിത്തും വരെ. മൂപ്പിലാനും വല്യമ്മയും കൂടി ഓച്ചിറ പടനിലത്തു കുടിലുകെട്ടിക്കഴിയുന്നു, പൊലീസിന്റെ ശല്യത്തിൽനിന്നും രക്ഷപ്പെടാൻ.

അളിയൻ ആരെയും കാണാനും ഒന്നും നിന്നില്ല. പോയതുപോലെ മടങ്ങിപ്പോന്നു.

കൊച്ചുകൃഷ്ണൻ മുരുക്കുംകോട്ട് അസ്വസ്ഥനായിക്കഴിഞ്ഞു. പാർട്ടിയിൽപ്പെട്ട ആരുമായും ബന്ധമില്ല. ഒരു വിവരവും അറിയാനില്ല. ആ കുഗ്രാമത്തിൽ ഒറ്റപ്പെട്ട് ദിവസങ്ങൾ നീക്കി.

പണിയില്ലാത്ത സമയങ്ങളിൽ ജോലിക്കാർ അയാളുടെ കൊട്ടിലിൽ ചെന്നു വർത്തമാനം പറഞ്ഞിരിക്കും. അവരുടെ വീട്ടുകാര്യങ്ങൾ. അവരനുഭവിക്കുന്ന കഷ്ടപ്പാടുകൾ.....

ഒരു ദിവസം നാണു പറഞ്ഞു:

"ജോലിക്കാർക്ക് കഷ്ടപ്പാടൊന്നുമില്ലാത്ത ഒരു രാജ്യമുണ്ട്."

"അങ്ങനെ ഞങ്ങളും കേട്ടിട്ടുണ്ട്."

"ഈ ലോകത്തെ ഏറ്റവും വലിയ രാജ്യം. അവിടെ തൊഴിലാളികളാ

രാജ്യം ഭരിക്കുന്നത്. റഷ്യയെന്നാണു പേര്."

അവർ കാതുകൂർപ്പിച്ചിരുന്നു.

"അതുപോലെ, ചൈന. ഈ ലോകത്ത് ഏറ്റവും കൂടുതൽ ജനങ്ങൾ തിങ്ങിപ്പാർക്കുന്ന രാജ്യം. ഈ അടുത്തകാലത്താ അവിടെ വിപ്ലവം ജയിച്ച് തൊഴിലാളികൾ അധികാരം സ്ഥാപിച്ചത്. വേറെയുമുണ്ട് അതുപോലെയുള്ള രാജ്യങ്ങൾ....."

"അതിരിക്കട്ടെ. എവിടെയാ എളയച്ഛന്റെ സ്ഥലം?"

"പത്തനാപുരം."

ഒരാൾ തമാശയായി പറഞ്ഞു:

"ഈ വർത്തമാനം കേട്ടാ ശൂരനാട്ടുകാരനോ മറ്റോ ആണെന്നു തോന്നും."

കൊച്ചുകൃഷ്ണൻ അതുകേട്ട് ചിരിച്ചു.

"ഞങ്ങക്ക് എല്ലാമൊന്നു പറഞ്ഞുതാ എളയച്ഛാ...."

"അതിനൊരു കാര്യം ചെയ്യ്. എല്ലാം പറഞ്ഞുതരാം. നിങ്ങളൊന്നിച്ചൊന്നുകൂട്."

"വിത്തിടീലൊന്നു കഴിയട്ടെ. നമുക്ക് ഒരു ദിവസം ഞങ്ങളുടെ വീട്ടികൂടാം."

"അന്നു ഞാൻ വരാം. നമുക്കവിടെവെച്ചു വിവരമായി സംസാരിക്കാം."

അവരുടെ ജിജ്ഞാസ കണ്ടപ്പോൾ നാണുവിന് സന്തോഷം തോന്നി.

പതുക്കെപ്പതുക്കെ അവരെ പ്രസ്ഥാനത്തിലേക്കു കൊണ്ടുവരണം.

കുഞ്ഞിക്കുട്ടിയെയും കുട്ടികളെയും അവിടെ നിറുത്തിയിട്ട് ഒരു ദിവസം രഹസ്യമായി വള്ളികുന്നം ശൂരനാടുവഴി ഒന്നു കറങ്ങണമെന്നു കരുതി. ആ യാത്രയിൽ എവിടെയെങ്കിലുംവെച്ച് നേതൃത്വവുമായി ബന്ധം സ്ഥാപിക്കാൻ കഴിയും. ഇപ്പോൾ വിത്തിടീലിനു സമയമായി. അതു കഴിയട്ടെ.

ഉഴവു കഴിഞ്ഞപ്പോൾ കൊച്ചുകൃഷ്ണൻ ഗോപാലൻസാറിനോടു പറഞ്ഞു:

"വെള്ളി വിത്തിടുന്നതിനേക്കാൾ എന്തുകൊണ്ടും നല്ലത് പിരട്ടി ഇടുന്നതാ. ഒന്നരവിത്തിന് ഒരുകുട്ട ചാണകപ്പൊടി വീതം ചേർത്തുപിരട്ടിയാൽ അതിന്റെ ഗുണം കതിരുവരെ കാണും."

ഗോപാലൻസാറു സമ്മതിച്ചു.

പുതുമഴ പെയ്തു. വയലിൽ പുതുമണ്ണിന്റെ ഗന്ധം പ്രസരിച്ചു. കട്ടയുടച്ചു നിലം നിരപ്പാക്കി. വിത്തിടീലിന്റെ ഒരുക്കങ്ങൾക്കിടയിൽ പത്രം നോക്കാൻ പോലും കഴിഞ്ഞില്ല. കുറെ ദിവസമായി അമ്പലമുക്കിലെ കടയിൽ പത്രം വരാറില്ല.

മുരുക്കുംകോട്ടു വന്ന് ഇത്രനാളായിട്ടും വെളിയിലെങ്ങോട്ടും ഇറങ്ങിയിട്ടില്ല. പത്രം വായിക്കാനുള്ള ആഗ്രഹത്തോടെ ഏരൂർ ജങ്ഷൻ നേരെ

നടന്നു. ജങ്ഷനിൽ ഒരു ചായക്കടയിൽ കയറി ചായകുടിച്ചു. അവിടെ കിടന്ന പത്രമെടുത്തു വായിച്ചു. മംഗലത്തുശേഖരപിള്ള അവിടെ കൊച്ചു കൃഷ്ണനെ കണ്ട് വാപൊളിച്ചു. അയാൾ അഞ്ചലിനടുത്തുള്ള എസ്റ്റേറ്റിലേക്കു പോകുകയായിരുന്നു. ഒന്നുകൂടി ഒന്നു നോക്കിയിട്ട് പിള്ള പെട്ടെന്ന്, ഒഴിഞ്ഞുമാറിക്കളഞ്ഞു.

കൊച്ചുകൃഷ്ണൻ തലേന്നത്തെ പത്രംകൂടി ചോദിച്ചു വാങ്ങി തിരിച്ചും മറിച്ചും നോക്കിയിട്ട് മുരുക്കുംകോട്ടേക്കു മടങ്ങി.

പിറ്റേന്നു വാണിയത്തു വയലിൽ വിത്തിടീലാണ്. പൊഴിപിടിക്കാൻ മൂന്നുകലപ്പ. മൂന്നേരു കാള. വിത്തിടാൻ കുഞ്ഞിക്കുട്ടിയുൾപ്പെടെ ഒൻപതു പെണ്ണാളുകൾ. വിത്തുചുമക്കാനും അരികും മൂലയും കൊത്തിയിടാനും പൊഴിവലിച്ചു മറയ്ക്കാനുമെല്ലാം വേറെ ആണാളുകൾ. കൊച്ചു കൃഷ്ണൻ എല്ലാറ്റിനും മുന്നിൽ കാളയെ തെളിച്ച് പൊഴി പിടിച്ചുകൊണ്ടു നടന്നു. ഇടതു കൈകൊണ്ടു കലപ്പയുടെ മേൽപ്പിടിയിൽ പിടിച്ച്, വലതു കൈയിൽ ചാട്ടയും ചുഴറ്റി കാളപ്പുറകെ നടക്കുമ്പോൾ മുന്നിൽ കണ്ട പൊഴിയിലായിരുന്നു ശ്രദ്ധ. ശരിക്കും അരപ്പൊഴി മറയുന്നുണ്ടോ? പൊഴി വേണ്ടത്ര താഴുന്നുണ്ടോ...... അതിൽ വിത്തും ചാണകവും കണക്കിനു വീഴുന്നുണ്ടോ?..

തൊടുപ്പു തിരിഞ്ഞപ്പോൾ കാളയെ അടിച്ചു നടത്തി.

"കാള...... ർർറ."

പൊഴിയിൽ നോക്കി ഉറക്കെ വിളിച്ചു പറഞ്ഞു:

"പൊഴി കുറെ അകന്നുപോകുന്നു. കുറെക്കൂടി അടുത്തു പിടിച്ചോളിൻ."

ആരോ പെട്ടെന്ന് കടന്നുവന്ന് രണ്ടു കൈയ്ക്കും ബലമായി കേറിപ്പിടിച്ചു. മുഖമുയർത്തിയപ്പോഴേക്കും നാലഞ്ചാളുകൾ പൊതിഞ്ഞു നില്ക്കുന്നു. നിലത്തിൽ പൊലീസ് നിരന്നു കഴിഞ്ഞു. വയലിന്റെ തെക്കേക്കരയിലുള്ള മലയിലൂടെ വീണ്ടും പൊലീസുകാർ ഓടിയിറങ്ങി വരുന്നു.

കൈയ്ക്കു പിടിച്ചയാൾ ചോദിച്ചു:

"നീയല്ലേ പാലക്കോട്ടു കൊച്ചുകൃഷ്ണൻ?"

അപ്പോൾ വിസ്മയം ഭാവിച്ചു.

"കൊച്ചുകൃഷ്ണനോ?"

"നിന്റെ പേര്?"

"ഞാൻ നാണുവാണ്. എന്താ കാര്യം?"

ദൂരെനിന്നു മംഗലത്തുശേഖരപിള്ള വിളിച്ചു പറഞ്ഞു:

"അതു തന്നെ ആൾ."

മുഖത്ത് ഒരടിയേറ്റു. ഒരലർച്ച കേട്ടു.

"പട്ടിപ്പുലയാടിമോനെ. നടക്കെടാ അങ്ങോട്ട്."

എല്ലാവരും കൂടി അയാളെ ബലമായി പിടിച്ചു വലിച്ചു. അയാളും ബലം പിടിച്ചു.

കാര്യമറിയാതെ പരിഭ്രാന്തരായി ഓടിക്കൂടിയ ജോലിക്കാരോട് ഇൻസ്പെക്ടർ വിളിച്ചു പറഞ്ഞു:

"ദൂരെ മാറിൻ. ഇവൻ പിടികൊടുക്കാതെ നടക്കുന്ന കള്ളനാണ്. നിങ്ങളെല്ലാം ദൂരെപ്പോ."

ജോലിക്കാർ അറച്ചുനിന്നു. കാളകൾ മിനക്കെട്ടു നിന്നു.

വിത്തും തുണിക്കൊട്ടയും കളഞ്ഞിട്ട് കുഞ്ഞിക്കുട്ടി ഓടിവന്ന് അലമുറ കൂട്ടി.

"കള്ളനല്ല. കള്ളനല്ല."

അവൾ ശേഖരപിള്ളയെ ചൂണ്ടിക്കൊണ്ടു പറഞ്ഞു:

"അയാളു പറയുന്നതു കള്ളമാ. അയാളാ കള്ളൻ. അയാളു പറയുന്നതു കേട്ടോണ്ട് നിങ്ങളെന്തോന്നാ ഈ കാണിക്കുന്നത്? നിങ്ങളു കൈയീന്നു വിടാൻ."

അവൾ ചെന്നു കൊച്ചുകൃഷ്ണന്റെ കൈയിൽ കേറിപ്പിടിച്ചു.

അയാൾ ജോലിക്കാരെ നോക്കി ഉറക്കെ വിളിച്ചു പറഞ്ഞു:

"നിങ്ങൾ കേൾക്കാൻ പറയുവാ... ഞാൻ കള്ളനല്ല. ഞാനൊരു കമ്യൂണിസ്റ്റുകാരനാണ്."

മുഖത്ത് വീണ്ടും ഒരടിയേറ്റു.

"നിർത്തെടാ നിന്റെ പ്രസംഗം. നടക്കങ്ങോട്ട്."

കുഞ്ഞിക്കുട്ടി അയാളുടെ കൈയിൽ തൂങ്ങിക്കിടന്നു. അവൾ മുടിയഴിച്ചിട്ട് തുള്ളിയുറഞ്ഞതുപോലെ അലറി വിളിച്ചു.

"ഇപ്പം കൊണ്ടു പോകാനൊക്കത്തില്ല. ഞാൻ വിടത്തില്ല."

കൊച്ചുകൃഷ്ണൻ അവളെ തടഞ്ഞു.

"നീയൊന്നു മാറ്."

അയാൾ ഇൻസ്പെക്ടറുടെ നേരേ തിരിഞ്ഞു.

"ഞാൻ വരാം. കഞ്ഞികുടിച്ചിട്ടേ വരാനൊക്കൂ."

"നിനക്കു കഞ്ഞിയല്ല. പ്രഥമനും കൂട്ടി ഊണൊരുക്കി വെച്ചിട്ടുണ്ട്."

"ഞാനിവിടെ പണി ചെയ്തോണ്ടുനിക്കുവാരുന്നു. വിശപ്പുണ്ട്. കഞ്ഞികുടിക്കാതെ വരത്തില്ല. അല്ലെങ്കിൽ കെട്ടിവലിച്ചോണ്ടു പോ."

അയാൾ നിലത്ത് ഇരിപ്പുറപ്പിച്ചു.

ഒടുവിൽ കഞ്ഞികുടിക്കാൻ അനുവദിച്ചു. കുഞ്ഞിക്കുട്ടി ചോറ്റുപാത്രത്തിൽ നിന്നു കഞ്ഞി വിളമ്പിക്കൊടുത്തു. മറ്റുള്ളവർ കണ്ണുതെള്ളിച്ചു നോക്കിനില്ക്കെ, വയലിന്റെ നടുക്ക്, കത്തിയെരിയുന്ന വെയിലത്തിരുന്ന് കൊച്ചുകൃഷ്ണൻ സാവധാനം അതു മോന്തി. അതിനുശേഷം പൊലീസിന്റെ കൂടെ പോകാനൊരുങ്ങിയപ്പോൾ അവൾ വിമ്മിക്കരഞ്ഞുകൊണ്ട് വീണ്ടും കൈയിൽ പിടിച്ച് തൂങ്ങി. അയാൾ അവളെ തട്ടിമാറ്റി.

"നീ മാറ്. ദൂരെ മാറാൻ."

അവൾ നിന്നു തേങ്ങി.

"എനിക്കിനി എന്നൊന്നു കാണാനൊക്കും എന്റെ പൊന്നേ."

"എന്നെങ്കിലും...."

പൊലീസുകാർ അയാളെ വിലങ്ങുവെച്ച് നടത്തിക്കൊണ്ടു പോയപ്പോൾ അവൾ കരഞ്ഞു വിളിച്ചു പുറകെ ചെന്നു. അവർ മലകയറി മറഞ്ഞപ്പോൾ തലയ്ക്കു കൈയും കൊടുത്ത് വയലോരത്തിരുന്നു തന്നെത്താൻ പൊട്ടിക്കരഞ്ഞു.

"എന്നെ തനിച്ചാക്കിയിട്ട് ഇതാ പോയേ, എന്റെ തമ്പുരാനേ."

പൊലീസുകാർ റോഡിൽ കാത്തുകിടന്ന വാനിൽ കൊച്ചുകൃഷ്ണനെ പിടിച്ചുകേറ്റി പുനലൂരേക്കു കൊണ്ടുപോയി. രാത്രി പുനലൂർ ലോക്കപ്പിലിട്ടു തല്ലിച്ചതച്ചു.

രാവിലെ എഴുന്നേല്ക്കാൻ ആവതില്ലായിരുന്നെങ്കിലും ഇരുമ്പഴികളിൽ തൂങ്ങി വെളിയിലേക്കു നോക്കിനിന്നു. കുഞ്ഞിക്കുട്ടിയും കുട്ടികളും അവിടെങ്ങാനും വന്നിട്ടുണ്ടോ?

അവിടെനിന്നു കസ്ബായിലേക്കു കൊണ്ടുപോരുന്നതുവരെ വന്നില്ല. അതിനു ശേഷമുള്ള വിശേഷമൊന്നും അറിഞ്ഞുകൂടാ. അച്ചുതൻനായരുടെ മുഖത്തുനോക്കി നേരിയ വിഷാദത്തോടെ കൊച്ചുകൃഷ്ണൻ പറഞ്ഞു:

"അവൾ എങ്ങോട്ടു പോയോ എന്തോ? ജീവിതത്തിലാദ്യമായി ഞങ്ങൾ വേർപിരിഞ്ഞു കഴിയുകയാണ്."

ഒരു ദിവസം കഞ്ഞികുടി കഴിഞ്ഞ് എല്ലാവരും ഉടുമുണ്ടിലെ കൂറയെ കൊന്നു കൊണ്ടിരിക്കുമ്പോൾ ഹെഡ്കോൺസ്റ്റബിൾമാരും പൊലീസുകാരും കൂടിവന്ന്, തടവുകാരെല്ലാം ലോക്കപ്പിന്റെ ഒരരികിലേക്ക് നീങ്ങി നില്ക്കാൻ ആവശ്യപ്പെട്ടു. കൊച്ചുകൃഷ്ണനെ മാത്രം വിളിച്ചു നടുക്കു നിർത്തി. എന്നിട്ടു വാസുനായരെ നോക്കി ഹെഡ്കോൺസ്റ്റബിൾ പറഞ്ഞു:

"എടാ, നിന്റെ കരുത്തൊന്നു കാണട്ടെ. അങ്ങോട്ടു ചെന്ന് കൈവലിച്ചുകൊടുക്ക് അവന്റെ നട്ടപ്പുറത്ത്."

അതുകേൾക്കാത്ത മട്ടിൽ വാസുനായർ എങ്ങോട്ടോ നോക്കി അനങ്ങാതെ നിന്നു.

"എന്താടാ....മോനേ. പറഞ്ഞാ അനുസരിക്കത്തില്ലേ?"

എന്നിട്ടും കേട്ട ഭാവമില്ല.

"ഇങ്ങിറക്കവനെ. അവൻ അനുസരിക്കുമോന്നു നോക്കട്ടെ."

ഇരുമ്പഴി തുറന്ന് വാസുനായരെ പിടിച്ചിറക്കി. മറ്റുള്ളവർ ഭയചകിതരായി നോക്കിനില്ക്കെ, തലപിടിച്ചു കുനിച്ച്, റൂൾത്തടികൊണ്ടു നട്ടെല്ലിനിടിച്ചു.

"മേലാൽ പറഞ്ഞാലനുസരിക്കാമോടാ?"

കാലിന്റെ ഉപ്പൂറ്റികൊണ്ടു, നടുവിനു തൊഴിച്ചു. ഒരു ചത്ത തവളയെപ്പോലെ വാസുനായർ കാലുനീട്ടി കമഴ്ന്നുകിടന്നു. അതു കണ്ട് കൊച്ചുകൃഷ്ണൻ മുഖം തിരിച്ചു കളഞ്ഞു.

അനക്കമില്ലെന്നു കണ്ടപ്പോൾ ആളിനെ വലിച്ചു ലോക്കപ്പിലിട്ടു. അതിനുശേഷം മാധവൻപിള്ളയോടു പറഞ്ഞു:

"ഇടിക്കെടാ അവനെ."

മാധവൻപിള്ള ആ പറഞ്ഞവന്റെ നേരെ നോക്കി അനങ്ങാതെ നിന്നു. അയാളെയും പിടിച്ചിറക്കി വാസുനായരെ ചെയ്തതുപോലെല്ലാം ചെയ്തു.

ശിവരാമൻ അതെല്ലാം കണ്ട് പേടിച്ചു നില്ക്കുകയായിരുന്നു. ഹേഡ് പറഞ്ഞപ്പോൾ അവൻ അനുസരിച്ചു. മുന്നോട്ടുചെന്ന് കൊച്ചുകൃഷ്ണന്റെ മുതുകിൽ മൃദുവായി ഒരിടികൊടുത്തു.

പൊലീസുകാർ അലറി.

"എന്തുവാടാ? നീയവനെ ഉമ്മവെക്കുന്നോ? ആഞ്ഞടിയെടാ. അല്ലെങ്കിൽ നിന്റെ പുറം ഞങ്ങളിടിച്ചു പൊളിക്കും."

ശിവരാമൻ ആഞ്ഞിടിച്ചു. സൗകര്യമായി ഇടിക്കാൻ തക്കവണ്ണം കൊച്ചുകൃഷ്ണൻ പുറംകാണിച്ചു കുനിഞ്ഞുനിന്നു കൊടുത്തു.

ഒന്നിടവിട്ട ദിവസങ്ങളിൽ ഓരോരുത്തരെയും വിളിച്ചിറക്കി ഉരുട്ടലും കവട്ടയടിയും നടത്തും.

കസ്ബായിൽനിന്നു വിട്ടുപോകുന്ന ക്രിമിനൽ പുള്ളികളോട് ആദ്യമെല്ലാം കൊച്ചുകൃഷ്ണൻ പറഞ്ഞയയ്ക്കുമായിരുന്നു.

"ഇവിടെ നടക്കുന്ന വിവരങ്ങളെല്ലാം നിങ്ങൾ വെളിയിലുള്ളവരോടു പറയണം. നോട്ടീസടിച്ചോ പോസ്റ്റർ പതിച്ചോ എല്ലാ വിവരങ്ങളും പരസ്യപ്പെടുത്താൻ പറയണം."

പക്ഷേ, യാതൊന്നും നടന്നതായി അറിഞ്ഞില്ല. കുറെ മനുഷ്യജീവികളെ അതിനകത്തിട്ട് ഇഞ്ചിഞ്ചായി കൊന്നുകൊണ്ടിരിക്കുന്നത് വെളിയിലുള്ളവർ അറിയുന്നില്ല. അവരെ പുറംലോകം മറന്നുകളഞ്ഞു.

സേലം ജയിലിൽ നടന്ന വെടിവെപ്പിനെക്കുറിച്ച് പൊലീസുകാർ പറഞ്ഞു. ഒറ്റത്തീരുവയ്ക്ക് ഇരുപത്തിരണ്ടുപേരെ കൊന്നു. ഒന്നോർത്താൽ ആ മരണം ഇതിനേക്കാൾ എത്രയോ ഭേദമാണ്!

സ്പെഷ്യൽ കോടതിയിൽ കേസുവിസ്താരം തുടങ്ങിയിരുന്നു. സർക്കാരിനുവേണ്ടി പോലീസും മജിസ്ട്രേട്ടും പ്രോസിക്യൂട്ടറും സർക്കാർ ഭാഗം സാക്ഷികളും ഉണ്ടായിരുന്നു. മറുഭാഗത്ത് പ്രതികൾ മാത്രം. ഒരു വക്കീൽ പോലുമില്ല.

സാക്ഷിയായി വന്ന അണവാച്ചർ പ്രതികളുടെ മുഖത്തുനോക്കി കണ്ണുതുടച്ചു. ഗാന്ധിരാമൻപിള്ള കോടതിയിൽ തലചുറ്റിവീണു. അതിനുശേഷം സാക്ഷികളാരും പ്രതികളുടെ മുഖത്തുനോക്കാൻ സമ്മതിച്ചില്ല. അവർ സാക്ഷിക്കൂട്ടിൽ കയറിനിന്ന്, പൊലീസുകാർ പറഞ്ഞു പഠിപ്പിച്ച കാര്യങ്ങൾ തത്തപറയുംപോലെ പറഞ്ഞു:

ആരെന്തുപറയുന്നുവെന്നു പ്രതികളും ശ്രദ്ധിച്ചില്ല. വിസ്താരം കഴിയുമ്പോൾ എല്ലാവരെയും തൂക്കിക്കൊലയ്ക്കു വിധിക്കും. പക്ഷേ, ആ

വിധി കേൾക്കാൻ തങ്ങൾ ഉണ്ടാവുകയില്ല.

എല്ലാവരും ഒരുതരം പേക്കോലങ്ങളായി. താടിയും മുടിയും വളർന്ന്, വിളറിവെളുത്ത് എല്ലും കോലുമായി. ശരീരമാകെ ചൊറിയും ചിരങ്ങും പിടിച്ചു. വ്രണങ്ങളിൽ കൂറയിരുന്ന് നുരച്ചു.

ജീവിക്കാൻ ആർക്കും ആഗ്രഹമില്ല. ജീവിതത്തോടു മമതയില്ല. പൊലീസിനെ അനുസരിച്ചില്ല. നിയമങ്ങൾ വകവെച്ചില്ല. വെളിയിൽ നിന്നു രഹസ്യമായി ബീഡിയും തീപ്പെട്ടിയും സമ്പാദിച്ചു. ലോക്കപ്പിലിരുന്നു ബീഡിവലിച്ചു പുകവിട്ടു. ഒരു പൊലീസുകാരൻ അതിനു കുറ്റപ്പെടുത്തിയപ്പോൾ കൊച്ചുകൃഷ്ണൻ ചോദിച്ചു:

“ഞങ്ങൾ ബീഡി വലിക്കുന്നതിനു തനിക്കെന്തോ വേണം?”

അയാൾ വീണ്ടും ബീഡി കത്തിച്ചു. പൊലീസുകാരൻ ക്രുദ്ധനായി. മറ്റുള്ള പൊലീസുകാരെയും കൂട്ടിവന്ന് കൊച്ചുകൃഷ്ണനെ മർദ്ദിച്ചു. അകത്തുകയറിയപ്പോൾ വീണ്ടും വലിച്ചു. പൊലീസുകാരും മടുത്തു. അതിനുശേഷം ബീഡിവലിയെക്കുറിച്ചു ആരും ഗൗനിച്ചില്ല.

ഒരുദിവസം അമ്മയെച്ചേർത്ത് എന്തോ തെറിപറഞ്ഞതിന് കൊച്ചുകൃഷ്ണൻ ഒരു പൊലീസുകാരന്റെ മുഖത്ത് കാർക്കിച്ചുതുപ്പി. പൊലീസുകാർ കൂട്ടം ചേർന്നു തല്ലി. പിറ്റേന്നു കോടതിയിലേക്കു കൊണ്ടുപോകുമ്പോൾ തെറിപറഞ്ഞ പൊലീസുകാരന്റെ കന്നത്ത് വിലങ്ങുവെച്ച കൈകൾ കൂട്ടിപ്പിണച്ചു കൊച്ചുകൃഷ്ണൻ ആഞ്ഞൊരടി. തിരികെ കൊണ്ടു വന്നപ്പോൾ അയാളെ ലോക്കപ്പിനു മുന്നിലെ ഇടനാഴിയിലിട്ട് ഇടിച്ചുചതച്ച് ലോക്കപ്പിലെടുത്തുതള്ളി.

ഓരോ തവണ മർദ്ദനമേല്ക്കുമ്പോഴും അയാൾ നിഗൂഢമായ ഒരാനന്ദം അനുഭവിക്കുന്നതുപോലെ അച്ചുതൻനായർക്കു തോന്നി. സ്വന്തം തലയറുത്ത് കൈയിൽ തൂക്കിപ്പിടിച്ചുകൊണ്ട്, ആ നാക്കുനീട്ടി സ്വന്തം ചോരകുടിക്കുന്ന ഛിന്നമസ്തയായ ദുർഗ്ഗയെപ്പോലെ!

തുടിച്ചുകൊണ്ടിരിക്കുന്ന അസ്ഥികൂടങ്ങളെന്നല്ലാതെ ആർക്കും മനുഷ്യരൂപമില്ല. അവർ മനുഷ്യരായിരുന്നില്ല. ഭൂതവും ഭാവിയുമില്ലാതെ നിശ്ചലമായ വർത്തമാനത്തിൽ കുരുങ്ങിക്കിടക്കുന്ന ആത്മാവുകൾ. എല്ലാവരും രോഗബാധിതരാണ്. വാസുനായർക്കു വയറുകടി. നിരവധി തവണ ചളിയും ചോരയും പോയി. അതെല്ലാം മൂത്രമൊഴിക്കുന്നിടത്തു കെട്ടിക്കിടന്ന് മുറിയിൽ അസഹ്യമായ ദുർഗന്ധം പരത്തി.

കുട്ടപ്പക്കുറുപ്പിനു വയറുപെരുക്കവും ശ്വാസംമുട്ടലും. അല്പം പ്രാണവായുവിനുവേണ്ടി അയാൾ കുത്തിയിരുന്ന് നെടുതായി കീഴുമേൽ വലിച്ചു.

കുഞ്ഞുപിള്ളയ്ക്ക് നിരന്തരമായ വയറുവേദന. എന്തെങ്കിലും അകത്തു ചെന്നാലുടൻ ഛർദ്ദി. അച്ചുതൻനായർക്കു നെഞ്ചുവേദനയും ചുമയും..... രോഗാതുരരായി വലയുന്ന കൂട്ടുകാരെ കാണുമ്പോൾ ആ രോഗം മുഴുവൻ തന്നിലേക്കാവാഹിക്കാൻ കൊച്ചുകൃഷ്ണൻ ആഗ്ര

ഹിച്ചു. അവരനുഭവിച്ച മർദ്ദനങ്ങളെല്ലാം താൻ ഏറ്റുവാങ്ങേണ്ടതാണ്. ഈ ദുരന്തങ്ങളെല്ലാം തന്റെ മേൽ പതിക്കേണ്ടതാണ്. എല്ലാവരേക്കാളും മുമ്പേ ഈ ലോകത്തിൽ നിന്ന് കടന്നുപോകേണ്ടത് താനാണ്.

കീറത്തുണികളല്ലാതെ നഗ്നത മറയ്ക്കാൻ ആർക്കും ഒന്നുമില്ല. ഒരു ദിവസം കോടതിയിൽ ഹാജരാക്കിയപ്പോൾ ഗംഗാധരൻ ഒരു പഴംതുണിയുടെ വെളുമ്പുമാത്രമേ ധരിച്ചിരുന്നുള്ളൂ. ജുഗുപ്സാവഹമായ ആ നഗ്നത കണ്ട് പ്രോസിക്യൂട്ടർപോലും മുഖം തിരിച്ചു. അയാൾ തന്റെ ബാഗിലുണ്ടായിരുന്ന രണ്ടാം മുണ്ടെടുത്ത് ഗംഗാധരനു നല്കി.

വസ്ത്രങ്ങൾ വേണമെന്നും ചികിത്സവേണമെന്നുമെല്ലാം പേരൂർ മാധവൻപിള്ള കോടതിയിൽ പറഞ്ഞു. മജിസ്ട്രേട്ട് അതൊന്നും ഗൗനിക്കുകപോലും ചെയ്തില്ല....

തോട്ടിൽ കുളിക്കാൻ കൊണ്ടുപോകുന്ന ദിവസമായപ്പോൾ എല്ലാവരും പാണ്ടിയെണ്ണയും തേച്ചാണ് ചീക്കിനുപോയത്. ചീക്കിനിരുത്തിയിട്ട് തോട്ടിനടുത്തേക്ക് കൊണ്ടുപോകുമ്പോൾ മഴപെയ്യാനുള്ള ലക്ഷണം കണ്ടു. ചാറ്റൽ തുടങ്ങി. പ്രതികളെ ഏറ്റുവാങ്ങിയ ഹെഡ്കോൺസ്റ്റബിൾ പറഞ്ഞു:

"തിരിഞ്ഞുനടന്നോ. ഇന്നൊരുത്തനും കുളിക്കണ്ട."

തിരികെ കൊണ്ടുപോയി ലോക്കപ്പു ചെയ്തു. ഉടുത്തിരുന്ന പഴംതുണി കൊണ്ട് അവർ ശരീരത്തെ എണ്ണ തുടച്ചുകളഞ്ഞു.

അന്നുവൈകിട്ടു ഗോപാലനു കുളിരും തലവേദനയും തുടങ്ങി. രാത്രിയിൽ ദാഹിക്കുന്നു എന്നു പറഞ്ഞ് വെള്ളം ചോദിച്ചു. ആരു വെള്ളം കൊടുക്കാൻ? അതിനടുത്ത ദിവസം പനികൂടി. നിലത്തുകിടന്നു കിടുങ്ങിവിറച്ചു. പിച്ചും പേയും പറയാൻ തുടങ്ങി. മാധവൻപിള്ള പൊലീസുകാരെ വിളിച്ച് എന്തൊക്കെയോ സഹികെട്ട് പറഞ്ഞപ്പോഴാണ് ആശുപത്രിയിൽ കൊണ്ടുപോയത്.

ഗോപാലനു ടൈഫോയ്ഡായിരുന്നു. അടിക്കടി രോഗം മൂർച്ഛിച്ചു. സന്ദിഗ്ദ്ധാവസ്ഥയിൽ ആശുപത്രി സെല്ലിൽനിന്ന് ജനറൽ വാർഡിലേക്കുമാറ്റി. ഇടയ്ക്കിടെ ബോധം മങ്ങിമറയുകയും വീണ്ടും ബോധാവസ്ഥയിലേക്കു മടങ്ങുകയും ചെയ്തു. ഒരു തവണ ബോധം വീണപ്പോൾ തൊട്ടടുത്ത ബെഡ്ഡിൽ പൊലീസ് കാവലോടെ കിടത്തിയിരുന്ന മറ്റൊരു രോഗിയെ ശ്രദ്ധിച്ചു. അയാളുടെ ശ്വാസകോശത്തിൽനിന്നു ഡോക്ടർ പഴുപ്പു കുത്തിയെടുക്കുന്നു. ഗോപാലൻ അയാളെനോക്കി മൗനമായി കിടന്നു. ആരോ പറഞ്ഞു: അതാണു സി ഒ മാത്യു. പുനലൂരെ പേപ്പർ മിൽ തൊഴിലാളികളുടെ നേതാവ്.

അതുവരെ കാണുകയോ കേൾക്കുകയോ ചെയ്തിരുന്നില്ലെങ്കിലും ആ സഖാവിനെക്കുറിച്ചു വല്ലാത്ത ഉൽക്കണ്ഠതോന്നി. മാത്യുവിന്റെ അമ്മയും ഭാര്യയും അടുത്തിരുന്ന് അയാളെ ശുശ്രൂഷിക്കുന്നു. അയാൾ ചലനമറ്റു കിടക്കുന്നു.

ഗോപാലന്റെ കൈയും കാലും കുളുന്നു വിറച്ചു. തലയ്ക്കു ചൂടു പിടിച്ചു. തലയ്ക്കകം തിളച്ചുമറിഞ്ഞ് വീണ്ടും പ്രജ്ഞകെട്ടു.

ദിവസങ്ങളോളം കഴിഞ്ഞിട്ടാണ് കണ്ണു തുറന്നത്. അപ്പോൾ കിടക്കയിൽ മാത്യുവില്ല. അയാൾക്ക് എന്തുപറ്റിയെന്നറിഞ്ഞുകൂടാ. ആരോടെങ്കിലും ചോദിക്കാൻ നാക്കെടുക്കാൻ വയ്യ. ചെവി കേൾക്കാൻ വയ്യ. ആളിനെ തിരികെ ജയിലിലേക്കു കൊണ്ടുപോയതാവുമെന്നു കരുതി.

ഒടുവിൽ നാക്കെടുക്കാമെന്നായപ്പോൾ തനിക്കു കാവൽ നിന്ന പൊലീസുകാരനോടു ചോദിച്ചു. പൊലീസുകാരന്റെ മറുപടി.

"ആ മനുഷ്യൻ ചത്തുപോയി."

മരണത്തിനും ജീവിതത്തിനും ഇടയ്ക്ക് അകപ്പെട്ടതുപോലെ ഗോപാലനു തോന്നി. താൻ മരിച്ചിട്ടില്ലെന്നറിഞ്ഞപ്പോൾ അയാൾ അതിശയത്തോടെ കണ്ണുചുഴറ്റി നാലുപാടും നോക്കി അനങ്ങാതെ കിടന്നു....

കുഞ്ഞുപിള്ളയുടെ വയറ്റുവേദന കൂടിക്കൂടി വന്നു. ആദ്യമെല്ലാം വേദന കടിച്ചമർത്തിക്കഴിഞ്ഞു. ഒടുവിൽ ഞരങ്ങുകയും മൂളുകയും ചിലപ്പോൾ വിളിവെക്കുകയും ചെയ്തു. നിലയ്ക്കാത്ത ഛർദ്ദിയും ബോധക്ഷയവും. കുഞ്ഞുപിള്ളയെയും ജില്ലാ ആശുപത്രിയിലേക്കു മാറ്റി. അവിടുത്തെ പരിശോധനയിൽ അയാളുടെ കുടൽ പഴുത്തു തുടങ്ങിയിരുന്നുവെന്നു മനസ്സിലായി.

രണ്ടു ദിവസം കഴിഞ്ഞപ്പോൾ അച്ചുതൻനായർ പാറാവുകാരനോടു തിരക്കി:

"കുഞ്ഞുപിള്ളയുടെ അസുഖം എങ്ങനെയിരിക്കുന്നു?"

അയാൾ നിർവ്വികാരമായി പറഞ്ഞു:

"നിങ്ങളിനി അവനെ നോക്കണ്ട. തിരികെ വരുന്നകാര്യം സംശയമാണ്."

ലോക്കപ്പിൽ കിടന്നവർ പരസ്പരം കുഞ്ഞുപിള്ളയെക്കുറിച്ചു പറഞ്ഞുകൊണ്ടിരുന്നു.

ആ മനുഷ്യൻ ഭയമെന്തെന്നറിഞ്ഞിട്ടില്ല. പ്രസ്ഥാനവുമായി ബന്ധപ്പെട്ടതിൽ പിന്നെ ഒരിക്കലും ഒന്നിലും പുറകോട്ടു മാറിയിട്ടില്ല. ഭാര്യയും രണ്ടു കുട്ടികളുമുണ്ട്. അവരെങ്ങനെ കഴിയുന്നോ എന്തോ? ഒരിക്കലും അതിനെക്കുറിച്ചോർത്തു കുണ്ഠിതപ്പെട്ടു കണ്ടിട്ടില്ല. ഏറെ താമസിയാതെ വിപ്ലവം തുടങ്ങുമെന്നും മറ്റെല്ലാം മറന്ന് അതിൽ പങ്കെടുക്കാമെന്നുമായിരുന്നു പ്രതീക്ഷ. വിപ്ലവത്തിൽപ്പെട്ട തങ്ങളെല്ലാം ചത്തടിഞ്ഞാലും അതോടെ ഒരു പുതിയ ലോകം പിറക്കും. തന്റെ സങ്കല്പത്തിലുള്ള സുന്ദരമായ ഒരു ലോകം!

ആ കുഞ്ഞുപിള്ള മരണം കാത്തു കിടക്കുന്നു.

എല്ലാവരും അയാളുടെ മരണവാർത്തയും പ്രതീക്ഷിച്ചു കഴിഞ്ഞു. അന്നു സന്ധ്യക്ക് അയാൾ മരിച്ചെന്ന് കസ്ബായിൽ അറിവു കിട്ടി.

ആരും ഞെട്ടിയില്ല. ഒരിറ്റു കണ്ണീരും പൊഴിച്ചില്ല. ഇനിയത്തെ മുറ

തങ്ങളുടേതാകണമെന്നേ ആഗ്രഹിച്ചുള്ളൂ.

പിറ്റേദിവസം രാവിലെ കേട്ടു— മരിച്ചുപോയ കുഞ്ഞുപിള്ള ശവമുറിയിൽ ഉയിർത്തെഴുന്നേറ്റു!

വെളുപ്പിന് ആശുപത്രിവളപ്പിലുള്ള കക്കൂസിൽ പോയ ഒരു സ്ത്രീ ശവമുറിയിൽ നിന്നു മൂളലും ഞരങ്ങലും കേട്ടു. അവർ ചെവിവട്ടം പിടിച്ചു. മനുഷ്യന്റെ ശബ്ദമാണ്. ഓടിപ്പോയി വാർഡിലുള്ളവരോടു വിവരം പറഞ്ഞു. ശവമുറിയിൽ മനുഷ്യന്റെ ശബ്ദം. ഡ്യൂട്ടി ഡോക്ടർ ചെന്നു നിന്ന് ശവമുറി തുറപ്പിച്ചു. കുഞ്ഞുപിള്ള മരണത്തിനെതിരെ പോരാടുകയാണ്. വളരെ ബദ്ധപ്പെട്ട് അയാൾ പ്രാണവായു വലിച്ചെടുക്കുകയും ശ്വാസം പുറത്തേക്കു വിടുകയും ചെയ്യുന്നു.

ലോക്കപ്പിൽ കിടന്നിരുന്നവർ അതിശയംകൊണ്ടു പരസ്പരം കണ്ണുമിഴിച്ചുനോക്കി. അച്ചുതൻനായരുടെ നോട്ടം കണ്ടപ്പോൾ കൊച്ചുകൃഷ്ണൻ കരഞ്ഞു. എല്ലാവരും കരഞ്ഞു. കുഞ്ഞുപിള്ള മരിച്ചെന്നു കേട്ടപ്പോഴല്ല, വീണ്ടും ജീവിച്ചിരിക്കുന്നുവെന്നറിഞ്ഞപ്പോൾ.

കൊച്ചുകൃഷ്ണൻ കണ്ണീരുതുടച്ചുകൊണ്ടു പറഞ്ഞു:

“ജീവൻ ജയിച്ചിരിക്കുന്നു. ജീവനും മരണവും തമ്മിലുള്ള പോരാട്ടത്തിൽ അവസാനം ജീവൻ വിജയം വരിച്ചിരിക്കുന്നു!”

മുപ്പത്തൊന്ന്

ഒടുവിൽ കൊറ്റാർകാവിലെ പോർക്കലി ഭഗവതി തന്റെ ഭൂതഗണങ്ങളിലൊന്നിനെ കൊല്ലം കസ്ബാ പോലീസ്സ്റ്റേഷനിലേക്ക് പറഞ്ഞയച്ചുവെന്നുതോന്നി. കണ്ണും കാതും കാലുമില്ലാത്ത, കാണാനും കേൾക്കാനും നടക്കാനും വയ്യാത്ത സാക്ഷാൽ വസൂരിമാലയെ.

തമ്പുരാട്ടി ആദ്യം അനുഗ്രഹം ചൊരിഞ്ഞത് ചാത്തൻകുട്ടിയിലാണ്. അയാൾക്ക് ഒരു രാത്രി നല്ല തലവേദനയും കുളിരും തോന്നി. നിലത്തു കിടന്ന് കുളുന്നു വിറച്ചു. പിറ്റേന്ന് എഴുന്നേല്ക്കാൻ പോലും കഴിഞ്ഞില്ല. അടുത്ത ദിവസമായപ്പോഴേക്കും ശരീരം മുഴുവൻ കുരുക്കൾ വന്നു പൊങ്ങി. അയാളെ മസൂരി ആശുപത്രിയിലെ സെല്ലിലേക്കു മാറ്റി.

പുറകെ ശിവരാമൻ, പിന്നെ കുട്ടപ്പക്കുറുപ്പ്, ഒടുവിൽ അച്ചുതൻനായർ. ദേവി കനിഞ്ഞരുളിയ പവിഴമണികളും ചാർത്തി ഓരോരുത്തരായി ആശുപത്രിയിലെത്തി.

കുളുന്നു വിറച്ചും പഴുത്തുപൊട്ടിയ കുരുക്കളിൽനിന്നു ചലമൊലിപ്പിച്ചും സെല്ലിൽ ചുരുണ്ടുകൂടിക്കിടന്നു. ചികിത്സയൊന്നുമില്ല. ഒരു ഡോക്ടർ ദൂരെ വന്നു നോക്കിയിട്ടു പോകും. പ്രായം ചെന്ന ഒരു സ്ത്രീ അവർക്കു കഞ്ഞിവെച്ചു കൊണ്ടുചെന്നുകൊടുത്തു.

പാറാവു നില്ക്കുന്ന പൊലീസുകാർപോലും ശല്യപ്പെടുത്താൻ ചെല്ലാറില്ല. അവർ അകലെമാറി, ഉറക്കം തൂങ്ങിക്കൊണ്ടിരിക്കും. മറ്റുള്ള

വർ അസുഖം ഭേദമായി മടങ്ങി. അപ്പോഴും അച്ചുതൻനായരുടെ ശരീരത്തിലെ കുരുക്കൾ ഉണങ്ങിയിരുന്നില്ല. സെല്ലിലെ ഏകാന്തതയിൽ അയാൾ ഒറ്റയ്ക്കു കഴിഞ്ഞുകൂടി. കൂട്ടിനു വസൂരിമാല ഭഗവതി മാത്രം.

കുഞ്ഞുനാളിൽ അമ്മൂമ്മ പറഞ്ഞിട്ടുള്ളത് ഓർമ്മ വന്നു. വസൂരിയുള്ള വീട്ടിനടുത്ത് കടുകുവറുക്കുകയും പർപ്പടകം കാച്ചുകയും ചെയ്യരുത്. മണംകേട്ടാൽ ഭഗവതി നീങ്ങിനിരങ്ങി വന്നുകേറും. കണ്ണും കാതും കാലുമില്ലെന്നേയുള്ളൂ. മൂക്കും കൈയുമുണ്ട്. അവർ പണ്ട് മനോദരിയെന്ന സുന്ദരിയായിരുന്നു. മൂന്നു ലോകങ്ങളെയും കിടിലംകൊള്ളിച്ച ആ ദാരുകന്റെ പത്നി. ദാരുകനും കാളിയും തമ്മിൽ ഉഗ്രമായ പോരാട്ടം നടക്കുമ്പോൾ, ഭർത്താവിനു തോല്‌വി പിണയാതിരിക്കാൻ മനോദരി കൈലാസത്തിൽചെന്നു തപസ്സു ചെയതു. ശിവൻ തന്റെ ശരീരത്തിലെ വിയർപ്പു വടിച്ചു വരപ്രസാദമായി നല്കിയിട്ടു മനോദരിയെ അനുഗ്രഹിച്ചു. അവൾ മടങ്ങി വരുമ്പോൾ കണ്ടു— ഭർത്താവിന്റെ തലയറുത്ത് ഇടതുകൈയിൽ തൂക്കിപ്പിടിച്ചുകൊണ്ട് വേതാളിയുടെ കഴുത്തിൽ കേറി, ഭൂതഗണങ്ങളുമായി കാളി അലറിവിളിച്ചു വരുന്നു. മനോദരി തീവ്രമായ ദുഃഖത്തോടും രോഷത്തോടും കൂടി കൈയിലിരുന്ന വിയർപ്പുകോരി കാളിയുടെ മേൽ കുടഞ്ഞു. ആ കറുത്തശരീരമാകെ മസൂരി വന്നു പൊങ്ങി. കാളി വഴിവക്കിൽ കുഴഞ്ഞു വീണു. കാലകാലനെപ്പോലും ചവിട്ടിമെതിച്ച കാളി. വിവരമറിഞ്ഞ് ശിവൻ ഉഗ്രമൂർത്തിയായ ഘണ്ടാകർണ്ണനെ പറഞ്ഞയച്ചു. അയാൾചെന്നു കുരുക്കൾ നക്കി മാറ്റി. സ്വന്തം സഹോദരനായതുകൊണ്ട് മുഖത്തു നക്കാൻ അനുവദിച്ചില്ല. അതുകൊണ്ട് ആ പഴുത്തുകുടുന്ന മസൂരി മണികൾ ഇപ്പോഴും കാളിയുടെ മുഖത്തു കാണാം. കാളി മനോദരിയെ പിടിച്ച് കണ്ണുകൾ ചൂഴ്ന്നെടുത്ത്, കാതും കാലുമറുത്ത്, മസൂരിമാലയാക്കി തന്റെ ഭൂതഗണത്തിൽ ചേർത്തുവത്രെ!

ആ മസൂരിമാല ഭഗവതി പകൽ സമയം അച്ചുതൻനായർക്കു കാവലിരുന്നു. രാത്രിയിൽ അയാളെ കെട്ടിപ്പിടിച്ചു കിടന്നുറങ്ങി.

ഒടുവിൽ കുരുവുണങ്ങി പൊറ്റപിടിക്കാൻ തുടങ്ങിയപ്പോൾ രോഗബാധിതനായ മറ്റൊരു തടവുകാരനെ കൊണ്ടു വന്നു.

അങ്ങനെ തൊട്ടരികിൽ വീണ്ടുമൊരു മനുഷ്യൻ. കണ്ണും കാതും കാലുമുള്ള മനുഷ്യൻ.

അച്ചുതൻനായരുടെ ഹൃദയം കുളിർത്തു. അയാൾക്കു വീണ്ടും ഉത്സാഹം തോന്നി. മനുഷ്യനു ദേവതയേക്കാൾ എത്രയോ അടുപ്പമാണ് മറ്റൊരു മനുഷ്യനോട്.

പുതിയ തടവുകാരനും കമ്യൂണിസ്റ്റാണ്. പത്തനംതിട്ടക്കാരൻ എം റ്റി വർഗ്ഗീസ്. അതുകൂടിയറിഞ്ഞപ്പോൾ തോന്നിയ ആഹ്ലാദം! തുറന്നു കാര്യങ്ങൾ പറയാൻ ഒരാളായി. അവർ തമ്മിൽ പറഞ്ഞും ചൊല്ലിയും നേരം കഴിച്ചു. ശൂരനാട്ടു നടന്നതെന്താണെന്ന് വർഗ്ഗീസ് ചോദിച്ചറിഞ്ഞു. ശൂരനാട്ടെ സഖാക്കളുടെ ധീരതയെ വാഴ്ത്തി. എന്നിട്ടു പറഞ്ഞു:

"അവന്മാർ നമ്മളെയെല്ലാം വളഞ്ഞു പിടിച്ചതുമൂലം പാർട്ടിക്കു

ണ്ടായ നഷ്ടം വളരെ വലുതാണ്. അതുകൊണ്ട് തരംകിട്ടിയാൽ വെളിയിൽ ചാടാൻ നോക്കണം."

പാർട്ടിയുടെ തന്ത്രത്തെയും അടവുകളെയും കുറിച്ച് വർഗ്ഗീസ് ദീർഘമായി സംസാരിച്ചു. നയപരിപാടികളിൽ പാർട്ടി മാറ്റം വരുത്തി. ഒരു പുതിയ കേന്ദ്രകമ്മിറ്റി നിലവിൽ വന്നിട്ടുണ്ട്.

വർഗ്ഗീസിനെ കാണാൻ കഴിഞ്ഞതുകൊണ്ട് നിരവധി കാര്യങ്ങൾ ചോദിച്ചറിഞ്ഞു.

അച്ചുതൻനായരുടെ ദീനം പൊറുത്തു. ശരീരത്തിലെ കുരുക്കളുണങ്ങി പൊറ്റയടർന്നു. അയാളെ ആശുപത്രിയിൽ നിന്നു ഡിസ്ചാർജ് ചെയ്തപ്പോൾ വർഗ്ഗീസിനെ വിട്ടുപിരിഞ്ഞു പോകാൻ മനസ്സില്ലായിരുന്നു.

കസ്ബായിൽ മടങ്ങിയെത്തിയപ്പോൾ മറ്റുള്ളവരോടു വർഗ്ഗീസിനെ കണ്ട വിവരം പറഞ്ഞു.

മൂന്നാമത്തെ ദിവസം കേട്ടു:

എം റ്റി വർഗ്ഗീസ് ജയിൽ ചാടി. സെല്ലിന്റെ ഇരുമ്പഴികൾ വലിച്ചകറ്റി രക്ഷപ്പെട്ടുപോയി.

കസ്ബായിൽ കിടന്നവർ അതിശയിച്ചു. മൂക്കിൽ വിരൽവെച്ചു. വർഗ്ഗീസിന്റെ ധീരതയെയും സാഹസികതയെയും കുറിച്ച് പറഞ്ഞ് അഭിമാനം കൊണ്ടു.

കൊച്ചുകൃഷ്ണൻ പുഞ്ചിരിതൂകിക്കൊണ്ടു മൗനമായിരിക്കുന്നതു കണ്ട് അച്ചുതൻനായർ ചോദിച്ചു:

"സഖാവെന്താ ആലോചിക്കുന്നത്?"

"സഖാവു വർഗ്ഗീസിനെക്കുറിച്ചുതന്നെ. ആ സഖാവ് പരിതഃസ്ഥിതിയുടെ അടിമയായില്ല. ഒരു കമ്യൂണിസ്റ്റുകാരനു ചേർന്നവിധം പരിതഃസ്ഥിതിയെ തനിക്കൊത്തതുപോലെ മാറ്റിമറിച്ചു."

അച്ചുതൻനായർ തലകുലുക്കി.

ശരിയാണ്. വർഗ്ഗീസ് മരണം കാത്തുകിടന്നില്ല. മരണത്തെ മറികടന്നു ചാടിപ്പോയി. തങ്ങളാണെങ്കിൽ മരിക്കാൻ കാത്തുകിടക്കുന്നു. പക്ഷേ, മരണത്തിന്റെ വക്കത്തെത്തിയ ഗോപാലൻ ജീവിതത്തിലേക്കു മടങ്ങി വന്നു. മരിച്ചുകഴിഞ്ഞ കുഞ്ഞുപിള്ള ശവമുറിയിൽ നിന്ന് എഴുന്നേറ്റു വന്നു!

മരണം അവരോടു വിടപറയുകയാണോ?

ജൈവശക്തിയുടെ സവിശേഷത അവരിൽ ജീവിത്തെക്കുറിച്ചുള്ള ആശകളുണർത്തി. അവർ ജീവിച്ചിരിക്കുന്നതിനെക്കുറിച്ച് ആലോചിക്കാൻ തുടങ്ങി.

ഇപ്പോൾ ആർക്കും മരിക്കാൻ മനസ്സില്ല.

ഒരുദിവസം വട്ടംകൂടിയിരുന്ന് കേസുകാര്യങ്ങളെക്കുറിച്ചു പറയുമ്പോൾ കൊച്ചുകൃഷ്ണൻ പറഞ്ഞു:

"ഇനി ജഡ്ജി വിചാരിച്ചാലും നമ്മെ തൂക്കിക്കൊല്ലാൻ കഴിയുകയില്ല."

ശിവരാമൻ ചോദിച്ചു:

"എന്താ കാര്യം?"

"തിരു-കൊച്ചി സംസ്ഥാനത്തു തൂക്കിക്കൊല നിർത്തലാക്കിയിരിക്കുകയാണ്."

ആ സത്യം അത്ഭുതകരമായി തോന്നി. അപ്പോൾ ഇനിയും വഴിതുറന്നു കിട്ടിയേക്കും. രക്ഷപ്പെടാനുള്ള വഴി. വർഗ്ഗീസ് ചെയ്തതുപോലെ ബാഹ്യലോകത്തേക്കു ചാടിപ്പോകാനുള്ള വഴി.

തൊട്ടടുത്തമുറിയിൽ പുതിയ തടവുകാരെ ആരെയൊക്കെയോ അറസ്റ്റു ചെയ്തു കൊണ്ടുവന്നു. ചീക്കിനിറക്കിക്കൊണ്ടുപോകുമ്പോഴും ആഹാരത്തിനു വെളിയിലിറക്കുമ്പോഴുമെല്ലാം അവരെ കണ്ടു.

അവർ ശൂരനാട്ടുകാരെ നോക്കി സ്നേഹപൂർവ്വം പുഞ്ചിരിച്ചു. ഇങ്ങോട്ടു കയറി പരിചയപ്പെട്ടു.

"ശൂരനാട്ടെ സഖാക്കളല്ലേ?"

"അതെ."

"ഞങ്ങൾ കേട്ടിട്ടുണ്ട്."

"നിങ്ങൾ?"

"നമ്മളെല്ലാം ഒന്നുപെട്ടവരാണ്. കേസുകൾ വേറെയാണെന്നേയുള്ളൂ."

അവരുടെ പേരുകൾ പറഞ്ഞു: ജനയുഗം ഗോപി, ഉള്ളുരുപ്പിൽ കരുണാകരൻ, സി കെ ദിവാകരൻ, കേരളവർമ്മ.

ആ പേരുകൾ കേട്ടിട്ടേയുള്ളൂ. ഇപ്പോഴാണ് അച്ചുതൻനായർ അവരെ നേരിൽ കാണുന്നത്. രാവിലെ കാപ്പി കുടിക്കുമ്പോൾ ഇലയ്ക്കുപകരം ആ തടവുകാർക്ക് ഗ്ലാസിലാണു കാപ്പി നില്കുന്നത്. പൊലീസുകാർ അവരോടു മാന്യമായി പെരുമാറി.

അടുത്ത മുറിയിൽ അങ്ങനെ കുറെപ്പേരുണ്ടെന്ന കാര്യമോർത്തപ്പോൾ ഒട്ടൊരാശ്വാസവും ആഹ്ലാദവും തോന്നി. തങ്ങളോട് സ്നേഹമുള്ള കുറെ ആളുകൾ!

ഒരു ദിവസം ഉച്ചയ്ക്ക് ചോറുവിളമ്പുന്നതിനിടയിൽ ഹോട്ടൽ ജോലിക്കാരൻ, മറ്റാരും കാണാതെ, ചുരുട്ടി മടക്കിയ ഒരു കടലാസു കഷണം പേരൂർ മാധവൻപിള്ളയെ ഏല്പിച്ചു. ലോക്കപ്പിൽ ചെന്നശേഷം അതു രഹസ്യമായി നിവർത്തി നോക്കി. പാർട്ടിയുടെ അറിയിപ്പാണ്. "ധൈര്യമായിരിക്കുക. സെഷൻസിൽ കേസുവാദിക്കാൻ വക്കീലന്മാരെ ഏർപ്പാടു ചെയ്തിട്ടുണ്ട്."

മാധവൻപിള്ളയുടെ കണ്ണുകൾ തിളങ്ങി. പ്രതീക്ഷ കൊണ്ടു മുഖം വികസിച്ചു. നീണ്ടുനീണ്ട നാളുകൾക്കുശേഷം തങ്ങൾക്കു പാർട്ടിയുടെ ഒരറിയിപ്പു കിട്ടിയിരിക്കുന്നു.

അയാൾ മറ്റുള്ളവരെ വിവരം അറിയിച്ചു. എല്ലാവരുടെയും മനസ്സിൽ പ്രത്യാശയുടെ വേലിയേറ്റം. ആഹ്ലാദം കൊണ്ട് ആ രാത്രി ആരും ഉറ

ങ്ങിയില്ല. പാർട്ടിയെക്കുറിച്ചായിരുന്നു ചിന്ത. പാർട്ടി നിലനില്ക്കുന്നു. പാർട്ടി തങ്ങളെക്കുറിച്ചോർക്കുന്നു. പാർട്ടി ആരെയും മറന്നിട്ടില്ല!

നിമിഷങ്ങൾകൊണ്ട് അവരിലെ പൗരുഷം സടകുടഞ്ഞെഴുന്നേറ്റു. അവർക്ക് ഇനി എന്തെങ്കിലും ചെയ്യണം. അതിനുവേണ്ടി സിരകൾ തരിച്ചു. കൂടിയാലോചിച്ചു. പരിപാടികളാവിഷ്കരിച്ചു. പയറ്റി നോക്കുക തന്നെ. പിറ്റേദിവസം മാധവൻപിള്ള പാറാവുകാരനോടു പറഞ്ഞു:

"ഞങ്ങൾക്ക് ഇൻസ്പെക്ടരെ ഒന്നുകാണണം."

"എന്താ വിശേഷിച്ച്?"

"ഞങ്ങളുടെ ചില പ്രശ്നങ്ങളെക്കുറിച്ചു പറയാനാണ്."

ഇൻസ്പെക്ടർ സ്ഥലം മാറി വന്ന ആളാണ്. അയാൾ ഇരുമ്പഴികൾക്കടുത്തുവന്നു ചോദിച്ചു:

"എന്താ കാര്യം?"

സംസാരിക്കാൻ മാധവൻപിള്ളയെയാണ് നിയോഗിച്ചിരുന്നത്.

"ഞങ്ങൾക്കു ചില പരാതികളുണ്ട്. അതിനെക്കുറിച്ചു പറയാനാണ്."

"എന്തൊക്കെയാണ്? കേൾക്കട്ടെ."

"വാഴയിലയിൽ കാപ്പിവെള്ളം തരുന്ന ഏർപ്പാടൊന്നു മതിയാക്കണം. മനുഷ്യർക്കു കൊടുക്കുന്നതുപോലെ പാത്രത്തിൽ തരാൻ പറയണം."

ഇൻസ്പെക്ടർ തെല്ലു പരിഹാസത്തോടെ പറഞ്ഞു:

"പാത്രത്തിൽ തന്നില്ലെങ്കിൽ കാപ്പി കുടിക്കില്ലായിരിക്കും."

"കുടിക്കില്ല."

"ഓഹോ."

"മറ്റൊരു കാര്യംകൂടി."

"എന്തോന്നാ?"

"ഞങ്ങളെ പിടിച്ചുകൊണ്ടുവന്നതിനുശേഷം ഉടുക്കാൻ ഇതുവരെ ഒരു മുണ്ടുപോലും നല്കിയിട്ടില്ല. പഴന്തുണികൊണ്ടാണ് നാണം മറച്ചിരിക്കുന്നത്... അതുപോലെ വല്ലപ്പോഴും കുളിക്കാനുള്ള സൗകര്യം വേണം."

ഇൻസ്പെക്ടർ പെട്ടെന്നു ഗൗരവം നടിച്ചു.

"നിങ്ങൾക്കു തേച്ചുകുളിച്ചു താമസിക്കാനുള്ളതല്ല പൊലീസ് സ്റ്റേഷൻ. അതോർമ്മയിരിക്കട്ടെ."

നിലത്തു ബൂട്ട്സിട്ടു ചവിട്ടി ശബ്ദമുണ്ടാക്കിക്കൊണ്ട് അയാൾ മടങ്ങിപ്പോയി.

അടുത്ത ദിവസം രാവിലെ കാപ്പികൊണ്ടു വന്നപ്പോൾ ആരും അതു കഴിച്ചില്ല. ദോശയും കരുപ്പട്ടിവെള്ളവും ഹോട്ടൽ ജോലിക്കാർ അവിടെ വെച്ചിട്ടു പോയി.

ഉച്ചയ്ക്ക് ആഹാരം കൊണ്ടുവന്നപ്പോഴും ആരും ഊണുകഴിക്കാൻ കൂട്ടാക്കിയില്ല.

അടുത്തമുറിയിലെ തടവുകാരെ വെളിയിലിറക്കുകയും കയറ്റുകയും

ഒക്കെ ചെയ്തപ്പോൾ അവർ ശൂരനാട്ടുകാരെനോക്കി പുഞ്ചിരി പൊഴിച്ച് അഭിനന്ദിക്കുന്ന മട്ടിൽ തലകുലുക്കി.

പിറ്റേദിവസം രാവിലെ ഹോട്ടൽ ജോലിക്കാർ കാപ്പിയോടൊപ്പം ഗ്ലാസുകളും കൊണ്ടു വന്നു. എന്നിട്ടും കാപ്പികഴിക്കാൻ ആരും തയ്യാറായില്ല. ഇൻസ്പെക്ടർ വന്ന് ക്രുദ്ധനായി ചോദിച്ചു:

“പാത്രം കൊണ്ടു വന്നില്ലേ? ഇനിയെന്താ കാപ്പികഴിക്കാതിരിക്കാൻ കാരണം?”

മാധവൻപിള്ള പറഞ്ഞു:

“ഞങ്ങൾക്കു വസ്ത്രം കിട്ടുന്നതിനുള്ള ഏർപ്പാടുണ്ടാക്കണം.”

“അതിനുവേണ്ടി ഞാൻ എഴുതിയിട്ടുണ്ട്. എന്താണു മറുപടിയെന്നറിയട്ടെ. അതുവരെ നിങ്ങൾ ആഹാരം കഴിക്കാതിരിക്കുന്നത് എന്തിന്?”

“വസ്ത്രം കിട്ടുമെന്ന് ഉറപ്പുവേണം.”

“തീർച്ചയായും കിട്ടും. അതു ഞാനേറ്റു.”

ആ ഉറപ്പിൽ എല്ലാവരും കാപ്പികുടിച്ചു.

സ്പെഷ്യൽ കോടതിയിലെ വിസ്താരം കഴിഞ്ഞ് സെഷൻസിലേക്കു കേസ് കമ്മിറ്റു ചെയ്തു. നാലുകെട്ടു കച്ചേരിയുടെ പടിഞ്ഞാറെ കെട്ടിടത്തിൽ കോടതി കൂടി. പ്രതികളെ കോടതിയിൽ ഹാജരാക്കിയ ദിവസം മാധവൻപിള്ള ജഡ്ജിയോടു പറഞ്ഞു:

“ഒരു പരാതി ബോധിപ്പിക്കാനുണ്ട്.”

ജഡ്ജി തലപൊക്കി നോക്കി.

“എന്തോന്നാണ്?”

“കീഴ്കോടതിയിലെ വിസ്താരം കഴിഞ്ഞ സ്ഥിതിക്ക് ഞങ്ങളെ സബ്ജയിലിലേക്ക് മാറ്റാൻ ഉത്തരവുണ്ടാകണം.”

ജഡ്ജി മുഖം കുനിച്ച് അശ്രദ്ധയോടെ പറഞ്ഞു:

“പ്രതികളെ എവിടെ താമസിപ്പിക്കണമെന്നൊക്കെ ബന്ധപ്പെട്ടവർ തീരുമാനിച്ചുകൊള്ളും.”

അയാൾ ഏതോ കടലാസു മുറിക്കുന്നതിനിടയിൽ മാധവൻപിള്ള വീണ്ടും പറഞ്ഞു:

“സബ്ജയിലിലേക്ക് മാറ്റുന്നതുവരെ ഞങ്ങൾ നിരാഹാരം അനുഷ്ഠിക്കാൻ തീരുമാനിച്ചിരിക്കുകയാണ്.”

ജഡ്ജി അതു കേട്ട മട്ടുപോലും കാണിച്ചില്ല. കേസുവിളിച്ച് അവധിക്കു വെച്ചു. പൊലീസുകാർ അവരെ കസ്ബായിലേക്ക് മടക്കിക്കൊണ്ടു പോയി.

ലോക്കപ്പിലിരുന്ന് നിരാഹാരസമരത്തെക്കുറിച്ച് ചർച്ച ചെയ്തപ്പോൾ കുട്ടപ്പക്കുറുപ്പു ചോദിച്ചു:

“ഈ പൊലീസുകാർക്ക് ഹൃദയമെന്നു പറയുന്നതുണ്ടോ? നമ്മളിവിടെ പട്ടിണി കിടന്നു ചത്താൽ അവർക്കെന്താ ചേതം?”

മാധവൻപിള്ള പറഞ്ഞു:

“ചേതമുണ്ട്. നമ്മളിത്രയുംപേർ ഇവിടെക്കിടന്നു നിരാഹാരം അനുഷ്ഠിച്ചാൽത്തന്നെ അവർ ആടാൻ തുടങ്ങും. നമുക്കാർക്കെങ്കിലും അപായമുണ്ടായാൽ അവരുടെ അടിത്തറയിളകും.”

അപ്പോൾ ഗംഗാധരനു സംശയം.

“ആഹാരം ഒന്നും കഴിക്കാതെ നമുക്കെത്ര ദിവസം കഴിയാൻ സാധിക്കും?”

കൊച്ചുകൃഷ്ണൻ പറഞ്ഞു:

“അങ്ങനെ കണക്കുകൂട്ടണ്ട. എത്രദിവസമായാലും നമ്മുടെ അവകാശങ്ങൾ നേടുന്നതുവരെ. അല്ലെങ്കിൽ മരണംവരെ. അതിനു തയ്യാറുള്ളവർമാത്രം നിരാഹാരത്തിൽ പങ്കെടുത്താൽ മതി.”

“ഞാൻ തയ്യാറാ. അതുകൊണ്ടു ചോദിച്ചതല്ല.”

“മറ്റുള്ളവരോ?”

“ഞാനും തയ്യാറാ.”

“ഞാനും.”

“ഞാനും.”

വരമ്പുകാലിൽ കറുത്തകുഞ്ഞിനു സന്തോഷമായി.

“എല്ലാവരും തയ്യാറാണേ, പിന്നെന്താ കുഴപ്പം?”

അടുത്ത ദിവസം മുതൽ അവർ ആഹാരം ഉപേക്ഷിച്ചു.

രാവിലെ കാപ്പികഴിക്കാൻ ആരും കൂട്ടാക്കാതിരുന്നപ്പോൾ ഹെഡ് കാൺസ്റ്റബിൾ ഹോട്ടൽ ജോലിക്കാരോടു പറഞ്ഞു:

“അവിടെ വെച്ചിട്ടുപോ. അവർക്കു വേണമെങ്കിൽ കഴിച്ചോളും.”

വിശപ്പു സഹിക്കാതാവുമ്പോൾ മനം മാറുമെന്നായിരുന്നു ഹേഡിന്റെ വിശ്വാസം.

ഉച്ചതിരിഞ്ഞപ്പോൾ ഇലയും ചോറും കൊണ്ടുവെച്ചു. ആരും തൊട്ടില്ല. ദാഹം തോന്നിയപ്പോൾ കുടിക്കാൻ വെള്ളം ചോദിച്ചു. കൊടുത്തില്ല. പകരം കാപ്പി കുടിച്ചോളാൻ പറഞ്ഞു.

വൈകുംവരെ അവർ പറഞ്ഞും ചൊല്ലിയും ഇരുന്നു. വൈകുന്നേരമായപ്പോൾ വിശപ്പും ദാഹവും കൊണ്ടു തളർന്നു. സ്റ്റേഷനിലെ തിരക്കൊഴിഞ്ഞപ്പോൾ പാറാവുകാരൻ ഒരു തൊട്ടിയിൽ പച്ചവെള്ളം കൊണ്ട് കൊടുത്തു.

സന്ധ്യയ്ക്ക് ഹോട്ടലുകാരൻ വന്ന് ആഹാരസാധനങ്ങൾ മടക്കിക്കൊണ്ടുപോയി.

പിറ്റേദിവസം വിശപ്പുകത്തിക്കാളാൻ തുടങ്ങി. കൂടെക്കൂടെ വാ കഴുകിയിട്ടും വായിൽ ഒരുതരം കൊഴുപ്പുതോന്നി. എല്ലാവരും തളർന്നു. മൂന്നാം ദിവസം വായ് അഴുകി കഴന്നുതുടങ്ങി. ആർക്കും എഴുന്നേല്ക്കാൻപോലും കഴിയാതെയായി. ശിവരാമൻ മുച്ചുപിടിച്ച് തിരിഞ്ഞുമറിഞ്ഞു കിടന്നു. പരവേശം സഹിക്കാതായപ്പോൾ അയാൾ ഞരങ്ങുകയും മൂളുകയും ചെയ്തു.

"എനിക്കുവയ്യ. ഞാൻ വിശന്നു ചത്തുപോകും."

ഗംഗാധരൻ പറഞ്ഞു:

"ചാവത്തില്ല. വിശക്കുന്ന കാര്യം ആലോചിക്കാതെ താൻ വേറെ വല്ലതും ഓർമ്മിച്ചുകൊണ്ടു കിടക്ക്. അങ്ങനെയാണെങ്കിൽ കുറെ നാള ത്തേക്കു ചാവാതെ കിടക്കും."

അടുത്ത ദിവസം രാവിലെ ഹെഡ്കാൺസ്റ്റബിൾ ഹോട്ടലുകാരനെ കൂട്ടിക്കൊണ്ടു വന്നു ചോദിച്ചു:

"ആർക്കെങ്കിലും ഇന്നു കാപ്പിവേണോ?"

ആരും ഒന്നും മിണ്ടുന്നില്ല. ഒന്നും ആലോചിക്കാതെ ശിവരാമൻ കേറി പ്പറഞ്ഞു: "എനിക്കു വേണം."

"അതു ശരി വേറെയാർക്കെങ്കിലും.... ആർക്കും വേണ്ടല്ലോ?"

ഹോട്ടലുകാരൻ പോയപ്പോൾ കുഞ്ഞുപിള്ള ശിവരാമന്റെ നേരെ കണ്ണു തുറിച്ചുകൊണ്ട് ചോദിച്ചു:

"താനെന്തു കൊലേക്കുത്തിപ്പണിയാ ഈ കാണിക്കുന്നത്?"

ചാത്തൻകുട്ടി പറഞ്ഞു:

"ചാവുന്നേൽ എല്ലാവർക്കും കൂടങ്ങു ചാവാമെന്നു വെക്കണം. അല്ലാതെ ഒരാളുമാത്രം ഇങ്ങനെ കൂട്ടത്തീന്നുമാറുന്നതു നെറികേടാ."

കൊച്ചുകൃഷ്ണൻ ശിവരാമന്റെ അടുത്തുചെന്നിരുന്നു.

"ഇതെന്താ സഖാവേ ഇങ്ങനെ? നിങ്ങളൊരുത്തൻമൂലം നമ്മുടെ ലക്ഷ്യമെല്ലാം പരാജയപ്പെടും. മറ്റെല്ലാവർക്കും ആകാമെങ്കിൽ നിങ്ങൾക്കും കുറെ സഹിച്ചൂടായോ?"

ശിവരാമൻ ഒന്നിനും ചെവികൊടുത്തില്ല. ഹോട്ടലുകാരൻ കൊണ്ടു വന്ന കാപ്പിവാങ്ങി ഒറ്റവലിക്കു കുടിച്ചു. ദോശ ചുരുട്ടി വായിലിട്ടു വിഴുങ്ങി. എന്നിട്ടും വിശപ്പും ദാഹവും അടങ്ങിയില്ല. വീണ്ടും വീണ്ടും തൊട്ടിയിലെ വെള്ളം കോരിക്കുടിച്ചു.

വാസുനായർ ക്ഷോഭാകുലനായി ശിവരാമനെ വഴക്കുപറയാൻ തുടങ്ങി. കൊച്ചുകൃഷ്ണൻ തടഞ്ഞു.

"ഇനിയിപ്പോൾ ഒന്നും പറയണ്ടാ. കഴിവില്ലെങ്കിൽ ആ സഖാവ് നിരാ ഹാരത്തിൽ നിന്നു പിന്മാറിക്കൊള്ളട്ടെ."

മാധവൻപിള്ള രൂക്ഷമായ സ്വരത്തിൽ പറഞ്ഞു:

"അയാൾ മാത്രമല്ല, നിരാഹാരത്തിൽനിന്ന് ആരെല്ലാം പിന്മാറുന്നു എന്നുവെച്ചാൽ അവരെല്ലാം ഇന്നു മാറിക്കൊള്ളണം. അതിനുശേഷം നട പ്പില്ല."

ഉച്ചയ്ക്ക് ഹെഡ്കാൺസ്റ്റബിൾ വന്നു പറഞ്ഞു:

"ചോറുകൊണ്ടുവന്നു വെറുതെ കളയാനൊക്കുകയില്ല. ആർക്കെ ങ്കിലും ഊണുവേണമെങ്കിൽ അവർ നേരത്തെ പറഞ്ഞോളണം."

ശിവരാമൻ മറുപടി പറഞ്ഞു:

"എനിക്കു വേണം."

ചെല്ലപ്പൻപിള്ളയും പറഞ്ഞു:

"എനിക്കും."

എല്ലാവരും ചെല്ലപ്പൻപിള്ളയുടെ നേരെ അതിശയത്തോടെ നോക്കി.

ഗംഗാധരൻ ക്ഷമകെട്ടു പറഞ്ഞു:

"എന്നാൽ എനിക്കും വേണം."

"അതു ശരി. വേറെയാർക്കും വേണ്ടല്ലോ. വേണ്ടുന്നവരിപ്പോൾ പറയണം."

വേറെയാരും മിണ്ടിയില്ല. മറ്റുള്ളവർ തളർന്നു മയങ്ങിക്കിടക്കുമ്പോൾ ശിവരാമനും ചെല്ലപ്പൻപിള്ളയും ഗംഗാധരനും ഊണുകഴിച്ചിട്ട് അകന്നു മാറിക്കിടന്നു. മാധവൻപിള്ള തെല്ലുപരിഭവത്തോടും ദുഃഖത്തോടും കൂടി പറഞ്ഞു.

"ചിലർ പിന്മാറിയെന്നുവെച്ചിട്ട് സമരം തോല്പിക്കാൻ പോകുന്നില്ല. നമ്മൾ അവസാനംവരെ ഉറച്ചുനിന്നാൽ മതി."

മൂന്നുനാലു ദിവസത്തെ പ്രയാസമേ ഉണ്ടായിരുന്നുള്ളൂ. പിന്നെ പരാക്രമമില്ല. അവശതയും ക്ഷീണവും മാത്രം. കണ്ണുതുറക്കുമ്പോൾ തീയെരിയുംപോലെ. അതുകൊണ്ടു കണ്ണടച്ചു കിടന്നു.

അടുത്തദിവസം മുതൽ അച്ചുതൻനായർക്കു ചീതവും ചളിയും പോയി. ക്ഷീണിതനായി നിലത്തു മാണ്ടു കിടന്നു.

വാസുനായരുടെ ശരീരത്തുനിന്നും പടം ഉരിയുന്നതുപോലെ തൊലി ഉരിയാൻ തുടങ്ങി. ഇടയ്ക്കിടെ ബോധക്കേടുണ്ടായി. മാധവൻപിള്ളയും കൊച്ചുകൃഷ്ണനും ബഹളം ഉണ്ടാക്കിയപ്പോൾ വാസുനായരെയും അച്ചതൻനായരെയും ആശുപത്രിയിലേക്കു മാറ്റി.

രണ്ടുശവം കൊണ്ടുപോകുന്നതുപോലെ അവരെ വലിച്ചെടുത്ത് വണ്ടിയിലിട്ടു കൊണ്ടുപോകുമ്പോൾ ലോക്കപ്പ് പൂർണ്ണമായും നിശ്ശബ്ദമായി. ശിവരാമനും ചെല്ലപ്പൻപിള്ളയ്ക്കും ലജ്ജ തോന്നി. ഗംഗാധരൻ കുറ്റബോധത്തോടെ തലയും താഴ്ത്തിയിരുന്നു. ആശുപത്രിയിൽ കൊണ്ടുപോയവർക്ക് എന്തു സംഭവിക്കും? അവർ മടങ്ങിയെത്തുമോ?

ഗംഗാധരന്റെ ഇരിപ്പുകണ്ട് കുട്ടപ്പക്കുറുപ്പു ചോദിച്ചു:

"എന്തുവാ ആലോചിക്കുന്നേ?"

"എനിക്കു വിഷമമുണ്ട്.... ഞാൻ ചെയ്തതു തെറ്റായിപ്പോയി."

"അതുസാരമില്ല. നിരാഹാരത്തിൽ ഇനിയങ്ങു കൂടിയേച്ചാൽ മതി."

ശിവരാമനും ചെല്ലപ്പൻപിള്ളയും കുറുപ്പിന്റെ നേരെ നോക്കി. കുറുപ്പു വീണ്ടും പറഞ്ഞു:

"രണ്ടു മൂന്നു ദിവസത്തെ വെപ്രാളമേയുള്ളൂ. ഞങ്ങൾക്കാർക്കും ഇപ്പോൾ ഒരുപാടുമില്ലല്ലോ."

അതിനുശേഷം ഗംഗാധരൻ ആഹാരം തൊട്ടില്ല. ശിവരാമനും ചെല്ലപ്പൻപിള്ളയും വീണ്ടും ആഹാരം ഉപേക്ഷിച്ചു. ഒരിക്കൽകൂടി അവർ നിരാഹാരത്തിൽ പങ്കുകൂടി.

കുട്ടപ്പക്കുറുപ്പിനും കുഞ്ഞുപിള്ളയ്ക്കും ഇടയ്ക്കിടെ ഛർദ്ദിയും ബോധക്ഷയവുമുണ്ടായി. പതുക്കെപ്പതുക്കെ അവർ മരണത്തിലേക്കു നീങ്ങുകയാണെന്നു തോന്നി.

അടുത്ത മുറിയിൽ കിടന്ന തടവുകാർ ശൂരനാട്ടുകാരോട് അനുഭാവം പ്രകടിപ്പിച്ചുകൊണ്ട് നിരാഹാരത്തിൽ പങ്കുചേർന്നു. ക്രിമിനൽ പുള്ളികൾപോലും സമരത്തിൽ പങ്കെടുത്തു. സമരത്തിന്റെ വിവരം പുറംലോകം അറിഞ്ഞുവെന്ന് പൊലീസുകാരുടെ സംസാരത്തിൽ നിന്നു മനസ്സിലായി. പത്രങ്ങളിൽ അതു വലിയ വാർത്തയായിക്കഴിഞ്ഞിരിക്കുന്നു. നിരാഹാരം കിടക്കുന്നവർക്കു സംതൃപ്തി തോന്നി. ലോകം അറിയട്ടെ. കുറെ മനുഷ്യർ ഈ നരകത്തിൽ കിടന്ന് നിരന്തരമായി പീഡനങ്ങളനുഭവിക്കുന്ന വിവരം ലോകം അറിയട്ടെ. അതിനെതിരെ അവർ ചെറുത്തുനില്പു തുടങ്ങിയിരിക്കുന്ന വിവരം മാലോകരെല്ലാം അറിയട്ടെ.

സബ്ഇൻസ്പെക്ടർ അനുനയം പറയാൻ വന്നു.

“നിങ്ങൾ ആഹാരം കഴിക്കൂ. സബ്ജയിലിലേക്കു മാറ്റുന്നതിനുള്ള അനുവാദത്തിനു ഞാൻ ഐ ജി ക്കെഴുതിയിട്ടുണ്ട്.”

മാധവൻപിള്ള പറഞ്ഞു:

“ഞങ്ങളാരെങ്കിലും ചാവാതെ അനുവാദം വരാൻ പോകുന്നില്ല. അതുവരെ ഒന്നു ശാന്തമായി കഴിഞ്ഞോട്ടെ.”

മറുപടി പറയാതെ ഇൻസ്പെക്ടർ മടങ്ങിപ്പോയി. അന്നു കുട്ടപ്പക്കുറുപ്പിനെയും കുഞ്ഞുപിള്ളയെയും കൂടി ആശുപത്രിയിലാക്കി.

പിറ്റേദിവസം ഉയർന്ന ഉദ്യോഗസ്ഥന്മാർ ആരൊക്കെയോ പൊലീസ്സ്റ്റേഷൻ സന്ദർശിച്ചു. എന്തൊക്കെയോ ആലോചനകൾ നടന്നു.

ഏതു നിമിഷവും എന്തും സംഭവിക്കാമെന്ന സ്ഥിതിയായിരുന്നു.

ആശുപത്രിയിൽ കിടക്കുന്നവരുടെ മൂക്കിലൂടെ കുഴലിട്ട് എന്തോ അകത്താക്കി.

ഒമ്പതാമത്തെ ദിവസം ഇൻസ്പെക്ടർ ചെന്നു പറഞ്ഞു:

“നിരാഹാരം മതിയാക്കാം. നിങ്ങളെ സബ്ജയിലിലേക്കു മാറ്റാനുള്ള ഓർഡർ വന്നിട്ടുണ്ട്.” ആ പറയുന്നതു നേരാണോ? കബളിപ്പിക്കാൻ പറയുന്നതാണോ?

അവർ ക്ഷീണിതമായ മിഴികളുയർത്തി ഉദാസീനമായി ഇൻസ്പെക്ടറെ നോക്കി.

“ഇനി നിങ്ങൾക്ക് ആഹാരം കൊണ്ടു വരാൻ പറയട്ടെ.”

മാധവൻപിള്ള പറഞ്ഞു:

“വേണ്ട. ഞങ്ങൾ സബ്ജയിലിൽ ചെന്നിട്ടേ ആഹാരം കഴിക്കുന്നുള്ളൂ.”

ലോക്കപ്പിലും ആശുപത്രിയിലുമായി കഴിഞ്ഞവരെയെല്ലാം അന്നു വൈകിട്ട് സബ്ജയിലിലേക്കു മാറ്റി. ജയിൽ വളപ്പിനുള്ളിലേക്കു കാലു

കുത്തിയപ്പോൾ അവർ ഒരു പുതിയ ലോകത്തേക്കു കടക്കുകയാണെന്നു തോന്നി. ഭീകരവും നിരന്തരവുമായ മർദ്ദനങ്ങളുടെ ഭീതിയിൽ നിന്ന് വിമുക്തമായ ഒരു ലോകത്തേക്ക്.

കസ്ബായെ അപേക്ഷിച്ച് സബ്ജയിലിലെ അന്തരീക്ഷം ശാന്തമായിരുന്നു. ഒട്ടൊക്കെ കാറ്റും വെളിച്ചവും കയറുന്ന മുറി. കുളിക്കാനുള്ള സൗകര്യം. ശത്രുതയില്ലാത്ത പെരുമാറ്റം.

പിറ്റേദിവസം ഉച്ചയ്ക്ക് അച്ചുതൻനായർ ജയിലഴികളിലൂടെ വെളിയിലേക്കു നോക്കിനില്ക്കുമ്പോൾ മുറുക്കിച്ചുവപ്പിച്ച ചുണ്ടുമായി ഗൗരവഭാവത്തിൽ പോറ്റിസാർ ജയിൽ വളപ്പിലേക്കു കടന്നുചെല്ലുന്നതു കണ്ടു. മുഷിഞ്ഞ ഖദർ ജൂബയും തോളിൽ ഖദർ ഷാളും.

കൈയിൽ എന്തൊക്കെയോ കടലാസുമായി കൂടെ വേറൊരാളുമുണ്ട്. അവർ ജയിൽ സുപ്രണ്ടിന്റെ മുറിയിലേക്കു കയറിപ്പോയി.

അച്ചുതൻനായർ മറ്റുള്ളവരോടു പറഞ്ഞു:

"അതാ പോറ്റിസാർ വന്നിട്ടുണ്ട്."

"എന്ത്യേ?"

"സൂപ്രണ്ടിന്റെ മുറിയിലേക്കു പോയി. കൂടെ വേറെയൊരാളുമുണ്ട്."

"അപ്പോൾ എന്തെങ്കിലും കാര്യം കാണും."

എല്ലാവരും ഉത്സാഹപൂർവം എഴുന്നേറ്റു കാത്തുനിന്നു. തങ്ങൾ പൊലീസിന്റെ പിടിയിലായതിൽപ്പിന്നെ ആദ്യമായി പാർട്ടിയുടെ നേതൃത്വത്തിലുള്ള ഒരാൾ അങ്ങോട്ടു കടന്നു വന്നിരിക്കുന്നു.

വാർഡൻ വന്നു ജയിലഴി തുറന്നു.

"നിങ്ങളെ കാണാൻ വേണ്ടി ആരോ രണ്ടു സാറന്മാരു വന്നിട്ടുണ്ട്."

അയാൾ അവരെ സൂപ്രണ്ടിന്റെ മുറിയിലേക്കു കൂട്ടിക്കൊണ്ടു പോയി.

പോറ്റിസാർ അവരെ നോക്കി നിശ്ചേഷ്ടനായി നിന്നു. എല്ലാവരുടെയും കണ്ണുകൾ അദ്ദേഹത്തിന്റെ മുഖത്തായിരുന്നു. അവിടെ വിഭിന്നമായ എന്തൊക്കെയോ ഭാവങ്ങൾ.

കൊച്ചുകൃഷ്ണൻ സാറിനെ നോക്കി പുഞ്ചിരിതൂകി. അദ്ദേഹവും ചിരിച്ചു. ഷാളെടുത്തു കണ്ണുനീർ തുടച്ചിട്ട് ഓരോരുത്തരെയും മാറിമാറി നോക്കി.

അറിയാനും ചോദിക്കാനും വളരെയൊക്കെയുണ്ട്. എല്ലാവർക്കും എന്തൊക്കെയോ പറയണമെന്നുണ്ടായിരുന്നു. പക്ഷേ, ആരുടെയും നാവനങ്ങിയില്ല.

സൂപ്രണ്ട് അക്ഷമയോടെ റിസ്റ്റുവാച്ചിൽ നോക്കി. ഒടുവിൽ സാറു ബദ്ധപ്പെട്ടു പറഞ്ഞു:

"എല്ലാവരും വല്ലാതെ ക്ഷീണിച്ചിട്ടുണ്ട്."

മാധവൻപിള്ളയുടെ ചുണ്ടിൽ ഒരു നേരിയ പുഞ്ചിരി വിരിഞ്ഞു. എല്ലാവരും സാറിനെ നോക്കി മൂകരായിനിന്നു.

"എല്ലാ വിവരങ്ങളും അറിഞ്ഞു. ഇതു നമ്മുടെ വക്കീലന്മാരിൽ ഒരാളാണ്. ഈ വക്കാലത്ത് ഒന്നൊപ്പിട്ടേക്ക്."

വക്കീൽ ചൂണ്ടിക്കാണിച്ചിടത്ത് ഓരോരുത്തരായി ഒപ്പിട്ടു. എല്ലാവരോടുമായി സാറു പറഞ്ഞു:

"ഇനി ഒരു ദിവസം വരാം."

സാറിനോട് ഒന്നുമൊന്നും പറയാനാകാതെ അവർ സെല്ലിലേക്കു മടങ്ങി.

ഇരുമ്പഴികളിൽ തൂങ്ങിനിൽക്കുമ്പോൾ സാറും വക്കീലും മടങ്ങിപ്പോകുന്നതു കണ്ടു. ജയിൽ ഗേറ്റിനടുത്തെത്തിയപ്പോൾ സാറു തിരിഞ്ഞു നോക്കി. പിന്നെ മുഖം കുനിച്ചു ഗേറ്റും കടന്നുപോയി.

മുപ്പത്തിരണ്ട്

കുറെ നാളായി ഗാന്ധിരാമൻപിള്ളയ്ക്കു മനസ്സിനു സ്വസ്ഥതയില്ല. രാത്രിയിൽ ഉറങ്ങാൻ കിടക്കുമ്പോൾ കൊറ്റാർകാവിലെ ആ തലയുടഞ്ഞ ദുർഗ്ഗാവിഗ്രഹം കൺമുന്നിൽ. ഉണർന്നിരിക്കുമ്പോൾ അകത്തെ മുറിയിൽ സഹോദരിയുടെ പിച്ചും പേയും.

"മതിയായില്ല്യോ? ഇനിയിതു നിർത്തിക്കൂടായോ? ഞാനെന്റെ തലയറുത്തു രക്തം തന്നില്ലേ? ഇനി വിട്ടേക്ക്. എന്റെ മക്കളെ വിട്ടേക്ക്."

ലക്കില്ലാത്ത ആ സംസാരം അയാളെ പരിഭ്രാന്തനാക്കി. ഓടിച്ചെന്നു നോക്കുമ്പോൾ ആ സ്ത്രീ മുടിയഴിച്ചിട്ട് തുള്ളിയുറന്നതുകാണാം. അവർ കൂടെക്കൂടെ വിളിച്ചു പറയും—

"നീ മുടിഞ്ഞുപോട്ടെ. നിന്റെ തറവാടു കുളം തോണ്ടിപ്പോട്ടെ."

ആ പറയുന്നതിന്റെയെല്ലാം പൊരുളെന്താണെന്ന് ഗാന്ധിരാമൻപിള്ളയ്ക്കറിയാം. ഈ മട്ടും പടുതിയും അവരുടെ ചെറുപ്പത്തിൽ തുടങ്ങിയതാണ്. കുടുംബത്തിൽ തറവാട്ടമ്മയായിരിക്കേണ്ട സ്ത്രീ. സദാനേരവും നാമം ജപിച്ചും ഉറഞ്ഞുതുള്ളിയും ലക്കില്ലാതെ സംസാരിച്ചു കഴിയുന്നു. മുമ്പ് ബാധയൊഴിക്കാൻ മന്ത്രവാദവും പൂപ്പടയും നടത്തി. അന്നു കുറവുണ്ടായിരുന്നു. ഇപ്പോൾ വീണ്ടും രക്ഷസ്സിന്റെ ഉപദ്രവം തുടങ്ങി. പണ്ടത്തേക്കാൾ കൂടുതലായി.

സഹോദരിയുടെ ഭാവിയെക്കരുതി ഗാന്ധിരാമൻപിള്ള വിവാഹം പോലും ഉപേക്ഷിച്ചു. അവരോടൊപ്പം കൊച്ചുകോയിക്കൽ താമസമാക്കിയിരിക്കുന്നു.

ഗാന്ധിരാമൻപിള്ളക്കറിയാം മുമ്പേ തന്നെ ദൈവശാപമേറ്റ കുടുംബമാണ്. ഭഗവതിയുടെ വസ്തുവകകളാണ് അപഹരിച്ചുവെച്ചേക്കുന്നത്. കാരണവന്മാർ മുഷ്കന്മാരായിരുന്നു. അവർ ധാരാളം ആളുകളെ കഴുത്തിൽ കുരുക്കിട്ടും അടിച്ചും കൊന്നിട്ടുണ്ട്. അതിന്റെയൊക്കെ ദോഷമുണ്ടാകാതിരിക്കുമോ? അലഞ്ഞുനടന്ന ആ അറുകൊലയും രക്ഷസ്സുമെല്ലാം

കുടുംബത്തിൽപ്പെട്ടവരുടെ ശരീരത്തുകേറി പ്രതികാരത്തിനൊരുങ്ങുന്നു. പലരും സ്വസ്ഥബുദ്ധിയില്ലാതെ കിറുക്കു പിടിച്ചു നടക്കുന്നു.

താൻ നേരത്തെ എല്ലാവരോടും പറഞ്ഞതാണ്. ഇനി ദൈവദോഷം ചെയ്യരുത്. ചെയ്തുപോയ ദോഷങ്ങൾക്കു പരിഹാരം ചെയ്യണം. ആരെയെങ്കിലും കണ്ട് ഒരു അഷ്ടമംഗല്യപ്രശ്നം നടത്തി, ഒഴിവു കണ്ട് എന്താ പരിഹാരമെന്നു വെച്ചാൽ അതു ചെയ്യണം. അന്നാരും അതു ചെവിക്കൊണ്ടില്ല.

പക്ഷേ, ഇപ്പോൾ ഇളയപിള്ളയ്ക്ക് രക്തദൂഷ്യം പിടിപെട്ട് വീട്ടിൽ ഒതുങ്ങിക്കൂടിയപ്പോൾ ബോദ്ധ്യപ്പെട്ടു കാണും. അയാളുടെ മുഖം തടിച്ചു മൂക്കു പതുങ്ങി, കാതുകൾ തുടുത്തുതൂങ്ങി. പാപ്പിവൈദ്യന്റെ ചികിത്സകളൊന്നും ഏറ്റില്ല. പാപ്പിവൈദ്യൻ നേരു പറഞ്ഞു "ഇതു പാപരോഗമാണ്. ദൈവാനുഗ്രഹമുണ്ടെങ്കിലേ മാറിക്കിട്ടൂ." ആളുകളുടെ മുഖത്തു നോക്കാനുള്ള മടികൊണ്ട് ഇളയപിള്ള വെളിയിലോട്ടൊന്നും ഇറങ്ങിയില്ല.

മൂത്തപിള്ളയ്ക്കും മനസ്സുഖമെന്നതു തീരെയില്ല. ഇളയപിള്ള വീഴ്ചയായപ്പോൾത്തന്നെ ശക്തി പകുതിപോയി. കുറെ വർഷങ്ങളായി ആ നാലുകെട്ടിൽ പിറന്നു വീഴുന്ന കുട്ടികളെല്ലാം ഊമകളാണ്. നാക്കെടുക്കാവുന്നതൊന്നുമില്ല. മഹേശ്വരൻപിള്ളയാണെങ്കിൽ കള്ളുകുടിച്ചു ലക്കുകെട്ടുനടക്കുന്നു. ഷാപ്പുകളിലും പെരുവഴികളിലും ബോധംകെട്ടു കിടക്കുന്നു. ആ കൂട്ടത്തിൽ അന്തസ്സായി ജീവിക്കുന്നതു സുന്ദരേശൻപിള്ള മാത്രം. അയാൾ കൃഷിഭൂമി വിറ്റ് പട്ടണത്തിൽ വസ്തുവകകൾ വാങ്ങി. ബിസിനസും വ്യവസായവും തുടങ്ങി. കമ്പനികളുടെ ഷെയറുകൾ വാങ്ങി. ടൗണിൽ സുഖസൗകര്യങ്ങളോടെ കഴിയുന്നു.

പണ്ടത്തെക്കാലത്തു ദൈവകോപമേയുണ്ടായിരുന്നുള്ളൂ. ഇപ്പോൾ നാട്ടുകാരുടെയാകെ ശാപം കുടുംബത്തിലുള്ളവരുടെമേൽ പതിച്ചിരിക്കുന്നു. എത്രപേരെ കൊല്ലാക്കൊല ചെയ്തു. ഒരു നാടുമുഴുവൻ തകർത്തുകളഞ്ഞു. എന്തിനുവേണ്ടിയായിരുന്നു?

തക്കതായ പരിഹാരം ചെയ്യുന്നില്ലെങ്കിൽ ഈ ശാപത്തിൽനിന്നു കുടുംബത്തിലെ ഒരു കുഞ്ഞുപോലും രക്ഷപ്പെടാൻ പോകുന്നില്ലെന്ന് ഗാന്ധിരാമൻപിള്ളയ്ക്കറിയാം. പക്ഷേ, ഇതൊക്കെ ആരോടു പറയാൻ? ആരുണ്ട് കുടുംബത്തിന്റെ കാര്യം നോക്കാൻ? ഓരോരുത്തർക്കും അവരവരുടെ കാര്യം.

ഒടുവിൽ താൻതന്നെ മുന്നിട്ടിറങ്ങിക്കളയാമെന്നു നിശ്ചയിച്ചു. വീട്ടുകാരെയെല്ലാം കണ്ട് എല്ലാവരുടെയും തീരുമാനത്തോടെ എന്തെങ്കിലും ചെയ്യണം.

മൂത്തപിള്ളയെ കാണാൻ കോയിക്കലോട്ടുചെന്നു. പൂമുഖത്തിനു മുന്നിൽ സുന്ദരേശൻപിള്ളയുടെ കാറുകിടക്കുന്നതു കണ്ടപ്പോൾ സന്തോഷം തോന്നി. അയാളെയും കണ്ടു പറയാം. ഒരുങ്ങി പുറപ്പെട്ടതു നല്ല സമയത്താണ്.

വളരെ വേദനയോടെ മൂത്തപിള്ളയോടു പറഞ്ഞു:

"നമ്മുടെ കുടുംബത്തിൽ സുകൃതം ക്ഷയിച്ചതിന്റെ എല്ലാ ലക്ഷണങ്ങളുമുണ്ട്. ഇനിയെങ്കിലും എന്തെങ്കിലും ചെയ്യാതിരുന്നുകൂടാ."

മൂത്തപിള്ളയ്ക്കും അതു ബോദ്ധ്യമുള്ളതാണ്.

"അതിനിപ്പോൾ എന്തുവേണമെന്നാണ്?"

"എന്തെങ്കിലും പരിഹാരം ചെയ്യണം. അമ്പലത്തിലെ ദോഷം തീർക്കണം."

"അതിനു വലിയ ചെലവു വേണ്ടിവരില്ലേ?"

"വേണ്ടിവരും. പിന്നെ ചെലവുചെയ്യാതെ കാര്യങ്ങളെങ്ങനെ നടക്കും?"

"തന്റെയൊരു കണക്കനുസരിച്ച് എന്തോ വേണ്ടിവരും?"

"ചാർത്തുകിട്ടിയിട്ടേ തിട്ടം പറയാനൊക്കൂ. എന്നാലും ക്ഷേത്രോദ്ധാരണത്തിനും പുനഃപ്രതിഷ്ഠയ്ക്കും എല്ലാംകൂടി പത്തുപതിനായിരം രൂപയെങ്കിലും വേണം."

"അതിനിപ്പോൾ എന്താവഴി?"

"അതെല്ലാവരുംകൂടി എടുത്തുകൂട്ടി ചെലവാക്കണം. ഇവിടുന്ന് തനിച്ചാണേലും ഇന്നതിനുള്ള കഴിവുണ്ടല്ലോ. എന്റെ കൈയ്യിലുള്ള കാലമായിരുന്നെങ്കിൽ ഞാനങ്ങു ചെലവാക്കിയേനെ."

"ശരി നമുക്കാലോചിക്കാം."

അതുകേട്ടുനിന്ന സുന്ദരേശൻപിള്ളയുടെ മുഖമിരുണ്ടു. തെല്ലു ധിക്കാരം കലർന്ന സ്വരത്തിൽ അയാൾ പറഞ്ഞു:

"എന്തോന്നാ ആലോചിക്കാൻ? ആലോചിക്കാനൊന്നുമില്ല. ഇതിനൊന്നും ചെലവാക്കാൻ ഇവിടെ പണമില്ല."

ഗാന്ധിരാമൻപിള്ളയുടെ മുഖം വിളറി. അയാൾ സ്തബ്ധനായി നില്ക്കുമ്പോൾ മൂത്തപിള്ള പറഞ്ഞു:

"അങ്ങനെ പറയാതെ കുട്ടാ. കുടുംബത്തിന്റെ നിലനില്പു നോക്കണ്ടേ?"

"കുടുംബമോ? ഏതു കുടുംബം? ഈ കാലത്ത് ഈ തരം അന്ധവിശ്വാസങ്ങളുമായി നടക്കാതെ മനുഷ്യൻ അദ്ധ്വാനിച്ചു ജീവിക്കാൻ നോക്കണം. അതാണു വേണ്ടത്."

ഗാന്ധിരാമൻപിള്ള അയാളെ ബോദ്ധ്യപ്പെടുത്താൻ ശ്രമിച്ചു.

"നമ്മുടെ വീട്ടുകാര് ധാരാളം അതിക്രമങ്ങൾ കാണിച്ചിട്ടുണ്ട് കുട്ടാ. ദേവസ്വത്തോടും നാട്ടുകാരോടും. അതൊന്നും നിങ്ങൾക്കാർക്കും അറിഞ്ഞുകൂടാ."

"എനിക്കതൊന്നും അറിയണ്ടാ. അതിക്രമങ്ങൾ കാണിച്ചെങ്കിൽ കാണിച്ചവർ അനുഭവിച്ചോളും. ചിറ്റപ്പൻ പോയി ചിറ്റപ്പന്റെ പാടുനോക്ക്. ഇവിടെ മനുഷ്യന്റെ കാര്യത്തിനില്ല. പിന്നെയാ ദേവനും ദേവിക്കുമൊക്കെ."

അയാൾ കാറിൽ കയറി പട്ടണത്തിലേക്കു തനിയെ ഓടിച്ചു പോയി. ഒടുവിൽ ഗാന്ധിരാമൻപിള്ള മൂത്തപിള്ളയോടു തിരക്കി.

"ചെറുക്കനെങ്ങനെയൊക്കെപ്പറയും. കൊച്ചാട്ടൻ എന്തോ തീരുമാനിച്ചു?"

കുറെനേരം മിണ്ടാതിരുന്നിട്ട് മൂത്തപിള്ള ഒഴിഞ്ഞുമാറി.

"ഞാനെന്തോ പറയാൻ? കുട്ടൻ പറഞ്ഞതു കേട്ടില്ലേ? ഇപ്പോഴെല്ലാം അവരുടെ കൈകാര്യമല്ലേ? ഇനി വേണ്ടതെന്താന്നുവെച്ചാൽ അവരവരു തന്നെ നോക്കട്ടെ."

ഗാന്ധിരാമൻപിള്ള തലയും കുനിച്ചിരുന്നു. അതിനുശേഷം എഴുന്നേറ്റു യാത്രചോദിച്ചു.

"എന്നാൽ ഞാനിറങ്ങട്ടെ."

"ശരി."

അയാൾ മടങ്ങിപ്പോയി. ശാപഗ്രസ്തമായി വിറങ്ങലിച്ചു കിടന്ന നാട്ടുവഴിയിൽ കൂടി എങ്ങോട്ടെന്നില്ലാതെ തലയും കുമ്പിട്ടു നടന്നുപോയി.

ശൂരനാടു നിസ്സഹായമായി തളർന്നു കിടന്നു. ആളുകൾ എങ്ങനെയോ ഒക്കെ അങ്ങു ജീവിച്ചു. നടന്നു കഴിഞ്ഞതെല്ലാം അവരുടെ മനസ്സിൽ ഒരു ദുഃസ്വപ്നമായി അവശേഷിച്ചു.

ജയിലിൽ കിടക്കുന്നവർ എന്നെങ്കിലും തിരിച്ചു വരുമെന്ന് ആർക്കും പ്രതീക്ഷയില്ല. പ്രതികളുടെ വീടുകളെല്ലാം തകർന്ന്, സ്ത്രീകളും കുട്ടികളും നാട്ടിൽ അലഞ്ഞു നടന്നു. അവരെ സഹായിക്കാൻ മനസ്സുള്ളവർക്കുപോലും അതിനു ധൈര്യമില്ല. പൊലീസ് ക്യാമ്പ് പിൻവലിച്ചെങ്കിലും ശൂരനാട്ടുകൂടി ആരും വഴിയാത്രപോലും ചെയ്തില്ല.

വള്ളികുന്നം കേസിന്റെ ശിക്ഷ കഴിഞ്ഞ് പോറ്റിസാർ ആലപ്പുഴ സബ്ജയിലിൽനിന്നു വന്നപ്പോൾ പ്രസ്ഥാനം അടിച്ചമർത്തപ്പെട്ട് നിശ്ചലമായി കിടക്കുകയായിരുന്നു. ജീവന്റെ യാതൊരു ചലനവുമില്ല. നാടിന്റെ അജ്ഞാതമായ ഏതോ കോണിൽ ഡിവിഷൻ കമ്മിറ്റി പ്രവർത്തിച്ചിരുന്നു. ഒരു അഡ്വക്കേറ്റിനെയും കൂട്ടി പോറ്റിസാറും രാഘവൻ വൈദ്യനുംകൂടി നേരെ ശൂരനാട്ടേക്ക് ചെന്നു. കേസുമായി ബന്ധപ്പെട്ട സ്ഥലങ്ങൾ നേരിട്ട് സന്ദർശിക്കാനെന്ന മട്ടിൽ. വക്കീലുമായി ചെല്ലുമ്പോൾ പൊലീസിന്റെ ശല്യം ഉണ്ടാകാതിരിക്കാനുള്ള കോടതിയുത്തരവ് അവർ നേരത്തേ തന്നെ സമ്പാദിച്ചിരുന്നു.

അവരെക്കണ്ട് നാട്ടുകാർ അമ്പരപ്പോടും ആശങ്കയോടുംകൂടി അകന്നുമാറി. ഇനിയും എന്തെങ്കിലും കുഴപ്പത്തിനാണോ വന്നിരിക്കുന്നത്? ചെറുതിട്ടയിൽ തിരക്കിച്ചെന്നപ്പോൾ രാമൻനായർ കൊടിത്തറയിൽനിന്ന് വെറ്റക്കൊടിക്ക് ഏറ്റം കെട്ടുകയായിരുന്നു. അയാൾ സാറിനെക്കണ്ട് ചിരിയും ചിരിച്ച് ഓടി അടുത്തുചെന്നു. തളിരുവെറ്റിലകൂട്ടി രണ്ടുപേരും കൂടി മുറുക്കി. സാറിന്റെ സാന്നിദ്ധ്യത്തിൽ രാമൻനായർക്ക് ഒരു രക്ഷാബോധം തോന്നി.

നാലുപേരുംകൂടി നടേവടക്കതിൽ ചെന്നപ്പോൾ അച്ചുതൻനായരുടെ അച്ഛൻ വേലുനായർ സംഭ്രമത്തോടെ മിഴിച്ചുനോക്കിനിന്നു. രാമൻനായർ തെല്ലൊരഭിമാനത്തോടെ പരിചയപ്പെടുത്തി–

“ഇതാണ് നമ്മുടെ പോറ്റിസാർ. കമ്യൂണിസ്റ്റ്പാർട്ടിയുടെ തീരുമാന പ്രകാരം നമ്മളെയെല്ലാം കാണാൻ വന്നിരിക്കുകയാണ്.”

മൂപ്പിലാന്റെ പ്രതികരണം എന്തായിരിക്കുമെന്ന കാര്യത്തിൽ സാറിനും സംശയമുണ്ടായിരുന്നു. എന്തെല്ലാം ചോദ്യങ്ങളാണ് വരാവുന്നത്. അവയ്ക്കെല്ലാം മറുപടി പറയാൻ കഴിയുമോ? കൂടെയുള്ളയാളെ ചൂണ്ടിക്കൊണ്ട് സാറുപറഞ്ഞു:

“ഇദ്ദേഹം നമ്മുടെ വക്കീലാണ്. നമ്മുടെയാളുകൾക്കുവേണ്ടി കേസുവാദിക്കാൻ പോകുന്നയാൾ.”

മൂപ്പിലാന് ഒന്നും മനസ്സിലായതായി തോന്നിയില്ല. ചോദിച്ചതിനൊന്നും മറുപടി പറഞ്ഞില്ല. നരച്ച കുറ്റിരോമങ്ങളെഴുന്ന് ചുക്കിച്ചുളിഞ്ഞ മുഖമുയർത്തി മൂകമായി നോക്കിനിന്നു. എന്താണ് കാര്യമെന്നറിയാൻ വല്യമ്മ കണ്ണുംതുറിച്ച്, വന്നവരുടെ മുഖത്തേക്ക് നോക്കി....

“എന്നാൽ ഞങ്ങൾ പോയിട്ടുവരാം.”

അവിടെനിന്ന് കളയ്ക്കാട്ട് ചെന്നപ്പോൾ മൂകതയും കണ്ണീരും മാത്രം. വല്യമ്മയും മൂപ്പിലാനും പ്രജ്ഞകെട്ട് പ്രേതങ്ങളെപ്പോലെ നോക്കിനിന്നു. അകത്ത് വാതിലിന് പിന്നിൽ മറഞ്ഞുനിന്ന് ഒരു യുവതി കാതരമായ നയനങ്ങളോടെ വെളിയിലേക്ക് നോക്കി. രോഹിണിക്കുട്ടിയാണ്. അവൾ ഇനി ആർക്കുവേണ്ടി ആ വീട്ടിൽ കാത്തുനില്ക്കുന്നോ എന്തോ?

അവളുടെ പുടവത്തുമ്പിൽതൂങ്ങി മറ്റൊരു പെൺകുട്ടി. മുറുക്കാൻ നീട്ടിത്തുപ്പിയിട്ട് രാമൻനായർ വല്യമ്മയോട് ചോദിച്ചു:

“ഇവളേതാ? ഞാനറിയുന്നില്ലല്ലോ.”

“മരിച്ചുപോയ മോടെ മോളാ.”

“ഓഹോ, എന്താമോളേ നിന്റെ പേര്?”

“ശ്രീമതി.”

പോറ്റിസാർ യാത്ര പറഞ്ഞു:

“ഞങ്ങൾ വെറുതെ വന്നെന്നേയുള്ളൂ. ഇപ്പോൾ പോകട്ടെ. ഇനി വരാം.”

ഒന്നും സംസാരിക്കാനാകാതെ മടങ്ങിപ്പോന്നു.

പാടംകടന്നു കടമ്പാട്ട് കിഴക്കുവശം എത്തിയപ്പോൾ കീറത്തുണിയുടുത്തിരുന്ന ഒരു വെളുത്തസ്ത്രീ ഇടിഞ്ഞുപൊളിഞ്ഞ വീടിനകത്തേക്ക് ഓടിക്കയറിപ്പോകുന്നതു കണ്ടു. വിളിച്ചിട്ടും പറഞ്ഞിട്ടും വെളിയിലേക്കിറങ്ങിയില്ല. കാര്യം മനസ്സിലായപ്പോൾ പിന്നെ നിർബ്ബന്ധിച്ചില്ല. മുറ്റത്തുനിന്ന് രണ്ടുപെൺകുട്ടികൾ അത്ഭുതംകൂറിയ നയനങ്ങളോടെ അവരെ തുറിച്ചുനോക്കി. പോറ്റിസാർ അവരുടെ കൈയിൽ ഓരോ പൊതി കൊടുത്തു. അപ്പോൾ അകത്തുനിന്നു തേങ്ങലും നിലവിളിയും കേട്ടു.

ദുഃഖം കടിച്ചമർത്തിക്കൊണ്ട് സാറു പറഞ്ഞു:

“ഞങ്ങൾ എല്ലാവരെയും ഒന്നുകാണാൻ വന്നുവെന്നേയുള്ളൂ. എല്ലാ വിവരങ്ങളുമറിയാം. ഞങ്ങളൊന്നിറങ്ങട്ടെ. ഇനിയൊരിക്കൽ വരാം.”

പ്രയാസങ്ങൾ കണ്ട് കണ്ട് തളർന്നു. അന്നത്തെ യാത്രാപരിപാടി അവസാനിപ്പിച്ച് അവർ മടങ്ങിപ്പോയി. ഒരുദിവസം തെക്കുംമുറിയിൽനിന്ന് ഒരാളുവന്ന് രാമൻനായരെക്കണ്ട് ഒരു രഹസ്യംപറഞ്ഞു:

"പോറ്റി സാർ പറഞ്ഞയച്ചതാണ്. നമ്മോട് സഹകരിക്കാൻ പറ്റിയ കുറേപ്പേരുമായി നാളെ ഉച്ചതിരിഞ്ഞ് ചരോളിലെത്തണം."

"എന്താകാര്യം?"

"അതറിഞ്ഞുകൂടാ. എന്നോടിത്രയേ പറഞ്ഞുള്ളൂ."

രാമൻനായർ നിന്നു കണ്ണുതെള്ളി. ചരോളിൽ ചെന്നിട്ട് എന്താണ് കാര്യം? പന്തളം പി ആറിന്റെ സംബന്ധവീടാണ്. അദ്ദേഹം ശിക്ഷകഴിഞ്ഞ് ജയിലിൽനിന്നെത്തിയെന്നു കേട്ടു. ഒരുപക്ഷേ, പന്തളത്തുനിന്നും ചരോളിൽ എത്തിയിട്ടുണ്ടാവാം. പക്ഷേ, ആരെയാണ് കൂട്ടിക്കൊണ്ട് ചെല്ലേണ്ടത്? ഓരോരുത്തരെക്കുറിച്ചും ആലോചിച്ചുനോക്കി. അവസാനം ആറേഴാളുകളെ മനസ്സിൽ കണ്ടു. അപ്പോൾത്തന്നെ വീട്ടിൽനിന്നിറങ്ങി അവരെ കണ്ടുപിടിച്ച് വിവരം പറഞ്ഞു. അടുത്തദിവസം ഉച്ചയ്ക്ക് ചെറുതിട്ട വരണം. അവിടെനിന്ന് തങ്ങൾക്കൊന്നിച്ച് ഒരിടംവരെയൊന്നു പോകണം. പോറ്റിസാർ പറഞ്ഞയച്ച കാര്യമാണ്.

പിറ്റേദിവസം ഉച്ചയ്ക്കുമുമ്പ് തന്നെ വീട്ടിലെ ജോലിയൊതുക്കി. കന്നുകാലിയെ അഴിച്ച് എരുത്തിലിൽ കെട്ടി. കാടികൊടുത്ത് കച്ചിയും വലിച്ചുവെച്ച് കൊടുത്തു. കുളിയും ഊണും കഴിഞ്ഞ് ഒന്നുമുറുക്കി, കൂടെ കൊണ്ടുപോകാനുള്ളവരെ കാത്തിരിപ്പായി. പറഞ്ഞസമയത്തിനകം രണ്ടേ രണ്ടാളുകളാണ് വീട്ടിലെത്തിയത്. പുരുഷോത്തമക്കുറുപ്പിന്റെ അച്ഛൻ കാഞ്ഞിരവിളയിൽ കിട്ടുക്കുറുപ്പും ചാത്തൻകുട്ടിയുടെ അച്ഛൻ കുഞ്ഞാലിപ്പുലയനും. മൂവരുംകൂടി നേരെ കിഴക്കോട്ടിറങ്ങി. വഴിയിൽവെച്ച് പാവുമ്പാക്കാരൻ രാഘവക്കുറുപ്പിനെ കണ്ടു. അയാളും ചാരോളിലേക്കാണെന്നു മനസ്സിലായി. അവിടെന്താണ് വിശേഷമെന്ന് അയാൾക്കും അറിഞ്ഞുകൂടാ. വഴിയിൽ തടുത്തുനിറുത്തി ലോഹ്യം ചോദിച്ചവരോട് രാമൻനായർ പറഞ്ഞു–

"ഞങ്ങള് കോട്ട വരെ ഒന്നുപോകുന്നു. ചില ലൊട്ടുലൊടുക്കു സാധനങ്ങൾ വാങ്ങണം."

ചരോളിലെത്തിയപ്പോൾ പോറ്റിസാറിനെയും പന്തളം പി ആറിനെയും കൂടാതെ വിശേഷാൽ പലരെയും കണ്ടു. എല്ലാവരും ഇലയിട്ട് ഊണുകഴിക്കുന്നു. പിന്നീടാണ് മനസ്സിലായത്– പാർട്ടി നേതാക്കളാണ്. ആർ സുഗതൻ, ടി വി തോമസ്, കെ ആർ ഗൗരി...

സെൻട്രൽ ജയിലിൽ കരുതൽ തടങ്കലിൽ കഴിഞ്ഞ നേതാക്കളെയെല്ലാം അതിനകം വിട്ടയച്ചിരുന്നു. നാട്ടിൽ അങ്ങോളമിങ്ങോളം ജനങ്ങൾ പൊതുസമ്മേളനങ്ങൾകൂടി അവർക്കു സ്വീകരണം നല്കുന്ന കാലമാണ്.

നേതാക്കന്മാർ പുരുഷോത്തമക്കുറുപ്പിന്റെ അച്ഛനെ കണ്ടു സംസാരിച്ചു. ആശ്വാസം പകർന്നു.

ഊണുകഴിഞ്ഞ് എല്ലാവരുംകൂടി കെട്ടിനകത്തുകൂടിയിരുന്ന് ചർച്ച നടത്തി. ശൂരനാട്ടുകേസിലെ പ്രതികളുടെ വീടുകളിൽ പോവുകയാണുദ്ദേശം. വീട്ടുകാരെ കണ്ടു സംസാരിക്കണം. അവരെക്കൂടി പങ്കെടുപ്പിച്ചുകൊണ്ട് ഒരു പൊതുയോഗം നടത്തണം.

യോഗം കാത്താവിള സ്കൂളിനടുത്തുകൂടാമെന്ന് ആരോ അഭിപ്രായപ്പെട്ടു. അവിടെ എല്ലാം സൗകര്യവുമുണ്ട്. അപ്പോൾ തെക്കേമുറിയിൽ നിന്ന് ഗൗളിയുടെ ഒച്ചപോലെ അടക്കിപ്പിടിച്ച ഒരു ശബ്ദം. നോക്കിയപ്പോൾ തോപ്പിൽഭാസി വാതിലിലൂടെ കെട്ടിനകത്തേക്ക് തലനീട്ടിക്കൊണ്ട് പതിഞ്ഞ സ്വരത്തിൽ പറയുന്നതുകേട്ടു–

"പാതിരിക്കൽ പൊയ്കമൈതാനത്തുവേണം യോഗം നടത്താൻ."

"ശരി. എന്നാലങ്ങനെ.''

ഗൗരിയമ്മ മുളങ്കമ്പിൽ കെട്ടിയ ഒരു ചെങ്കൊടിയെടുത്ത് കുഞ്ഞാലിപ്പുലയന് നീട്ടി.

"കാർണോര് ഈ കൊടികൊണ്ടുപോയി മൈതാനത്ത് നാട്ട്. ഞങ്ങൾ സഖാക്കളുടെ വീടുകളിൽപോയിട്ട് അങ്ങുവന്നേക്കാം."

കുഞ്ഞാലിപ്പുലയന്റെ ചുക്കിച്ചുളിഞ്ഞ മുഖം തുടുത്തു. തൊഴുകൈകളോടെ കിഴവൻ കൊടിയേറ്റുവാങ്ങി തലയ്ക്കുമുകളിൽ ഉയർത്തിപ്പിടിച്ചു. കുറേനേരം തലയുയർത്തി കൊടിയിലേക്ക് നോക്കി നിന്നിട്ട് കിട്ടുക്കുറുപ്പിനെയും വിളിച്ചുകൊണ്ട് മുന്നോട്ടുനടന്നു. കുറേപ്പേർ അവരുടെ പുറകേ പോയി. കണ്ടവരെല്ലാം അതിശയിച്ചുപോയി. നാട്ടിൽ ഇനിയും ചെങ്കൊടിയോ?

മുദ്രാവാക്യമില്ലാതെ, ഒച്ചയും ബഹളവും കൂടാതെ കുറേപ്പേർ ചെങ്കൊടിയുമായി അതാ നടന്നുപോകുന്നു.

കുറെദൂരെ ചെന്നപ്പോൾ കിട്ടുക്കുറുപ്പ് കുഞ്ഞാലിപ്പുലയനോടു പറഞ്ഞു:

''ഇനി ആ കൊടി ഇങ്ങോട്ടുതാ വേലത്താനെ. ഞാനൊന്നു പിടിക്കാം."

കുറുപ്പ് കൊടിവാങ്ങി ആവുന്നത്ര പൊക്കിപ്പിടിച്ച് ശിരസ്സുയർത്തി നടന്നു. അയാളും പിടലിവളച്ച് കൂടെക്കൂടെ മുകളിലേക്കുനോക്കുന്നുണ്ടായിരുന്നു. പൊയ്കമെതാനത്തു ചെന്നപ്പോൾ അതുവീണ്ടും കുഞ്ഞാലിപ്പുലയനെ ഏല്പിച്ചു. കിട്ടുക്കുറുപ്പു മൈതാനത്തിന്റെ നടുക്ക് ആഴംകൂടിയ ഒരു കുഴികുത്തി. കുഞ്ഞാലിപ്പുലയൻ ആ കുഴിയിൽ കൊടിനാട്ടി ചുവട്ടിൽ മണ്ണിട്ടുറപ്പിച്ചു....

നേതാക്കന്മാർക്കു വഴികാണിച്ചുകൊണ്ട് രാമൻനായർ ആൾക്കൂട്ടത്തിനുമുന്നിൽ ഗൗരവത്തോടെ തലയുയർത്തി നടന്നു. താനും അവരെപ്പോലെ ഒരു നേതാവാണെന്ന മട്ടിൽ. ആദ്യം തെക്കടുത്തു ഗോപാലന്റെ വീട്ടിൽ കയറി. ഗോപാലനെ അറസ്റ്റുചെയ്തു എന്നറിഞ്ഞതിനുശേഷമാണ് അച്ഛനും അമ്മയും സമാധാനത്തോടെ നാട്ടിൽ മടങ്ങിവന്നത്. നിന

ച്ചിരിക്കാതെ ഒരു കൂട്ടമാളുകൾ അങ്ങോട്ടു ചെന്നു കേറിയപ്പോൾ വീട്ടിലുള്ളവർ അമ്പരന്നു. രാമൻനായർ അവരെ പരിചയപ്പെടുത്തി. "നമ്മുടെ നേതാക്കന്മാരാണ്. ടി വി തോമസ്, ആർ സുഗതൻ, ഗൗരിയമ്മ...." പേരുകൾ കേട്ട് അവരുടെ അമ്പരപ്പു കൂടിയതേയുള്ളൂ. വീട്ടുകാരെക്കൊണ്ടൊന്നു മിണ്ടിക്കാൻ പാടു കുറെ പെടേണ്ടിവന്നു.

മിണ്ടിത്തുടങ്ങിയപ്പോൾ പരാതികളും പരിഭവങ്ങളുമായി. എല്ലാം ക്ഷമയോടെ കേട്ടിരുന്നു. അവരെ പൊയ്കയിലെ യോഗത്തിനു ക്ഷണിച്ചു.

കുഞ്ഞുപിള്ളയുടെ വീട്ടിൽ താമസമുണ്ടായിരുന്നില്ല. അളിയന്റെ വീട്ടിൽ ചെന്ന് അമ്മയെയും പെങ്ങളെയും കണ്ടു സംസാരിച്ചു. തണ്ടാശ്ശേരിയിലെത്തി രാഘവന്റെ ഭാര്യയെയും കുട്ടികളെയും കണ്ട് ആശ്വാസവാക്കുകൾ പറഞ്ഞു— കടമ്പാട്ടു ചെന്നപ്പോൾ ഗൗരിയമ്മ വീട്ടിനകത്തേക്കു കയറി. കമലമ്മയുടെ കൈപിടിച്ച് വർത്തമാനം പറഞ്ഞു.

സന്ധ്യയായപ്പോൾ യാത്രാസംഘത്തിനു മുന്നിൽ ഒരു പെട്രോമാക്സ് കത്തിച്ചുപിടിച്ചു. വിളക്കുവെട്ടത്തിനു പിന്നിൽ ആളുകളും നിഴലുകളും കൂട്ടിപ്പിണഞ്ഞു നടന്നു.

കാര്യം കേട്ടറിഞ്ഞുവന്നപ്പോൾ വീട്ടുകാരെല്ലാം വാതുറന്നു സംസാരിക്കാൻ തുടങ്ങി. തങ്ങളനുഭവിച്ച യാതനകളും വേദനകളും കേൾക്കാൻ ആളുകൾ ഇങ്ങോട്ടു തിരക്കി വന്നതുതന്നെ അവർക്ക് ആശ്വാസമായി.

വിളയിൽ ഗോപാലപിള്ളയുടെ അച്ഛൻ പേരെടുത്ത കൃഷിക്കാരനായിരുന്നു. അയാൾ വേദനപ്പെടുന്നതു കേട്ടു:

"എന്റെ കുഞ്ഞേ, ആ ദ്രോഹികള് എന്റെ ഒരേയൊരു കാളയെ അഴിച്ചുകൊണ്ടുപോയി. കാളയ്ക്കു തണുപ്പുകൊടുക്കാൻ വെച്ചിരുന്ന ഒരു പാട്ട മരോട്ടി എണ്ണ —അതെല്ലാം സഹിക്കാം. ആ കാലന്മാര് എനിക്കു തേയ്ക്കാൻ വെച്ചിരുന്ന എണ്ണ ഭരണിയോടെ കൊണ്ടുപൊയ്ക്കളഞ്ഞു."

എന്തൊക്കെയോ പറഞ്ഞ് കിഴവനെ സമാധാനിപ്പിച്ചു. സന്ദർശനമവസാനിപ്പിച്ച് പൊയ്കമൈതാനത്തെത്തിയപ്പോഴേക്കും സമയം പത്തുപന്ത്രണ്ടു നാഴികയിരുട്ടി. അവിടമാകെ കണ്ണഞ്ചിക്കുന്ന വെട്ടം പരത്തിക്കൊണ്ട് ഒരു പെട്രോമാക്സ് നിന്നു കത്തി. അതിനു ചുറ്റും ധാരാളമാളുകൾ നേതാക്കന്മാരെ പ്രതീക്ഷിച്ചു നില്ക്കുന്നുണ്ടായിരുന്നു.

യോഗം തുടങ്ങി. പ്രതികളുടെ ബന്ധുക്കൾ പ്രസംഗവേദിയിലെത്തി നേതാക്കളെ ഹാരമണിയിച്ചു സ്വീകരിച്ചപ്പോൾ മൈതാനത്തു നീണ്ടുനിന്ന കൈയടി.

എല്ലാവരും ചെവികൂർപ്പിച്ചു പ്രസംഗങ്ങൾ കേട്ടു. യോഗം പിരിഞ്ഞപ്പോൾ രാത്രി വളരെ വൈകി. അതിഥികൾ കളയ്ക്കാട്ടു ചെന്ന് ആഹാരം കഴിച്ചു. ഇപ്പോൾ കളയ്ക്കാട്ടെ മൂപ്പിലാനും വല്യമ്മയ്ക്കും ധാരാളം കാര്യങ്ങൾ പറയാനുണ്ട്. അവരുടെ മകന്റെ സ്വഭാവത്തെക്കുറിച്ചും ധീരതയെക്കുറിച്ചും —ഒരു പ്രാണിയെപ്പോലും കൊല്ലാനുള്ള മനസ്സുള്ളവനല്ല. ഒരു കോടതിയിൽ കൊണ്ടുപോയി ഒരു വാക്കുപോലും ചോദിക്കാതെ അവനെ

തല്ലിക്കൊന്നു. തള്ളയെയും തന്തയെയും ആ ശവംപോലും ഒന്നു കാണി ച്ചില്ല.

കതകിന്റെ പിന്നിൽ മറഞ്ഞുനിന്ന് രോഹിണിക്കുട്ടി വിങ്ങുകയും വിതുമ്പുകയും ചെയ്യുന്നതു രാമൻനായർ കണ്ടു.....

അവളെ എന്തു പറഞ്ഞു സമാധാനപ്പെടുത്തണമെന്ന് അയാൾക്ക റിഞ്ഞുകൂടായിരുന്നു.....

സബ്ജയിലിൽ ചെന്ന് തടവുകാരുമായി സംസാരിക്കുമ്പോൾ രാമൻനായർ ഈ അനുഭവങ്ങളെല്ലാം വിവരിച്ചു. പാർട്ടിക്ക് ഇത്രപെട്ടെ ന്നൊരു വളർച്ച തീരെ പ്രതീക്ഷിച്ചതല്ല. പണ്ടത്തെ ഒറ്റുകാരിൽത്തന്നെ ചുരുക്കം ചിലരൊഴിച്ച് ബാക്കിയെല്ലാരും പാർട്ടിയോടു കൂറുള്ളവരാണ്. അവരിതുവരെ മനസ്സടക്കിപ്പിടിച്ചു നടക്കുകയായിരുന്നു.

റിലീഫിനും ഡിഫൻസിനും വേണ്ടി ഒരു കമ്മിറ്റി രൂപീകരിച്ചിരുന്നു. കേസിൽപ്പെട്ടവരുടെ വീട്ടുകാർക്ക് കമ്മിറ്റിയുടെ കഴിവുപോലൊക്കെ സഹായമെത്തിക്കുന്നുണ്ട്. ഭാസ്കരൻനായരുടെ വീട്ടിലും കടമ്പാട്ടും ചെന്ന് പുര മേഞ്ഞുകൊടുത്തു. ഭാസ്കരൻനായരുടെ അമ്മയ്ക്കും കട മ്പാട്ടെ കമലമ്മയ്ക്കും ചെല്ലപ്പൻപിള്ളയുടെ ഭാര്യക്കുമെല്ലാം മുണ്ടു വാങ്ങിക്കൊടുത്തു. നാട്ടിൽനിന്ന് ഉണക്കക്കപ്പയും അരിയും ശേഖരിച്ച് ആ വീടുകളിൽ എത്തിച്ചു. മറ്റൊരു വിശേഷമുണ്ട്. രാമൻനായർ ഒട്ടൊരു പരിഹാസത്തോടെയാണു പറഞ്ഞത്. ഗാന്ധിരാമൻപിള്ള കൊറ്റാർകാ വിൽ ഭക്തജനങ്ങളെ വിളിച്ചുകൂട്ടി ക്ഷേത്രപുനരുദ്ധാരണത്തിന് ഒരു കമ്മിറ്റി രൂപീകരിച്ചിരിക്കുന്നു. വലിയ പരിപാടികളാണിട്ടിരിക്കുന്നത്. ക്ഷേത്രം പുതുക്കിപ്പണിയണമെന്നും പുനഃപ്രതിഷ്ഠ നടത്തണമെന്നു മെല്ലാം പറയുന്നു. അതിനെല്ലാവരും സംഭാവന കൊടുക്കണം പോലും. പക്ഷേ, നമ്മളാരും ഒരണകൊടുക്കാൻ നിശ്ചയിച്ചിട്ടില്ല. ഇവിടെ വക്കീൽ ഫീസുകൊടുക്കാനില്ലാതെ വിഷമിക്കുമ്പഴാ അയാടെയൊരു പുനഃപ്ര തിഷ്ഠ!

കുട്ടപ്പക്കുറുപ്പു കളി പറഞ്ഞു:

“ഭഗവതിയെ കെടുത്തിപ്പറയാതെ. ദൈവദോഷമുണ്ടാകും.”

“ഓ, പിന്നെ ഭഗവതി. ഇതുവരെ ഭഗവതി എവിടെപ്പോയിരുന്നു.”

കുറെയൊക്കെ കേട്ടുകഴിഞ്ഞപ്പോൾ ഒരു രഹസ്യം ചോദിക്കുന്ന മട്ടിൽ വാസുനായർ തിരക്കി:

“ആട്ടെ. രാമൻനായർ ചേട്ടൻ ഇപ്പോഴും വെള്ളമടിക്കാറുണ്ടോ?”

മറ്റുള്ളവർ അതുകേട്ടു ചിരിച്ചു.

രാമൻനായർ ഗൗരവത്തിൽ വിരൽ ചൂണ്ടി പറഞ്ഞു:

“നീയെന്നോടു കളിക്കല്ലേ വാസൂ. വെറുതെയാണെങ്കിലും പോറ്റി സാററിഞ്ഞാൽ ഇല്ലാത്ത കുഴപ്പമാകും.”

“മുഖഭാവം കണ്ടിട്ട് ഇപ്പോഴും കുറെശ്ശെ കുടിക്കുമെന്നു തോന്നുന്നു.”

“നീ അനാവശ്യം പറയാതെ. എന്റെ കൊറ്റാർകാവു ഭഗവതിയാണെ,

ഞാൻ പാർട്ടിയിൽ ചേർന്നതിൽപ്പിന്നെ അങ്ങനെയൊരു സംഭവമുണ്ടായിട്ടില്ല."

വീണ്ടും ചിരി.

അച്ചുതൻനായർ ആശ്ചര്യം ഭാവിച്ചു ചിരിച്ചു.

"ആങ്ഹാ. അപ്പോൾ ആളു യോഗ്യനായിപ്പോയല്ലോ."

"അതെ. യോഗ്യൻ തന്നെ. എന്താ ഇത്ര സംശയം? യോഗ്യനല്ലെങ്കിൽ അവരെന്നെ പാർട്ടിയിൽ ചേർക്കുവാരുന്നോ?"

"അപ്പോൾ ഇനിയെന്നാ ഇങ്ങോട്ടു വരുന്നേ?"

"കൂടെക്കൂടെ ആരെങ്കിലുമൊക്കെ വരും. ഞാനും വരാം."

രാമൻനായർ മടങ്ങിപ്പോയി.

സെഷൻസിൽ കേസുവിസ്താരം ആരംഭിച്ചതോടെ വീടുകളിൽ നിന്നെല്ലാം ആളുകൾ കാണാൻ വന്നു. കേസുവിളിക്കുന്ന ദിവസം കോടതിയും പരിസരവും പുരുഷാരത്തെക്കൊണ്ടു നിറഞ്ഞിരിക്കും. അവരുടെ കൂട്ടത്തിൽ മുഷിഞ്ഞ ഖദർ വേഷവുമായി പോറ്റിസാറുണ്ടായിരുന്നു. അദ്ദേഹം കൂടെക്കൂടെ വെറ്റിലയെടുത്തു നൂറുതേച്ചു മുറുക്കി. ആ കണ്ണുകളിൽ ആശയുടെയും പ്രതീക്ഷയുടെയും തിളക്കം കണ്ടു.

പ്രതികൾക്കുവേണ്ടി വാദിക്കാൻ വക്കീലന്മാരുടെ ഒരു സംഘം കോടതിയിൽ ഹാജരായി. കേസുനടത്തുന്നതിൽ അവർ പ്രകടിപ്പിച്ച താല്പര്യം എല്ലാവരിലും കൗതുകമുണർത്തി.

പൊലീസുകാർ മുൻകൂട്ടി ഓരോ സാക്ഷിയെയും വിളിച്ച് പ്രോസിക്യൂട്ടറുടെ മുമ്പിൽ ഹാജരാക്കി. കോടതിയിൽ കൊടുക്കേണ്ട മൊഴി പഠിപ്പിച്ചു. കീഴ്ക്കോടതിയിൽ നല്കിയ മൊഴി വായിച്ചു കേൾപ്പിച്ചു. അതിനു വിപരീതമായി ആരെങ്കിലും പറഞ്ഞുപോയാൽ ഇടിച്ചു ചോര കവിട്ടിക്കും. അറസ്റ്റുചെയ്തു ജയിലിലാക്കും. കള്ളസാക്ഷി പറഞ്ഞതിനു പ്രോസിക്യൂട്ടു ചെയ്യും.... അങ്ങനെ എന്തെന്തു ഭീഷണികൾ.

അണവാച്ചറും പാച്ചുപിള്ളയും ഭയന്നു വിറച്ചുപോയി. പൊലീസുകാരും പ്രോസിക്യൂട്ടറും പറഞ്ഞു പഠിപ്പിച്ചതോർമ്മവെച്ച് കോടതിയിൽ ഉരുവിട്ടു.

പാപ്പിവൈദ്യനെ ക്രോസു ചെയ്തപ്പോൾ തന്റെ ആഭിചാരപ്രവൃത്തികൾ നിഷേധിക്കാൻ കഴിയാതെ അയാൾ കോടതിയിൽ നിന്നു വെന്തു വിയർത്തു. പൂവക്കാട്ടെ സരസ്വതിയമ്മയുടെ മരണത്തെക്കുറിച്ചു ചോദിച്ചപ്പോൾ അയാൾക്കു തലചുറ്റി. ക്രോസിൽ മൊഴിയാകെ തെറ്റി. പൊലീസുകാർ അയാളെ കോടതി മുറിയിൽ നിന്നിറക്കിക്കൊണ്ടുപോയി കണക്കിനു പ്രഹരിച്ചു....

ഒരു ദിവസം നടേവടക്കേലെ മൂപ്പിലാൻ മകനെ കാണാൻ വേണ്ടി സബ്ജയിലിൽ ചെന്നു. യാദൃശ്ചികമായ ആ വരവുകണ്ട് അച്ചുതൻനായർ ഞെട്ടിപ്പിടഞ്ഞെഴുന്നേറ്റ് ഇരുമ്പഴികൾക്കടുത്തു ചെന്നുനിന്നു. അപ്പുറവും ഇപ്പുറവും നിന്ന് മുഖത്തോടുമുഖം നോക്കി. അച്ചുതൻനായർ ചിരിച്ചുകൊണ്ടു ചോദിച്ചു:

"വീട്ടിൽ വിശേഷം വല്ലതുമുണ്ടോ അച്ഛാ?"

"ഒന്നുമില്ല."

"മോൾക്കു ദീനവും ദണ്ണവുമൊന്നുമില്ലല്ലോ."

"ഇല്ല."

"അമ്മയും ജാനകിക്കുട്ടിയുമൊക്കെ സുഖമായിരിക്കുന്നോ?"

"മ്."

അച്ഛൻ വാ തുറന്ന് ഒന്നും പറയുന്നില്ല. മറ്റുള്ളവർ വർത്തമാനങ്ങൾ കേൾക്കാൻ വാതിൽക്കൽ തിങ്ങിക്കൂടി. അച്ചുതൻനായർക്ക് എന്തെല്ലാമോ അറിയണമെന്നുണ്ടായിരുന്നു. മറ്റുള്ളവരുടെ സംസാരത്തിനിടയിൽ ഒന്നും ഓർത്തുചോദിക്കാൻ കഴിഞ്ഞില്ല.

കുട്ടപ്പക്കുറുപ്പ് മൂപ്പിലാനെ സന്തോഷിപ്പിക്കാൻ വേണ്ടി പറഞ്ഞു:

"കസ്ബയിലെപോലല്ല. ഇവിടെ ഞങ്ങൾക്കു സുഖമാണ്. അമ്മാവൻ വീട്ടിലൊന്നു പറഞ്ഞേക്കണം."

"ഓ, പറഞ്ഞേക്കാം."

അച്ചുതൻനായർ തിരക്കി.

"മോള് എഴുന്നേറ്റു നടക്കാറായോ അച്ഛാ."

"മ്."

വാസു നായർ ചോദിച്ചു:

"നാട്ടിൽ എന്തൊക്കെയുണ്ട് വിശേഷം?"

"എല്ലാവരും അങ്ങനെ കഴിയുന്നു. ഇപ്പോൾ പൊലീസിന്റെ ശല്യമൊന്നുമില്ല."

ഒരു പൊതിയെടുത്തു മകന്റെ കൈയിൽ കൊടുത്തിട്ട് വേലുനായർ പറഞ്ഞു:

"ഞാൻ പോകട്ടെ. ഇനീം വരാം."

"ഇനി വരുമ്പോൾ മോളേക്കൂടിക്കൊണ്ടു വരണേ."

അച്ഛൻ ഒന്നും മിണ്ടാതെ മിഴിച്ചു നിന്നു. പെട്ടെന്ന് മുഖം ചുളിഞ്ഞ് കണ്ണുകൾ നിറഞ്ഞു തുളുമ്പി.

കിഴവൻ മീശവിറപ്പിച്ചു ചിരികോട്ടിക്കൊണ്ടു പറഞ്ഞു:

"അവൾ നമ്മിൽ നിന്നു പോയി മോനേ."

"ങ്."

"നീ അറിയണ്ടാ എന്നു കരുതി പറയാതിരുന്നേത്?"

ശൂന്യതയിലേക്കു തലകുത്തിവീഴും പോലെ അച്ചുതൻനായർക്കു തോന്നി. ഇരുമ്പഴികളിൽ താങ്ങി കുറെനേരം പ്രജ്ഞയില്ലാതെ നിന്നു. പരിസരബോധമുണ്ടായപ്പോൾ കണ്ണുനിറഞ്ഞു കവിഞ്ഞു.

കുട്ടപ്പകുറുപ്പു തിരക്കുന്നതുകേട്ടു.

"അവൾക്കെന്തായിരുന്നു അസുഖം?"

"ഉള്ളിൽ കുരുപ്പ്. ചികിത്സ കേട്ടില്ല. ഞങ്ങളെക്കൊണ്ട് ആവുന്നതെല്ലാം നോക്കി."

അച്ചുതൻനായർ കണ്ണീരൊഴുക്കിക്കൊണ്ട് മൂകനായി നിന്നു. അച്ഛൻ ഒരിക്കൽക്കൂടി യാത്ര ചോദിച്ചു:

"എന്നാൽ ഞാൻ പോകട്ടെ."

അച്ചുതൻനായർ നിലത്തുകിടന്നു തേങ്ങിക്കരഞ്ഞു. അന്ന് അണയുടെ അടുത്തുനിന്ന് അവസാനമായി വീട്ടിൽ ചെന്ന ദിവസം കുഞ്ഞു സുഖമില്ലാതെ കിടക്കുകയായിരുന്നു. അവളെ കൊണ്ടുപോയി ഒരു കവിൾ മരുന്നു വാങ്ങിക്കൊടുക്കാൻ കഴിഞ്ഞില്ല. അവൾ എന്നെന്നേക്കുമായി ഈ ലോകം വിട്ടുപോവുകയും ചെയ്തു.....

കേസിന്റെ വിധി പറയുന്ന ദിവസം ശൂരനാട്ടുനിന്ന് ധാരാളം ആളുകൾ വന്നു. പ്രതികളുടെ ബന്ധുക്കളും, പാർട്ടി പ്രവർത്തകരും, അനുഭാവികളും. ആരും ഒരക്ഷരം ഉരിയാടുന്നില്ല. എല്ലാവരുടെയും മുഖത്ത് ശ്വാസം മുട്ടിക്കുന്ന ഉൽക്കണ്ഠ. പോറ്റിസാർ വെറ്റിലമുറുക്കിക്കൊണ്ട് അസ്വസ്ഥനായി അങ്ങോട്ടുമിങ്ങോട്ടും നടന്നു.

പ്രതികൾ ആൾക്കൂട്ടത്തിലേക്കു എത്തിനോക്കി. കൊച്ചുകൃഷ്ണന്റെയും അച്ചുതൻനായരുടെയും കണ്ണുകൾ അവിടെയെല്ലാം പരതി നടന്നു. അവർ കാണാൻ കൊതിച്ചവരെ കണ്ടില്ല. ആ കൂട്ടത്തിൽ ജാനകിക്കുട്ടിയും കുഞ്ഞിക്കുട്ടിയും ആരും ഉണ്ടായിരുന്നില്ല.

ജഡ്ജി കോടതിമുറിയിലേക്ക് മുഖംവീർപ്പിച്ച് തിടുക്കത്തിൽ നടന്നുവന്നു. വക്കീലന്മാരെഴുന്നേറ്റു തൊഴുതു. പൊലീസുകാർ സല്യൂട്ടു ചെയ്തു. പ്രതികൾ കൂട്ടിൽ നിരന്നു നിന്നു. കോടതിയും പരിസരവും നിശ്ചലവും നിശബ്ദവുമായി. എല്ലാവരും വീർപ്പടക്കി ജഡ്ജിയുടെ മുഖത്തേക്കു നോക്കി. ആരെയൊക്കെ ശിക്ഷിക്കുമെന്നോ, ആരെയൊക്കെ വെറുതെ വിടുമെന്നോ തിട്ടമില്ല.

ആകാംക്ഷകൊണ്ടു വീർപ്പുമുട്ടി നില്ക്കുമ്പോൾ ജഡ്ജി വിധി പ്രസ്താവിച്ചു. രണ്ടും മൂന്നും ജീവപര്യന്തങ്ങൾ വീതം.

തൂക്കിക്കൊല നിർത്തലാക്കിയതുകൊണ്ട് വേറെയൊന്നും ചെയ്യാനില്ല.

നിരപരാധികളെന്നുകണ്ട് രണ്ടുപേരെ വെറുതെ വിട്ടു. വരമ്പുകാലിൽ കറുത്തകുഞ്ഞിനെയും പോണാൻ ചെല്ലപ്പൻപിള്ളയെയും.

ശിക്ഷകേട്ടു പ്രതികളാരും ഞെട്ടിയില്ല. കൊച്ചുകൃഷ്ണനും മാധവൻപിള്ളയും മുഖത്തെ പ്രസന്നത നിലനിർത്താൻ വേണ്ടിയെന്നോണം പുഞ്ചിരിതൂകി. അച്ചുതൻനായരുടെയും വാസുനായരുടെയും മുഖത്ത് ഒരുതരം നിർമ്മമത നിഴലിച്ചു. ശിവരാമന്റെയും കുട്ടപ്പക്കുറുപ്പിന്റെയും മുഖം മങ്ങി. വാടിത്തളർന്ന പൂക്കുലപോലെ അവരുടെ തലകുനിഞ്ഞുപോയി.

ബന്ധുക്കൾനിന്നു വിങ്ങിപ്പൊട്ടി. ചിലർ തേങ്ങിക്കരഞ്ഞു. പ്രതികളെ അവർക്ക് എന്നേക്കുമായി നഷ്ടപ്പെട്ടുവെന്നുതോന്നി.

കേസുകേൾക്കാൻ വന്നവർ തലതാഴ്ത്തി നിശ്ശബ്ദരായി പിരിഞ്ഞു

പോയി. അടുത്ത ബന്ധുക്കളും പാർട്ടിക്കാരും മാത്രം അവശേഷിച്ചു. പ്രതികൾ അവരോടു കുശലപ്രശ്നം നടത്താൻ പാടുപെട്ടു.

അച്ചുതൻനായർ അച്ഛന്റെയടുത്തേക്കു നടന്നു ചെന്നു. അച്ഛൻ പണ്ടത്തെപ്പോലെ നിർവ്വികാരമായ അതേ നില്പുതന്നെ. മകൻ പറഞ്ഞു:

"അച്ഛൻ അമ്മയെയും ജാനകിക്കുട്ടിയെയും പറഞ്ഞു സമാധാനപ്പെടുത്തണം. അവർ വ്യസനിക്കരുതെന്നു പറയണം."

മൂപ്പിലാൻ മറുപടിയൊന്നും പറയാതെ മകന്റെ മുഖത്തേക്കു മിഴിച്ചുനോക്കി.

"എന്താ ഒന്നും മിണ്ടാത്തത്? അച്ഛൻ വേണം വീട്ടിലുള്ളവർക്കു ധൈര്യം നല്കാൻ."

"ഞാനവരോടു പറയാം."

"എനിക്കു ജാനകിക്കുട്ടിയെ ഒന്നു കാണണമെന്നുണ്ട്. ആരെങ്കിലും കാണാൻ വരുമ്പോൾ അവളെക്കൂടി പറഞ്ഞയയ്ക്കണം."

"പറഞ്ഞയയ്ക്കാം."

പറഞ്ഞും ചൊല്ലിയും നില്ക്കുമ്പോൾ അവരെ കൊണ്ടുപോകാനുള്ള വാൻ വന്നു. പ്രതികൾ ഓരോരുത്തരായി വാനിൽ കയറിയിരുന്നു. തങ്ങളെ നോക്കിക്കൊണ്ടു നിന്നവരുടെ നേരെ അവർ ചിരിക്കാൻ ശ്രമിച്ചു. കൈയാട്ടി യാത്ര ചോദിച്ചു. ഇരമ്പിയും മൂളിയും വാൻ മുന്നോട്ടുനീങ്ങി. ദൂരങ്ങൾ പിന്നിട്ട് തെക്കോട്ട് തെക്കോട്ട് അപരിചിതമായ ഒരു ലോകത്തേക്ക് അത് ഇരമ്പിപ്പാഞ്ഞുപോയി.

എല്ലാവരും എന്തൊക്കെയോ ചിന്തകളിൽ മുഴുകി. ജീവപര്യന്തങ്ങൾ കഴിഞ്ഞുകിട്ടാൻ ഇനി എത്രനാൾ കഴിയണം? അതുവരെ ആരൊക്കെ ജീവിച്ചിരിക്കും? ജയിലിൽ നിന്നിറങ്ങിവരുമ്പോഴേക്കും യുവത്വമൊക്കെ നശിച്ച് എല്ലാവരും പടുകിളവന്മാരായി മാറിയിരിക്കും.

തിരിച്ചുചെല്ലുമ്പോൾ അതു തങ്ങൾ ജനിച്ചുവളർന്ന ശൂരനാടായിരിക്കുകയില്ല. അന്നത്തെ ആളുകൾ തങ്ങളെ തിരിച്ചറിഞ്ഞെന്നുവരില്ല.

ഒരു പക്ഷേ, ഇനി മടക്കയാത്ര തന്നെ ഉണ്ടായില്ലെന്നും വരാം.....

അപ്പോൾ കൊറ്റാർകാവു ക്ഷേത്രത്തിൽ ഗാന്ധിരാമൻപിള്ളയുടെ "വിളിച്ചുചൊല്ലി പ്രായശ്ചിത്തം" നടക്കുകയായിരുന്നു. സ്ത്രീകളും കുട്ടികളും ഉൾപ്പെടെ ഒരു വലിയ ആൾക്കൂട്ടം അമ്പലനടയിൽ കൂടി. വീക്കു ചെണ്ടയും തിമിലയും മദ്ദളവും ചേങ്ങലയും കൊമ്പും കുഴലുമെല്ലാം മുഴങ്ങി. ഗാന്ധിരാമൻപിള്ള ആറ്റിലിറങ്ങി മുങ്ങിക്കുളിച്ച് ഈറനോടെ കയറിവന്നു. ഭഗവതിയുടെ മുന്നിൽ കൈകൂപ്പി നിന്നു. എണ്ണാതെ പട്ടിൽ പൊതിഞ്ഞുകെട്ടിയ നാണയക്കിഴി കൈയിലെടുത്തു. കൈകളുയർത്തി അതു തലയ്ക്കുമീതെ പൊക്കിപ്പിടിച്ചുകൊണ്ടു മേളക്കാരോടും കരക്കാരോടുമൊപ്പം ക്ഷേത്രത്തിനു പ്രദക്ഷിണം വെച്ചു. മനസ്സു നൊന്ത് ഉറക്കെവിളിച്ചു പറഞ്ഞു:

"യാനിയാനിച പാപാനി ജന്മാന്തര കൃതാനിച

താനി താനി വിനശ്യന്ത പ്രദിക്ഷിണ പദേപദേ"

അമ്പലത്തിനു വലംവെച്ചുവന്ന്, ക്ഷേത്ര നടയിൽ പണക്കിഴി സമർപ്പിച്ചു. ഭഗവതിയുടെ മുന്നിൽ സാഷ്ടാംഗം വീണു പ്രാർത്ഥിച്ചു.

കരചരണകൃതംവാ, കായജം കർമ്മജംവാ,
ശ്രവണനയനജംവാ, മാനസം വാപരാധം,
വിഹിതമവിഹിതംവാ സർവ്വമേതൽ ക്ഷമസ്വ,
ത്രിഭുവന ജനനീ ത്വൽപാദപത്മം പ്രണൗമി."

മുപ്പത്തിമൂന്ന്

സെൻട്രൽജയിലിൽ ഏഴാം കെട്ടിനപ്പുറത്ത് ക്ലോസപ്പ് പ്രിസണിലെ സെല്ലുകളിലും അതിനു വെളിയിലുള്ള വർക്ക്ഷാപ്പുകളിലുമായി ദിനരാത്രങ്ങൾ കടന്നുപോയി. വിരസങ്ങളായ മാസങ്ങളും വർഷങ്ങളും....

ആദ്യമായി അവിടെ ചെല്ലുമ്പോൾ ഭീമാകാരമായ ആ മതിൽക്കെട്ടുകളും കൂറ്റൻ കെട്ടിടങ്ങളും ഉയർന്നുനില്ക്കുന്ന ഗോപുരങ്ങളുമെല്ലാം മനസ്സിൽ വല്ലാത്ത അമ്പരപ്പുളവാക്കി. പ്രത്യേകതരം വേഷവിധാനങ്ങളോടുകൂടിയ മനുഷ്യജീവികൾ. എന്തോ നിശ്ചയിച്ചുറച്ചതുപോലെ. വൈരാഗ്യം നിഴലിക്കുന്ന മുഖങ്ങൾ. ജീവപര്യന്തം മുഴുവൻ അവരോടൊപ്പം കഴിഞ്ഞുകൂടണം. അപരിചിതമായ ആ അന്തരീക്ഷവുമായി വേഗം പൊരുത്തപ്പെടാൻ ശ്രമിച്ചു. ജയിൽപ്പുള്ളികളും വാർഡന്മാരുമായി ഇടപഴകി. ഏഴുകെട്ടുകൾക്കും കിഴക്ക്, കുട്ടിജയിൽപോലെയുള്ള ക്ലോസപ്പ് പ്രിസണിലെ സെല്ലുകളോടും ജയിൽ വളപ്പിന്റെ കൂറ്റൻ കരിങ്കൽ മതിലുകളോടും ആത്മബന്ധം സ്ഥാപിച്ചു. കമ്യൂണിസ്റ്റുകാരായി അവിടെ വേറെയും തടവുകാരുണ്ടെന്നറിഞ്ഞപ്പോൾ ആഹ്ലാദം തോന്നി. പുന്നപ്രവയലാർ, കൂത്താട്ടുകുളം, ഉല്ലല, ഇടപ്പള്ളി തുടങ്ങിയ കേസുകളിൽ ശിക്ഷിക്കപ്പെട്ടവർ....തങ്ങളോടു രക്തബന്ധമുള്ളവർ. ആ ജയിൽ വളപ്പ് അവരുടെ തറവാടാണ്!

ആ മതിൽക്കെട്ടിൽ നിറഞ്ഞൊഴുകുന്ന സൂര്യപ്രകാശത്തെയും, മരക്കൂട്ടങ്ങളിലെ പച്ചനിറത്തെയും, മനുഷ്യരുടെ മുഖത്ത് അപൂർവ്വമായി മാത്രം വിരിയുന്ന പുഞ്ചിരിയെയും അവരിഷ്ടപ്പെട്ടു.

നാട്ടിൽനിന്നു പലരും കാണാൻ വന്നു. സന്ദർശനമുറിയിൽ ജയിലുദ്യോഗസ്ഥന്മാരുടെ സാന്നിദ്ധ്യത്തിലിരുന്നു സംസാരിച്ചു. നാട്ടിലെയും വീട്ടിലെയും വിശേഷങ്ങൾ പറഞ്ഞു.

ഓരോതവണ വരുമ്പോഴും രാമൻനായർക്ക് ഒരുപാട് കാര്യങ്ങൾ പറയാനുണ്ട്. അയാൾ പണ്ടത്തെ ആ വെറും രാമൻനായരല്ല. ഇപ്പോൾ ശൂരനാട്ടെ കർഷകസംഘത്തിന്റെ കൺവീനർ ചെറുതിട്ട രാമൻനായരാണ്.

കുറേനാൾ മുമ്പ് പൊയ്കമൈതാനത്ത് കൃഷിക്കാരുടെ ഒരു യോഗം വിളിച്ചുകൂട്ടി. ഒരു നോട്ടീസടിച്ചു പരസ്യപ്പെടുത്തുകയും, അങ്ങിങ്ങു കണ്ട

വരോടൊക്കെ ഒന്നുപറയുകയും മാത്രമേ ചെയ്തുള്ളൂ. മൈതാനം നിറയെ ആളുകൂടി. പണ്ട് സന്നദ്ധസേനയിൽ ചേർന്ന് ഒറ്റുകാരായി നടന്ന വരും, കേസിൽ കള്ളസാക്ഷി പറഞ്ഞവരുമെല്ലാം വന്നിരുന്നു. അന്നു നടന്നതൊന്നും ആരും ഓർത്തതായി ഭാവിച്ചില്ല. നടേവടക്കേലെയും കള യ്ക്കാട്ടെയും മൂപ്പിലാന്മാരും പുരുഷോത്തമക്കുറുപ്പിന്റെയും ചാത്തൻകു ട്ടിയുടെയും അച്ഛന്മാരും വന്നിരുന്നു. അവിടെവെച്ചു കർഷകസംഘത്തിന്റെ ഒരു കമ്മിറ്റിയുണ്ടാക്കി. രാമൻനായരെ സംഘത്തിന്റെ കൺവീനറാക്കി. അങ്ങനെ അവരെല്ലാംകൂടി ഒരു വലിയ ചുമതല അയാളുടെ തലയിൽ ഏറ്റിക്കൊടുത്തു. അതേറ്റെടുത്തു. മറ്റുസ്ഥലങ്ങളിലെ സംഘങ്ങളേക്കാൾ ശൂരനാട്ടെസംഘം മെച്ചപ്പെട്ടതാക്കണമെന്ന വാശിയോടെ നടന്നു പ്രവർത്തിക്കുകയാണ്.

ഒരിക്കൽ പുലിക്കുളം ചന്ദ്രശേഖരനെയും മൂലത്തറ കുഞ്ഞനെയും വിളിച്ചുകൊണ്ട് വാർഡുകമ്മിറ്റിയുണ്ടാക്കാൻ അയാൾ നരിച്ചാണിത്തറ യിൽ ചെന്നപ്പോൾ ചാത്തൻപുലയൻ ഉദാസീനത നടിച്ചുകൊണ്ട് ചോദിച്ചു:

"എന്താവന്നെ?"

"വെറുതെ. നിങ്ങളെയൊക്കെയൊന്നുകാണാൻ."

എടുത്തടിച്ചതുപോലെയുള്ള മറുപടി:

"വേണ്ട. ഇവിടെങ്ങും ആരും വരണ്ട."

കുഞ്ഞൻ മലച്ചുപോയി. തന്നോടുള്ള കുടുംബബന്ധംപോലും കണ ക്കാക്കാതെയാണ് ചാത്തൻപുലയന്റെ സംസാരം. പക്ഷേ, എന്തെല്ലാം പറഞ്ഞാലും ചാത്തൻപുലയനെ അങ്ങനെയങ്ങ് തടയാൻ കഴിയുകയി ല്ലെന്ന് രാമൻനായർക്കറിയാം. പത്തുമുപ്പതു കുടികളുടെ തലപ്പുലയാ നാണ്. അയാൾ നേരെ നിന്നാൽ ബാക്കിയുള്ളവരുടെ കാര്യം പ്രയാസ മില്ല. രാമൻനായർ അനുനയത്തോടെ ചോദിച്ചു:

"അതെന്താ ഞങ്ങളിങ്ങോട്ട് വന്നപ്പോൾ മൂത്തവേലത്താനങ്ങനെ പറ യുന്നെ? ഞങ്ങളെന്തിനാ വന്നതെന്നു ചോദിച്ചോ?"

"എന്തിനാ ചോദിക്കുന്നെ? ഇവിടാരും കമ്യൂണിസം പഠിപ്പിക്കാൻ വരണ്ടാ. ഞങ്ങക്ക് വെറുതെ ചാവാൻ വയ്യ."

കുഞ്ഞൻ പറഞ്ഞു–

"ഞങ്ങളായാട്ട് അളിയനങ്ങനെ വെഷമം വരുത്തുവോ? അതോർക്കാതെ അളിയനിങ്ങനെ പറഞ്ഞത് കുറെ കടുപ്പമായിപ്പോയി."

ചാത്തൻപുലയന്റെ ശബ്ദം തെല്ലുച്ചത്തിലായി.

"എങ്ങനാടോ പറയാണ്ടിരിക്കുന്നേ? എന്തൊക്കെ കെടുമതികളാ എല്ലാരുംകൂടെ വരുത്തിക്കൂട്ടിയെ?"

കഴിഞ്ഞകാല കഥകളോർത്തു. നിരപരാധികളെ ഓടിച്ചിട്ടു തല്ലിച്ച തച്ചു. പിടിച്ചുകൊണ്ടുപോയി തല്ലിക്കൊന്നു. കൂരകൾ വലിച്ചുപൊളിച്ചു. ആടിനേം കോഴിയേംവരെ പിടിച്ചോണ്ടുപോയി.

രാമൻനായർക്ക് സംസാരിക്കാൻ വാക്കുകിട്ടി:

"ആരാ ഇതിനൊക്കെ ഉത്തരവാദികൾ? പാവപ്പെട്ട നമ്മളാണോ? നീതി പാലിക്കാത്ത സർക്കാരാണോ? പൊലീസുകാരിതൊക്കെ കാട്ടിക്കൂട്ടിയപ്പോൾ, അതുപാടില്ലെന്ന് പറയാൻ ഒരാളുണ്ടായോ?"

ചാത്തൻപുലയൻ അതു കേട്ടുകൊണ്ട് മിണ്ടാതിരുന്നു.

"ഇനിപ്പറയുവാ–ഇതൊന്നും ആവർത്തിക്കരുതെന്നുണ്ടെങ്കിൽ നമ്മളെല്ലാം ഒന്നിച്ചുനിന്നേപറ്റൂ."

ചാത്തൻപുലയന് വേറൊന്നു ചോദിക്കാനുണ്ടായിരുന്നു.

"എന്തോ വിചാരിച്ചാ അന്നു പൊലീസുകാരെ വെട്ടിക്കൊന്നേ?"

ആ ചോദ്യം പ്രതീക്ഷിച്ചതുതന്നെ.

"അതു വേണമെന്നു വിചാരിച്ചു ചെയ്തതാണോ? സഹിക്കാൻ കഴിയാതെ വന്നപ്പോൾ ചെയ്തുപോയതാ. അന്നു പൊലീസുകാരു നടത്തിയ അതിക്രമം ആണായിപ്പിറന്നോർക്ക് കണ്ടുകൊണ്ട് നിക്കാനൊക്കുമായിരുന്നോ? വലിയവേലത്താനായിരുന്നെങ്കി അതു കണ്ടോണ്ട് കൈയുംകെട്ടി നിക്കുവാരുന്നോ?"

ചാത്തൻപുലയൻ ആലോചിച്ചിരുന്നിട്ടു സമ്മതിച്ചു.

"അതുശരിയാ."

കുഞ്ഞൻ ക്ഷമകേടോടെ പറഞ്ഞു:

"അളിയനറിയാമോ? ആ ചെറപ്പാട്ടെ പൈതലാനെപ്പോലെ ഇത്ര മര്യാദക്കാരനായ ഒരുത്തൻ നമ്മുടെ കുടിയിടയിലുണ്ടോ? അവനന്നു തമ്പ്രാന്റെ കാളത്തിണ്ണയ്ക്ക് കിടന്നുറങ്ങിയോനല്യോ? അവനെന്തോ തെറ്റു ചെയ്തിട്ടാ പിടിച്ചുകെട്ടിക്കൊണ്ടുപോയി തല്ലിച്ചതച്ച് തീരാമണ്ണ് വിധിച്ചിട്ടേക്കുന്നേ? ഇതൊക്കെ ഇനിയെങ്കിലും നമ്മളൊന്നാലോചിക്കണം."

കിഴവന് മറുപടിയില്ലായിരുന്നു. കുഞ്ഞൻ തുടർന്നു:

"ഞങ്ങളിപ്പോ വന്നത് നമ്മുടെ ഒരു സംഘം ഒണ്ടാക്കുന്ന കാര്യം പറയാനാ. അതു നമ്മുടെ ആളുകളോടൊക്കെ ഒന്നുപറയണം. അളിയൻ പറഞ്ഞാലേ നമ്മടാളുകള് കേക്കൂ."

"സംഘം ഒണ്ടാകുന്നത് നല്ലതാ. പക്ഷേങ്കി, പൊല്ലാപ്പും പുക്കാറുമൊന്നും ഒണ്ടാക്കരുത്. അതെ ഞാൻ പറഞ്ഞൊള്ള്."

"അങ്ങനെ പൊല്ലാപ്പും പുക്കാറുമൊക്കെ ഒണ്ടാക്കാൻ നമ്മളത്ര മണ്ടന്മാരാണോ?"

അവസാനം മൂപ്പിലാൻതന്നെ കൊച്ചുമക്കളെ പറഞ്ഞ് കുടികളിലേക്കയച്ചു. അദ്യംവന്ന ഒരാൾ രാമൻനായരെക്കണ്ട് വെറുപ്പോടെ ചോദിച്ചു:

"അല്ലാ, പിന്നേം, വന്നേക്കുവാണോ ആളുകളെ കൊല്ലിക്കാൻ?"

ചാത്തൻപുലയൻതന്നെയാണ് മറുപടി പറഞ്ഞത്–

"അങ്ങനൊന്നും അല്ലെടാ കൂവേ. ഇനി നമ്മക്കും ഒന്നുകൂടണം. അതു പറയാനക്കൊണ്ടാ നിങ്ങളെ വിളിച്ചെ."

"എന്തിനാ കൂടുന്നേ?"

"അതൊക്കെ വഴിയേ പറയാം. കൂടണമെന്നു പറഞ്ഞാ കൂടണം."

"വല്യച്ഛൻ പറയുവാണേ കൂടാം. അല്ലാതെ...."

"ങാ. വല്യച്ഛനാ പറയുന്നെ. നമുക്കെല്ലാംകൂടെ കൂടണം. ഇതു നമ്മുടെ കാര്യമാ. കുടുമ്പം നിങ്ങളുമാത്രം പോരാ. കുടീലെ പെണ്ണുങ്ങളേം കൊണ്ടുവരണം."

ആളുകൾ അറിഞ്ഞുകേട്ടുവന്നു. ചാത്തൻപുലയൻതന്നെ അവരോട് വിവരം പറഞ്ഞു–

"നമുക്ക് ഇവിടെ കൂടിയാ മതി. എന്താ?"

"ഓഹോ"

ഒരു തീയതി നിശ്ചയിച്ചു പിരിഞ്ഞു.

നിശ്ചയിച്ച ദിവസം കുഞ്ഞുകുട്ടികൾ സഹിതം എല്ലാവരും നരിച്ചാണിത്തറയിൽക്കൂടി. കുഞ്ഞനും രാമൻനായരും ചന്ദ്രശേഖരനും സംസാരിച്ചു. അവരുടെ കാര്യങ്ങൾ ചർച്ചചെയ്തു. യൂണിയന്റെ വാർഡുകമ്മിറ്റിയെടുത്തു പിരിഞ്ഞു.

അങ്ങനെ എല്ലാ വാർഡുകളിലും അവർ ചുറ്റിക്കറങ്ങി. രസീതച്ചടിപ്പിച്ച് അംഗങ്ങളെ ചേർത്തു.

ഓച്ചിറ നടന്ന കർഷകസമ്മേളനത്തിൽ ശൂരനാടിന്റെ പ്രതിനിധിയെന്ന നിലയിൽ രാമൻനായരാണ് സംസാരിച്ചത്. എ കെ ജി യുൾപ്പെടെയുള്ളവർ അതു ശ്രദ്ധിച്ചിരുന്നു കേട്ടുപോലും.

അന്നു ഫോട്ടോ എടുത്തപ്പോൾ എ കെ ജി രാമൻനായരെ വിളിച്ച് തന്റെയരികിലേക്കു നീക്കിനിർത്തിയത്രെ.

അങ്ങനെയെന്തെല്ലാം വിശേഷങ്ങൾ!

വാച്ചറുടെ അനുജൻ പരമേശ്വരക്കുറുപ്പും പുലിക്കുളത്തെ ചന്ദ്രശേഖരനും കൂടി ഒരിക്കൽ ജയിലിൽ ചെന്ന് അച്ചുതൻനായരെ കണ്ടു. വർത്തമാനങ്ങളുടെ കൂട്ടത്തിൽ വള്ളികുന്നത്ത് നടന്ന ചില സംഭവങ്ങളെക്കുറിച്ച് കുറുപ്പിനു പറയാനുണ്ടായിരുന്നു. അയാൾ ഒരുദിവസം രാവിലെ തറമുതിര വിതയ്ക്കാൻ അണയിൽനിന്ന് വെള്ളം തുറന്ന് വിട്ടുകൊണ്ട് നില്ക്കുമ്പോൾ കുഞ്ഞനും ചന്ദ്രശേഖരനുംകൂടി അങ്ങോട്ടുചെന്നു. കുഞ്ഞൻ വിളിച്ചു പറഞ്ഞു:

"സഖാവറിഞ്ഞോ? വള്ളികുന്നത്ത് സമരം തുടങ്ങിയിരിക്കുന്നു. നമുക്കവിടെവരെയൊന്നു പോകാം."

"എന്തോന്ന് സമരം?"

പറഞ്ഞവർക്കും അന്നു വിശദവിവരങ്ങൾ പിടിയില്ല. ശ്രീവിലാസത്തുപടിക്കൽ കർഷകത്തൊഴിലാളികൾ സത്യഗ്രഹം തുടങ്ങിയിരിക്കുന്നുവെന്നറിയാം. രാമൻനായർ നേരത്തെ അങ്ങോട്ട് പോയിരിക്കുകയാണ്.

പരമേശ്വരക്കുറുപ്പ് ജോലിനിർത്തിവെച്ച് വീട്ടിൽച്ചെന്ന് ഉടുപ്പും മുണ്ടും മാറി. മൂവരുംകൂടി വള്ളികുന്നത്തിനുപോയി. അവിടെ ചെന്നു രാമൻനായരെ കണ്ടപ്പോഴാണറിയുന്നത്–കുഴഞ്ഞ പ്രശ്നമാണ്. കാര്യം വല്ലാതെ

ചൂടു പിടിച്ചിരിക്കുന്നു. വള്ളികുന്നത്ത് വീണ്ടും എന്തൊക്കെയോ നടക്കാൻ പോകുന്നു.

ശ്രീവിലാസത്തെ തലപ്പുലയനായിരുന്നു മേനി. അയാൾ കർഷക ത്തൊഴിലാളി യൂണിയന്റെ ജാഥയ്ക്കുപോയി. ആ വിരോധംകൊണ്ട് ശ്രീവിലാസത്തുകാർ അയാളെ കൊയ്ത്തിനു വിളിച്ചില്ല. വിളിച്ചില്ലെങ്കിലും കൊയ്ത്തുനടക്കുമ്പോൾ അരിവാളുമായി നിലത്തിൽ ചെന്നിറങ്ങി. കുനി ഞ്ഞുനിന്ന് ഒരു കറ്റയ്ക്കുവേണ്ടി കൊയ്തുകാണും. തമ്പുരാൻ ചെന്ന് അയാളെ പിടിച്ച് വലിച്ച് നിലത്തിൽ നിന്നുകേറ്റി.

വിവരമറിഞ്ഞ് യൂണിയൻ സെക്രട്ടറിചെന്ന് മദ്ധ്യസ്ഥത പറഞ്ഞു നോക്കി. മേനിപ്പുലയൻകൂടി അദ്ധ്വാനിച്ചതല്ലേ? അയാളുംകൂടി കൊയ്യട്ടെ. അതു കേൾക്കാതെ തമ്പുരാൻ സെക്രട്ടറിയെ ആട്ടിപ്പറഞ്ഞയച്ചു.

പിറ്റേദിവസം രാവിലെ ശ്രീവിലാസം ബംഗ്ലാവിന്റെ പടിവാതില്ക്കൽ പന്തലിട്ട് രണ്ടു കർഷകത്തൊഴിലാളികൾ സത്യഗ്രഹം ആരംഭിച്ചു. പിരി ച്ചുവിടപ്പെട്ട മേനിയെ തിരിച്ചെടുക്കാൻ വേണ്ടി.

കൃഷിക്കാരും കർഷകത്തൊഴിലാളികളും സത്യഗ്രഹപ്പന്തലിൽ കൂട്ടം കൂടിനിന്നു മുദ്രാവാക്യം മുഴക്കി. പൊതുയോഗങ്ങളും പ്രസംഗങ്ങളും നടത്തി. സത്യഗ്രഹം നടത്തിയ തൊഴിലാളികളെ അറസ്റ്റു ചെയ്തു. ഉച്ച തിരിഞ്ഞ് പകരം രണ്ടുപേർ സത്യഗ്രഹപ്പന്തലിലെത്തി. അവരെയും അറ സ്റ്റുചെയ്തു കൊണ്ടുപോയി.

എല്ലാവരെയും പൊലീസ് സ്റ്റേഷനിൽ കൊണ്ടുചെന്ന് പരസ്യമായി തല്ലി. ഇനി ആരും സത്യഗ്രഹത്തിനു ചെല്ലാൻ ധൈര്യപ്പെടാത്തവണ്ണം മൃഗീയമായി മർദ്ദിച്ചു.

മർദ്ദനത്തിന്റെ വിവരംകേട്ട് ആളുകൾ രോഷാകുലരായി. തൊഴിലാ ളികളെമാത്രം തല്ലുകൊള്ളിക്കാതെ സംഘത്തിൽപ്പെട്ട കൃഷിക്കാർ തന്നെ സത്യഗ്രഹപ്പന്തലിലെത്തി. അവരെയും അറസ്റ്റുചെയ്തു കൊണ്ടുപോ യി. പൊലീസുകാർ ഒരു പക്ഷാഭേദവും കാണിച്ചില്ല. എല്ലാവരെയും സ്റ്റേഷനിലിട്ടു ക്രൂരമായി മർദ്ദിച്ചു.

ഭരണകക്ഷിക്കാർ ചെന്ന് സ്ഥലത്തെ ജന്മിമാരെയും പ്രമാണിമാ രെയും ശ്രീവിലാസത്തു വിളിച്ചുചേർത്തു. പക്ഷേ, ആ കൂട്ടത്തിൽ മംഗ ലത്തു ശേഖരപിള്ള ഇല്ലായിരുന്നു. തട്ടാമ്പള്ളി രാമകൃഷ്ണപിള്ള ഇല്ലാ യിരുന്നു.

പാലക്കോട്ടു കൊച്ചുകൃഷ്ണനെ ഒറ്റുകൊടുത്തതിനു ഗവൺമെന്റ് പ്രഖ്യാപിച്ച പ്രതിഫലം വാങ്ങാൻ ചെന്ന ശേഖരപിള്ളയ്ക്കും അന്നു തല്ലാണ് കിട്ടിയത്. അതോടെ സാമൂഹ്യപ്രവർത്തനം മതിയാക്കി. ജപവും ധ്യാനവുമായി അയാൾ വീട്ടിൽ ഒതുങ്ങിക്കൂടി. തട്ടാമ്പള്ളി രാമകൃഷ്ണ പിള്ളയും പൊതുകാര്യമെല്ലാം മതിയാക്കി.

ശ്രീവിലാസത്തു ഒത്തുകൂടാൻ വേറെ ആളുകളുണ്ടായിരുന്നു. എങ്ങ നെയെങ്കിലും കാര്യം തീർക്കണമെന്നുണ്ടായിരുന്നു ശ്രീവിലാസത്തു

കാർക്ക്. പക്ഷേ, പ്രമാണിമാർ സമ്മതിച്ചില്ല. തങ്ങൾക്കിഷ്ടമില്ലാത്തവർ നിലത്തിലിറങ്ങി കൊയ്യേണ്ടെന്നു പറഞ്ഞാൽ അതിനു സമരമോ? ഈ നിഗളിപ്പു വകവെച്ചുകൊടുക്കാൻ സാദ്ധ്യമല്ല. ആരെക്കൊണ്ട് ജോലി ചെയ്യിക്കണമെന്നും വേണ്ടെന്നുമെല്ലാം വസ്തുവും വകയും ഉള്ളവർ തീരുമാനിക്കും. ഈ കാര്യത്തിൽ ഒരു വിട്ടുവീഴ്ചയും പാടില്ല. അവർ ആളു പറഞ്ഞയച്ച് വെളിയിൽനിന്നു ആളുകളെ ശേഖരിച്ചു. പൊലീസുദ്യോഗസ്ഥന്മാർക്കുവേണ്ട നിർദ്ദേശങ്ങൾ നല്കി. മർദ്ദനംകൊണ്ടു സമരക്കാരുടെ വീര്യം കെടുത്തി. അപ്പോഴാണ് പോറ്റിസാർ നിരാഹാരം തുടങ്ങിയത്.

നാടിന്റെ നാനാഭാഗങ്ങളിൽനിന്നും തൊഴിലാളികളും കൃഷിക്കാരും വള്ളികുന്നത്തു വന്നുചേർന്നു. രാമൻനായരും കർഷകസംഘക്കാരും എല്ലാദിവസവും വള്ളികുന്നത്ത് ഉണ്ടായിരുന്നു. രാപ്പകൽ വമ്പിച്ച ആൾക്കൂട്ടം. ദിവസങ്ങൾ കഴിയുന്തോറും സാറിനു തളർച്ചയേറി വന്നു. ഇടയ്ക്കിടെ ബോധക്ഷയമുണ്ടായി. അദ്ദേഹത്തിന്റെ ജീവൻ സന്ദിഗ്ദ്ധാവസ്ഥയിലാണെന്നറിഞ്ഞ് മദ്ധ്യതിരുവിതാംകൂർ ഇളകിമറിഞ്ഞു. വള്ളികുന്നത്ത് ഒരു പൊട്ടിത്തെറിയുടെ വക്കിലെത്തി. ജനങ്ങൾ എല്ലാ നിയന്ത്രണങ്ങളും വിട്ട് ശ്രീവിലാസങ്ങൾ തല്ലിത്തകർക്കുമെന്ന നിലവന്നു.

ഒടുവിൽ ആർ ഡി ഒ യും കളക്ടറും സ്ഥലത്തെത്തി കൂടിയാലോചനകൾ നടത്തി. പ്രശ്നം ഒരുവിധത്തിൽ ഒത്തുതീർപ്പിലെത്തിച്ചു.

അതിനുശേഷമാണ് പരമേശ്വരക്കുറുപ്പ് തറമുതിര വിതച്ചതും മരച്ചീനി നട്ടതും. ആ കഥകൾ വിവരിച്ചിട്ട് അയാൾ കുറേനേരം മിണ്ടാതിരുന്നു. ചന്ദ്രശേഖരൻ കണ്ണുകാണിച്ചപ്പോൾ പരമേശ്വരക്കുറുപ്പ് വീണ്ടും പറഞ്ഞു.

"ഇനി വേറൊരു വിശേഷം പറയാനുണ്ട്."

"അതെന്തുവാ?"

"നമ്മുടെ രോഹിണിക്കുട്ടിയുടെ കല്യാണക്കാര്യം."

"ഓഹോ."

മുമ്പ് അടൂർ ലോക്കപ്പിൽ വെച്ച് പരമേശ്വരൻനായർ അവളുടെ കാര്യം ചന്ദ്രശേഖരനെ പറഞ്ഞേല്പിച്ചത് അച്യുതൻനായരോർത്തു. അയാൾ ചന്ദ്രശേഖരനെ നോക്കി പുഞ്ചിരിതൂകി.

"അപ്പോൾ രണ്ടുപേരുംകൂടി കല്യാണം പറയാൻ വന്നേത്."

"പക്ഷേ, കല്യാണം എനിക്കല്ല."

ചന്ദ്രശേഖരൻ ജാള്യതയോടെ മുഖം കുനിച്ചു.

"പിന്നെ?"

കുറുപ്പു പറഞ്ഞു:

"ചന്ദ്രശേഖരന്റെ അനുജനാണ് കല്യാണം കഴിക്കുന്നത്."

"ഓഹോ, അങ്ങനെയാണോ? അതെന്താ?"

"സ്റ്റേഷനിൽക്കിടന്ന് മർദ്ദനം ഏറ്റതിൽപ്പിന്നെ ഇയാൾക്ക് ഒരു വിചാരം, താനൊരു രോഗിയായിപ്പോയെന്ന്."

"അതിന് ഇപ്പോൾ അസുഖമെന്തെങ്കിലുമുണ്ടോ?"

"ഇപ്പോൾ ഒന്നുമില്ല."

കുറുപ്പ് ചന്ദ്രശേഖരനെ കളിയാക്കി.

"ഇപ്പോഴൊന്നുമില്ല. ഇനിയെന്നെങ്കിലും അസുഖം വന്നേക്കുമോ എന്നുപേടി. അതുകാരണം ഇനി കല്യാണമേ വേണ്ടെന്നു വെച്ചിരിക്കുകയാ. ഇയാളു തന്നെയാണ് അനുജനോട് പറഞ്ഞ് കല്യാണത്തിനു സമ്മതിപ്പിച്ചത്."

ചന്ദ്രശേഖരൻ തന്റെ നിലപാട് സാധൂകരിക്കാൻ വേണ്ടി പറഞ്ഞു:

"ഇപ്പോൾ പറയത്തക്ക അസുഖമില്ലെങ്കിലും ആ ഇടിയെല്ലാം എന്റെ നെഞ്ചത്തല്ലേ കൊണ്ടത്? ഞാനായിട്ട് ഒരു പെണ്ണിന്റെ ജീവിതം പാഴാക്കണ്ട എന്നുക്കുതി."

അതുകേട്ട് അച്യുതൻ നായർ നിശ്ശബ്ദനായിരുന്നു. രോഹിണിക്കുട്ടിയുടെ വിനീതവും ശാലീനവുമായ മുഖം അയാൾ കൺമുന്നിൽ കണ്ടു. ഒടുവിൽ അവൾ ഭർതൃമതിയാകാൻ പോകുന്നു. ഒരു നെടുനിശ്വാസത്തോടെ പറഞ്ഞു.

"അങ്ങനെ താൻ തന്റെ കടമ മുഴുമിപ്പിച്ചു."

ചന്ദ്രശേഖരൻ അഭിമാനത്തോടെ സമ്മതിച്ചു.

"അതെ. അങ്ങനെ ....."

തിരികെ വാർഡിലേക്കു പോകുമ്പോൾ ഓരോ കാര്യമാലോചിച്ച് അച്യുതൻനായർ ആശ്ചര്യപ്പെട്ടു. ആർക്കെല്ലാം എന്തെല്ലാം സ്വപ്നങ്ങളായിരുന്നു! എല്ലാം എങ്ങനെയൊക്കെ മാറി മറിഞ്ഞു! ഒന്നോർത്താൽ മരിച്ചവരുടെ കാര്യം അതോടെ കഴിഞ്ഞു. ജീവിച്ചിരിക്കുന്നവർ ഇനിയെത്രനാൾ ഈ ദുരിതം പേറണം?

ജയിലധികാരികളുമായി ചിലപ്പോൾ ഇടയേണ്ടിവന്നു. സുഖമില്ലാത്തപ്പോൾ വർക്ഷോപ്പിൽ പോകാതിരുന്നതിന്, ജയിൽനിയമങ്ങൾ ലംഘിച്ചതിന്, ഔപചാരികവും അർത്ഥശൂന്യവുമായ ജയിൽ പരേഡ് ബഹിഷ്കരിച്ചതിന്...തിങ്കളാഴ്ചതോറും രാവിലെ അവരവരുടെ മുറിക്കുമുന്നിൽ പാത്രവും പായും ചവുക്കാളവും എടുത്തുവെച്ച്, കഴുത്തിൽ താലികെട്ടി തലയിൽ തൊപ്പിയും വെച്ച് നില്ക്കണം. ജയിൽ സൂപ്രണ്ടും അയാളുടെ പുറകെ ജയിലറും വാർഡർമാരും പരേഡിനുവരും. തടവുകാർക്ക് പരാതിപറയാനുള്ള അവസരമാണ്. പറഞ്ഞതുകൊണ്ട് പ്രയോജനമില്ലെന്നു കണ്ടപ്പോൾ ഒരുങ്ങിക്കെട്ടി നില്ക്കാൻ വിസമ്മതിച്ചു. അതിനുള്ള ശിക്ഷ എല്ലാവരെയും ഒറ്റതിരിച്ച് പല വാർഡുകളിലായി പാർപ്പിക്കുകയായിരുന്നു.

കുറേ മാസങ്ങൾക്കുശേഷം വീണ്ടും ഒന്നിച്ചു താമസിപ്പിച്ചു. തൂക്കുമുറിയുടെ തെക്കുവശത്തുള്ള കണ്ടം ഹൗസിന്റെ എതിരെയുള്ള വാർഡിൽ.

അങ്ങനെ വർഷങ്ങൾ കഴിഞ്ഞതോടെ ജയിലിലെ ജീവിത സാഹചര്യങ്ങളുമായി എല്ലാവരും പൊരുത്തപ്പെട്ടു, ഗംഗാധരനൊഴികെ. ജയിലിൽനിന്നു കിട്ടുന്ന ചോറുകൊണ്ടു ഒരിക്കലും അവന് മുഴുത്തില്ല.

പുള്ളികൾക്കു ചോറു വിളമ്പുന്നതിന്റെ ചുമതല ഏറ്റിരുന്ന ഭീമൻ ചേട്ടൻ സ്നേഹപൂർവ്വം അവന്റെ പാത്രത്തിലേക്ക് പതിവിൽ കൂടുതൽ കുത്തിക്കോരിയിട്ടുകൊടുക്കും. അവന്റെ പൗരുഷംമുറ്റിയ മുഖവും കടഞ്ഞെടുത്തതുപോലുള്ള തടിയും അയാൾക്കിഷ്ടപ്പെട്ടു.

ഭീമൻ എന്നതു പന്തളത്തുകാരൻ നാരായണപിള്ളയ്ക്ക് ജയിലിൽവെച്ചു കിട്ടിയ ഇരട്ടപ്പേരാണ്. ആ പേരുപോലെ തന്നെ ആജാനുബാഹുവായ ഒരാൾ. പണ്ട് അയൽപക്കത്ത് ഒരു പെണ്ണുമായി ഭീമൻ ലോഹ്യമായി. അയാൾക്ക് വേറെ ഭാര്യയും മക്കളും ഉണ്ടായിരുന്നു. വേണ്ടപ്പെട്ടവരുടെയും നാട്ടുകാരുടെയുമെല്ലാം ശക്തിയായ എതിർപ്പുമൂലം നാട്ടിൽക്കഴിയാൻ പറ്റാതായി. പെണ്ണുമായി ഒളിച്ചോടി. മുണ്ടക്കയത്തെത്തി. ആളിന്റെ നീളവും വണ്ണവും കണ്ട് വെള്ളക്കാരനായ എസ്റ്റേറ്റ് സൂപ്രണ്ടിന് ഭീമനെക്കുറിച്ച് മതിപ്പുതോന്നി. സായിപ്പ് അയാളെ എസ്റ്റേറ്റിലെ വാച്ച്മാനായി നിയമിച്ചു.

തോട്ടത്തിൽ നടന്ന ഒരടി ലഹളയുടെ ഫലമായിട്ടാണ് ഭീമൻ സെൻട്രൽ ജയിലിൽ ചെന്നുപെട്ടത്. എസ്റ്റേറ്റുടമയുടെ ഗുണ്ടകളും തൊഴിലാളികളും തമ്മിൽ വഴക്കുണ്ടായി. സംഘട്ടനത്തിൽ ഭീമൻ തൊഴിലാളികളുടെ ഭാഗം പിടിച്ചത്രെ. നേരോ കള്ളമോ? അങ്ങനെയാണ് ഭീമൻ അവകാശപ്പെടുന്നത്. അയാൾ ഗുണ്ടകളെ അടികൊടുത്ത് ചാടിച്ചു. പൊലീസ് വന്നു ഭീമനെ പിടികൂടി. തല്ലാൻ തുടങ്ങിയപ്പോൾ അയാൾ തൊഴുകൈയോടെ പറഞ്ഞു:

"ദൈവത്തെ വിചാരിച്ച് എന്നെ തല്ലരുത്."

ഭീമനു തന്റെ ജീവനെക്കാളേറെ സ്നേഹം ആ വടിവൊത്ത ശരീരത്തോടായിരുന്നു. നല്ല ഭംഗിയുള്ള അറ്റകുറ്റങ്ങളില്ലാത്ത തടി. ഇരന്നിട്ടും തൊഴുതിട്ടുമൊന്നും പൊലീസ് വകവെച്ചില്ല. നല്ല കുമ്മനിടിയും നാലഞ്ചുകൊടുത്തു. ഭീമൻ ബലംപ്രയോഗിച്ച് പൊലീസിന്റെ കൈ തട്ടിയിട്ട് എങ്ങോട്ടോ ഓടിപ്പോയി. പിന്നെ ജാമ്യമെടുത്ത് കേസുപറഞ്ഞു. കേസിൽ അഞ്ചുകൊല്ലത്തെ ശിക്ഷവാങ്ങി സെൻട്രൽ ജയിലിൽ കഴിയുകയാണ്. ഒരൊഴിവു ദിവസം മാധവൻപിള്ളയുടെയും വാസുനായരുടെയും പ്രേരണയിൽ ഭീമനും ഗംഗാധരനും തമ്മിൽ ഒരു ഗുസ്തി മത്സരം നടന്നു. ഗുസ്തി കാണാൻ എല്ലാവരുംകൂടി. ഗംഗാധരൻ തണ്ടാശ്ശേരി രാഘവനിൽനിന്നു വശമാക്കിയ വേലകളെല്ലാം ഭീമനെതിരെ പ്രയോഗിച്ചു. അതുപോലെ ഭീമനും. കാണികൾ കൈയടിച്ച് ആർത്തുരസിച്ചു. പക്ഷേ, ഒരാൾക്കും മറ്റേയാളെ അടിപ്പെടുത്താൻ കഴിഞ്ഞില്ല. ഒടുവിൽ ഗുസ്തി സമജോഡിയിൽ പിരിഞ്ഞു. ഭീമൻ ഗംഗാധരനു കൈ കൊടുത്തുകൊണ്ടു പറഞ്ഞു:

"നിന്നെ എനിക്കിഷ്ടപ്പെട്ടടാ മോനെ. ഞാൻ നിന്നെ എന്റെ മരുമോനായി തെരഞ്ഞെടുത്തിരിക്കുന്നു."

ഗംഗാധരൻ അതുകേട്ടു നാണിച്ചുപോയി.

ഭീമൻ ചോദിച്ചു:

"എന്തു പറയുന്നു, നീ സമ്മതിച്ചോ?"

ഗംഗാധരൻ പുഞ്ചിരിച്ചു.

"സമ്മതിച്ചാലും ജയിലിൽക്കിടക്കുന്ന ഒരാൾ മരുമോനാകുന്നതെങ്ങനെ?"

"എന്റെ മോളെ ഞാൻ നിനക്കുവേണ്ടി നിർത്തിയേക്കും. നീ ജയിലിൽ നിന്നിറങ്ങുന്നതുവരെ. അതുപോരായോ?"

ഗംഗാധരൻ വീണ്ടും ലജ്ജിച്ചു ചിരിതൂകി.

"എന്തുപറയുന്നു, നീ സമ്മതിച്ചോ?"

"സമ്മതിച്ചു."

"എന്നാൽ ഇന്നുമുതൽ നീ എന്റെ മരുമകൻ."

അതുമുതൽ അവൻ ഒരു പെൺകുട്ടിയെ സ്വപ്നം കാണാൻ തുടങ്ങി. ഒരിക്കലും കണ്ടിട്ടില്ലാത്ത ഒരുവളെ. അവളുടെ അച്ഛനെന്നനിലയിൽ ഭീമനോട് അവന് സ്നേഹവും ബഹുമാനവും തോന്നി. ഒരുപക്ഷേ, ഇനിയൊരിക്കലും ജയിലിനു പുറത്തുപോകാൻ കഴിഞ്ഞില്ലെങ്കിലും ആ പെൺകുട്ടിയെ വിവാഹം ചെയ്യാൻ ഒത്തില്ലെങ്കിലും ഭീമൻ അയാളുടെ അമ്മായിയപ്പൻ തന്നെ.

ഗംഗാധരൻ യുവാവാണ്. യുവത്വത്തിന് പ്രതീക്ഷകളുണ്ട്. പ്രതീക്ഷകൾ സ്വപ്നം നെയ്യുന്നു.

മുപ്പത്തിനാല്

അടുത്തതവണ തടവുകാരെ കാണാൻ വന്നപ്പോൾ രാമൻനായർ ക്ഷമാപണപൂർവ്വം പറഞ്ഞു:

"നേരുപറഞ്ഞാൽ ഒന്നു നിന്നുതിരിയാൻ നേരമില്ല. വെളുത്താടന്റെ അലക്കെത്തിയിട്ടു രാമേശ്വരത്ത് പോകാനൊക്കത്തില്ലെന്ന് പറഞ്ഞപോലാ കർഷകസംഘത്തിന്റെ കാര്യം. പന്തളത്തുവെച്ച് സ്റ്റേറ്റ് സമ്മേളനം അങ്ങോട്ടു കഴിഞ്ഞതേയുള്ളൂ. അപ്പോഴേക്കും വേറെ പ്രശ്നങ്ങളായി. ഒന്നല്ലെങ്കിൽ വേറൊന്ന്. അതാ ഇതുവരെ ഇങ്ങോട്ടുവരാൻ കഴിയാഞ്ഞത്."

അച്യുതൻനായർ ചോദിച്ചു:

"എന്തൊക്കെയാ അതിനുവേണ്ടി പ്രശ്നങ്ങൾ?"

"കൊള്ളാം. ഈയിടെ കോയിക്കക്കാരും നമ്മളും തമ്മിൽ ഒരു ചെറിയ ഉരസൽ ഉണ്ടാകേണ്ടതായിരുന്നു. ഭാഗ്യംകൊണ്ട് അതങ്ങൊഴിഞ്ഞുപോയി."

"എന്താ കാര്യം?"

"....ഒരുദിവസം ഉച്ചതിരിഞ്ഞ് രാമൻനായർ കൊടിത്തറയിൽ നിന്നു വെറ്റില ഇറുത്തെടുത്ത് എണ്ണിയടുക്കിക്കെട്ടി ചന്തയിലേക്കു കൊണ്ടുപോകുമ്പോൾ നരിച്ചാണിത്തറിയിലെ ചാത്തൻപുലയൻ കൈ കൊട്ടി വിളിച്ചു.

"ഏ, തകാവ് ഇതിലേ ഒന്ന് വന്നിട്ടു പോയാട്ടെ."

പുലത്തറയിൽ പത്തിരുപതാളുകൾ കൂടിയിട്ടുണ്ട്. എന്താണ് കാര്യമെന്ന് പിടികിട്ടിയില്ല. അടുത്തുചെന്നപ്പോൾ ചാത്തൻ പുലയൻ പറഞ്ഞു:

"തകാവ് വിവരമറിഞ്ഞോ? കോയിക്കേന്നു നമ്മടാളുകളെക്കൊണ്ട് ഇനി ഇടീലിനു കിളപ്പിക്കുകേല പോലോ."

"പിന്നെ?"

"പാവുമ്പാക്കാർക്ക് ഒടമ്പിടി കൊടുത്തിരിക്കുവാ. പാവുമ്പാക്കാരൻ ഉണ്ണിപ്പിള്ളയുടെ ആളുകൾക്ക്."

രാമൻനായർനിന്നു വക്കെണ്ണി. അപ്രതീക്ഷിതമായ സംഭവമാണ്. അതുപോലെ ഗൗരവമുള്ളതും.

കോയിക്കലെ കിള ഉടമ്പടി കൊടുത്തെന്നറിഞ്ഞപ്പോൾ ആളുകൾ ചാത്തൻ പുലയനെ തിരക്കി നരിച്ചാണിത്തറയിൽ ചെന്നു. ചോദ്യവും പറച്ചിലുമായി. ചിലർ തലപ്പുലയനെ കുറ്റപ്പെടുത്തി. സംഘോം സഭേം വേണ്ടായിരുന്നു. പണ്ടത്തെപ്പോലെ നിന്നാൽ മതിയായിരുന്നു. അപ്പോൾ മറ്റുചിലർ വീരവാദം മുഴക്കി. അങ്ങനെ ഉമ്പടി കൊടുത്ത് കിളപ്പിക്കുകയാണെങ്കിൽ അതൊന്നു കാണണം. അങ്ങനെ സമ്മതിച്ചുകൊടുക്കാനൊക്കുകയില്ല. എന്നാൽ എന്താണ് ചെയ്യേണ്ടതെന്ന് ആർക്കും രൂപമില്ല. രാമൻനായരെ കണ്ടപ്പോൾ ചാത്തൻപുലയന് ആശ്വാസമായി. കാര്യമെല്ലാം അങ്ങോട്ടേല്പിച്ചു.

ഉലക്കവിഴുങ്ങിയതുപോലെയുള്ള അയാളുടെ ആ നിലകണ്ട് ചാത്തൻ പുലയൻ ചോദിച്ചു:

"ഇങ്ങനെ മിണ്ടാണ്ടുനിന്നാലോ? എന്താ വേണ്ടതെന്ന് തകാവു പറ."

അതു പറയാൻ രാമൻനായർക്ക് പിടിപാട് പോരാ.

അയാൾ വെറ്റിലക്കെട്ട് താഴെവെച്ചിട്ട് നിലത്ത് ചമ്രംപടിഞ്ഞിരുന്നു. രാശിച്ചക്രം നോക്കുന്ന ഗണിതക്കാരനെപ്പോലെ.

"പാർട്ടിയോട് ആലോചിക്കണം. ആലോചിക്കാതെ എനിക്കൊന്നും പറയാൻ പറ്റത്തില്ല."

ഒരു ചെറുപ്പക്കാരൻ ക്ഷമകേടോടെ പറഞ്ഞു:

"ആലോചിച്ചു കേട്ടു വരുമ്പളേക്കും കാര്യംകഴിയും. നാളെ കെളയാണ്. എന്തേലും ചെയ്യന്നേ അതിനുമുമ്പേ വേണം."

അതിനിപ്പുറം ആരെക്കണ്ടാലോചിക്കാനാണ്. കായംകുളത്തുപോയി പോറ്റിസാറിനെ കണ്ടാലോ? അതോ ശൂരനാട്ടെ പാർട്ടി സെക്രട്ടറിയെ കണ്ടാ മതിയോ?

രാമൻ നായർനിന്നു വക്കെണ്ണുമ്പോൾ ചാത്തൻ പുലയൻ തന്റെ തീരുമാനമറിയിച്ചു.

"ഇതിന്റെ കൺവീനറായി ഞങ്ങൾ തകാവിനെ എടുത്തിരിക്കുന്നു. എങ്ങനെയും നമുക്ക് തോല്വിയുണ്ടാകാണ്ട് നോക്കണം. അതേ പറയാനെക്കൊണ്ടുള്ളൂ."

എന്തു ചെയ്യണമെന്നറിയാതെ രാമൻനായർ വിഷമിച്ചു. പാർട്ടിയു

മായി ആലോചിക്കാൻ സമയമില്ല. ആലോചിക്കാതെ എടുത്തുചാടി എന്തെങ്കിലും ചെയ്താൽ പാർട്ടി തന്നെ പ്രതിക്കൂട്ടിൽ കയറ്റും. തെറ്റു പറ്റിയാൽ പറയാനുമില്ല.

ചാത്തൻ പുലയൻ വീണ്ടും ശബ്ദമുയർത്തി പറഞ്ഞു:

"തകാവ് ധൈര്യമായി മുമ്പീ നിന്നോണ്ടാ മതി. എന്തുവന്നാലും ഞങ്ങള് കൂടെക്കാണും അതുപോരായോ?"

ഇനി ഒഴിഞ്ഞുമാറാനൊക്കുകയില്ല.

"ശരി. നേരം വെട്ടംവീഴുമ്പം എല്ലാവരും ആലുവിളയിൽ കളരിയിൽ വരണം. പ്രശ്നം നമുക്ക് കൈകാര്യം ചെയ്യാം. പിന്നെ ഒരു സംഗതി. എല്ലാവരും ഞാൻ പറയുന്നപോലെ കേൾക്കണം. ആരും എടുത്തുചാടി ഒന്നും പ്രവർത്തിക്കരുത്. സ്വമേധയാ കേറി യാതൊന്നും ചെയ്തു കളയരുത്. എന്തെങ്കിലും തെറ്റുകാണിച്ചാ പാർട്ടി എന്നെയാ ചോദ്യം ചെയ്യുന്നത്. അതിനിടയാകരുത്."

"അതില്ല. അതുകൊണ്ട് പേടിക്കണ്ട."

"ശരി. ഒന്നു മുറുക്കാനിങ്ങെടുക്ക്. ഈ വെറ്റ ഇവിടെങ്ങാനും വെച്ചേരെ. ഇനിയിപ്പോൾ ചന്തയിലോട്ട് പോകാൻ നേരമില്ല. അല്ലെങ്കിൽ വലിയ വേലത്താൻ ആരുടെയെങ്കിലും കൈയിൽ കൊടുത്തയച്ച് ഇതിന്റെ കാശ് വാങ്ങിക്ക്. ഞാനൊന്ന് കറങ്ങിയേച്ച് വരട്ടെ."

വെറ്റയും പാക്കും ചവച്ച് പുകയില വായിൽ തിരുകിക്കൊണ്ട് അയാൾ അവിടെനിന്ന് ഇറങ്ങിനടന്നു. കുഞ്ഞനെയും പാർട്ടി സെക്രട്ടറിയെയും ചെന്നുകണ്ട് പ്രശ്നം ചർച്ച ചെയ്തു. അവരൊന്നിച്ച് നാട്ടിൽ ചുറ്റിക്കറങ്ങി. സംഘക്കാരെല്ലാം അതിരാവിലെ ആലുവിളയിൽ കളരി മൈതാനത്ത് കൂടാൻ ഏർപ്പാടു ചെയ്തു.

നേരം വെളുത്ത് അങ്ങുന്നുമിങ്ങുന്നും ആളുകൾ വന്നുതുടങ്ങിയതേയുള്ളൂ. അതിനുമുമ്പ് പാവുമ്പാക്കാർ ചാണകപ്പൊടി വാരി ചേറിനിലത്തിൽ കിളതുടങ്ങി. അതുകണ്ട് വേവലാതി പിടിച്ചവരെ കുഞ്ഞൻ സമാധാനപ്പെടുത്തി.

"സാരമില്ല. അവരുവേണേൽ കുറേനേരം കൂടി കിളച്ചോട്ടെ."

പ്രതീക്ഷിച്ചവരെല്ലാം വന്നെത്തിയെന്നു കണ്ടപ്പോൾ രാമൻനായർ അവർക്കു വേണ്ട നിർദ്ദേശങ്ങൾ നല്കി.

"ഞങ്ങളു രണ്ടുപേരും മുമ്പേ പോകാം. നിങ്ങളെല്ലാംകൂടി പുറകേ വന്നാമതി."

ഒട്ടുദൂരം നടന്നപ്പോൾ മുമ്പ് കിഴകിടപ്പാടത്തു നടന്ന സംഭവങ്ങളോർത്തു രാമൻനായർ ഭയപ്പാടോടെ വീണ്ടും തിരിഞ്ഞുനിന്നു.

"നിങ്ങളെല്ലാം വന്നു വരമ്പേ നിന്നാമതി. ആരും നിലത്തിലിറങ്ങരുത്. ഞങ്ങൾക്കെന്തെങ്കിലും അപായം സംഭവിക്കുമെന്ന് കണ്ടാലേ ഇറങ്ങാവൂ. അല്ലാതെ കേറി സംഘട്ടനമുണ്ടാക്കരുത്."

വീണ്ടും മുന്നോട്ട് നടന്നു. അവരുടെ പുറകിൽ ആലുവിളക്കളരിയിൽ

മുദ്രാവാക്യം മുഴങ്ങി. ആളുകൾ ജാഥയായി പാടത്തേക്കിറങ്ങി.

കിളക്കാർ ഒച്ചകേട്ട് തലയുയർത്തി നോക്കി. വീണ്ടും കുനിഞ്ഞു നിന്ന് കിളതുടങ്ങി. രാമൻനായർ കിളക്കാരുടെ അടുത്തു ചെന്നു പറഞ്ഞു:

"ഏ, ഉണ്ണിപ്പിള്ളേ, നിങ്ങളീക്കാണിക്കുന്നത് യോഗ്യതയല്ല."

"അതെന്താ രാമൻനായർ ചേട്ടനങ്ങനെ പറയുന്നത്?"

"നിങ്ങളന്യസ്ഥലത്തുകാര് ഇവിടെ കിളയ്ക്കാൻ വന്നത് ശരിയല്ല."

"എന്താ, ഞങ്ങളെങ്ങാണ്ട് പാണ്ടീന്ന് വന്നവരാണോ?"

"പാണ്ടീന്ന് വന്നകാര്യമല്ല. ഇതിവിടത്തുകാര് ചെയ്തിരുന്ന പണിയാ."

ഉണ്ണിപ്പിള്ളയുടെ കൂട്ടത്തിൽപ്പെട്ട ഒരാൾ പരിഹാസത്തോടെ ചോദിച്ചു.

"എന്താ, ഞങ്ങള് കിളച്ചാ നിലം മുറിയത്തില്ല്യോ?"

അയാളെ ഉണ്ണിപ്പിള്ള തന്നെ താക്കീതു ചെയ്തു.

"എടോ, ഞങ്ങള് തമ്മിലാ സംസാരിക്കുന്നത്. ഇയാളൊന്നും കേറി പ്പറയേണ്ടാ."

"ഇതു കേട്ടാപ്പിന്നെ ചേഴം പറയാതിരിക്കുന്നതെങ്ങനാ?"

അയാളുടെ നേരെ കുഞ്ഞൻ ചൊടിച്ചു.

"ചേഴോം ചിലാനോമൊന്നും ഇവിടെ വേണ്ടാ. കാര്യം പറഞ്ഞാ മതി. ഇവിടുത്തുകാര് ചെയ്തോണ്ടിരുന്ന പണി വേറെ ഒരുത്തരിറങ്ങി ചെയ്യാൻ ഞങ്ങള് സമ്മതിക്കത്തില്ല."

"ഓഹോ. അങ്ങനെവിടാ എഴുതിപ്പിടിപ്പിച്ചു വെച്ചേക്കുന്നേ?"

ജാഥവരുന്ന ശബ്ദം കേട്ട് നീലാണ്ടൻനായർ ഓടിച്ചെന്ന് രാമൻനായരുടെ നേരെ തട്ടിക്കേറി.

"അല്ലാ, എന്തോന്നിനാ പിന്നേം ഒരുക്കം? ഇനീം ആളുകളെ കൊല്ലിക്കാൻ വന്നിരിക്കുവാണോ?"

"അളിയൻ പോ. ഇവിടെ കൊല്ലും കൊലയും ഒന്നുമില്ല. ഇതു വേറെ കാര്യമാ."

ചെങ്കൊടിയും പിടിച്ച് മുദ്രാവാക്യവും മുഴക്കി ജാഥ നിലത്തിനടുത്തേക്ക് വരികയായിരുന്നു. ആളുകളുടെ പിൻബലംകണ്ട് ഇളകാതെ രാമൻനായർ അനുനയത്തോടെ സംസാരിച്ചു.

"കേട്ടോ ഉണ്ണിപ്പിള്ളേ, ഇതു കർഷകസംഘോം യൂണിയനുമൊക്കെയുള്ള സ്ഥലമാണ്. നിങ്ങളറിഞ്ഞിട്ടില്ലെങ്കിൽ ഞാൻ പറയാം. അന്യസ്ഥലത്തുകാര് വന്നു പണി ചെയ്യാൻ യൂണിയൻകാര് സമ്മതിക്കുകയില്ല."

ഉണ്ണിപ്പിള്ള തലയുയർത്തിനോക്കി. ഒരു വമ്പിച്ച ആൾക്കൂട്ടമാണ് വരുന്നത്.

"എന്നാപ്പിന്നിത് നേരത്തേയങ്ങ് പറഞ്ഞൂടായിരുന്നോ? ഇന്നു വന്നിറങ്ങിയ സ്ഥിതിക്ക് ഇതങ്ങു കിളച്ചു തീരട്ടെ. നാളെ വരുന്നില്ല."

കുഞ്ഞൻ ഉണ്ണിപ്പിള്ളയുടെ കുന്താലിക്കു കേറിപ്പിടിച്ചു.

"തന്നോട് കിളയ്ക്കരുതെന്നല്ലേ പറഞ്ഞത്?"

ചെറുത്തുനിന്നാൽ രക്ഷയില്ലെന്നു കണ്ട് ഉണ്ണിപ്പിള്ള സമ്മതിച്ചു.

"ഓ, എന്നാ ഇനി കിളയ്ക്കുന്നില്ല."

കിളക്കാരിൽ ഒരാൾ പിറുപിറുത്തു.

"ഈ വിവരം അറിഞ്ഞിരുന്നെങ്കിൽ ഞങ്ങളിങ്ങോട്ട് വരികയേ ഇല്ലായിരുന്നു." ഉണ്ണിപ്പിള്ള വിഷണ്ണനായി പറഞ്ഞു.

"എന്നാലും ഞങ്ങൾക്കിത്രേം പേർക്കിന്നു മെനക്കേടാ. വെറുതെ അവിടുന്നിവിടംവരെ വരികേം ചെയ്തു."

രാമൻനായർ സാന്ത്വനപ്പെടുത്തി.

"അതു സാരമില്ല ഉണ്ണിപ്പിള്ളേ, ഇനിയുള്ള കാലം ഇങ്ങനൊക്കെയാ. ഇതിൽ വേറൊന്നും വിചാരിക്കണ്ട. അല്ലേലും നമ്മളെല്ലാം ഒന്നാ. നിങ്ങളുംകൂടെ ഈ ജാഥയിലോട്ട് കേറിനിന്നോ."

"ഓഹോ, ഞങ്ങൾക്കതിനു മടിയൊന്നുമില്ല."

മടങ്ങിപ്പോകുന്നവഴി അവരും ജാഥയിൽ കേറിനിന്നു. മുദ്രാവാക്യം വിളിക്കാതെ വെറുതെ മൗനമായി നടന്നു. ജാഥ പറങ്കോട്ട് ചന്തയിലെത്തി. രാമൻനായരുടെ അദ്ധ്യക്ഷതയിൽ യോഗം കൂടി. കുഞ്ഞനും ചന്ദ്രശേഖരനും പ്രസംഗിച്ചുകഴിഞ്ഞപ്പോൾ ഉണ്ണിപ്പിള്ളയ്ക്കും രണ്ടുവാക്ക് സംസാരിക്കണമെന്നു തോന്നി. അയാളെഴുന്നേറ്റുനിന്നപ്പോൾത്തന്നെ ആളുകൾ കൈയടിച്ചു.

"നിങ്ങടെ ആരുടെയും ഊമാ മുട്ടിക്കണമെന്ന് ഞങ്ങക്ക് വിചാരമില്ല. കരാറ് പറഞ്ഞ് കിളയ്ക്കാൻ വന്നന്നേയുള്ളൂ. അതും ഇനിമേലാൽ വരുത്തില്ല." വീണ്ടും കൈയടി....പൊട്ടിച്ചിരി.....

രണ്ടുദിവസംകഴിഞ്ഞ് കോയിക്കലെ മൂത്തപിള്ള നീലാണ്ടൻനായരെ പറഞ്ഞയച്ച് രാമൻനായരെ വിളിപ്പിച്ചു. അയാൾ മുറ്റത്ത് ചെന്നു നിന്നപ്പോൾ അദ്ദേഹം വിവശനായി പൂമുഖത്തേക്ക് വന്നു.

"ഒരുകാര്യം ചോദിക്കാനാ രാമൻനായരെ വിളിപ്പിച്ചത്. ഇവിടുള്ളവർ രാമൻനായരോടെന്തോ ദോഷം ചെയ്തു? വല്ലതും ചെയ്തിട്ടുണ്ടെങ്കിൽ അതുപറ."

"എന്നോടു ദോഷം ചെയ്തിട്ടുണ്ടെന്ന് ഞാൻ പറഞ്ഞില്ലല്ലോ."

"എന്നാൽപ്പിന്നെന്തിനാ ഇവിടുള്ളോരോടീ ശത്രുത?"

"എനിക്ക് ശത്രുതയുണ്ടെന്നാരു പറഞ്ഞു?"

"അല്ലെങ്കിൽപ്പിന്നെ ഇവിടുത്തെ നിലംമാത്രം കിളപ്പിക്കുകയില്ലെന്ന് ഈ വാശിയെന്താ?"

"അങ്ങനെ വാശിയൊന്നുമില്ല. കിളനടന്നാൽ മതിയെങ്കിൽ അതിനു നമ്മുടെ നാട്ടിലും ആളുണ്ടല്ലോ. ഇന്നലെവരെ അവരല്ലേ കിളച്ചത്? അവരെ ഒഴിച്ചുനിർത്തിയിട്ട് പാവുമ്പായിൽനിന്ന് കിളക്കാരെക്കൊണ്ടു വന്നതിലേ എതിർപ്പുള്ളൂ."

"അതിനെന്തിനാ എതിർക്കുന്നത്? അവനവന് ഇഷ്ടമുള്ളോരെക്കൊണ്ട് കിളപ്പിക്കാനുള്ള സ്വാതന്ത്ര്യം ഇല്ലേ? നീലാണ്ടൻനായരോടു പറഞ്ഞു. കിള കരാറുകൊടുപ്പിച്ചത് കുട്ടനാണ്. എനിക്കു വയ്യാതായതിൽപ്പിന്നെ അയാളുടെ ചുമതലയിലാ കാര്യങ്ങളെല്ലാം. എന്നെപ്പോലെ അവനിവിടെ നിന്നു കൃഷിചെയ്യിക്കാൻ സമയമുണ്ടോ."

“അതൊന്നുമല്ല കുഴപ്പം, ഇവിടുത്തുകാർക്ക് അവർ ചെയ്തുവന്നിരുന്ന ജോലി നിഷേധിച്ചതാ കുഴപ്പം. ഇത് യൂണിയനും സംഘോം ഒക്കെ ഉള്ള കാലമാണ്. അന്യസ്ഥലത്തുകാരെ കൊണ്ടുവന്നു പാടത്തു ജോലി ചെയ്യിക്കാൻ അവർ സമ്മതിക്കുകയില്ല!”

മൂത്തപിള്ള മനഃപൂർവ്വം ക്ഷോഭമടക്കി പറഞ്ഞു:

“അവരുടെ കാര്യമിരിക്കട്ടെ. രാമൻനായർ എന്തു പറയുന്നു? എനിക്കതാ അറിയേണ്ടത്. ഇന്നലെ കുട്ടൻ പറഞ്ഞയച്ചു. പൊലീസിനെ വരുത്തിനിറുത്തിക്കൊണ്ട് കരാറുകാരെക്കൊണ്ടുതന്നെ കിളപ്പിക്കാൻ. അതു വേണോ? രാമൻനായർ തന്നെപറ.”

“അവർക്കു വല്ലടവുമിരുന്നു പറയാനെളുപ്പമാ. പക്ഷേ, അതൊന്നും നടക്കാൻ പോകുന്നില്ല.” തെല്ലുനേരം ആലോചിച്ചുനിന്നിട്ട് വീണ്ടും പറഞ്ഞു:

“ഇവിടുത്തെ തൊഴിലാളികളെ കൊണ്ടുതന്നെ കിളപ്പിക്കണമെന്നാണ് എനിക്കു പറയാനുള്ളത്. പൊലീസിനെ കൊണ്ടുവന്നാലും വേറെ പോംവഴിയൊന്നുമില്ല. പിന്നെ ഇവിടുത്തെ ഇഷ്ടം.”

“അതു പറഞ്ഞാപ്പോരാ. ഞാൻ ആളുവിട്ടു രാമൻനായരെ വിളിപ്പിച്ചതെന്തിനാ? മനസ്സിലിരിപ്പ് എന്താണെന്നുവെച്ചാൽ തുറന്നു പറ. ഇവിടുത്തുകാര് ചോദിക്കുന്നതെല്ലാം നമുക്കുകൊടുക്കാൻ പറ്റുമോ? അങ്ങനെ കൊടുത്തുകൊണ്ട് കൃഷിചെയ്യിച്ചാൽ പ്രയോജനമെന്തുവാ? അതൊന്നു കേൾക്കട്ടെ.”

“ചോദിക്കുന്നതെല്ലാം അങ്ങുകൊടുക്കണമെന്ന് ആരും പറയത്തില്ല. ന്യായമായിട്ടുള്ളതു കൊടുക്കണം. നാട്ടുനടപ്പനുസരിച്ചിട്ടുള്ളത്.”

“എന്തോന്നാ നിങ്ങടെ നാട്ടുനടപ്പ്. അതു പറയണം.”

“അതു ഞാൻ അന്വേഷിച്ചു പറയാം.”

“എങ്കിൽ അന്വേഷിച്ച് എന്താ വേണ്ടതെന്ന് അറിയിക്കു. എന്തായാലും നിലംകിളയ്ക്കാതിട്ടേക്കാൻ സാദ്ധ്യമല്ല.”

രാമൻനായർപോയി യൂണിയൻകാരുമായും പാർട്ടിക്കാരുമായും ആലോചിച്ചു. പണ്ടത്തെപ്പോലെ നെല്ലും കഞ്ഞിയും ഒന്നും വേണ്ടാ. നാട്ടുനടപ്പനുസരിച്ചുള്ള കൂലി കിട്ടണം. അതു കൈയ്യോടെ കിട്ടുകയും വേണം.

പട്ടണത്തിൽ നിന്നു സുന്ദരേശൻപിള്ള കാറോടിച്ചുവന്നു. നാട്ടിലുള്ള നിലവും കെട്ടിപ്പിടിച്ചുകൊണ്ടിരിക്കാൻ അയാൾക്ക് നേരമില്ല. ബിസിനസു സംബന്ധിച്ചു വേറെ പിടിപ്പതു പണിയുണ്ട്.

അയാൾ യൂണിയൻകാരുമായി കൂടിയാലോചന നടത്തി.

അടുത്തദിവസം കാര്യങ്ങൾക്കു തീരുമാനമുണ്ടായി. ശൂരനാട്ടെ തൊഴിലാളികളിറങ്ങി കിഴകിടപ്പാടത്തു കിളതുടങ്ങി.

ആ കിളയുടെ കാര്യംകേട്ട് അച്ചുതൻനായർ പുഞ്ചിരിതൂകി. രാമൻനായർ പിന്നെയും തിടുക്കപ്പെട്ടു പറഞ്ഞു:

“അതങ്ങോട്ട് കഴിഞ്ഞപ്പോൾ കർഷകസംഘത്തിന്റെ സ്റ്റേറ്റു സമ്മേളനം. മൂന്നു കാളവണ്ടികളിലാണ് ശൂരനാട്ടുനിന്ന് അരിയും തേങ്ങയും

പച്ചക്കറികളുമെത്തിച്ചത്. പ്രകടനത്തിനുമാത്രം ചുവന്ന നിക്കറും വെള്ള ഷർട്ടും ധരിച്ച നൂറ്റമ്പത് വാളണ്ടിയർമാർ. എന്താ മോശമാണോ?"

"അല്ല."

"അതൊന്നുമല്ല വിശേഷം. നടക്കാനാവതുള്ള മൂപ്പിലാന്മാരെല്ലാം വിളിച്ചുകൊണ്ടുപോയി പ്രകടനം കാണിച്ചു. നടേവടക്കേലെയും കാഞ്ഞ ഇരവിളയിലെയും ചിറപ്പാട്ടെയുമെല്ലാം മൂപ്പിലന്മാർ. സുഖമില്ലാത്തതു കൊണ്ട് കളയ്ക്കാട്ടെ മൂപ്പിലാൻ വന്നില്ല. അന്നു സമ്മേളനത്തിനു എന്തൊരാൾക്കൂട്ടമായിരുന്നു! ചെങ്കൊടികളുടെ ഒരു പ്രളയം. നടേവട ക്കേലെ മൂപ്പിലാൻ തലകുലുക്കി സമ്മതിച്ചു. എന്താപോരായോ?"

അച്ചുതൻനായർ ആഹ്ലാദംകൊണ്ട് വീണ്ടും പുഞ്ചിരി പൊഴിച്ചു.

പേരൂരിനെയും പുതുപ്പള്ളിയെയും ഒറ്റുകൊടുത്തിട്ട് ഗവൺമെന്റിൽ നിന്നു പ്രതിഫലം വാങ്ങാൻ നില്ക്കാതെ കടന്നു കളഞ്ഞ ആ പട്ടാള ക്കാരൻ വീണ്ടും അവധിയിൽ വന്നപ്പോൾ, വള്ളികുന്നത്തെ ചെറുപ്പക്കാർ മണക്കാട്ടുവെച്ചു തടഞ്ഞുനിർത്തി അവർക്കു മതിയാവോളം തല്ലി. ഒടു വിൽ പട്ടാളക്കാരൻ താണുവീണു മാപ്പുപറഞ്ഞു. ഉടൻതന്നെ സ്ഥലംവി ട്ടുപോവുകയും ചെയ്തു..... അങ്ങനെ രസകരമായ എന്തെല്ലാം വർത്ത മാനങ്ങൾ!

സന്ദർശനം കഴിഞ്ഞു രാമൻനായർ മടങ്ങിപ്പോയി. അച്ചുതൻനായർ മടങ്ങിച്ചെന്ന് പേരൂർ മാധവൻപിള്ളയോടും കൂട്ടുകാരോടുമെല്ലാം മണ ക്കാട്ടെ ആ അടിയുടെ വിവരം പറഞ്ഞു. അപ്പോൾ മാധവൻപിള്ളയുടെ ചുണ്ടിൽ ഒരു ചിരിയൂറിക്കൂടുന്നതു കണ്ടു.

വല്ലപ്പോഴും നാട്ടിൽനിന്നു ആരെങ്കിലുമൊക്കെ വന്നുകൊണ്ടിരുന്നു. അവർ വിവരങ്ങൾ പറയുമ്പോൾ വിസ്മയം തോന്നി. ആ നീണ്ട കാലാ യളവിനുള്ളിൽ എന്തെല്ലാം സംഭവങ്ങൾ! മാറ്റങ്ങൾ!

മേമനപോറ്റിയുടെയും ഗാന്ധിരാമൻപിള്ളയുടെയും മേല്നോട്ടത്തിൽ കൊറ്റാർകാവുക്ഷേത്രത്തിൽ ജീർണോദ്ധാരണം നടത്തി. പുനഃപ്രതിഷ്ഠ കഴിച്ചു. കുറേ മാസങ്ങൾക്കുമുമ്പ് കളയ്ക്കാട്ടെ മൂപ്പിലാൻ മരിച്ചു.

പേരൂർ മാധവൻപിള്ള കല്യാണം കഴിക്കാനുറച്ചിരുന്ന മുറപ്പെണ്ണിനെ മറ്റൊരാൾ വിവാഹം ചെയ്തുകൊണ്ടുപോയി. വാസുനായരുടെ അമ്മൂ മ്മയും മരിച്ചുപോയി. ഇനി അയാളുമായി രക്തബന്ധമുള്ളവരാരും ഈ ലോകത്തു ജീവിച്ചിരിപ്പില്ല.

അമ്പരപ്പിക്കുന്ന മറ്റൊരു വർത്തമാനം— തങ്കപ്പൻപിള്ളയുടെ ഭാര്യ ഭവാനിയമ്മ ഒരാൺകുഞ്ഞിനെ പ്രസവിച്ചു. തന്ത ആരാണോ എന്തോ? പലരും പലതും പറയുന്നു. അതുകേട്ടപ്പോൾ അച്ചുതൻനായർക്ക് ആശ്ച ര്യവും ദുഃഖവും തോന്നി. എന്നാലും ആ സ്ത്രീയിൽ നിന്ന് ഇത് സംഭ വിച്ചല്ലോ. ഇങ്ങനെ വരുമെന്ന് ഒരിക്കലും കരുതിയതല്ല. തങ്കപ്പൻപിള്ള ജയിലിലായിരുന്നെങ്കിൽ പേടിക്കാനില്ലായിരുന്നു. അയാൾ ഒളിവിൽനിന്ന് ഇനി എപ്പോഴാണ് വെട്ടപ്പെടുന്നതെന്ന് ആർക്കറിയാം. അപ്പോൾ ഭവാനി യമ്മയെ ജീവനോടെ വെച്ചേക്കുമോ?

ഒരുദിവസം വീട്ടിൽനിന്നു എഴുത്തുവന്നു അച്ചുതൻനായരുടെ അമ്മ മരിച്ചു. കുറേനാളായി എഴുന്നേല്ക്കാനും നടക്കാനും വയ്യാതെ കിടക്കുകയായിരുന്നു....

അയാൾ എഴുത്തും നിവർത്തിപ്പിടിച്ച് കണ്ണീരൊഴുക്കാൻ തുടങ്ങി. എന്തൊരു സ്നേഹമുള്ള അമ്മയായിരുന്നു! അച്ഛൻ എതിർത്താൽപ്പോലും ഏതുകാര്യത്തിനും അമ്മ തന്നോടൊത്ത് നിന്നിട്ടേയുള്ളൂ. ജാനകിക്കുട്ടിയെ അവളുടെ വീട്ടിൽനിന്നു വിളിച്ചുകൊണ്ടുവന്നിട്ട് ഒരു ദിവസം അമ്മ പറഞ്ഞു:

“വസ്തും വകേം ഇല്ലേലെന്താ? നിന്നോട് സ്നേഹമുള്ള ഒരു പെണ്ണാ. അതുമതി. ഇനി നമുക്കൊരു കൊച്ചുവീടുണ്ടാക്കണം ആരുടെയും മൂക്കും മുഞ്ഞിയും കാണാതെ നിങ്ങൾക്കു രണ്ടുപേർക്കുംകൂടി താമസിക്കാൻ.”

ജാനകിക്കുട്ടിയോട് അമ്മ അവസാനംവരെ മുഖം മുഷിഞ്ഞു സംസാരിച്ചിട്ടില്ല. മരുമകളെന്നു പറഞ്ഞാൽ പ്രാണനായിരുന്നു.....

അമ്മയുടെ മരണത്തോടെ ഭാര്യയെക്കുറിച്ചും വീടിനെക്കുറിച്ചുമുള്ള ചിന്ത ഉൽക്കടമായിത്തീർന്നു. അവൾക്ക് ആ വീട്ടിൽ ഇനി ആരുണ്ട്?

അയാൾ അച്ഛന് ഒരു കത്തെഴുതി. ജാനകിക്കുട്ടിയെ ഒന്നു കാണാൻ കൊതിക്കുന്നു. അച്ഛൻ വരുമ്പോൾ അവളെക്കൂടി കൊണ്ടുവരണം.

ഒരുദിവസം അച്ഛൻ വന്നു. പക്ഷേ, ജാനകിക്കുട്ടി ഉണ്ടായിരുന്നില്ല.

“എന്താണച്ഛാ അവൾ വരാഞ്ഞത്?’

മറുപടി പറയാൻ പരുങ്ങുന്നതുകണ്ട് അയാൾ സംഭ്രമത്തോടെ തിരക്കി:

“എന്താ, അവൾക്ക് എന്തുപറ്റി?”

അച്ഛൻ വിളറിയ മട്ടിൽ ചിരിച്ചു.

“ഒന്നും പറ്റിയില്ല. അവളവിടെ സുഖമായി കഴിയുന്നു.”

“പിന്നെന്താ വരാഞ്ഞത്? ഞാൻ എത്രകാലമായി അവളെയൊന്ന് കണ്ടിട്ട്?”

കുറേനേരം മിണ്ടാതെനിന്നിട്ട് അച്ഛൻ പരുങ്ങലോടെ പറഞ്ഞു:

“അവളു വയറ്റുകണ്ണിയാ. നിന്നോട് പറയണ്ടാന്ന് വിചാരിച്ചിരിക്കുകയായിരുന്നു. ഇത് ഏഴോ എട്ടോ മാസമാ. വയറും താങ്ങിക്കൊണ്ട് വരാനുള്ള മടികൊണ്ടാ വരാഞ്ഞത്.”

അച്ചുതൻനായർ ശിലാപ്രതിമപോലെ നിശ്ചേഷ്ടനായിനിന്നു. അച്ഛൻ വീണ്ടും പറഞ്ഞു:

“നിനക്ക് ഇഷ്ടമാകുമോന്നറിഞ്ഞില്ല. ഇത്രയുമൊക്കെയായ സ്ഥിതിക്ക് കൊച്ചുനാരേണൻ അവക്ക് അന്നഴിച്ചു കൊടുക്കുന്നതിനെക്കുറിച്ച് എന്താ നിന്റെ അഭിപ്രായം?”

അച്ചുതൻനായർ അതു കേട്ടില്ലെന്നുതോന്നി.

“നീയെന്താ ഒന്നും മിണ്ടാത്തത്?”

"എന്തിനെക്കുറിച്ചാ?"

"ഞാൻ പറഞ്ഞതിനെക്കുറിച്ച്."

"ഞാൻ എന്തോ മിണ്ടാനാ?"

"ഞാനും പറയുന്നത്, ഇനി അവരങ്ങനെ കഴിയട്ടെ." അച്ഛൻ പിന്നെയും എന്തൊക്കെയോ പറഞ്ഞു. അതൊന്നും അയാളുടെ തലയിൽ കേറിയില്ല. അച്ഛൻ യാത്ര പറഞ്ഞുപോയി. അയാൾ വാർഡിൽച്ചെന്ന് ശൂന്യതയിലേക്കു തുറിച്ചുനോക്കി ഒരേ നിലനിന്നു.

ജാനകിക്കുട്ടി തന്നെ സംബന്ധിച്ച എല്ലാ പ്രതീക്ഷകളും ഉപേക്ഷിച്ചു കഴിഞ്ഞിരുന്നുവെന്ന് തോന്നി. താൻ ഇനി ഒരിക്കലും മടങ്ങിച്ചെല്ലുകയില്ലെന്ന് ബോദ്ധ്യപ്പെട്ടിരിക്കണം. ശരിയല്ലേ! സംവത്സരങ്ങൾക്കുശേഷം, ഒരു കിഴവന്റെ തരിച്ചുവരവിനുവേണ്ടി അവൾ അനിശ്ചിതമായി കാത്തിരിക്കണമോ?

കുറേനാൾ കഴിഞ്ഞു അച്ഛനും മരിച്ചെന്നറിഞ്ഞു. അപ്പോൾ ദുഃഖഭാരമൊന്നും തോന്നിയില്ല. എല്ലാം അവസാനിക്കട്ടെ. എല്ലാ കെട്ടുപാടുകളും അറ്റുപോകട്ടെ.

ഒരുദിവസം പള്ളിക്കലാറും, പടർന്നു പന്തലിച്ച അരയാലും, പുതുക്കിപ്പണിഞ്ഞ കൊറ്റാർകാവു ക്ഷേത്രവും അയാൾ സ്വപ്നംകണ്ടു. ക്ഷേത്രത്തിൽ പുനഃപ്രതിഷ്ഠ നടത്തിയ ശിലാവിഗ്രഹം. ദുർഗ്ഗയുടെ മന്ദസ്മേരമാർന്നമുഖം. ആ ക്ഷേത്രനടയിൽ തന്റെ ഉടലും ശിരസ്സും വേറിട്ടു കിടക്കുന്നു. ചുറ്റും ഒഴുകിപ്പടർന്ന ചോരയിൽ ഈച്ചയാർക്കുന്നു. പട്ടികളുടെ മുഖഛായയുള്ള മനുഷ്യർ വന്ന് നാക്കുനീട്ടി ആ രക്തം നക്കിക്കുടിക്കുന്നു. അടുത്തുനിന്ന് അതു കാണെക്കാണെ അയാൾ പൊട്ടിച്ചിരിച്ചു.

ഉറക്കമുണർന്നപ്പോൾ സ്വപ്നങ്ങൾ മാഞ്ഞു. തന്റെ തല വേർപെട്ടിട്ടില്ല. എന്നാലും ഇനി മോചനം വേണ്ടാ. ഈ ജയിലിൽ കിടന്നു ജീവിതം ഒടുങ്ങട്ടെ.....

പക്ഷേ, പാതിരാവിൽ അറിയാതെ വന്നെത്തിയ പ്രഭാതം പോലെയായിരുന്നു മോചനം. രാജ്യമാകെ ആഞ്ഞടിച്ച ഒരു കൊടുങ്കാറ്റിൽ അതുവരെ നിലനിന്ന ഗവൺമെന്റു തകർന്നുവീണു. ജയിലറകൾ മലർക്കെ തുറന്നു.

തിരഞ്ഞെടുപ്പിന്റെ ഫലപ്രഖ്യാപനം വന്നപ്പോൾ എല്ലാവരും ആഹ്ലാദം കൊണ്ട് തുള്ളിച്ചാടി. വ്യക്തിപരമായ വേദനകളെല്ലാം അവർ മറന്നുപോയി. നിലവിൽ വരാൻപോകുന്ന ഗവൺമെന്റിനെക്കുറിച്ച് തോരാതെ ചർച്ചകൾ നടത്തി. ആർക്കും ഉറക്കമില്ല. ആലോചനകളും അഭിപ്രായപ്രകടനങ്ങളും!

പുതിയ മന്ത്രിസഭ സത്യപ്രതിജ്ഞ ചെയ്തു.

അപ്രതീക്ഷിതമായിട്ടാണ് ജയിൽ വാർഡൻ വന്നറിയിച്ചത്:

"നിങ്ങളെയെല്ലാം വിട്ടയയ്ക്കാൻ ഉത്തരവു വന്നിട്ടുണ്ട്."

വികാരം കൊണ്ട് എല്ലാവരും വീർപ്പുമുട്ടി. വാർഡൻ വീണ്ടും വന്നു പറഞ്ഞു:

"വേഗം തയ്യാറായിക്കോ. നിങ്ങളെ കൂട്ടിക്കൊണ്ടുപോകാൻ ആളുകൾ വന്നു ഗേറ്റിൽ കാത്തുനില്ക്കുന്നു."

വാർഡർ സെല്ലുകൾ തുറന്നു. ജയിലിനോട് വിടപറഞ്ഞുകൊണ്ട് എല്ലാവരും തിടുക്കത്തിലിറങ്ങി നടന്നു.

അവരെ കണ്ടതോടെ വെളിയിൽ കാത്തുനിന്നവർ മുദ്രാവാക്യം മുഴക്കാൻ തുടങ്ങി. നേതാക്കന്മാരെല്ലാമുണ്ട്. എല്ലാ മുഖങ്ങളിലും ആഹ്ലാദവും ആവേശവും അലതല്ലുന്നു. ചെങ്കൊടി വെച്ച കാറുകൾ.

കൂട്ടത്തിൽ, മുറുക്കാൻ അണയിൽ ഒതുക്കിക്കൊണ്ട് അലക്കിത്തേച്ച ഖദർവസ്ത്രവുമായി പോറ്റിസാർ നില്ക്കുന്നു.

ഗേറ്റുകടന്നു വെളിയിലെത്തിയപ്പോൾ ആളുകൾ അവരെ കെട്ടിപ്പുണർന്നു. അവർ ആൾക്കൂട്ടത്തിൽ ലയിച്ചു.

മുപ്പത്തിയഞ്ച്

പൊയ്കമൈതാനത്ത് ആളുകൾ നിറഞ്ഞുകവിഞ്ഞിരുന്നു. ചെങ്കൊടി വെച്ച കാറുകൾ മൈതാനത്തേക്കു കടന്നുവന്നപ്പോൾ മുദ്രാവാക്യങ്ങൾ, പടക്കങ്ങൾ, കതിനാവെടികൾ.

യോഗം തുടങ്ങി. ജയിലിൽ നിന്നിറങ്ങിയവരെ തമ്പിസാർ ആദ്യം ഔപചാരികമായി സദസ്സിനു പരിചയപ്പെടുത്തി. അവർ ഓരോരുത്തരായി എഴുന്നേറ്റുനിന്ന് ജനങ്ങളുടെ അഭിവാദ്യം സ്വീകരിച്ചു.

ജനങ്ങളുടെ കൈയടി. ആവേശപൂർവ്വമുള്ള മുദ്രാവാക്യങ്ങൾ!

സർവ്വശക്തരായ ജനങ്ങൾ!

വളരെ വർഷങ്ങൾക്കുശേഷം അവിടെവെച്ച് പാർട്ടിസഖാക്കൾ തമ്മിൽ കണ്ടു. ജയിലിൽ നിന്നിറങ്ങിയവരും ഒളിവിൽ നടന്നവരും. തങ്കപ്പൻപിള്ളയും ശ്രീധരൻനായരും തോപ്പിൽഭാസിയും പനത്താഴയും വിളയിൽ ഗോപാലപിള്ളയും പായിക്കാട്ടു കൃഷ്ണപിള്ളസാറും ചെല്ലപ്പൻപിള്ളയും കറുത്തകുഞ്ഞും എല്ലാം.

തങ്കപ്പൻപിള്ളയോടൊപ്പം ഭവാനിയമ്മയുമുണ്ട്. അയാൾക്ക് ഒളിവുകാലത്തുണ്ടായ മകൻ അവരുടെ മാറിൽ പറ്റിപ്പിടിച്ചിരുന്നു. ചാഞ്ചാടുന്ന ആ വിളക്കും കൊടിയുമെല്ലാം കണ്ട് അവന് എന്തെന്നില്ലാത്ത വിസ്മയം!

ആ കൂട്ടത്തിൽ രണ്ടാളുകൾ മാത്രമില്ല. ചാലിത്തറ കുഞ്ഞച്ചനും, കടമ്പാട്ടു കൃഷ്ണൻനായരും. അവർ എവിടെയാണോ എന്തോ?

യോഗം തുടങ്ങുംമുമ്പ് രക്തസാക്ഷികളെ അനുസ്മരിച്ചുകൊണ്ട് എല്ലാവരും നിശ്ശബ്ദരായി എഴുന്നേറ്റുനിന്നു. ശൂരനാടിന്റെ ആ വീര സന്തതികളെക്കുറിച്ചുള്ള സ്മരണ ജനഹൃദയങ്ങളിൽ കിടന്ന് ഇരമ്പി. ആ ജനക്കൂട്ടത്തിനിടയിൽ അവിടെവിടെയോ ഒക്കെ അദൃശ്യരായി നില്ക്കുന്നതായി തോന്നി. ആ ചിരിക്കുന്ന മുഖങ്ങൾ അവർ കൺമുന്നിൽ കാണുകപോലും ചെയ്തു — തണ്ടാശ്ശേരി രാഘവൻ, കളയ്ക്കാട്ടു പരമേശ്വരൻനായർ, മാത്തിൽ ഭാസ്കരൻനായർ, കാഞ്ഞിരവിളയിൽ പുരുഷോ

ത്തമക്കുറുപ്പ്, കടമ്പാട്ട് രാഘവൻപിള്ള!

യോഗത്തിൽ ആരൊക്കെയോ ആവേശത്തോടെ പ്രസംഗിച്ചു. ആളുകൾ ചെവിവട്ടം പിടിച്ചിരുന്നു കേട്ടു. യോഗം പിരിഞ്ഞപ്പോഴേക്കും നേരം കുറേ ഇരുട്ടി.

സഖാക്കളെ കാറിൽ കയറ്റി അവരവരുടെ വീടുകളിൽ എത്തിച്ചു. ആ കൂട്ടത്തിൽ കൊച്ചുകൃഷ്ണൻ മാത്രം ഉണ്ടായിരുന്നില്ല. അച്ചുതൻനായർ രാമൻനായരോടു തിരക്കി.

"എവിടെ കൊച്ചുകൃഷ്ണൻ?"

"പോറ്റിസാറു വിളിച്ചോണ്ടുപോയി. അയാളെ ഇപ്പോൾ വീട്ടിലോട്ടു വിടാനൊക്കുകയില്ല."

"എന്താ കാര്യം?"

"ഇപ്പോൾ വീട്ടിലേക്കയച്ചാൽ വീണ്ടും ഒരു കൊലക്കേസുണ്ടാവും. അതു ഭയന്ന് പോറ്റിസാറു വിളിച്ചോണ്ടു പോയി."

അച്ചുതൻനായർ സ്തബ്ധനായിനിന്നു. എന്താണീ കേൾക്കുന്നത്? ഒരു പിടിയും കിട്ടിയില്ല.

"കാര്യമെന്താണെന്നു പറ."

"ഇപ്പോഴിത്രയും അറിഞ്ഞാൽ മതി."

അച്ചുതൻനായരെ നടേവടക്കതിലിട്ട് കാറു തിരിച്ചുപോയി.

തിണ്ണയിൽ ഒരു മണ്ണെണ്ണ വിളക്കു മുനിഞ്ഞു കത്തിക്കൊണ്ടിരുന്നു. വെളിയിലെങ്ങും ആരെയും കണ്ടില്ല. ഒരു തടുക്ക് നീക്കിയിട്ട് അവിടെയിരുന്നു. കുറെക്കഴിഞ്ഞ് പതിഞ്ഞ ശബ്ദത്തിൽ വിളിച്ചു ചോദിച്ചു.

"കൊച്ചുനാരേണനില്യോ!"

"സന്ധ്യക്ക് പോയിട്ടുവന്നില്ല." അകത്തുനിന്ന് ജാനകിക്കുട്ടിയുടെ ശബ്ദം.

വർഷങ്ങൾക്ക്ശേഷം ആ സ്വരം തിരിച്ചറിഞ്ഞു. തിണ്ണയിലേക്ക് വരാതെ അവൾ മുറിക്കുള്ളിൽ ഇരുട്ടുവാക്കിന് നില്ക്കുകയാണ്.

ആ പാതിരാനേരത്ത്, നിമിഷങ്ങൾ നിശ്ശബ്ദങ്ങളായി കടന്നുപോയി.

തളർന്ന ശബ്ദത്തിൽ അവൾ ചോദിച്ചു:

"ചോറു വിളമ്പട്ടെ?"

"വേണ്ട."

അതു താൻ ഇറങ്ങിപ്പോയ വീടല്ല. അമ്മയും അച്ഛനും കുഞ്ഞുമോളും ഇന്നില്ല. ആ മൂലയിൽ നില്ക്കുന്ന ജാനകിക്കുട്ടി ഇന്നു തന്റെ ആരുമല്ല.

അയാൾ നിശ്ശബ്ദനായി വീട്ടിൽ നിന്നിറങ്ങി നടന്നു. അമ്പലപ്പറമ്പിലൂടെ ആൽത്തറയിൽ ചെന്നിരുന്നു.

അപ്പോഴും വീടിന്റെ തിണ്ണയിൽ ആ മണ്ണെണ്ണ വിളക്ക് ആർക്കോവേണ്ടി മങ്ങിമങ്ങി കത്തിക്കൊണ്ടിരുന്നു. ഒടുവിൽ അത് കരി

ന്തിരി കത്തി അണഞ്ഞു.

എങ്ങും കൂരിരുട്ട്. ഇരുട്ടിൽ ഓർമ്മകൾ തെളിഞ്ഞു. ഓർമ്മകൾ മനസ്സിലേക്ക് തിക്കിത്തിരക്കി വന്നു. ശിരസ്സറ്റ് കിടക്കുന്ന ദുർഗ്ഗാരൂപം. കുഞ്ഞനമ്മാവന്റെ തേങ്ങിക്കരച്ചിൽ.

പുതുക്കിപ്പണിഞ്ഞ ശ്രീകോവിലിനുള്ളിൽ ഇപ്പോൾ കുടികൊള്ളുന്നത് സ്വന്തം തലയറുത്ത ആ പോർക്കലിക്കാളി ആയിരിക്കുകയില്ല. ആ കാലഘട്ടം കഴിഞ്ഞു.

മയക്കം വന്നപ്പോൾ ആലിന്റെ പൊങ്ങിവീർത്ത വേരിൽ തല ചായ്ച്ചു. നിശ്ചലമായ ഇരുട്ട്. ഒഴുക്കിലൂടെ സ്വയം എങ്ങോട്ടോ ഒഴുകിപ്പോകുന്നതായി തോന്നി. ഒഴുകിയൊഴുകി പള്ളിക്കലാറിന്റെ കടവിൽ അടുത്തു. അവിരാമം ഒഴുകിക്കൊണ്ടിരിക്കുന്ന പ്രവാഹത്തിലേക്ക് നോക്കി കടവിൽ കുത്തിയിരുന്നു.

അകലെനിന്ന് ഒരു മങ്ങിയ ദീപവുമായി ഒരു സ്ത്രീ ആറ്റുകടവിലേക്ക് നടന്നുവരുന്നു. ദീപം തട്ടി ആ തേജസ്സാർന്ന മുഖം പ്രകാശിക്കുന്നു. ഒരു ദേവതയെപ്പോലെ അവൾ വെള്ള വസ്ത്രം ധരിച്ചിരിക്കുന്നു. കൊറ്റാർകാവിലെ ഭഗവതിയാണോ? ആറാട്ടിന് വരികയാണോ? അടുത്തു വന്നപ്പോൾ ആ മുഖം കണ്ടു. കൊച്ചുപാറോതി. ക്ഷീണിതയാണെങ്കിലും അവളുടെ സൗന്ദര്യം കെട്ടിട്ടില്ല. ആ മുഖത്തെ പ്രസന്നത മാഞ്ഞിട്ടില്ല.

അവൾ വിളക്കുയർത്തിപ്പിടിച്ചുകൊണ്ട് ചോദിച്ചു:

"എന്താ ഇവിടിങ്ങനെ ഒറ്റയ്ക്കിരിക്കുന്നത്?"

"വേറെയെങ്ങോട്ട് പോകാൻ?"

" വാ എന്റെ കൂടെ വാ."

ഒന്നും മിണ്ടാതെ അവളുടെ പിറകെ ചെന്നു. പുഴയോരത്തുകൂടി നടന്നു. കുന്നും മലയും കേറി. ഉയർന്നുയർന്ന് മേഘപാളികളിൽ ചെന്നു തങ്ങിനിന്നപ്പോൾ ദൂരെ പ്രകാശം പരക്കുന്നത് കണ്ടു. കത്തിജ്ജ്വലിക്കുന്ന കിഴക്കിന്റെ പ്രകാശം!

ഞെട്ടിയുണർന്ന് നോക്കിയപ്പോൾ ശരിതന്നെ. കിഴക്ക് മാനം തുടുത്തിരിക്കുന്നു. മേഘങ്ങൾക്കിടയിലൂടെ പുലർവെളിച്ചം വെട്ടിത്തിളങ്ങുന്നു.

ആൽത്തറയിൽ നിന്നെഴുന്നേറ്റ് ചന്തയിലേക്ക് നടന്നു. ശിവക്കുറുപ്പിന്റെ ചായക്കടയിൽ പതിവുകാർ കൂടിയിട്ടുണ്ട്. കടയുടെ മുന്നിൽ ചെന്നുനിന്നപ്പോൾ ആളുകൾ ബെഞ്ചിൽനിന്നെഴുന്നേറ്റ് ഇരിക്കാൻ ഇടം കൊടുത്തു. അവർ അത്ഭുതാതിരേകത്തോടെ അയാളുടെ മുഖത്തു നോക്കിനിന്നു.

ശിവക്കുറുപ്പ് ക്ഷണിച്ചു.

"ഇങ്ങോട്ട് കേറിയിരിക്കൂ..."

അയാൾ ചായയൊഴിച്ച് നീട്ടി.

"നിങ്ങളൊക്കെ ചായ കുടിച്ചോ?"

"കുടിച്ചു."

ചായ കുടിച്ചുകൊണ്ടിരിക്കുമ്പോൾ മറ്റുള്ളവർ പരസ്പരം പറഞ്ഞു:

"ആളങ്ങു വെളുത്തു."

"കാറ്റും വെയിലും കൊള്ളാതെ കിടന്നതല്ല്യോ?"

അച്ചുതൻ നായർ അതുകേട്ട് പുഞ്ചിരി തൂകിക്കൊണ്ടിരുന്നു. ആരോ അയാളുടെ മുഖത്തുനോക്കി പറഞ്ഞു:

"ഇങ്ങനെ ഞങ്ങക്കൊന്നു കാണാൻ കിട്ടുമെന്ന് കരുതിയതല്ല. പോർക്കലി ഭഗവതീ..!"

" അതേയതേ. ഒരു ജന്മം കഴിഞ്ഞ് തിരിച്ചെത്തി."

"ശരിയാണ്." അച്യുതൻനായർ സമ്മതിച്ചു.

"ഇതുപോലെ നിങ്ങളുടെ കൂടിരുന്നു വർത്തമാനം പറഞ്ഞുകൊണ്ട് ഒരു ചായ കുടിക്കാമെന്നൊന്നും കരുതിയില്ല."

ചായയുടെ പൈസയെടുത്ത് നീട്ടിയപ്പോൾ കുറുപ്പ് പറഞ്ഞു:

"വേണ്ടാ. ഇരിക്കട്ടെ."

"ഇവിടെ രാവിലെ ചായ സൗജന്യമാണോ?"

"രാവിലെ മാത്രമല്ല, എപ്പോഴും സൗജന്യമാ. നമുക്കു മാത്രം."

അതുകേട്ട് ചിരിച്ചു.

ഒരു ബീഡിയെടുത്തു നീട്ടിയിട്ട് മറ്റൊരാൾ ചോദിച്ചു:

"എല്ലാവരും ഒരുപാട് കഷ്ടപ്പെട്ടു. ഇല്ല്യോ?"

"മ്. കുറേ കഷ്ടപ്പാടൊക്കെ അനുഭവിച്ചു. "

ബീഡിവലിച്ച് എന്തോ ഓർത്തുകൊണ്ടിരുന്നിട്ട് അവരോട് പറഞ്ഞു:

"ഞാൻ കളയ്ക്കാട്ടോട്ട് ഒന്നു ചെല്ലട്ടെ. എല്ലാരേം എന്നു കണ്ടതാ!"

"ശരിയാ. അങ്ങോട്ടൊന്നു പോകേണ്ടത് അത്യാവശ്യമാ."

"ഞങ്ങളും വരാം."

ചായക്കടക്കാരൻ പറഞ്ഞു:

"അതുവേണ്ട, ഇപ്പോൾ തനിയെ ഒന്നു പോയേച്ചുവരട്ടെ."

"ശരിയാ. ഞാനൊറ്റയ്ക്ക് തന്നെ പോകാം."

കളയ്ക്കാട്ടോട്ട് നടക്കുമ്പോൾ വലിയ മനഃപ്രയാസം തോന്നി.

ആ അമ്മയെ എങ്ങനെ അഭിമുഖീകരിക്കും. അവരെ എന്തുപറഞ്ഞ് ആശ്വസിപ്പിക്കും?

വീട്ടിലേക്ക് കയറിച്ചെന്നപ്പോൾ അമ്മ കൂനിക്കൂടിയിരിക്കുന്നു. പരമേശ്വരൻ നായരുടെ അമ്മ! കാലവും ദുരിതാനുഭവങ്ങളും അവരിൽ വമ്പിച്ച മാറ്റം വരുത്തിയിരിക്കുന്നു. ആളു മനസ്സിലാവാതെ അച്ചുതൻ നായരുടെ നേരെ മിഴിച്ചുനോക്കി. അയാൾ ചിരിക്കാൻ ശ്രമിച്ചുകൊണ്ടു പറഞ്ഞു:

"ഞാനാണമ്മേ. നടേവടക്കേലെ അച്ചുതൻ."

അമ്മ ബദ്ധപ്പെട്ടെഴുന്നേറ്റ് വികാരാവേശത്തോടെ ഇടറുന്ന ശബ്ദത്തിൽ പറഞ്ഞു:

"ഇങ്ങടുത്തുവാ, ഞാനൊന്നു കാണട്ടെ. നിങ്ങളെല്ലാം വന്നെന്നറിഞ്ഞു."

അയാൾ അവരുടെയടുത്തേക്ക് നീങ്ങിനിന്നു.

"ഞങ്ങളെ മിനഞ്ഞാന്നു ജയിലിൽനിന്ന് വിട്ടമ്മേ. ഇന്നലെ രാത്രി ഇവിടെത്തി."

"എല്ലാം ഞാനറിഞ്ഞ്. ഒരാവതുണ്ടായിരുന്നെങ്കിൽ പൊയ്കയിലോട്ട് വന്നുകണ്ടേനെ. എന്തായാലും ഇങ്ങോട്ട് വന്നല്ലോ. അല്ലേ ഞാനങ്ങോട്ട് വരാനിരിക്കുവാരുന്ന്. വാ, ഇങ്ങോട്ടു കേറിയിരിക്ക്."

അയാൾ തിണ്ണയിൽ കേറി തടുക്കു നീക്കിയിട്ടിരുന്നു. അമ്മ അകത്തേക്കു നോക്കി വിളിച്ചു:

"മോളേ, ശ്രീമതിയേ."

പ്രായമായ ഒരു പെൺകുട്ടി വാതില്ക്കൽ വന്ന് എത്തിനോക്കി ചിരിച്ചു കൊണ്ടു നിന്നു. അമ്മ അവളോട് ചോദിച്ചു:

"മോളേ ഈ അമ്മാവനെ നീയറിയുമോ?"

"കണ്ടിട്ടുണ്ട്."

"നിന്റെ അമ്മാവന്റെ കൂട്ടുകാരനാരുന്നു."

"ഇപ്പോൾ മനസ്സിലായി." ശ്രീമതി അയാളെ നോക്കിച്ചിരിച്ചു.

"ഞാനങ്ങു കുഞ്ഞുനാളിൽ കണ്ടിട്ടേയുള്ളൂ."

"നേരാ ഞങ്ങളെ പോലീസു പിടിക്കുന്ന കാലത്ത് ഇവരു വെറും കൊച്ചല്ലാരുന്നോ?"

അമ്മ ശ്രീമതിയോട് ചോദിച്ചു:

"എന്തോ ഇരിപ്പുണ്ടു മോളേ, അമ്മാവനു വല്ലതുമൊന്നു കൊടുക്കാൻ?"

അച്ചുതൻനായർ പറഞ്ഞു:

"ഇപ്പോൾ ഒന്നും വേണ്ട. ഞാൻ കടയിൽ ചെന്നു ചായ കുടിച്ചിട്ടാ വരുന്നത്."

"അതു കടേന്നല്യോ?"

"ഇപ്പോൾ ഒന്നും വേണ്ടമ്മേ. അമ്മയുടെ കൈകൊണ്ട് എത്ര തവണ ചോറു വിളമ്പിത്തന്നു തിന്നിരിക്കുന്നു."

"അതൊക്കെ അന്നല്ലാരുന്നോ? നിങ്ങളൊക്കെ ഇവിടുന്ന് ഒരു തുള്ളി വെള്ളം കുടിച്ചിട്ടെത്ര നാളായി?"

"ഞാനിപ്പോൾ ചായ അനത്തിക്കൊണ്ടു വരാം അമ്മൂമ്മേ."

ശ്രീമതി അകത്തേക്കു പോയപ്പോൾ ചടച്ചുമെലിഞ്ഞ ഒരു ചെറുപ്പക്കാരൻ ചിരിച്ചുകൊണ്ട് കടന്നുവന്നു. അയാളെ നോക്കി അമ്മ അഭിമാനത്തോടെ ചോദിച്ചു.

"അച്ചുതന് ആളെ മനസ്സിലായോ?"

"ഇല്ല."

"എന്റെ പരമേശ്വരനു പകരം എനിക്കു ഭഗവതി തന്നതാ. എന്റെ ശ്രീമതിയുടെ ഭർത്താവ്."

അച്ചുതൻനായർ ആ യുവാവിനെ നിറകണ്ണുകളോടെ നോക്കിനിന്നു. തോപ്പിൽഭാസിയുടെ അനുജൻ.

ശ്രീമതി കൊണ്ടുകൊടുത്ത ചായ കുടിച്ചുകൊണ്ടിരിക്കുമ്പോൾ അമ്മ കൃതാർഥതയോടെ പറയുന്നതു കേട്ടു.

"രോഹിണിക്കുട്ടിയും എന്റെ ശ്രീമതിയെപ്പോലെതന്നെ. താമസം അങ്ങു പുലിക്കുളത്താണേലും എനിക്കെന്തെങ്കിലും വയ്യാന്നറിഞ്ഞാ ആ നിമിഷം അവളിവിടെത്തും. അല്ലാത്തപ്പോൾ ആഴ്ചയിൽ ഒരിക്കലെങ്കിലും അവളിവിടെ വരാതിരിക്കത്തില്ല. അപ്പച്ചിയെന്നു പറയുന്നിടത്ത് അവൾക്കേഴു ജീവനാ."

അങ്ങനെ പലതിനെക്കുറിച്ചും പറഞ്ഞു— ശ്രീമതിയുടെ കല്യാണ ക്കാര്യം. മൂപ്പിലാന്റെ മരണം.

"അധികമിട്ടു കഷ്ടപ്പെടുത്താതെ ഞാനിരിക്കുമ്പോത്തന്നെ ആ മനു ഷ്യന്റെ ജീവനെടുക്കണേയെന്നായിരുന്നു എന്റെ പ്രാർത്ഥന. ഭഗവതി അതും കേട്ടു."

അമ്മയുമായി സംസാരിക്കുമ്പോൾ അച്ചുതൻനായരുടെ ഹൃദയഭാരം കുറെ കുറഞ്ഞതായി തോന്നി. ഒടുവിൽ എഴുന്നേറ്റു യാത്ര പറഞ്ഞു.

"എന്നാൽ ഞാനങ്ങോട്ടൊന്നിറങ്ങട്ടമ്മേ."

"എവിടെപ്പോന്നു? അവിടിരിക്ക്. നിങ്ങളോടൊക്കെ ഒന്നു വർത്തമാനം പറഞ്ഞിട്ടെത്ര നാളായി?"

"ഞാൻ പോയിട്ടു വരാം. കടമ്പാട്ടോട്ടൊന്നു ചെല്ലട്ടെ. രാഘവൻ പിള്ളയുടെ ഭാര്യയെയും കുട്ടികളെയും ഒക്കെ ഒന്നു കാണണം."

"അതു നേരാ. പോയി കാണണം."

മുറ്റത്തേക്കിറങ്ങിയപ്പോൾ അമ്മ വീണ്ടും ഓർമ്മപ്പെടുത്തി.

"പോയേച്ചു വരണം."

"വരാം."

തിരികെ ചന്തയിലെത്തിയപ്പോൾ ആൾക്കൂട്ടത്തിനു നടുവിൽ കുഞ്ഞുപിള്ളയും ഗോപാലനും ചാത്തൻകുട്ടിയും നിന്നു വിശേഷം പറ യുന്നു. ആളുകൾക്ക് അവരിൽ നിന്ന് പലതും അറിയാനുണ്ട്. പൊലീ സുമായുള്ള ഏറ്റുമുട്ടലിന്റെ വിവരം. ഒളിവിൽ നടന്ന കാലത്തെ അനുഭ വങ്ങൾ. അവർ വീണ്ടും വീണ്ടും ചോദ്യങ്ങൾ ചോദിക്കുന്നു. കുഞ്ഞു പിള്ള കടിച്ചുപിടിച്ച് ഒന്നോ ഒരു മുറിയോ വീതം ഉത്തരം പറയുന്നു. അതുപോരാ.

അവർക്ക് അടുക്കടുക്കായ് കേൾക്കണം. അച്ചുതൻ നായർ അടു ത്തുചെന്നപ്പോൾ ചോദ്യം അയാളോടായി.

"ഞാൻ പുന്തലവരെ ഒന്നുപോയിട്ടുവരട്ടെ. എല്ലാവിവരങ്ങളും നമുക്ക് പിന്നെ സംസാരിക്കാം."

അച്ചുതൻ നായർ കിഴക്കോട്ട് നടന്നു. പുന്തലക്കേറി വാസുനായരെ തിരക്കി. വാസുനായരുടെ വകയിലൊരമ്മാവി മാത്രമേ അവിടെയുണ്ടാ യിരുന്നുള്ളൂ. അവർ പറഞ്ഞു.

"ആളിവിടില്ല. രാവിലെ കിഴക്കോട്ട് പോകുന്ന കണ്ടതാ."

അച്ചുതൻനായർ അവരോട് വർത്തമാനം പറഞ്ഞിട്ട് അണയുടെ

അടുത്തുകൂടി കിഴക്കോട്ടു നടന്നു. പണ്ടത്തെപ്പോലെ പള്ളിക്കലാറ് കളിച്ചും ചിരിച്ചും ഒഴുകിക്കൊണ്ടിരുന്നു. അണയിൽ നിന്ന് കുത്തിവീഴുന്ന വെള്ളത്തിന്റെ ഇരമ്പം മുഴങ്ങുന്നു.

കുറേ ദൂരം ചെന്നപ്പോൾ അത്തിമരത്തിന്റെ ചുവട്ടിൽ ആരോ ഒരാൾ മലർന്നുകിടക്കുന്നു. സൂക്ഷിച്ചുനോക്കിയപ്പോൾ വാസുനായരാണ്.

"അല്ല, സഖാവെന്താ ഇവിടിങ്ങനെ ഒറ്റയ്ക്ക്? വീട്ടിൽ തിരക്കിയിട്ട് കിഴക്കോട്ടിറങ്ങിയെന്ന് പറഞ്ഞു."

"ഇവിടിങ്ങനെ ഒറ്റയ്ക്ക് കിടക്കാൻ ഒരു രസം തോന്നി."

"ഇനിയിങ്ങോട്ടെഴുന്നേറ്റു വാ."

"എങ്ങോട്ടുപോകാൻ?"

"വാ. നമുക്ക് കടമ്പാട്ടുവരെ ഒന്നുപോകാം."

അയാളെഴുന്നേറ്റ് ചെന്നു. രണ്ടുപേരുംകൂടി വർത്തമാനം പറഞ്ഞു നടന്നു. ആറ്റുകടവിൽ രാമന്റെ വീട് നിന്നിരുന്നിടത്തെത്തിയപ്പോൾ വാസു നായർ ചുറ്റും നോക്കിക്കൊണ്ട് ഒരേനില നിന്നു.

അച്ചുതൻ നായർ ചോദിച്ചു:

"എന്തോന്നാ നോക്കിനില്ക്കുന്നത്?"

"ഇല്ല. ഒന്നുമില്ല."

അയാൾ ഒരു നെടുവീർപ്പിട്ടുകൊണ്ട് മുന്നോട്ട് നടന്നു.

"എന്നാലും എന്തൊരു മാറ്റം! പണ്ട് കണ്ട ആ സ്ഥലമാണെന്ന് പറയുകയില്ല."

"എല്ലാം മാറിക്കൊണ്ടിരിക്കുകയല്ലേ? ആ കൂട്ടത്തിൽ സ്ഥലത്തിന്റെ പ്രകൃതവും മാറുന്നു"

വൃക്ഷങ്ങളും വള്ളികളും കുറ്റിച്ചെടികളും തിങ്ങി നിറഞ്ഞിരുന്ന ആറ്റുതീരം ഇപ്പോൾ വെളിപ്രദേശമായി. പുതിയ പൊറുതികൾ പലതും വന്നിരിക്കുന്നു. കുറ്റിക്കാടുകൾ വെട്ടിപ്പറിച്ച് തെങ്ങിൻ തൈകൾ വെച്ചിരിക്കുന്നു.

അച്ചുതൻ നായർ ചിരിതൂകിക്കൊണ്ട് പറഞ്ഞു:

"ശരിയാണ്. ഒരുകാലത്ത് എന്തൊരു മനോഹരമായ സ്ഥലമായിരുന്നു! ഇരുണ്ട് ഇടതിങ്ങിയ കാട്. കാട്ടിലൂടെ ഒഴുകിക്കൊണ്ടിരിക്കുന്ന പുഴ. പുഴയോരത്ത് ആറ്റുകടവിൽ രാമന്റെ വീട്. വീട്ടിൽ കണ്ടാൽ കൊള്ളാവുന്നൊരു പെണ്ണ്!"

വാസുനായരും ചിരിച്ചു.

"തമാശയല്ല. അവൾ സ്നേഹമുള്ള ഒരുത്തിയായിരുന്നു. ഞാൻ ചെല്ലുന്നതും നോക്കി ഒരു കാത്തുനില്പുണ്ട്. അതൊന്നും ഒരിക്കലും മറക്കാൻ കഴിയുന്നില്ല."

"അപ്പോൾ ആ അത്തിമരത്തിനു ചുവട്ടിൽ അവളെയും ഓർത്തുകൊണ്ട് കിടക്കുകയായിരുന്നോ?"

"ഇനിയാ ഓർമ്മകളല്ലേ ബാക്കിയുള്ളു! അവളിപ്പോൾ എവിടെയാണെന്ന് അറിഞ്ഞുകൂടാ. ജീവിച്ചിരിപ്പുണ്ടോ എന്നുപോലും നിശ്ചയമില്ല."

“നേരാണ്. മനസ്സിൽ ഓർമ്മകൾ മാത്രമേ അവശേഷിച്ചിട്ടുള്ളൂ.”

അച്ചുതൻനായരും കഴിഞ്ഞകാലങ്ങളെക്കുറിച്ചോർക്കുകയായിരുന്നു. ഭാവിയെക്കുറിച്ച് രണ്ടാൾക്കും ഒരു രൂപവുമില്ല. ഓർത്തിരിക്കാൻ ആ ഭൂത കാലം മാത്രം.

രണ്ടുപേരും മൗനമായി നടന്നു. പാടവും തോടും കടന്ന് കടമ്പാത്ത് കിഴക്കുവശം എത്തി. അവർ ചെല്ലുന്നതും നോക്കി ഒരു സ്ത്രീയും രണ്ടു കുട്ടികളും മുറ്റത്തുനില്ക്കുന്നത് കണ്ടു.

ഏതോ ദുഃഖസ്മൃതികളും പേറി കുനിപ്പിടിച്ചു നില്ക്കുന്ന വീട്. പൊലീസുകാർ പണ്ട് പൊളിച്ചുകളഞ്ഞ ഭിത്തി കെട്ടിയടച്ചിട്ടില്ല. അവിടെ ഓലക്കീറുകൾ മെടഞ്ഞു തൂക്കിയിട്ടിരിക്കുന്നു.

കമലമ്മ അവരെക്കണ്ട് അകത്തുകയറി വാതിലിൽ മറഞ്ഞ് വെളി യിലേക്ക് മുഖം കാണിച്ചുനിന്നു.

അവരോടൊപ്പം അവളുടെ ഭർത്താവും ഇപ്പോൾ മടങ്ങിവരേണ്ടതാ യിരുന്നു. കമലമ്മ കണ്ണീരു തുടച്ചുകൊണ്ട് പറഞ്ഞു:

“മരുന്നു മേടിച്ചു കൊടുത്തയയ്ക്കണമെന്നു പറഞ്ഞ് എഴുത്തു വന്നു. ഞാനെല്ലാടവും നടന്നിട്ട് ഒരു പരുവം ഒത്തുവന്നില്ല. ഒടുക്കം ചത്തെന്നാ കേട്ടത്.”

അച്ചുതൻനായർ പറഞ്ഞു:

“ഇനിയിപ്പോൾ അതൊക്കെയോർത്ത് വിഷമിച്ചിട്ടെന്താ?”

“ആളു പറഞ്ഞയച്ചിട്ട് കുഞ്ഞുങ്ങളെപ്പോലും ഒന്നു കൊണ്ടുചെന്നു കാണിക്കാൻ കഴിഞ്ഞില്ല. അതോർക്കുമ്പോൾ എങ്ങനെ സങ്കടപ്പെടാതി രിക്കും? അവരെ കാണാനുള്ള ആർത്തിയോടെ തിരക്കിവന്ന് പൊലീ സിന്റെ പിടിയിൽപ്പെട്ടു.”

അച്ചുതൻ നായർ രാധയെയും ഗീതയെയും അരികിൽ വിളിച്ച് കുശ ലങ്ങൾ പറഞ്ഞു. അവരുടെ പേരു ചോദിച്ചു. വാസുനായരെ ചൂണ്ടി ഗീത യോട് തിരക്കി:

“നീ ഈ നില്ക്കുന്ന ആളെ അറിയുമോ?”

“അറിയത്തില്ല.”

“ഇതാണ് നിങ്ങടെ വാസുമാമൻ”

വാസുനായരുടെ മുഖത്തുനോക്കി ഗീത അതിശയത്തോടെ ഉരു വിട്ടു.

“വാ....സു....മാ....മൻ”

“ഇനി, എന്നെ അറിയുമോ? എന്റെ പേര് അച്ചുതൻനായർ”

ശ്രീധരനെ ഉദ്ദേശിച്ച് വാസുനായർ രാധയോട് തിരക്കി.

“മോളെ അമ്മാവനെവിടെപ്പോയി?”

കമലമ്മയാണ് മറുപടി പറഞ്ഞത്.

“ആരാണ്ടെ കാണണമെന്ന് പറഞ്ഞ് രാവിലെ പോയതാ.”

കുറേനേരത്തേക്ക് ആരുമൊന്നും പറഞ്ഞില്ല. അറിയാനും പറയാനും

വളരെയൊക്കെയുണ്ടായിരുന്നു. അതൊന്നും ഓർമ്മിപ്പിക്കാൻ ആരും ആഗ്രഹിച്ചില്ല.

വാസുനായർ രാധയോട് ചോദിച്ചു:

“മോളേതു കാസിൽ പഠിക്കുന്നു?”

“നാലിൽ ജയിച്ചു. ഇനി അഞ്ചിൽ ചേരണം.”

“ഗീതമോളോ?”

“ഞാൻ മൂന്നിൽ.... എനിക്കു സാറു മൂന്നാം പാഠം മേടിച്ചുതരാമെന്നു പറഞ്ഞു. രണ്ടാം പാഠമെല്ലാം പഠിച്ചു.... ഇനി....”

രാധ ഇടയ്ക്കുകയി അഭിമാനത്തോടെ പറഞ്ഞു:

“ഞങ്ങടെ സാറ് എനിക്കും പുസ്തകം മേടിച്ചുതന്നു.”

“ഏതൊക്കെ പുസ്തകം?”

“നാലാംപാഠം. ചരിത്രവും ഭൂമിശാസ്ത്രവും”

അകത്തുനിന്നു കമലമ്മ പറഞ്ഞു:

“സാറന്മാരുടെ നിർബ്ബന്ധംകൊണ്ടാ അവരെ പള്ളിക്കൂടത്തിലേക്കയയ്ക്കുന്നത്. പുസ്തകമൊക്കെ അവർ മേടിച്ചുകൊടുക്കും. ഒരുദിവസം ചെന്നില്ലെങ്കിൽ സാറ് ആള് പറഞ്ഞയക്കും. പിന്നെങ്ങനാ അയക്കാതിരിക്കുന്നേ?”

വാസുനായർ പറഞ്ഞു:

“പഠിത്തം മുടക്കാതിരുന്നത് നന്നായി. എന്തായാലും അവരെ പഠിപ്പിക്കണം.”

“എന്നുപറഞ്ഞാ, ഞാനൊരുത്തി എത്രപേരുടെ കാര്യം നോക്കും? വലിയ കൊച്ചാട്ടന്റെ പിള്ളാരും ഇവിടത്തന്നാ. പ്രതിയാണെന്നറിഞ്ഞ് സ്ഥലംവിട്ടുപോയതിൽപ്പിന്നെ അദ്ദേഹം എവിടെയാണെന്നറിഞ്ഞുകൂടാ. എല്ലാരും വന്നിട്ടും വലിയ കൊച്ചാട്ടൻ മാത്രം വന്നില്ല.”

വാസുനായർ പറഞ്ഞു:

“അതുപോലെയാ നമ്മുടെ ചാലിത്തറ കുഞ്ഞച്ചനും. അയാളും വന്നിട്ടില്ല. ഇനിയെന്തായാലും അവരു പെട്ടെന്നിങ്ങുവരും.”

ആ വീട്ടിലെ പാടുംപരാധീനതയുമെല്ലാം കേട്ടും സമാധാനം പറഞ്ഞും വാസുനായരും അച്ചുതൻ നായരും കുറേനേരം അവിടെക്കഴിഞ്ഞു.

ഒടുവിൽ കമലമ്മ രാധയോട് പറഞ്ഞു:

“മോള് ഇല്ലക്കടയിൽ പോയി കരുപ്പോട്ടി മേടിച്ചോണ്ട് വാ”

അച്ചുതൻനായർ പറഞ്ഞു:

“ഞങ്ങൾ ചായ കുടിച്ചതേയുള്ളൂ. ഇപ്പോളൊന്നും വേണ്ട. ഞങ്ങളിറങ്ങട്ടെ. ശ്രീധരൻനായർ വരുമ്പോൾ പറഞ്ഞേക്ക്.”

യാത്രപറഞ്ഞിറങ്ങുമ്പോൾ അച്ചുതൻനായർ വാസുനായരെ ഓർമ്മിപ്പിച്ചു.

“പണ്ട് എപ്പോൾ ചെന്നാലും ചോറ് കിട്ടുന്ന വീടായിരുന്നു.”

മുപ്പത്തിയാറ്

നീരാട്ടുവള്ളിച്ചാലിനടുത്തെത്തിയപ്പോൾ ഒരു കൈയടി കേട്ടു തിരിഞ്ഞുനോക്കി. ശ്രീധരൻനായരും തങ്കപ്പൻ പിള്ളയുമാണ്. പണ്ടത്തെപ്പോലെ, രണ്ടുപേർക്കും ഒരേ തരത്തിലെ വേഷം. ഒരേ തരത്തിലെ മേൽമീശ. അവരെക്കണ്ട് അച്ചുതൻനായരും വാസുനായരും ചിരിച്ചു.

തങ്കപ്പൻപിള്ള അടുത്തുചെന്നു ചോദിച്ചു.

"എന്താ നിങ്ങളിങ്ങനെ ചിരിക്കുന്നത്."

അച്ചുതൻനായർ പറഞ്ഞു:

"നിങ്ങളുടെ ഒന്നിച്ചുള്ള ഈ നടപ്പുകണ്ട് അസൂയതോന്നുന്നു."

"ഇനിയിപ്പോൾ അസൂയപ്പെട്ടിട്ടെന്താ? ഇനിയെങ്കിലും ഞങ്ങളെക്കണ്ട് പഠിക്ക്."

അവസാനംവരെയും പൊലീസിന് പിടികൊടുക്കാതെ ഒളിവിൽ കഴിഞ്ഞതിന്റെ ഗമയാണ്.

"ഞങ്ങൾ തിരക്കി വന്നിട്ട് കണ്ടില്ലല്ലോ. രണ്ടുപേരുംകൂടി എവിടെപ്പോയിരുന്നു?"

"ഞങ്ങളിങ്ങനെ വെറുതെയൊന്ന് കറങ്ങി."

ഓർമ്മയുള്ളകാലംമുതൽ ശ്രീധരൻനായരെയും തങ്കപ്പൻപിള്ളയെയും ഒന്നിച്ചേ കണ്ടിട്ടുള്ളൂ. ഒളിവിലും തെളിവിലും എല്ലാം അവരൊന്നിച്ചുതന്നെ കഴിഞ്ഞു.

നാലുപേരുംകൂടി ആലുവിളയിൽ കളരിമുറ്റത്തുചെന്ന് വെള്ളമണലിൽ ചടഞ്ഞിരുന്ന് വർത്തമാനം പറഞ്ഞു. എത്രയോ നാളത്തെ അനുഭവങ്ങൾ പരസ്പരം കൈമാറാനുണ്ട്!

ഒരിക്കൽ എറണാകുളം നോർത്ത് റെയിൽവേ സ്റ്റേഷനിൽ ചെന്ന് തങ്കപ്പൻപിള്ള മലബാറിന് രണ്ട് ടിക്കറ്റ് വേണമെന്നു പറഞ്ഞു. ടിക്കറ്റ്കൊടുക്കുന്ന ഉദ്യോഗസ്ഥൻ അതുകേട്ട് കണ്ണുതെള്ളിച്ചു. മലബാറോ? എവിടെയാ മലബാർ സ്റ്റേഷൻ?

കൊച്ചിക്കപ്പുറം മലബാറെന്ന ഒരു സ്ഥലമുണ്ടെന്നേ തങ്കപ്പൻപിള്ള കേട്ടിട്ടുള്ളൂ.

"കോഴിക്കോടാണോ ഹേ?"

ശ്രീധരൻനായർ കേറിപ്പറഞ്ഞു:

"അതെ, കോഴിക്കോട്ടുതന്നെ."

പുറംലോകത്തെക്കുറിച്ച് രണ്ടുപേർക്കും അത്രവിവരമായിരുന്നു.

ആ പോക്കിൽ എവിടെയെല്ലാം കറങ്ങി? എന്തെല്ലാം അപകടങ്ങൾ നേരിട്ടു!

ഇതിനകം നാട്ടിലേക്ക് ഒരെഴുത്തുപോലും അയച്ചില്ല.

രണ്ടുപേരെക്കുറിച്ചും യാതൊരു വിവരങ്ങളും ഇല്ലാതിരുന്നതുകൊണ്ട് രണ്ടുംകൂടി എവിടെയെങ്കിലും പോയി ചത്തതായിരിക്കുമെന്ന് പോലും കരുതി.

തങ്കപ്പൻപിള്ളയെക്കുറിച്ച് യാതൊരു പ്രതീക്ഷയും ഇല്ലാതായപ്പോൾ ഭവാനിയമ്മയുടെ വീട്ടുകാർ ഒരു രണ്ടാംവിവാഹം ആലോചിച്ചു. അപ്പോൾ ഭവാനിയമ്മ ഉള്ളുകൊണ്ട് ചിരിച്ചു. തങ്കപ്പൻ പിള്ള ആരുമാരുറിയാതെ അവരെ കാണാനെത്തുമായിരുന്നു. ഒരിക്കൽക്കൂടി അയാളുടെ ഒരു കുഞ്ഞിനെ അവർ ഗർഭം ധരിക്കുകയും ചെയ്തു.

അങ്ങനെ പറഞ്ഞു ചിരിക്കാൻ നിരവധി കഥകളുണ്ട്.

പക്ഷേ, കൃഷ്ണൻനായരും കുഞ്ഞച്ചനും എവിടെ? രാജ്യത്തുണ്ടായ മാറ്റങ്ങളെക്കുറിച്ച് അവരറിഞ്ഞിട്ടില്ലേ? ഇപ്പോൾ ഭീതികൂടാതെ മടങ്ങി വരാം. എന്നിട്ടും വരാത്തതെന്ത്?

ശ്രീധരൻനായരും തങ്കപ്പൻപിള്ളയുംകൂടി തിരികെ കടമ്പാട്ടോട്ട് പോയി. അച്ചുതൻനായരും വാസുനായരുംകൂടി കാഞ്ഞിരവിളയിലേക്ക് ചെന്നു.

പുരുഷോത്തമക്കുറുപ്പിന്റെ അച്ഛൻ വീടിന്റെ തെക്കേപ്പുറമ്പിൽ ഒരു കിടാവിനെ അഴിച്ചുവിട്ടു തീറ്റിക്കൊണ്ടിരിക്കുകയായിരുന്നു. വിശേഷാൽ രണ്ടാളുകൾ വീട്ടിലേക്ക് കയറിച്ചെല്ലുന്നത് കണ്ട് മൂപ്പിലാൻ നെറ്റിയിൽ കൈത്തലം വിടർത്തിപ്പിടിച്ച് സൂക്ഷിച്ചുനോക്കി. അടുത്തുവന്നപ്പോൾ ആശ്ചര്യപ്പെട്ടു.

“ങ്ഹാ, നിങ്ങളോ? ഞാൻ ഇന്നലെ പൊയ്കേ വന്നിരുന്നു. അവിടെവെച്ച് നിങ്ങളെയെല്ലാം കണ്ടു.”

കിടാവിനെ കുറ്റിയിൽ കെട്ടിയിട്ട് അവരെ വീട്ടിലേക്ക് ക്ഷണിച്ചു.

“എന്നാൽ വാ നമുക്കങ്ങോട്ട് പോകാം.”

മൂപ്പിലാൻ തിണ്ണയിലേക്ക് കേറി ഒരു പുൽപ്പാ എടുത്ത് നിവർത്തിട്ടു.

“വാ. ഇങ്ങോട്ട് കേറിയിരിക്ക്.”

അച്ചുതൻനായർ തിരക്കി.

“അമ്മയെവിടെ?”

“അവളപ്പുറത്തെങ്ങാണ്ടുണ്ട്.”

അടുക്കളയുടെ നേരെനോക്കി ഉറക്കെ വിളിച്ചു. ലക്ഷ്മിയേ....

മുഷിഞ്ഞ വസ്ത്രം ചുറ്റിയ പ്രായമായ ഒരു സ്ത്രീ അകത്തുനിന്നിറങ്ങിച്ചെന്ന് നിർജ്ജീവമായ കണ്ണുകൾ തുറിച്ച് അവരെനോക്കിക്കൊണ്ടു നിന്നു.

“അമ്മയ്ക്ക് ഞങ്ങളെ മനസ്സിലായോ?”

“മ്. നടേവടക്കേലെ അച്ചുതനല്ലേ?”

“അതെ. ഇത് നമ്മുടെ പുന്തല വാസുനായർ.”

“അറിയാം.”

ആർക്കുമൊന്നും പറയാനില്ലാത്തതുപോലെ നിമിഷങ്ങൾ നിശ്ശബ്ദമായി കടന്നുപോയി. പറയാനാണെങ്കിൽ എന്നവസാനിക്കാൻ?

അതുവരെ അച്ചുതൻനായർക്ക് പേടിയായിരുന്നു.

ആ തള്ളയിൽ നിന്നുവരുന്ന ചോദ്യങ്ങളെന്തായിരിക്കും? നിങ്ങടെ കൂടെ നടന്നിരുന്ന എന്റെ മോനെവിടെ എന്നു ചോദിച്ചാൽ എന്തു മറു

പടി പറയും? അവൻ ഒരു കൊച്ചുചെറുക്കനല്ലായിരുന്നോ? എല്ലാവരും കൂടി അവനെക്കൊണ്ടുപോയി കൊല്ലിച്ചില്ലേ?

പക്ഷേ, അവർ യാതൊന്നും ചോദിച്ചില്ല. ഒന്നും ഉരിയാടിയില്ല.

അച്ചുതൻനായർതന്നെ മൗനം ഭഞ്ജിച്ചു.

"ഞങ്ങൾ വെറുതെ ഇങ്ങോട്ടൊന്നു കേറിയെന്നേയുള്ളൂ. ഇപ്പോഴിറങ്ങട്ടെ. ഇനി പിന്നെ വന്നുകാണാം."

മൂപ്പിലാൻ തടഞ്ഞു.

"ഏ, എന്താ ഇത്ര ധൃതി? ഞങ്ങൾ നേരാംവണ്ണം ഒന്നു കാണട്ടെ ഇവിടിരിക്ക്."

"ഇനിയെപ്പോൾ വേണമെങ്കിലും കാണാമല്ലോ."

"അതുകാണാം. അതുകൊണ്ടല്ല, നല്ല വെയിലായി. അവിടിരിക്ക്. ഇനി വല്ലതും കഴിച്ച് വെയിലാറിയിട്ട് പോയാൽ മതി."

മൂപ്പിലാൻ ഭാര്യയുടെ നേരെ തിരിഞ്ഞുപറഞ്ഞു:

"നീയെന്തുവാ ഇങ്ങനെ നോക്കിനില്ക്കുന്നേ? അങ്ങോട്ട് ചെന്ന് എന്തേലുമൊന്ന് കാലമാക്ക്."

"ഞങ്ങൾക്ക് ഇപ്പോഴൊന്നും വേണ്ട കുറുപ്പമ്മാവാ."

"അതു പറഞ്ഞാലൊക്കുകയില്ല. എന്തേലും കഴിച്ചിട്ടേ പോകാവൂ."

വർത്തമാനങ്ങളുടെ കൂട്ടത്തിൽ മൂപ്പിലാൻ ഭാസ്കരന്റെ തള്ളയുടെ കാര്യം പറഞ്ഞു:

"ഭാസ്കരനെ പൊലീസിൽ പിടിപ്പിച്ചിട്ട് ഓമനക്കുട്ടക്കുറുപ്പ് ഒന്നുമറിയാത്തതുപോലെ തന്റെ സഹതാപം പ്രകടിപ്പിക്കാനെന്ന മട്ടിൽ ആ വീട്ടിലേക്കു ചെന്നു. പക്ഷേ, അയാൾ കാണാൻ കൊതിച്ചവൾ അവിടെയുണ്ടായിരുന്നില്ല. ഇടപ്പനയത്തുകാർ വിവരമറിഞ്ഞുവന്ന് അമ്മുക്കുട്ടിയെ കൂട്ടിക്കൊണ്ടുപോയി. ഭാസ്കരന്റെ അമ്മയെ വിളിച്ചിട്ടു ചെന്നില്ല. ഭാസ്കരൻ വരാതെ എങ്ങോട്ടും പോകുകയില്ലെന്ന് വാശിപിടിച്ചുനിന്നു. ദിവസങ്ങളോളം അവർ കാത്തിരുന്നു. കൂടെക്കൂടെ കോയിക്കൽ ചെന്നു പാഴാങ്കം പറഞ്ഞു: "എന്താ എന്റെ മോനെ പറഞ്ഞു വിടീക്കാത്തെ? അവനിവിടുത്തേക്ക് എന്തെങ്കിലും ദ്രോഹം ചെയ്തോ? എന്തെങ്കിലും തെറ്റു ചെയ്തോ? എനിക്കൊരു വായ്ക്കരി നനച്ചിടാൻ വേറെയാരുണ്ട്?"

അന്നു മൂത്തപിള്ള വെറുപ്പോടെ പറഞ്ഞു:

"നിങ്ങളിവിടെവന്ന് ഇങ്ങനെ ബഹളം കൂട്ടിയതുകൊണ്ട് യാതൊരു പ്രയോജനവുമില്ല. ഇനി കോടതി പറഞ്ഞാലേ പൊലീസുകാർക്ക് അവനെ വിടാനൊക്കൂ."

അവർ മൂത്തപിള്ളയുടെ നേരെ രൂക്ഷമായി തുറിച്ചുനോക്കി.

"ആങ്ഹാ, ഇപ്പം ഇങ്ങനെയാണോ പറയുന്നേ. ഇനി ഞാനൊന്നു നോക്കട്ടെ. എന്റെ മോനെ വിടീക്കാനൊക്കുമോന്ന്. അവനെന്തോ കുറ്റം ചെയ്തിട്ടാ അവര് പിടിച്ചോണ്ട് പോയി വെച്ചേക്കുന്നേ"

തിരികെ വരുന്ന വഴി കണ്ണിൽ കണ്ടവരോടെല്ലാം അവർ ന്യായ

വാദം നടത്തി. അവരുടെ സമനില തെറ്റിയിരിക്കുകയാണെന്ന് ആളുകൾക്ക് മനസ്സിലായി.

ഇടപ്പനയത്തുകാർ വന്ന് അനുനയം പറഞ്ഞ് അവിടെനിന്ന് കൂട്ടിക്കൊണ്ടുപോയി. പക്ഷേ, അവിടെ തങ്ങാതെ സ്വന്തം വീട്ടിലേക്ക് കിഴവി മടങ്ങിപ്പോന്നു.

റിലീഫ് പ്രവർത്തനം തുടങ്ങിയ കാലത്ത് പാർട്ടിക്കാർ ചെന്ന് പുര മേഞ്ഞുകൊടുത്തു. ചിലപ്പോഴെല്ലാം കുറേശ്ശേ അരി കൊണ്ടുചെന്നു കൊടുത്തു. ചെറുതിട്ട രാമൻനായർ ഓണത്തിനു മുണ്ടു വാങ്ങിക്കൊടുക്കുമായിരുന്നു.

ഭാസ്കരൻ ജയിലിൽക്കിടന്നു മരിച്ചു, കുറേക്കാലം കഴിഞ്ഞപ്പോൾ അവന്റെ പെണ്ണിനെ ആരോ പുനർവിവാഹം ചെയ്തുകൊണ്ടുപോയി. ആ വിവരം തള്ളയറിഞ്ഞില്ല. അവർ പാർട്ടിക്കാരെ കാണുമ്പോൾ ചോദിക്കും:

"മക്കളേ, പാക്കരനെ എന്താ അവര് വിടാത്തെ? അവനിങ്ങു വന്നിട്ടു വേണം എനിക്കെന്റെ പെണ്ണിനെയിങ്ങു വിളിച്ചോണ്ടുവരാൻ"

പാർട്ടിക്കാർ ശ്രദ്ധാപൂർവ്വം മറുപടി പറയും.

"എല്ലാവരുടെയും കൂടെ ഭാസ്കരനും ഇങ്ങുവരുമമ്മേ."

"എന്നാ അത്? അവനെ ഒന്നു കണ്ടിട്ട് എന്റെ കണ്ണടയ്ക്കാൻ ഒക്കുമോ മക്കളേ."

"ഓ, തീർച്ച. ഇനി അധികകാലം കഴിയുന്നതിനുമുമ്പ് അവരെല്ലാവരും മടങ്ങിവരും."

അവസാനകാലത്ത് ആരെക്കണ്ടാലും ഒരു കാര്യമേ പറയാനുള്ളൂ.

"പാക്കരനെ അവിടെങ്ങാനും കണ്ടോ മക്കളേ. കണ്ടേൽ ഇങ്ങോട്ടൊന്നു വരാൻ പറ. അവന്റെ പഴങ്കഞ്ഞി വിളമ്പിവെച്ചടച്ചേക്കുന്നു. അതെടുത്തു കഴിച്ചോണ്ടു പോകാൻ പറ."

മകൻ പഴങ്കഞ്ഞി കുടിക്കാൻ വരുന്നതും നോക്കി അവർ വീടിനു നാലുചുറ്റും കാത്തുനടന്നു.

ഏറെ നാളങ്ങനെ കാക്കാൻ കഴിഞ്ഞില്ല.

ഒരുദിവസം രാമൻനായരെ തിരക്കിപ്പോകുമ്പോൾ വഴിയിൽ തലചുറ്റിവീണു. ആളുകൾ താങ്ങിയെടുത്ത് അവരുടെ വീട്ടിൽ കൊണ്ടുപോയി കിടത്തി. ശ്വാസംവിടാൻ കഴിയാതെ കുറേനേരം വിമ്മിട്ടപ്പെട്ടു. അതു കുറച്ചുനേരമേ ഉണ്ടായിരുന്നുള്ളൂ. മറ്റുള്ളവരെ അധികം ബദ്ധപ്പെടുത്താതെ പെട്ടെന്നുതന്നെ അവർ കണ്ണടച്ചു. കുറേനാൾ കഴിഞ്ഞപ്പോൾ ഭാസ്കരന്റെ പെണ്ണും മരിച്ചു. അങ്ങനെ ഒരു കുടുംബത്തിന്റെ കഥ അവസാനിച്ചു.

കുട്ടപ്പക്കുറുപ്പിൽനിന്നു തണ്ടാശ്ശേരി രാഘവന്റെ വീട്ടിലെ കാര്യങ്ങൾ കേട്ടപ്പോൾ അങ്ങോട്ടു പോകാൻ തോന്നിയില്ല. അയാൾക്ക് രണ്ടു ഭാര്യമാരിലായി അഞ്ചാറു കുട്ടികളുണ്ട്. രാഘവൻ മരിച്ചതിൽപ്പിന്നെ ആ സ്ത്രീ

കളും കുട്ടികളും വളരെ കഷ്ടപ്പെട്ടു. അവർക്ക് എന്തെങ്കിലുമൊരു സഹായം ചെയ്യാനുണ്ടായിരുന്നത് തണ്ടാശ്ശേരിയുടെ അടുത്ത കൂട്ടുകാരനായ പേമൂട്ടിൽ കേശവനാണ്. വേറെ ഭാര്യയും കുട്ടികളുമുണ്ടായിട്ടും രാഘവന്റെ ഇളയ ഭാര്യയെ കേശവൻ ഏറ്റെടുത്തു സംരക്ഷിച്ചു. ആദ്യത്തെ ഭാര്യയുടെ മക്കൾ കൂലിവേലയ്ക്കുപോയി ജീവിച്ചു.... അങ്ങനെ ഓരോരുത്തരെക്കുറിച്ചും ഒട്ടുവളരെ കാര്യങ്ങൾ പറയാനുണ്ട്. പറഞ്ഞാലൊരന്തവുമില്ലാതെ.

പുരുഷോത്തമക്കുറുപ്പിന്റെ അമ്മ വെട്ടു ചേമ്പും നനകിഴങ്ങും എലിവാലൻ കാച്ചിലും കൂടി പുഴുങ്ങി ഇലയിൽ വിളമ്പിക്കൊണ്ടു വെച്ചു. തൊട്ടുകൂട്ടാൻ മാങ്ങായിഞ്ചി അരച്ചുണ്ടാക്കിയ ചമ്മന്തി. കവടിപ്പിഞ്ഞാണത്തിൽ പൊടിയരിക്കഞ്ഞി.

ശൂരനാട്ടെ ആ ശാപ്പാട് കഴിച്ചിട്ട് കാലമെന്തായി?

അതുകണ്ടപ്പോൾ വാസുനായരുടെ വയറു നിറഞ്ഞു.

"ഇതൊരുപാടുണ്ടല്ലോ. എന്നാലും ഞങ്ങളിത് മുഴുവനുമങ്ങ് തിന്നും."

അമ്മയ്ക്ക് ചിരിവന്നു.

"മുഴുക്കെത്തിന്ന്. അതിനാ വിളമ്പിത്തന്നേ. പോരെങ്കിൽ പുഴുങ്ങിയതിരിപ്പുണ്ട്."

" ഇത് ധാരാളം മതി. കണ്ടപ്പോഴുള്ള കൊതികൊണ്ട് പറഞ്ഞെന്നേയുള്ളൂ."

അച്ചുതൻനായർ വാസുനായരെ നോക്കി ആശ്ചര്യത്തോടെ പറഞ്ഞു:

"ഇതെന്തുപറ്റി? ജയിലിൽവെച്ച് ഇയാൾക്കിത്രയും വയറില്ലായിരുന്നല്ലോ?"

"ആരാ ജയിലിൽ ഇതുപോലെ പുഴുക്കുണ്ടാക്കിത്തരാൻ?"

രണ്ടുപേരും ആർത്തിയോടും സ്വാദോടും കൂടി ആ പുഴുക്കു മുഴുവൻ അകത്താക്കി. പൊടിയരിക്കഞ്ഞിയെടുത്ത് മോന്തി. നിവർന്നിരുന്ന് ഏമ്പക്കം വിട്ടു.

വയറുനിറഞ്ഞപ്പോൾ ക്ഷീണം. തിണ്ണയിൽ പുൽപ്പായ വിരിച്ച് രണ്ടുപേരും തലചായ്ച്ചു. വാസുനായർ മയക്കം വിട്ടുണർന്നപ്പോൾ അച്ചുതൻനായർ പായിൽ കൊടുംകൈയും കുത്തിക്കിടന്ന് എന്തോ ആലോചിക്കുകയായിരുന്നു.

വെയിലുതാണു. അവർ പുരുഷോത്തമക്കുറുപ്പിന്റെ അച്ഛനോടും അമ്മയോടും യാത്ര ചോദിച്ചിറങ്ങി. അച്ചുതൻനായർ വഴിയിൽ മിണ്ടുരിയാട്ടമില്ലാതെ നടക്കുന്നത് കണ്ട് വാസുനായർ തിരക്കി:

"എന്തോന്നാ ഈ ആലോചിക്കുന്നത്?""

ചിന്തയിൽനിന്നും ഞെട്ടിയുണർന്നതുപോലെ അച്ചുതൻനായർ പറഞ്ഞു:

"പിന്നെ, ഒരുകാര്യം പറയാനുണ്ട്."

"എന്തോന്നാ?"

"ഞാനിതുവഴി ഒരിടംവരെയൊന്നു പോകും. ചിലപ്പോൾ കുറേ ദിവസം കഴിഞ്ഞേ വരൂ. നമ്മുടെ ആളുകളാരെങ്കിലും തിരക്കുന്നെങ്കിൽ വിവരം പറഞ്ഞേക്കണം."

"എവിടേക്കാ പോകുന്നത്?"

അച്ചുതൻ നായർ പറയാനറച്ചു.

"അത് ഞാനങ്ങോട്ട് ചെന്നിട്ട് എഴുത്തയയ്ക്കാം."

വാസുനായർ തെല്ലു ക്ഷോഭിച്ച മട്ടിൽ പറഞ്ഞു.

"എഴുത്തയച്ചേ അറിയിക്കാവൂ എന്ന് നിർബ്ബന്ധമാണോ? പോകുമ്പോഴിന്നയിടത്തേക്കാണെന്ന് പറഞ്ഞിട്ടു പൊയ്ക്കൂടായോ? എന്തെങ്കിലും കാര്യമുണ്ടെങ്കിൽ...."

ഒട്ടുദൂരം നടന്നിട്ട് അച്ചുതൻനായർ പറഞ്ഞു:

" എനിക്ക് പറയാൻ വിഷമമുണ്ട്. മറ്റാരോടും പറയണ്ടാ. ഇനി വീട്ടിൽ കഴിയുവാൻ എനിക്കു പറ്റുകയില്ല."

"എന്താ കാര്യമെന്തെന്നറിയട്ടെ."

"ഞാൻ ജയിലിൽ പോകുമ്പോൾ അച്ഛനുമമ്മയും മകളും ഉണ്ടായിരുന്നു. മടങ്ങിവന്നപ്പോഴേക്കും അവരെല്ലാം പോയി."

വാസുനായർ ചിരിച്ചു.

"ഞാൻ ജയിലിൽ പോകുംമുമ്പ് തന്നെ എന്റെ അച്ഛനുമമ്മയും മരിച്ചു."

"അതുശരി."

അച്ചുതൻനായരും ചിരിച്ചു.

"അതുമാത്രമല്ല, ആ വീട്ടിൽ ജാനകിക്കുട്ടിയും കൊച്ചുനാരേണനും ഭാര്യാഭർത്താക്കന്മാരെപ്പോലെ ജീവിക്കുകയാണ്."

വാസുനായർ അതുകേട്ട് മിണ്ടാതെ നടന്നു. ഒട്ടുനേരം കഴിഞ്ഞ് അഭിപ്രായപ്പെട്ടു:

"ശരി. അവരങ്ങനെ കഴിയട്ടെ."

"അതാണ് ഞാനും വിചാരിക്കുന്നത്. ഞാനവിടെനിന്നൊഴിഞ്ഞ് കൊടുത്തേക്കാം."

"എന്നിട്ട് നിങ്ങൾക്കു പറ്റിയ ഒരു സംബന്ധം നമുക്ക് കണ്ടുപിടിക്കാം."

"ഓ, ഇനി അതൊന്നും വേണ്ടാ." അച്ചുതൻനായർ വിഷാദം കലർന്ന ഒരു ചിരിയോടെ പറഞ്ഞു.

"ഞാൻ ശാരീരികമായി നിശ്ശേഷം തകർന്നിരിക്കുകയാണ്. പ്രായവുമായി. ഇനിയൊരു ബന്ധത്തിലേർപ്പെട്ട് ജീവിതം പച്ചപിടിപ്പിക്കാനുള്ള കരുത്തെനിക്കില്ല.

"അതുകൊണ്ട് ഇപ്പോഴെങ്ങോട്ടു പോകുന്നെന്നാ പറഞ്ഞത്?"

"പ്രായമായാലും ഒരു കൂട്ടു വേണ്ടേ? കൂട്ടുകൂടാൻ ഒരു കൂടു തേടിപ്പോകുന്നു."

"എവിടെയാ കൂട്ടുകൂടാൻ പോകുന്നത്? ഞാനൊന്നറിയട്ടെ."

"ഇനിയങ്ങു തുറന്നുപറയാം. പള്ളിക്കൽ ഒരു വീട്ടിൽ. അവിടെ

കൊച്ചുന്നാളിൽ എന്നെ സ്നേഹിച്ച ഒരു പെണ്ണുണ്ട്. പെണ്ണെന്നു പറഞ്ഞത് തെറ്റി. അവളിപ്പോൾ ഒരു തൈക്കിളവി ആയിക്കാണും"

"ആരുടെ കാര്യമാ ഇപ്പറയുന്നത്?"

"കൊച്ചുപാറോതിയുടെ."

വാസുനായർക്ക് ആശ്ചര്യം തോന്നി.

"കൊച്ചുപാറോതിയോ?"

അതെ. ഒരിക്കൽ ഞങ്ങൾ തമ്മിൽ ഇഷ്ടമായിരുന്നു. ഇപ്പോഴും എന്നെ ഇഷ്ടമായിരിക്കും. അങ്ങോട്ടല്ലാതെ വേറെ കേറിച്ചെല്ലാൻ എനിക്കൊരിടമില്ല.

സംസാരിക്കുമ്പോൾ ഗദ്ഗദംകൊണ്ട് തൊണ്ടയിടറുന്നുണ്ടായിരുന്നു.

വാസുനായർ കുറേദൂരം തലകുനിച്ചു നടന്നു. ഒടുവിൽ അച്ചുതൻനായരെ നോക്കി പുഞ്ചിരിതൂകിക്കൊണ്ടു ചോദിച്ചു.

"അപ്പോൾ എന്റെ കാര്യമോ? തനിക്കു കേറിച്ചെല്ലാൻ അങ്ങനെയെങ്കിലും ഒരു താവളമുണ്ട്. എനിക്കോ? എന്നെ ഇഷ്ടപ്പെട്ടിരുന്നവൾ ഇന്ന് ജീവിച്ചിരിപ്പുണ്ടോ എന്നുപോലും അറിഞ്ഞുകൂടാ. അപ്പോൾ ഞാനിനി എങ്ങോട്ടു പോകണം?"

മറുപടി പറയാൻ കഴിയാതെ അച്ചുതൻനായർ നിന്നു പരുങ്ങി.

വഴിയരികിലെ ഇലഞ്ഞിച്ചുവട്ടിൽ അവർ രണ്ടുപേരും ഒരുനിമിഷം മുഖത്തോടു മുഖംനോക്കി മൗനമായി നിന്നു. ഒടുവിൽ വികാരവൈവശ്യത്തോടെ വാസുനായർ പറഞ്ഞു:

"എന്തായാലും സഖാവ് പോ. പോയാലും...." അയാൾ പൂർത്തിയാക്കിയില്ല. അച്ചുതൻനായർ എടുത്തു ചോദിച്ചു.

"എന്താ പറയാൻ വന്നത്? പോയാലും...."

"ഇല്ല. ഒന്നുമില്ല."

രണ്ടുപേരുടെയും കണ്ണുനിറഞ്ഞു തുളുമ്പി. പരസ്പരം കൈകോർത്തു പിടിച്ചു. തോളിൽ കൈയിട്ടുനിന്നു. വാസുനായർ മൂകനായി നോക്കിനില്ക്കെ അച്ചുതൻനായർ തലകുമ്പിട്ടു നടന്നുപോയി....

പിറ്റേദിവസം രാവിലെ അയാൾ പള്ളിക്കൽ കവലയിൽ ബസിറങ്ങി കൊച്ചുപാറോതിയുടെ വീട്ടിലേക്കു നടന്നു. കാലത്തിന്റെ കുത്തൊഴുക്കിലും നീർച്ചുഴിയിലും പെട്ട് അവസാനം പള്ളിക്കലാറിന്റെ കടവിൽത്തന്നെ ചെന്നടുക്കുന്നതായി തോന്നി. ആറ്ററികിൽ ആടിനു തൂപ്പൊടിക്കാൻ വന്ന പണ്ടത്തെ ആ ശ്രീപാർവ്വതിയായിരുന്നു മനസ്സിൽ.

മുറ്റത്തു ചെന്നപ്പോൾ തിണ്ണയിലിരുന്ന സ്ത്രീ അയാളുടെ നേരെ തുറിച്ചുനോക്കുന്നതു കണ്ടു. അവൾ പെട്ടെന്നു ചാടിയെഴുന്നേറ്റു.

"അച്ചുതൻ ചേട്ടനോ? എന്റെ ഭഗവാനേ, എനിക്കാളു മനസ്സിലായില്ല."

ആദ്യം അയാൾക്കും ആളു മനസ്സിലായില്ല. ആ മുഖത്തിന്റെ നിറം മങ്ങിയിരുന്നു. തലമുടി വെളുക്കാൻ തുടങ്ങിയിരുന്നു. മധ്യവയസ്കയായ ആ സ്ത്രീ അയാളുടെ കൊച്ചു പാറോതിയാണെന്ന് സങ്കല്പി

ക്കാൻപോലും കഴിഞ്ഞില്ല.

അവള് മുറ്റത്തേക്ക് ചാടിയിറങ്ങി ആശ്ചര്യം ഭാവിച്ചുകൊണ്ട് പറഞ്ഞു:

"ഇങ്ങനെയെങ്കിലും ഒന്നുകാണാൻ ഭഗവാൻ ഇടയാക്കിയല്ലോ. വാ, കേറിയിരിക്ക്."

തടുക്ക് നീക്കിയിട്ട് തിണ്ണയിലിരുന്നുകൊണ്ട് അയാൾ ലോഹ്യം പറഞ്ഞു. അവളുടെ അനുജത്തി കടയിൽ പോയി ചായ വാങ്ങിക്കൊണ്ടു വന്നു. അതും കുടിച്ചുകൊണ്ട് നാട്ടുവിശേഷങ്ങൾ പറഞ്ഞിരുന്നു.

കുട്ടിയപ്പച്ചി എന്നോ മരിച്ചുപോയി. ഇപ്പോൾ അനുജത്തിയുടെ കൂടെ യാണ് കൊച്ചുപാറോതിയുടെ താമസം.

അയാൾ അവളോട് സ്വകാര്യമായി പറഞ്ഞു:

"എനിക്ക് നിന്നോടൊരു സംഗതി പറയാനുണ്ട്."

"എന്തുവാ?"

"നിനക്കിഷ്ടമാണെങ്കിൽ ഇനിയുള്ളകാലം നിന്റെ കൂടെ കഴിയണ മെന്നാണ് എന്റെ ആഗ്രഹം."

ഒരു തമാശ കേൾക്കുന്ന മട്ടിൽ അവൾ പൊട്ടിച്ചിരിച്ചു.

"അതുകൊള്ളാം. ഇപ്പോൾ എങ്ങനെയുണ്ടായി ഈ ആലോചന?"

"ഇപ്പോഴാണ് അതിനു വിധിയുണ്ടായത്?"

അവൾക്കു ചിരിയടക്കാൻ കഴിഞ്ഞില്ല.

"ഇനി നമ്മളൊന്നിച്ചു കഴിഞ്ഞതുകൊണ്ട് എന്താ ഒരു പ്രയോജനം? ഇതു കേട്ടാൽത്തന്നെ ആളുകൾ എന്തുപറയും?"

"അവസാനകാലത്ത് എനിക്ക് വേറൊരു കൂട്ടില്ല."

"പെണ്ണുംപിള്ളയോട് പിണങ്ങി വന്നിരിക്കുകയാണോ? എന്നാ അടുത്ത ബസിന് തിരിച്ച് പോയേക്ക്. ബസ് കൂലിയില്ലെങ്കിൽ ഞാൻ തന്നയക്കാം."

അവളെ ബോദ്ധ്യപ്പെടുത്താൻ എല്ലാം തുറന്നു പറയേണ്ടിവന്നു. അതുകേട്ടപ്പോൾ തമാശവിട്ട് മുഖം ഗൗരവപൂർണ്ണമായി. അവൾ കാര്യമായി പറഞ്ഞു:

"അങ്ങനെ കൊച്ചാട്ടന് നിർബ്ബന്ധമാണെങ്കിൽ അങ്ങനെ. അല്ലാതെ ഞാനെന്തോ പറയാനാ?"

അവൾ അയാളെ നോക്കി മന്ദസ്മിതം പൊഴിച്ചു. ആ കണ്ണുകളിൽ വീണ്ടും ലജ്ജ നിഴലിച്ചു. അച്ചുതൻനായരുടെ വരണ്ടു നീണ്ട ഹൃദയ ത്തിൽ വീണ്ടും സ്നേഹത്തിന്റെ നീർച്ചാലൊഴുകി. പട്ടുപോയതെന്തോ അവിടെ മുളപൊട്ടാൻ തുടങ്ങി.

അയാളൊരു ബീഡിയെടുത്തു കത്തിച്ചു വലിച്ചു പുകവിട്ടു. പുക ച്ചുരുൾ അന്തരീക്ഷത്തിലേക്കുയരുന്നതു നോക്കിക്കൊണ്ടിരുന്നു.

വർഷങ്ങൾക്കുശേഷം, ഒരു വീടിന്റെ ചിറകിനടിയിൽ അയാൾ സ്വാസ്ഥ്യം കണ്ടെത്തി. അതിന്റെ ചൂട് പറ്റിക്കിടക്കുമ്പോൾ കൂട്ടുകാരെ ഓർത്തു. വാസുനായരെയും കൊച്ചുകൃഷ്ണനെയും ഓർത്തു. പോറ്റി സാർ കൂട്ടിക്കൊണ്ടു പോയിട്ട് കൊച്ചുകൃഷ്ണന് എന്തു പറ്റിയോ എന്തോ?

മുപ്പത്തിയേഴ്

കൊച്ചുകൃഷ്ണനെ ജയിലിൽനിന്ന് വിട്ടെന്നറിഞ്ഞപ്പോൾ കുഞ്ഞിക്കുട്ടി വലിയവായിലേ നിലവിളി തുടങ്ങി. അയാളുടെ ഭാര്യയായിരിക്കാൻ ഇനിയവൾക്ക് യോഗ്യതയില്ല. അയാൾ മടങ്ങിവരുംമുമ്പ് അവൾക്ക് മരിക്കാനും കഴിഞ്ഞില്ല.

അന്ന് വാണിയത്തുവയലിൽ വെച്ച് പൊലീസ് കൊച്ചുകൃഷ്ണനെ പിടിച്ചുകൊണ്ടുപോയപ്പോൾ അവൾ സ്വയം മരിക്കാനാശിച്ചതാണ്. പക്ഷേ, കുട്ടികളുടെ കാര്യമോർത്ത് അതിനു മനസ്സുവന്നില്ല. അവൾക്ക് ജീവിച്ചിരിക്കണമായിരുന്നു.

ഗോപാലൻസാർ കുഞ്ഞിക്കുട്ടിക്കു മടങ്ങിപ്പോകാനുള്ള യാത്രാച്ചെലവു നല്കി. ഓമനെയെയും ശശിയെയും സോമനെയും കൂട്ടിക്കൊണ്ട് അവൾ വള്ളികുന്നത്ത് വന്നു.

വീട് ഇടിഞ്ഞുപൊളിഞ്ഞു ചോർന്നൊലിച്ചു കിടന്നിരുന്നു. അതിനകത്ത് ഒരു മൺചട്ടിപോലും ശേഷിച്ചിരുന്നില്ല. ഒരു അരകല്ലുണ്ടായിരുന്നതുപോലും കാണാനില്ല.

പിടികിട്ടാത്ത പുള്ളികളെത്തിരക്കി അപ്പോഴും പൊലീസ് പാഞ്ഞുനടന്നിരുന്നു. ഒരൊറ്റ കമ്യൂണിസ്റ്റുകാരനെപോലും വെളിയിൽ കാണാനില്ല. ഒരു സഹായത്തിന് ഒരുത്തനുമില്ല.

മാവേലിക്കരനിന്ന് പൊലീസുകാർ വന്നു കുഞ്ഞിക്കുട്ടിയെ അറസ്റ്റുചെയ്തുകൊണ്ടുപോയി. ഒരു വക്കീലിന്റെ സഹായത്തിൽ ജാമ്യമെടുത്തു പുറത്തുവന്നു. കോടതി കേസുവിളിച്ചു തള്ളി. അതിനുശേഷം അങ്ങുമിങ്ങും ചെന്ന് ഈരണ്ടു മടൽ ഓല ചോദിച്ചു വാങ്ങി. അതു മെടഞ്ഞ് കൊട്ടിൽ കെട്ടി മേയിച്ചു. മണ്ണ് വാരിപ്പൊത്തി. മുറിയും തിണ്ണയും കൊത്തിത്തല്ലി തളിച്ചു.

ഒളിച്ചു നടക്കുമ്പോൾ കൈവിട്ടുപോയ രണ്ടുമക്കളെ തേടിപ്പിടിക്കണമായിരുന്നു. രാജമ്മയെയും രത്നമ്മയെയും.

സോമനെ എളിയിലെടുത്ത് ഓമനയെയും ശശിയെയും കൈക്കുപിടിച്ചുകൊണ്ട് അവരെ തിരക്കിയിറങ്ങി. രത്നമ്മയെ തിരക്കി നൂറനാട്ടു ചെന്നു. പക്ഷേ, അവളെങ്ങോട്ട് പോയെന്ന് ആ വീട്ടുകാർക്കറിവില്ല. പണ്ട് കൊച്ചു കൃഷ്ണനുമായി ഏതോ ഒരു സ്ഥലത്തുകൂടി നടന്നുവരുമ്പോൾ തൊണ്ടുതല്ലികാരി പെണ്ണുങ്ങൾ തമ്മിൽ രാജമ്മയുടെ കാര്യം പറഞ്ഞതോർമ്മയുണ്ട്. ആ സ്ഥലം ഏതാണ്? കായൽവാരമാണെന്നറിയാം. ആറാട്ടുപുഴയാണോ? കീരിക്കാടാണോ? അവിടെയെല്ലാം ചുറ്റി നടന്നു തിരക്കി. തള്ളയും തന്തയുമില്ലാത്ത രണ്ടു പെൺകുട്ടികളെ കണ്ടോ? ആരെങ്കിലും അവരെ വിളിച്ചു നിർത്തിയിരിക്കുന്നതായറിയാമോ?

തിരക്കിത്തിരക്കി കണ്ടപ്പുറത്തു ചെന്നപ്പോൾ ലക്ഷ്യം കിട്ടി. കായലിനക്കരെ കുരിശുംപേറി നില്ക്കുന്ന പള്ളി. അതേ കായൽവാരം. തൊണ്ടു

മൂടിയിരിക്കുന്ന കായലോരം. അകലെ, കായലിൽക്കൂടി പായ് വിരിച്ചു വള്ളങ്ങൾ കടന്നുപോകുന്നു. അവിടെ തൊണ്ടുതല്ലിക്കൊണ്ടിരുന്ന പെണ്ണുങ്ങളോട് ചോദിച്ചു:

"ഇവിടെങ്ങാനും ആരെങ്കിലും, കാണാതെപോയ ഒരു പെൺകുഞ്ഞിനെ വിളിച്ചു നിർത്തിയിട്ടുണ്ടോ?"

പെണ്ണുങ്ങൾ കുഞ്ഞിക്കുട്ടിയെയും കുട്ടികളെയും മാറിമാറി നോക്കി. അതിനുശേഷം പരസ്പരം നോക്കി ചോദിച്ചു:

"അങ്ങനിവിടെങ്ങാനുമുണ്ടോ?"

ഒരുവൾ തിരക്കി.

"കുഞ്ഞിനെന്തോ പ്രായം കാണും?"

"എട്ടുവയസ്സ്— രാജമ്മ എന്നാ പേര്."

"ആ, ഞങ്ങൾക്കറിഞ്ഞുകൂടാ."

മറ്റൊരുവൾ തിടുക്കത്തിൽ പറഞ്ഞു:

"ങ്. ഞാൻ പറയാം. ഇവിടെ.....കിഴക്കൊരു വീട്ടുകാര് ഒരു കൊച്ചിനെയെടുത്ത് വളർത്തുന്നുണ്ട്. ഒറ്റത്തെങ്ങില്. ചിലപ്പം അതായിരിക്കും. അവിടെ ചെന്നന്നഴിച്ചാ അറിയാം."

വീടിന്റെ ലക്ഷ്യം പറഞ്ഞു കൊടുത്തു.

വീട് തിരക്കിപ്പിടിച്ചു. സൗകര്യമുള്ള വീട്ടുകാരാണ്. കുഞ്ഞിക്കുട്ടിയും കുട്ടികളുംകൂടി അവിടെ മുറ്റത്തു ചെന്നുനിന്നു. കിണറ്റുകരയിൽ പാത്രം കഴുകിക്കൊണ്ടിരുന്ന ഒരു പെൺകുട്ടി തുറിച്ചു നോക്കുന്നത് കണ്ടു. ആളു മനസ്സിലായപ്പോൾ ഏങ്ങിക്കൊണ്ട്, രണ്ടുകൈയുംനീട്ടി, ഉറക്കെ വിളിച്ചുകൊണ്ട് അവളടുത്തേക്കൊടിച്ചെന്നു.

"അമ്മേ!...ആ....േ....മ്മേ."

കുഞ്ഞിക്കുട്ടി ഓടിച്ചെന്ന് അവളെ വാരിയെടുത്ത് മാറോടടുക്കിപ്പിടിച്ച് കവിളുകളിൽ തെരുതെരെ ഉമ്മവെച്ചു. അമ്മ കണ്ണീരൊഴുക്കുന്നതു കണ്ട് കുട്ടികളും കരഞ്ഞു.

പെൺകുട്ടിയുടെ തള്ളയും കൂടെപ്പിറപ്പുകളുമാണ് വന്നിരിക്കുന്നതെന്നറിഞ്ഞപ്പോൾ വീട്ടുകാർക്ക് ആശ്ചര്യംതോന്നി. ഇത്ര കാലത്തിനുശേഷം ഇപ്പോഴാണ് ആ തള്ള കാണാതെപോയ മോളെ തിരക്കിയിറങ്ങിരിക്കുന്നത്!

കുട്ടിയെ തള്ളയുടെ പക്കൽ ഏല്പിച്ചിട്ട് അവർക്കു വയറുനിറച്ച് ആഹാരം കൊടുത്തു, സന്തോഷത്തോടെ അവിടെനിന്നു പറഞ്ഞയച്ചു.

രാജമ്മയോട് രത്നമ്മയുടെ കാര്യം ചോദിച്ചു. അവൾക്ക് ഒരെത്തും പിടിയുമില്ല. ഒന്നും ഓർമ്മയില്ല. ഇനി രത്നമ്മയെ കണ്ടുപിടിക്കണം. കുട്ടികളെ തീറ്റിപ്പോറ്റണം. നിത്യവൃത്തിക്ക് അയൽവീടുകളിൽ ചെന്നു കൈനീട്ടണമായിരുന്നു. ആദ്യമാദ്യം ഒരു പിച്ചക്കാരിക്കെന്നവണ്ണം അയൽക്കാർ സഹതാപത്തോടെ എന്തെങ്കിലുമൊക്കെ നല്കി. പിന്നെക്കാണുമ്പോൾ വെറുപ്പോടെ മുഖം തിരിച്ചുകളഞ്ഞു.

കുട്ടികൾക്ക് ആരെങ്കിലും തിന്നാൻ കൊടുക്കുന്നതിൽ പങ്ക് ആ തള്ള

ആർത്തിയോടെ വാരിത്തിന്നു.

രത്നമ്മയെ തിരക്കി നടക്കുന്ന കൂട്ടത്തിൽ ആരോ പറഞ്ഞു:

"തഴവായ്ക്കടുത്ത് കാർത്തികേയനെന്നൊരാൾ ഒരു കുട്ടിയെ എടുത്തുവളർത്തുന്നു. പെൺകുട്ടിയാണ്. ചിലപ്പോൾ നിങ്ങളുടെ കുട്ടിയായിരിക്കും. അവിടെപ്പോയി തിരക്ക്. തഴവാ കൊയ്പ്പള്ളിൽ എന്നാ വീട്ടുപേര്."

കൊയ്പ്പള്ളിൽ തിരക്കിച്ചെന്നു. ആ വീട്ടിൽ എടുത്തുവളർത്തിയ കുട്ടി രത്നമ്മയായിരുന്നു.

അനാഥയായി നടക്കുന്ന തള്ളയുടെ പക്കൽ കുട്ടിയെ പിടിച്ചേല്പിക്കാൻ കാർത്തികേയന് മനസ്സു വന്നില്ല. അയാൾ കുഞ്ഞിക്കുട്ടിയോട് ചോദിച്ചു:

"ഇവളെ ഇപ്പോൾത്തന്നെ കൊണ്ടുപോണോ? നിർബ്ബന്ധമില്ലെങ്കിൽ ഇവിടെ നില്ക്കട്ടെ. ഞാനെന്റെ മകളെപ്പോലെ വളർത്തിക്കോളാം."

കുഞ്ഞിക്കുട്ടിക്ക് അത് മനസ്സായിരുന്നു. അവളെങ്കിലും വയറു പൊരിയാതെ കഴിയട്ടെ. ഓമനിച്ചു കൊതിതീർന്ന മകളല്ല. എന്നിട്ടും അവിടെത്തന്നെ നിർത്തിയിട്ട് മറ്റുള്ള കുട്ടികളെയും കൂട്ടി മടങ്ങിപ്പോയി.

ജീവിതത്തിന് ഒരു മാർഗ്ഗവും കണ്ടില്ല. ആരും വേലയ്ക്കു പോലും വിളിക്കുകയില്ല.

തന്നെത്താൻ പോയി കൈതത്തഴയറുത്ത് ചുമന്നുകൊണ്ട് വന്ന്, പോന്തി പുഴുങ്ങിയുണക്കി, നിറം വരുത്തി പായ് നെയ്യാൻ തുടങ്ങി. നാലോ അഞ്ചോ ദിവസംകൊണ്ട് ഒരെണ്ണം നെയ്തുതീരും. അതു തെറുത്തെടുത്ത് ഒരു തൂണിക്കുട്ടയുമായി കുതിരപ്പന്തി ചന്തയിൽ കൊണ്ടു ചെന്നു വില്ക്കും. ഒന്നരയോ രണ്ടോ രൂപാകിട്ടും. അതുകൊണ്ട് ചീനിയും മീനും ഉപ്പും മുളകും മണ്ണെണ്ണയും വാങ്ങും. ചീനികൊണ്ടുവന്ന് അവിച്ചു കുട്ടികൾക്കു നല്കും.

പുഴവറക്കലന്തരുകുഞ്ഞിനു ഇപ്പോൾ കുതിരപ്പന്തിയിൽ ചീനിക്കച്ചവടമാണ്. മുമ്പ് ആയിരംതെങ്ങിൽ വെച്ചു പൊലീസ് പിടിച്ചു തല്ലിയതിൽപ്പിന്നെ അയാൾ കടപ്പുറത്ത് കേറിയിട്ടില്ല. ഒരു വലിയ കുട്ടയുമായി എന്നും താമരക്കുളത്തു പോകും. അവിടെനിന്നു ചീനി കോളു ചെയ്തു തലച്ചുമടേ കുതിരപ്പന്തിയിൽ കൊണ്ടുവരും. അവിടെയിരുന്ന് ചില്ലറയായി തൂക്കി വില്ക്കും.

കലന്തരുകുഞ്ഞ് ചീനിത്തൂക്കത്തിൽ കുറയ്ക്കുകയില്ല. അയാൾക്കു കുഞ്ഞിക്കുട്ടിയെ അറിയാം. അവളുടെ ദുഃഖങ്ങളറിയാം. ചീനിതൂക്കിക്കഴിഞ്ഞാൽ ഒന്നോ രണ്ടോ എണ്ണം അവൾക്ക് ചേഴം കൊടുക്കാനും മനസ്സായിരുന്നു.

കുഞ്ഞിക്കുട്ടി പായ് നെയ്തു തീരാതിരിക്കുന്ന ദിവസങ്ങളുണ്ട്. അന്ന് കലന്തരുകുഞ്ഞ് ചീനി കടംകൊടുത്തു. പിറ്റേന്നു കടംവീട്ടാൻ കഴിയുന്നില്ലെങ്കിൽ, കുട്ടികളെ പട്ടിണിക്കിട്ടാലും ശരി അവൾ വീണ്ടും കടംകൊള്ളാൻ പോവുകയില്ല.

ഒരുദിവസം അയാൾ താമരക്കുളത്തുനിന്നു വരുന്ന വഴി പാലമു

ട്ടിലെ ചുമടുതാങ്ങിയിൽ കുട്ടയിറക്കിവെച്ചു ചുമടുതാങ്ങിയും ചാരി വിശ്രമിക്കുമ്പോൾ കുഞ്ഞിക്കുട്ടി അതുവഴി കുട്ടികളുമായി പോകുന്നതു കണ്ടു.

"എന്താ, മൂന്നുനാലുദിവസമായി ചന്തയിലോട്ടൊന്നും കാണുന്നില്ലല്ലോ?"

കലന്തരുകുഞ്ഞ് സ്നേഹപൂർവ്വം തിരക്കി.

തെല്ലൊരു ജാള്യതയോടെ കുഞ്ഞിക്കുട്ടി പറഞ്ഞു:

"കൈയിൽ കാശൊന്നും ഒത്തുവന്നില്ല മുതലാളീ. പായ് നെയ്തു തീരാറായി. കാശ് ഉടനെ അങ്ങെത്തിക്കാം."

"ഏയ് കാശിനു വേണ്ടിയല്ല തിരക്കിയത്. ചീനിമേടിക്കാൻ വരാത്തതെന്താണെന്നാ ചോദിച്ചേ."

"എന്നാലും തരാനുള്ള കാശ് തരാതെ...."

"അതൊന്നും വിചാരിക്കണ്ടാ, കുഞ്ഞിക്കുട്ടീ. നിങ്ങളെ സൗകര്യമൊക്കുമ്പം തന്നാമതി. ഞാനും ഒരു മനുഷ്യേനാ. നിങ്ങൾ പെടുന്ന പങ്കപ്പാടെല്ലാം ഞാനും കണ്ടോണ്ടാ കഴിയുന്നേ. കാശില്ലെന്നു കരുതി പിള്ളാരെ പട്ടിണിക്കിടണ്ട."

നന്ദികൊണ്ട് കുഞ്ഞിക്കുട്ടിയുടെ തലകുനിഞ്ഞുപോയി. അയാളെഴുന്നേറ്റ് കുട്ടയിൽനിന്ന് കുറേ ചീനി വാരി അവൾക്കുനീട്ടി.

"ഇന്നാ, ഇതുകൊണ്ടുപോയി പിള്ളാർക്ക് അവിച്ചു കൊടുക്ക്. അതുങ്ങടെ കത്തലടങ്ങട്ടെ."

അതുവേണ്ടെന്നു പറഞ്ഞില്ല. ചീനി കൈയിൽ അടുക്കിപ്പിടിച്ചു കുട്ടികളെയും കൂട്ടി വീട്ടിലേക്ക് പോയി.

ചന്തയിൽ പോകാത്ത ദിവസങ്ങളിൽ അവൾ പാലമൂട്ടിൽ ചെന്നു കാത്തുനിന്നു. കലന്തരുകുഞ്ഞ് അവൾക്ക് അവിച്ചുതിന്നാനുള്ള ചീനി നല്കി. അപ്പോൾ ഉതകുന്ന കാശ് അവൾ അയാളുടെ പക്കലേല്പിച്ചു.

കടലിൽ നെയ്മത്തിയുടെ നല്ല പെയ്ത്തുണ്ടായിരുന്ന ദിവസം. കലന്തരുകുഞ്ഞ് കച്ചവടവും കഴിഞ്ഞ് കുറേ മുഴുത്ത മത്തിയുമായി കുഞ്ഞിക്കുട്ടിയുടെ വീട്ടിൽച്ചെന്നു. അവൾ മത്തിവാങ്ങി വെട്ടിക്കഴുകി കറിവെച്ചു. കുറേ എടുത്തു പൊരിച്ചു. വറുത്ത മീനിന്റെ മണം വീടാകെ ചുറ്റിയടിച്ചു.

കലന്തരുകുഞ്ഞ് ചീനിയും മീനുംകൂട്ടി അന്ന് അവിടെനിന്ന് അത്താഴം കഴിച്ചു. ബീഡിയും വലിച്ചിരുന്ന് കുഞ്ഞിക്കുട്ടിയോട് വർത്തമാനം പറഞ്ഞു. അവളെ അങ്ങനെ നോക്കിയിരുന്നപ്പോൾ അയാളുടെ മനസിന് ഒരു പുതിയിളക്കം. കൂടെക്കൂടെ ആ മുഖത്ത് നോക്കി ഒരു ചിരി. അറച്ചറച്ച് അവളോട് അടക്കം പറഞ്ഞു:

"കുഞ്ഞിക്കുട്ടിക്ക് മനസ്സാണേൽ ഞാൻ ഇന്നു രാത്രി ഇവിടെ കഴിഞ്ഞോളാം."

അവൾ എടുത്തടിച്ചതുപോലെ പറഞ്ഞു:

"അയ്യോ, വേണ്ട മുതലാളീ. മുതലാളി പോ."

അവളുടെ സംഭ്രമവും കിതപ്പും കണ്ട് അയാൾ വല്ലാതായി. ഒരു

വിധം ചിരിയഭിനയിച്ചുകൊണ്ട് പറഞ്ഞു:

"വഴി മോശം. ഭയങ്കര ഇരുട്ട്. അതാ...."

ഒരുനിമിഷം ആലോചിച്ചുനിന്നിട്ട് കുഞ്ഞിക്കുട്ടി പറഞ്ഞു:

"ഞാൻ ചൂട്ടുകെട്ടിത്തരാം."

"ഓ, അതൊന്നും വേണ്ടാ."

"മോശം പിടിച്ച വഴിയാ. ചൂട്ടുകത്തിച്ചോണ്ടു പോയാമതി."

"എന്നാ കെട്ടിത്താ."

അവൾ ഒരു കറ്റ ചൂട്ടുകെട്ടി വിളക്കിൽനിന്ന് തീ കത്തിച്ച് കൊടുത്തു. കലന്തരുകുഞ്ഞ് ചൂട്ടുംവീശി നടന്നു. ഇരുട്ടിൽ ചൂട്ടു കറ്റയുടെ തീനാളം താണും പൊങ്ങിയും അകന്നകന്നു പോകുന്നതുകണ്ട് അവൾ ആശ്വാസത്തോടെ ഒരു നെടുവീർപ്പിട്ടു.

അതിനുശേഷം മനഃപൂർവ്വം പാലമൂട്ടിൽ പോയില്ല. കലന്തരുകുഞ്ഞിൽനിന്നു കടംകൊണ്ടില്ല. ചന്തയിൽപോകുമ്പോൾ കൈയിൽ കാശുണ്ടെങ്കിൽ അയാളുടെ അടുത്തുനിന്ന് ചീനിവാങ്ങും ഇല്ലെങ്കിൽ എങ്ങനെയെങ്കിലും അങ്ങ് കഴിയും.

ഒരുദിവസം പനിപിടിച്ചു ശശി കുളുന്നു വിറച്ചു കിടന്നു. കുരുമുളകിട്ടു കരുപ്പട്ടി വെള്ളം തിളപ്പിച്ചു കൊടുത്തു. പനിക്ക് ഇറക്കമുണ്ടായില്ല. രാവിലെ കുഞ്ഞ് തളർന്നു മയങ്ങിക്കിടക്കും. ഉച്ചതിരിയുമ്പോൾ കുളിരും തലവേദനയും. മണക്കാട്ടെ വൈദ്യരെ കാണിച്ചു മരുന്നുവാങ്ങിക്കൊടുത്തു. എന്നിട്ടും കുറവു കണ്ടില്ല.

അവനെ തോളിലെടുത്തിട്ടുകൊണ്ടു അവൾ വൈദ്യശാലയിൽ ചെന്നു. വൈദ്യൻ നെറ്റിയിൽ കൈവെച്ചും നാഡിപിടിച്ചും പരിശോധിച്ചു. എന്തോ ആലോചിച്ചിരുന്നിട്ട് വൈദ്യൻ പറഞ്ഞു:

"സന്നിപാതജ്വരമാണ്. പതുക്കേ ഭേദമാകൂ."

അയാൾ കഷായത്തിനു കുറിപ്പടി കൊടുത്തു. കഷായം വെച്ച് അതിൽ ഗുളികയരച്ച് മേമ്പൊടി സഹിതം മൂന്നുനേരം കൊടുക്കണം.

ആരോടോ ഇരന്നു വാങ്ങിയ കാശുകൊണ്ട് അങ്ങാടി മരുന്നു വാങ്ങി കഷായം വെച്ചു കൊടുത്തു.

ആറേഴു ദിവസം കഴിഞ്ഞപ്പോൾ ഓമനയ്ക്കും പനിയായി. അവളും കുളുന്നു വിറച്ചു കിടന്നു. ചൂടുകൂടുമ്പോൾ പിച്ചും പേയും പറഞ്ഞ് ജ്വരം പകർന്നതാണ്.

കുഞ്ഞിക്കുട്ടി തളർന്നു പോയി. മരുന്നും ബാർലിയും വാങ്ങണം. കാൽക്കാശു കൈയിലില്ല. ഒരു വഴിയും കണ്ടില്ല. ജ്വരം പിടിച്ചു കിടക്കുന്ന കുട്ടികളെ നോക്കിക്കൊണ്ട് ഒരേ ഇരിപ്പിരുന്നു. പലതും ആലോചിച്ചു.

പതുക്കെ അവിടെനിന്നെഴുന്നേറ്റ് പാലമൂട്ടിൽ പോയി കാത്തുനിന്നു. കലന്തരുകുഞ്ഞ് ചുമടുമായി കിഴക്കുനിന്ന് വന്നപ്പോൾ അടുത്തു ചെന്നു. അവളെ കണ്ട് അയാൾ ചിരിച്ചു. ചുമടു താങ്ങിയിൽ കുട്ട ഇറക്കിവെച്ചിട്ട് ശരീരത്തുകൂടി വാർന്നൊഴുകിയ വിയർപ്പുതുടച്ചുകൊണ്ടു പറഞ്ഞു:

"കുറെ നാളായല്ലോ കണ്ടിട്ട്. കുറെ ചീനിയെടുത്ത് തരട്ടെ? അല്ലാ,

മുഖത്തിനെന്താ ഒരു വല്ലാതെ?"

അവൾ പൊട്ടിക്കരഞ്ഞു പോയി.

"എന്റെ കുഞ്ഞുങ്ങളു ജ്വരംപിടിച്ചു കിടക്കുവാ മുതലാളീ"

"ജ്വരമോ? ആർക്കാ?"

"ശശിക്കും ഓമനയ്ക്കും."

"ഞാനറിഞ്ഞില്ലല്ലോ. ഇപ്പോൾ എങ്ങനെയിരിക്കുന്നു? കുറവുണ്ടോ?"

"വൈദ്യശാലയിലെ ചികിത്സയാ. സോക്കേടിന് ഇറക്കമൊന്നുമില്ല."

"ജ്വരമാണേൽ പതുക്കേ ഇറങ്ങൂ. കുറെദിവസം പിടിക്കും. എത്ര ദിവസമായി തുടങ്ങിയിട്ട്?"

"ഇന്നു പത്തുപന്ത്രണ്ടായി." അവൾ മടിച്ചു മടിച്ചു പറഞ്ഞു.

"കഷായത്തിനു മരുന്നു വാങ്ങാൻ കൈയിലൊരു പരുവവുമില്ല."

"കാശില്ലാഞ്ഞു വിഷമിക്കണ്ടാ." അയാൾ മടിശ്ശീലയഴിച്ച് ചില്ലറയെണ്ണിപ്പെറുക്കി രണ്ടുരൂപാ കുഞ്ഞിക്കുട്ടിയുടെ കൈയിൽ കൊടുത്തു.

"വെഷമിക്കാതെ കൊണ്ടുചെന്ന് മരുന്ന് വാങ്ങിക്ക്. എല്ലാം പടച്ചോൻ വിധിച്ചപോലെ വരും. നമ്മൾ വിഷമിച്ചതുകൊണ്ട് ഒരു പ്രയോജനവുമില്ല."

അന്നു വൈകിട്ട് കച്ചവടവും കഴിഞ്ഞ് അയാൾ പാലക്കോട്ടു ചെന്നു. വയ്യാതെ കിടക്കുന്ന ശശിയുടെയും ഓമനയുടെയും നെറ്റിയിൽ കൈവെച്ചു നോക്കി. പിന്നെ കുഞ്ഞിക്കുട്ടിയെ ആശ്വസിപ്പിച്ചുകൊണ്ടു പറഞ്ഞു:

"ഇപ്പോൾ നല്ലകുറവുണ്ട്. ഇനി മരുന്നങ്ങോട്ടു ചെല്ലുമ്പം സോക്കേടിനു നല്ല ഇറക്കം കിട്ടും."

അയാൾ അവളെ പറഞ്ഞു സമാധാനിപ്പിച്ചു.

"ഒന്നും വിചാരിച്ചു വിഷമിക്കരുത്. കാശില്ലെന്നും പറഞ്ഞ് മരുന്നു മുടക്കണ്ടാ. എന്റെ കൈയിലുള്ളോണമൊക്കെ ഞാനും സഹായിക്കാം. അതിനു നാണമൊന്നും വേണ്ട."

ചീനിക്കുട്ട തലയിൽ താങ്ങിക്കൊണ്ട് അയാൾ മടങ്ങിപ്പോയി.

പതുക്കെപ്പതുക്കെ സുഖക്കേടിനിറക്കം കണ്ടു തുടങ്ങി. തളർന്നു കിടന്ന ആ പിഞ്ചുമുഖങ്ങളിൽ ചൈതന്യം തുടിച്ചപ്പോൾ അവൾ കലന്തരുകുഞ്ഞിനെ ഓർത്തു. അപ്പോൾ മനസ്സിനു സമാധാനം അനുഭവപ്പെട്ടു. മനസ്സിന് അലിവുള്ള ഒരു മനുഷ്യൻ അവർക്കു സഹായത്തിനുണ്ട്!

ചന്തയിൽനിന്നു വീട്ടിലേക്കു മടങ്ങുന്ന വഴി അയാൾ അവിടെച്ചെന്നു കേറുമ്പോൾ അവൾക്കാഹ്ലാദം തോന്നി. അയാളുമായി സംസാരിക്കുമ്പോൾ ഒരു രക്ഷാബോധം അനുഭവപ്പെട്ടു.

ചുട്ടുപൊള്ളുന്ന വേനലിനു ശേഷം മഴക്കാലത്തിന്റെ ആരംഭമായി.

ആകാശത്തു മഴക്കാറുകൾ ഉരുണ്ടുകൂടുകയും പെയ്യാതെ പോയി മറയുകയും ചെയ്തു. ഒരു ദിവസം സന്ധ്യയ്ക്ക് അവർ സംസാരിച്ചുകൊണ്ടിരിക്കുമ്പോൾ മഴക്കോളുകൊണ്ട് ആകാശം കറുത്തിരുണ്ടു. കൊള്ളിയാൻ മിന്നി. ഇടിവെട്ടി. വെളിയിലേക്കു നോക്കി കലന്തരുകുഞ്ഞ് യാത്ര ചോദിച്ചു.

"മഴ വരുന്നു... അതിനുമുമ്പ് ഞാനിറങ്ങട്ടെ"

അപ്പോഴേക്ക് മഴയുടെ ഇരമ്പം കേട്ടു. അടച്ചുപിടിച്ചു വന്ന മഴ തുള്ളിക്കൊരുകുടം വീതം പെയ്യാൻ തുടങ്ങി. കറുത്തിരുണ്ട ആകാശം. ഇടിയും കൊല്ലിയാനും.

കലന്തരുകുഞ്ഞ് വിഷണ്ണനായി പറഞ്ഞു:

"ചതിച്ചല്ലോ പടച്ചോനെ. ഇന്ന് തോരുന്ന ലക്ഷണമില്ല."

ധാരധാരയായി മഴ പെയ്തുകൊണ്ടിരുന്നു. മഴ പെയ്യുന്ന ശബ്ദം കേട്ടുകൊണ്ട് അവർ രണ്ടുപേരും മൗനമായി നിന്നു. ഒടുവിൽ കുഞ്ഞിക്കുട്ടി ചോദിച്ചു:

"വിശപ്പു കാണത്തില്ല്യോ? ഇത്തിരി വല്ലതും വിളമ്പട്ടെ?"

"ഞാനങ്ങു വീട്ടിപ്പോയി കഴിച്ചോളാം. പിള്ളാർക്ക് വല്ലതും കൊടുക്ക്."

"ഉള്ളതിപ്പങ്ക് ഇന്ന് എല്ലാർക്കും കൂടെ കഴിക്കാം."

കുഞ്ഞിക്കുട്ടി അകത്തുപോയി അത്താഴം വിളമ്പി.

കതലന്തരുകുഞ്ഞ് വിളിച്ചുപറഞ്ഞു.

"എനിക്കിത്തിരി വല്ലതുംമതി."

അയാൾ കുട്ടികളോടൊപ്പമിരുന്ന് അവരുടെ അത്താഴത്തിൽ പങ്കുപറ്റി. കൈകഴുകി തിണ്ണയിൽ വന്ന് ബീഡിയും വലിച്ചുകൊണ്ടിരുന്നു.

കുട്ടികൾ ഉറക്കമായി. കുഞ്ഞിക്കുട്ടി വിളക്കിനു മുന്നിൽ നിശ്ശബ്ദയായി കുത്തിയിരുന്നു. കാറ്റും പെശരും ചുറ്റിയടിച്ചു. തൂവാനമടിച്ചുകേറി തിണ്ണയാകെ വെള്ളമായി. കലന്തരുകുഞ്ഞിന്റെ ശരീരം നനഞ്ഞൊലിച്ചു. അയാൾ നിലത്തുനിന്നെഴുന്നേറ്റു പെശരടിയേല്ക്കാതെ ചെറ്റയും ചാരിനിന്നു. അതുകണ്ട് അവൾക്ക് കഷ്ടം തോന്നി. വെളിയിലേക്കെത്തിനോക്കിക്കൊണ്ട് പറഞ്ഞു:

"നനയാതെ ഇങ്ങകത്തു കേറിയിരിക്ക്."

തൂവാനമേറ്റു നനഞ്ഞ മുഖം തുടച്ചുകൊണ്ട് അയാൾ പുരമുറിക്കകത്തു കയറി. കുഞ്ഞിക്കുട്ടി വിരിച്ചുകൊടുത്ത പായിൽ കുത്തിയിരുന്നു.

വയലുകടന്നു വരുന്ന കാറ്റ് വൃക്ഷത്തലപ്പുകളിൽ ആഞ്ഞടിച്ചു. മരങ്ങളാടിയുലഞ്ഞു. അസാധാരണമായ ആ മഴയുടെ താളം ശ്രദ്ധിച്ചുകൊണ്ടെന്നവണ്ണം രണ്ടുപേരും മൗനമായിരുന്നു.

എണ്ണതീർന്നു. മണ്ണെണ്ണ വിളക്ക് മങ്ങിത്തുടങ്ങി. വിളക്കിലൊഴിക്കാൻ വേറെ മണ്ണെണ്ണയില്ല. മങ്ങിമങ്ങി ഒടുവിൽ അതു കെട്ടു. എങ്ങും കൂരിരുട്ട്. ചുറ്റിയടിക്കുന്ന കാറ്റിന്റെയും ആർത്തിരമ്പുന്ന മഴയുടെയും ശബ്ദം.

കലന്തരുകുഞ്ഞു പറഞ്ഞു:

"പടച്ചോനെ വിയാമത്ത് പോലത്തെ മഴ. ഇന്നും നാളെയും തോരുന്ന മട്ടില്ല."

കുഞ്ഞിക്കുട്ടി ഒന്നും പറഞ്ഞില്ല. കലന്തരുകുഞ്ഞ് ചോദിച്ചു:

"ഇയാളുറക്കമായോ?"

"ഇല്ല."

മഴ തകർക്കുന്നു. പെരുമഴ. പ്രളയം വരാൻപോകുന്നു. കലന്തരു

കുഞ്ഞ് കിടുങ്ങി വിറച്ചു.

"ഈ മഴയത്ത് എന്തൊരു കുളിര്. ഇയാക്ക് കുളിരുന്നില്ല്യോ?"

ഉത്തരമില്ല.

അയാളവളുടെനേരെ കൈനീട്ടി. കൈയെത്തിപ്പിടിച്ച് അവളെ മാറോടണച്ചു. അവളെ കെട്ടിപ്പുണർന്നു. അവളുടെ വിറയാർന്ന ശരീരം അയാൾക്ക് വഴങ്ങിക്കൊടുത്തു. വെളിയിൽ പേമാരിയും കൊടുങ്കാറ്റും. ഇടിയും മിന്നലും. മരക്കൊമ്പുകളൊടിയുന്ന ശബ്ദം. എവിടെയോ വൃക്ഷങ്ങൾ കടപുഴകി വീഴുന്നു.

ഒടുവിൽ മഴതോർന്നു. കാറ്റു നിലച്ചു. രാത്രിയുടെ നിശ്ശബ്ദതയിൽ കുഞ്ഞിക്കുട്ടി ഏങ്ങലടിച്ചു കരയുന്നത് കലന്തരുകുഞ്ഞ് കേട്ടു.

അയാളവളുടെ ചെവിയിൽ പറഞ്ഞു:

"മണ്ടീ, എന്തിനാ ഇങ്ങനെ കരയുന്നേ? കരയാതെ കിടന്നുറങ്ങ്."

അവൾ കരച്ചിലടക്കാൻ പാടുപെട്ടു. അയാളെഴുന്നേറ്റിരുന്നു ബീഡി കത്തിച്ചു പുകവലിച്ചു. വെളിയിൽ സർവ്വം ശാന്തം. അയാൾ അവളെ കുലുക്കി വിളിച്ചു.

"നേരം ഒരുപാടായി. ഞാൻ പോകട്ടെ."

അവൾ മറുപടിയൊന്നും പറഞ്ഞില്ല. കുട്ടയും തലയിലേറ്റിക്കൊണ്ട് അയാളിറങ്ങിപ്പോയി. ആ വീടിന്റെ സർവ്വസ്വവും കുത്തിക്കവർന്നെടുത്തു കൊണ്ട് നടന്നുപോയി.

അവൾ വീണ്ടും തേങ്ങിത്തേങ്ങി കരഞ്ഞു. കണ്ണീരു വാർന്നു കഴിഞ്ഞപ്പോൾ ഒരു നെടുവീർപ്പിട്ടു. ഇളയ മകനെ മാറോടടുക്കിപ്പിടിച്ചു. അവന്റെ ചൂടിൽനിന്നു ശക്തിയാർജ്ജിക്കാൻ ശ്രമിച്ചു.

അടുത്തദിവസം കലന്തരുകുഞ്ഞ് വന്നപ്പോൾ കുഞ്ഞിക്കുട്ടി ദുഃഖിതയായി. മുട്ടിന്മേൽ തലചായ്ച്ച് കുത്തിയിരിക്കുന്നത് കണ്ടു. അയാൾ അടുത്തു ചെന്ന് അവളുടെ മുഖം പിടിച്ചുയർത്തി.

"നീയെന്തിനാ ഇങ്ങനെ വിഷമിച്ചോണ്ടിരിക്കുന്നത്? സന്തോഷമായിട്ടിരിക്ക്."

അവൾ അയാൾക്ക് അത്താഴം വിളമ്പിക്കൊടുത്തു. കിടക്കാൻ പായ് വിരിച്ചുകൊടുത്തു.

ആ വീട്ടിൽ ഒരു പുതിയ ജീവിതം ആരംഭിച്ചു. സമൃദ്ധിയുടെയും വിനാശത്തിന്റേതുമായ ജീവിതം. നാട്ടുകാർ അവളെപ്പറ്റി ആക്ഷേപം പറഞ്ഞു. പാർട്ടിക്കാരെ കണ്ട് പരാതി പറഞ്ഞു. അപ്പോഴേക്കും കാലംകഴിഞ്ഞു പോയിരുന്നു. വിഷവൃക്ഷം തളിർക്കുകയും പൂക്കുകയും ചെയ്തു. അവൾ കലന്തരുകുഞ്ഞിന്റെ ഒരു ശിശുവിനെ പ്രസവിച്ചു.

അങ്ങനെ കഴിഞ്ഞതെല്ലാം മറന്നു ജീവിച്ചു. കൊച്ചുകൃഷ്ണനെത്തന്നെ മറന്നതായിരുന്നു.

ഇപ്പോഴിതാ കൊച്ചുകൃഷ്ണനെ ജയിലിൽനിന്നു വിട്ടയച്ചിരിക്കുന്നു!

ആ വാർത്ത ഒരു വെള്ളിടിപോലെ ആ വീടിനെ ഞെട്ടിവിറപ്പിച്ചു. വീടിനുമേൽ ഇടിത്തീവീണു. തീയിൽക്കിടന്ന് കുഞ്ഞിക്കുട്ടിയുടെ

ആത്മാവ് കത്തിയെരിഞ്ഞു.

ആളുകൾ ഉൽക്കണ്ഠയോടും പരിഭ്രമത്തോടുംകൂടി പറഞ്ഞു:

"സഖാവ് കൊച്ചുകൃഷ്ണൻ വരുന്നു. തന്റെ ഭാര്യയെ പിഴപ്പിച്ചവനെ അയാൾ അരിഞ്ഞുവീഴ്ത്തും. അവളുടെ കഴുത്ത് കണ്ടിക്കും. അയാളെ തടയാൻ ഈ ലോകത്ത് ഒരു ശക്തിക്കും കഴിയുകയില്ല."

കലന്തരുകുഞ്ഞ് പേടിച്ചു വിറച്ചു. അയാൾക്കറിയാം, തന്നെ കിട്ടിയാൽ കൊച്ചുകൃഷ്ണൻ തുണ്ടം തുണ്ടം അരിയും. അയാൾ വെപ്രാളപ്പെട്ടു ചെന്നു കുഞ്ഞിക്കുട്ടിയോട് പറഞ്ഞു:

"നമുക്ക് പോകാം. ഏതെങ്കിലും നാട്ടിൽപ്പോയി ഒളിച്ചു ജീവിക്കാം."

കുഞ്ഞിക്കുട്ടി കണ്ണീരു തുടച്ചു.

"മുതലാളി പോയി രക്ഷപ്പെട്. എങ്ങോട്ടെങ്കിലും പോയി ജീവൻ രക്ഷിക്ക്."

സ്വന്തം ജീവനുവേണ്ടിയുള്ള ആർത്തികൊണ്ട് അയാൾ നിന്നു പുളഞ്ഞു. കണ്ണുതുറിച്ചുകൊണ്ട് അവളോട് ചോദിച്ചു:

"അപ്പോൾ നിന്റെ കാര്യമോ? അയാളുടെ കൈയിൽ കിട്ടിയാൽ നിന്നെയും കൊല്ലും."

അവൾ ആലോചിച്ചുറച്ചു തഞ്ചത്തോടെ പറഞ്ഞു:

"എന്നെ കൊല്ലട്ടെ. ആ കൈകൊണ്ട് എന്റെ തലവെട്ടി മാറ്റിക്കോട്ടെ. അങ്ങനെവേണം എനിക്കു മരിക്കാൻ."

കലന്തരുകുഞ്ഞ് എന്തുവേണമെന്നറിയാതെ, വിഡ്ഢിയെപ്പോലെ അവളെ നോക്കിനിന്നു.

അവളുടെ കണ്ണുകളിൽ തീ പാറി. കരഞ്ഞു വിങ്ങിയ മുഖമുയർത്തി, അവൾ ഉഗ്രരൂപിണിയായി പറഞ്ഞു:

"ഇവിടന്നു പോ മുതലാളീ. എന്നെ മറന്നേച്ചു പോ. എങ്ങോട്ടെങ്കിലും ഓടിപ്പോകാൻ."

അയാൾ വീട്ടിൽനിന്നിറങ്ങിയോടി. തിരിഞ്ഞും നോക്കിയും നെട്ടോട്ടമോടി.

കുഞ്ഞിക്കുട്ടി കൊച്ചുകൃഷ്ണനെ കാത്തിരുന്നു. അടുത്തുവരുന്ന മരണം കാത്തിരുന്നു.

കൊച്ചുകൃഷ്ണൻ പാർട്ടിയാഫീസിൽ എത്തിയിട്ടുണ്ടെന്നറിഞ്ഞ് അയാൾ വീട്ടിലേക്ക് വരുന്നതുംകാത്ത് അവൾ കിടക്കപ്പായിൽ ഉറക്കമിളച്ച് കിടന്നു. നിലംചവിട്ടിത്തകർത്തുകൊണ്ടുള്ള ആ കാലടി ശബ്ദം കേൾക്കാൻ ചെവിയോർത്ത് കിടന്നു.

ഒരു നേരിയ ഒച്ചപോലും ഞെട്ടലുണ്ടാക്കി. രാത്രിയിൽ, വഴിയിൽ വന്നുനിന്നു വിളിക്കുന്ന മരണത്തെ കൂട്ടിക്കൊണ്ടുവരാനെന്നപോലെ അവൾ ചാടിയെഴുന്നേറ്റ് വാതില്ക്കലേക്ക് ചെന്ന് ഉദ്വേഗത്തോടെ വെളിയിലേക്കു നോക്കി നിശ്ചലയായി നിന്നു.

നിലാവ് അസ്തമിച്ചതറിഞ്ഞില്ല. കോഴികൂവിയതും കിളികൾ ചിലച്ചതും അറിഞ്ഞില്ല.

കിഴക്കു വെള്ളകീറിയപ്പോൾ കൊച്ചുകൃഷ്ണൻ വയലിന്റെ നടുക്കുള്ള വരമ്പിൽക്കൂടി ഏകനായി സാവധാനം നടന്നുവരുന്നതു കണ്ടു. പതുക്കെയുള്ള ആ നടത്തയിൽ ആകാശവും ഭൂമിയും വിറപൂണ്ടു. കുഞ്ഞിക്കുട്ടിയുടെ മനസ്സിൽ കാട്ടുതീ കത്തിയെരിഞ്ഞു.

കാൽപ്പെരുമാറ്റം അടുത്തെത്തിയപ്പോൾ ഉന്മാദിനിയെപ്പോലെ അവൾ വാവിട്ടു കരഞ്ഞു. ഓടിച്ചെന്ന് ആ കാലടികൾ കെട്ടിപ്പിടിച്ച് നിലവിളിച്ചു.

"എന്നെ കൊന്നേക്ക്. എന്റെ പൊന്നേ, ഇനി എന്നെ കൊന്നേക്ക്."

അഴിഞ്ഞുലഞ്ഞ തലമുടിയോടെ ആ കാലടികളിൽ മുഖമമർത്തിക്കൊണ്ട് നെടുംപാടുവീണു.

"ഞാൻ തെറ്റുകാരിയാ. എന്നെ കൊന്നേക്ക്. ഈ കൈകൊണ്ട് എന്നെ കൊന്നേക്ക്."

അയാൾ അവളെ കൈപിടിച്ച് പൊക്കി നിർത്തി. ഒരു നിമിഷം ആ മുഖത്തേക്ക് വികാരഭരിതനായി നോക്കിനിന്നു. അവളുടെ ദൃഷ്ടികൾ മറിഞ്ഞ് മലക്കുന്നതു കണ്ടു. മുഖം കറുത്തു കരുവാളിച്ചു.

ചുക്കിച്ചുളിഞ്ഞ്, കണ്ണീരു വീണു കുതിർന്ന കവിളിൽ അയാൾ ഒരുമ്മവെച്ചു. വാടിയ തകരത്താളുപോലെ കുഴഞ്ഞുവീണ ആ ശരീരം അയാൾ സ്വന്തം തോളിലേക്ക് ചായ്ച്ച് മുറുകെ പുണർന്നു.

മുപ്പത്തിയെട്ട്

അച്ചുതൻനായരും കൊച്ചുപാറോതിയും ശൂരനാട്ടുവന്നു പൊറുതിയായി. ആറ്റുതീരത്തെ പറമ്പിൽ കളിമണ്ണുവാരിപ്പൊത്തി അവരൊരു കൂരയുണ്ടാക്കി. കലവും ചട്ടിയും ചിരവയും തവിയുമെല്ലാം ഒപ്പിച്ച് അതിൽ താമസമാക്കി. അങ്ങനെ ഒരിക്കൽക്കൂടി അച്ചുതൻനായർക്ക് ഒരു കുടുംബജീവിതമുണ്ടായി.....

ജീവിതത്തിന് ഒരു പങ്കുകാരിയെ തിരക്കി ജയിലിൽനിന്നു വന്നതിന്റെ പിറ്റേ ആഴ്ച ഗംഗാധരൻ മുണ്ടക്കയത്തിനു തിരിച്ചു. അവിടെചെന്നു ഭീമൻ ചേട്ടന്റെ മകളെ കണ്ടു. ജീവിതത്തിൽ ആദ്യം കാണുകയാണെങ്കിലും പണ്ടുപണ്ടേ പരിചയമുള്ളവരെപ്പോലെ അവർ പരസ്പരം നോക്കിച്ചിരിച്ചു. ആ പെൺകുട്ടി ലജ്ജാവിവശയായി മുഖം കുനിച്ചുനിന്നു. അവൾ തന്റെ ഭാര്യയാകാൻ വേണ്ടി ജനിച്ചവളാണെന്ന് ഗംഗാധരനു വിശ്വാസമായി.

പിന്നെ വീട്ടുകാരെയും സഖാക്കളെയുമെല്ലാം പങ്കെടുപ്പിച്ച് ആ കല്യാണം നടത്തി.

അങ്ങനെ മറ്റുള്ളവരും അവരവരുടെ ഇണകളെത്തേടി. പേരൂർ മാധവൻപിള്ളയും കടമ്പാട്ട് ശ്രീധരനും തെക്കടത്തു ഗോപാലനും വിവാഹിതരായി.

പണ്ടത്തെപ്പോലെ കറങ്ങിനടക്കാൻ ആർക്കും സമയമില്ല. നഷ്ടപ്പെ

ട്ടുപോയ ജീവിതം വീണ്ടെടുക്കാനുള്ള തിരക്കിലായിരുന്നു എല്ലാവരും. ഒരിക്കൽ ഒന്നിച്ചു മരിക്കാൻ നടന്നവർ ഇന്നു ജീവിക്കാൻവേണ്ടി പല വഴിക്കുപോയി. മുമ്പത്തെപ്പോലെ ഒന്നിച്ചു കൂടാനോ തമ്മിൽ കാണാനോ കഴിഞ്ഞില്ല.

പായിക്കാട്ടെ കൃഷ്ണപിള്ളസാറു മരിച്ചു. മനസ്സറിയാതെ കേസിൽ പ്രതിയാവുകയും അവസാനംവരെ ഒളിച്ചു നടക്കുകയും ചെയ്തിരുന്ന വയോവൃദ്ധനായ പാവം മനുഷ്യൻ. ആ മരണത്തിനു വന്നപ്പോൾ എല്ലാവരും ഒരിക്കൽക്കൂടി തമ്മിൽ കണ്ടു. പരസ്പരം വിശേഷങ്ങൾ ചോദിച്ചറിഞ്ഞു.

എവിടെയങ്കിലും എന്തെങ്കിലും പ്രതിസന്ധികളുണ്ടെന്നറിഞ്ഞാൽ എവിടായാലും എല്ലാവരും ഉടൻ ഓടിയെത്തുമായിരുന്നു. അവസാനം വരെ രംഗത്ത് ഉറച്ചുനില്ക്കുമായിരുന്നു.

പുറംപോക്ക് സമരത്തിന്റെ കാലത്ത് ഗംഗാധരനെയും കൂടെയുണ്ടായിരുന്നവരെയും മറുതാകുറ്റിയിൽനിന്നു കുടിയിറക്കാൻവേണ്ടി കോയിക്കലെ സുന്ദരേശൻപിള്ള എന്തെല്ലാം പാടുപെട്ടു!

മകളുടെ കല്യാണത്തിനുശേഷം ഭീമൻ ചേട്ടനും മരുമകനും തമ്മിൽ തെറ്റി. ഭാര്യവീട്ടിൽനിന്നു സ്വപ്നങ്ങളല്ലാതെ ഒന്നും കിട്ടാനില്ലായിരുന്നു. ഗംഗാധരനോ ഭാര്യയ്ക്കോ സ്വന്തമെന്നു പറയാൻ ഒരുതുണ്ടു ഭൂമി പോലുമില്ല.

അങ്ങനെ ജീവിതം വഴിമുട്ടി നിന്നപ്പോഴാണ് ആറ്റുതീരത്തെ അഞ്ചാറേക്കർ വിസ്തീർണ്ണം വരുന്ന മറുതാകുറ്റിയിൽ കടന്നുകേറി കുടിൽ കെട്ടിയത്. ഗംഗാധരനോടൊപ്പം വേറെ ആറേഴുകൂട്ടരുമുണ്ടായിരുന്നു. അവർ പുറംപോക്കളന്നു തിരിച്ച് കുറ്റിയടിച്ചു. കാടുംകുറ്റിയും വെട്ടിത്തെളിച്ചു. തിടിലുവെട്ടി അതിരു പിടിച്ചു.

പുറംപോക്കിനോട് ചേർന്ന പതിവു വസ്തുക്കൾ കോയിക്കലെ സുന്ദരേശൻപിള്ളയുടേതാണ്. എല്ലാം കാടും കുറ്റിയും പുൽത്തകിടിയുമായി നീണ്ടു പരന്നു കിടക്കുന്നു. അടുത്തെങ്ങും ആൾ താമസമില്ല. അങ്ങോട്ട് കടന്നുചെല്ലാൻ ഒരു വഴിക്കാലുപോലുമില്ല.

ഗംഗാധരനും കൂട്ടരും കടന്നുകേറുന്നതുവരെ ആരും ആ പുറംപോക്കിന്റെ കാര്യം ഗൗനിച്ചില്ല. പണ്ട് നീരാട്ടു വള്ളിച്ചാലും, മറുതാകുറ്റിയും കൊറ്റിനാമുകളും പതിപ്പിച്ചെടുക്കാൻ കോയിക്കൽ ആലോചന നടക്കുമ്പോഴാണ് കിഴകിടപ്പാടത്തെ സംഘട്ടനമുണ്ടായത്. അതിനുശേഷം ആ കാര്യം വിട്ടുപോയി. കോയിക്കലേക്കു പറ്റിയ ഒരു നോട്ടപ്പിശക്. തങ്ങൾ പറഞ്ഞാൽ കേൾക്കുന്ന എത്രയോ പേർ പിന്നീട് അധികാരത്തിൽ വരികയും പോവുകയും ചെയ്തു. അന്നൊന്നും അതൊത്തില്ല. അടുത്തകാലത്ത് സുന്ദരേശൻപിള്ളയ്ക്ക് ബിസിനസിലല്ലാതെ ഭൂമിയുടെ കാര്യത്തിൽ ശ്രദ്ധയില്ല. പക്ഷേ, കടന്നുകയറ്റത്തിന്റെ വിവരമറിഞ്ഞപ്പോൾ അതു പതിപ്പിച്ചെടുക്കാൻ അയാൾ താലൂക്കിൽ അപേക്ഷകൊടുക്കുകയും, തഹസീൽദാരുടെ ശുപാർശയോടുകൂടി ഫയലുകൾ മേലോട്ടയയ്

ക്കുകയും ചെയ്തു. അതിനിടയിൽ കൈയേറ്റക്കാർ മറുതാകുറ്റിയിൽ കുടിലുകെട്ടി താമസമാക്കിക്കഴിഞ്ഞു. അവർ പുറംപോക്ക് വെട്ടിത്തെളിച്ച് കൃഷിയിറക്കി. ചീനിയും വാഴയും നട്ടു. തെങ്ങുംതൈ വെച്ചു.

സുന്ദരേശൻപിള്ള ഉദ്യോഗസ്ഥരെ കോയിക്കൽ വിളിച്ചു വരുത്തി. കൂടിയാലോചനകൾ നടത്തി. ഇനി ഒരു വഴിയേ അവർക്കു നിർദേശിക്കാനുള്ളൂ. എങ്ങനെയെങ്കിലും കൈയേറ്റക്കാരെ ഒഴിപ്പിച്ചു വിടണം. പൊലീസുമായിച്ചെന്നു കുടിലുകൾ വലിച്ചു പൊളിച്ചുകളയണം.

കോയിക്കൽ നടക്കുന്ന കൂടിയാലോചനകൾ ഗംഗാധരനറിഞ്ഞു. അയാൾ ഓടിച്ചെന്ന് അച്ചുതൻനായരെയും വാസുനായരെയും കണ്ടു. അച്ചുതൻനായർ പോറ്റിസാറിനെ കാണാൻ കായംകുളത്തേക്കോടി. വാസുനായർ ചുറ്റിനടന്ന്, ആകാവുന്നത്ര ആളുകളെയും കൂട്ടി മറുതാക്കുറ്റിയിൽ എത്തി.

ഇരു കക്ഷിക്കാരും ആളുകളെക്കൂട്ടി. ഏതു നിമിഷത്തിലും ഏറ്റുമുട്ടൽ പ്രതീക്ഷിച്ചു കഴിഞ്ഞു.

മറുതാക്കുറ്റിയിലെ ആൾശേഖരത്തെക്കുറിച്ചറിഞ്ഞപ്പോൾ കോയിക്കൽ കൂടിയവർ ഒന്നറച്ചുനിന്നു. പ്രമാണിമാരുടെയും നേതാക്കന്മാരുടെയും പ്രേരണയും പിൻബലവും ഉണ്ടായിരുന്നെങ്കിലും നേരിട്ടുള്ള ഒരേറ്റുമുട്ടലിന് ധൈര്യംവന്നില്ല. പണ്ടത്തെ കാലമല്ല. മുമ്പത്തെപ്പോലെ തങ്ങളുടെ ഇംഗിതപ്രകാരം എല്ലാം നടന്നെന്നു വരില്ല.

എങ്കിലും, കച്ചേരികളും ഉദ്യോഗസ്ഥന്മാരും പഴയതുതന്നെ. സുന്ദരേശൻപിള്ള തഹശീൽദാരെയും കളക്ടരെയും കണ്ടു. സർക്കിൾ ഇൻസ്പെക്ടറെയും ഡീയെസ്പിയെയും സ്വാധീനിച്ചു. അവർ ഫയലുകൾ പരിശോധിച്ചു. നിയമപുസ്തകങ്ങൾ പഠിച്ചു. സുന്ദരേശൻപിള്ള മാത്രമേ ഭൂമി പതിച്ചുകിട്ടാൻ അപേക്ഷ സമർപ്പിച്ചിട്ടുള്ളൂ. അതിന്റെ നടപടികൾ നീങ്ങിക്കഴിഞ്ഞിരിക്കുകയാണ്. നിയമങ്ങളെല്ലാം സുന്ദരേശൻപിള്ളയ്ക്ക് അനുകൂലം. ഗംഗാധരന്റെയും കൂട്ടരുടെയും കടന്നുകയറ്റം നീതിക്കും നിയമത്തിനും എതിരാണ്.

പുറംപോക്കിൽ നിന്ന് പൊലീസ് സഹായത്തോടെ കൈയേറ്റക്കാരെ ഒഴിപ്പിച്ചു വിടാൻ കളക്ടർ ഉത്തരവിട്ടു.

കോയിക്കലുള്ളവർ, പൊലീസും ആർ ഡി ഓ യും സ്ഥലത്തുവരുന്നതു കാത്തുകഴിഞ്ഞു. ബഹളവും സംഘട്ടനവും ഉണ്ടാകുമെന്ന പ്രതീക്ഷയുണ്ട്. വേണ്ടിവന്നാൽ വെടിവെക്കാനുള്ള ഉത്തരവ് നല്കാൻ കൂടിയാണ് ആർ ഡി ഓ വരുന്നത്.

അതിന്റെ മുന്നോടിയായി റിസർവ്വ് പാർട്ടി വന്നിറങ്ങി.

ശൂരനാട്ട് കേസിലെ പ്രതികളിൽ സ്ഥലത്തുണ്ടായിരുന്നവരെല്ലാം മറുതാക്കുറ്റിയിൽക്കൂടി. ആർക്കും ഉൽക്കണ്ഠയും ഭയവുമൊന്നുമില്ല. വെടിവെക്കുന്നെങ്കിൽ വെക്കട്ടെ. ആരും ഒഴിഞ്ഞു പോവുകയുമില്ല.

പ്രമാണിമാരും നേതാക്കന്മാരും കോയിക്കൽ കാത്തിരുന്നു. മറുതാക്കുറ്റിയിൽ വെടിപൊട്ടുന്നത് കേൾക്കാൻ ചെവികൂർപ്പിച്ചിരുന്നു.

അക്ഷമകൊണ്ട് അവർക്ക് ഇരിക്കപ്പൊറുതിയില്ലാതായി. ഉൽക്കണ്ഠ മൂലം പിടലിയിലെ ഞരമ്പുകൾ വലിഞ്ഞുമുറുകി. അങ്ങനെ മണിക്കൂറുകൾ കടന്നുപോയി. എന്നിട്ടും ആർ ഡി ഓ വന്നില്ല.

വന്നതു പോറ്റിസാറാണ്. ഒഴിപ്പിക്കൽ സ്റ്റേ ചെയ്തുകൊണ്ടുള്ള ഗവൺമെന്റുത്തരവുമായി.

മറുതാക്കുറ്റിയിൽ കൂടി നിന്നിരുന്നവരോട് പോറ്റിസാർ വിവരം പറഞ്ഞപ്പോൾ വാസുനായർ ആവേശം കൊണ്ട് മതിമറന്ന് മുദ്രാവാക്യം മുഴക്കി. മറ്റുള്ളവർ അതേറ്റു വിളിച്ചു. അങ്ങു കോയിക്കൽ കേൾക്കുമാറുച്ചത്തിൽ....!

പിന്നെ കാലം വളരെക്കഴിഞ്ഞു.

ഇപ്പോൾ മറുതാക്കുറ്റിയിൽ ഗംഗാധരന്റെ താമസസ്ഥലത്തെത്തിയാൽ അവിടെനിന്ന് മടങ്ങിപ്പോരാൻ തോന്നുകയില്ല. അവിടുത്തെ വളക്കൂറിയന്ന കന്നിമണ്ണിൽ ഇല്ലാത്ത വിളകളില്ല. തൈത്തെങ്ങുകൾ, കമുകുകൾ, വെറ്റിലക്കൊടി, പച്ചക്കറികൾ....

പക്ഷേ, ജയിലിൽ നിന്നുവന്നശേഷവും ശിവരാമൻനായർക്ക് ചിട്ടയോടുകൂടിയ ഒരു ജീവിതം നയിക്കാൻ കഴിഞ്ഞില്ല. മദ്യപാനം സ്ഥിരം സ്വഭാവമായി. ആരെല്ലാം പറഞ്ഞിട്ടും നിയന്ത്രിക്കാൻ കഴിഞ്ഞില്ല. പാർട്ടിക്കാർ കുറ്റപ്പെടുത്തിയപ്പോൾ അവരിൽനിന്ന് ഒഴിഞ്ഞുമാറി. കള്ളുഷാപ്പു കൺട്രാക്ടർ കാട്ടുപറമ്പനുമായിട്ടായിരുന്നു അടുപ്പം. പറമ്പന്റെ മെയിൻഷാപ്പിന്റെ ഒരുപഷാപ്പ് പാവുമ്പായിൽ തുറന്ന് ശിവരാമൻനായർ അവിടുത്തെ വില്പനക്കാരനായി. അവിടെ കള്ളും ചാരായവും കറിയും വിറ്റ് മതിയാവോളം തിന്നും കുടിച്ചും ജീവിച്ചു.

കാട്ടുപറമ്പൻ ഷാപ്പിലെ ആവശ്യത്തിന് വട്ടക്കായലിനോട് ചേർന്ന മണലിക്കൽ ചാലിലെ മത്സ്യം ലേലത്തിൽ പിടിച്ചപ്പോൾ ചാലിന്റെ കാവല്ക്കാരനായി ശിവരാമൻനായരെ പറഞ്ഞയച്ചു. അയാൾ ചാലിന്റെ കിഴക്കേക്കരയിൽ ഒരു കാവല്പ്പുരകെട്ടി രാത്രി മുഴുവൻ കാത്തുകിടന്നു.

മണലിക്കലുള്ളവർക്ക് ശിവരാമൻനായരെ ബഹുമാനമാണ്. കമ്യൂണിസ്റ്റുകാരൻ, ശൂരനാട്ട് കേസിലെ പ്രതി. ഒരുപാട് കാലം ജയിലിൽ കിടന്നിട്ടുണ്ട്. എവിടെവെച്ച് കണ്ടാലും അത്ഭുതാതിരേകങ്ങളോടെ അവർ അയാൾക്കുവേണ്ടി വഴിമാറിക്കൊടുത്തു. എന്തെങ്കിലും വിശേഷമുള്ളപ്പോൾ അയാളെ കണ്ടു സംസാരിച്ചു.

ആ കാലത്ത് ചാലിന്റെ കിഴക്കേക്കര താമസമായിരുന്ന ചിന്നമ്മയെന്ന പെണ്ണിനെച്ചൊല്ലി മണലിക്കൽ ഒരടിലഹളയുണ്ടായി. ആ കലഹത്തിൽ മദ്ധ്യസ്ഥത വഹിച്ച്, അതു പറഞ്ഞൊതുക്കിയതോടെ ശിവരാമൻനായരുടെ അന്തസ്സും പ്രശസ്തിയും വർദ്ധിച്ചു. ചിന്നമ്മയുടെ കൂടെ പ്രായമായ അവളുടെ അമ്മ മാത്രമേ താമസമുണ്ടായിരുന്നുള്ളു. കാളിയൻ ചന്തയിലെ മത്സ്യക്കച്ചവടക്കാരനായിരുന്ന മീരാൻ കുഞ്ഞിനു ചിന്നമ്മയിൽ കലശലായ കമ്പം. ചന്തയിൽ വെച്ചു കണ്ടനാൾ മുതൽ തുടങ്ങിയതാണ്. പരസ്പരം കണ്ണുകാണിച്ചും ചിരിച്ചും തമ്മിലടുത്തു. ചിന്നമ്മ

മീരാൻകുഞ്ഞിനെ വീട്ടിലേക്കു ക്ഷണിച്ചു. രാത്രിയിൽ കച്ചവടവും കഴിഞ്ഞ്, എല്ലാവരും ഉറക്കമാകുമ്പോൾ മീരാൻകുഞ്ഞ് ചിന്നമ്മയുടെ മാടത്തിൽ വരിക പതിവായി. നേരം വെളുക്കും മുമ്പേ അവിടെനിന്നെഴുന്നേറ്റു പോവുകയും ചെയ്യും.

ആരൊക്കെയോ കാര്യം മണത്തറിഞ്ഞു. മണലിക്കലെ ചെറുപ്പക്കാർ കൂടിയാലോചിച്ചു. ഒരുദിവസം രാത്രി അവർ ചിന്നമ്മയുടെ വീടിനരികിൽ ഒളിച്ചിരുന്ന് മീരാൻ കുഞ്ഞിനെ പിടികൂടി. മുറ്റത്തെ തൈത്തെങ്ങിൽ പിടിച്ചുകെട്ടി അയാളെ ദേഹോപദ്രവമേല്പിച്ചു. വിളിച്ചുകൂവലും ബഹളവും കേട്ട് ചൂട്ടും വെളിച്ചവുമായി ആളുകൾ കൂടി. വന്നവർ അതിശയത്തോടെ തമ്മിൽത്തമ്മിൽ പറഞ്ഞു:

"അല്ലാ, ഇയാളു കാളിയൻ ചന്തയിലെ ആ മീൻ കച്ചവടക്കാരനാണല്ലോ."

"എന്നാലും ആളു മോശക്കാരനല്ല. പാവത്താനെപ്പോലെ നടന്നേച്ച്...."

"അവനെ തല്ലിക്കൊന്ന് ചാലിൽ താക്കണം ആ പന്നിയെ."

"എന്തിനാ അയാളെ മാത്രം? അവളു മോശക്കാരിയാണോ? അങ്ങനാണേ അവളെയും അങ്ങനെ ചെയ്യണം."

"ഇങ്ങോട്ട് പിടിച്ചിറക്ക്. അവൾക്കും കൊടുക്ക് നാലുപെരുക്ക്."

"പെരുക്കിയാൽ പോരാ. തലമൊട്ടയടിച്ച് കഴുത്തിൽ പാട്ട കെട്ടിത്തൂക്കി മാളോരുകാണെ പെരുവഴിയേ നടത്തിക്കണം."

ആരോ കാവല്പുരയിൽ ചെന്ന് ശിവരാമൻനായർ വിളിച്ചുകൊണ്ടുവന്നു. മീരാൻ കുഞ്ഞ് അടികൊണ്ട് അവശനായി കിടക്കുകയാണ്. വിവരങ്ങൾ ചോദിച്ചറിഞ്ഞിട്ട് ശിവരാമൻനായർ ആളുകളെ ഉപദേശിച്ചു.

"ഇത്രയെല്ലാം ചെയ്തതുമതി. അയാളുടെ തെറ്റിനു തക്ക ശിക്ഷയായി. ഇനി അയാളെ അങ്ങു പറഞ്ഞയച്ചേക്ക്."

"അങ്ങനെയങ്ങ് പറഞ്ഞയയ്ക്കാനോ....ഈ പന്നിയുടെ മോനെ?"

"ഇത്രയുമൊക്കെ ചെയ്തില്ലേ? ഇനി എന്തുവേണം?"

ആളുകൾ വ്യവസ്ഥകളുന്നയിച്ചു:

"ഈ കൂടിയവരുടെ മുന്നിൽവെച്ച് അയാൾ പരസ്യമായി ഏത്തമിടണം."

ശിവരാമൻനായർ അവരെ പറഞ്ഞു മയപ്പെടുത്തി. മീരാൻകുഞ്ഞ് മാപ്പ് പറഞ്ഞു. മേലിൽ മണലിക്കലിൽ ചെല്ലുകയില്ലെന്ന് സത്യം ചെയ്തു.

അതുപോലെ ചിന്നമ്മയെക്കൊണ്ടും ഏത്തമിടീക്കണമെന്ന് ആവശ്യമുയർന്നു. ശിവരാമൻനായർ അതിനെ കഠിനമായി എതിർത്തു.

"അതൊരു വലിയ ശാഠ്യമാണല്ലോ. അതൊന്നും പാടില്ല. ഈ തരം തെറ്റുകളൊക്കെ വന്നുവെന്നിരിക്കും. എന്നാലും സ്ത്രീകളെ അങ്ങനെ അപമാനിക്കാൻ പാടില്ല."

"മേലാൽ അവളും മര്യാദയ്ക്കു നടക്കണം. അതിനുവേണ്ടിയാ."

"അതൊക്കെ നടന്നോളും. ഇതൊക്കെ അവളും കണ്ടോണ്ടിരിക്കു വല്യോ? ഇപ്പോളിങ്ങനെ പോകട്ടെ."

പ്രായമായവർ അതു ശരിവെച്ചു:

"അതു മതിയെടാ കൂവേ. നിങ്ങളിനി കുഴപ്പമുണ്ടാക്കണ്ടാ."

ശിവരാമൻനായർ പ്രകടിപ്പിച്ച പക്വതയെപ്പറ്റി എല്ലാവർക്കും മതിപ്പു തോന്നി. കുടിച്ചു കുഴയില്ലാതെ നടക്കുന്നവനാണെങ്കിലും ആ മദ്ധ്യസ്ഥ തയോടുകൂടി അയാൾ നാട്ടുകാരുടെ മുന്നിൽ കൂടുതൽ സമ്മതനായി. തങ്ങൾക്കില്ലാത്തതെന്തോ ഒന്ന് അയാളിലുണ്ടെന്ന് ചെറുപ്പക്കാർക്കു തോന്നി. അവർ അയാളുമായി കൂടുതലടുത്തു. കൂട്ടുകൂടി കുടിച്ചു.

ഒരുദിവസം വൈകിട്ട് ചാലിന്റെ കരയിലൂടെ ഒറ്റയ്ക്കു നടന്നുവരുന്ന ചിന്നമ്മയെ കണ്ട് ശിവരാമൻ കൺമിഴിച്ചു നിന്നു. ആദ്യമായാണ് അവളെ നേരെ ചൊവ്വേ ഒന്നു കാണുന്നത്. ചുരുണ്ടു നീണ്ട തലമുടി. കൊഴുത്തു രുണ്ട നല്ല വടിവൊത്ത ശരീരം. മീരാൻകുഞ്ഞിനെ തെറ്റുപറയേണ്ട. കണ്ടാൽ ആരും ഒന്നു നോക്കിനിന്നുപോകും.

ചിന്നമ്മ അയാളെ നോക്കി ഒന്നു പുഞ്ചിരിച്ചു. ആ ചിരിയിൽ അയാ ളോടുള്ള നന്ദിയും സ്നേഹവും കലർന്നിരുന്നു. അന്നു വഴക്കുണ്ടാക്കിയ ദിവസം അയാളില്ലായിരുന്നുവെങ്കിൽ ആളുകൾ അവളെയിട്ടു ചേണ്ടിപ്പ റിച്ചേനെ. തല മൊട്ടയടിപ്പിച്ച്, പാട്ടയും കൊട്ടി നടത്തിക്കണമെന്നു പറഞ്ഞു. അന്ന് ആ മനുഷ്യനാണ് പറഞ്ഞത്, അതൊന്നും പാടില്ല.

അവൾ നടന്നകന്ന് മാടത്തിനരികിലെത്തിയപ്പോൾ ഒരിക്കൽ കൂടി അയാളെ തിരിഞ്ഞുനോക്കി ഹൃദയം തുറന്നു ചിരിച്ചു. പിന്നെ മാടത്തിന കത്തേക്കു കയറിപ്പോയി.

ശിവരാമൻനായരുടെ മനസ്സിൽ ആ ചിരികിടന്നു പൊട്ടിച്ചിതറി. അമി ട്ടുപൊട്ടി ആകാശത്തു വിടരുന്ന നക്ഷത്രങ്ങൾപോലെ. ചിന്നമ്മയെക്കു റിച്ചോർത്ത് അയാൾക്ക് ഇരിക്കപ്പൊറുതിയില്ലാതായി. അവളെ ഒന്നുകൂടി ഒന്നു കാണാൻ മനസ്സുഴറി. സന്ധ്യമയങ്ങിയപ്പോൾ ചാലിന്റെ തീരത്തു കൂടി ആരും കാണാതെ അവളുടെ മാടത്തിൽ ചെന്നുകേറി. അവൾ പുട്ടലു നീക്കിയിട്ടുകൊടുത്തു. രണ്ടുപേരും കൂടി വർത്തമാനം പറഞ്ഞി രുന്നു. അവിടെ അയാൾ ജീവിതസാഫല്യം അനുഭവിച്ചു. അന്നു വെളു പ്പാൻ കാലത്താണു മടങ്ങിപ്പോയത്.

പിന്നെ പതിവായി പോക്കുവരവു തുടങ്ങി. ആരുമാരുമറിയാതെ രഹ സ്യമായി.

മണലിക്കൽചാലിലെ വെള്ളം വറ്റി. ആറ്റുകുറുവയും വരാലും വെള്ള ത്തിൽ കുത്തിമറിഞ്ഞു. മുശിയും പൂളോനും ചേറിൽ പുതഞ്ഞുകിടന്നു. ഷാപ്പിലെ ആവശ്യത്തിനനുസരിച്ച് ശിവരാമൻ മീൻ പിടിച്ചെടുത്തു. ചിന്ന മ്മയുടെ മാടത്തിൽ നിന്ന് വറുത്ത നീറ്റുമീനിന്റെ ഗന്ധം പ്രസരിച്ചു.

മണലിക്കലെ നിഷേധികളായ ആ ചെറുപ്പക്കാർ ഒരു ദിവസം ശിവ രാമൻനായരെയും തെങ്ങിൽ പിടിച്ചുകെട്ടി. ഒരു വീണ്ടുവിചാരവുമില്ലാതെ,

ഏച്ചും പേച്ചുമില്ലാതെ തല്ലി. കമ്യൂണിസ്റ്റുകാരനാണെന്നോ, ശൂരനാട്ടു കേസിൽപ്പെട്ടു ജയിലിൽ കിടന്ന ആളാണെന്നോ ഒന്നും ഗൗനിക്കാൻ പോയില്ല. ആരും മദ്ധ്യസ്ഥത പറയാനുണ്ടായില്ല. മീരാൻകുഞ്ഞിനെ കെട്ടിയിരുന്ന അതേ തൈതെങ്ങിന്റെ ചുവട്ടിൽ നേരം വെളുക്കുന്നതു വരെ അയാളെയും കെട്ടിയിട്ടിരുന്നു.

രാവിലെ ആളുകൾ കൂട്ടം കൂടി, അയാളെ കണക്കില്ലാതെ പരിഹസിക്കുകയും തെറിവിളിക്കുകയും ചെയ്തു. വീണ്ടും പരസ്യമായി കൈവെച്ചു. യാതൊന്നും തിരിച്ചുചെയ്യാൻ കഴിയാതെ അയാൾ മുഖം കുനിച്ചു എല്ലാം സഹിച്ചുകൊണ്ടുനിന്നു.

ആളിനെ എന്തു ചെയ്യണമെന്ന കാര്യത്തിൽ അവിടെക്കൂടിയവർ തമ്മിൽ അഭിപ്രായവ്യത്യാസമുണ്ടായി. പൊലീസിൽ അറിയിച്ചാലോ? ഇത്രയൊക്കെ ഇടിക്കുകയും തല്ലുകയും ചെയ്തിട്ട് പോലീസിലോട്ട് ചെന്നാൽ വാദി പ്രതിയായാലോ?

"പാർട്ടിക്കാരെ അറിയിക്കാം. ആളിനെ എന്തുചെയ്യണമെന്ന് അവർ തീരുമാനിക്കട്ടെ."

പ്രായമായ ഒരാൾ പറഞ്ഞു:

"പാർട്ടിക്കാരെ അറിയിക്കുന്നതു ബുദ്ധികേടാ. എത്രയൊക്കെയായാലും ഒരുപാടുകാലം ജയിലിൽ കിടന്ന ആളല്യോ? അയാളെ പിടിച്ചുകെട്ടി തല്ലിച്ചതച്ചതറിയുമ്പം അവരു കോപിക്കും."

ഒടുവിൽ മേൽനടപടിയൊന്നും വേണ്ടെന്നു തീരുമാനിച്ചു. അയാളെ താക്കീതു ചെയ്തു വിട്ടയച്ചു. മേലിൽ അവിടെങ്ങാനും കണ്ടുപോയാൽ അറുത്തുകണ്ടിച്ചു വട്ടക്കായലിൽ കളയും!

അയാൾ വേച്ചുവേച്ചു തലയും കുനിച്ചു വീട്ടിലേക്കു നടന്നുപോയി. അപമാനം കൊണ്ടു പുറത്തിറങ്ങിയില്ല. വിവരമറിഞ്ഞ് അച്ചുതൻനായരും വാസുനായരും തിരക്കിച്ചെന്നു. ലോക്കപ്പിലും ജയിലിലുമെല്ലാം അവരൊന്നിച്ചു കഴിഞ്ഞവരല്ലേ?

അവരെ കണ്ടപ്പോൾ അയാളുടെ കണ്ണു നിറഞ്ഞു. ഒരു പട്ടിയെപ്പോലെ, തന്നെ കെട്ടിയിട്ടുതല്ലിയ കഥ പറഞ്ഞു.

ആ കണ്ണീരു കണ്ടപ്പോൾ വാസുനായർക്കു രോഷമടക്കാൻ കഴിഞ്ഞില്ല.

"നീ വിഷമിക്കണ്ട. നിന്നെ അടിച്ചവന്മാരെ അതുപോലെ തിരിച്ചടിക്കാം. അതു പോരായോ? നീ സമാധാനമായിട്ടിരിക്ക്."

ശിവരാമൻനായർ വാസുനായരുടെ മുഖത്ത് നോക്കിക്കൊണ്ടിരുന്നു. പണ്ട് തന്റെ ചെവിക്കുറ്റിക്കടിച്ച വാസുനായർ. തനിക്കുവേണ്ടി ചോദിക്കാനും പറയാനും ആളുണ്ടെന്നു കണ്ടപ്പോൾ അയാൾക്ക് ആശ്വാസമായി. തന്നെ അടിച്ചവരുടെ പേരെല്ലാം പറഞ്ഞു. വാസുനായർ അതു മൂളിക്കേട്ടു.

പക്ഷേ, അച്ചുതൻനായർക്കു ശിവരാമനെ കുറ്റപ്പെടുത്താതിരിക്കാൻ

കഴിഞ്ഞില്ല. അയാൾ തുറന്നു പറഞ്ഞു:

"നിങ്ങളുടെ നടപടികളൊന്നും തീരെ ന്യായീകരിക്കാൻ കഴിയുന്നതല്ല. പാരമ്പര്യമുള്ള ഒരു സഖാവെന്ന നിലയ്ക്ക് ഒട്ടും പൊറുക്കാൻ കഴിയുകയില്ല. കാര്യങ്ങൾ ചർച്ചചെയ്യുമ്പോൾ നമ്മൾ രണ്ടു വശവും കാണണം."

ശിവരാമൻ ഖേദം പ്രകടിപ്പിച്ചു.

"ചില വശത്തെറ്റുകളൊക്കെ എന്നിൽ നിന്നുണ്ടായിട്ടുണ്ട്. ഞാനതു സമ്മതിക്കുന്നു."

"ചില തെറ്റുകളോ? അങ്ങനെ പറഞ്ഞ് അതിന്റെ ഗൗരവം കുറയ്ക്കണ്ട. നമുക്ക് മൊത്തത്തിൽ അപമാനകരമായ കാര്യങ്ങളാണു ചെയ്തുവെച്ചിരിക്കുന്നത്."

"അങ്ങനെ പറ്റിപ്പോയി. ഇനി അതൊന്നും ഉണ്ടാവുകയില്ല."

വീട്ടിൽ നിന്നിറങ്ങാൻ നേരം വാസുനായർ ഉറപ്പിച്ചു പറഞ്ഞു:

"എന്തായാലും ഈ കാര്യത്തിൽ നീ ക്ലേശിക്കണ്ട. ഇതിനു മുതലും പലിശയും സഹിതം തിരിച്ചുകൊടുത്തിട്ടേ ഞങ്ങളടങ്ങൂ."

വഴിയിൽ വെച്ച് അച്ചുതൻനായർ വാസുനായരോടു പറഞ്ഞു:

"അയാളോട് അങ്ങനെയൊന്നും കേറിപ്പറയേണ്ട കാര്യമില്ലായിരുന്നു. നമ്മൾ തിരിച്ചടിക്കുമെന്നൊന്നും."

വാസുനായർ സ്വരമുയർത്തി ചോദിച്ചു:

"എന്തുകൊണ്ടില്ല. നമ്മുടെ കൂട്ടത്തിൽ ഒരുത്തനെ ആരെങ്കിലും എടുത്തിട്ടു തല്ലിയാൽ അതിനു പകരം ചോദിക്കണ്ടായോ? ഇല്ലെങ്കിൽ നമ്മൾ ഈ നാട്ടിൽ ജീവിച്ചിരിക്കുന്നതെന്തിനാ?"

"പക്ഷേ, ഈ കാര്യത്തിൽ ശിവരാമനാണു തെറ്റുകാരൻ."

"അയാളുടെ പക്കൽ തെറ്റില്ലെന്നു അയാൾ പറയുന്നില്ല. അതിനിങ്ങനെ പരസ്യമായി തല്ലിച്ചതയ്ക്കലാണോ പോംവഴി."

"അതുപോലെ അങ്ങോട്ടും ഒന്നു ചോദിക്കാനുണ്ട്. ആ അടിച്ചവരെ നമ്മൾ തിരിച്ചടിച്ചാൽ അതു പോംവഴിയാകുമോ?"

"അടിയുടെ കാര്യം അങ്ങനെതന്നെ. ഇങ്ങോട്ടൊന്നടിച്ചാൽ അങ്ങോട്ടു രണ്ടു കൊടുക്കണം."

"പക്ഷേ, ആരെയാ നമ്മളടിക്കേണ്ടത്? അവർ നമ്മുടെ ശത്രുക്കളൊന്നുമല്ല. ശത്രുക്കളെ നേരിടുന്നതുപോലെ അവരെ നേരിടാൻ പാടില്ല."

വാസുനായർ ക്ഷോഭാകുലനായി പറഞ്ഞു:

"പക്ഷേ, കോട്ടൂരെ ശിവരാമൻ ആരാണെന്നാണ് അവർ കരുതിയത്? അങ്ങനെയൊരാളെ തല്ലിയാൽ അതിനു പകരം കിട്ടുകയില്ലെന്നു കരുതിയോ?"

"എന്തായാലും പകരം തല്ലുകയല്ല പോംവഴി."

വാസുനായർ ക്ഷമകേടോടെ കേറിപ്പറഞ്ഞു:

"ഈ വേദാന്തമൊക്കെ അങ്ങു സ്റ്റഡിക്ലാസിൽ പറഞ്ഞാൽ മതി. ശൂരനാട്ടു കേസിലെ ഒരു സഖാവിനെ പരസ്യമായി പിടിച്ച് കെട്ടിയിട്ട്

മർദ്ദിച്ചിട്ട് , മറ്റുള്ളവർ കൈയും കെട്ടി നിന്നോളണമെന്ന്......"

"കൈയുംകെട്ടി നില്ക്കണമെന്നല്ല. എന്തെങ്കിലും നടപടികളിലേക്കു നീങ്ങുംമുമ്പ് നാനാവശങ്ങളും നമ്മളാലോചിക്കണമെന്നാണ് പറഞ്ഞത്."

"ശരി. ആലോചിച്ചുകൊണ്ടിരുന്നോ. ആലോചിച്ചാലോചിച്ച് അവ സാനം നിങ്ങളേ കാണൂ."

അച്ചുതൻനായർ അതിനൊന്നും മറുപടി പറഞ്ഞില്ല. ഒന്നും മിണ്ടാതെ രണ്ടുപേരും കുറെനേരം നടന്നു. യാത്രപോലും പറയാതെ വാസുനായർ പിരിഞ്ഞുപോവുകയും ചെയ്തു.

അടുത്ത ദിവസം യോഗത്തിനു ക്ഷണിച്ചിട്ടും ചെന്നില്ല.

അതിന്റെ മൂന്നാമത്തെ ദിവസം വാസുനായരുടെയും തെക്കടത്തു ഗോപാലന്റെയും നേതൃത്വത്തിൽ കുറെ ആളുകൾ മണലിക്കലെത്തി. ശിവരാമൻനായരെ അടിച്ചവരെയെല്ലാം തിരഞ്ഞു പിടിച്ചടിച്ചു. അടികൊണ്ടവരും കണ്ടുനിന്നവരും ഓട്ടം പിടിച്ചു. വാസുനായർ അവിടെനിന്ന് ഉറക്കെ വിളിച്ചു പറഞ്ഞു:

"ഇതുകൊണ്ടങ്ങു തീർന്നെന്ന് ഒരുത്തനും വിചാരിക്കണ്ട. കരുതിയിരുന്നോ."

അതിനുശേഷം ശിവരാമനെ വെളിയിലെങ്ങും അങ്ങനെ കണ്ടിട്ടില്ല. രോഗബാധിതനായി, എഴുന്നേറ്റു നടക്കാൻപോലും കഴിയാതെ അയാൾ വീട്ടിൽ ചുരുണ്ടുകൂടി. ദേഹം മെലിഞ്ഞു വിളറിവെളുത്തു. ഒടുവിൽ നീരു വന്ന് വീർത്തു. ആശുപത്രിയിലാക്കിയപ്പോഴാണറിയുന്നത് കരൾ ദ്രവിച്ചു പോയിരുന്നു.

നീണ്ടു നിന്ന ചികിത്സയ്ക്കുശേഷം സുഖക്കേടിനിറക്കം കിട്ടി. വീട്ടിൽവന്ന് കുറെക്കാലം സ്വസ്ഥമായിരുന്നു. രഹസ്യമായി വീണ്ടും കുടി തുടങ്ങി. പെട്ടെന്ന് അസുഖം വർദ്ധിച്ചു. സംഭവബഹുലവും സങ്കീർണ്ണവുമായ ഒരു ജീവിതത്തിനു ശേഷം ഒരുദിവസം ആ മനുഷ്യൻ ഈ ലോകത്തോടു യാത്ര പറഞ്ഞുപോയി.

മുപ്പത്തൊൻപത്

രാത്രിയിൽ കൊറ്റാർകാവിലെ പറയിടീലിന്റെ കൊട്ടുകേട്ടു. ചെണ്ടയുടെയും ചേങ്ങലയുടെയും ശംഖിന്റെയും മദ്ദളത്തിന്റെയും മന്ദ്രധ്വനി കേട്ടുകൊണ്ട് അച്ചുതൻനായർ തന്റെ മൺകുടിലിൽ കാതോർത്തു കിടന്നു.

മുമ്പ് സഖാക്കളുമായി എവിടെങ്കിലും ചുറ്റിയടിച്ചിട്ട് മടങ്ങിവരുമ്പോൾ തിണ്ണയിൽ അയാളെ കാത്ത് ഒരു മണ്ണെണ്ണ വിളക്ക് കത്തിക്കൊണ്ടിരുന്നു. ആ വിളക്കുവെട്ടത്ത് താടിക്കുകൈയും കൊടുത്ത് കൊച്ചുപാറോതിയുണ്ടായിരുന്നു.

എത്രയിരുട്ടിയാലും അയാൾ വന്ന് അത്താഴം വിളമ്പി കൊടുത്തിട്ടേ അവൾ നിലത്തു ചായ്ക്കൂ. സുഖക്കേടുകാരിയായി മാറിയിട്ടും ആ പതിവു മാറ്റിയില്ല.

ഒടുവിൽ ആ വിളക്കണഞ്ഞു. അവൾക്ക് എഴുന്നേല്ക്കാനും നടക്കാനും കഴിയാതായി. ചികിത്സകളേറെ നടത്തി. അച്ചുതൻനായർ അവളെ രക്ഷപ്പെടുത്താൻവേണ്ടി തന്നെക്കൊണ്ടാവുന്നതെല്ലാം ചെയ്തുനോക്കി. ഗർഭാശയത്തിലെ ക്യാൻസർ മൂർച്ഛിച്ചു കഴിഞ്ഞിരുന്നു. ഒരു ദിവസം അയാളെ തനിച്ചാക്കിയിട്ട് അയാളുടെ മനസ്സിൽ കത്തിനിന്നിരുന്ന വിളക്കൂതിക്കെടുത്തിയിട്ട് അവളും ലോകം വിട്ടുപൊയ്ക്കളഞ്ഞു.

അച്ചുതൻനായർ ഏകാകിയായി ആ കുടിലിൽ കിടന്ന് വിതുമ്പിക്കരഞ്ഞു. ജീവിതത്തെയാകെ ശൂന്യമാക്കിയ ഏകാന്തത. മനസ്സിനെ മരവിപ്പിക്കുകയും ശ്വാസം മുട്ടിക്കുകയും ചെയ്യുന്ന നിശ്ചലത!

അതിൽ ഓളങ്ങളുതിർത്തുകൊണ്ട് പറയിടീലിന്റെ കൊട്ടും മേളവും.

ഗാന്ധിരാമൻപിള്ള കൊറ്റാർകാവിലെ പോർക്കലി ഭഗവതിക്ക് നാട്ടുകുരുതി നടത്താനുള്ള ഒരുക്കങ്ങൾ കൂട്ടുന്നു. എന്നേക്കുമായി നാടിന്റെ ദോഷം തീരാൻ; നാടിന് ഐശ്വര്യം കൈവരാൻ.

പൊയ്ക മൈതാനത്തും നീരാട്ടുവള്ളിച്ചാലിന്റെ കരയ്ക്കും കൊറ്റിനാമുകളിലെ കുന്നുംപുറത്തും കുരുതിക്കളമൊരുക്കും. കളത്തിൽ ചുവന്ന പട്ടു വിരിച്ച പീഠങ്ങൾ, പോളപ്പതങ്ങൾ, വിടർന്നുനില്ക്കുന്ന തെങ്ങിൻപൂക്കുലകൾ, ആൾപ്പന്തങ്ങൾ, ദർഭക്കൂർച്ചങ്ങൾ, ചൂരലും തെറ്റിയും ചുറ്റിവെച്ച കുലവാഴകൾ. വാഴകളിൽ ഇരിഞ്ഞുതൂങ്ങിയ നാളികേരങ്ങൾ.

അമാവാസിയുടെ മൂന്നാം യാമത്തിൽ കുത്തുവിളക്കും നാന്തകവുമായി പഞ്ചവാദ്യത്തോടെ, കൊമ്പുവിളികളോടെ, കുഴലൂത്തുകളോടെ, താലപ്പൊലിയുടെ അകമ്പടിയോടെ പോർക്കലി ഭഗവതിയെ എതിരേറ്റ് കുരുതിക്കളങ്ങളിലേക്ക് ആനയിക്കും. തന്ത്രവിധികളോടെ, മന്ത്രോച്ചാരണത്തോടെ നിണം കോരി തർപ്പണം കഴിക്കും.

അതോടെ ഒരു നാടിന്റെ ദോഷം തീരും. പാപങ്ങളറ്റുപോകും. നാട്ടുകാർക്കു മംഗളം ഭവിക്കും.

നാട്ടുകുരുതിക്കു മുമ്പ് പറയിടീൽ നടക്കുന്ന ഓരോവീട്ടിലും ഭഗവതിയെ തണ്ടിലേറ്റി എഴുന്നെള്ളിച്ചു കൊണ്ടുചെന്നു. കുത്തുവിളക്കും, ജീവിതയും, അലുക്കുകുടയും ആലവട്ടവും, താലപ്പൊലിയും, തീവെട്ടിയും.....

വീടുകളിൽ മെഴുകിയ മുറ്റത്ത് നിറപറകൾ, അരീപ്പറകൾ, അയ്മ്പറകൾ, നെല്ലും, അരിയും, അവലും മലരും പൂവും നിറച്ച അൻപൊലികൾ! പോറ്റി പറ തളിക്കുമ്പോൾ, ഭഗവതി അനുഗ്രഹിച്ചുതുള്ളുമ്പോൾ വാദ്യമേളം, ആർപ്പുകുരവയും, കതിനാവെടികൾ.

ഒരു വീട്ടിൽനിന്ന് മറ്റൊരു വീട്ടിലേക്ക്.

എല്ലാംകേട്ട് അച്ചുതൻനായർ ചെവിയോർത്തു കിടന്നു.

അപ്പോൾ കർഷകസംഘക്കാർ കുടിലിൽ ചെന്ന് അയാളെ വിളിച്ചുണർത്തി. അവർ ഒന്നിച്ചിരുന്നു പൊയ്കയിലെ യോഗത്തെക്കുറിച്ചു ചർച്ച ചെയ്തു. വിശദാംശങ്ങൾ തയ്യാറാക്കി. സമ്മേളനത്തിൽ മന്ത്രിമാർ പങ്കെടുക്കും. പാട്ടക്കുടിയന്മാർക്കു സ്ഥിരാവകാശം നല്കുന്ന പ്രമാണങ്ങൾ,

മറുതാക്കുറ്റി പുറമ്പോക്കുൾപ്പെടെയുള്ള പുറമ്പോക്കുഭൂമി പതിച്ചു കൊടുത്തുകൊണ്ടുള്ള രേഖകൾ എല്ലാം അവിടെവെച്ചു വിതരണം ചെയ്യും.

അച്ചുതൻനായർ വികാരപാരവശ്യത്തോടെ ഓർത്തു അവിടെയുമിവിടെയുമായി ചിന്നിച്ചിതറിക്കഴിയുന്ന പഴയപോരാളികൾ പൊയ്കയിൽ നടക്കാൻ പോകുന്ന ഈ പുതുമ വല്ലതും അറിയുന്നുണ്ടോ? തങ്ങൾക്കു നേരിട്ടുകാണാൻ കഴിയുമെന്നു പ്രതീക്ഷയില്ലായിരുന്ന പലതും അവിടെ നടക്കാൻ പോകുന്നു. ആ അപൂർവ നിമിഷങ്ങളിൽ അവർ കൂടിയുണ്ടെങ്കിൽ! ഒരിക്കൽക്കൂടി എല്ലാവർക്കും തമ്മിൽ കാണാനുള്ള അവസരം വികാരവായ്പോടെ കണ്ണും കണ്ണും നോക്കിനില്ക്കാനും, പരസ്പരം കെട്ടിപ്പുണരാനുമുള്ള സമയം. വീട്ടുകാര്യങ്ങൾ പറയാനും കുശലങ്ങൾ അന്വേഷിക്കാനും......

ഇത്രവേഗം ഇതൊക്കെ നടക്കുമെന്ന് ജയിലിൽ കിടന്നു മരിച്ച രക്തസാക്ഷികൾ കരുതിയിരിക്കുമോ? ചാലിത്തറ കുഞ്ഞച്ചനും കടമ്പാട്ടു കൃഷ്ണൻനായരും ഇതുവല്ലതും അറിയുന്നുണ്ടാവുമോ?

ഒളിവിൽ നിന്ന് ആ രണ്ടാളുകൾ ഇതുവരെ മടങ്ങിവന്നിട്ടില്ല.

ശിവരാമനും കൃഷ്ണപിള്ള സാറിനും ഇതു കാണാനുള്ള ഭാഗ്യമുണ്ടായില്ല.....

സംഘം പ്രവർത്തകർ അച്ചുതൻനായരെയും കൂട്ടി സമ്മേളനത്തിന്റെ പ്രചരണപ്രവർത്തനങ്ങളുമായി നാട്ടിൽ ചുറ്റിനടന്നു. അവരിൽ നിന്നു വിട്ടകലാൻകഴിയാതെ മുഴുവൻ സമയവും അയാൾ അവരോടൊപ്പം കഴിഞ്ഞു.

അതിനിടയിൽ അവിടയുമിവിടെയും നടന്ന് പഴയ സഖാക്കളിൽ കാണാൻ കഴിയുന്നവരെ എല്ലാം കണ്ടു.

പഞ്ചായത്തുമുക്കിലുള്ള ഗോപാലന്റെ ചായക്കടയിൽ ചെന്നു വർത്തമാനം പറഞ്ഞിരിക്കുമ്പോൾ മനസ്സിൽ ആഹ്ലാദത്തിന്റെ വേലിയേറ്റമുണ്ടായി. കടയിൽ കാര്യമായ നിലയിൽ കച്ചവടം നടക്കുന്നു. ഭാര്യയും ഭർത്താവും കൂടി കച്ചവടത്തിന്റെ തിരക്കിലാണ്. നഷ്ടപ്പെട്ടുപോയ ഓരോ നിമിഷവും വീണ്ടെടുക്കാൻ രണ്ടുപേർക്കും വാശിയുള്ളതുപോലെ.

പേരൂർ മാധവൻപിള്ളയുടെയും കടമ്പാട്ടു ശ്രീധരൻനായരുടെയും വരമ്പു കാലിൽ കറുത്തകുഞ്ഞിന്റെയും വീടുകളിൽ ചെന്നപ്പോൾ ഹൃദയം ആനന്ദംകൊണ്ടു ത്രസിച്ചു. ഒരുത്തരും എങ്ങും വെറുതെയിരുന്ന് കണ്ടില്ല. അവരുടെ ഓരോ ഇഞ്ചുഭൂമിയും കൃഷിചെയ്തിരുന്നു. ചെന്നിടത്തെല്ലാം ഓരോരുത്തരും അവരവരുടെ ജീവിതസഖികളോടൊപ്പം കഠിനമായി അദ്ധ്വാനിക്കുന്നതു കണ്ടു. അവരുടെ കൊടിത്തറകളിലില്ലാത്ത പച്ചക്കറികളില്ല. തെങ്ങും കമുകുമെല്ലാം കറുത്തിരുണ്ട് കുലകുലച്ചു കിടക്കുന്നു. അവരോടൊപ്പമിരുന്ന് വർത്തമാനം പറയുകയും തിന്നുകയും കുടിക്കുകയുമെല്ലാം ചെയ്തപ്പോൾ അച്ചുതൻനായർക്ക് എന്തെന്നില്ലാത്ത ഒരു സംതൃപ്തി അനുഭവപ്പെട്ടു.

അനേക വർഷങ്ങൾക്കുശേഷം പാലക്കോട്ടു കൊച്ചുകൃഷ്ണനെ തിരക്കി കാഞ്ഞിരപ്പുഴയ്ക്കുപോയി. അയാളോട് സമ്മേളനത്തിൽ നിർബ്ബന്ധമായും പങ്കെടുക്കണമെന്നു പറയണം. പണ്ട് ഒന്നിച്ചു ജയിലിൽ കിടന്നവർക്കും ഒളിച്ചു നടന്നവർക്കുമെല്ലാം ഒന്നിച്ചു കൂടാനുള്ള അവസരമാണ്. ഇനി ഇങ്ങനെയൊന്ന് അടുത്തകാലത്തൊന്നും ഒത്തുകിട്ടിയെന്ന് വരില്ല.

വട്ടക്കാട്ടമ്പലത്തിനു പടിഞ്ഞാറ്, വയലിന്റെ തെക്കേക്കരയിൽ, വളർന്നെഴുന്ന് നില്ക്കുന്ന ചീനിയുടെയും വാഴയുടെയുമെല്ലാം ഇടയിൽ ആ പഴയ കൂനൻ പുര കണ്ടു. പണ്ടത്തെപ്പോലെ വിനീതമായി അക്ഷോഭ്യമായി നിലകൊള്ളുന്നു.

അച്ചുതൻനായർ ചെന്നുകേറുമ്പോൾ വീടിനു തെക്കുവശം പടർന്നു പന്തലിച്ച പ്ലാവിനു ചുവട്ടിൽ കൊച്ചുകൃഷ്ണൻ പശുവിനെ അഴിച്ചുകെട്ടി കുളിപ്പിച്ചുകൊണ്ടു നില്ക്കുന്നതു കണ്ടു. ഇത്രയും കാലമായിട്ടും ആളിനു കാഴ്ചയിൽ വലിയ മാറ്റമൊന്നുമില്ല. ഈ പ്രായത്തിലും തൊലി ചുളങ്ങാത്ത കരുത്താർന്ന ശരീരം.

അയാൾ പശുവിന്റെ പുറത്ത് വെള്ളംകോരിയൊഴിച്ച് ഉടലും ചുമലുമെല്ലാം തേച്ചുകഴുകി വൃത്തിയാക്കുന്നു. നല്ല ഉടലായവും വലിയ അകിടുമുള്ള ഒരു സ്വിസ്ബ്രൗൺ പശു. അയാളുടെ ഇഷ്ടത്തിനൊത്തെന്നപോലെ, സ്വതയോടെ അവൾ തലപൊക്കി ചെവിയും നീട്ടിപ്പിടിച്ചങ്ങനെ നില്ക്കുന്നു.

വെട്ടിക്കെട്ടിയ തൊഴുത്തിൽനിന്ന് കുഞ്ഞിക്കുട്ടി ചാണകം വാരി കൂട്ടുകയാണ്. പണ്ടത്തേതിൽനിന്ന് അവൾ ഒന്നുകൂടി ചീർത്തിട്ടുണ്ടെന്നു തോന്നി.

കാളത്തിണ്ണയ്ക്കു കെട്ടിയിരുന്ന കിടാക്കുട്ടി അതിന്റെ തള്ളയെ നോക്കി കരഞ്ഞു. കൊച്ചുകൃഷ്ണൻ പശുവിനെ തൊഴുത്തിലേക്ക് അടിച്ചു നടത്തിയപ്പോൾ അതു കയറിൽ വലിഞ്ഞു നിന്നു ചാടിത്തുള്ളി.

അച്ചുതൻനായരെ കണ്ടപ്പോൾ കൊച്ചുകൃഷ്ണൻ അതിശയം കൂറി.

"അല്ല, ഇതാരാണീ വന്നിരിക്കുന്നത്?"

തലയുയർത്തിനോക്കിയപ്പോൾ കുഞ്ഞിക്കുട്ടിക്കും അത്ഭുതം.

"എത്രനാളായി ഇങ്ങോട്ടൊക്കെ ഒന്നു വന്നിട്ട്? കിഴക്കേ വഴിക്ക് എന്തൊക്കെയുണ്ട് വിശേഷം?"

"പൊയ്ക മൈതാനത്തൊരു വിശേഷമുണ്ട്. അതറിയിക്കാനാണു വന്നത്."

കൊച്ചുകൃഷ്ണൻ ചോദിച്ചു:

"അതു മനസ്സിലായി. നിങ്ങടെ മീറ്റിങ്ങിന്റെ കാര്യമല്ലേ?"

"അതെ. അതിനു ക്ഷണിക്കാനും നിങ്ങളെയെല്ലാവരെയും ഒന്നു കാണാനും......."

"ഞാൻ എന്തായാലും വരണമെന്നു വിചാരിച്ചിരിക്കുവാ. വാ, കേറിയിരിക്ക്. ഞാനൊന്നു മേലു കഴുകിയിട്ട് ഇതാ വരുന്നു."

പശുവിന്റെ മുന്നിൽ കച്ചിയും പുല്ലും കുടഞ്ഞിട്ടുകൊടുത്ത് കൊച്ചു കൃഷ്ണൻ തോർത്തുമായി കുളത്തിലേക്കു പോയി.

ഒരു കൊച്ചുകുട്ടി വെള്ളയ്ക്കായും പ്ലാവിലയും കൊണ്ടുണ്ടാക്കിയ കളിവണ്ടി കെട്ടിവലിച്ചുകൊണ്ടോടി വന്നു. അപരിചിതനായ അതിഥിയെ കണ്ട് മിഴിച്ചുനോക്കി നിന്നു. അച്ചുതൻനായർ അവനോട് കൊഞ്ചി ക്കൊണ്ടു പറഞ്ഞു:

"മോന്റെ പേരെന്താ?"

കുട്ടി ഉത്തരം പറയാതെ മിഴിച്ചുനോക്കിക്കൊണ്ടു നിന്നതേയുള്ളു.

കുഞ്ഞിക്കുട്ടി വർത്തമാനം പറയാനെത്തി.

"പേരു പറ മോനേ."

കുട്ടിയെ വാരിയെടുത്തുകൊണ്ട് അവൾ തന്നെ പറഞ്ഞു:

"അവന്റെ പേരു മോഹനൻ. രാജമ്മയുടെ മോനാ."

"ഓഹോ, രാജമ്മയുടെ.... അവൾ ഇവിടുണ്ടോ?"

"ഉണ്ട്."

"ഒന്നു വിളിക്ക്."

കുഞ്ഞിക്കുട്ടി രാജമ്മയെ വിളിച്ചു. താലിമാലയണിഞ്ഞ ഊർജ്ജ സ്വലയായ ഒരു യുവതി അടുക്കളയിൽ നിന്നു ചിരിച്ചുകൊണ്ടിറങ്ങി വന്നു. പണ്ട് കാണാതെപോയ രാജമ്മ. ഇപ്പോൾ കാര്യശേഷിയുള്ള കുടുംബിനി.

അച്ചുതൻനായർ അവളെ കൺനിറയെ കണ്ടു.

കുഞ്ഞിക്കുട്ടി അവളോടു പറഞ്ഞു.

"നമ്മുടെ സഖാവിനു നിന്നെയൊന്നു കാണണമെന്ന്. അതിന് വിളി ച്ചേത്."

അവൾ ലോഹ്യം ചോദിച്ചു.

"അങ്ങു കിഴക്കുനിന്നു വരുവാണോ?

"അതെ."

ഒരു നിമിഷം ചിരിതൂകിക്കൊണ്ടുനിന്നിട്ടു വീണ്ടും പറഞ്ഞു.

"ഞാൻ പോയി ചായയിട്ടുകൊണ്ടു വരട്ടെ."

അച്ചുതൻനായർ കുഞ്ഞിക്കുട്ടിയോടു തിരക്കി.

"മറ്റുള്ളവരെല്ലാം എവിടൊക്കെയാ?"

"ഓമന അങ്ങ് അഴീക്കൽ ഭർത്താവിന്റെ വീട്ടിൽ. രത്നമ്മയും ഭർത്താവും പടിഞ്ഞാറെ തറയിലാ താമസം. ആണുങ്ങളു രണ്ടും ജോലിക്കു പോയി."

അച്ചുതൻനായർ മോഹനനോടു ചോദിച്ചു:

"എടോ ശൂരനാടുവരെ പോകാൻ തന്റെ വണ്ടിയൊന്നയച്ചു തരുമോ?"

അമ്മൂമ്മ കുഞ്ഞുമോനോടു ശുപാർശ നടത്തി. "മാമനെ വണ്ടിയിൽ കയറ്റി അങ്ങോട്ടു കൊണ്ടുവിടാമെന്നു പറ മോനേ."

മോഹനൻ കാര്യമായി തന്നെ പറഞ്ഞു.

"കൊ.....ണ്ടു.....വി.....ടാം."

"ഓ, മതി. വലിയ ഉപകാരം. ഇനി നടന്നലയാതെ അങ്ങെത്താമല്ലോ."

കൊച്ചുകൃഷ്ണൻ കുളികഴിഞ്ഞു വന്നപ്പോഴേക്കും രാജമ്മ ചായ തയ്യാറാക്കിക്കൊണ്ടു വന്നു.

ചായയും കുടിച്ചു പൊയ്ക മൈതാനത്തെ പരിപാടികളെക്കുറിച്ച് സംസാരിച്ചുകൊണ്ടിരുന്നു.

ഉച്ചയായപ്പോൾ കുഞ്ഞിക്കുട്ടി ചെന്നു പറഞ്ഞു.

"എന്നാൽ ഇനി രണ്ടുപേരും കൂടി വല്ലതും കഴിച്ചുകൊണ്ടിരുന്ന് വർത്തമാനം പറ. എന്താ, വിളമ്പട്ടെ?"

"ഓഹോ, വിളമ്പിക്കോ."

അവർ ഊണു കഴിക്കാനിരുന്നപ്പോൾ തന്റെ കളിവണ്ടിയെടുത്തെറിഞ്ഞിട്ട് മോഹനൻ അപ്പൂപ്പന്റെ മടിയിലേക്ക് ധിക്കാരപൂർവ്വം ചാടിക്കേറിയിരുന്നു. അപ്പൂപ്പൻ അവനെ താങ്ങിപ്പിടിച്ച് ഉരുളയുരുട്ടി വായിൽ വെച്ചുകൊടുത്തു. ചോറിനോടൊപ്പം വെന്തുകുഴഞ്ഞ മരച്ചീനിയും മത്തികൂട്ടാൻ വെച്ചതും ഉണ്ടായിരുന്നു. അച്ചുതൻനായർ സ്വാദോടുകൂടി മത്തിക്കറികൂട്ടി വയറു നിറയെ ഊണുകഴിച്ചു.

പിന്നെയും കുറെ നേരം വർത്തമാനം പറഞ്ഞിരുന്നു.

കൊച്ചുകൃഷ്ണൻ ചോദിച്ചു:

"പോറ്റിസാറിനെ കണ്ടോ?"

"ഇല്ല. കായംകുളത്തു പോയിട്ടു കണ്ടില്ല."

എന്തോ ആലോചിച്ചിരുന്നിട്ട് വീണ്ടും ചോദിച്ചു:

"വാസു നായരെയോ?"

"അയാളെയും കാണണം. ആളങ്ങു സംബന്ധ വീട്ടിലാണ്. നാളെ അങ്ങോട്ടു പോകണമെന്നാ ഉദ്ദേശിക്കുന്നത്."

"അതുശരി."

അച്ചുതൻനായർ യാത്ര ചോദിച്ചു:

"എന്നാൽ ഞാനങ്ങോട്ടിറങ്ങട്ടെ. ഇനി നമുക്ക് പൊയ്കയിൽ വെച്ചു കാണാം."

അതുകേൾക്കാത്തമട്ടിൽ കൊച്ചുകൃഷ്ണൻ മറ്റെന്തോ ആലോചിക്കുകയായിരുന്നു. അച്ചുതൻനായർ വീണ്ടും പറഞ്ഞു:

"ഞാൻ ഇറങ്ങുവാ."

കൊച്ചുകൃഷ്ണൻ ചിന്തയിൽ നിന്നുണർന്ന് തന്റെ ആഗ്രഹമറിയിച്ചു.

"വാസുനായരുടെ വീടുവരെ എനിക്കും ഒന്നു വരണമെന്നുണ്ടായിരുന്നു."

"എന്നാൽ വാ. നാളെ നമുക്കൊന്നിച്ചു പോകാം."

"പക്ഷേ, നാളെ പാർട്ടിയുടെ ജനറൽ ബോഡി വിളിച്ചിരിക്കുകയാണ്. ഞാനും കൂടി പറഞ്ഞാണ് നാളത്തേക്കു നിശ്ചയിച്ചത്."

"എന്നാൽ വേണ്ട. നാളെ ഞങ്ങൾ തമ്മിൽ കാണുമ്പോൾ ഞാൻ സഖാവിന്റെ കാര്യം പറഞ്ഞേക്കാം. പിന്നെ പൊയ്കയിൽവെച്ചു തമ്മിൽ

കാണാമല്ലോ.”

“ഞാനിതുവരെ അയാളുടെ സംബന്ധവീട്ടിലൊന്നു പോയിട്ടില്ല. ഇനിയൊരിക്കൽ നമുക്കൊന്നിച്ചൊന്നു പോകണം.”

“ഓഹോ, ഒരു ദിവസം പൊയ്ക്കളയാം.”

അവിടെ നിന്നിറങ്ങാൻ നേരം അച്ചുതൻനായർ രാജമ്മയെയും കുഞ്ഞിക്കുട്ടിയെയും നോക്കിപ്പറഞ്ഞു:

“സമ്മേളനത്തിന് എല്ലാവരെയും ക്ഷണിക്കുകയാണ്. രത്നമ്മയെയും ശശിയെയുമെല്ലാം വിളിച്ചതായി പറയണം.”

രാജമ്മ ചിരിച്ചുകൊണ്ടു പറഞ്ഞു:

“പറയാം.”

കുഞ്ഞിക്കുട്ടി കൂട്ടിച്ചേർത്തു.

“ഞങ്ങളെല്ലാം കൂടി അങ്ങുനേരത്തെ വന്നേക്കാം.”

അയാൾ മോഹനനെയും ക്ഷണിക്കാൻ മറന്നില്ല.

“എടോ കൊച്ചുസഖാവേ, താനും വരണം കേട്ടോ.”

വരാമെന്നു പറ മോനേ.”

“വ...രാം....”

അച്ചുതൻനായർ നിലത്തിന്റെ വരമ്പിലൂടെ റോഡിലിറങ്ങി നേരെ കിഴക്കോട്ടു നടന്നു. ആ വീടിന്റെ അന്തരീക്ഷത്തിൽ തങ്ങിനിന്നിരുന്ന ആഹ്ലാദത്തിന്റെ സൗരഭ്യം അയാളെ കൂടുതൽ ഉത്തേജിതനാക്കി. വഴി നടക്കുമ്പോൾ അയാൾ സ്വയം ചോദിച്ചു. ഈ ജീവിതാനന്ദത്തിന്റെ രഹസ്യമെന്താണ്? എന്തുകൊണ്ട് എല്ലാവർക്കും ഇതു ലഭിക്കുന്നില്ല? ഗംഗാധരന്റെയും കൊച്ചുകൃഷ്ണന്റെയുമെല്ലാം വീടുകളിൽ കണ്ട ജീവിതാസക്തി പകരുന്ന ഈ ആനന്ദം.

വേദനകൊണ്ടു കൂമ്പിപ്പോയ ഹൃദയങ്ങളെപ്പോലും അതു വികസ്വരമാക്കുന്നു. ആ വീടുകൾക്കു ചുറ്റുമുള്ള പച്ചിലച്ചാർത്തുകൾ മർമ്മരം പൊഴിച്ചുകൊണ്ടു പറയുന്നതുപോലെ തോന്നി. ഇതാ ഇതു പോലെ ജീവിക്കൂ.

പക്ഷേ, കുട്ടപ്പക്കുറുപ്പിനു ജീവിതത്തിൽ എത്തിപ്പിടിക്കാൻ ഒരു കൊമ്പുപോലും കിട്ടിയില്ല.

ജയിലിൽ നിന്നിറങ്ങിയപ്പോൾ അയാളെ സ്വീകരിക്കാൻ ഭാര്യ തയ്യാറായില്ല. ഇടികൊണ്ടു ക്ഷയം പിടിച്ചു ചാവാറായ ഭർത്താവിനെ അവർക്കാവശ്യമില്ല. അവർക്കിനി ഭർത്താവുവേണ്ട.

പക്ഷേ, കുട്ടപ്പക്കുറുപ്പ് ഇതുവരെ മരിച്ചിട്ടില്ല. അയാൾ ഇപ്പോഴും ജീവിച്ചിരിക്കുന്നു. ഏറ്റവും അടുത്ത സഖാക്കളോട് അയാൾ തന്റെ കഴിവുകേടിനെക്കുറിച്ച് പറയുമായിരുന്നു. അവരിൽ നിന്ന് എളിയസഹായം സ്വീകരിക്കുമായിരുന്നു.

കുറുപ്പിന്റെ ശരീരം രക്തമയമില്ലാതെ വിളറിവെളുത്തു. എല്ലും തോലുമായി. തൊലി ചുക്കിച്ചുളിഞ്ഞ് ചെതുമ്പലുകൾ പൊതിഞ്ഞു.

അച്ചുതൻനായർ ചെന്നു കേറിയപ്പോൾ കുട്ടപ്പക്കുറുപ്പ് ഒരു യോഗിയെപ്പോലെ നിർമ്മമനായി ആ തിണ്ണയിൽ കുത്തിയിരിക്കുന്നതു കണ്ടു. അച്ചുതൻനായർ കൊടുത്ത ബീഡികത്തിച്ചു വലിച്ചുകൊണ്ട് അയാൾ പറഞ്ഞു:

"വിവരമെല്ലാം ഞാനുമറിഞ്ഞു. അന്നുനേരത്തെ അങ്ങുവന്നേക്കാം."

കുറെനേരം വർത്തമാനം പറഞ്ഞിരുന്നിട്ട് ചെറപ്പാട്ടു കിഴക്കുവശം കൂടി ചന്തയിലേക്കു നടന്നു. ചെറപ്പാട്ടു കേറേണ്ട കാര്യമില്ല. അവിടെ ചാത്തൻ കുട്ടിയില്ല. കുട്ടപ്പക്കുറുപ്പിനെപ്പോലെ മറ്റുള്ളവരോടു കൈനീട്ടാനൊന്നും ചാത്തൻകുട്ടി നിന്നില്ല. ഉപജീവനത്തിനു മാർഗ്ഗമില്ലാതായപ്പോൾ അവസാനത്തെ പോംവഴിയെന്ന നിലയിൽ അയാൾ കള്ളവാറ്റു തുടങ്ങിയിരുന്നു. അതിൽനിന്നു കഴിഞ്ഞുകൂടാനുള്ള വകയുണ്ടായിരുന്നു. പക്ഷേ, ഒരുദിവസം എക്സൈസുകാർ തൊണ്ടി സഹിതം പിടികൂടി. കേസായി. കോടതി ശിക്ഷ വിധിച്ചു. പിഴകെട്ടിവെക്കാൻ നിവൃത്തിയില്ലാതിരുന്നതുകൊണ്ട് ചാത്തൻകുട്ടി നേരെ ജയിലിൽ പോയി. ഈ തവണ കൂട്ടുകാരാരുമില്ലാതെ. ഒറ്റയ്ക്ക്.....

പൊയ്കയിലെ സമ്മേളനത്തിൽ സംബന്ധിക്കാൻ എന്തായാലും ചാത്തൻകുട്ടി കാണുകയില്ല.

പിറ്റേന്നു രാവിലെ പതാരത്തേക്കു നടക്കുമ്പോൾ വാസുനായരുടെ ആ പ്രത്യേക പ്രകൃതത്തെക്കുറിച്ചോർത്തു. ജയിലിൽ നിന്നു പോന്നതിനു ശേഷവും വളരെക്കാലം ആറ്റുകടവിലെ ആ പെണ്ണിനെ സ്വപ്നം കണ്ടു നടന്നു. അവളെയൊന്നു കാണാൻ വേണ്ടി അവിടെയുമിവിടെയും അലഞ്ഞു നടന്നു. പിന്നീടാണു പതാരത്തു നിന്നു കല്യാണം കഴിച്ചത്. ഒരു പാവപ്പെട്ട വീട്ടിൽനിന്ന്. ആ കല്യാണത്തിന് അച്ചുതൻനായരും പങ്കെടുത്തിരുന്നു.

പെണ്ണുവീട്ടുകാർക്ക് സാമ്പത്തികശേഷിയില്ലെങ്കിലും വാസുനായരെ വലിയ കാര്യമാണ്. സ്നേഹം കൊതിച്ചു നടന്നിരുന്ന ആ മനുഷ്യന് അതാണു വേണ്ടിയിരുന്നതും. ഭാര്യ അയാളെ പൊന്നുപോലെ നോക്കിക്കൊള്ളും. ഒരു കണക്കിന് മറ്റുള്ളവരെ അപേക്ഷിച്ച് അയാൾക്കു സുഖമാണ്.

തമ്മിൽ കണ്ടിട്ടു വർഷങ്ങളായി. പായിക്കാട്ടു കൃഷ്ണപിള്ളസാർ മരിച്ചപ്പോൾ കണ്ടതാണ്. മരണവാർത്തയറിഞ്ഞ് ആദ്യം ഓടിയെത്തിയത് വാസുനായരായിരുന്നു. അവിടെനിന്നു മരണാനന്തര ക്രിയകളെല്ലാം നടത്തിച്ചശേഷമാണ് മടങ്ങിപ്പോയത്.

പണ്ടു ശിവരാമൻനായർക്കുവേണ്ടി മണലിക്കൽ ചെന്നു കൂട്ടയടി നടത്തി പകരം വീട്ടിയതിനുശേഷം പാർട്ടിയുടെ ദൈനംദിനപ്രവർത്തനങ്ങളിലൊന്നും അയാളെ കണ്ടിട്ടില്ല. ആ ശിവരാമൻനായർ മരിച്ചിട്ടുപോലും ഒന്നു കേറിയില്ല. ഒന്നു മരണത്തിനു കൂടിയവർ പരസ്പരം തിരക്കി.

"വാസുനായരെ കണ്ടില്ലല്ലോ."

"ചാക്കാലയറിഞ്ഞില്ലായിരിക്കും."

"അറിഞ്ഞെങ്കിൽ ഉടനെയിങ്ങു വന്നെത്തിയേനെ."

കുറെക്കാലമായി ഒരു വിശേഷവുമറിയുന്നില്ല. ഇന്നിനി തമ്മിൽ കാണുമ്പോൾ എന്തെല്ലാം പറയുമോ എന്തോ?

സമ്മേളനത്തിനു ക്ഷണിക്കുമ്പോൾ ചിലപ്പോൾ ചാടിക്കേറി പറഞ്ഞെന്നിരിക്കും.

"മന്ത്രിമാരും അവനുമിവനുമൊക്കെ വരുന്നിടത്ത് എനിക്കെന്താ കാര്യം? ഞാൻ വരുന്നില്ല."

നിർബ്ബന്ധിച്ചാൽ എടുത്തടിച്ചതുപോലായിരിക്കും മറുപടി.

"ഓ താൻ പോയി തന്റെ പാടുനോക്ക്."

എന്നാലും അവസാനം വരാമെന്നു സമ്മതിക്കും. അനുനയിപ്പിച്ചു കൊണ്ടു നടന്നാൽ ഇത്ര നല്ല ഒരു മനുഷ്യനില്ല.

കിഴകിടപ്പാടത്തെ സംഘട്ടനത്തിനുശേഷം സ്ഥലം വിട്ടു പോകാതെ എത്രയോ ദിവസം അയാളൊറ്റയ്ക്ക് ശൂരനാട്ടു പിടിച്ചുനിന്നു.

പകൽ കുറ്റിക്കാടുകളിൽ കിടന്നുറങ്ങിയും രാത്രിയിൽ തെങ്ങിൽ നിന്നു തേങ്ങയിട്ടു തല്ലിപ്പൊട്ടിച്ചു തിന്നും കഴിഞ്ഞു.

പരമേശ്വരൻനായർ മരിച്ചതിൽപിന്നെ പ്രതികളിൽ ഒന്നാം സ്ഥാനത്തു വാസുനായരായിരുന്നു.

ഇടവഴിയിലൂടെ തെക്കോട്ടുനടക്കുമ്പോൾ വഴിയുടെ പടിഞ്ഞാററികിൽ ആ കൊച്ചു വീടുകണ്ടു. ജീർണ്ണിച്ച മരപ്പലകകൊണ്ട് മറച്ച ഒരു കൊച്ചുകൂര.

അച്ചുതൻനായർ അങ്ങോട്ടു കേറിച്ചെന്നു. കീറത്തുണികൊണ്ടു നാണം മറച്ച ഒരു സ്ത്രീരൂപം മുറ്റത്തുനിന്നു വീട്ടിനകത്തേക്കു കയറിപ്പോയി. പ്രാകൃതരായ രണ്ടു കുട്ടികൾ മുറ്റത്തു മണ്ണുവാരിക്കൂട്ടി ഈർക്കിലിക്കിതമ്പലം കളിക്കുന്നു. വിളറിമെലിഞ്ഞു നെഞ്ചുകൂടമുന്തിയ കുട്ടികൾ.

അയാൾ മുറ്റത്തു നിന്നുകൊണ്ട് കുട്ടികളോട് ചോദിച്ചു:

"അച്ഛൻ ഇവിടില്ല്യോ?"

കുട്ടികൾ ചാടിയെഴുന്നേറ്റു. അമ്പരപ്പോടെ അയാളെ നോക്കി മിണ്ടാതെ നിന്നു. അയാൾ വീണ്ടും ചോദിച്ചു:

"അച്ഛൻ എങ്ങോട്ടുപോയി?"

ആ സ്ത്രീ വാതില്ക്കൽ വന്ന് ആകാംക്ഷയോടെ അയാളുടെ മുഖത്തുനോക്കി. അയാൾ അവരെനോക്കി ചിരിക്കാൻ ശ്രമിച്ചുകൊണ്ടു പറഞ്ഞു:

"ഞാൻ അങ്ങു ശൂരനാട്ടു നിന്ന് വരികയാണ്. വാസുനായരെ ഒന്നു കാണേണ്ട കാര്യമുണ്ടായിരുന്നു."

അവർ വാതിലിനു പിന്നിൽ മുഖം മറച്ചുകൊണ്ട് പതിഞ്ഞ സ്വര

ത്തിൽ പറയുന്നതു കേട്ടു.

"അതിന്..... ആളു ചത്തുപോയല്ലോ."

അച്ചുതൻനായർ ഞെട്ടിത്തെറിച്ചു.

"ങേ, ചത്തുപോയോ?"

തലച്ചോറിൽ എന്തോ കത്തിക്കരിഞ്ഞു. ചുറ്റും ഇരുൾ വ്യാപിക്കുന്നതായി തോന്നി. നിവർന്നുനില്ക്കാൻ കഴിയാതെ തിണ്ണയിൽ ചടഞ്ഞിരുന്നു. തലയ്ക്കു വെളിവുവീണപ്പോൾ ഇടറിയ ശബ്ദത്തോടെ ചോദിച്ചു:

"എന്നായിരുന്നു?"

"ഒന്നു രണ്ടു കൊല്ലമായി."

"എന്തായിരുന്നു അസുഖം?"

"ബുദ്ധിക്കു സ്ഥിരതയില്ലാതെ വന്നു. പ്രാന്താശുപത്രിയിലായിരുന്നു. അവിടെക്കിടന്നു ചത്തുപോയെന്നു പറഞ്ഞ് എഴുത്തുവന്നു."

അച്ചുതൻനായർ തേങ്ങലടക്കാൻ കഴിയാതെ കുനിഞ്ഞിരുന്നു പൊട്ടിക്കരഞ്ഞു. ആ സ്ത്രീ നിർവ്വികാരയായി അതു കണ്ടുനിന്നു.

ആ പ്രായം ചെന്ന മനുഷ്യൻ വെറുമൊരു കൊച്ചുകുട്ടിയെപ്പോലെ അവിടെയിരുന്ന് കരയുന്നതു കണ്ടപ്പോൾ കുട്ടികൾ കളി മതിയാക്കി. എങ്ങുനിന്നോ വീണ്ടും ദുഃഖവും കൊണ്ടെത്തിയിരിക്കുന്ന അയാളുടെ നേരേ അവർ സഹതാപപൂർവ്വം നോക്കിനിന്നു.

കുറെക്കഴിഞ്ഞു മുണ്ടിന്റെ കോൺതലകൊണ്ടു മുഖം തുടച്ചിട്ട് അയാൾ കുട്ടികളുടെ തള്ളയോടു തിരക്കി.

"മക്കളെത്ര പേരുണ്ട്?"

"രണ്ട്."

"എന്നെ അറിയുമോ?" എന്റെ വീടു ശൂരനാട്ടാ?"

അറിയാത്ത മട്ടിൽ അവർ മിണ്ടാതെ നിന്നു.

"എന്റെ പേര് നടേവടക്കതിൽ അച്ചുതൻനായർ."

അവർ ഒന്നുമൂളി.

"ഞാൻ വന്നത്, നാളെ ശൂരനാട്ടൊരു വലിയ സമ്മേളനമുണ്ട്. അതു പറയാനാണ്."

കാര്യം പിടികിട്ടാത്ത മട്ടിൽ അവർ മുഖമുയർത്തി അയാളുടെ നേരേ നോക്കി.

"ആ സമ്മേളനത്തിൽ നമ്മുടെയാളുകളെല്ലാം കാണും."

എന്തിനാണിതൊക്കെപ്പറയുന്നത്?

അവർക്കു മനസ്സിലായില്ല.

അരയിൽ ചുറ്റിയിരുന്ന കീറത്തുണി വലിച്ചു നേരെയിട്ടുകൊണ്ട് സംശയം ചോദിച്ചു:

"അതിന് ഞങ്ങളും വരണോ?"

"വരണം. അതു പറയാനാണ്......"

അവർ അകലത്തേക്കുനോക്കി മിണ്ടാതെനിന്നു. ആ ഭാവം ദുരൂഹ

മായി തോന്നി അച്ചുതൻനായർ മിഴിച്ചുനോക്കുമ്പോൾ അവർ ശബ്ദമടക്കി പറഞ്ഞു:

"വരാം."

"എന്നാൽ ഞാനിറങ്ങട്ടെ."

അവരൊന്നും മിണ്ടിയില്ല. തിരികെ നടക്കുമ്പോൾ സമ്മേളനം പ്രമാണിച്ച് കവലകളിലുയർത്തിയിരുന്ന ചെങ്കൊടികൾ അയാൾ കണ്ടില്ല. കൊറ്റാർകാവിൽനിന്നു പോർക്കലി ഭഗവതി പറയിട്ടു വരുന്നതിന്റെ കൊട്ടു കേട്ടില്ല. ആ സ്ത്രീയുടെ വികാരരഹിതമായ മുഖംമാത്രം കൺമുന്നിൽ കണ്ടു. അവരുടെ ചോദ്യം കാതുകളിൽ മുഴങ്ങി.

"അതിന്.....ഞങ്ങളും വരണോ?......ഞങ്ങളും.......?"

www.ingramcontent.com/pod-product-compliance
Lightning Source LLC
LaVergne TN
LVHW040600051026
849519LV00004B/1406